விஜயநகரம்

விஜயநகரம்

சல்மான் ருஷ்டி (பி. 1947)

அனிஸ் அகமது ருஷ்டி-நெகின் பட் இணையர்க்கு பம்பாயில் மகனாகப் பிறந்தார். பதினான்கு வயதுமுதல் லண்டன் ரக்பி பள்ளியிலும் பிறகு கேம்ப்ரிட்ஜிலும் படித்து இங்கிலாந்திலேயே வசித்தார். விளம்பர நிறுவனத்தில் சில காலம் பணிபுரிந்த பின் முழுநேர எழுத்தாளரானார்.

கிழக்கத்திய 'அதிசயக் கதைக'ளும் ஜேன் ஆஸ்டின், சார்ல்ஸ் டிக்கன்ஸ் போன்றவர்களின் எழுத்துகளும் தன் எழுத்தைப் பாதித்தன என்கிறார். மாய யதார்த்தம் என்றால் என்னவென்று தெரியாமலேயே தன் முதல் நாவலான 'Grimus'இல் (1975) அந்தப் பாணியைக் கைக்கொண்டிருக்கிறார்.

பெரும்பாலும் வரலாற்றை அங்கதமும் மாய யதார்த்தமும் கலந்த புனைவாக்குவது ருஷ்டியின் பாணி. 'Midnight's Children' (1981) அவரைப் பரவலாக அறியவைத்த நாவல். அதே ஆண்டு அது புக்கர் பரிசு பெற்றது. 'Satanic Verses' (1988) என்ற நாவல் காரணமாக ஈரான் அதிபர் கோமேனி 1989ஆம் ஆண்டு இவருக்கு மரண தண்டனை விதித்தார். அதன் பிறகு கிட்டத்தட்டத் தலைமறைவாக வாழ்கிறார். 2000இலிருந்து நியூ யார்க்கில் வசித்துவருகிறார். அங்கு ஓரிரு பல்கலைக்கழகங்களில் பேராசிரியராகப் பணிபுரிகிறார். 2007இல் சர் பட்டம் பெற்றார்.

முப்பத்து மூன்று ஆண்டுகள் கழித்து, 2022ஆம் ஆண்டு ஆகஸ்ட், 12ஆம் தேதி இஸ்லாமிய இளைஞர் ஒருவரால் கொலைத் தாக்குதலுக்கு உள்ளாகி ஒரு கண்ணை இழந்தார்; இடது கை விரல்கள் சில செயலிழந்துபோயின;

இந்தத் தாக்குதலுக்குப் பின் வெளிவந்த முதல் நாவல் விஜயநகரம். இவருடைய நாவல் வரிசையில் பதினைந்தாவது.

இரண்டு மகன்கள் லண்டனில் வசிக்க, சில மணவிலக்குகளுக்குப் பிறகு தற்போது கறுப்பினக் கவிஞர், நாவலாசிரியர் எலிஸா கிரிஃபித்ஸுடன் நியூ யார்க்கில் வாழ்ந்துவருகிறார்.

ஆர். சிவகுமார்

மொழிபெயர்ப்பாளர்

அரசுக் கல்லூரிகளில் ஆங்கிலம் போதித்தவர். மொழிபெயர்ப்பாளர். 'உருமாற்றம்' (காஃப்காவின் குறுநாவல்), 'இலக்கியக் கோட்பாடு' (ஜானதன் கல்லர்), 'சோஃபியின் உலகம்' (யொஸ்டைன் கார்டெரின் நாவல்), 'வசைமண்', 'அந்த நாளின் கசடுகள்' (மார்ட்டீன் ஓ' கைனின் நாவல்கள்), 'என்றாலும் நான் எழுகிறேன்' (மாயா ஆஞ்சலுவின் கவிதைகள்) போன்றவை இவர் மொழிபெயர்த்தவை. உலகச் சிறுகதைகள் சில இவர் மொழிபெயர்ப்பில் வெளியாகியுள்ளன. சங்க இலக்கியத்தி லிருந்தும் நகுலன் எழுதியவற்றிலிருந்தும் சில கவிதை களை ஆங்கிலத்தில் மொழிபெயர்த்துள்ளார்.

'தருநிழல்', 'கற்றதால்' ஆகியவை இவருடைய நாவல்கள்.

கைப்பேசி: 94443 67697

மின்னஞ்சல்: sivaranjan51@yahoo.co.in

சல்மான் ருஷ்டி

விஜயநகரம்

தமிழில்
ஆர். சிவகுமார்

காலச்சுவடு பதிப்பகம்

● அன்பார்ந்த வாசகருக்கு,

வணக்கம்.

காலச்சுவடு நூலை வாங்கியமைக்கு நன்றி.

நூலின் உள்ளடக்கம், உருவாக்கம், அட்டைப்படம் இன்ன பிற அம்சங்கள் பற்றிய உங்கள் கருத்துகளையும் ஆலோசனைகளையும் காலச்சுவடு வரவேற்கிறது. தகவல், எழுத்து, வாக்கியப் பிழைகள் தென்பட்டால் அவசியம் தெரிவித்து உதவுங்கள். நூல் தயாரிப்பில் கடும் குறைபாடு இருப்பின் மாற்றுப் பிரதி உங்களுக்குக் கிடைக்கக் காலச்சுவடு ஏற்பாடு செய்யும்.

மின்னஞ்சல்: **publisher@kalachuvadu.com**

காலச்சுவடு நாகர்கோவில் அலுவலகத்திற்குக் கடிதம் அனுப்பலாம்.

தங்கள்
எஸ்.ஆர். சுந்தரம் (கண்ணன்)
பதிப்பாளர் — நிர்வாக இயக்குநர்

VICTORY CITY
Copyright © 2023, Salman Rushdie
All rights reserved

விஜயநகரம் ✤ நாவல் ✤ ஆசிரியர்: சல்மான் ருஷ்டி ✤ தமிழில்: ஆர். சிவகுமார் ✤ மொழிபெயர்ப்புரிமை: ஆர். சிவகுமார் ✤ முதல் பதிப்பு: ஜூலை 2024, இரண்டாம் பதிப்பு: அக்டோபர் 2024 ✤ வெளியீடு: காலச்சுவடு பப்ளிகேஷன்ஸ் (பி) லிட்., 669, கே.பி. சாலை, நாகர்கோவில் 629001

vijayanakaram ✤ Novel ✤ Author: Salman Rushdie ✤ Translated by: R. Sivakumar ✤ Translation © R. Sivakumar ✤ Language: Tamil ✤ First Edition: July 2024, Second Edition: October 2024 ✤ Size: Demy 1 x 8 ✤ Paper: 18.6 kg maplitho ✤ Pages: 424

Published by Kalachuvadu Publications Pvt. Ltd., 669, K.P. Road, Nagercoil 629001, India ✤ Phone: 91-4652-278525 ✤ e-mail: publications @kalachuvadu.com ✤ Printed at Mani Offset, Chennai 600077

ISBN: 978-93-6110-242-4

10/2024/S.No. 1290, kcp 5344, 18.6 (2) 9ss

ஹனானுக்கு

பொருளடக்கம்

பகுதி ஒன்று: பிறப்பு						11
பகுதி இரண்டு: வனவாசம்					153
பகுதி மூன்று: கீர்த்தி					243
பகுதி நான்கு: வீழ்ச்சி					365
நன்றி							421

பகுதி ஒன்று

பிறப்பு

1

பம்பா கம்பானா என்ற பார்வையற்ற அந்தக் கவி, மாய வித்தைக்காரி, தீர்க்கதரிசி. தன்னுடைய இருநூற்று நாற்பத்தேழாவது வயதில், வாழ்க்கையின் கடைசி நாளன்று பிஸ்நகா[1]வைப் பற்றிய ஒரு பெரும் கதை வடிவக் கவிதையை எழுதி முடித்து எதிர்காலத்துக்கான செய்தியாக அதைக் களிமண் பானையில் வைத்து மெழுகு முத்திரையிட்டுச் சிதைந்துபோன ராஜமனையின் மையத்தில் பாதுகாப்பாகப் புதைத்தாள். 'வெற்றியும் தோல்வியும்' என்று பொருள்படும் *ஜெயபராஜெய* என்ற சாகாவரம் பெற்ற அந்தத் தலைசிறந்த படைப்பு இருந்த பானையை நான்கரை நூற்றாண்டுகள் கழித்துக் கண்டுபிடித்து முதன்முதலாகப் படித்தோம்; சமஸ்கிருதத்தில் எழுதப்பட்ட அது இருபத்து நான்காயிரம் செய்யுள் களைக் கொண்டு ராமாயணம் அளவுக்கு நீண்ட தாக இருந்தது; ஒரு லட்சத்து அறுபதாயிரம் நாட்களுக்கும் மேலாக வரலாற்றிலிருந்து அவள் மறைத்து வைத்திருந்த பேரரசின் ரகசியங்களை அறிந்துகொண்டோம். மீந்திருந்த அதன் சிதைவு களைப் பற்றியே நமக்குத் தெரிந்திருந்தது; காலமும் நினைவின் குறைகளும் பின்னாளில் சேர்ந்த பொய்களும் அதன் வரலாறு குறித்த நம் நினைவை யும் சிதைத்துவிட்டன. பம்பா கம்பானாவின் நூலைப் படிக்கப் படிக்க இறந்த காலம் மீண்டது, ஒருகாலத்தில் இருந்த அதன் பெண் போர்வீரர்கள், மலையளவிலான அதன் தங்கம், அதன் பரந்த மனப்பாங்கு, சமயங்களில் வெளிப்பட்ட அதன் இழிகுணம், அதன் பலவீனங்கள், அதன் வலிமைகள் என்றவற்றோடு விஜயநகரப் பேரரசு மீண்டும் பிறந்தது. எரித்தழித்தலோடும் துண்டிக்கப்பட்ட

1. விஜயநகரம்

ஒரு தலையோடும் தோன்றியும் முடிவுக்கும் வந்த அந்த ராஜ்யம் குறித்த முழு விவரத்தையும் முதன்முதலாகக் கேட்டோம். வயதானவர்கள், இளவயதினர், படித்தவர்கள், அவ்வளவாகப் படிக்காதவர்கள், விவேகத்தைத் தேடுகிறவர்கள், மூடச்செயல் கண்டு பொழுதுபோக்குகிறவர்கள், வடக்கேயிருப்பவர்கள், தெற்கேயிருப்பவர்கள், பல்வேறு கடவுள்களை வணங்குபவர்கள், எந்தக் கடவுளையும் வணங்காதவர்கள், விரிந்த மனப்பான்மை கொண்டவர்கள், குறுகிய எண்ணம் கொண்டவர்கள், ஆண்கள், பெண்கள், இவர்களுக்கு அப்பாலும் இடையேயும் உள்ள பாலினங்களின் உறுப்பினர்கள், உயர்குடியினரின் வழித்தோன்றல்கள், சாதாரண மக்கள், நல்லவர்கள், கயவர்கள், போலி அறிஞர்கள், வெளிநாட்டுக்காரர்கள், அடக்கமான விவேகிகள், தற்பெருமை கொண்ட முட்டாள்கள் போன்ற இன்றைய வாசகர்களின் எளிய கேளிக்கைக்காகவும் சாத்தியமிருந்தால் அவர்களின் மன மேம்பாட்டுக்காகவும் இந்த வடிவத்தில் இந்தக் கதையைச் சிக்கலற்ற மொழியில் திரும்பவும் தன் வார்த்தைகளில் சொல்லும் இந்த ஆசிரியன் அறிஞனுமல்ல, கவிஞனுமல்ல; நம்பும்படி கதை அளப்பவன், அவ்வளவுதான்.

நாம் இப்போது இந்தியா என்றும் பாரதம் என்றும் ஹிந்துஸ்தான் என்றும் அழைக்கும் பிரதேசத்தின் தெற்குப் பகுதியில் பொது யுகம் பதினான்காம் நூற்றாண்டில் பிஸ்நகாவின் கதை தொடங்கியது. உருண்டோடிய தலையைக் கொண்டிருந்த முதியவரை அப்படியொன்றும் அரசர் என்று சொல்லிவிட முடியாது; எப்படியோ எல்லாமும் அவருக்குச் சாதகமாக நடந்தது; பெரிய அரசாட்சி ஒன்று வீழ்ச்சியடைவதற்கும் இன்னொன்று எழுவதற்கும் இடையே தோன்றும் ஒரு போலிப் பதிலி அவர். கம்பிலி என்ற சிறு பகுதியை ஆண்டவர் அவர். 'கம்பிலி ராயர்' என்று அவர் அழைக்கப்பட்டார்; *ராயர்* என்பது *ராஜா* என்பதன் உள்ளூர் வடிவம். இந்த இரண்டாந்தர *ராயருக்குத்* தன்னுடைய மூன்றாந்தர ஆட்சிக் காலத்தில் பம்பா நதியின் கரைமீது நான்காந்தரக் கோட்டையைக் கட்டி அதற்குள் ஐந்தாந்தரக் கோயிலை நிர்மாணிக்கவும் பாறைப்பாங்கான ஒரு மலையின் பக்கவாட்டில் பகட்டான கல்வெட்டுகளைச் செதுக்கவுமே அவகாசம் கிடைத்தது; அதே சமயம் அவர்மீது நடவடிக்கை எடுக்க ஒரு ராணுவம் வடக்கிலிருந்து தெற்கே வந்தது. அதன் விளைவாக நடந்தது சரிசமமற்ற ஒரு போர்; முக்கியத்துவமில்லாத அந்தப் போருக்குப் பெயர் வைக்க யாரும் மெனக்கெடவில்லை. கம்பிலி ராயரின் படையை

மண்ணைக் கவ்வ வைத்த வடதிசைப் படையினர், பலரைக் கொன்றதோடு அந்தப் போலி அரசரைப் பிடித்து அவருடைய மகுடமில்லாத தலையைத் துண்டிக்கவும் செய்தார்கள். பின் அதற்குள் வைக்கோலை நிரப்பி தில்லி சுல்தானை மகிழ்விக்க அதை வடக்கே அனுப்பினார்கள். பெயரற்ற அந்தப் போருக்கோ அந்தத் தலைக்கோ குறிப்பாக எந்தச் சிறப்புத் தன்மையும் கிடையாது. அந்தக் காலத்தில் போர்கள் சாதாரணமாக நடக்கும் விவகாரங்கள் என்பதால் அவற்றுக்குப் பெயர் வைப்பதில் பலரும் ஆர்வம் காட்டவில்லை; இந்தச் சிற்றரசனை அல்லது அந்தச் சிற்றரசனை மகிழ்விக்கத் துண்டிக்கப்பட்ட தலைகள் எல்லா நேரங்களிலும் பெருமை வாய்ந்த நம் நாட்டின் ஒரு பக்கத்திலிருந்து இன்னொரு பக்கத்துக்குப் பிரயாணம் செய்துகொண்டிருந்தன. சுல்தான் தன் வடக்குத் தலைநகரத்தில் அவற்றைப் பெரிய குவியலாகச் சேகரித்துவைத்திருந்தார்.

முக்கியத்துவம் இல்லாத அந்தப் போருக்குப் பிறகு ஆச்சரியமூட்டும் விதத்தில் வரலாற்றை மாற்றும் ஒருவகைச் சம்பவம் நிகழ்ந்தது. அந்தச் சிறிய, தோற்கடிக்கப்பட்ட நாட்டில் பெயரிடப்படாத அந்தப் போரின் விளைவாக அண்மையில் விதவைகளான பெரும்பான்மைப் பெண்கள் நான்காந்தரக் கோட்டையைவிட்டு நீங்கி ஐந்தாந்தரக் கோயிலில் தங்களுடைய இறுதிக் காணிக்கைகளைச் செலுத்திவிட்டு மட்டுமீறிய, சீறிப் பாயும் நதியைச் சிறிய படகுகளில் போராடிக் கடந்து தெற்குக் கரையின் ஓரமாக மேற்கு நோக்கிக் கொஞ்ச தூரம் நடந்து பின் பெரும் நெருப்பைக் கொளுத்தி அதன் ஜ்வாலைகளுக்குள் விழுந்து பெருந்திரளாகத் தற்கொலை செய்துகொண்டார்கள். எந்தப் புகாரும் சொல்லாமல் மனமார்ந்து ஒருவரிடமிருந்து ஒருவர் விடைபெற்றுக்கொண்டு அஞ்சாமல் நெருப்பை நோக்கி நடந்தார்கள். அவர்கள் சதையில் தீப்பற்றி மரணத்தின் துர்மணம் காற்றை நிரப்பியபோதும் எவ்வித அலறலும் எழவில்லை. மௌனமாக எரிந்தார்கள்; தீயின் வெடிப்போசை மட்டுமே கேட்டது. நடந்த அனைத்தையும் பம்பா கம்பானா பார்த்தாள். உன் காதுகளைத் திற, மூச்சை உள்ளிழு, கற்றுக்கொள் என்ற செய்தியைப் பிரபஞ்சமே அவளுக்கு அனுப்பிச் சொல்வதைப் போல அது இருந்தது. அவளுக்குத் தெரிந்த எல்லாப் பெண்களும் தீக்குள் நுழைந்து உலைக்களத்தின் மையத்தில் உட்கார்ந்தோ நின்றோ படுத்தோ காதுகள் வழியாகவும் வாய்கள் வழியாகவும் ஜ்வாலைகள் பீறிட இருந்ததை உலர்ந்த கண்களோடு நின்ற தன் அம்மாவின் கைகளை முடிந்த அளவு இறுகப் பற்றியவாறு கண்ணில் நீர் நிரம்பி அவள் பார்த்துக்கொண்டிருந்தாள்: எல்லாவற்றையும் பார்த்துவிட்ட முதிய பெண்மணி, வாழ்க்கையை அப்போதுதான்

தொடங்கியிருந்த இளம் பெண், இறந்துவிட்ட தன் படைவீரான அப்பாவை வெறுத்த பெண், போர்க்களத்தில் உயிரை விடாத தன் கணவனைக் குறித்து வெட்கப்பட்ட பெண், இனிமையாகப் பாடும் குரல் கொண்ட பெண், பயமுறுத்தும் சிரிப்பை வெளிப்படுத்தும் பெண், குச்சி போன்ற உடல்வாகு கொண்ட ஒல்லிப் பெண், முலாம்பழம் போன்று தடித்த பெண். தீக்குள் நுழைந்த அவர்களுடைய மரணம் உண்டாக்கிய துர்நாற்றத் தால் வாந்தி வருவதைப் போல உணர்ந்த பம்பா, போய் வருகிறேன் என்றுகூடச் சொல்லாமல் கையை மென்மையாக விடுவித்துக்கொண்டு மன உறுதியோடு நிதானமாக இறந்தவர் களின் பெருநெருப்போடு இணையத் தன் அம்மா ராதா கம்பானாவும் நடப்பதைக் கண்டு அச்சமும் நடுக்கமும் கொண்டாள்.

எந்த நதியின் கரையில் இதெல்லாம் நடந்ததோ அதன் பெயரைக் கொண்ட பம்பா கம்பானா அவள் அம்மாவின் சதை எரிந்த மணத்தைத் தன் மூக்குத் துளைகளில் எஞ்சிய வாழ்நாள் முழுதும் சுமந்தாள். சந்தனக் கட்டைகளால் சிதையின் தீயை வளர்த்து, வெற்றிபெற்ற சுல்தானின் படைத் தளபதிகளுடைய இரைப்பைக் களிப்புக்காக அவர்கள் முன் விருந்தாகப் படைக்க எரியும் பெண்களை மசாலா செறிந்த உணவாகத் தயாரிப்பதைப் போல ஏராளமான கிராம்பு, பூண்டு, சீரகம், லவங்கப்பட்டைகள் போன்றவை அதில் கொட்டப்பட்டன; ஆனால் அந்த நறுமணங்களான மஞ்சளோ பெரிய ஏலமோ சிறிய ஏலமோ உயிரோடு சமைக்கப்பட்டுக்கொண்டிருந்த பெண்களின் அசாதாரணமான நர மாமிச நெடியை மறைக்க முடியாமல் தோல்வியுற்றதோடு அந்த வாடையைச் சகித்துக்கொள்வதை மேலும் இயலாததாக ஆக்கின. பம்பா கம்பானா பின் எப்போதும் மாமிசம் உண்ணாதது மட்டுமல்ல, அது சமைக்கப்படும் அறைக்குள்ளே இருப்பதைக்கூட நிறுத்தி விட்டாள். அவ்வகையான உணவு வகைகள் அவள் அம்மாவின் நினைவைக் கசியச் செய்தன; இறந்த விலங்குகளை மற்றவர்கள் உண்ணும்போது அவள் தன் பார்வையை வேறு பக்கம் திருப்பிக்கொள்ள வேண்டியதாயிற்று.

பெயரற்ற அந்தப் போர் நடந்ததற்கு வெகுநாள் முன்பாகவே பம்பாவின் அப்பா இளம் வயதில் இறந்துபோனதால் அவள் அம்மா புதிதாக ஒன்றும் விதவையானவளல்ல. அர்ஜுனா கம்பானா இறந்து வெகுநாளானதால் அவன் முகம் எப்படி இருந்தது என்பது பம்பாவின் நினைவில் பதியவில்லை. அன்பானவன், கம்பிலி நகரத்தின் ஜனங்களால் விரும்பப்பட்ட குயவன், தன் இறப்புக்குப் பின் மட்பாண்டங்கள் செய்யும்

கலையில் தன்னைவிட மேலானவளாகத் தன் மனைவி வர வேண்டும் என்பதற்காக அத்தொழிலைக் கற்க அவளை ஊக்குவித்தவன் என்றெல்லாம் அவனைப் பற்றி ராதா கம்பானா சொன்னது மட்டுமே அவளுக்குத் தெரிந்திருந்தது. தன் பங்குக்கு ராதா, சுழலும் சக்கரத்தில் பானைகளையும் வட்டில்களையும் வனையப் பம்பாவின் பிஞ்சுக் கரங்களைச் சிறப்பாகப் பழக்கினாள்; ஆண்களுக்கானது என்று எந்தத் தொழிலும் இல்லை என்ற முக்கியமான பாடத்தையும் பம்பா கற்றுக்கொண்டாள். அம்மாவுக்கு இணையாகவும் உதவியாகவும் அவள் அருகில் உட்கார்ந்துகொண்டு அழகான பொருட்களை உருவாக்குவது தான் தனக்கான வாழ்க்கை என்று பம்பா நம்பியிருந்தாள். ஆனால் அந்தக் கனவு இப்போது முடிந்துபோய்விட்டது. அவள் அம்மா அவளுடைய கையை விடுவித்து விதிவசம் அவளை ஒப்படைத்துவிட்டாள்.

பிற பெண்களோடு சிநேகத்துடன் இருப்பதே வேறெதையும் விட முக்கியமானது என்ற எண்ணம் கொண்டவளாக அவள் அம்மா எப்போதும் இருந்தவள் என்பதால் அவர்களோடு கூடியிருப்பவளாகவும் சமூக இணக்கத்தைப் பேணுபவளாகவுமே தற்போது நடந்துகொண்டிருக்கிறாள் என்று பம்பா நம்ப முயன்றாள். அலையலையாகத் தோன்றும் தீச்சுவர் ஒரு திரை என்றும் அதன் பின்னால் பொழுதுபோக்காகப் பேசப் பெண்கள் கூடியிருக்கிறார்கள் என்றும் விரைவில் எந்தச் சேதமுமில்லாமல் கொஞ்சம் சமையலறை நறுமணங்களின் வாசம் வீசும் சிறு தீக்கருகலோடு அவர்கள் வெளியே வருவார்கள் என்றும் அதுவும் சீக்கிரம் சரியாகிவிடும் என்ற நம்பிக்கையும் அவளுக்கிருந்தது. அப்புறம் அவளும் அவள் அம்மாவும் வீடு திரும்பிவிடுவார்கள்.

தீயால் வாட்டப்பட்ட ராதா கம்பானாவின் எலும்புகளிலிருந்து கடைசிச் சதைத் துண்டங்கள் விழுந்து தோலற்ற அவள் கபாலத்தைக் காட்டியபோதுதான் தன் குழந்தைப் பருவம் முடிவுக்கு வந்துவிட்டது என்பதைப் புரிந்துகொண்டு இனி வயதுவந்தவளின் முதிர்ச்சியோடு அம்மா செய்த கடைசித் தவறை ஒருபோதும் செய்யக் கூடாது என்று அவள் தீர்மானித்தாள். சாவைப் பார்த்துச் சிரித்து வாழ்வை நோக்கித் தன் முகத்தை அவள் திருப்பப்போகிறாள். பரலோகத்துக்குப் போன ஆண்களைப் பின்தொடர்ந்து செல்ல வேண்டுமென்பதற்காகத் தன் உடலைப் பலியாகக் கொடுக்க மறுப்பாள். இளமையில் மரணம் என்பதை ஏற்றுக்கொள்ள மறுத்துச் சாத்தியமேயில்லாத வகையிலும் இயல்பை மீறியும் முதியவளாக வாழப்போகிறாள். இந்தக் கணத்தில்தான் அனைத்தையும் மாற்றப்போகிற

வானுலகின் ஆசியை அவள் பெற்றாள்; அதாவது, அப்போதுதான் காலத்தைப் போன்றே புராதனமான பம்பா தேவியின் குரல் அந்த ஒன்பது வயதான வாயிலிருந்து வெளிவரத் தொடங்கியது.

பள்ளத்தாக்கின் இனிமையான எதிரொலிகளோடு ஆழ விழும் பேரருவியின் இடிமுழக்கம் போன்றது அந்தப் பெருங்குரல். எப்போதும் அவள் கேட்டிராத இசையைக் கொண்டிருந்தது அது; அந்த ராகத்துக்குக் கனிவு என்று பிறகு பெயரிட்டாள். இயல்பாகவே பயந்துபோயிருந்தாள்; அதே சமயம் நம்பிக்கையும் கொண்டிருந்தாள். பேய் ஒன்றும் அவளைப் பிடித்திருக்கவில்லை. அவள் குரலில் நல்லெண்ணமும் கம்பீரமும் இருந்தன. கடவுள் கூட்டத்தின் இரு உயர்நிலைத் தெய்வங்கள் தம் காதலாட்டத்தின் தொடக்க நாட்களைப் பாய்ந்தோடும் இந்த நதியின் சீறும் நீர்ப்பரப்பின் கரையில் கழித்ததாக ஒரு முறை ராதா கம்பானா அவளிடம் சொல்லி யிருக்கிறாள். தன் காதல் பிறந்த இடமான இங்கே மரணத்தின் வேளையில் திரும்பியிருந்த அவள் கடவுள்களின் அரசியாகவே இருக்கக்கூடும். நதியைப் போலவே பம்பா கம்பானாவுக்கும் அந்தத் தெய்வத்தின் பெயரே வைக்கப்பட்டிருந்தது. "பம்பா" என்பது பார்வதி தேவியின் உள்ளூர்ப் பெயர்களில் ஒன்று. வல்லமை பொருந்திய நடன ராஜனான அவள் காதலன் சிவன், தன் உள்ளூர் அவதாரமான முக்கண்ணனாக இங்கே அவள் முன் தோன்றியதை வைத்துப் பார்த்தால் இதற்கெல்லாம் அர்த்தம் இருப்பது தெரியத் தொடங்கியது. சாந்தம் நிறைந்த பற்றின்மையுடன் மனித உயிரியான பம்பா தன் வாயிலிருந்து வரும் தேவி பம்பாவின் வார்த்தைகளைக் கவனிக்க ஆரம்பித் தாள். மேடை நடிகரின் தனிமொழிமீது பார்வையாளர் ஒருவருக்கு எப்படி எவ்விதக் கட்டுப்பாடும் இருக்க முடியாதோ அதுபோலவே அவளுக்கு அந்த வார்த்தைகள்மீது எவ்விதக் கட்டுப்பாடும் இருக்கவில்லை. தீர்க்கதரிசியாகவும் அற்புதங்களை நிகழ்த்துபவளாகவும் அவள் பணி தொடங்கியது.

உடல்ரீதியாக அவளுக்கு எந்த வித்தியாசமும் தென்பட வில்லை. மோசமான உபவிளைவுகள் ஏதும் ஏற்படவில்லை. அவள் நடுங்கவில்லை, பலவீனமாக உணரவில்லை, உணர்ச்சிக் கொந்தளிப்புக்கு ஆளாகவில்லை, பயத்தால் அவளுக்கு வியர்வை பொங்கவில்லை. இப்படி நடக்கலாம் என்று அவள் நம்பவைக்கப்பட்ட விதமாக அல்லது அம்மாதிரி விஷயங்களில் பிறருக்கு நடந்ததுபோல அவள் வாயில் நுரைதள்ளவோ வலிப்பு உண்டாகிக் கீழே விழவோ இல்லை. நடந்தது இதுதான்: மிருதுவான மேலங்கியைப் போலப் பெரும் சாந்தம் அவளைச்

சூழ்ந்து, உலகம் இன்னும் விரும்பத்தக்க இடம்தான் என்றும் எல்லாமும் நிறைவாகவே நிகழும் என்றும் நம்பிக்கை ஊட்டியது.

'ரத்தத்திலிருந்தும் தீயிலிருந்தும் வாழ்வும் அதிகாரமும் பிறக்கும்.' தேவி பேசத் தொடங்கினாள். 'துல்லியமாக இதே இடத்தில் ஒரு பெரும் நகரம் தோன்றும். உலக அதிசயமாக இருக்கப்போகும் அதன் பேரரசு இரண்டு நூற்றாண்டுகளுக்கும் மேலாக நீடிக்கும். அப்புறம்,' பம்பா கம்பானாவை நேரிடையாகக் குறிப்பிட்டு தேவி பேசினாள். பம்பாவின் வாய் மூலமாகவே ஒரு அமானுஷ்ய அந்நியர் அவளிடம் பேசுவதைக் கேட்கும் அபூர்வ அனுபவத்தைப் பம்பாவுக்கு தேவி கொடுத்தாள். 'இந்த விதமாகப் பெண்கள் எரிக்கப்பட்டுக் கொல்லப்படுவதை நிறுத்தவும் ஆண்கள் பெண்களைப் புது முறைகளில் எண்ணிப் பார்க்கச் செய்யவும் நீ போராடுவாய். உன் வெற்றியையும் தோல்வியையும் நீ காணும் காலம்வரை வாழ்வாய். எல்லா வற்றையும் கண்டு அவற்றின் கதையைச் சொல்வாய். ஆனால் சொல்லி முடித்தவுடன் உடனடியாக நீ இறந்துபோவாய். நானூற்று ஐம்பது ஆண்டுகளுக்கு ஒருவரும் உன்னை நினைவில் வைத்துக்கொள்ளமாட்டார்கள்.' ஒரு தேவியின் தாராளக் கொடை இருபுறமும் கூருள்ள கத்தி என்பதைப் பம்பா கம்பானா இவ்விதமாக அறிந்துகொண்டாள்.

எங்கே போகிறோம் என்பதை அறியாமல் அவள் நடக்கத் தொடங்கினாள். நம் காலத்தில் அவள் வாழ்ந்திருந்தால் அந்த இயற்கை நிலக்காட்சி நிலாவின் மேற்பரப்பைப் போலத் தோன்றுவதாகச் சொல்லியிருப்பாள், அதன் அம்மைத் தழும்புச் சமதளங்கள், தூசிப் பள்ளத்தாக்குகள், பாறை அடுக்குகள், அதன் வெறுமை, துளிர்த்தெழும் வாழ்வு இருந்திருக்க வேண்டிய இடத்தில் உள்ள துயர வெற்றிட உணர்வு. ஆனால் நிலா ஒரு இடம் என்ற பகுத்தறிவு அவளுக்கில்லை. அவளுக்கு அது வானில் ஒளிரும் ஒரு கடவுள். நடந்து நடந்து ஒரு கட்டத்தில் அதிசயங்களைப் பார்க்கத் தொடங்கினாள். ஒரு நாகப்பாம்பு தன் படத்தை விரித்துக் கருவுற்ற தவளை ஒன்றைச் சூரிய வெப்பத்திலிருந்து காப்பதைப் பார்த்தாள். தன்னைத் துரத்தும் நாய் ஒன்றை ஒரு முயல் சட்டெனத் திரும்பி நின்று அதன் மூக்கைக் கடித்து அதை ஓடச் செய்ததையும் பார்த்தாள். பக்கத்தில் ஏதோ அதிசயம் உள்ளது என்பதை உணர்ந்தாள். இந்த வினோதக் காட்சிகளுக்குப் பிறகு, அவை கடவுள்கள் அனுப்பிய அறிகுறிகளாக இருக்கலாம், மந்தானா என்ற சிறிய மடத்தைச் சென்றடைந்தாள்.

மடத்தைப் பீடம் என்றும் அழைக்கலாம். ஆனால் குழப்பத்தைத் தவிர்க்க, துறவியின் வசிப்பிடம் என்று அதை

நாம் எளிமையாகக் குறிப்பிடலாம். அந்த மடம், பின்னாளில் பேரரசு வளர்ந்த நிலையில் சீறிப்பாயும் நதியின் கரைவரை விரிந்து ஆயிரக்கணக்கான புரோகிதர்கள், வேலைக்காரர்கள், வணிகர்கள், கைவினைஞர்கள், வாயில்காப்பவர்கள், யானைப்பாகர்கள், குரங்காட்டிகள், குதிரை லாய ஊழியர்கள், மடத்தின் பரந்த நெல்வயல்களில் பணிபுரிய வேலையாட்கள் ஆகியோரைப் பணியிலமர்த்தும் அளவுக்குப் பெரிய இடமாக ஆனது; புனிதமானது என்று மதிக்கப்பட்ட அந்த இடத்துக்குப் பேரரசர்கள் அறிவுரை நாடி வந்தார்கள். நெறி தவறாத துறவியின் பகட்டில்லாத குகையாக ஒரு சிறு காய்கறிப் பாத்தியோடு தொடக்கம் தொடங்கும் முன்பாக, ஆரம்ப காலத்தில் இருந்த அந்த மடத்தில் வசித்த இருபத்தைந்து வயது இளம் அறிஞரான அந்தத் துறவி இடுப்புவரை வளர்ந்திருந்த சுருள் முடியைக் கொண்டிருந்தார்; வித்யாசாகர் என்ற பெயரால் அறியப்பட்ட அவருடைய பெரிய தலைக்குள் பெரும் அறிவுக் கடல் ஒன்று இருந்ததே அந்தப் பெயருக்குக் காரணம். நாக்கில் பசியோடும் கண்களில் பித்தோடும் அங்கு வந்த இளம்பெண்ணைப் பார்த்த கணத்திலேயே அவள் பயங்கரக் காட்சிகளைக் கண்ணுற்றிருக்கிறாள் என்பதைப் புரிந்துகொண்ட அவர் அவளுக்குக் குடிக்க நீரும் தன்னிடமிருந்த கொஞ்ச உணவையும் கொடுத்தார்.

அதன் பிறகு, குறைந்தபட்சம் வித்யாசாகரின் கூற்றின்படி, அவர்கள் இருவரும் எந்தச் சிரமமும் இல்லாமல் சேர்ந்து வாழ்ந்தார்கள்; குகையின் தரையில் எதிரெதிர் மூலைகளில் படுத்துத் தூங்கிய அவர்கள் நட்பும் நேசமும் கொண்டு வாழ்ந்தார்கள்; காரணம், பெண் சதையின் ஈர்ப்புக்கு எதிராக அந்தத் துறவி சங்கல்பம் மேற்கொண்டிருந்தார். பம்பா கம்பானா அவளுடைய அழகின் உச்சநிலைக்கு மலர்ச்சியுற்றபோதுகூட, குகை சிறியதாக இருந்தும், இருளில் அவர்கள் இருவரும் தனித்திருந்தும், அவர் விரல்கூட அவள்மீது படவில்லை. தன் எஞ்சிய வாழ்க்கை முழுவதும் தன்னிடம் கேட்டவரிடமெல்லாம் அவர் அதைத்தான் சொன்னார். நல்லதில் அவநம்பிக்கை கொண்டு எதையும் சந்தேகத்துக்குரியதாகப் பார்க்கும் இடமாகவும் பொய்யர்களால் நிரம்பியதாகவும் உலகம் இருப்பதால் அப்படிக் கேட்ட ஆட்கள் இருந்தார்கள்; எல்லாமும் பொய் என்று அவ்வுலகம் நினைக்கிறது. இதுதான் வித்யாசாகரின் கதை.

கேட்டதற்குப் பம்பா கம்பானா பதில் ஏதும் சொல்ல வில்லை. வாழ்க்கை அவளுக்கு இழைத்த தீமைகள் பலவற்றைத் தன் பிரக்ஞையிலிருந்து அப்புறப்படுத்திவைக்கும் திறனை அவள் சிறு வயதிலேயே பெற்றிருந்தாள். அதுவரை புரிதல் இல்லாமலோ

தன் அகத்தில் இருக்கும் தேவியின் சக்தியைப் பயன்படுத்திக் கொள்ளவோ இல்லாத நிலையில், காமத்தை விலக்கியவர் என்று நம்பப்பட்ட அறிஞர் அவர்களுக்கிடையே இருந்த கண்ணுக்குப் புலனாகாத கோட்டைத் தாண்டி என்ன செய்தாரோ அதைச் செய்தபோது தன்னைக் காத்துக்கொள்ள அவளால் இயலவில்லை. காம இச்சையை அதிகம் தீர்த்துக்கொள்ள முடியாத அளவுக்குப் புலமைப் பணி அவரைக் களைப்பில் தள்ளியதால் அடிக்கடி அவர் அதைச் செய்யவில்லை; நிகழ்ந்த ஒவ்வொரு முறையும் அந்தச் செயலை மனஉறுதியுடன் தன் நினைவிலிருந்து அவள் அழித்துவிட்டாள். யாருடைய சுயபலி, துறவியின் இச்சைகள் என்ற பலிபீடத்தின்மீது அவள் மகளைக் காவுகொடுக்க வைத்ததோ அந்த அம்மாவையும் தன் நினைவிலிருந்து அவள் அழித்துவிட்டாள்; குகையில் நடந்தது ஒரு மாயை என்றும் அம்மா என்று ஒருத்தி தனக்கு ஒருபோதும் இருந்ததில்லை என்றும் நீண்ட காலம் நம்ப முயன்றாள்.

இந்த ரீதியில் தன் விதியை அவளால் மௌனமாக ஏற்றுக்கொள்ள முடிந்தது; ஆனால் அவள் உள்ளுக்குள் ஒரு ரௌத்ர சக்தி வளரத் தொடங்கியது; அதன் விசையிலிருந்து எதிர்காலம் பிறக்க இருந்தது. எல்லாமும் சரியான நேரத்தில்.

அடுத்த ஒன்பது ஆண்டுகளுக்கு அவள் ஒரு வார்த்தைகூடப் பேசவில்லை; பலவற்றையும் அறிந்த வித்யாசாகர் அவளுடைய பெயரைக்கூட அறியவில்லை என்பதே அதன் பொருள். அவளை கங்காதேவி என்று அழைக்க அவர் தீர்மானித்தபோது எந்தப் புகாரும் இன்றி அந்தப் பெயரை அவள் ஏற்றுக்கொண்டாள்; சாப்பிட பெர்ரி பழங்களையும் கிழங்குகளையும் சேகரிப்பதிலும் அவர்களுடைய எளிய வசிப்பிடத்தைத் துப்புரவாக்குவதிலும் கிணற்றிலிருந்து நீர் இறைப்பதிலும் அவருக்கு அவள் உதவினாள். அவளுடைய மௌனம் அவருக்கு மிகவும் தோதாக இருந்தது; காரணம், தான் மனனம் செய்த புனித நூல்களின் அர்த்தங்களைப் பரிசீலித்தபடி பல நாட்கள் தன்னை மறந்து அவர் தியானத்தில் ஈடுபட்டிருந்தார். இரண்டு பெரும் கேள்விகளுக்கு விடைகள் தேடிக்கொண்டிருந்தார்: விவேகம் என்ற ஒன்று இருக்கிறதா அல்லது மூடத்தனம் மட்டுமே உள்ளதா; கூடவே தொடர்புடைய கேள்வியான, வித்யா என்ற உண்மை அறிவு என்பது இருக்கிறதா அல்லது அறியாமையில் பல வகைகள் மட்டுமே உள்ளனவா, தன் பெயரின் பொருளான உண்மையான அறிவு கடவுள்களுக்கு மட்டுமே உரியதா. கூடவே, அமைதி குறித்தும் அவர் சிந்தித்துக்கொண்டிருந்தார்; வன்முறை நிரம்பிய காலத்தில் அகிம்சையின் வெற்றியை எவ்வாறு உறுதிசெய்வது என்றும் யோசித்துக்கொண்டிருந்தார்.

இப்படித்தான் ஆண்கள் இருப்பார்களோ என்று பம்பா கம்பானா நினைத்தாள். இங்கே ஒருவர் அமைதி குறித்துத் தத்துவார்த்தமாகச் சிந்திக்கிறார்; ஆனால் ஆதரவற்ற ஒரு பெண்ணை அவர் நடத்தும் விதமும் அவர் தத்துவமும் ஒத்துப்போகவில்லை.

இளம்பெண்ணாக வளர்ந்தபோது அந்தச் சிறுமி மௌன மாகவே இருந்தாலும் தட்டுத்தடங்கலில்லாத பாணியில் முனைப்புடன் ஏராளமாக எழுதிக் குவித்தது அவள் எழுத்தறிவற்றவளாக இருப்பாள் என்று எதிர்பார்த்த துறவியைத் திகைக்கவைத்தது. தன்னால் எழுத முடியும் என்பது தனக்குத் தெரியாது என்பதைப் பேசத் தொடங்கிய பிறகு அவள் ஒப்புக்கொண்டாள்; அதிசயமான தன் எழுத்தறிவுக்குத் தேவியின் அன்பான இடையீடே காரணம் என்றாள். அநேகமாக அன்றாடம் எழுதினாள்; எழுதியதைப் படிக்க வித்யாசாகரை அனுமதித்தாள்; அந்த எழுத்தால் கவரப்பட்ட துறவிதான் அந்த ஒன்பது ஆண்டுகளும் அவளுடைய கவித்துவ மேதைமை மலர்ந்ததற்கு முதல் சாட்சி. *வெற்றியும் தோல்வியும்* என்ற அவளுடைய நீண்ட கவிதைக்கு முன்னுரையாக இருக்கப் போகும் பகுதியை இந்தக் காலத்தில்தான் அவள் இயற்றினாள். கவிதையின் பிரதான பகுதியாக பிஸ்நகாவின் தோற்றத்திலிருந்து அழிவுவரையிலான அதன் வரலாறு இருக்கும். ஆனால் அதெல்லாம் இன்னும் எதிர்காலத்தில் நிகழ இருப்பவை. புராணக் கதைக் காலத்தில் அந்தப் பகுதியில் செழித்திருந்த கிஷ்கிந்தை என்ற வானர ராஜ்யத்தின் கதையைச் சொல்வதன் மூலம் தொல்பழங்காலத்தை அந்த முன்னுரை விவரித்தது; மலையளவு பெருக்கமுறவும் கடலைத் தாவிக் கடக்கவும் உரிய ஆற்றலைக் கொண்ட வானர மன்னனான அனுமனின் வாழ்க்கையையும் தீரச்செயல்களையும் உயிரோட்டத்துடன் சித்தரிக்கும் பகுதியும் அதில் உண்டு. பம்பா கம்பானாவின் கவிதையின் தரம் *ராமாயணத்தின்* கவிதைத் தரத்தோடு போட்டிபோடுகிறது என்றும் சொல்லப்போனால் அதைவிட மேலானதாக உள்ளது என்றும் அறிஞர்களும் சாதாரண வாசகர்களும் பரவலாக ஒப்புக்கொண்டார்கள்.

ஒன்பது ஆண்டுகள் கழிந்த பிறகு இரண்டு சங்கம சகோதரர் களும் அழைப்பு ஒன்றுக்கு இணங்க அங்கே வந்தார்கள்; உயரமாக, நரைத்த முடியுடன் வசீகரத் தோற்றத்தோடு இருந்தவன் அசையாமல் நின்றான்; ஒருவரின் கண்களைப் பார்த்தே அவரது எண்ணங்களைக் கண்டுபிடித்துவிடுவான் என்பதைப் போல அவன் பார்வை தீர்க்கமாக இருந்தது; உருண்டையான சிறிய உருவம் கொண்ட அவன் தம்பி,

தேனீயைப் போல அண்ணனையும் பிறரையும் சுற்றிவந்தான். மலைநகரமான குத்தியைச் சேர்ந்த மாடு மேய்ப்பவர்களான அவர்கள் அந்தக் காலத்தில் வளரும் தொழிலாக இருந்த போருக்குப் போயிருந்தவர்கள்; உள்ளூர்ச் சிற்றரசன் ஒருவனுடைய படையில் இணைந்த அவர்கள் கொல்லும் கலையில் கற்றுக்குட்டிகளாக இருந்ததால் தில்லி சுல்தானின் படைகளால் சிறைப் பிடிக்கப்பட்டு வடக்கே அனுப்பப் பட்டார்கள்; உயிரையும் தோலையும் காப்பாற்றிக்கொள்ளத் தங்களைச் சிறைப் பிடித்தவர்களின் மதத்துக்கு மாறுவதாகப் பாவனை செய்து புதிதாகக் கைக்கொண்ட மதம் வற்புறுத்திய சுன்னத் நடப்பதற்கு முன்பாகவே தாங்கள் உண்மையில் நம்பாத அந்த மதத்தை வேண்டாத சால்வையைப் போலத் தூக்கியெறிந்துவிட்டுத் தப்பினார்கள். உள்ளூர்ப் பையன்கள் என்று தங்களை அறிமுகம் செய்துகொண்டார்கள்; துறவி வித்யாசாகரின் விவேகத்தைப் பற்றிக் கேள்விப்பட்டிருக்கிறார்கள்; உண்மையைச் சொன்னால், அவரோடு வசித்த மௌனமான இளம்பெண்ணின் அழகைப் பற்றியும் கேள்விப்பட்டிருக்கிறார்கள்; எனவே, நல்ல அறிவுரை நாடி இங்கே வந்திருக்கிறார்கள்.

அவர்கள் வெறுங்கையோடு வரவில்லை. கூடைகள் நிறைய அப்போது பறித்த பழங்கள், ஒரு கோணியில் உலர்கனிகள், பெரிய கெண்டியில் அவர்கள் மிக விரும்பிய ஒரு பசுமாட்டின் பால், ஒரு கோணியில் அவர்கள் வாழ்க்கையை மாற்றியமைக்க விருக்கும் விதைகள் ஆகியவற்றைக் கொண்டுவந்தார்கள். ஹுக்க சங்கம, புக்க சங்கம என்பவை தங்களுடைய பெயர்கள் என்று சொன்னார்கள்; அழகான பெரியவன் ஹுக்கன், புக்கன் இளம் தேனீ; வடக்கிலிருந்து தப்பிய பிறகு வாழ்க்கையில் புதிய திசை ஒன்றைத் தேடிக்கொண்டிருந்தார்கள். படைத்துறையில் கிடைத்த ஆபத்தான, கிளர்ச்சியூட்டும் அனுபவத்துக்குப் பிறகு பசுக்களைப் பராமரிப்பது மட்டுமே போதும் என்ற உணர்வு இல்லாமல் போய்விட்டது என்றும் தங்கள் அனுபவ எல்லைகள் பரந்தவை, லட்சியங்கள் பெரியவை என்றும் சொன்னார்கள்; அவற்றை அடைய எந்த அளவிலான வழிகாட்டலும் அறிவுக் கடல் பரப்பிலிருந்து பாயும் நீரோட்டத்தின் சிற்றலைகளும் தம் விவேகத்தின் ஆழத்திலிருந்து துறவி வழங்க விரும்பும் எந்த மென்குரல் பேச்சுக்களும் உரிய வழியைக் காட்டும் எதுவும் தங்களுக்கு மதிப்புக்குரியவை என்றார்கள். ‘தாங்கள் அமைதியில் பெரிதும் நம்பிக்கை கொண்டவர் என்பது எங்களுக்குத் தெரியும்,’ என்றான் ஹுக்கன். ‘அண்மையில் உண்டான அனுபவத்துக்குப் பிறகு படைவீரர்களாக இருப்பதில் எங்களுக்கு ஆர்வமில்லை. அகிம்சையால் விளைவிக்க முடிகிற பலன்களை எங்களுக்குக் காட்டுங்கள்.’

எல்லோரும் ஆச்சரியப்பட, பதில் சொன்னது அந்தத் துறவியல்ல, அவருடைய பதினெட்டு வயது சகா; ஒன்பது வருடங்களாகப் பயன்படுத்தப்படாத குரல் என்பதற்கான எந்த அறிகுறியும் தராத, இயல்பான உரையாடல் தொனியில் அவள் பேசினாள். அந்தக் குரலின் கவர்ச்சியால் இரண்டு சகோதரர்களும் உடனடியாக ஈர்க்கப்பட்டார்கள். 'உங்களிடம் ஒரு கோணி நிறைய விதைகள் இருக்கின்றன என்று வைத்துக் கொள்வோம்,' என்றாள் அவள். 'தாவரங்கள் வசந்தத்தில் மொக்கு விட்டு மலர்ந்து இலையுதிர்காலத்தில் உதிர்வதைப் போல உங்களிடம் இருக்கும் விதைகளை ஊன்றி ஒரு நகரத்தையும் அதில் குடியிருக்க வேண்டியவர்களையும் உங்களால் வளர்க்க முடிகிறது என்று வைத்துக்கொள்வோம். இந்த விதைகள் பல தலைமுறைகளைப் பிறப்பித்து ஒரு வரலாற்றை, ஒரு புதிய மெய்ம்மையை, ஒரு புதிய பேரரசை உண்டாக்குவதாக வைத்துக்கொள்வோம். அவை உங்களை அரசர்களாக, உங்கள் குழந்தைகளையும் உங்கள் குழந்தைகளின் குழந்தைகளையும்கூட அரசர்களாக ஆக்க இயலுவதாக வைத்துக்கொள்வோம்.'

இருவரில் அதிகம் வெளிப்படையாகப் பேசும் புக்கன், 'கேட்க நன்றாகத்தான் இருக்கிறது. ஆனால் அம்மாதிரியான விதைகளை நாங்கள் எங்கே கண்டுபிடிப்பது? நாங்கள் மாடுமேய்ப்பவர்கள். வனதேவதைக் கதைகளை நம்புவதைவிடக் கூடுதலான அறிவு எங்களுக்கு உண்டு.'

'சங்கம என்ற உங்கள் பெயரே ஒரு அறிகுறி,' என்றாள். 'சங்கம் என்பது கூடல்; துங்க, பத்ரா என்ற இரண்டு நதிகளை இணைத்துப் பம்பா என்ற நதியை உண்டாக்கியதைப்போல; விஷ்ணுவுடைய தலையின் இருபுறங்களிலுமிருந்து கொட்டிய வியர்வையால் உண்டானவை அந்த இரண்டு நதிகளும்; பெருக்கெடுக்கும் இரண்டு பகுதிகள் ஒன்றுசேர்ந்து ஒரு புதிய முழுமையை உருவாக்க முடியும் என்பது அதன் பொருள். இதுதான் உங்கள் விதி. பெண்கள் தங்களைப் பலிகொடுத்துக் கொண்ட, என் அம்மா இறந்த அந்த இடத்துக்குப் போங்கள்; அதே இடத்தில்தான் பழங்காலத்தில் ராமனும் லக்ஷ்மணனும் கிஷ்கிந்தையின் தலைவனான அனுமனின் படையோடு இணைந்து சீதையைக் கடத்திச் சென்ற, பல தலைகொண்ட இலங்கையின் ராவணனோடு போர் புரியப் போனார்கள்.'

இப்போது துறவி பேசினார். 'மாடு மேய்ப்பவர்களாக இருப்பது அப்படி ஒன்றும் மோசமான தொடக்கம் கிடையாது. கோல்கொண்டா சுல்தானகம் ஆடு மேய்த்தவர்களால் தொடங்கப்பட்டது என்பது உங்களுக்குத் தெரியுமா? உண்மையில் அந்தப் பெயருக்குப் பொருள் "ஆடுமேய்ப்பவர்களின் மலை"

என்பதுதான்; அந்த இடம் வைரம் நிரம்பிய பூமி என்பதைக் கண்டுபிடித்ததால் அவர்கள் அதிர்ஷ்டசாலிகளானார்கள்; தற்போது அவர்கள் இருபத்து மூன்று வைரச் சுரங்கங்களைச் சொந்தமாக வைத்திருக்கும் வைர இளவரசர்கள்; உலகின் பெருவாரியான இளஞ்சிவப்பு வைரங்களைக் கண்டு பிடித்தவர்கள் அவர்களே; இதோ, இந்தப் பாதையில் போனால் உள்ள ஜோத்பூரிலோ உதயகிரியிலோ இருக்கும் மெஹ்ராங்கர் கோட்டையைவிட வலிமையான தங்களுடைய மலையுச்சிக் கோட்டையின் இருட்டுக்கிடங்கில் அவற்றை வைத்திருக்கிறார்கள்.'

'உங்களுடைய விதைகள் அவர்களுடைய வைரங்களை விட மேலானவை,' என்று சொல்லிக்கொண்டே சகோதரர்கள் கொண்டுவந்த கோணியை அந்த இளம்பெண் திருப்பிக் கொடுத்தாள்.

'என்னது, இந்த விதைகளா?' என்று புக்கன் வியப்புடன் கேட்டான். 'உங்கள் காய்கறிப் பாத்திக்கு நாங்கள் கொண்டு வந்த பலவகை சாதாரண விதைகள் அவை – வெண்டைக்காய், பீன்ஸ், புடலங்காய் ஆகியவற்றுக்கான விதைகள் அவை. எல்லாம் கலந்திருக்கின்றன.'

தீர்க்கதரிசியான அவள் தலையை அசைத்துத் தன் மறுப்பைத் தெரிவித்தாள். 'போதும், இனி பேச வேண்டாம். இவைதான் எதிர்காலத்துக்கான விதைகள். அவற்றிலிருந்து உங்கள் நகரம் வளரும்.'

பெரும் சூனியக்காரி என்பதில் சந்தேகத்துக்கே இடமில்லாத அந்த வினோத அழகியிடம், அல்லது குறைந்தபட்சம் கடவுளின் ஸ்பரிசத்தால் அசாதாரண சக்திகளை அவரிடமிருந்து பெற்ற அவளிடம் உண்மையான, ஆழ்ந்த, நிரந்தரக் காதலில் தாங்கள் விழுந்ததை இரண்டு சகோதரர்களும் உணர்ந்தார்கள். 'வித்யா சாகர் உனக்கு கங்காதேவி என்ற பெயரைக் கொடுத்ததாகச் சொல்கிறார்கள்,' என்றான் ஹுக்கன். 'ஆனால் உன் உண்மையான பெயர் என்ன? அதைத் தெரிந்துகொள்ள மிகவும் விரும்புகிறேன். உன்னை உன் பெற்றோர் எந்த வகையில் கருதியிருந்தார்கள் என்பதை அதன்மூலம் என்னால் தெரிந்துகொண்டு உன்னை நினைவில் வைத்திருக்க முடியும்.'

'போய் உங்கள் நகரத்தை நிர்மாணியுங்கள். பாறைகளி லிருந்தும் தூசியிலிருந்தும் அது வளரத் தொடங்கியவுடன் திரும்பிவந்து என் பெயரைக் கேளுங்கள். ஒருவேளை அப்போது நான் சொல்லலாம்.'

2

அதற்கென்று குறிக்கப்பட்ட இடத்தை அடைந்து விதைகளைத் தூவிய பிறகு அவர்கள் மனம் பெரும் குழப்பத்தாலும் கொஞ்சம் நம்பிக்கையாலும் நிறைந்திருந்தது; பெரிய பாறை களும் அவர்களின் குடியானவ ஆடைகளைக் கிழித்த முட்புதர்களும் அடர்ந்திருந்த மலையின் உச்சியை அடைந்து இரண்டு சகோதரர்களும் பொழுது சாயத் தொடங்கிய நேரத்தில் உட்கார்ந்து கவனித்தார்கள். ஒரு மணிநேரம்கூடத் தாண்டாத நிலையில் மிகச் சூடான நாட்களின் மிகச் சூடான நேரத்தில் நிகழ்வதைப் போலக் காற்று மினுங்கத் தொடங்கியதைக் கண்டார்கள்; பிறகு அவர்களின் திகைத்த கண்களின் முன்னே அந்த அதிசய நகரம் வளரத் தொடங்கியது; பாறைப் பாங்கான பூமியை உந்திக்கொண்டு மையப் பகுதியில் கல் மாளிகைகளோடு கம்பீரமான ராஜ அரண்மனையும் முதல் உன்னதக் கோயில் ஒன்றும் வெளிவந்தன. பூமிப் பரப்பின் கீழே இருந்து வெளிவந்ததால் இந்தக் கோயில் பின்னாளில் நிலத்தடிக் கோயில் என்றும் அனுமன் வானரங்கள் என்று அழைக்கப் பட்ட இனத்தைச் சேர்ந்த நீண்ட வாலும் சாம்பல் நிறமும் கொண்ட குரங்குகள் மொய்த்த இடமாக இருந்ததால் வானரக் கோயில் என்றும் அது அழைக்கப்பட்டது; அக்குரங்குகள் தம்முள் சளசளவென்று பேசிக்கொண்டும் கோயிலிலிருந்த பல மணிகளை அடித்துக்கொண்டும் இருந்தன; கோயிலோடு சேர்ந்து அதன் வாயிலைக் காக்கப் பிரம்மாண்டமான அனுமன் சிலை ஒன்று வெளி வந்ததும் அப்பெயருக்குக் காரணம்.) இவையும் இன்னும் சிலவும் பழம் பாணியிலான நேர்த்தியுடன் தோன்றி, நீண்ட கடை வீதியின் தொலைதூர எல்லையில் விரிந்திருந்த அரண்மனையையும்

ராஜ வளாகத்தையும் ஆர்வத்துடன் உற்று நோக்கின. மண்ணும் மரக்கட்டையும் கலந்து அமைக்கப்பட்ட சாதாரண ஜனங்களின் பசுத் தொழுவங்கள் நகரத்தின் புற எல்லைவெளியைத் தங்களின் எளிய முறையில் நிரப்பின.

(வானரங்கள் பற்றிய குறிப்பு. பம்பா கம்பானாவின் கதையில் வானரங்கள் முக்கியப் பங்காற்றுவதைக் கவனிப்பது உதவிகரமாக இருக்கலாம். இந்த ஆரம்பக் கவிதை வரிகளில் அனுமனுடைய அன்பும் ஆதரவும் அவளுடைய பக்கங்களில் நிழலாகப் படர்கின்றன; அனுமனுடைய சக்தியும் துணிச்சலும் புராண கிஷ்கிந்தையின் நிஜ வாழ்க்கைப் பின்னுரிமையாள ரான பிஸ்நகாவின் சிறப்புக்கூறுகளாக ஆகின்றன. ஆனாலும், எதிர்த்துப் போரிட வேண்டிய, தீங்கு விளைவிக்கும் பிற வானரங்கள் சில பின்னாளில் வரும். அந்தச் சம்பவங்களை எதிர்பார்த்துக்கொண்டே இருக்க வேண்டிய அவசியமில்லை. இந்தப் படைப்பில் வானரம் என்னும் கரு இரட்டை எதிர்நிலை யில், இருமையில் இருப்பதை மட்டும் நாம் குறிப்பிடுகிறோம்.)

அந்த ஆரம்ப நாட்களில் நகரம் இன்னும் முழு உயிர்த் துடிப்புடன் இயங்கவில்லை. பெரும் பாறைகள் மட்டும் நிறைந்த மலைகளின் நிழலிலிருந்து விரிந்து பரவிய அது, குடியிருந்தவர்களால் கைவிடப்பட்ட, பல்வேறு பின்னணி கொண்ட மக்கள் வாழ்ந்த பளபளப்பான பெருநகரம்போலத் தோன்றியது. கல் அடித்தளமும் அதன்மேல் அமைந்த நேர்த்தி யான, செங்கல்லாலும் மரத்தாலும் ஆன, தூண்கள் தாங்கிய, செல்வந்தர்களின் நாட்டுப்புற மாளிகைகள் யாரும் குடியேறாமல் இருந்தன; பூ வியாபாரிகள், இறைச்சி விற்பவர்கள், தையல்காரர்கள், வைன் வியாபாரிகள், பல் மருத்துவர்கள் போன்றோரின் வருகைக்காக விதானம் அமைக்கப்பட்ட, காலியாக இருந்த கடைவீதிக் கடைகள் காத்திருந்தன; சிவப்பு விளக்குப் பகுதியில் விலைமாதர் வீடுகள் இருந்தன; ஆனால் இதுவரை விலைமாதர்கள் யாரும் அங்கே இல்லை. பாய்ந்தோடும் நதியின் கரைகளில் துணி துவைக்கும் தங்கள் வேலையைச் செய்ய வேண்டிய பெண்களும் ஆண்களும் அந்த இடத்துக்கு அர்த்தம் தரும் ஒரு செயலுக்காக, ஒரு அசைவுக்காக எதிர்பார்ப்போடு காத்திருந்தது போலத் தோன்றியது; கொம்பன் யானைகளுக்காகவும் அவற்றின் லத்திக்காகவும் ராஜ வளாகத்திலிருந்த பதினோரு வளைவுகள் கொண்ட பெரும் யானை இல்லம் காத்திருந்தது.

பிறகு உயிரியக்கம் தொடங்கியது, நூற்றுக்கணக்கில் – இல்லை, ஆயிரக்கணக்கில் – ஆண்களும் பெண்களும் முழுவதும் வளர்ந்தவர்களாகப் பழுப்புநிறப் பூமியிலிருந்து பிறந்தார்கள்; தங்கள் ஆடைகளிலிருந்த மண்ணை உதறிக்கொண்டு மாலை நேரத் தென்றலில் தெருக்களில் திரண்டார்கள். தெருநாய்களும் எலும்புகள் வெளியே தெரியும் பசுக்களும் தெருக்களில் திரிந்தன, மரங்கள் பூவாகவும் இலையாகவும் வெடித்துத் திறந்தன; கிளிகளும், ஆமாம், காக்கைகளும் வானத்தை நிறைத்தன. நதிக்கரையில் துணிகள் துவைக்கப்பட்டன, அரச குடும்பத்து யானைகள் தம்முடைய மாளிகைகளில் பிளிறின, ராஜ வளாகத்தின் வாயில்களில் ஆயுதம் ஏந்திய காவலர்கள் – பெண்கள்! – இருந்தார்கள். நகரத்தின் எல்லைக்கு அப்பால் ஒரு பெரிய படை முகாம் இருந்தது; கடகடவென்று ஓசை எழுப்பும் போர்க்கவச உடையோடும் ஆயுதங்களோடும் மேலும் புதிதாகப் பிறந்த ஆயிரக்கணக்கான மனிதர்களை உள்ளடக்கிய மலைப்பூட்டும் படையின் குடியிருப்பு அது; கூடவே, யானைகள், ஒட்டகங்கள், குதிரைகள், முற்றுகையில் உதவும் ஆயுதங்கள் – மதிற்சுவர்களைத் தகர்க்க உலோகப் பூணிட்ட மரக்கட்டைகளை உந்திச் செலுத்தும் பீரங்கிகள், பெரிய கற்களை வீசி எறியும் இயந்திரங்கள் – போன்றவையும் இருந்தன.

'கடவுளாக இருப்பதன் உணர்வு இப்படித்தான் இருக்கும் போலிருக்கிறது,' என்று நடுங்கும் குரலில் புக்கன் தன் சகோதரனிடம் சொன்னான். 'கடவுள்களால் மட்டுமே செய்யக் கூடியதான படைப்புத் தொழிலைச் செய்வது.'

'மக்கள் நம்மை வணங்குவதை உறுதிப்படுத்த இப்போது நாம் கடவுள்களாக ஆக வேண்டும்,' சொல்லிவிட்டு ஹுக்கன் அண்ணாந்து வானத்தைப் பார்த்தான். 'அங்கே பார், சந்திரன், நம் தந்தை,' என்று சுட்டிக்காட்டினான்.

'முடியாது.' புக்கன் தலையைக் குலுக்கினான். 'அதிலிருந்து ஒருபோதும் நம்மால் தப்ப முடியாது.'

'நாம் முன்னோரான உன்னத சந்திரக் கடவுள்,' என்ற ஹுக்கன் பேசப் பேசவே இட்டுக்கட்டினான். 'அவருக்குப் புதன் என்று ஒரு மகன் இருந்தார். பல தலைமுறைகளுக்குப் பிறகு குடும்ப வம்சாவளி புராணக் காலத்து சந்திர அரசரின் காலத்தை வந்தடைந்தது. புரூரவசு. அதுதான் அவர் பெயர். அவருக்கு யது, துர்வசு என்று இரண்டு மகன்கள் இருந்தார்கள். சிலர் ஐந்து மகன்கள் என்கிறார்கள். ஆனால் இரண்டே மிக அதிகம் என்று நான் சொல்கிறேன். யதுவின் மகன்களுடைய மகன்களே நாம். இப்படியாக, நாம் புகழ்பெற்ற சந்திர வம்சத்தைச்

சேர்ந்தவர்கள்; மகாபாரதத்து அர்ஜுனனைப் போல, இன்னும் சொன்னால், கிருஷ்ண பரமாத்வாவையே போல.'

'நாமும் ஐந்து பேர்தான்,' என்றான் புக்கன். 'சந்திர அரசனின் ஐந்து மகன்களைப்போல நாமும் ஐந்து சங்கமக்கள். ஹுக்கன், புக்கன், பக்கன், சுக்கன், தேவ்.'

'இருக்கலாம். ஆனால் இரண்டே மிக அதிகம் என்று நான் சொல்கிறேன். நம்முடைய சகோதரர்கள் அப்படியொன்றும் உன்னதமானவர்கள் அல்லர். மானக்கேடான ஆட்கள். எதற்கும் தகுதியற்றவர்கள். இருக்கட்டும். அவர்களை வைத்து என்ன செய்வது என்று நாம் யோசிக்க வேண்டும்.'

'கீழே போய் அரண்மனையைப் பார்ப்போம்,' என்று புக்கன் யோசனை சொன்னான். 'காலியாக இருக்கும் சில ராஜ அரங்குகள் மட்டுமல்லாமல் பல பணியாட்களும் சமையல்காரர்களும் இருப்பார்கள் என்று எதிர்பார்க்கிறேன். மேகங்களைப் போல மிருதுவான படுக்கைகளும் கூடவே கற்பனை எட்டாத அழகுடைய, உடனே பயன்படுத்தத் தயாராக இருக்கும் மனைவிகள் உள்ள பெண்கள் பகுதி அங்கே இருக்கும் என்று நம்புகிறேன். நாம் கொண்டாட வேண்டும், தெரிகிறதா? நாம் இனி ஒன்றும் மாடு மேய்ப்பவர்கள் அல்ல.'

'ஆனால் பசுக்கள் நமக்கு முக்கியமாகவே இருக்கப் போகின்றன' என்றான் ஹுக்கன்.

'உருவகமாகச் சொல்கிறாயா? பால் கறக்கும் திட்டம் எனக்கில்லை' என்றான் புக்கன்.

'ஆமாம், சந்தேகமேயில்லாமல் உருவகமாகத்தான்' ஹுக்கன் சொன்னான்.

உயிரோட்டத்துக்குத் தாங்கள் கொண்டுவந்த மெய்ம்மையைக் கண்ட மலைப்பில் அவர்கள் இருவரும் கொஞ்ச நேரம் மௌனமாக இருந்தார்கள். புக்கன் கடைசியாகச் சொன்னான், 'இப்படி ஒன்றுமில்லாததிலிருந்து ஏதோ ஒன்று வர முடியும் என்றால் இந்த உலகத்தில் எல்லாமே சாத்தியம்தான் போலிருக்கிறது; நாம் உயரிய மனிதர்களாக ஆகலாம்; அதற்கு நமக்கு உயரிய எண்ணங்கள் வேண்டும்; அதற்குரிய விதைகள் நம்மிடம் இல்லை.'

ஹுக்கனின் எண்ணம் வேறு திசையில் இருந்தது. சிந்தனைவயப்பட்டவனாக, 'மரவள்ளிச் செடிகள் மாதிரி நம்மால் ஆட்களை வளர்க்க முடியுமென்றால் அப்புறம் எத்தனை பேரை நாம் போரில் இழக்கிறோம் என்பது பொருட்டேயில்லை;

காரணம், அவர்கள் எங்கிருந்து வந்தார்களோ அங்கே இன்னும் ஏராளமான பேர் இருப்பார்கள்; நம்மை யாராலும் ஜெயிக்க முடியாது; நம்மால் உலகத்தை வெல்ல முடியும். இந்த ஆயிரக்கணக்கானவர்கள் வெறும் ஆரம்பம்தான். ஆயிரக்கணக்கில், லட்சக்கணக்கில் குடிமக்களை நம்மால் வளர்க்க முடியும்; லட்சக்கணக்கில் படைவீரர்களையும் வளர்க்க முடியும். ஏராளமான விதைகள் மீதம் இருக்கின்றன. கோணியில் இருந்த பாதியைக்கூட நாம் பயன்படுத்தவில்லை.'

பம்பா கம்பானாவைப் பற்றி புக்கா நினைத்துக்கொண் டிருந்தான். 'அமைதியைப் பற்றி அவள் நிறையப் பேசினாள். அவள் அதைத்தான் விரும்புகிறாள் என்றால் இந்தப் படையை அவள் ஏன் வளர்த்தாள்?' அவனுக்கு ஆச்சரியமாக இருந்தது. 'உண்மையில் அவள் விரும்புவது அமைதியையா, பழிவாங்கலையா? அதாவது, அவள் அம்மாவின் மரணத்துக்கு.'

'இப்போது நாம்தான் அதைத் தீர்மானிக்க வேண்டும்.' ஹூக்கன் சொன்னான். 'படை அமைதிக்கும் பயன்படும், போருக்கும் பயன்படும்.'

'எனக்கு இன்னொரு சந்தேகம். அங்கே கீழே இருக்கும் அந்த ஆட்கள், நம்முடைய புதிய குடிமக்கள் – ஆண்களைச் சொல்கிறேன் – அவர்கள் சுன்னத் செய்யப்பட்டவர்களா, சுன்னத் செய்யப்படாதவர்களா?' என்று புக்கன் கேட்டான்.

ஹூக்கன் இந்தக் கேள்வி குறித்து யோசித்தான். இறுதியில் கேட்டான்: 'என்ன செய்ய விரும்புகிறாய்? கீழே போய் அவர்களுடைய லுங்கிகளைத் திறந்து காட்டவும் பைஜாமாவை இறக்கிக் காட்டவும் செராங்குகளை[1] அவிழ்த்துக் காட்டவும் சொல்ல விரும்புகிறாயா? இது ஒரு நல்ல தொடக்கமாக இருக்கும் என்று நினைக்கிறாயா?'

'உண்மை என்னவென்றால், அதில் எனக்கு அக்கறை யில்லை. அநேகமாக அது ஒரு கலப்பாக இருக்கலாம். அதனால் என்ன?' என்று புக்கன் பதில் சொன்னான்.

'அதேதான். அதைப் பொருட்படுத்தத் தேவையில்லை,' என்றான் ஹூக்கன்.

'நீ அதைப் பற்றிக் கவலைப்படவில்லையென்றால் எனக்கும் கவலையில்லை,' என்று புக்கன் சொன்னான்.

'எனக்குக் கவலையில்லை,' என்றான் ஹூக்கன்.

---

1. மலேசிய மக்கள் அணியும் லுங்கி போன்ற உடுப்பு.

'அப்புறமென்ன?' புக்கன் உறுதிப்படுத்தினான்.

அந்த அதிசயத்தின் புரியாத தன்மையையும் அழகையும் விளைவுகளையும் ஏற்றுக்கொள்ள முயலும் விதமாக அவர்கள் அதை ஊன்றிப் பார்த்தவாறு மீண்டும் மௌனத்தில் ஆழ்ந்தார்கள். சிறிது நேரம் கழித்து, 'நாம் அங்கே போய் நம்மை அறிமுகப்படுத்திக்கொள்ள வேண்டும். யார் இதற்கெல்லாம் பொறுப்பு என்பதை அவர்கள் தெரிந்துகொள்ள வேண்டும்,' என்று புக்கன் சொன்னான்.

'ஒன்றும் அவசரமில்லை. இப்போது நாம் இருவரும் பெரும் மனக்கிளர்ச்சி ஒன்றின் மையத்தில் இருப்பதால் நாம் கொஞ்சம் பித்துக்குளிகளாக இருக்கிறோம்; நடந்ததை உள்வாங்கி மீண்டும் நம் மனநலத்தைப் பெற கொஞ்சம் அவகாசம் தேவைப்படுகிறது. அப்புறம், இரண்டாவது விஷயம் . . .' ஹுக்கன் நிறுத்தினான்.

'அப்படியா? அதென்ன இரண்டாவது விஷயம்?' புக்கன் அவனைத் தூண்டினான்.

ஹுக்கன் மெதுவாகப் பேசினான். 'அதாவது, நம் இரண்டு பேரில் யார் முதலில் அரசனாக ஆவது, யார் இரண்டாவது இடத்தில் இருப்பது என்பதை நாம் தீர்மானிக்க வேண்டும்.'

'நீ சொல்வது சரி. நம் இருவரில் நான்தான் அதிக அறிவுள்ளவன்,' என்று புக்கன் நம்பிக்கையுடன் சொன்னான்.

'அது சர்ச்சைக்குரியது. எப்படியும் நான்தான் மூத்தவன்,' என்றான் ஹுக்கன்.

'எல்லோரும் என்னைத்தான் அதிகம் விரும்புகிறார்கள்.'

'இன்னொரு சர்ச்சைக்குரிய விஷயம் அது. திரும்பவும் சொல்கிறேன். நான்தான் மூத்தவன்.'

'நீ மூத்தவன் என்பது உண்மை. ஆனால் நான்தான் அதிக ஊக்கமும் ஆற்றலும் உள்ளவன்.'

'ஊக்கமும் ஆற்றலும் கொண்டிருப்பதும் அரசனாக இருப்பதும் வெவ்வேறு விஷயங்கள். நான்தானே இன்னமும் மூத்தவன்.'

'அதை ஏதோ கட்டளை மாதிரி சொல்கிறாயே,' புக்கன் மறுத்துப் பேசினான். 'மூத்தவனுக்குத்தான் முதல் உரிமையாம். அப்படி எங்கே சொல்லப்பட்டிருக்கிறது? எங்கே அப்படி எழுதப்பட்டிருக்கிறது?'

ஹுக்கனின் கை அவன் வாளின் கைப்பிடிக்குப் போனது. 'இங்கே,' என்றான்.

சூரியனுக்குக் குறுக்காக ஒரு பறவை பறந்தது. பூமியே ஒரு ஆழ்ந்த பெருமூச்சை விட்டது. கடவுள்கள், கடவுள்கள் என்று யாரும் இருந்திருந்தால் அவர்கள் தாங்கள் செய்துகொண் டிருந்ததை நிறுத்திவிட்டுக் கவனித்தார்கள்.

புக்கன் தன் தோல்வியை ஒப்புக்கொண்டான். விட்டுக் கொடுப்பதைப் போலக் கைகளை உயர்த்தினான். 'சரி, சரி. நீ எனக்கு அண்ணன். உன்னை நேசிக்கிறேன். நீயே முதலில் அரசனாக இரு.'

'நன்றி. நானும் உன்னை நேசிக்கிறேன்.'

'ஆனால் அடுத்த விஷயத்தை நான் தீர்மானிக்க வேண்டும்,' என்று புக்கன் தொடர்ந்து சொன்னான்.

'ஒத்துக்கொள்கிறேன்,' என்றான் ஹுக்கன். இப்போது அவன் அரசன் ஹுக்கன் – முதலாம் ஹுக்கராயர். 'அரண்மனையில் உனக்குப் பிடித்த படுக்கையறைகளை நீ எடுத்துக்கொள்.'

'கூடவே ஆசைநாயகிகளையும்,' புக்கன் வலியுறுத்திச் சொன்னான்.

எரிச்சலுடன் கைகளை வீசியபடி முதலாம் ஹுக்கராயர், 'ஆமாம், ஆமாம், ஆசைநாயகிகளையும்தான்,' என்றான்.

இன்னொரு கணநேர மௌனத்துக்குப் பின் புக்கன் பெரிய சிந்தனை ஒன்றை முன்வைக்க முயன்றான். 'மனிதன் என்பவன் என்ன? அதாவது, நாம் என்னவாக இருக்கிறோம் என்பதை எது ஆக்குகிறது? நாம் எல்லோரும் விதைகளாகத் தொடங்கினோமா, பழங்காலத்துக்குத் திரும்பிப் போனால் நாம் முன்னோர்கள் எல்லோரும் காய்கறிகளா? அல்லது, மீன்களி லிருந்து தோன்றினோமா, காற்றைச் சுவாசிக்கக் கற்றுக்கொண்ட மீன்களா நாம்? அல்லது பால்மடியையும் இரண்டு கால்களை யும் இழந்துவிட்ட பசுக்களாக நாம் இருக்கிறோமா என்னவோ. இந்தக் காய்கறி சாத்தியம்தான் என்னை நிலைகுலையவைக்கிறது. என்னுடைய கொள்ளுத் தாத்தா ஒரு கத்தரிக்காய் அல்லது பட்டாணி என்று கண்டுபிடிக்க நான் விரும்பவில்லை.'

மறுப்பாகத் தலையை அசைத்த ஹுக்கன், 'நம்முடைய குடிமக்கள் விதைகளிலிருந்துதான் பிறந்திருக்கிறார்கள். ஆகவே, காய்கறி சாத்தியம்தான் நிகழ அதிக வாய்ப்பு கொண்டது.'

'காய்கறிகளுக்கு நிகழ்பவை அதிகமும் எளிமையானவை. அவற்றுக்கு வேர்கள் இருப்பதால் அவற்றின் இடம் எது என்பது

தெரியும். வளர்ந்து இனத்தைப் பெருக்கி உணவாக ஆவதன் மூலம் குறிப்பிட்ட பயனை மற்றவர்க்கு அளிக்கின்றன. ஆனால் நாம் வேரற்றவர்கள், பிறரால் உண்ணப்பட விரும்பாதவர்கள். எனவே, நாம் எப்படி வாழ்வது என்பதை எப்படி உத்தேசிப்பது? மனித வாழ்வு என்பது என்ன? எது நல்ல வாழ்க்கை, எது நல்லது அல்லாத வாழ்க்கை? மிகச் சமீபத்தில் நாம் இருப்புக்குக் கொண்டுவந்த இந்த ஆயிரக்கணக்கானவர்கள் யார், என்ன?' புக்கன் தன் சிந்தனையை வெளிப்படுத்தினான்.

காரிய மனப்பான்மை தொனிக்கும் குரலில் ஹுக்கன், 'தோன்றியது எப்படி என்பதைப் பற்றிய பிரச்சினையை நாம் கடவுள்களிடம் விட்டுவிட வேண்டும். நாம் பதில் சொல்ல வேண்டிய கேள்வி இதுதான்: நாம் இங்கே இருக்கிறோம் – அவர்கள், நம்முடைய விதை மனிதர்கள், அங்கே இருக்கிறார்கள் என்ற நிலையில் – நாம் எப்படி வாழ்வது?'

'தத்துவவாதிகளாக இருந்தால் நம்மால் அந்தக் கேள்விகளுக்கு விடை சொல்ல முடியும். ஆனால் நாம் வெறும் மாடு மேய்ப்பவர்களாக இருந்து வெற்றி பெறாத படைவீரர்களாக ஆகி எப்படியோ திடீரென்று உயர்ந்திருக்கிறோம்; கீழே போய் வாழத் தொடங்கி அங்கே இருப்பதன் மூலமும் சம்பவங்களின் போக்கு எப்படி இருக்கப்போகிறது என்பதைக் கவனித்தும் அந்தக் கேள்விகளுக்கு விடைகள் தேடுவதே நல்லது. படை என்பது ஒரு கேள்வி, அந்தப் படையின் கேள்விக்கு விடை போரிடுவதுதான். பசுவும் ஒரு கேள்விதான், அந்தப் பசுவின் கேள்விக்கு விடை அதில் பால் கறப்பதுதான். கீழே காண்பது எங்கிருந்து தோன்றியது என்பது தெரியாமலே இருப்புக்கு வந்த நகரம்; இதுவரை நம்மிடம் கேட்கப்பட்ட கேள்விகளிலேயே பெரிய கேள்வி அதுதான். அந்த நகரத்தின் கேள்விக்கு விடை அதில் வாழ்வது என்பதாக இருக்கலாம்,' என்றான் புக்கன்.

'இன்னொன்று. நம்முடைய சகோதரர்கள் வந்து நம்மை விஞ்சுவதற்கு முன்னால் நாம் இவற்றைச் செய்ய வேண்டும்.'

ஆனாலும் குழப்பமுற்றவர்கள்போல, இரண்டு சகோதரர்களும் கீழே இருந்த புது நகரத்தின் தெருக்களில் புதிய மனிதர்களின் நடமாட்டத்தைக் கவனித்து நம்ப முடியாமல் அடிக்கடித் தங்கள் தலைகளை இடமும் வலமுமாக அசைத்துக்கொண்டிருந்தார்கள். ஒட்டுமொத்தமும் ஒருவகை மாயக்காட்சி என்றும் அந்த நகரத்தின் தெருக்களில் நுழைந்தால் ஏமாற்று வெளிப்பட்டு அந்தக் கனவுக் காட்சி கரைந்து தங்களுடைய வாழ்க்கையின் சூனியத்துக்கு மீண்டும் திரும்ப நேரிடும் என்றும் அவர்கள் அஞ்சியதுபோலத்

தெரிந்தது. புதுத் தெருக்களிலும் அவற்றுக்கு அப்பால் இருந்த படை முகாம்களிலும் இருந்தவர்கள் வினோதமாக நடந்து கொள்வதையும் திடீரென்று தோன்றிய தங்களுடைய வாழ்வைப் புரிந்துகொள்ள முடியாததால் உண்டான பித்தோடு அவர்களும் இருப்பதையும் எங்கிருந்து என்று தெரியாமல் வாழ்க்கைக்குள் கொண்டுவரப்பட்ட அனுபவத்தைக் கையாள இயலாமல் அவர்கள் திணறியதையும் இரண்டு சகோதரர்களும் தங்களுடைய திகைப்பின் காரணமாகக் கவனிக்கவில்லை. அங்கே ஒரே கூச்சலும் புலம்பலுமாக இருந்தது; சிலர் தரையில் உருண்டு புரண்டு உதைப்பதுபோலக் காற்றில் கால்களை அசைத்துக்கொண்டும் நான் எங்கே இருக்கிறேன் இங்கிருந்து என்னைப் போகவிடுங்கள் என்று சொல்வதுபோலக் காற்றைக் குத்திக்கொண்டும் இருந்தார்கள். அங்காடியில் காய்கறிகளையும் பழங்களையும் ஒருவர்மீது ஒருவர் எறிந்துகொண்டிருந்தார்கள்; அவர்கள் விளையாடினார்களா, வெளிப்படுத்த முடியாத கோபத்தை அப்படி வெளிப்படுத்தினார்களா என்று விளங்க வில்லை. அவர்கள் உண்மையில் விரும்பியது உணவா, இருப்பிடமா அல்லது உலகை அவர்களுக்கு விளக்கிச் சொல்லிப் பாதுகாப்பாக அவர்களை உணரவைத்து, அவர்களால் புரிந்துகொள்ள முடியாததைப் புரிந்துகொண்டதான இனிய மாயையைத் தன் இதமான வார்த்தைகளால் அவர்களுக்கு வழங்கும் ஒருவரா? ஆயுதங்களை ஏந்தியிருந்த புதியவர்கள் இருந்த படை முகாம்களில் நடந்த சண்டைகள் இன்னும் ஆபத்தானவை; அங்கே காயங்கள் ஏற்பட்டன.

கடைசியில் பெரும் பாறைகள் நிரம்பிய மலையிலிருந்து ஹுக்கனும் புக்கனும் இறங்கியபோது சூரியன் அடிவானத்தை நோக்கி விரைய ஆரம்பித்துவிட்டது. அவர்களுடைய வழியை நிறைத்திருந்த புதிரான பெரும் பாறைகளின்மேல் மாலை நிழல்கள் தவழ்ந்தபோது பாறைகள் மனித முகங்களை அடைந்து தம்முடைய வெறுமையான கண்களால் அவர்களை நெருக்கத்தில் ஆராய்ந்து, *என்ன, எந்த வியத்தலுக்கும் தகுதியில்லாத இந்த நபர்களா ஒரு முழு நகரத்தையும் உயிரோட்டத்துக்குக் கொண்டுவந்தார்கள்* என்று கேட்பதுபோல அவர்களுக்குத் தோன்றின. தூங்கிக்கொண்டிருந்தபோது படுக்கையின் கால்மாட்டில் பெற்றோர் வைத்த புதிய பிறந்தநாள் ஆடையை அணிந்து பார்க்கும் ஒரு சிறுவனின் தோரணையில் ராஜ கம்பீரத்தை வெளிப்படுத்த முயலத் தொடங்கியிருந்த ஹுக்கன் பாறைகள் உறுத்து நோக்குவதைப் பொருட்படுத்தவில்லை; கற்கள் தங்களுடைய நண்பர்கள் அல்ல என்பதுபோலவும் தங்களுடைய உன்னத எதிர்காலத்துக்குள் நுழைவதற்கு முன்பாகவே எந்த நேரமும் அவை பெரிதாகச் சரிந்து தங்களை

நிரந்தரமாகப் புதைத்துவிடும் என்பதுபோலவும் புக்கன் பயந்தான். நதியின் கரையைத் தவிர எல்லாப் பக்கங்களிலும் பாறைப் பாங்கான மலைகளால் நகரம் சூழப்பட்டிருந்தது; மலைகளிலிருந்த பெரிய பாறைகள், பூதங்களின் தலைகளாக ஆகிவிட்டது போலவும் அவற்றின் முகங்கள் பகைமை வெளிப்படும் கோபக்குறிகளோடும் வாய்கள் ஏதோ பேச முயல்வது மாதிரியும் தென்பட்டன. அவை ஒருபோதும் பேசவில்லை. ஆனால் புக்கன் ஒரு விஷயத்தைக் கவனித்துத் தனக்குத் தானே சொல்லிக்கொண்டான். 'நாம் எதிரிகளால் சூழப்பட்டுள்ளோம். நம்மை நாம் தற்காத்துக்கொள்வதில் விரைந்து கவனம் செலுத்தவில்லையென்றால் அவர்கள் இடிமுழக்கமாகப் பாய்ந்து நம்மை நசுக்கித் துணுக்குகளாக்கி விடுவார்கள்.' அரசனான தன் அண்ணனிடம், 'இந்த நகரத்துக்கு உடனடியாகத் தேவைப்படுபவையும் அதனிடம் இல்லாதவை யும் எவை என்று தெரிகிறதா? மதில்கள். உயரமான, கனமான மதில்கள். எந்தவிதமான தாக்குதலையும் தாங்கும் மதில்கள்.'

ஹுக்கன், தலையசைத்துத் தன் ஆமோதிப்பை வெளிப்படுத்தி விட்டு, 'மதில்களைக் கட்டு,' என்றான்.

இரவு கவிந்தபோது சகோதரர்கள் நகரத்துக்குள் நுழைந் தார்கள்; எல்லாப் புதுப் பிரபஞ்சங்களின் ஆரம்பநிலையாக இருக்கும் காலத்தின் தொடக்கம், பெருங்குழப்பம் ஆகியவற்றின் மத்தியில் தாங்கள் இருப்பதை அவர்கள் கண்டார்கள். இதற்குள் அவர்களின் வழித்தோன்றல்களில் பெரும்பான்மையோர் தெருக்களிலும் அரண்மனையின் வாயிலிலும் கோயிலின் நிழலிலும் எல்லா இடங்களிலும் தூங்கியிருந்தார்கள். நூற்றுக்கணக்கான குடிமக்கள் தங்கள் ஆடைகளிலேயே மலஜலம் கழித்திருந்ததால் காற்றில் சகிக்க முடியாத நாற்றம் பரவியிருந்தது. தூங்காதவர்கள், வெறுமையான ஆட்கள் வெறுமையான கண்களோடு, தூக்கத்தில் நடப்பவர்களாகத் தானியங்கி இயந்திரங்களைப் போலத் தெருக்களில் நடமாடிக் கொண்டிருந்தார்கள்; அவர்கள் தங்கள் கூடைகளில் எவற்றைப் போடுகிறோம் என்பது தெரியாமல் பழக்கடைகளில் பழங்களை வாங்கிக்கொண்டிருந்தார்கள்; அல்லது, தாங்கள் விற்கும் பழங்களுக்கு என்ன பெயர் என்று தெரியாமல் விற்றுக்கொண்டிருந்தார்கள்; அல்லது, மதச் சடங்குகளுக்குரிய பொருட்களை விற்கும் கடைகளில் இளஞ்சிவப்பு, வெள்ளை, கறுப்புநிற விழித்திரைப் படலங்கள் கொண்ட கண்ணேறு கழிக்கும் அணிகளையும் கோயிலின் அன்றாட வழிபாடு களில் பயன்படுத்தப்படும் வேறு பல சிற்றணிகளையும், எந்தக் கடவுள்கள் எந்தக் காணிக்கைகளை ஏன் விரும்பினார்களென்பது

அறியாமலே, விற்றுக்கொண்டும் வாங்கிக்கொண்டும் இருந்தார்கள். இப்போது அங்கே இரவு; ஆனாலும் அந்த இருளில் தூக்கத்தில் நடப்பவர்கள் வாங்குவதையும் விற்பதையும் குழப்பமான தெருக்களில் அலைந்து திரிவதையும் தொடர்ந்தார்கள்; அவர்களுடைய உணர்ச்சியற்ற இருத்தல் நாறிக்கொண்டு தூங்குபவர்களை விடவும் திகிலூட்டுவதாக இருந்தது.

தன்னுடைய குடிமக்களின் நிலை கண்டு புதிய அரசனான ஹூக்கன் கலங்கினான். 'மனித இயல்புக்குக் கீழாக இருப்பவர்களால் ஆன ராஜ்யத்தை அந்த சூனியக்காரி நமக்குக் கொடுத்துவிட்டாள் போலிருக்கிறது,' என்று அவன் புலம்பினான். 'இந்த மனிதர்கள் பசுக்களைப் போலவே மூளை இல்லாதவர்களாக இருக்கிறார்கள்; நமக்குப் பால் கொடுக்க அவர்களிடம் பால்மடி கூட இல்லை.'

இரண்டு சகோதரர்களில் கூடுதலான கற்பனை கொண்ட புக்கன், ஹூக்கனின் தோள்மீது ஆறுதலாகத் தன் கையை வைத்தான். 'அமைதியாக இரு,' என்றான். 'மனிதக் குழந்தைகள்கூட தங்களுடைய அம்மாக்களிடமிருந்து வெளியே வந்து காற்றை சுவாசிக்கத் தொடங்கக் கொஞ்ச நேரம் பிடிக்கிறது. வெளியே வரும்போது என்ன செய்வதென்று அவற்றுக்குத் தெரியாததால் அவை அழுகின்றன, சிரிக்கின்றன, மலஜலம் கழிக்கின்றன, எல்லாவற்றையும் பெற்றோர் கவனித்துக்கொள்வதற்காகக் காத்திருக்கின்றன. பிறத்தல் என்னும் செயல்முறை நடந்து கொண்டிருக்கும் இடமாக நம்முடைய நகரம் இன்னும் இருப்பதாகத்தான் எனக்குத் தோன்றுகிறது; இவர்கள் எல்லோரும், வளர்ந்துவிட்ட எல்லோரையும் சேர்த்து, தற்சமயம் சிசுக்கள்தான்; இவர்களைப் பராமரிக்க நமக்கு அம்மாக்கள் இல்லாததால் இவர்கள் விரைந்து பெரியவர்களாக ஆவார்கள் என்று நம்பிக்கைகொள்ள வேண்டியதுதான்.'

'நீ சொல்வது சரியென்றால், இந்தப் பாதிப் பிறந்த கூட்டத்தை வைத்துக்கொண்டு நாம் என்ன செய்வது?' தெரிந்து கொள்ள ஹூக்கன் விரும்பினான்.

சொல்வதற்கு வேறெதுவும் இல்லாததால், 'நாம் பொறுத்திருப்போம்,' என்றான் புக்கன். 'புது அரசனாக நீ கற்றுக்கொள்ள வேண்டிய முதல் பாடம் இதுதான்: பொறுமை. நம்முடைய நகரத்தில் புதிதாக வாழ வந்திருப்பவர்களை – நம்முடைய புதிய பிரஜைகளை – மெய்யானவர்களாக, புதிதாக உருவாக்கப்பட்ட அவர்களின் தனி இயல்போடு வளர நாம் அனுமதிக்க வேண்டும். அவர்களுக்கு அவர்கள் பெயர்களாவது

தெரியுமா? எங்கிருந்து வந்ததாக அவர்கள் நினைக்கிறார்கள்? அது ஒரு பிரச்சினை. சீக்கிரமாகவே அவர்கள் மாறலாம். காலையில் அவர்கள் ஆண்களாகவும் பெண்களாகவும் மாறியிருக்கக்கூடும்; அப்போது நாம் அவர்களைப் பற்றிப் பேசலாம். அதுவரை நாம் செய்ய ஒன்றும் இல்லை.'

கீழிறங்கும் தேவதையைப் போல முழுநிலவு வானத்தில் வெடித்துத் தோன்றிப் புதிய உலகத்தைப் பால் வெள்ளையில் நீராட்டியது. நிலவால் அருளப்பட்ட அந்த இரவில், தொடக்கத்தின் தொடக்கத்தில், படைப்புச் செயல் என்பது பல தேவையான செயல்களில் முதலாவது மட்டும்தான் என்பதையும் தூவப்பட்ட விதைகளின் சக்திவாய்ந்த மந்திர சக்திகூடத் தேவைப்பட்ட எல்லாவற்றையும் வழங்கிவிடாது என்பதையும் சகோதரர்கள் புரிந்துகொண்டார்கள். உருவாக்கும் செயல்பாட்டில் ஈடுபட்டதன் காரணமாக அவர்களே சோர்வும் களைப்பும் அடைந்திருந்தார்கள்; எனவே, அரண்மனைக்குள் போகும் வழியைத் தேர்ந்தார்கள்.

இங்கே வேறு வகையான விதிகள் பொருந்தும் போலிருந்தன. முதல் முற்றத்துக்குள் நுழைவதற்கு முன் இருந்த வில் வளைவான வாயிலை அவர்கள் அடைந்தபோது, தங்களது அசையாத குதிரைகளுக்குப் பக்கத்தில் லாய மேற்பார்வையாளர்களும் குதிரைகளைப் பராமரிப்பவர்களும் உறைந்துபோய் சிலை களைப் போலப் பெரிய குழுவாக நின்றிருந்ததைப் பார்த்தார்கள்; மௌனமாக இருந்த தங்கள் கருவிகளை அணைத்தவாறு இசை வல்லுநர்கள் மேடையில் இருந்தார்கள்; சின்னங்கள் பொறிக்கப்பட்ட தலைப்பாகைகள், பூ வேலைப்பாடு செய்யப் பட்ட மேற்சட்டைகள், முனையில் வளைந்த காலணிகள், கழுத்தணிகள், மோதிரங்கள் போன்ற, அரச சேவகத்தில் இருப்பவர்களுக்குப் பொருத்தமான எடுப்பான ஆடை அணிகலன்களோடு நூற்றுக்கணக்கில் பணியாட்களும் மெய்க்காப்பாளர்களும் அங்கே காணப்பட்டார்கள். ஹுக்கனும் புக்கனும் வாயிலுள் நுழைந்ததுதான் தாமதம், மொத்தக் காட்சியும் உயிரோட்டம் பெற்றது. எங்கும் கூச்சலும் ஆரவாரமும்தான். அவர்களை அழைத்துச் செல்ல அரசவை உயர் அலுவலர்கள் விரைந்து வந்தார்கள்; இவர்கள் நகரத் தெருக்களில் இருந்த பெரிய குழந்தைகள் அல்லர், வளர்ந்த ஆண்கள், பெண்கள்; நயமாகப் பேசும் அறிவார்ந்தவர்கள்; தங்களுடைய கடமைகளை நிறைவேற்றுவதற்கான முழுத்திறமை யும் பெற்றவர்கள். சிவப்பு வெல்வட் திண்டு ஒன்றில் வைத்து ஒரு சேவகன் மகுடம் ஒன்றைக் கொண்டுவந்தான்; ஹுக்கன் மகிழ்ச்சியுடன் அதைத் தன் தலையில் வைத்துக்கொண்டான்;

அது மிகச் சரியாகத் தனக்குப் பொருந்துவதைக் கவனித்தான். அரண்மனைப் பணியாளர்களின் சேவைகளைத் தனக்குச் சேர வேண்டியவை, உரிமைப்பட்டவை என்று கருதிப் பெற்றுக்கொண்டான். ஆனால் அவனுக்கு ஓரிரு தப்படிகள் பின்னால் நடந்த புக்கனுக்கு வேறு எண்ணங்கள் இருந்தன. 'மந்திர சக்தி கொண்ட விதைகள்கூட ஆட்சியாளர்களுக்கு ஒரு சட்டமும் ஆட்சி செய்யப்படுபவர்களுக்கு ஒரு சட்டமும் கொண்டிருப்பதாகத் தெரிகிறது,' என்று யோசித்தான். 'ஆனால் ஆட்சி செய்யப்படுபவர்கள் தொடர்ந்து கட்டுக்கு அடங்காமல் இருந்தால் அவர்களை ஆள்வது எளிதாக இருக்காது.'

படுக்கையறைகள் மிகப் பகட்டாக ஏற்பாடு செய்யப்பட்டிருந்ததால் யார் எங்கே தூங்குவது என்ற பிரச்சினை பெரிய விவாதம் ஏதுமின்றி தீர்ந்தது; இரவு உடைகளை அவர்களுக்குக் கொண்டுவரவும் அவர்களுடைய நிலைக்கேற்ற உடுப்புகள் நிரம்பியிருந்த ஆடை அலமாரிகளைக் காட்டவும் பள்ளியறைப் பணி முதன்மையர்கள் இருந்தார்கள். தங்களுடைய புதிய இல்லத்தின் சௌகரியங்களை மனதில் வாங்கவோ ஆசைநாயகிகளில் ஆர்வம் காட்டவோ இயலாத அளவுக்கு அவர்கள் சோர்வாக இருந்ததால் விரைவாகவே ஆழ்ந்து தூங்கி விட்டார்கள்.

காலையில் நடந்தவை வேறுமாதிரியாக இருந்தன. திரைகளை விலக்க வந்த சேவகனிடம், 'இன்றைக்கு நகரம் எப்படி இருக்கிறது?' என்று ஹுக்கன் கேட்டான். அந்த ஆள் திரும்பி நின்று பவ்யமாக வணங்கிவிட்டு, 'மாட்சிமை பொருந்திய மன்னரே! எப்போதும்போல முழு நிறைவாக இருக்கிறது' என்று பதில் சொன்னான். 'மேன்மை தங்கிய தங்களின் ஆட்சியில் நகரம் இன்றும் எல்லா நாளும் செழித்து வளர்கிறது.'

நிலைமை எப்படி இருக்கிறது என்பதைத் தாங்களே நேரில் பார்க்க விரும்பி இருவரும் தாங்கள் வரவழைத்த குதிரைகள்மீது ஏறி வெளியே போனார்கள். வயது வந்தவர்கள் முழு வளர்ச்சி அடைந்தவர்கள்போல நடந்துகொள்வதையும் குழந்தைகள் அவர்களுடைய கால்களைச் சுற்றி எப்படி ஓடியாட வேண்டுமோ அப்படி ஓடியாடுவதையும் பார்த்துத் திகைத்தார்கள். வயது வந்தவர்களைப் பார்த்தால் ஏதோ அவர்கள் எல்லோரும் இங்கேயே குழந்தைகளாக இருந்து முழு வளர்ச்சி பெற்று, திருமணமாகித் தங்கள் குழந்தைகளை வளர்த்தவர்கள்போலத் தென்பட்டார்கள்; நினைவுகளையும் வரலாறுகளையும் உடையவர்கள்போல, நீண்ட காலமாக

உள்ள ஒரு சமூகக் குழுவை, காதலும் மரணமும் கண்ணீரும் சிரிப்பும் விசுவாசமும் துரோகமும், மனித இயல்பின் கூறுகளான பிற அனைத்தும் கொண்ட – எல்லாமும், ஒன்று சேர்த்துப் பார்த்தால், வாழ்க்கையின் அர்த்தத்தைத் திரட்டிக் காட்டிய, மாயத்துக்குட்பட்ட மந்திர விதைகள் சூனியத்திலிருந்து உருவாக்கிய – ஒரு நகரத்தை நிறுவியவர்கள்போலத் தோன்றினார்கள். தெரு வியாபாரிகள், குதிரைகளின் குளம்புகள், வண்டிகளின் கடகட சத்தம், பாட்டுகள், சர்ச்சைகள் ஆகியவை உண்டாக்கிய சப்தங்கள் நகரத்தின் வெளியை நிரப்பின. வெல்ல முடியாத சேனை ஒன்று தயாராக, சேனாதிபதிகளின் ஆணைக்காக முகாமில் காத்திருந்தது.

'இது எப்படி நிகழ்ந்தது?' என்று வியந்து ஹுக்கன் தன் சகோதரனைக் கேட்டான்.

எதையோ சுட்டிக்காட்டி, 'உனக்கான விடை அங்கே இருக்கிறது,' என்றான் புக்கன்.

கும்பலினூடாக, எளிய காவி ஆடை தரித்துக் கையில் மரக்கழியுடன் அவர்கள் இருவரும் காதல் வசப்பட்டிருந்த பம்பா கம்பானா அவர்களை நோக்கி வந்துகொண்டிருந்தாள். இருநூறு ஆண்டுகளுக்கும் மேலாக அணைக்கப்படாமல் இருக்கப்போகும் தீ ஒன்று அவள் கண்களில் எரிந்துகொண்டிருந்தது.

'நாங்கள் இந்த நகரத்தை உருவாக்கினோம்,' என்று ஹுக்கன் அவளிடம் சொன்னான். 'அதை முடித்த பிறகு உன் உண்மையான பெயரை நாங்கள் உன்னிடம் கேட்கலாம் என்று சொன்னாய்.'

அவர்களைப் பாராட்டிவிட்டுத் தன் பெயரை அவர்களிடம் பம்பா கம்பானா சொன்னாள். 'சிறப்பாகச் செய்திருக்கிறீர்கள். அவர்களுடைய காதுகளில் அவர்களுடைய கனவுகளை முணுமுணுக்கும் ஒருவர்தான் அவர்களுக்குத் தேவையாயிருந்தார்.'

'இந்த ஜனங்களுக்கு ஒரு தாய் தேவைப்பட்டாள். இப்போது அவர்களுக்கு ஒரு தாய் இருக்கிறாள். எல்லாமும் ஒழுங்காக நடக்கிறது,' என்றான் புக்கன்.

'நகரத்துக்கு ஒரு அரசி தேவைப்படுகிறாள்,' என்றான் முதலாம் ஹுக்கராயர். 'ஒரு அரசிக்குரிய நல்ல பெயர் பம்பா கம்பானா.'

'பெயரில்லாத ஒரு நகரத்துக்கு என்னால் அரசியாக இருக்க முடியாது. இதற்கு என்ன பெயர்? உங்களுடைய இந்த நகரத்துக்கு?'

‘பம்பா நகர் என்று அதற்குப் பெயரிடுவேன்,’ என்றான் ஹுக்கன். ‘காரணம் அதை உருவாக்கியது நீ, நாங்கள் அல்ல.’

‘அது வெறும் ஜம்பமாகத்தான் இருக்கும்,’ என்றாள் பம்பா கம்பானா. ‘வேறு பெயரைத் தேர்ந்தெடு.’

‘அப்படியானால், வித்யா நகர்,’ என்றான் ஹுக்கன். ‘அந்த உன்னதத் துறவியின் பெயர். விவேகத்துக்கான நகரம்.’

‘அவர் அதையும் ஒப்புக்கொள்ளமாட்டார். அவருக்காக நான் அதை மறுக்கிறேன்.’

‘எனக்கு ஒன்றும் தெரியவில்லை,’ என்றான் முதலாம் ஹுக்கா ராயர். ‘விஜய என்று வைக்கலாம் என்று தோன்றுகிறது.’

‘வெற்றி,’ என்றாள் பம்பா கம்பானா. ‘இந்த நகரம் ஒரு வெற்றி என்பது உண்மைதான். ஆனால் இந்த மாதிரி பெருமையடித்துக் கொள்வது புத்திசாலித்தனமாகத் தெரியவில்லை.’

பெயர் தொடர்பான பிரச்சினை, திக்கிப் பேசும் அந்த வெளிநாட்டவன் நகரத்துக்கு வரும்வரை தீர்க்கப்படாமல் இருந்தது.

3

அந்தப் போர்ச்சுக்கீசியப் பயணி உயிர்த்த ஞாயிறன்று வந்துசேர்ந்தான். அவன் பெயரான டொமிங்கோ நூனிஸ் என்பதற்கு அர்த்தம் ஞாயிற்றுக்கிழமை. பகல் ஒளி போன்ற வசீகரமும் புலர்க் காலைப் புல்லின் பச்சையை ஒத்த கண்களும் மறையும் சூரியனின் சிவப்பு வண்ண முடியும் கொண்டவன்; அவனுடைய திக்குவாய், புதிய நகரத்து மக்களை அவனிடம் அதிகம் ஈர்ப்புக் கொள்ளவே வைத்தது; காரணம் கறுப்புத் தோல் கொண்டவர்களை, வெள்ளைத் தோல் கொண்டவர்கள் எதிர்கொள்ளும்போது பின்னவர்களிடம் வெளிப்படும் திமிரைத் தவிர்க்க அது உதவியது. குதிரை வியாபாரம் அவன் தொழில்; ஆனால் அது ஒரு சாக்குத்தான், அவன் உண்மையான ஆர்வம் பயணம் செய்வதே. ஒரு எல்லையிலிருந்து மறுஎல்லைவரை, மேலிருந்து கீழ்வரை எல்லா இடங்களையும், கொடுப்பதிலிருந்து எடுப்பதுவரை, வெற்றியிலிருந்து தோல்விவரை பார்த்தவன்; உலகம் என்பது ஒரு மாயை என்பதை யும் அதே உலகம் அழகாகவும் இருக்கிறது என்பதை யும் தன் பயணங்கள் மூலம் கற்றுக்கொண்டவன். வெள்ளங்களிலும் தீ விபத்துக்களிலும் சிக்கியவன்; மயிரிழையில் தப்பித்த அனுபவங்களைக் கொண்டவன். பாலைவனங்களையும் கற்சுரங்கங் களையும் பாறைகளையும் முகடுகள் வானைத் தொட்ட மலைகளையும் கண்டவன். அல்லது அப்படிச் சொல்லிக்கொண்டான். அடிமையாக விற்கப்பட்டுப் பின் மீட்கப்பட்டுப் பிறகு பயணங் களை மேற்கொள்ளத் தொடங்கிக் கவனித்துக் கேட்பவர்களிடம் தன் பயணக் கதைகளைச் சொல்லிக்கொண்டிருந்தவன்; சலிப்பூட்டும் அன்றாடங்களைப் பற்றிய கதைகளோ உலகின்

வழக்கமான சம்பவங்களின் விவரிப்போ அல்ல அவை; உலகின் அதிசயங்களைப் பற்றியவை; மனித வாழ்க்கை சுவாரசியமற்றது அல்ல, மாறாக அசாதாரணமானது என்பதை வலியுறுத்திய கதைகள் அவை. எகிப்தியப் பிரமிடுகள், பாபிலோனின் தொங்கும் தோட்டங்கள், கிரேக்கத் தீவான ரோட்ஸின் கலோசஸ் சிலை போன்றவற்றோடு ஒப்பிடும் தகுதி கொண்ட அதிசயங்களில் ஒன்று அந்தப் புதிய நகரம் என்பதை அங்கே வந்தவுடன் புரிந்துகொண்டான். எனவே, கோவா துறைமுகத்திலிருந்து தான் கொண்டுவந்த குதிரைக் கூட்டத்தைப் படைக் குடியிருப்பு லாயத்தின் தலைமை மேற்பார்வையாளரிடம் விற்றுவிட்டு நம்ப மறுக்கும் கண்களோடு அந்த அற்புத நகரத்தின் மதிலைக் காணப் போய்விட்டான்; இதைத் தன் நாட்குறிப்பில் பிறகு எழுதி வைத்தான்; அதன் பல பகுதிகளைத் தன் நூலில் பம்பா கம்பானா மேற்கோள் காட்டினாள். பூமியிலிருந்து எழுந்துகொண் டிருந்த அந்த மதில் அவன் பார்த்துக்கொண்டிருக்கும்போதே ஒவ்வொரு மணிநேரமும் கூடுதலாக உயர்ந்தது; எங்கிருந்து என்று தெரியாமலே நேர்த்தியாகச் செதுக்கப்பட்ட கற்கள் தாமாகவே தோன்றி ஒன்றின்மேல் ஒன்றாகவும் பக்கவாட்டிலும் திருத்தமான இணைப்போடு அடுக்கப்பட்டு மதில் வளர்ந்தது; கல்தச்சர்களோ வேறு பணியாளர்களோ அங்கு இருப்பதற்கான எந்த அறிகுறியும் இல்லாமலேயே இத்தனையும் நடந்தது. யாரோ ஒரு பெரும் மந்திரவாதி அருகே இருந்து தன் சக்தி வாய்ந்த மந்திரக்கோலை அசைத்து அந்த அரண்களை விளைவித்திருந்தாலொழிய அது சாத்தியமில்லை.

'வெளிநாட்டுக்காரனே, இங்கே வா!' பண்புடன் நடந்து கொள்வதற்கான எந்த முயற்சியும் இல்லாமல் அதிகாரத் தொனியில் தன்னைத்தான் கூப்பிட்டுப் பேசுகிறார்கள் என்பதைப் புரிந்துகொள்ளும் அளவுக்கு உள்ளூர் மொழியை அவன் கற்றுக்கொண்டிருந்தான். நகரத்துக்கும் படைக் குடியிருப்புக்கும் இடையே இருந்த காவல் மாடத்தின் நிழலில், அவன் பார்த்துக் கொண்டிருக்கும்போதே வளர்ந்த, இரட்டைக் கோபுரங்களை ஒட்டிப் பிரபுக்களுக்குரிய ஒரு பல்லக்கின் திரைகளை விலக்கிக் குள்ளமான மனிதன் ஒருவன் வெளியே எட்டிப் பார்த்தான். 'வெளிநாட்டுக்காரனே! உன்னைத்தான், இங்கே பார்!'

கூப்பிட்டவன், ஒன்று முரட்டுக் கோமாளியாகவோ அல்லது இளவரசனாகவோ அல்லது இரண்டுமாகவோ இருக்க வேண்டும் என்று டொமிங்கோ நூனிஸ் நினைத்தான். எதற்கும் எச்சரிக்கையாகவே இருப்போம் என்று எண்ணிய அவன்,

அநாகரிகமான வார்த்தைகளுக்கு நாகரிகமாகப் பதில் சொல்ல முடிவெடுத்தான். 'உங்களுக்கு சே... சே... சேவை செய்யக் காத்திருக்கிறேன் அய்யா,' என்று அவன் மிகப் பவ்யமாகக் குனிந்து சொன்னது பட்டத்து இளவரசனான புக்கனின் மனதில் பதிந்தது; அந்நியர்கள் மரியாதையுடன் தன்னைப் பணிந்து பேசுவதற்கு இன்னும் அவன் அதிகம் பழக்கப்படவில்லை.

'நீதான் அந்தக் குதிரைக்காரனா?' முரட்டுத்தனம் குறையாமல் புக்கன் கேட்டான். 'சரியாகப் பேசவராத ஒரு குதிரை வியாபாரி நகரத்தில் இருப்பதாகச் சொன்னார்கள்.'

ஆர்வத்தைத் தூண்டும் ஒரு பதிலை டொமிங்கோ நூனிஸ் சொன்னான். 'கு... கு... குதிரைகளை விற்கும் பணத்தில் என் பயணச் செலவுகளைப் பார்த்துக்கொள்கிறேன். உ... உ... உலகத்தைச் சுற்றிவரும் க... க... கஷ்டமான பணியைச் செய்கிறேன்; அது தொடர்பான கதைகளை அடுத்தவருக்குச் சொல்கிறேன்; அதனால் பயணங்கள் எப்படி இருக்கும் என்பதை அவர்களும் தெ... தெ... தெரிந்துகொள்ளலாம்.'

'வாக்கியங்களை முடிக்க நீ இவ்வளவு கஷ்டப்படும்போது கதைகளை எப்படிச் சொல்வாய் என்று எனக்குத் தெரியவில்லை. ஆனாலும் இது சுவாரசியமாக இருக்கிறது. வந்து என் பக்கத்தில் உட்கார். அரசனான என் அண்ணனும் நானும் இந்தக் கதைகளைக் கேட்க விரும்புகிறோம்.'

'அதற்கும் முன்பாக, இந்த மந்திர ம... ம... மதிலுடைய ரகசியத்தை நான் தெரிந்துகொள்ள வே... வே... வேண்டும். நான் இதுவரை பார்க்காத மிகப்பெரிய அ... அ... அதிசயம் இது. இதைச் செய்... செய்... செய்யும் மௌனமான மந்திரவாதி யார்? நான் அவன் கையைக் கு... கு... குலுக்க வேண்டும்,' என்று டொமிங்கோ நூனிஸ் தைரியமாகச் சொன்னான்.

'உள்ளே வா,' என்று சொல்லிவிட்டு புக்கன் நகர்ந்து உட்கார்ந்து அந்த வெளிநாட்டுக்காரனுக்குப் பல்லக்கில் இடம் கொடுத்தான். சுமை கூடிப்போனதைப் பற்றிய தங்கள் உணர்வு களைப் பல்லக்குத் தூக்கிகள் காட்டாமல் இருக்க முயன்றார்கள். 'உன்னை அவளிடம் அறிமுகப்படுத்துகிறேன். அவள்தான் இந்த நகர மக்களை வழிநடத்தி, திறமையாகக் கையாள்பவள்; விதைகளைத் தருபவள். பல இடங்களுக்கும் பரவ வேண்டியது அவளுடைய கதை. அவளே ஒரு கதைசொல்லி என்பதை நீ தெரிந்துகொள்வாய்.'

※

அரண்மனையிலிருந்த வேறெந்த அறையைக் காட்டிலும் சிறிய அறை அது; பெரிதாக அலங்கரிக்கப்படாதது; வெள்ளை யடிக்கப்பட்ட சுவர்கள்; சாதாரண மரப்பலகை அன்றி வேறு அறைக்கலன் எதுவும் இல்லை. தேவதையின் அருளைப் போல ஒரு ஒளிக்கீற்று உயர இருந்த சிறு ஜன்னல் வழியாகச் செங்குத்துக் கோணத்தில் அந்த இளம்பெண்மீது இறங்கியிருந்தது. இந்த எளிய பின்னணியில், அதிர்ச்சி தரும் இடித்தாக்குதல்போல ஒளி ஊடுருவ, சம்மணம் போட்டு உட்கார்ந்து மூடிய கண்களுடன் பெருவிரல்களும் ஆட்காட்டி விரல்களும் முனை களில் சேர்ந்திருந்த கைகளை முழங்கால்கள் தாங்க உதடுகள் லேசாகப் பிரிந்திருந்த நிலையில் அங்கே இருந்தாள் பம்பா கம்பானா; படைப்புச் செயலின் பரவசத்தில் தன்னை மறந்து. அவள் மௌனமாக இருந்தாள்; ஆனால் மென்மையாக முணுமுணுக்கப்பட்ட வார்த்தைக் கூட்டங்கள் அவளிடமிருந்து, லேசாகப் பிரிந்திருந்த அவளுடைய உதடுகளிலிருந்து வெளியேறி தாடை, கழுத்து வழியாக இறங்கிக் கைகள் நெடுகிலும் தரையின் குறுக்காகவும் பாய்ந்து, தன் மூலத்திலிருந்து வெளியேறி உலகத்துக்குள் பாயும் நதியைப் போல புக்கனால் அங்கு இட்டுச் செல்லப்பட்ட டொமிங்கோ நூனிஸுக்குத் தோன்றியது. அந்த வார்த்தைகள் காதில் விழாத அளவுக்கு மென்மையாக இருந்ததால் அவற்றைத் தான்தான் கற்பனை செய்கிறோமோ என்றும் தான் பார்க்கும் நம்ப முடியாத விஷயங்களுக்கு அர்த்தம் தர தனக்குத்தானே மாயமந்திரக் கதை எதையோ சொல்லிக்கொள்கிறோமோ என்றும் டொமிங்கோ நூனிஸ் யோசித்தான்.

பிறகு புக்க சங்கம அவன் காதில் கிசுகிசுத்தான், 'நீ அதைக் கேட்கிறாய், அல்லவா ?'

ஆம் என்று டொமிங்கோ நூனிஸ் தலையசைத்தான்.

'இப்படித்தான் அவள் இருபத்துநான்கு மணிநேரமும் இருக்கிறாள். பிறகு கண்களைத் திறந்து ஏதோ கொஞ்சம் சாப்பிட்டுவிட்டு எதையோ கொஞ்சம் குடிக்கவும் செய்கிறாள். அப்புறம் கண்களை மூடிக்கொண்டு மூன்று மணிநேரம் படுத்து ஓய்வெடுக்கிறாள். பிறகு எழுந்து உட்கார்ந்து திரும்பவும் தொடங்குகிறாள்,' என்றான் புக்கன்.

'சரி, அவள் உ...உ...உண்மையில் எ...எ...என்னதான் செய்கிறாள் ?'

'நீயே அவளைக் கேட்கலாமே,' என்று புக்கன் மென்மை யாகச் சொன்னான். 'இப்போது அவள் கண்களைத் திறந்து வைத்திருக்கும் நேரம்.'

பம்பா கம்பானா கண் திறந்து வழிபாட்டுணர்வு முகத்தில் ஒளிரத் தன்னை உற்று நோக்கிக்கொண்டிருந்த அந்த அழகிய இளைஞனைப் பார்த்தாள்; முதலாம் ஹுக்கராயரோடு, ஒருவேளை அவன் இறந்துபோனால் (யார் பிழைத்திருப்பார் என்பதைப் பொறுத்து) பட்டத்து இளவரசனான புக்கனோடு திட்டமிட்டிருந்த அவளுடைய திருமணத்தில் புதிய சிக்கல்கள் உண்டாகியிருந்த சமயம் அது. அவன் அவளை எதுவும் கேட்க வேண்டியிருக்கவில்லை. கேட்கப்படாத அவன் கேள்விக்கு விடையாக அவள், ‘எல்லாவற்றையும் உனக்குச் சொல்வேன்,’ என்றாள்.

தன் அம்மாவும் தன் குழந்தைப் பருவமும் நினைவுகளாகத் தேங்கியிருந்த பூட்டிய அறையின் கதவை இறுதியில் அவள் திறந்தாள்; எல்லாமும் வெள்ளமாக வெளியேறி அவளை வலிமையால் நிரப்பியது. மட்பாண்டக் கலையில் ஆண்களைப் போலவே பெண்களும் திறமைசாலிகளாக இருக்க முடியும் என்றும் ஆண்கள் திறமை காட்டும் எல்லாவற்றிலும் பெண்களும் திறமை காட்ட முடியும் என்றும் அவளுக்குக் கற்பித்த குயவப் பெண்ணான ராதா கம்பானாவைப் பற்றியும் அவள் மறைவால் உண்டான வெறுமையைத் தற்போது தான் நிரப்ப முயல்வதையும் டொமிங்கோ நூனிஸுக்குச் சொன்னாள். தீயைக் குறித்தும் தன் வாய்மூலம் பேசிய தேவியைக் குறித்தும் விவரித்தாள். தன் சொந்தப் பேரிடர் நிகழ்ந்த இடத்தில் நகரத்தை நிர்மாணித்த விதைகளைப் பற்றியும் அவனிடம் சொன்னாள். மக்கள் வாழத் தீர்மானிக்கும் எந்தப் புதிய இடமும் உணர்வுரீதியாக உண்மை என உணர ஒரு தலைமுறைக்கும் சமயத்தில் அதற்கும் மேலாகவும் ஆகிறது என்றாள். தங்களுடைய பயணப் பைகளில் உலகத்தின் படங்களோடும் வேறிடங்களிலிருந்து கிடைத்தவை நிரம்பிய தலைகளோடும் ஓரிடத்துக்கு முதன்முதலாகச் சிலர் வந்து சேர்கிறார்கள்; ஆனால் புதிய இடம் அந்நியமாக இருக்கிறது; அதை நம்புவது – போக வேறிடம் இல்லையென்றாலும் வேறு யாராகவும் இருக்க முடியாது என்றாலும் – அவர்களுக்குச் சிரமமாக உள்ளது. முடிந்த அளவு புதிய இடத்தில் மகிழ்ச்சியாக இருந்து பின் அதை மறக்கத் தொடங்கி அது குறித்துக் கொஞ்சத்தை அடுத்த தலைமுறைக்குச் சொல்கிறார்கள்; மற்றதை மறக்கிறார்கள், குழந்தைகள் இன்னும் அதிகமாக மறந்து மனதில் இருப்பவற்றை மாற்றுகிறார்கள்; ஆனால் அவர்கள் இங்கே பிறந்தவர்கள், அதுதான் வித்தியாசம்; அவர்கள் அந்த இடத்தைச் சேர்ந்தவர்கள், அவர்கள்தான் அந்த இடம், அந்த இடம்தான் அவர்கள், அவர்களுடைய பரவும் வேர்கள் அந்த இடத்துக்குத் தேவையான ஊட்டத்தைத் தருகின்றன; அந்த இடம் பூக்கிறது, தழைக்கிறது,

வாழ்கிறது; அந்த இடத்தின் முதல் மக்கள் அவ்விடத்தை விட்டு நீங்கும்போது தொடர்ந்து இருக்கப்போகும் ஒன்றைத் தாங்கள் தொடங்கினோம் என்ற மகிழ்ச்சியோடு போகலாம்.

இளையவன் புக்கன் அவளுடைய சொல்லொழுக்கைக் கண்டு வியந்தான். குழம்பிப்போன அவன், 'அவள் ஒருபோதும் இப்படிப் பேசுவதில்லை,' என்றான். 'சிறு வயதில் ஒன்பது வருடங்கள் அவள் பேசியதே இல்லை. பம்பா கம்பானா, ஏன் இப்படி திடீரென்று இவ்வளவு பேசுகிறாய்?'

டொமிங்கோ நூனிஸின் பச்சைநிறக் கண்களை உற்று நோக்கிய அவள், 'நம்மிடத்துக்கு ஒரு விருந்தினர் வந்துள்ளார். அவரை நாம் சௌகரியமாக உணரவைக்க வேண்டும்,' என்றாள்.

ஒவ்வொருவரும் ஒரு விதையிலிருந்து வந்ததாக அவனிடம் சொன்னாள். பெண்களுக்குள் ஆண்கள் விதைகளை ஊன்றியதைப் போலவும் அது நடந்தது என்றாள். ஆனால் இது வேறு மாதிரி. ஒரு முழு நகரம் பல வகையான வெவ்வேறு வயது கொண்ட மனிதர்களோடு ஒரே நாளில் பூமியிலிருந்து மலர்ந்தது; அம்மாதிரியான மலர்களுக்கு ஆன்மா கிடையாது, தாம் யாரென்று தெரியாது, காரணம் அவர்கள் ஒன்றுமில்லை என்பதே உண்மை. ஆனால் அத்தகைய உண்மை ஏற்றுக்கொள்ளத்தக்கதல்ல. ஏதாவது செய்து அந்தக் கூட்டத்தின் யதார்த்தமின்மையை நிவர்த்திசெய்ய வேண்டும் என்றாள். புனைவை அவள் தீர்வாக முன்வைத்தாள். அவர்களுடைய வாழ்க்கைகளை, அவர்களுடைய ஜாதிகளை, மதநம்பிக்கைகளை, சகோதர சகோதரிகளின் எண்ணிக்கையை, அவர்கள் விளையாடிய குழந்தைப் பருவ விளையாட்டுக்களைச் சொல்லி, அவர்கள் கேட்க விரும்பிய கதைகளைத் தெருக்களினூடாக முணுமுணுத்து அனுப்பி அவர்களுடைய காதுகளுக்குள் சேர்ப்பித்து, நகரத்தின் பெருங்கதையாடலை எழுதி அதன் கதையை உருவாக்கி அதற்கு உயிர்கொடுத்தாள். அவளுடைய சில கதைகள் மறைந்துவிட்ட கம்பிலியிலிருந்து வந்தவை, படுகொலை செய்யப்பட்ட தந்தைகள், எரிக்கப்பட்ட அம்மாக்கள் பற்றியவை; அந்த இடத்தை இந்த இடத்தில் உயிர்ப்பிக்க, மாண்ட பழையவர்களைப் புதிதாக வாழ்பவர்களிடம் நடப்புக்குக் கொண்டுவர முயன்றாள்; ஆனால் உயிர்த்தூண்டுதல் அளிக்கப்பட வேண்டியவர்கள் ஏராளமானவர்களாக இருந்ததால் அவளுடைய நினைவு போதுமானதாக இல்லை; எனவே, நினைவு கைவிட்ட புள்ளியிலிருந்து கற்பனை பொறுப்பேற்க வேண்டியிருந்தது.

'என் தாய் என்னைத் துறந்துவிட்டாள், ஆனால் நான் அவர்களுக்கெல்லாம் தாயாக இருப்பேன்,' என்றாள்

தன்னிடம் சொல்லப்பட்டதில் பெரும் பகுதி டொமிங்கோ நூனிஸுக்குப் புரியவில்லை. பிறகு, எதிர்பாராத வகையில் ஒரு முணுமுணுப்பைக் கேட்டான். காதுகள் வழியாக அல்ல, எப்படியோ மூளை வழியாக அவனுடைய தொண்டையைச் சுற்றித் தன்னை வளைந்து செலுத்திய ஒரு முணுமுணுப்பு அவன் உள் முடிச்சுகளை அவிழ்த்துச் சிடுக்குகளைச் சரிசெய்து அவன் நாக்கை விடுவித்தது. ஒரே சமயத்தில் அது மகிழ்ச்சியூட்டுவதாகவும் திகிலூட்டுவதாகவும் இருந்தது; அவன் தன் தொண்டையைப் பிடித்துக்கொண்டு கத்தினான். *நிறுத்து. தொடர்ந்து பேசு. நிறுத்து.*

'உனக்கு என்ன தேவையென்பதை முணுமுணுப்புகள் அறியும்,' என்றாள் பம்பா கம்பானா. 'அவர்கள் என்ன மாதிரியானவர்கள், நேர்மையானவர்களா, வஞ்சகர்களா அல்லது இரண்டுக்கும் இடைப்பட்டவர்களா என்பதைப் புதிய மனிதர்களுக்குச் சொல்லக் கதைகள் தேவைப்படுகின்றன. விரைவில் மொத்த நகரமும் கதைகளாலும் நினைவுகளாலும் நட்புகளாலும் போட்டிகளாலும் நிறைந்திருக்கும். நிஜத்தில் இருக்கும் இடமாக இந்த நகரம் மாற நாம் ஒரு தலைமுறைக் காலத்துக்குக் காத்திருக்க முடியாது. அதை நாம் இப்போதே செய்ய வேண்டும், அதனால் ஒரு புதிய பேரரசு உருவாகும், அதனால் இந்த ஜெய நகரம் பூமியை ஆள முடியும்; மீண்டும் ஒருபோதும் படுகொலை நேராது, எல்லாவற்றுக்கும் மேலாக, பெண்கள் இனி தீச்சுவர்களுக்குள் நடக்க வேண்டியிருக்காது, ஆண்களின் கருணையால் அனாதைகள் இருளில் நடத்தப்படு வதையும்விட பெண்கள் மேலான விதத்தில் நடத்தப்படுவார்கள் என்பவற்றையெல்லாம் உறுதிசெய்ய வேண்டும். ஆனால் எங்களுக்கு...' பின்யோசனையாகத் தோன்றியதைச் சொல்வதைப் போலத் தொனி இருந்தாலும் அதுதான் அவள் உண்மையாகக் கூற விரும்பியது, 'வேறு தேவைகள் இருந்தன.'

'இன்று புத்துயிர்ப்பு நாள்.' எந்தத் தடுமாற்றமும் இல்லாமல் டொமிங்கோ நூனிஸ் பேசினான். '*Ele ressuscitou* என்று எங்கள் மொழியில் சொல்வோம். அவர் உயிர்த்தெழுந்தார். ஆனால் நீ உயிர்ப்பிக்க முயல்பவர் வேறு யாரோ என்று தெரிகிறது, தீக்குள் நடந்துபோன, நீ நேசித்த ஒருவர். அந்தப் பெண் திரும்பி வருவார் என்ற நம்பிக்கையில் ஒரு முழு நகரத்தை யும் உயிரியக்கத்துக்குக் கொண்டுவர உன்னுடைய மாந்திரீக சக்தியைப் பயன்படுத்துகிறாய்.'

'உன்னுடைய திக்குவாய், எங்கே போயிற்று?' என்றான் புக்கன்.

'அவள் என்னுடைய காதில் முணுமுணுத்தாள்,' என்றான் டொமிங்கோ நூனிஸ்.

'உன்னை விஜயநகரத்துக்கு வரவேற்கிறேன்,' என்றாள் பம்பா கம்பானா. வி என்பதை அவள் சில சமயங்களில் கிட்டத்தட்ட பி என்பது போலவே உச்சரித்தாள்.

'பிஸானா . . . ? டொமிங்கோ நூனிஸ் திருப்பிச் சொன்னான். அதை எப்படி உச்சரித்தாய்?'

'முதலில் விஜ – ய என்று சொல், வெற்றி. அப்புறம் நகரம் என்று சொல். அவ்வளவு ஒன்றும் சிரமமில்லை. *நக – ரம். விஜயநகரம்: வெற்றி நகரம்.*'

'என் நாக்கால் அந்த ஒலிகளை உண்டாக்க முடியவில்லை.' டொமிங்கோ நூனிஸ் தன் குறையை ஒப்புக்கொண்டான். 'அதற்கு என் திக்குவாய் காரணமல்ல. நீ சொல்வதுபோல என்னால் உச்சரிக்க முடியவில்லை.'

'உன்னால் எப்படி அதைச் சொல்ல முடிகிறது?' பம்பா கம்பானா கேட்டாள்.

'பிஸ் . . . பிஸ் . . . முதலில். இரண்டாவதாக . . . நகா,' என்றான் அவன். 'சேர்த்துச் சொன்னால், *பிஸ்நகா*. என் அதிகபட்ச முயற்சி இவ்வளவுதான்.'

பம்பா கம்பானாவும் பட்டத்து இளவரசனான புக்கனும் சிரித்தார்கள். பம்பா கைதட்டினாள்; அவளைக் கூர்ந்து நோக்கிய புக்கன், அவள் காதல் வயப்பட்டுவிட்டதைக் கண்டான்.

'அப்படியானால், இனிமேல் அது பிஸ்நகாதான்,' என்று கைதட்டியபடியே சொன்னாள். 'எங்கள் பெயரை எங்களுக்குக் கொடுத்துவிட்டாய்.'

'என்ன சொல்கிறாய் நீ?' என்று புக்கன் கத்தினான். 'இந்த அயல்நாட்டவனின் திருக்குமறுக்கான நாக்கு உண்டாக்கும் சத்தத்தால் நம் நகரத்துக்குப் பெயரிடப்போகிறாயா?'

'ஆமாம்,' என்றாள். 'இது ஒன்றும் பழங்காலப் பெயர் கொண்ட பழங்கால நகரம் அல்ல. நகரம் இப்போதுதான் வந்திருக்கிறது, அவனும் இப்போதுதான் வந்திருக்கிறான். அவர்கள் இரண்டுமே ஒன்றுதான். அவன் வைத்த பெயரை ஏற்கிறேன். இது பிஸ்நகாதான், இனி முதற்கொண்டு பிஸ்நகாதான்.'

எதிர்ப்புணர்ச்சி வெளிப்பட, 'நாம் யார் என்பதை வெளிநாட்டவர் நமக்குச் சொல்ல நாம் அனுமதிக்காத நாள் வரும்,' என்றான் புக்கன்.

(டொமிங்கோ நூனிஸ் மீதும் அவனுடைய உச்சரிப்புக் குழப்பத்தின் மீதும் பம்பா கம்பானா கொண்ட வேடிக்கையான மகிழ்ச்சியின் காரணமாகத் தன் காவியக் கவிதை முழுதும் நகரத்தையும் பேரரசையும் அவள் பிஸ்நகா என்றே குறிப்பிடத் தீர்மானித்தாள்; உண்மைச் சம்பவங்கள் சார்ந்தே அவளுடைய படைப்பு இருந்தாலும் கற்பனை செய்யப்பட்ட உலகத்துக்கும் நிஜ உலகத்துக்கும் தவிர்க்க முடியாத இடைவெளி இருப்பதை நமக்கு நினைவூட்டுவதும் அதற்கான நோக்கமாக இருக்கலாம். பிஸ்நகா வரலாற்றுக்குச் சொந்தமானதல்ல, அவளுக்குச் சொந்தமானது. கட்டுரையோ செய்தி அறிக்கையோ அல்ல கவிதை. கவிதைக்கும் கற்பனைக்குமான நிஜம் தனக்கென்றே உள்ள விதிகளைப் பின்பற்றுகிறது. பம்பா கம்பானா காட்டும் பாதையைப் பின்பற்ற நாம் முடிவு செய்துள்ளோம்; எனவே, அவளுடைய கனவு நகரம் 'பிஸ்நகா' என்று பெயரிடப்பட்டு இங்கே சித்தரிக்கப்பட்டுள்ளது. வேறு வகையில் அதற்குப் பெயரிடுவது படைப்பாளியையும் அவள் படைப்பையும் வஞ்சிப்பதாகவே இருக்கும்.)

ஒரு நாளில் இருபது மணிநேரம் தன் மென்மையான முணுமுணுப்பில் பம்பா கம்பானா ஆழ்ந்து மெய்மறந்து இருந்தாலும், திறந்திருந்த அந்த ஒரு மணிநேரத்தில் அந்த வெளிநாட்டுக்காரனைத் தேடிய கண்களில் வெளிப்படையாகத் தெரிந்த அந்தப் புது உணர்வுகள் மன்னனுக்கு வெறுப்பைத் தந்தன. டொமிங்கோ நூனிஸை அறிமுகம் கொள்வதற்கு முன்பாகவே, அவன்மீது பம்பா கொண்டிருந்த மோகம் முதலாம் ஹுக்கராயரின் காதுகளை எட்டி அவனை எரிச்சலடைய வைத்தது. இதை அறியாத போர்ச்சுக்கீசியன் மிகுந்த மரியாதை யுடன் தன்னை மன்னனுக்கு அறிமுகப்படுத்திக்கொண்டு பயணக் கதைகள் சொல்லும் தன் திறமையைப் பற்றிச் சொன்னான். 'நீங்கள் அனுமதித்தால் அவற்றில் சிலவற்றைச் சொல்லித் தங்களை மகிழ்விப்பேன்.'

ஈடுபாடு எதையும் காட்டாமல் ஹுக்கன், 'கதைகளை விடவும் பயணி எமக்கு அதிகம் ஆர்வம் ஊட்டுவார் என்று நினைக்கிறோம்,' என்று சொன்னான்.

இதைப் புரிந்துகொள்வதில் குழப்பமடைந்த டொமிங்கோ நூனிஸ், நர மாமிசம் உண்பவர்களிடையேயும் தோள்களுக்குக்

விஜயநகரம்

கீழே தலைகள் வளர்ந்த மனிதர்களிடையேயும் தான் மேற்கொண்ட பயணங்கள் குறித்துப் பேசத் தொடங்கினான். அவனை நிறுத்தச் சொல்லிக் கையை உயர்த்திய ஹுக்கன், ‘அதற்குப் பதிலாக, இயற்கைக்கு மாறான வெளிறிய முகங்கள் கொண்ட மனிதர்களான வெள்ளை ஐரோப்பியர்கள், இளஞ்சிவப்பு ஆங்கிலேயர்கள் பற்றியும் அவர்களுடைய நம்பத்தகாத தன்மை பற்றியும் நயவஞ்சகத் தன்மை பற்றியும் சொல்,’ என்றான். நூனிஸ் பதற்றமடைந்தான். ‘மாட்சிமை பொருந்தியவரே, ஐரோப்பியர்களிடையே, பிரெஞ்சுக்காரர்களின் காட்டு மிராண்டித்தனத்தை மிஞ்சுவது டச்சுக்காரர்களின் கொடூரம் மட்டுமே. இப்போதைக்கு ஆங்கிலேயர்கள் ஒரு பிற்பட்ட இனம், இது என்னுடைய ஊகம் மட்டுமே; என் நாட்டவர்கள் பலர் என்னோடு இதில் முரண்படுவார்கள்; அந்த இனம் கடைசியில் மொத்தக் கூட்டத்திலும் மிக மோசமானதாக ஆகிப் பாதி உலகத்தை இளஞ்சிவப்பாக மாற்றிவிடலாம். என்றாலும் போர்ச்சுக்கீசியர்களான நாங்கள் நம்பிக்கைக்குரியவர்கள், நேர்மையானவர்கள். ஜெனோவா நகரத்தவர்களும் அராபிய வணிகர்களும் எங்களுடைய நெறித வறாத தன்மை பற்றி ஒரே குரலில் பேசுவார்கள். அதே சமயம், நாங்கள் கனவு காண்பவர்களும்கூட. உதாரணமாக, உலகம் உருண்டையானது என்று கற்பனை செய்யும் நாங்கள் அதைக் கப்பலில் சுற்றி வரலாம் என்று கனவு காண்கிறோம். ஆப்பிரிக்காவின் நிலமுனையை எண்ணிப் பார்க்கிறோம், வடக்கு – மேற்குக் கடல் வழியைக் கற்பனை செய்கிறோம், ஆழிக் கடலுக்கு மேற்கே அறியப்படாத சில கண்டங்கள் இருக்கலாம் என்று சந்தேகப்படுகிறோம். நாங்கள்தான் பூமியின் முதன்மை சாகசக்காரர்கள்; எங்களைக் காட்டிலும் பின்தங்கிய மக்கள் கூட்டத்தினரைப் போல நாங்கள் ஒப்பந்தங்களை மீற மாட்டோம், உரிய காலத்தில் செலுத்த வேண்டிய பணத்தைச் செலுத்திவிடுவோம்.’

புதிதாகப் பிறந்த தன்னுடைய பிரஜைகளைப் போலவே முதலாம் ஹுக்கராயரும் தன் புதுப்பிறவிக்கு இன்னும் தன்னைத் பழக்கப்படுத்திக்கொண்டிருந்தான். பரபரப்பான சம்பவங்கள் நிறைந்த தன் வாழ்க்கையில் ஏற்கெனவே பல உருமாற்றங்களை அனுபவித்திருந்தான். நிதானமான, எளிதான வாழ்க்கை முறையான மாடு மேய்ப்பதிலிருந்து ராணுவ ஒழுங்கைக் கடைப்பிடிக்க வேண்டிய படைவீரனாக மாறி, பின்பு சிறைப்பிடிக்கப்பட்ட படைவீரன் என்ற முறையில் பலவந்தமாக மதம் மாற்றப்பட்டு அதன் விளைவாகப் பெயரும் மாறி, தப்பித்த பிறகு மதமாற்றத்தின் போலித்தோலையும்

படைவீரனின் உடுப்பையும் பழக்கவழக்கங்களையும் உதிர்த்து விட்டு மீண்டும் மாடு மேய்க்கும் தன் தொடக்க நிலைக்கோ அல்லது குறைந்தபட்சம் புது விதியமைப்பைத் தேடும் ஒரு குடியானவனாகவோ மாற்றம் பெற்றிருந்தான். உலகம் ஒருபோதும் மாறாது, தான் எப்போதும் ஒன்பது வயதுச் சிறுவனாக இருப்போம், தன் தாயும் தந்தையும் அன்புடன் விரித்த கைகளோடு தன்னை நோக்கி எப்போதும் வருவார்கள் என்பதே சிறுவனாக அவனுக்கிருந்த ஒரே விருப்பம். ஆனால் வாழ்க்கை அதன் மிகப்பெரிய பாடத்தை அவனுக்குக் கற்பித்தது, அதாவது நிலையாமை என்ற பாடத்தை. தற்போது அமர ஒரு அரியணை கிடைத்த பிறகு தன் குழந்தைப் பருவக் கனவான மாற்றமின்மை திரும்ப வந்துவிட்டது என்பதைக் கண்டான். இந்தக் காட்சி, இந்த அரியணை, இந்தக் கொலுமண்டபம், இந்தச் சேடிகள், இந்தப் பகட்டான அறைக்கலன்கள், கம்பளங்கள் மாறும் உலகிலிருந்து அகற்றப்பட்டுச் சாசுவதமாக ஆக வேண்டும் என்று விரும்பினான்; ஆனால் அது நிகழ்வதற்கு முன்பாக அவன் தன்னுடைய அரசியைத் திருமணம் செய்துகொள்ள வேண்டும், பம்பா கம்பானா அவனை ஏற்றுக்கொண்டு மாலையணிந்து அவன் பக்கத்தில் அமர, குடிமக்கள் சூழ நின்று அவர்கள் திருமணத்தை வாழ்த்த வேண்டும்; அந்த முழுநிறைவான நாள் முடிந்த பிறகு காலம் நின்றுவிடலாம், தன் செங்கோலை உயர்த்தி ஹுக்கனாலேயே அதை நிறுத்திவிட இயலும், இன்னும் கூடுதல் சாத்தியத்தோடு பம்பா கம்பானா அதை நிறுத்தி விடலாம், காரணம் வெறும் ஒரு கோணிப்பை விதைகளோடும் சில நாள் முணுமுணுப்போடும் அவளால் ஒரு உலகத்திற்கு உயிர் கொடுக்க முடியுமென்றால் நாள்காட்டியைவிட வலிமை வாய்ந்த ஒரு மாய மாலையை அவளால் அந்த உலகத்தைச் சுற்றி இட்டுவிட முடியும்போது அதன் பிறகு என்றென்றும் அவர்கள் மகிழ்ச்சியாக வாழ்வார்கள்.

வெளிநாட்டுக்காரனின் வருகையும் அவன்மீது பம்பா கம்பானா கொண்டிருந்த ஆர்வமும் இந்தக் கனவிலிருந்து புதிய அரசனைத் திடுக்கிடும்படி எழுப்பிவிட்டன. வெளிநாட்டுக் காரனின் தலை அவனுடைய தோள்களிலிருந்து அகற்றப்பட்டு அந்த இடம் வைக்கோலால் நிரப்பப்படும் காட்சியை ஹுக்கன் கற்பனை செய்யத் தொடங்கினான்; புதியவனின் தலையைத் துண்டிக்கவிடாமல் அவனைத் தடுத்த ஒரே விஷயம் பம்பா கம்பானா அம்மாதிரியான செயலைத் தீவிரமாகக் கண்டிப்பாள் என்பதுதான். ஆனாலும் டொமிங்கோ நூனிஸின் நேர்த்தியான நீண்ட கழுத்தை அவன் ஒரு வகையான உயிர் பறிக்கும் வேட்கையுடனே தொடர்ந்து பார்த்துக்கொண்டிருந்தான்.

'அதிர்ஷ்டவசமாக இன்று நம்மைக் காண வந்திருப்பது பண்பட்ட, வசீகரமான, அழகாகப் பேசத்தெரிந்த ஒரு போர்ச்சுக்கீசியக் கனவான்; காட்டுமிராண்டித்தனமான பிரெஞ்சுக்காரர்களின், டச்சுக்காரர்களின் அல்லது நாகரிகமடையாத இளஞ்சிவப்பு ஆங்கிலேயர்களின் பிரதிநிதி அல்ல அவர்,' என்று எள்ளலோடு அவன் பேசினான். டொமிங்கோ நூனிஸ் இன்னொரு வார்த்தை பேசுவதற்கு முன்னால் அவனை அங்கிருந்து அகலும்படி அரசன் கையசைத்துக் கட்டளையிட, ஆயுதம் தாங்கிய இரண்டு பெண்கள் அவனை அரசனின் பார்வைக்கு அப்பால் இட்டுச்சென்றார்கள். கொலுமண்டபத்தை விட்டுப் போகும்போது, தன் வாழ்க்கை ஆபத்தில் சிக்கியிருப்பதை டொமிங்கோ நூனிஸ் ஊகித்தான். முணுமுணுக்கும் பெண்ணோடு நிகழ்ந்த சந்திப்பு அதற்குக் காரணமாக இருக்கலாம் என்பதைப் புரிந்துகொண்ட அவன் அதிலிருந்து தப்பிப்பதைக் குறித்து யோசிக்கத் தொடங்கினான். ஆனாலும் அதற்குப் பின் நடந்த நிகழ்வுகளின் போக்கில் அவன் அங்கே இருபது ஆண்டுகள் தங்கப்போகிறான்.

இறுதியில் ஒன்பது நீண்ட மாயப் பகல்களிலிருந்தும் இரவுகளிலிருந்தும் பம்பா கம்பானா வெளியே வந்தபோது முன்பு அவள் பார்த்த செந்நிற முடியும் பச்சைநிறக் கண்களும் கொண்ட அந்த இளம் கடவுள் உண்மையில் இருப்பவனா அல்லது ஏதோ ஒருவகைக் கற்பனைத் தோற்றமா என்று சந்தேகப்பட்டாள். அவள் கேள்விகளுக்கு அரண்மனையில் யாரும் விடை சொல்லாததால் அவளுடைய குழப்பம் அதிகரித்தது. ஆனாலும் மலையிலிருந்து வெறுமையான கண்கள் கொண்ட மனிதர்களின் நகரத்துக்குக் கீழிறங்கி வந்த காலத்திலிருந்து ஹுக்கனும் புக்கனும் கேட்கக் காத்துக்கொண்டிருந்த செய்தியை, தன்னுடைய குழப்பத்தை ஒரு கணம் ஒதுக்கிவைத்துவிட்டு, அவள் சொல்ல வேண்டியிருந்தது. இரண்டு இளவரசர்களும் சதுரங்கம் விளையாடித் தங்கள் சலிப்பை மறக்க முயல்வதைக் கண்டாள்; விளையாட்டை இருவருமே முழுதாகக் கற்காததால், குதிரைத்தலைக் காய்கள், கோட்டை அமைப்புக் காய்கள் ஆகியவற்றின் முக்கியத்துவத்தை மிகைப்படுத்தியும் தாங்கள் ஆண்களாக இருப்பதால் அரசியின் முக்கியத்துவத்தை மிகக் குறைத்தும் மதிப்பிட்டார்கள்.

சம்பிரதாயத்தைக் கடைப்பிடிக்காமல், அவர்களுடைய கற்றுக்குட்டித்தனமான காய் நகர்த்தல்களில் குறுக்கிட்டு

'எல்லாம் முடிந்தது,' என்றாள் பம்பா கம்பானா. 'எல்லோருக்கும் அவரவருக்குரிய கதைகள் சொல்லப்பட்டுவிட்டன. நகரம் முழு உயிரோட்டத்தில் உள்ளது.'

அவள் சொன்னதற்கான நிரூபணத்தை வெளியே பிரம்மாண்டமான கடைத்தெருவில் எளிதாகப் பார்க்க முடிந்தது. பழைய நண்பர்களைப் போலப் பெண்கள் ஒருவரை யொருவர் வாழ்த்திக்கொண்டிருந்தார்கள், பிடித்த இனிப்புகளைக் காதலர்கள் பரஸ்பரம் வாங்கிக் கொடுத்துக்கொண்டிருந்தார்கள். கொல்லர்கள் குதிரைகளுக்குப் பழைய லாடங்களை மாற்றிவிட்டுப் புதிய லாடங்கள் அடித்துக்கொண்டிருந்தார்கள். பாட்டிகள் பேரக்குழந்தைகளுக்குத் தங்கள் குடும்பக் கதைகளைச் சொல்லிக் கொண்டிருந்தார்கள். குறைந்தது மூன்று தலைமுறைகளின் கதைகள் அவை. நீண்ட காலமாக நினைவில் தங்கியிருந்த அவமதிப்புகளையும் நடந்த சண்டைகளையும் மீட்டு ஆண்கள் கைகலப்பில் ஈடுபட்டுக்கொண்டிருந்தார்கள். அதன் அம்மா கற்றுக்கொடுத்தவை என பம்பா கம்பானாவின் நினைவில் நின்றவை தற்போது சுதந்திரமாக அந்த நகரத்தின் தனிப்பண்பை முக்கியமான முறைகளில் உருவாக்கின. நாட்டின் வேறு பகுதிகளில் பெண்களுக்கு ஏற்றவை அல்ல என்று கருதப்பட்ட பணிகளை நகரம் முழுக்கப் பெண்கள் மேற்கொண்டிருந்தார்கள். பெண் வழக்கறிஞர்களும் பெண் குமாஸ்தாக்களும் பணிசெய்த பெண் வழக்கறிஞரின் அலுவலகம் ஒன்று இங்கே இருக்க, நதிக்கரையின் படகுத் துறையில் கட்டப்பட்டிருந்த சரக்குப் படகிலிருந்து வலிமையான பெண் தொழிலாளிகள் சரக்குகளை இறக்கிக்கொண்டிருப்பதை அங்கே நம்மால் பார்க்க முடியும். தெருக்களைக் காவல் காக்கும் பணியிலும் பிரதி எடுக்கும் பணியிலும் பற்களைப் பிடுங்கும் பணியிலும் சதுக்கத்தில் ஆண்கள் ஆடுவதற்கேற்ப மிருதங்கம் இசைக்கும் பணியிலும் பெண்கள் ஈடுபட்டிருந்தார்கள். இது எதுவும் யாருக்கும் விசித்திரமாகப் படவில்லை. நகர மக்களின் காதுகளில் பம்பா கம்பானா முணுமுணுத்த கதைகளான புனைவுகளால் நகரம் செழித்து வளர்ந்தது; புதிய நாளின் ஆரவாரச் சந்தம் அக்கதை களின் புனைவுத்தன்மையை அமிழ்த்திக் காணாமலாக்கி விட்டது; பிரஜைகளைச் சுற்றி வளர்ந்த சுவர்கள் அவற்றின் வெல்ல முடியாத இறுதி உயரத்தை அடைந்துவிட்டன; காவல் மாடத்தின் வளைவின் மேலே நகரத்தின் பெயர் கல்லில் செதுக்கப்பட்டுக் காணப்பட்டது; பழங்காலத்திலிருந்து, பக்கத்திலிருந்த கிஷ்கிந்தை யில் வானரக் கடவுள் அனுமன் வாழ்ந்த புராண காலத்துக்குப் பிறகான நூற்றாண்டுகளைக் கடந்து வந்துசேர்ந்த பெயர் அது என்பது நகரவாசிகளுக்கு உறுதியாகத் தெரிந்திருந்தது:

பிஸ்நகா.

ஒன்பது நாள் கொண்டாட்டம் குறித்த செய்தி நகரெங்கும் வேகமாகப் பரவியது. கோயில்களில் வழிபாடும் தெருக்களில் நடனமும் நடைபெறவிருந்தன. தான் குதிரைகளை விற்ற லாயத் தலைமைப் பராமரிப்பாளரின் குடும்பத்து வைக்கோல் பரணில் தங்குமிடம் கிடைத்திருந்த டொமிங்கோ நூனிஸ் விருந்து குறித்துக் கேள்விப்பட்டான்; பொறாமை பிடித்த அரசனின், அவன் சகோதரனின் பழிவாங்குதலிலிருந்து அது தன்னைப் பாதுகாக்கும் என்று அவனுக்குத் தோன்றியது.

அரண்மனை வாயிலுக்குப் போய்ச் சந்திப்புக்கு நேரம் கேட்பதற்குத் தயாராகிக்கொண்டிருந்தபோது தலைமைப் பராமரிப்பாளரின் மனைவி அவனைக் கூப்பிட்டு யாரோ அவனைப் பார்க்க வந்திருப்பதாகச் சொன்னாள். மர ஏணியில் சிரமப்பட்டுக் கீழே இறங்கிய அவன் பம்பா கம்பானாவைப் பார்த்தான்; மொத்த நகரத்துக்கும் நம்புவதற்குக் கனவுகள் கொடுத்த அவள் தற்போது தன்னுடைய சொந்தக் கனவை நம்ப முடியுமா என்று பார்க்க விரும்பினாள். டொமிங்கோ நூனிஸைப் பார்த்ததும் மகிழ்ச்சியில் கைதட்டினாள்.

'நல்லது,' என்றாள்

அவர்கள் கண்கள் சந்தித்துக்கொண்ட கணமே பேச முடியாதவை வார்த்தைகளின்றியே சொல்லப்பட்டுவிட்டன; சரியாக இருக்கும் என்று தான் நம்புவதை உடனே சொல்லிவிட வேண்டுமென்பதை டொமிங்கோ புரிந்துகொண்டான். லேசாக வியர்த்தபடி, 'கேதேய்[1] நாட்டில் நான் பயணம் செய்தபோது அந்த நாட்டின் ரசவாதிகள் சாத்தானின் வடிநீர்மம் என்று அழைத்த ஒன்றின் ரகசியத்தை நான் கற்றுக்கொண்டேன்,' என்றான்.

'இன்று என்னிடம் நீ சொன்ன முதல் வார்த்தைகள் சாத்தானைப் பற்றியவை; நேசத்தைச் சொல்வதற்குப் பொருத்தமான வார்த்தைகள் அல்ல அவை.'

'உண்மையில் அதற்கும் சாத்தானுக்கும் எந்தத் தொடர்பும் இல்லை. ரசவாதிகள் அதைத் தற்செயலாகக் கண்டுபிடித்த போது பீதியடைந்துவிட்டார்கள். அவர்கள் தங்கத்தை உருவாக்க முயன்றார்கள்; அதில் வெற்றி கிடைக்கவில்லை; கடைசியில் தங்கத்தைவிட அதிக சக்திமிக்க ஒன்றை உருவாக்கினார்கள். வெறும் வெடியுப்பு, கந்தகம், மரக்கரி ஆகியவற்றைப் பொடித்துக் கலக்கப்பட்டதுதான் அது. ஒரு தீப்பொறியைச் சேர்க்க

---

1. சீனாவின் வரலாற்றுப் பெயர். ஐரோப்பாவில் புழக்கத்தில் இருந்தது.

சல்மான் ருஷ்டி

வேண்டியதுதான், டமால்! பார்த்தால்தான் அதன் அருமை தெரியும்.'

'இவ்வளவு பயணங்கள் செய்தும் ஒரு பெண்ணிடம் எப்படிப் பேச வேண்டும் என்பதை நீ கற்றுக்கொள்ளவில்லை.'

'நான் சொல்லவருவது, முதல் விஷயமாக நகரத்தின் கொண்டாட்டத்தை இன்னும் உற்சாகமூட்டுவதாக மாற்றலாம். "வாணவெடிகள்" என்று அழைக்கப்படுவதை நாம் தயாரிக்கலாம். தீயால் சுழலும் சக்கரங்கள், வானத்தில் பாயும் ராக்கெட்டுகள்.'

'தீயால் சுழலும் சக்கரத்தைப் போல உன் இதயம் சுழல்கிறது என்றும் கடவுள்களை நோக்கிப் பாயும் ராக்கெட் போன்றது உன் காதல் என்றும் எனக்குச் சொல்லவருகிறாயா.'

முன்பைவிடக் கூடுதலாக வியர்த்தபடி, 'இரண்டாவது விஷயம், இந்தப் பொருளை ஆயுதங்களில் பயன்படுத்தலாம் என்பதை கேதேயில் அவர்கள் அறிந்தார்கள். சாத்தானின் பெயரால் அதை அழைப்பதை நிறுத்தினார்கள்; புதுப் பொருட்களுக்குப் புதுப் பெயர்களைச் சூட்டினார்கள். ஒரு வீட்டைத் தகர்க்கவோ கோட்டையின் சுவர்களை இடித்துத் தள்ளவோ செய்யும் சக்தி கொண்ட பொருளுக்கு "வெடிகுண்டு" என்ற பெயரை உருவாக்கினார்கள். அந்த வடிநீர்மத்தை "வெடிமருந்து" என்று அழைக்கத் தொடங்கினார்கள். "வெடிக்கச் செய்து குண்டைச் செலுத்தும் கருவி" என்ற பதத்தை அவர்கள் உருவாக்கிய பிறகு அது வந்தது.'

'அதன் அர்த்தம் என்ன?' என்று கேட்டாள் பம்பா கம்பானா.

'உலகத்தை மாற்றப்போகும் ஒரு ஆயுதம் அது. நீங்கள் விரும்பினால் அதை உங்களுக்குச் செய்துதருவேன்,' என்றான் டொமிங்கோ.

'போர்ச்சுக்கலில் காதலை வித்தியாசமாகச் செய்கிறார்கள். அதை இப்போது பார்க்கிறேன்,' என்றாள் பம்பா கம்பானா.

அன்று இரவு மொத்த நகரமும் இசையாலும் கும்பல்களாலும் நிறைந்திருக்க டொமிங்கோ நூனிஸ் காத்திருந்த ஒரு சிறிய சதுக்கத்துக்கு பம்பா கம்பானா ஹுக்கனையும் புக்கனையும் அழைத்து வந்தாள்; வாய்ப் பகுதிகளில் நீட்டிக்கொண்டிருந்த குச்சிகளைக் கொண்ட போத்தல்கள் அவர்களைச் சுற்றி வைக்கப்பட்டிருந்தன. தன் போர்ச்சுக்கீசியப் போட்டியாளனைப் பார்த்து ஹுக்கன் மிகவும் கோபமடைந்தான்; அரியணை ஏற வரிசையில் அடுத்ததாக நின்று அதனால் பம்பா கம்பானாவின்

கையைப் பிடிக்கும் வாய்ப்பு கிட்டும் என்று நம்பியிருந்த புக்கனும் எரிச்சலடைந்தான்.

'இந்த ஆளுக்கு முன்னால் எங்களை ஏன் கூட்டிவந்தாய்?' என்று ஹுக்கன் கேட்டான்.

'கவனித்துப் பாருங்கள். பார்த்துக் கற்றுக்கொள்ளுங்கள்.'

டொமிங்கோ தன் வாணவெடிகளை ஆகாயத்துக்கு அனுப்பினான். அவை பறப்பதை வாய் திறந்து பார்த்த சங்கம சகோதரர்கள் எதிர்காலம் பிறந்துகொண்டிருக்கிறது என்பதையும் அதன் பேறுகாலச் செவிலியாக டொமிங்கோ நூனிஸ் இருப்பான் என்பதையும் புரிந்துகொண்டார்கள்.

'எங்களுக்குக் கற்றுக்கொடு,' என்றான் முதலாம் ஹுக்கராயர்.

4

முன்னதாக ஹுக்கன், புக்கனின் மூன்று மானக்கேடான சகோதரர்கள் பிரதான வாயில் வழியாகக் குதிரைகளை இணையாகச் செலுத்திப் பிரபுக்களைப் போலத் தோன்ற முயன்றபடி வழிப்பறிக் கொள்ளையர்களாக வந்துசேர்ந்தார்கள். அடர்ந்த, ஒழுங்காக வாரப்படாத முடியோடும் மனம் போன போக்கில் வளர்ந்திருந்த தாடியோடும் முனைகளில் மேல்நோக்கி வளைந்த மீசையோடும் இருந்த அவர்கள் அதிகமும் கொடூரக் குற்றவாளிகளாகத் தென்படவும் மணக்கவும் செய்தார்களே அன்றி இளவரசர்களாக அல்ல; ஆனாலும் அவர்கள் காட்டிய பல பாவனைகளால் மக்கள் அவர்களைப் பார்த்துப் பயந்தார்கள், மதிக்கவில்லை. வார்ப்பிரும்பில் செய்யப்பட்ட கேடயங்களை வார் மூலம் முதுகில் பொருத்தியிருந்தார்கள். பக்கனின் கேடயத்தில் உறுமும் புலி ஒன்றின் உருவப்படம் இருந்தது, சுக்கனின் கேடயத்தைப் பட்டுப்பூச்சிகளும் விட்டில்களும் அலங்கரித்தன, தேவின் கேடயம் மலர்களால் தொடுக்கப்பட்ட வடிவமைப்பைப் பெருமிதத்துடன் காட்டிக்கொண்டிருந்தது. வாள்களும் குத்துவாள்களும் அவர்களுடைய இடுப்புப் பட்டியிலிருந்தும் கேடயங்களுக்குக் கீழே அணிந்திருந்த அழுக்கடைந்த உறைகளுக்குள்ளிருந்தும் தொங்கிக்கொண்டிருந்தன; எளிதாக எடுக்கும்படி வாள்களின் கைப்பிடிகள் துருத்திக் கொண்டிருந்தன. சுருக்கமாகச் சொன்னால், அரண்மனை வாயிலை அவர்கள் அடைந்தபோது அச்சுறுத்தும் ஒரு காட்சியை எந்த அளவு கற்பனை செய்ய முடியுமோ அந்த அளவுக்குக் கொடூரமாகத் தோன்றினார்கள்; அவர்கள் முன்னோக்கி வந்தபோது பிரஜைகள் சிதறி ஓடினார்கள்.

வியக்கத்தக்க வகையில் புதிதாகப் பிறந்த ஒரு நகரத்தின்மீது ஹுக்கனும் புக்கனும் தங்கள்

ஆட்சியை நிறுவிய செய்தி விரைவாகப் பரவியது; கூடவே பகோடாக்கள் என்ற தங்க நாணயங்களாலும் வெவ்வேறு எடைகள் கொண்ட *வராகன்*களாலும் ராஜ்யத்தின் கருவூலம் நிரம்பி வழிகிறது என்ற வதந்தியும் பரவியது. எளிதாகச் செல்வத்தை அடைய வழி இருக்கும்போது தாங்கள் வரலாற்றிலிருந்து துண்டிக்கப்படக் கூடாது என்று பக்கன், சுக்கன், தேவ் ஆகியோரும் தீர்மானித்தார்கள். உள்ளே போகத் தங்களை அனுமதிக்கும்படி அரண்மனை வாயிலில் குதிரைகள் மேல் அமர்ந்தபடியே அதிகாரத்துடன் கேட்டார்கள்.

'எங்கள் கயவாளி அண்ணன்கள் எங்கே? இந்தப் பணத்தையும் சொத்தையும் தாங்களே வைத்துக்கொள்ளலாம் என்று நினைத்தார்களா?' என்று சுக்கன் உறுமினான்.

ஆனால் தங்கள் அனுபவத்தில் அவர்கள் அதுவரை பார்க்காத ஒரு காட்சி, சண்டையிடத் தயாராக இருந்த அவர்களுடைய எண்ணத்தைக் நிர்மூலமாக்கி அவர்கள் தலையைச் சொறிந்துகொள்ளும்படிச் செய்துவிட்டது. தங்க மார்புக் கவசங்களும் முழு உடல் கவசங்களும் முன்கை பாதுகாப்புத் தகடுகளும் அணிந்து இடுப்பில் தொங்கும் தங்க உறைகளில் இருந்த வாள்களோடு, நீண்ட முடி உச்சந்தலையில் அழகான ஜடைகளாகப் பின்னப்பட்டிருக்க ஈட்டிகளை ஏந்திய அரண்மனைப் பாதுகாவலர்களின் காலாட்படை அவர்கள் முன்னால் நின்றது. கைகளில் தங்கக் கவசங்களை ஏந்தியிருந்த அவர்களின் முகபாவம் கடுமையாக இருந்தது. அவர்கள் பெண்கள். எல்லாருமே. கடமையில் முனைப்பாக இருந்த, உயரமான, தசை முறுக்குடைய பெண் படைவீரர்கள். அவர்கள் மூவரும் இதுவரை அப்படி ஒன்றை ஒருபோதும் பார்த்ததில்லை.

'அந்த முட்டாள்கள் இப்போது இதைத்தான் செய்து கொண்டிருக்கிறார்களா? பெண்கள் செய்யக் கூடாத வேலையைச் செய்யச் சொல்லிப் பெண்களை அனுப்பியிருக்கிறார்களா?' என்று சுக்கன் கேட்டான்.

'இது ஒன்றும் புதிதில்லை,' என்றாள் அப்படையின் தலைவி. முரட்டுத்தனமான முகமும் பெரிய கண்ணிமைகளும் அசாதாரண உடலமைப்பும் கொண்டவளாக இருந்தாள். அவள் பெயர் உலூப்பி; நாகராஜாவின் மகளுடைய பெயர் அவளுக்குச் சூட்டப்பட்டிருந்தது. 'இந்த நகரத்தில் மன்னரின் அரண்மனையைப் பல தலைமுறைகளாகப் பெண்களே காத்துவந்துள்ளார்கள்.'

'இது சுவாரசியமாக இருக்கிறதே. போன முறை இந்தப் பக்கத்தை நாங்கள் கடந்தபோது இந்த நகரம் இல்லை என்பது எனக்கு நன்றாகத் தெரியும்,' என்றான் பக்கன்.

‘நீ குருடாக இருந்திருப்பாய்,’ என்றாள் படைத் தலைவி உலூரப்பி. ‘இந்தப் பேரரசின் வலிமையையும் அதன் தலைநகரத்தின் அதிசிறப்பையும் சொல்லத் தேவையில்லாமலேயே எல்லோருக்கும் பல காலமாகத் தெரியும்.’

‘அப்படியானால், இந்த மாயத்தோற்றத்தின் பரவசத்தில் ஹுக்கனும் புக்கனும் சுகம் காண்கிறார்கள், அப்படித்தானே,’ என்றான் தேவ். ‘மயக்கும் இந்த ஏமாற்று எதுவாக வேண்டுமானாலும் இருக்கட்டும், அதோடு இணைந்திருப்பதில் அவர்களுக்குச் சந்தோஷம்தானா? உன்னோடு இருப்பதிலுமா?’

‘அரண்மனைப் பாதுகாப்பில் சிறந்த பயிற்சி பெற்ற, கைதேர்ந்த அதிகாரிகளுக்கு மன்னரும் பட்டத்து இளவரசரும் ஆதரவாக இருக்கிறார்கள்,’ என்றாள் படைத் தலைவி. ‘நாங்கள் சொல்வதை நீ எதிர்த்தால் நாங்கள் பெண்களைப் போல நடந்துகொள்ள மாட்டோம் என்பதை நீயே பார்ப்பாய்.’

நெடுஞ்சாலைக் கொள்ளையர்களாகவும் கால்நடைத் திருடர்களாகவும் அந்த மூன்று இளைய சகோதரர்கள் நேர்மையற்ற முறையில் சில காலம் வாழ்ந்தவர்கள் என்பதும் அண்மையில் கோவா துறைமுகத்தில் அகில உலகக் குதிரை வியாபாரம் தொடங்கப்பட்ட பிறகு குதிரை திருடுவதையும் தங்களுடைய தொழில் தொகுப்பில் சேர்த்துக்கொண்டார்கள் என்பதும் தெரியவந்தது. உள்ளூர் இளவரசர்களுக்கு விற்பதற்காகப் போர்ச்சுக்கீசிய தொழில் முனைவோர் அராபியப் பொலி குதிரைகளைக் கடல் வழியாக இறக்குமதிசெய்யத் தொடங்கியிருந்தார்கள். அம்மாதிரியான கப்பல்களை எதிர்பாராதவிதமாகத் தாக்கிக் கொள்ளையடித்து அழகான அந்த விலங்குகளைக் கள்ளச் சந்தையில் மறுவியாபாரம் செய்வது லாபகரமானது என்று சகோதரர்கள் கண்டுபிடித்தார்கள்; ஆனாலும் அது அபாயகரமானதாக மாறிக்கொண்டிருந்தது; காரணம், இரக்கமற்ற தமிழ் திருடர் கும்பல்களான மறவர்களும் கள்ளர்களும் அந்தப் பகுதிக்குள் நுழைந்திருந்தார்கள்; கொலையும் செய்யக்கூடியவர்கள் என்று தாங்கள் பெற்றிருந்த புகழையும் கொண்டுவந்தார்கள்; உயிருக்குப் பயந்ததாலும் அவர்களைவிட வீரம் குறைந்தவர்களாக இருந்ததாலும் சங்கம சகோதரர்கள் உயிராபத்துக் குறைவாக உள்ள வேறு எதையாவது செய்யத் தேடினார்கள். அவர்களுடைய சகோதரர்களின் வளமான புதிய நகரம் அவர்கள் தேடிய அதே வகை வாய்ப்போடு மின்னியது.

‘எங்கள் அண்ணன்களிடம் எங்களை உடனே அழைத்துச் செல்,’ என்று சுக்கன் உச்ச அதிகாரத் தொனியில் சொன்னான்.

‘திருடர்களுக்கும் மன்னர்களுக்கும் ஏன் வித்தியாசம் இல்லை என்பதை அவர்களுக்கு நாங்கள் விளக்கிச் சொல்ல வேண்டும்.’

தர்பாரில் முதலாம் ஹுக்கராயரும் பட்டத்து இளவரசனான புக்கனும் தங்களுடைய பெரிய மிருதுவான மெத்தை இருக்கைகளில் உட்காரப் பழகிக்கொண்டிருந்தார்கள்; மணிக்கற்கள் பதிக்கப்பட்ட அவற்றில் பூ வேலைப்பாடுகள் செய்யப்பட்ட பட்டுத்துணியால் போர்த்தப்பட்டிருந்த திண்டுகள் இல்லையென்றால் உட்காருவது சிரமமாக இருந்திருக்கும். இருக்கையில் நிமிர்ந்து நேராக உட்கார்ந்தால் தன் பாதங்கள் தரையைத் தொடுவதில்லை என்பதையும் அப்போது ஒரு குழந்தையைப் போலத் தான் தோன்றுவதையும் ஹுக்கன் விரைவில் கண்டுகொண்டான். எனவே, சரிந்த நிலையில் உட்காருவது சரியாக இருக்கும்; அப்படியே நிமிர்ந்து உட்கார வேண்டிய அவசியம் நேரிட்டால் கால்மணைகள் தேவைப்படும். பட்டத்து இளவரசனின் இளவரசத்தன்மையையும் அரசனின் அரசத்தன்மையையும் உறுதிசெய்ய இவற்றையெல்லாம் திட்டமிட வேண்டியிருந்தது. சுக்கன், பக்கன், தேவ் மூவரும் ராஜப் பிரமுகரைக் காண ராஜ முன்னிலையை அடைந்தபோது அவர்களுடைய சகோதரன் வெவ்வேறு உயரங்களில் இருந்த கால்மணைகளைச் சோதித்துக்கொண்டிருந்தான். புக்கனின் இருக்கை இன்னும் கொஞ்சம் தாழ இருந்தது. அரசனுக்குரிய தோரணையில் எப்படி சரிந்து உட்கார்வது என்பதை அவனும் கற்றுக்கொண்டிருந்தான்; நிமிர்ந்து நேராக உட்கார்ந்தால் அவன் பாதங்கள் தரையைத் தொட்டன; எனவே, கால்கள் தொங்கிய நிலையில் இருக்கும் பிரச்சினை அவனுக்கு இல்லை.

‘ஆக, அரசனாக இருப்பதென்பது இதுதானா?’ என்று சுக்கன் குத்தலாகக் கேட்டான். ‘நாற்காலி, கால்மணையைச் சரியான அளவில் வைத்திருப்பதுதான் விஷயமா?’

‘நம்முடைய சகோதரர்கள் குறித்து நாம் ஏமாற்றமடைந்தோம்.’ முதலாம் ஹுக்கராயர் முதன்முதலாக அரசப் பேச்சுக்குரிய பன்மையைப் பயன்படுத்தினான்; மொத்த தர்பாரும் ஒரு நபர் என்பதைப் போல அதைப் பார்த்துப் பொதுவாகப் பேசினான். ‘வரலாறு நமக்கு வழங்கியுள்ள பாத்திரத்துக்கு ஏற்ப வாழ நம்முடைய சகோதரர்களால் இயலவில்லை. அவர்கள் சாத்தான்கள், வெற்றுப் பிரபுக்கள், ரத்தத்தின் மாய உருவங்கள். ஊசிப்போன ரொட்டிகள், அழுகும் பழங்கள். கிரகண நிலாக்கள்.’

புக்கனும் வெற்று வெளியைப் பார்த்து, ‘அவர்கள் எங்களுடைய சகோதரர்கள் என்பதால் தேர்ந்தெடுக்க

எங்களுக்கிருக்கும் வாய்ப்புகள் சிக்கலில்லாதவை, ஆனால் வரம்புக்கு உட்பட்டவை. துரோகிகளாக ஆகும் சாத்தியம் உள்ளவர்கள் என்பதாலும் எதிர்காலத்தில் குறுக்குவழியில் எங்கள் ஆட்சியைப் பறிப்பவர்களாக மாறக்கூடும் என்பதாலும் அவர்களுக்கு உடனடியாக மரண தண்டனை வழங்க வேண்டும், அல்லது அவர்களுக்கு ஒரு வேலை தர வேண்டும்.'

'இவ்வளவு முன்காலை நேரத்தில் குடும்ப ரத்தத்தைச் சிந்தக் கூடாது,' என்றான் முதலாம் ஹுக்கராயர். 'அவர்களுக்கு வேறென்ன செய்ய முடியும் என்று பார்ப்போம்.'

'தொலைதூரத்தில் அவர்களுக்கு ஒரு வேலை கொடுக்கலாம்,' என்று புக்கன் ஆலோசனை சொன்னான்.

'மிகத் தொலைவில்,' என்று முதலாம் ஹுக்கராயர் அதற்கு ஒப்புக்கொண்டான்.

'நெல்லூர்,' என்று குறிப்பிட்டான் புக்கன். அது கிழக்குக் கடற்கரையில் தோராயமாக முன்னூறு மைல் தொலைவில் இருந்தது. 'அதை ஜெயித்து நம் வசமாக்க வேண்டும். அங்கே அனுப்பிவிட்டால் மூன்று பேரும் நமக்கு அவ்வளவாகத் தொல்லை தர மாட்டார்கள்.'

ஹுக்கனுக்கு இன்னும் பெரிய திட்டம் இருந்தது. 'முதலில் கிழக்கில் நெல்லூர், அப்புறம் தெற்கில் முல்பாகல், மேற்கில் சந்திரகுத்தி. சுக்கா, நீ நெல்லூரைக் கைப்பற்றியவுடன் அங்கேயே தங்கிப் பொறுப்பெடுத்துக்கொள்ளலாம். பக்கா, முல்பாகல் தோற்றவுடன் நீ அதை வைத்துக்கொள்ளலாம். தேவ், நீ தனியாகவே போய் சந்திரகுத்தியைக் கைப்பற்றி, அங்கேயே தங்கிக்கொள்ளலாம். இந்த வகையில் உங்கள் ஒவ்வொருவருக்கும் ஒரு அரியணை கிடைக்கும். பிறகு நீங்கள் மிக மகிழ்ச்சியாக இருப்பீர்கள் என்று நம்புகிறேன். இதற்கிடையில் புக்கனும் நானும் இவற்றுக்கு நடுவே இருக்கும் எல்லா ஊர்களையும் வெல்வோம்.'

நம்பத் தகுதியற்ற அந்த மூன்று சகோதரர்களும் பாதங்களை மாற்றி வைத்துக் கோபத்தில் முகத்தைச் சுளித்தார்கள். இது ஒரு நல்ல ஒப்பந்தமா? இல்லை, ஆசைகாட்டி மோசம் செய்வதா? அவர்களுக்கு உறுதியாகத் தெரியவில்லை. 'தங்க நாணயங் களால் நிரம்பி வழியும் கஜானா உங்களுக்குக் கிடைக்கிறது. இது சரியாகப் படவில்லை,' என்று சுக்கன் ஆட்சேபித்தான்.

'தெளிவாகச் சொல்கிறேன்,' என்று தொடங்கினான் முதலாம் ஹுக்கராயர். 'உங்கள் ஒவ்வொருவருக்கும் வலிமையான ஒரு ராணுவத்தைத் தருவேன். யாராலும் வெல்ல முடியாத படை. ஒரே நிபந்தனைதான்: படைவீரர்களைக் கையாளும்

பொறுப்பு என்னுடைய தளபதிகளிடம்தான் இருக்கும். பேரரசின் கொடிக்குக் கீழ் உங்கள் குதிரைகள் மேல் பதற்றமில்லாமல் நீங்கள் உட்கார்ந்திருக்கலாம்; என்னுடைய தளபதிகள் உங்களை அரியணையில் உட்காரவைப்பார்கள். போரின்போது அவர்கள் சொல்வதை நீங்கள் செய்தால் போதும். அதற்கப்புறம் உங்கள் ஒவ்வொருவருக்கும் ஆட்சிசெய்ய ஒரு மாகாணம் கிடைக்கும்; குதிரைகளைத் திருடுவதற்கும் கள்ளர், மறவர் கும்பல்களால் கொல்லப்படுவோமோ என்று பயப்படுவதற்கும் பதிலாக இதைத் தேர்வு செய்யலாம். சுக்கா, பூரி ஜகன்னாதர் கோயிலில் வழிபடும் சிறப்புச் சலுகை உனக்குக் கிடைக்கும். பக்கா, மாவீரனான அர்ஜுனனின் கோயில் உன்னுடையதாக ஆகும். தேவ், உன்னுடைய கோயில் ஒரு குகையில் இருக்கிறது; அதை ஈடுகட்டும் விதமாக மூன்று கோட்டைகளிலும் மிகச் சிறந்ததாக மலை உச்சியில் உள்ள ஒரு கோட்டை உனக்குக் கிடைக்கும்; அதிலிருந்து எல்லாப் பக்கங்களிலும் இருக்கும் அழகான இடங்களைப் பார்க்கலாம். இவையன்றி, பேரரசின் பாதுகாப்புப் படையின் பெண் படைவீரர்களிலிருந்து தேர்ந்தெடுக்கப்பட்ட ஒரு பிரிவை உங்கள் ஒவ்வொருவரின் தனிப்பட்ட பாதுகாப்புக்காக நான் ஒதுக்குவேன். அவர்கள் உங்கள் பாதுகாப்புக்கு உத்திரவாதமாக இருப்பார்கள். ஆனால் பேரரசுக்கு எதிராக – எமக்கு எதிராக – நீங்கள் கிளர்ச்சி எதிலும் ஈடுபட முயன்றால் அதே இடத்திலேயே உங்களைக் கொன்றுவிட அவர்களுக்கு ஆணை வழங்கியிருக்கிறோம்.'

'நீ முன்வைக்கும் திட்டம் மோசமானதாகத் தெரிகிறது. அதன்படி நாங்கள் உன்னுடைய கைப்பாவைகளாகத்தான் இருப்போம். நீ சொல்வது அப்படித்தான் இருக்கிறது. உன்னுடைய திட்டத்தை மறுத்துவிட்டு என்ன நடக்கிறது என்று பார்த்துவிடுவது சரியாக இருக்கலாம் என்று தோன்றுகிறது,' என்றான் பக்கன்.

'இதை மறுக்க உங்களுக்கு உரிமை இருக்கிறது,' என்றான் முதலாம் ஹுக்கராயர். குரல், கனிவில்லாததாகத் தொனிக்கவில்லை. 'ஆனால் இந்த அறையை விட்டு உயிருடன் போக மாட்டீர்கள். ஏன் என்று உங்களுக்குப் புரியும். தனிப்பட்ட காரணம் எதுவுமில்லை. குடும்ப விவகாரம் மட்டுமே.'

'சொன்னதை ஏற்றுக்கொள்ளுங்கள் அல்லது விட்டுவிடுங்கள்.' புக்கன் தன் சகோதரர்களிடம் சொன்னான்.

'நான் ஏற்றுக்கொள்கிறேன்,' என்று தேவ் உடனடியாகச் சொன்னான். மற்ற இருவரும் நிதானமாக, சிந்தனை வயப்பட்டுச் சரியென்று தலைகளை அசைத்தார்கள்.

'அப்படியானால் கிளம்பிப் போங்கள்,' என்றான் முதலாம் ஹுக்கராயர். 'பேரரசு ஒன்றை வெல்ல வேண்டும், வரலாற்றை உருவாக்க வேண்டும்.'

பாதுகாப்புப் பிரிவின் தலைவியான உலூப்பி, பெயருக்கேற்றவாறு, சர்ப்பத்தைப் போல சுக்கன், பக்கன், தேவ் ஆகியோரைப் பார்த்து 'உஸ்' என்று ஒலியெழுப்பினாள். அரசனோடு நிகழ்ந்த சந்திப்பு முடிவுக்கு வந்தது. அவள் பேசியதற்கு முன்பும் பின்பும் அவளுடைய நாக்கு அவள் பற்களுக்கிடையே மினுங்கித் துடித்தது.

'இன்னும் ஒரு விஷயம்.' போன அவர்களை முதலாம் ஹுக்கராயர் கூப்பிட்டான். 'மீண்டும் நாம் எப்போது சந்தித்துக் கொள்வோம் என்பது எனக்குத் தெரியாது. சந்தித்துக் கொள்வோமா என்பதும் தெரியாது. அதனால் நீங்கள் தெரிந்து கொள்ள வேண்டிய ஒரு விஷயம் உண்டு.'

வெளியே போய்க்கொண்டிருந்தவர்களிலேயே அதிக அளவில் அதிருப்திக்கு ஆளாகியிருந்த சுக்கன், 'என்ன அது?' என்று உறுமினான்.

'நாங்கள் உங்களை நேசிக்கிறோம். நீங்கள் எங்களுடைய சகோதரர்கள். நீங்கள் இறக்கும்வரை உங்களை நேசிப்போம்,' என்றான் ஹுக்கன்.

புறப்பட இருந்த மூன்று சகோதரர்களாலும் அங்கிருந்து உடனடியாகக் கிளம்ப முடியவில்லை. ராணுவம் இடம்பெயர நேரம்பிடித்தது. ராணுவ உயர்பதவியினர் சேரும் இடம்வரை சௌகரியமாகப் பயணம்செய்ய ஏதுவாகப் பல்லக்குகளை உரிய திண்டுகளோடும் பளபளப்பாகவும் தயாரிக்க வேண்டியிருந்தது; இதே உயர்பதவியினர் போருக்குப் போகும்போது சாய்ந்து உட்காரத் தலையணைகளும் திண்டுகளும் இடப்பட்ட, விதானம் உள்ள அம்பாரிகளைப் போர் யானைகளின் மீது பொருத்த வேண்டியிருந்தது; பாரம் சுமக்கும் யானைகள், போர் யானைகள் என்று ஆயிரக்கணக்கான யானைகளுக்குத் தேவையான தீனியையும் படையணிக்குத் தேவையான பொருட்களையும், உதாரணமாக எதிரிகளின் கோட்டைச் சுவர்கள்மீது பெரிய கற்களை வீசி எறியும் முற்றுகை இயந்திரங்களின் பாகங்களையும், அவற்றின்மீது ஏற்ற வேண்டியிருந்தது. நீண்ட இருக்கைகள், கால்மணைகள், பாசறை மெத்தைகளுக்கான வைக்கோல் இழை, கழிவறைகள் ஆகியவற்றோடு மடக்கப்பட்ட கூடாரங்களையும் மாட்டுவண்டிகளின் மேல்

ஏற்ற வேண்டியிருந்தது; முழு போர்த்தளவாடப் பிரிவையே அனுப்பியாக வேண்டும்; ஆயுதங்களை உரிய முறையில் பராமரிக்கவும் வாள்களைக் கூர்தீட்டவும் அம்புகளின் எடையில் சமநிலை உண்டாக்கவும் வில்நாண்களை விறைப்பாக வைக்கவும் குறுவாள்களைப் போல ஈட்டிமுனைகளும் கூராக இருக்க அவற்றை அன்றாடம் சோதிக்கவும் போரில் ஈடுபடும் நாட்களில் கேடயங்களைப் பழுதுபார்க்கவும் அப்பிரிவு தேவைப்பட்டது; ஒரு பெரிய சமையலறை நகரத்தையே இடம்பெயர்க்க வேண்டும்; அடுப்புகள், சமையல்காரர்கள், வண்டி வண்டியாகக் காய்கறிகள், அரிசி, பீன்ஸ் ஆகியவற்றோடு கூண்டிலடைக்கப் பட்ட கோழிகளும் கயிற்றால் கட்டப்பட்ட ஆடுகளும்; காரணம், புலால் உண்ணக் கூடாது என அவர்களுடைய மதம் அதிகாரப்பூர்வமாகக் கட்டளையிட்டிருந்தாலும் கோழியும் ஆடும் சாப்பிடுபவர்கள் படைவீரர்களிடையே அதிக எண்ணிக்கையில் இருந்தார்கள்; அடுப்பெரிக்க விறகு, சூப்புகளும் காய்கறிகள் வேகவைக்கப்பட்ட சாறுகளும் தயாரிக்கக் கொப்பரைகள்; விரக்தியுற்ற படைவீரர்களின் இரவுத் தேவைகளைப் பூர்த்தி செய்யும் பரத்தையர் உள்ளிட்ட பணியாளர்கள் போன்றவர்களை யும் வரிசையில் இணைக்க வேண்டும். மருத்துவ உபகரணங்கள், அறுவைச் சிகிச்சை செய்யும் மருத்துவர்கள், செவிலியர், கைகால்களைத் துண்டிக்கப் பயன்படும் அச்சுறுத்தும் ரம்பங்கள், குருடாக்கப்பட்ட கண்களுக்கு இடப்படும் வலி நிவாரணிகளை வைப்பதற்கான பெட்டிகள், உறைந்த ரத்தக்கட்டியை உறிஞ்சி ரத்த ஓட்டத்தைச் சீராக்கும் அட்டைகள், மருத்துவ மூலிகைகள் ஆகியவை சேனையின் இறுதியில் சேர்க்கப்படும். போருக்குப் போகும் எந்தச் சிப்பாயும் அப்படியான பொருட்களைப் பார்க்க விரும்பவில்லை. தாங்கள் இறக்க மாட்டோம் என்று உணர்வது அவர்களுக்குத் தேவையாக இருந்தது; முடமாக்கும் காயங்கள், வேதனை தரும் வெட்டுக்காயங்கள், இறப்பு போன்றவை மற்றவர்களுக்கு ஏற்படுபவை என்று நம்ப முயன்றார்கள். எந்தச் சேதமும் இல்லாமல் போரிலிருந்து வெளியேறுவோம் என்று நம்புவது ஒவ்வொரு காலாட்படை படைவீரனுக்கும் குதிரைப்படை வீரனுக்கும் முக்கியமானதாக இருந்தது.

இது ஒன்றும் சாதாரணப் படையல்ல படிப்படியாகப் பிறப்பெடுத்துக்கொண்டிருந்த போர்ப்படை இது. அந்தப் புது நகரத்திலிருந்த மற்ற எல்லோரையும் போலவே இதன் படைவீரர்களும் காதுகளில் முணுமுணுப்புகள் ஒலிக்க ஒவ்வொரு நாளும் விழித்தெழுந்தார்கள்; படைவீரர்கள் ஒவ்வொருவரும் – முதன்முதலாக, ஆனால் அந்தத் தகவல் எப்போதுமே அங்கே இருந்ததைப் போல – அவனவன் வாழ்க்கைக் கதையைக் கேட்டார்கள். (அல்லது அவளவள்

கதையை) எண்ணிக்கையில் குறைவு என்றாலும் பெண் படைவீரர்களும் அங்கே இருந்தார்கள். முணுமுணுக்கப்பட்ட நினைவுகள் அவர்களுக்கும் இருந்தன, தூக்கத்துக்கும் விழிப்புக்கும் இடையே இருந்த அந்த மர்மமான தருணத்தில் அவர்கள் தங்கள் குடும்பத்தின் புனையப்பட்ட தலைமுறை களின் கற்பனைக் கதையாடலைக் கேட்டார்கள்; அதன் வழியாக, எப்படி அந்தப் புதிய பேரரசின் படையில் சேர்வது என்று நீண்ட காலத்துக்கு முன்பே தீர்மானித்தார்கள் என்பதையும், எவ்வளவு தொலைவு பயணம் செய்தார்கள் என்பதையும், கடந்த நதிகள், வழியில் ஏற்பட்ட நட்புகள், வெற்றிகொள்ள வேண்டி யிருந்த எதிரிகள், தடைகள் ஆகியவற்றையும் கண்டறிந்தார்கள். தங்களுடைய பெயர்களையும் தங்கள் பெற்றோர், கிராமங்கள், இனக்குழுக்கள், மனைவிகள் – அவர்களின் மனைவிகள் கிராமங்களில் குழந்தைகளைப் பராமரித்துக்கொண்டு அவர்களுக்காகக் காத்திருந்தார்கள் – தங்களுக்குச் சூட்டிய செல்லப் பெயர்கள் ஆகியவற்றையும் அறிந்துகொண்டார்கள்; அவர்களுடைய ஆளுமைகள் தொடர்பான செய்திகளும் அவர்கள் காதுகளுக்குள் சொட்டின, வேடிக்கையானவர்களா, சிடுமூஞ்சி ஆட்களா, எப்படிப் பேசினார்கள் என்பவற்றையும் தெரிந்துகொண்டார்கள்; சிலர் சளசளவென்று பேசினார்கள், சிலர் சில வார்த்தைகளோடு நிறுத்திக்கொண்டார்கள்; சிலர் கெட்ட வார்த்தைகள் பேசினார்கள், படைவீரர்கள் அடிக்கடி அப்படிப் பேசுவது வழக்கம்தான், அப்படி அவர்கள் பேசியதை வேறு சிலர் விரும்பவில்லை; சிலர் தங்கள் உணர்ச்சிகளை வெளிப்படையாகக் காட்டினார்கள், சிலர் அவற்றை மறைத்துக் கொண்டார்கள். அவர்களின் தலைக்குள் இருந்த கதைகள் புனைவாக இருந்தாலும், இந்த வகையில் அவர்கள் நகரத்தின் சாதாரணப் பிரஜைகளைப் போல மனிதர்களாக ஆனார்கள். வரலாறுகளைப் போலவே புனைவுகளும் சக்திமிக்கவை; அவை புதிய மனிதர்களை அவர்களுக்கே தெரியச் செய்தன; தங்களுடைய இயல்புகளையும் சுற்றிலும் இருப்பவர்களின் இயல்புகளையும் அவர்கள் புரிந்துகொள்ள அனுமதிப்பதன் மூலம் அவர்களை நிஜ மனிதர்களாக ஆக்கின. முணுமுணுக்கப்பட்ட கதைகளின் முரண் இதுதான்: அவை புனைவுகளன்றி வேறில்லை. ஆனால் அவை உண்மையை உருவாக்கி, நிஜத்தில் இருக்கும் ஒரு உலகத்தில் ஆழமான வேர்களைக் கொண்ட நிஜ மனிதர்களின் வளமான பல்வகைமையோடு ஒரு நகரத்தையும் ஒரு ராணுவத்தையும் உயிரோட்டத்துக்குக் கொண்டுவந்துவிட்டது.

போர்க்களத்தில் காட்டும் துணிச்சலும் திறனும் படைவீரர்களிடம் பொதுவாக உள்ள அம்சங்கள் என்று முணுமுணுப்புகள் அவர்களிடம் சொல்லின. அவர்கள் பெரும்

வலிமைகொண்ட போர்வீரர்களின் சகோதர நிலையில் (சகோதரி நிலையிலும்) உள்ளவர்கள், ஒருபோதும் வெல்ல முடியாதவர்கள். ஒவ்வொரு நாள் விழித்தெழுந்தபோதும் அவர்களுடைய வெல்ல முடியாத தன்மை குறித்த இந்த அறிதல் வலுத்தது. கேள்வியே இல்லாமல் ஆணைகளைப் பின்பற்றி எதிரிகளை நிர்மூலமாக்கி வெற்றியை நோக்கி உறுதி குறையாமல் முன்னேற விரைவில் தயாராகிவிடுவார்கள்.

எதிர்வரும் நீண்ட பயணத்தின் தலைவர்களுக்கென்று, பெயருக்கு மட்டுமே அவர்கள் தலைவர்கள், ஒதுக்கப்பட்ட கம்பளம் விரிக்கப்பட்ட கூடாரம் ஒவ்வொரு நாளும் பெரிதாகவும் கவர்ச்சிமிக்கதாகவும் வளர்ந்துவந்த நகரத் தங்கச் சுவர்களின் நிழலில் நின்றது. பூத்தையலிட்ட திண்டுகள் சிதறியிருக்கும் வேலைப்பாடமைந்த பித்தளை லாந்தர்கள் ஒளியூட்டும் அந்த விசாலமான தங்குமிடத்தின் உள்ளே சுக்கன், பக்கன், தேவ் மூவரும் – அந்தப் பெரும் துணிகர முயற்சியின் உண்மையான படைத்தலைவர்கள் அவர்கள் அல்ல, பெயரளவில்தான் அப்படி – தங்களுடைய புதிய உலகத்தைப் புரிந்துகொள்ள முயன்றுகொண்டிருந்தார்கள். சக்திமிக்க ஏதோ ஒரு மாயமந்திரம் விரைவில் நிகழப்போகிறது என்பது மூன்று சகோதரர்களுக்கும் தெளிவாகத் தெரிந்தது; மனதில் அச்சம் ஆசையோடு போராடிக்கொண்டிருந்தது.

'நம்முடைய ஹுக்கனும் புக்கனும் ராஜ தோரணையோடு இருப்பதாகத் தோன்றினாலும், உயிரற்றதை உயிருள்ளதாக ஆக்கும் ஏதோ ஒரு மந்திரவாதியின் பிடியில் அவர்கள் இருப்பதாக எனக்கு ஒரு உணர்வு இருக்கிறது,' என்றான் சுக்கன். மூவரில் அவனே அதிக தன்னம்பிக்கையும் நினைத்ததை அடையும் முனைப்பும் கொண்டவன்; ஆனால் அந்தக் கணத்தில் கலக்கமும் உறுதியற்ற தன்மையும் அவன் குரலில் இருந்ததாகப்பட்டது.

அவனைவிட முரட்டுத்தனம் குறைந்தவனும் அதிகக் கவனத்துடன் திட்டமிடுபவனுமான பக்கன், சாத்தியமான வாய்ப்புகளை ஆராய்ந்தான். 'ஆக, பேய்களின் ராணுவத்தை வழிநடத்துவது நமக்குச் சரிப்படும் என்றால் நம்மால் அரசர்களாக ஆக முடியும்,' என்றான்.

கடைசிச் சகோதரனான தேவ், இருப்பதிலேயே குறைந்த பட்ச வீரமும் அதிகபட்சக் காதல் உணர்ச்சியும் கொண்டவன். 'பேய்களோ இல்லையோ, உச்சபட்சத் தரமுடைய பெண்களே நம்முடைய காவல் தெய்வங்கள். அவர்களை நம் மனைவிகளாக ஆகும்படி வசப்படுத்திவிட்டால் அவர்கள் மனித உயிர்களா அல்லது இரவில் வரும் பேய்களா என்பதுபற்றி எனக்குக்

கொஞ்சமும் கவலையில்லை. காதலில் ஆழ்வது என்றால் என்ன என்று இறக்கும் முன்பாகத் தெரிந்துகொள்ள விரும்புகிறேன்,' என்று சொன்னான்.

'இறப்பு வரும் முன் நெல்லூர்ப் பகுதியை ஆள நான் ஆசைப்படுகிறேன். அல்லது, குறைந்தபட்சம், தொடக்கமாக அதை என் கட்டுப்பாட்டில் வைத்திருக்க வேண்டும்,' என்றான் சுக்கன்.

'அப்படியே நமக்கு இறப்பு வருமென்றால் அதை நம் திசையில் அனுப்புபவர்கள் புக்கனும் ஹுக்கனுமாகத்தான் இருப்பார்கள். பூண்டோடு அழிக்கும் அந்தத் தேவதையை, அவர்களை முந்திக்கொண்டு, அவர்கள் திசையில் அனுப்ப விரும்புகிறேன். அதற்குப் பிறகு நாம் பேய்களைப் பற்றிக் கவலைப்படலாம்,' என்று பக்கன் தர்க்கரீதியில் பேசினான்.

மூன்று சங்கம சகோதரர்களுக்குப் பாதுகாப்பு வழங்குவதோடு அவர்களை வேவு பார்க்கவும் நியமிக்கப்பட்ட தளபதி ஷக்தி, தளபதி ஆதி, தளபதி கௌரி ஆகியோர் மலைகளின் சகோதரிகள் என்று அறியப்பட்டார்கள் (உண்மையில் அவர்கள் சகோதரிகளல்ல என்றாலும்); மலைகளின் அரசனான இமயத்தின் மகளான பார்வதி தேவியின் பல வடிவங்களின் பெயர்களில் மூன்று அவர்களுடைய பெயர்களாகவும் இருந்ததே அதற்குக் காரணம்; அண்மையில் திருந்திய கொள்ளையர்கள் அந்த மூன்று பெண்களின் அதிகாரத் தோரணையின் தடுக்க இயலாத ஈர்ப்புக்கு ஆட்பட்டு அவர்கள்மேல் தவிர்க்க முடியாமல் காதல் வயப்பட்டார்கள்.

தன் பிரத்யேக மலைச் சகோதரி தன்னை விரலசைத்துக் கூப்பிட்டுக் காமச் சவால்களை அனுப்புவதையும் வெகுமதிகள் வழங்க இனிய வாக்குறுதிகள் தருவதையும் ஒவ்வொரு சகோதரனும் கனவில் கண்டான். மூன்று சகோதரர்களில் அதிக முனைப்பும் ஊக்கமும் கொண்ட சுக்கன், பெயரில் பிரபஞ்சத்தின் இயங்கு விசையைக் கொண்டிருந்த ஷக்தியில் தன் இணையைக் கண்டான். 'சுக்கா, சுக்கா' என்று ஷக்தி அவன் கனவுகளில் முணுமுணுத்தாள். 'நான் மின்னல். உன்னால் முடிந்தால் பிடித்துக்கொள். இடியும் இறங்கும் பனித்திரளும், மாற்றமும் இயக்கமும் அழித்தலும் புதுப்பித்தலும் நான்தான். எனக்கு ஈடுகொடுப்பது உனக்குச் சிரமமாக இருக்கலாம். சுக்கா, சுக்கா என்னிடம் வா.' அவள் தந்த கிளர்ச்சி அவனை ஆட்டிப்படைத்தது; ஆனால் விழித்தபோது அவன் கையில்

ஈட்டியுடன் முகத்தில் எவ்வித உணர்ச்சியையும் காட்டாமல் கூடாரத்தின் வாயிலில் நின்றிருந்தாள்; அந்தக் கனவு அவளுக்கும் வந்ததுபோல அவள் தோற்றத்தில் தெரியவில்லை.

இதற்கிடையில், எச்சரிக்கை உணர்வும் பகுத்தறிவும் உடைய பக்கன் தன் கனவில் தளபதி ஆதியைக் கண்டான்; பிரபஞ்சத்தின் என்றும் உள்ள உண்மை என்று அவள் தன்னை அவனிடம் வெளிப்படுத்திக்கொண்டாள். ‘பக்கா, பக்கா,’ என்று பெருமூச்செறியப் பேசினாள் ‘உண்மையைத் தேடுபவன் என்றும் எல்லாவற்றின் அர்த்தத்தையும் அறிந்துகொள்ள விரும்புபவன் என்றும் உன்னை நான் அறிவேன். உன் எல்லாக் கேள்விகளுக்கும் நானே விடை. எப்படி, ஏன், என்ன, எப்போது, எங்கே என்பவையெல்லாம் நானே. உனக்குத் தேவைப்படும் ஒரே விளக்கம் நானே. பக்கா, பக்கா. என்னைக் கண்டடை, நீ அறிந்து கொள்வாய்.’ பிரகாசமான பார்வையுடனும் ஆர்வத்துடனும் அவன் விழித்தான்; தன் சகோதரியின் பக்கத்தில் கையில் ஈட்டியுடன் கூடாரத்தின் வாயிலில் நின்ற அவள் முகத்தில் எவ்வித உணர்ச்சியும் காணப்படவில்லை; இருப்பவற்றிலேயே அதிகக் கடினத்தன்மை கொண்ட கருங்கல்லில் செதுக்கப்பட்டது போல அவள் முகம் இருந்தது.

அப்புறம் தேவ். மூவரில் மிக அழகானவனும் மிகக் கோழையானவனும் அவனே. உயிருள்ள பிறவிகளில் அதி அழகானவளான கௌரி அவன் கனவில் தோன்றினாள்; அந்த அவதாரத்தில் நான்கு கைகளுடனும் உடுக்கையையும் திரிசூலத்தையும் கைகளில் ஏந்தியபடியும் இருந்தாள்; அவளுடைய கனவுத்தோல் பனியைப் போல வெண்மையாக இருந்தது; அவனுடைய மொத்த வெப்ப வாழ்க்கையிலும் ஒருபோதும் பனியை அவன் பார்த்ததில்லையென்றாலும் அந்த ஒப்பீடு தேவின் கனவில் வந்தது. ‘தேவ், தேவ்,’ என்று முணுமுணுத்தாள் கௌரி; இனிமையான விஷத்தைப் போல வார்த்தைகளை அவனுடைய தூங்கும் காதுக்குள் கசியவிட்டபடியும் உடுக்கையை அசைத்துக்கொண்டுமிருந்தாள்; ‘உன் அழகு உன்னை எனக்குத் தகுதியான தோழனாக ஆக்குகிறது; ஆனால் தேவியோடு காதல் செயலில் ஈடுபடும்போது உண்டாகும் அழிவின் ஆற்றலை இறக்கும் இயற்கைக்கு ஆட்பட்ட எந்த ஒரு ஆணாலும் தாங்கி உயிர்பிழைக்க முடியாது. தேவ், தேவ், ஒரே ஒரு இரவின் விண்ணுலக இன்பத்துக்காக உன் வாழ்க்கையைக் கைவிடுவாயா?’ அவள் கேட்டதை ஒப்புக்கொள்ளும் விதமாக, ஆம், ஆம் அப்படியே செய்வேன், ஆம் என்ற வார்த்தைகள் உதடுகளில் இருக்க அவன் விழித்தபோது உணர்ச்சியற்ற முகத்தோடு அவளைப் போலவே உணர்ச்சியற்று இருந்த

சகோதரிகளுக்குப் பக்கத்தில் அவள் நின்றிருந்தாள்; இரண்டு கைகள் மட்டுமே இருந்தன, உடுக்கை இல்லை; கையில் திரிசூலம் இல்லை, ஈட்டி இருந்தது.

மலைகளின் சகோதரிகள் விவாதங்களில் ஈடுபட்டபோது ஒருவரை ஒருவர் நோக்கிக் குனிந்தபடி, தலைகள் தொடும் வகையில் நின்று ஒருவகை அந்தரங்க மொழியில் பேசிக் கொண்டார்கள். உணவு, வாள், நதி, கொலை போன்ற அன்றாடப் புழக்கத்தில் உள்ள வார்த்தைகளைச் சங்கம சகோதரர்களால் புரிந்துகொள்ள முடிந்தது. ஆனால் பல வார்த்தைகள் முற்றிலும் புதிராக இருந்தன. இது ஒருவகையான பேய்மொழி என்று பயந்த சுபாவியான தேவ் நம்பினான். எது மூலம் என்று தெரியாத இடத்திலிருந்து வரும் ரகசிய முணுமுணுப்புகளைக் கேட்டுத் தனித்துவத்தையும் நினைவையும் வரலாறையும் பெற்று மெதுவாகத் தம்மை உணர்ந்த மனித உயிரிகளாக மாறிக்கொண்டிருந்த படைவீரர்களைக் கொண்ட அந்த ராணுவக் குடியிருப்பில் பேய்களின் ஆட்சிப் பகுதி ஒன்று பிறந்துகொண்டிருந்தது என்றும் அவர்களுடைய மூத்த சகோதரர்களான ஹுக்கனும் புக்கனும் அவற்றின் வசியத்துக்கு ஆட்பட்டிருந்தார்கள் என்பதையும் நம்புவது அவனுக்கு எளிதாக இருந்தது. இந்தப் புரிதல் ஏற்பட்ட பிறகு, அவர்கள் தங்களுடைய சாசுவதமான ஆன்மாக்களை இழக்கும் ஆபத்தில் இருப்பதையும் இந்த மாய மந்திரமான ராணுவத்துக்குப் பொம்மைத் தலைவர்களாக இருப்பதைவிடவும் நெடுஞ்சாலை களில் குதிரைகளைக் கொள்ளையடிக்கும் வாழ்க்கை ஆபத்துக் குறைவானது என்பதையும் சுக்கனுக்கும் பக்கனுக்கும் உணர்த்த அவன் முயன்றான். ஆனால் இரவில் சகோதரி கௌரி அவனைப் பார்க்க வந்தபோது அவனுடைய பயங்கள் ஒழித்துக் கட்டப்பட்டன; அவளுடைய காதலுக்கு மட்டுமே அவன் ஏங்கினான். எந்தத் தீவிர முடிவையும் எடுக்க முடியாமலிருந்த அவன் குழம்பினான்; அதே சமயம் அந்தத் திட்டத்தையும் கைவிடவில்லை.

இறுதியில், அந்தப் புரியாத வார்த்தைகள் பற்றி கௌரி யிடம் கேட்டான்; அது பாதுகாப்புத் தொடர்பான மறைமொழி என்றும் வேவு பார்க்கும் எந்தக் காதுகளின் தீவிர முயற்சியும் அந்த ரகசியக் குறியீட்டின் முன் தோற்றுவிடும் என்றும் அவள் சொன்னாள். அந்த வகை மொழியில் அசாதாரண மான விஷயங்களைக் குறிப்பிடச் சாதாரண வார்த்தைகள் பயன்படுத்தப்பட்டன; ஓடும் சிற்றாறு முன்னேறும் குதிரைப்

படையைக் குறிக்கலாம், விருந்து படுகொலையைக் குறிக்கலாம்; எனவே, தேவுக்குப் புரிந்த வார்த்தைகள்கூட அவன் அறியாத அர்த்தங்களைக் கொண்டிருக்கலாம். இன்னும் உயர் அளவிலான பாதுகாப்புத் தளத்தில், புதிய வார்த்தைகள் புழக்கத்தில் இருந்தன; தனி நபர்கள் போர்க்கள வார்த்தைகளால் குறிப்பிடப்பட்டார்கள்; உதாரணமாக, படையின் முன்னணியில் இருப்பவனைக் குறிக்கும் வார்த்தையே பக்கவாட்டில் இருப்பவனைக் குறிக்கப் பயன்படுத்தப்படாது; காலவரிசை முறை வார்த்தைகளும் இருந்தன; மக்களைக் காலத்தில் நகர்கிற உயிரிகளாக விவரிக்கும் வார்த்தைகள், போரில் வாழ்வுக்கும் மரணத்துக்கும் இடையேயான வேறுபாட்டை உண்டாக்கும் வார்த்தைகள். 'வார்த்தைகளைப் பற்றிக் கவலைப்படாதே,' கௌரி தேவிடம் சொன்னாள். 'வார்த்தைகள், வார்த்தை மனிதர்களுக்காக உள்ளவை. நீ அந்த மாதிரியான நபர் அல்ல. செயல்களில் மட்டும் உன்னை ஈடுபடுத்திக்கொள்.' இந்த அறிவுரை அவமதிப்பா இல்லையா என்று தேவுக்கு உறுதியாகத் தெரியவில்லை. அப்படித்தான் இருக்குமோ என்று சந்தேகப்பட்டான்; காதலின் பிடியில் இருந்ததால் வருத்தப்பட வேண்டிய விஷயமாக அவன் அதைப் பார்க்கவில்லை.

மாலை நேரங்களில் ராஜரீகக் கூடாரத்தில் மூன்று சங்கம சகோதரர்களும் மூன்று சகோதரிகளுடன் அமர்ந்து உணவு உண்டார்கள். மறைந்து திரிந்த வாழ்க்கையால் பண்பாடற்றவர்களாக மாறியிருந்த சகோதரர்கள் மத நுணுக்கங்கள் குறித்த எந்த அக்கறையும் இல்லாமல் தட்டுகளில் குவிக்கப்பட்டிருந்த வறுத்த ஆட்டுக்கறியை வேக வேகமாகச் சாப்பிட்டார்கள்; அரைத்த மிளகாயில் பொதிந்திருந்த ஆட்டுக்கறியைச் சாப்பிட்டதில் அவர்கள் கண்களில் நீர் வடிந்தது, தலைகள் வியர்த்தன, அடர்ந்த தலைமுடி குத்திட்டு நின்றது. இதற்கு மாறாக, மென்மையாகச் சுவையூட்டப்பட்ட காய்கறிகளை அந்தச் சகோதரிகள நயமாகவும் கவனத்துடனும் உண்டார்கள்; உண்ணவே தேவைப்படாதவர்களின் தோரணை அவர்கள் உண்ட விதத்தில் தென்பட்டது. இருந்தாலும், ஒரு விஷயம் அங்கிருந்த ஆறு பேருக்கும் தெளிவாக விளங்கியது; அதாவது, இனிமையான நடத்தை கொண்ட இந்த மூன்று தேவதைகளும் மிக ஆபத்தானவர்கள்; முன்பின் அறியாத பயமும் ஆசையும் கலந்த உணர்வோடு அந்த ஆண்கள் அவர்களை உற்றுப் பார்த்தார்கள்; பயம் காரணமாக ஆசையை வெளிப்படுத்த இயலாத நிலை; எனவே, மனத்துணிவு இல்லாமல் போய்விட்ட அந்த நிலையில், இதுவாவது ஆண்மைத் தோற்றத்தைத் தரும் என்ற நம்பிக்கையில் முன்னிலும் அதிக முரட்டு வெறியுடன்

ஆட்டுக் கால்களைப் பிய்த்துச் சாப்பிட்டார்கள். உண்ணுதல் தொடர்பாக அவர்கள் நிகழ்த்திய இந்தக் காட்சி அந்தப் பெண்கள் மனதில் நல்ல அபிப்பிராயம் எதையும் உண்டாக்கிற்றா என்பது அவர்களுக்குத் தெளிவாகவில்லை; அந்தப் பெண்களின் முக பாவனைகள் மர்மமாகவும் தெளிவற்றதாகவும்கூட இருந்தன.

விடைகளை நாடிய பக்கன் கேள்விகள் கேட்டான். 'நீங்கள் மூவரும் ஒருசேரக் குனிந்து தலை தொடும்படி இருப்பது அதிக ரகசியமான தகவல் தொடர்பு வடிவமா, வார்த்தையற்ற வடிவமா? நீங்கள் ஒருவரோடு ஒருவர் மூளையோடு மூளையாகப் பேசிக்கொள்கிறீர்களா? அல்லது நின்றுகொண்டிருக்கும்போது ஓய்வெடுக்க அது ஒரு சௌகரியமான வழியா?'

'பக்கா, பக்கா, உன்னால் புரிந்துகொள்ள முடியாத விடைகளைக் கொண்ட கேள்விகளைக் கேட்காதே,' என்று தளபதி ஆதி அவனைக் கண்டித்தாள்.

சுக்கன் கோபமடைந்தான். 'இங்கே என்ன நடந்துகொண்டிருக்கிறது? இந்தக் கூடாரத்தில் நீண்ட நாட்களாக உட்கார்ந்திருக்கிறோம். நாட்கள் தெளிவற்றுப் போய்விட்டன. இப்போது என்ன நேரம் என்பதை என்னால் நினைவுபடுத்திக் கொள்ள முடியவில்லை. நாங்கள் என்ன செய்ய வேண்டும் என்பதையும் அதை எப்போது செய்ய வேண்டும் என்பதையும் யாராவது எங்களுக்குச் சொல்ல வேண்டும். விருந்துக்காகக் காத்திருக்கும் செல்ல நாயைப் போலப் புட்டங்களின் மேல் உட்கார்ந்திருப்பதற்குப் பழக்கப்பட்ட ஆட்களல்ல நாங்கள்.'

'உங்கள் பொறுமைக்கு நன்றி,' என்றாள் தளபதி கௌரி. 'ராணுவம் அணிவகுத்துக் கிளம்பத் தயாராக இருக்கிறது என்பதை உங்களுக்கு இன்று மாலை சொல்லலாம் என்றுதான் திட்டமிட்டிருந்தோம். நாளை சூரிய உதயத்தின்போது நாம் புறப்படுவோம்.' நகரத்துக்கு அதன் கதைகள் சொல்லப்பட்டு விட்டன என்பதையும் அதன் உருவாக்கம் நிறைவு பெற்று விட்டது என்பதையும் முதலாம் ஹுக்கராயருக்கும் பட்டத்து இளவரசன் புக்கனுக்கும் பம்பா கம்பானா தெரிவிக்க இருந்த தருணமும் துல்லியமாக அதுவேதான். வரலாறு நிகழ்த்தப் போகும் எல்லாவற்றுக்கும் படைவீரர்களும் குடிமக்களும் தயாராக இருந்தார்கள்.

சுக்கன் மகிழ்ச்சியில் துள்ளிக் குதித்தான். 'கடவுளே, நன்றி! கடைசியில் எல்லாம் புரிகிறது. நாம் போருக்குப் போய் நாட்டுக்கு அமைதியைக் கொண்டுவருவோம்.'

'உனக்குச் சொல்லப்பட்டதைச் செய். எல்லாம் நல்லபடியாக நடக்கும்,' என்றாள் கௌரி.

நகரத்திலிருந்து இசை வெடித்துக் கிளம்பியது; படைவீரர் குடியிருப்பின் கூடாரத்திலிருந்த மூன்று சங்கம சகோதரர்களால் கொண்டாட்டங்களை நகரத்தின் தடித்த சுவர்களினூடாகவும் தெளிவாகக் கேட்க முடிந்தது. கூடியிருந்த ஜனக்கூட்டத்தின் மேல் உயரத்தில் போன, நாட்டின் முதல் வாண வேடிக்கைகளை வரவேற்ற கிறீச்சிடலையும் கூச்சலையும்கூட அவர்கள் கேட்டார்கள். ஆனால் அவர்களால் அந்தக் கூட்டத்தோடு சேர இயலவில்லை. 'தூங்குங்கள்,' என்று சகோதரி கௌரி கட்டளையிட்டாள். 'நடனமாடுவது முக்கியமல்ல. பேரரசு பிறக்கத் தொடங்குவது நாளைதான்.'

5

பம்பா கம்பானா அவனை மனமுடையச் செய்யும்வரை டொமிங்கோ நூனிஸ் தான் பெயரிட்ட பிஸ்நகாவிலேயே இருந்தான். தன்னுடைய நிலை குறித்து உறுதியற்றும் நிலா இல்லாத ஒரு இரவில் அரச சகோதரர்களில் யாராவது ஒருவன் தன்னுடைய விலா எலும்பு களைத் தேடிவரும் ஒரு கத்தியை அனுப்பிவிடலாம் என்று பயந்தும் இருந்த டொமிங்கோ ஆரம்ப வருடங்களில் நீண்ட காலகட்டங்கள் நகரத்தில் இல்லை; மேற்குக் கடலில் பயணம்செய்து அராபியர்களிடம் குதிரைகளை வாங்கி கோவா துறைமுகம் வழியாகக் கொண்டுவந்து நகர லாயத் தலைமை மேற்பார்வையாளரிடம் விற்றான்; குதிரைகளோடு யானைகளும் ஒட்டகங்களும் அதிக எண்ணிக்கையில் சேர்ந்ததால் பேரரசின் பரப்பு விரிந்ததற்கு ஏற்ப ஒவ்வொரு ஆண்டும் அந்தப் படை பெருகியது. பிஸ்நகாவில் இருந்த போது லாயத் தலைமை மேற்பார்வையாளர் வீட்டின் எளிய வைக்கோல் பரணில் தங்கிக் கொண்டு தன்மீது எந்தக் கவனமும் குவியாமல் பார்த்துக்கொண்டான். விவேகமானதல்ல என்று கருதும் அளவுக்கு பம்பா கம்பானா அங்கே அவனைப் பார்க்கப் பலமுறை வந்தாள்; ஆனால் அதைக் கவனிக்காததுபோல மேற்பார்வையாளர் வீட்டிலிருந்த எல்லாரும் பாவனை செய்தார்கள்; உடந்தையாக இருக்கும் தங்கள்மீது அரசனின் கோபத்தை ஈர்த்துவிடுவோமோ என்று அவர்களும் பயந்தார்கள். ஆனாலும், வெடிபொருட்கள் தொடர்பாக டொமிங்கோ நூனிஸுக்கு இருந்த திறமையும் குண்டுகள், துப்பாக்கிகள் ஆகியவற்றில் அவனுக்கிருந்த நிபுணத்துவமும் இறுதியில் அவனுக்கு ஆதரவையும் நல்லெண்ணத்தையும்

பெற்றுக்கொடுத்தன. குண்டுவெடிப்புகளுக்குப் பொறுப்பான நம்பத்தக்க வெளிநாட்டுக்காரர் என்ற பட்டம் அவனுக்கு வழங்கப்பட்டது; தாராளமான ஊதியம் கொடுக்கப்பட்டது; குதிரை வியாபாரத்தை விட்டுவிட்டு பிஸ்நகாவின் நலத்துக்காக அர்ப்பணித்துக்கொள்ளும்படி அவனிடம் சொன்னார்கள். பம்பா கம்பானாவும் முதலாம் ஹுக்கராயரும் திருமணம் செய்துகொண்டபோது கொண்டாட்டங்களுக்கு அழைக்கப்படும் அளவுக்கு இப்போது புகழ்பெற்றுவிட்ட வெளிநாட்டுக்கார னான அவன், முக்கியமானவனாகக் கருதப்பட்டான். தன் சொந்த உணர்ச்சிகளையும் கணிசமான அளவில் நிகழ்ந்த அகப் போராட்டத்தையும் பொருட்படுத்தாமல் அவன் திருமணத்தில் பங்கேற்றான்.

முதலாம் ஹுக்கராயருக்கும் பம்பா கம்பானாவுக்கும் நடந்த திருமணம் விரும்பி உண்டான உறவு அல்ல; குறைந்த பட்சம் மணமகளைப் பொறுத்தவரை. முதன்முதலாக அவளைப் பார்த்த கணத்திலிருந்தே அரசன் அவளை விரும்பி னான்; தன் திருமணக் கோரிக்கையை அவள் ஒப்புக்கொள்ளும் வரை காத்திருந்தான்; எந்த அரசனும் சௌகரிய உணர்வுடன் காத்திருக்கும் காலத்தைவிட நீண்டதாக அது இருந்தது. அவன் ஒன்றும் பார்வையற்றவன் அல்ல; அவன் கண்களும் காதுகளும் நகரத்தின் எல்லாத் தெருக்களிலும் இருந்தன; ஏதோ ஒரு வைக்கோல் பரணுக்குத் தன் காதலி வழக்கமாக இரவு நேரங்களில் போய் வருகிறாள் என்பது அவனுக்குத் தெரியவந்தது. இறுதியில் அவனுடைய கொஞ்சல்களுக்கு ஒருநாள் அவள் வளைந்துகொடுத்தபோது தனக்குத் தெரிந்ததை அவளிடம் நேருக்கு நேராகக் கேட்டான். ஒட்டுக்கேட்பவர்கள் நிறைந்த உள்கூடங்களைத் தவிர்த்துவிட்டு அரண்மனைத் தோட்டத்துக்கு அவளை வரச் சொன்னான்; அங்கு அவர்கள் அந்தரங்கமாக உரையாடலாம். எப்படி திருமணத்துக்கு ஒப்புக்கொண்டாள் என்று கேட்டான்.

‘நம்மைவிட அதிக முக்கியத்துவம் வாய்ந்த, பொது நன்மையை உத்தேசித்துச் செய்தே ஆக வேண்டிய காரியங்கள் இருக்கின்றன. எதிர்கால நாட்டு நலனைக் கருதி நாம் செய்ய வேண்டியவை அவை,’ என்றாள் அவள்.

‘வேறு ஏதும் தனிப்பட்ட காரணம் கூடுதலாக இருக்கும் என்று நான் நினைத்தேன்,’ என்றான் ஹுக்கன்.

தோள்களைக் குலுக்கிக்கொண்டு, ‘தனிப்பட்ட விஷயத்தைப் பொறுத்தவரை, என் இதயம் எங்கே இருக்கிறது என்பது உனக்குத் தெரியும்; பேரரசின் ரத்த வம்சாவளியை

உருவாக்க உன்னை ஏற்றுக்கொண்டாலும் என் இதயத்தின் விருப்பங்களைக் கைவிட மாட்டேன்,' என்று சொன்னாள்.

'அதை நான் பொறுத்துக்கொள்ள வேண்டும் என்று நினைக்கிறாயா?' என்று கோபத்துடன் கேட்டான். 'இன்று பிற்பகலே நான் அந்த வேசிமகனின் தலையைத் துண்டிக்க வேண்டும்.'

'அது நடக்காது. காரணம், எதிர்கால நலனை முன்னிட்டு நீயும் செயல்பட வேண்டியுள்ளது; அவனுடைய சீனத் தொழில் திறன் உனக்குத் தேவைப்படுகிறது. இன்னும் அந்தரங்கமாகப் பேச வேண்டுமானால், நீ அவனுக்குத் தீங்கு செய்தால் உன் விரல் ஒருபோதும் என்மீது பட முடியாது.'

ஹுக்கனின் எரிச்சலும் பதற்றமும் பொங்கி வழிந்தன. 'வெளிப்படையாக நான் பேசுவதைப் பொறுத்துக்கொள், நெறி தவறிய ஒரு பெண்ணை – சிலர் அப்படியானவளை ஒழுக்கம் கெட்டவள் என்று சொல்வார்கள் – பலர் சிறுக்கி என்பார்கள் – தயக்கமில்லாமல், வெட்கமில்லாமல் தன்னுடைய இனத்தையோ மதத்தையோ சேராத ஒருவனுடன் இன்பக் களியாட்டத்தில் ஈடுபடும் ஒரு பெண்ணை, திருமணமான பிறகும் அவனோடு நிகழ்த்தும் சகித்துக்கொள்ள முடியாத, செயலை – நான் அதைப் பாலியல் வெறியாட்டம் என்பேன் – தொடர்வேன் என்று தான் திருமணம் செய்துகொள்ளப் போகும் நபரிடம் சொல்லும் பெண்ணைத் திருமணம் செய்து கொள்ளச் சிலரே – நிச்சயமாக எந்த அரசனும் தயாராக இருக்க மாட்டான் – முன்வருவார்கள்.' தான் பேசுவதை யாரும் கேட்கிறார்களோ என்ற கவலையில்லாமல் அவன் கத்தினான்; ஆனால் திடீரென்று வெளிப்பட்ட அவளுடைய எதிர்வினை அவனைத் தாக்கி விழச் செய்தது; உலகத்திலேயே மிக அதிகம் சிரிப்பூட்டும் ஒரு விஷயத்தை அப்போதுதான் அவன் சொல்லி முடித்திருந்தான் என்பதுபோலப் பயங்கரமான சிரிப்புச் சத்தம் அவளிடமிருந்து கட்டவிழ்ந்து வெளிப்பட்டது.

'இதில் சிரிப்பதற்கு என்ன இருக்கிறது என்று தெரியவில்லை,' என்று ஹுக்கன் கோபமாகச் சொன்னான். ஆனால் பம்பா கம்பானா கண்களில் நீர்முட்ட நகைச்சுவை நிரம்பிய தன் விரலை அவனை நோக்கிக் காட்டினாள். 'உன் முகத்தில் கட்டி கட்டியாக வந்திருக்கின்றன. சீழ்க்கட்டிகள், அய்யோ! ஒவ்வொரு தடவையும் நீ அந்த மோசமான வார்த்தைகளைப் பயன்படுத்தியபோது அவை உன் தோலிலிருந்து வெடித்து வெளியே வந்தன. உன் நாக்கை நீ சுத்தப்படுத்திக்கொள்வது நல்லது; இல்லையென்றால், உன் மொத்த முகமும் ஒரு பெரிய கொப்புளமாக ஆகிவிடலாம்.'

திகிலடைந்த ஹுக்கன் கைகளை முகத்துக்குக் கொண்டு போய் நெற்றி, கன்னங்கள், மூக்கு, தாடை எல்லாவற்றையும் தொட்டுப் பார்த்தான்; எல்லா இடங்களிலும் கொப்புளங்கள். விதைகளின் வசியத்துக்கு அப்பால் பம்பா கம்பானாவின் மந்திர சக்தி விரிவடைந்துள்ளது என்பது தெளிவாகத் தெரிந்தது. அவளிடம் தான் பயப்படுகிறோம் என்பதை உணர்ந்தான்; அவள் மந்திரம் குறித்த தன்னுடைய பயம் பாலியல் தூண்டுதலைத் தருவதையும் சிறிது நேரத்தில் கூடுதலாகப் புரிந்துகொண்டான்.

'இப்போதே நாம் திருமணம் செய்துகொள்ளலாம்,' என்றான்.

'என் நிபந்தனைகளை நீ சரியாகப் புரிந்துகொள்வதைப் பொறுத்தது அது,' என்றாள் அவள்.

'நீ என்ன விரும்புகிறாயோ, அப்படியே,' என்று கத்தினான் அவன். 'சரி, நான் ஒப்புக்கொள்கிறேன். நம்ப முடியாத அளவுக்கு நீ ஆபத்தானவள். உன்னை நான் அடைந்தாக வேண்டும்.'

திருமணத்துக்குப் பிறகு, பிஸ்நகாப் பேரரசின் முதல் இருபது வருடங்களுக்கு அரசி பம்பா கம்பானா வெளிப்படையாகவே இரண்டு காதலர்களோடும் தொடர்ந்து உறவு கொண்டிருந்தாள்; அந்த ஏற்பாடு இரண்டு ஆண்களுக்கும் மகிழ்ச்சி தரவில்லையென்றாலும், அதை அவர்கள் முடிந்த அளவு வெளிப்படுத்தியும் பம்பா இரண்டு பேருக்கும் இடையே சலனமின்றி இடம் மாறிக்கொண்டிருந்தாள்; அந்தத் திட்டத்தில் தனக்கு எந்தச் சிரமமும் இல்லை என்பதை உணர்த்துவதுபோல அது இருந்தது; இது அந்த ஆண்களின் எரிச்சலை அதிகரித்தது. விளைவாக, தங்களுடைய அதிருப்தி தொடங்கும் இடத்தில் நீண்ட காலகட்டங்களுக்கு இல்லாமலிருப்பதற்கான வழிவகைகளை இரண்டு பேரும் கண்டுபிடித்தார்கள். பேரரசின் கிடங்கைத் தேவையான அளவு சக்தி வாய்ந்த வெடிபொருட்களால் நிரப்பிய பிறகு டொமிங்கோ நூனிஸ் திரும்பவும் குதிரை வியாபாரத்தில் ஈடுபட்டான்; தன் கனவுப் பெண்ணிடமிருந்து வெறும் பாதிக் காதலைப் பெறுவதை ஈடுகட்டும் விதமான ஆறுதலைக் குதிரைகள் மீதுள்ள காதலில் கண்டான். முதலாம் ஹுக்கராயரைப் பொறுத்தவரை பர்குரு, பதாமி, உதயகிரி ஆகிய ஊர்களில் வலிமையான கோட்டைகளைக் கட்டியும் பம்பா நதியைச் சுற்றியுள்ள எல்லா நிலங்களையும் வென்றும் கிழக்கிலும் மேற்கிலுமிருந்த கடல்களுக்கிடையே இருந்த முழு நாட்டுக்கும் அரசன் என்ற பெயரை அடையும் உரிமையைப் பெற்றும் பேரரசை நிறுவும் பணியில் ஈடுபட்டான். எதுவும் அவனுக்கு

மகிழ்ச்சி தரவில்லை. 'உன் மனைவி இரண்டு வெவ்வேறு வீடுகளில் படுக்கைகளை வைத்திருந்து அவற்றில் ஒன்றில் மட்டுமே நீ இருக்கிறாய் என்றால் எவ்வளவு நிலம் உனக்கு உரிமையானது என்பதோ எத்தனை கடல்களில் உன் கால்களைக் கழுவலாம் என்பதோ பொருட்டில்லை,' என்று பம்பா கம்பானாவிடம் தன் மனக்குறையைச் சொன்னான்.

ஹுக்கன் இல்லாத சந்தர்ப்பத்தில் தன் சகோதரன் சார்பாகத் தலையிட்டு பம்பாவிடம் பேச புக்கன் முயன்றான். எந்த நதியின் பெயரைக் கொண்டிருக்கிறாளோ அதன் கரையோரத்தில் அவளை நடத்தி அழைத்துப்போய் அந்த வெளிநாட்டுக்காரனோடு அவளுக்கிருந்த பாலியல் உறவை விட்டுவிடத் தூண்டும்படி பேசினான். 'பேரரசை எண்ணிப்பார்,' என்று உணர்ச்சிப்பூர்வமாகக் கேட்டுக்கொண்டான். 'இது எல்லாவற்றையும் உயிரோட்டத்துக்குக் கொண்டுவந்த மாயமந்திரப் பெண்மணி என்ற முறையில் உனக்கு நாங்கள் தலைவணங்குகிறோம்; சாக்கடைக்குள் நழுவி விழுவதைத் தவிர்த்து நீ ஒரு உயர்ந்த இடத்தில் இருக்க வேண்டுமென்று நாங்கள் எதிரபார்க்கிறோம்.'

சாக்கடை என்ற அருவருப்பூட்டும் அந்தப் பெயர்ச்சொல் பம்பாவை உடனே பதில் சொல்லத் தூண்டியது. 'உனக்கு ஒரு ரகசியம் சொல்லப்போகிறேன். எனக்கு ஒரு குழந்தை பிறக்கப்போகிறது. அவர்களில் யார் அதற்குத் தந்தை என்பது எனக்கு உறுதியாகத் தெரியவில்லை.'

புக்கன் நடப்பதை நிறுத்தினான். 'அது ஹுக்கனின் குழந்தைதான். கொஞ்சமும் சந்தேகப்படாதே; இல்லையென்றால், நீ உருவாக்கிய இந்த நகரம் பிளந்து, துண்டாகி அதன் சுவர்கள் நாம் கேட்கக் கேட்கவே தகர்ந்து விழுந்துவிடும்.'

அடுத்த மூன்று ஆண்டுகளில் பம்பா கம்பானா மூன்று மகள்களைப் பெற்றெடுத்தாள்; அதன் பிறகு அரண்மனைச் சுவர்களுக்குள்ளோ அவள் கணவன் இருக்குமிடத்திலோ அந்த வெளிநாட்டுக்காரனின் பெயர் ஒருபோதும் உச்சரிக்கப்பட வில்லை; அந்தப் பிஞ்சு இளவரசிகளின் அழகான போர்ச்சுக்கீசியத் தோற்றத்தையும் வெள்ளைத் தோலையும் சிவப்பு முடியையும் பச்சைக் கண்களையும் இன்ன பிறவற்றையும் பார்த்தால் மரணமே தண்டனை என இருந்த நிலையில் யாரும் அனுமதிக்கப்படவில்லை. எதிர்காலத்தில் இந்த இயல்புகள் நாட்டில் கருத்து வேறுபாடுகளை உண்டாக்கப்போகின்றன; என்றாலும், அந்தக் கட்டத்தில் அக்குழந்தைகளும் அரச வம்சாவளியின் உறுப்பினர்களே என்ற உரிமை சர்ச்சைக்கு

அப்பாற்பட்டதாக இருந்தது. ஆனால் ஹுக்கன் அங்கே என்ன கவனிக்க வேண்டுமோ அதைக் கவனித்தான்; சோகமான, ஒதுங்கிய தன்மை கொண்ட நபராக மாறத் தொடங்கினான்; அவனுக்கு ஒரு மகனைப் பெற்றுத்தர இயலாதவள் என்பதை பம்பா கம்பானா நிரூபித்ததும் ஒரு காரணம். வருடங்கள் செல்லச் செல்ல அவன் சோகம் பெருகியது; பெற்ற ராணுவ வெற்றிகளையும் மீறி வாட்டமுற்ற அரசன் என்ற பெயரை அடைந்தான். வெளியே போய்ப் போரிட்டு வென்றபோது அவனுக்கு மனநிறைவு கிடைத்தது; உள்ளூரில் அவனுடைய காதல் பகைவனைக் கொல்ல இயலாத நிலையைவிட போர்க்களத்தில் எதிரிகளைக் கொல்வது மேலானது என்று உணர்ந்திருந்தான். அவன் கொன்ற ஒவ்வொருவனும் டொமிங்கோ நூனிஸின் முகத்தைக் கொண்டவனாக இருந்தான்; ஆனால் அந்தத் திருப்தி நீண்ட நாள் நீடிக்கவில்லை; காரணம், உண்மையான டொமிங்கோ பிஸ்நகாவுக்குத் திரும்பி அரசியைப் புணர்ந்துகொண்டிருந்தான். ரத்தத்திலும் அதிருப்தியிலும் நனைந்து ஹுக்கா அரண்மனைக்குத் திரும்பினான்; திருப்பிக் காட்டப்படாத காதல் உணர்வு அவனைக் கடவுளை நோக்கித் திருப்பியது.

அவனுடைய ஆட்சியின் கடைசி வருடத்தில் வெப்பமான ஒருநாள் தன் எல்லாச் சகோதரர்களையும் மந்தானா மடத்துக்கு வரச் சொன்னான்; அங்கு கட்டப்பட்டுக்கொண்டிருந்த புதிய கோயிலை நாட்டுக்கு அர்ப்பணம் செய்வதே அவன் திட்டம். இதற்கிடையில், சுக்கன் நெல்லூரில் அரசப் பிரதிநிதியாக ஆகியிருந்தான்; பக்கன் முல்பாகலில் எதிர்ப்பே அற்ற கொடுங்கோலனாக மாறியிருந்தான்; சந்திரகுத்தியின் அரியணையில் தேவ் வலுவாக உட்கார்ந்துவிட்டான். குதிரை மேல் அமர்ந்து வந்த உயர்நிலை வீரர்களும் பல கொடிகளும் சூழ அவர்கள் மந்தானாவை அடைந்தார்கள்; அவர்களுடைய பாதுகாவலர்களாகவும் போர்வீரர்களாகவும் இருந்த மலைகளின் சகோதரிகளான ஷக்தி, ஆதி, கௌரி ஆகியோரைத் தங்கள் மனைவிகளாகவும் இளவரசிகளாகவும் ஆக்கியிருந்தார்கள். திருமணமான தன் சகோதரர்களை ஹுக்கன் கொஞ்சம் பொறாமையுடன் பார்த்தான் – அவர்களுடைய மனைவிகள் வேசிமகன்களான வெளிநாட்டுக்காரன்களுடன் படுக்கையைப் பகிர்வதில்லை, அல்லது அப்படித்தானா? ஆனால் பிஸ்நகாவில் இருக்கும் அரசனுக்கு எதிராக – அது அவன்தானே – நடக்க அவர்களுடைய கணவர்கள் ஏதாவது நினைத்தால் அவர்களின் தொண்டைகளைப் பிளப்பதற்கான உத்தரவு அவர்களுக்கு வழங்கப்பட்டிருப்பது அவன் நினைவுக்கு வந்தது. உத்தரவை

வழங்கியிருப்பவன் அவன், அந்தச் சகோதரிகளின் விசுவாசம் கேள்விக்கு அப்பாற்பட்டது.

'உன்னைவிட உன் சகோதரனுக்கு அதிக விசுவாசமாக இருக்கும் வாழ்க்கைத் துணையைக் கொண்டிருப்பதைவிட விசுவாசமில்லாத வாழ்க்கைத் துணையைக் கொண்டிருப்பது மேலானது என்று நினைக்கிறேன்; ஏனென்றால், அந்த நபருடைய கத்தி எப்போதும் உன் நயவஞ்சகத் தொண்டைக்கு மிக அருகில் இருக்கிறது,' என்று சகோதரர்கள் குறித்துத் தனக்குத்தானே சொல்லிக்கொண்டான்.

உரக்கவும் தொணதொணவென்றும் பேசும் இயல்புடைய சுக்கன், மந்தானாவில் தான் பார்ப்பது மிகவும் வியப்புக்குரியதாக இருந்ததாகச் சொன்னான். 'இங்கே என்ன நடந்தது? கடவுள் யாராவது தோன்றித் துறவியின் குகையை அரண்மனையாக மாற்ற முடிவு செய்தாரா?' மத யாத்திரையின் பெருமிதமான இலக்காக மந்தானா மாறிக்கொண்டிருந்தது; யாத்ரீகர்களும் சமய குருக்களும் திரண்டிருந்தார்கள்; துறவி வித்யாசாகரின், ஞானக்கடலின், பழைய, எளிமையான வசிப்பிடம் எவ்வளவு பகட்டில்லாமல் இருந்ததோ அதற்கு மாறான வகையில், அங்கு உருவாகிவந்த கட்டிட அமைப்பு அலங்காரத் தோற்றத்தை அடைந்துகொண்டிருந்தது.

பதில் சொல்ல வித்யாசாகரே முன்வந்தார். 'கோயில்களை நிர்மாணிப்பதைவிட மேலான செயல்களைச் செய்யும் பணி கடவுள்களுக்கு இருக்கிறது. ஆனால் மனிதர்களுக்கு இதைவிட உயர்ந்த கடமை எதுவுமில்லை.'

'ஜாக்கிரதை,' என்று தன் சகோதரனை ஹுக்கன் எச்சரித்தான். 'தெய்வநிந்தனையின் விளிம்பில் நீ நிற்கிறாய்; அதற்கு அப்பால் இருக்கும் பள்ளத்தில் விழுந்துவிட்டால் எந்த அளவு பிரார்த்தனையும் இழிவான உன் ஆன்மாவைக் காப்பாற்றாது.'

'ஆக, இந்த இடத்தைப் போலவே நீயும் மாறிவிட்டாய்,' என்று சுக்கன் எதிர்வாதம் செய்தான். 'மந்தானாவை அரண்மனைக் கோயிலாக இப்போது மாற்றிக்கொண்டிருப்பதால் நீ இதற்கும் அரசன் என்று நினைத்துக்கொள்ள வாய்ப்பிருக்கிறது.'

'இரண்டாவது எச்சரிக்கை,' என்றான் ஹுக்கராயர்; சுக்கனின் மனைவி ஷக்தி தன் இடுப்புப் பட்டியிலிருந்த வாளின் கைப்பிடியை நோக்கிக் கையை நகர்த்தினாள்.

'ஆனால் கோயில் இன்னும் முடிவடையவில்லை,' சுக்கன் தொடர்ந்தான். 'இதுவரை நீ முடித்திருப்பது பாதி நுழைவுக்

கோபுரம் மட்டுமே; அழிவற்ற நுழைவாயில் என்ற கோபுரம்; ஆகவே நீயும் முடிவுபெற்ற ஆள் கிடையாது என்று நான் நினைக்கிறேன் – உன்னளவில் நீ தெய்வீகமானவனோ அழிவற்றவனோ கிடையாது; அல்லது குறைந்தபட்சம் இதுவரையிலாவது.'

'நாம் இங்கே கூடியிருப்பது இந்தக் கோயிலை விருபாட்சருக்கு அர்ப்பணிப்பதற்காகத்தான்; அவரே நதி தேவி பம்பாவின் கணவரான சிவன்; பம்பாவே பார்வதி,' என்று கோபத்துடன் சொன்னான் ஹுக்கன். 'அதனால் இன்று உன் ரத்தத்தைச் சிந்தமாட்டேன். இன்று எனக்கு ஒரு உயர்ந்த நோக்கம் உள்ளது. கோயில் மட்டும் அல்லாமல் வடக்கிலிருக்கும் கோல்கொண்டாவின் வைர அரசனைப் பற்றியும் பேச வேண்டும்; அவன் தன் சுய நன்மைக்காகவே மிக சக்தி வாய்ந்தவனாக ஆகிக்கொண்டிருப்பதோடு அந்நிய மதத்தையும் பின்பற்றுகிறான்; அவனை நம்முடைய ஜென்ம எதிரியாக அறிவித்துவிட வேண்டும். அவனுடைய வைரச் சுரங்கங்களைப் பற்றியும் குறிப்பிட வேண்டியுள்ளது.'

காரண காரியத்தோடு பேசும் பக்கன் இப்போது வெளிப்படையாகப் பேசினான். 'வைரச் சுரங்கங்கள்பற்றி நீ பேசுவதை என்னால் இயல்பாகப் புரிந்துகொள்ள முடிகிறது. ஆனால் இன்னொரு விஷயம் சொல்கிறாயே, அந்த அந்நிய மதம் தொடர்பாக, அப்படி முட்டாள்த்தனமாகப் பேசாதே. குறித் தோல்கள்பற்றி, அவை இருக்கின்றனவா நீக்கப்பட்டனவா என்பதைப் பற்றி நீயோ அவனோ கவலைப்பட்டதில்லை என்று புக்கன் சொன்னான்; திடீரென்று நீ சுன்னத் செய்யப் பட்டவர்களை வெறுக்கிறாய். இந்த மாதிரியான பேச்சு புத்திசாலித்தனமாக இல்லை. குறைந்தது பிஸ்நகாவின் மூன்றிலொரு பகுதி ராணுவத்தினரும் தெருக்களில் வியாபாரம் செய்யும் வணிகர்களில், கடைக்காரர்களில் பாதிப்பேரும் அந்த அந்நிய மதத்தைப் பின்பற்றுகிறார்கள். திடீரென்று அவர்களும் நம் எதிரிகளாகிவிட்டார்களா? உன்னுடைய புதிய தீவிரவாதத்தை புக்கன் இப்போது ஒத்துக்கொள்கிறானா? அது போகட்டும், எங்கே அந்தப் பட்டத்து இளவரசன்?'

'அதை பற்றிக் கவலைப்படாதே. விவாதம் போதும். வித்யாசாகர், நீங்கள் அர்ப்பணிப்புக்கான சடங்கைத் தொடருங்கள். நம்மைக் கருணையோடு பார்க்கச் சொல்லி நாம் கடவுளை வேண்டிக்கொள்ள வேண்டும்; நம்மிடையே நம்பிக்கையில் பலவீனமாக இருப்பவர்களுக்கும் கடவுள் கருணை புரிய வேண்டும்,' என்றான் முதலாம் ஹுக்கராயர்.

‘வயது கூடியதால் நீ இப்போது உண்மையில் வேறு மாதிரி இருக்கிறாய்.’ முதன்முதலாக தேவ் பேசினான். ‘இதற்கு முன்பு உன்னை நான் கூடுதலாக விரும்பினேன் என்று நினைக்கிறேன். இப்படி ஒன்றை நான் கேட்கலாமா – பிஸ்நகா என்ற இந்த மொத்த நகரமும், மக்களையும் உள்ளிட்டு, ஒரே இரவில் தோன்றியது என்றால், அடுத்த நாள் அதைச் சுற்றிச் சுவர் வளர்ந்தது என்றால், அது எல்லாமும் ஒரு கோணிப்பை விதைகளால் நிகழ்ந்தது என்றால், அது ஏன் இப்போது கோயில் வளாகத்தில் நிகழவில்லை? நாம் இப்போது சௌகரியமாகச் சாய்ந்து உட்கார்ந்துகொண்டு நம் கண் முன்னால் கோயில் வளரும் மந்திரக் காட்சியைப் பார்க்க முடியாதா?’

அரசனுக்காக அரசி பம்பா பேசினாள். ‘மாயவித்தையின் கிடங்கு காலி செய்யப்பட முடியாதது. மனித உயிரிகள் உலகத்துக்குள் முதன்முதலாக வந்துசேரும்போது தெய்வீக வசியம் அவர்களுக்குச் சில சமயங்களில் கிடைக்கிறது. அந்த ஆரம்பக் காலத்துக்குப் பிறகு அவர்கள் தங்கள் சொந்தக் காலில் நிற்கவும் தங்கள் சாதனைகளைத் தாங்களே நிகழ்த்தவும் தங்கள் யுத்தங்களைத் தாங்களே வெல்லவும் கற்றுக்கொள்ள வேண்டும். குழந்தைகளாக வாழ்க்கையைத் தொடங்குகிறீர்கள், ஆனால் நீங்கள் வளர்ந்து வயது வந்தவர்களுக்கான உலகில் வாழ வேண்டும்.’

‘பேரரசின் தாய் நீதான். ஆனால் இன்று நீ விடுக்கும் அன்பின் செய்தி கொஞ்சம் கடுமையாக இருக்கிறது,’ என்றான் தேவ்.

புனிதப் பணிகளுக்காகக் கோயில் அர்ப்பணிக்கப்படும் அதே நேரத்தில், பிஸ்நகாவின் அழுக்கடைந்த சிறிய கிளைத்தெரு ஒன்றிலிருந்த முந்திரி என்ற பெயர் கொண்ட அருவருக்கத்தக்க மதுக்கூடத்தில், புக்கன் தன் காமக்களியாட்டத் தோழரான ஹலேய கோட்டேவுடன் குடித்துக்கொண்டிருந்தான்; நகரத்துக்குப் புதிதாக வந்திருந்த முந்திரிச் சாராயத்தின் சுகத்துக்குப் பட்டத்து இளவரசனை அறிமுகப்படுத்திய அவர் தலை நரைத்த முதிய படைவீரர்; பலவித மூலப்பொருட்களிலிருந்து சாராயத்தை வடிக்கலாம்; அதிகமும் தென்னை மரத்திலிருந்து கள் வடிவில்; ஆனால் இந்தப் புதிய மதுக் குடிகாரர்கள் பலரின் கருத்துப்படி சிறப்பாக, அதிக சுவையுடன் இருப்பதோடு – குறிப்பாக மதுக்கூடத்தினர் சொல்லிக்கொண்ட வகையில் – கூடுதல் போதையையும் தருவதாகக் கருத்து நிலவியது. அராபியக் குதிரைகளோடு கடல் கடந்து போர்ச்சுக்கீசியர்கள் கொண்டுவந்த இன்னொரு அரிய பொருள் முந்திரிச் செடி;

உண்மையைச் சொன்னால் அந்த மது விடுதியின் ரகசிய உரிமையாளன் டொமிங்கோ நூனிஸ்தான்; இரவும் பகலும் அங்கேயே இருந்து அவன் சார்பாக விடுதியைக் கவனித்துக் கொள்ள மேலாளர்களை நியமித்து உண்மை வெளியில் தெரியாமல் பார்த்துக்கொண்டான்; காரணம், உண்மை தெரிந்தால் பம்பா கம்பானா கண்டிப்பாள். இந்த நீண்ட இருளடைந்த இடத்தில் மர மேஜைகளைச் சுற்றிப் போடப்பட்டிருந்த சாதாரண முக்காலிகளில் உட்கார்ந்து குடிகாரர்கள் மது அருந்திக்கொண்டிருந்தார்கள்; வீரியம் நிறைந்த முந்திரிச் சாராயத்தைக் கொஞ்சம் கொஞ்சமாக உறிஞ்சிக் குடித்த ஒவ்வொருவரும் அவரவர் இயல்புக்கு ஏற்ப மகிழ்ச்சியை நோக்கியோ சோகத்தை நோக்கியோ சறுக்கிக்கொண்டு போனார்கள்; அதே நேரத்தில் விடுதியின் பின்பக்கத்தில் நடந்து கொண்டிருந்தவற்றின் மேல் ஒரு திரையை இட்டு மூடுவது நல்லது. ஆனாலும், சில குவளை மதுவுக்குப் பிறகு பின்கட்டு நடவடிக்கைகள் குறித்த குடிகாரர்களின் கருத்தும் பார்வையும் பெரிதும் மங்கலாகிவிடுவதால் அவை எந்தக் கவனத்தையும் ஈர்க்காமல் தொடர்ந்தன.

ஹலேய கோட்டே, மந்திர விதைகளால் உருவாக்கப்பட்ட பிஸ்நகாவின் பிரஜை அல்ல. ஹுக்கனும் புக்கனும் படைவீரர்களாகப் போர்க்களத்தில் சண்டையிட்டதை அவர் பார்த்திருக்கிறார்; அந்தச் சகோதரர்களைவிடப் பத்து வருடங்கள் மூத்தவர்; அவர்களுக்கு இருந்ததைவிடப் போர்க்கள அனுபவம் கூடுதலாக உள்ளவர்; அவர்களோடு சேர்த்து வடக்கத்தியச் சுல்தானால் சிறைபிடிக்கப்பட்டவர்; அவர்கள் ஓடிவந்ததற்குச் சில ஆண்டுகள் கழித்து அடிமை வேலையிலிருந்து தப்பித்தவர். சங்கம சகோதரரர்களின் நினைவில் இருந்ததைவிட அவர் மெலிந்தும் தலை நரைத்தும் வந்துசேர்ந்தார்; ஆனால் குடிமீது அவருக்கிருந்த ஆசையால் விரைவில் பருமனாக ஆகத் தொடங்கினார். பிஸ்நகாவை அவர் வந்தடைந்தபோது ஹுக்கா அரசப் பதவி தந்த தங்கப் புதிர்வழிகளில் தன்னைத் தொலைத்திருந்தான்; பழைய நண்பர்களுடன் செலவிட அவனுக்கு நேரமில்லை; ஆனால் அறிமுகமான அந்த முகத்தைப் பார்ப்பதிலும் அவரோடு உண்மையான நினைவுகளை – அவை பம்பா கம்பானாவின் முணுமுணுப்புகளால் உண்டாக்கப்பட்டவை அல்ல – பகிர்ந்து கொள்வதிலும் புக்கா மகிழ்ச்சியடைந்தான். வருடங்கள் கழிந்த நிலையில், தனிப்பட்ட மனக்கசப்புகள் ஹுக்கனை மதத்தின் அணைப்புக்குள் தள்ளின; சகோதரர்களுக்கிடையே பெரும் இடைவெளி உண்டானது; புக்கன் மத விவகாரத்தில் அக்கறை காட்டாத மகிழ்ச்சியோடு இருந்தான்; அவனுடைய அண்ணன்

மேலும் கடுமையான ஒழுங்குமுறையைக் கடைப்பிடிக்க ஆரம்பித்தான். கூடுதலாக, பதவியுரிமை தொடர்பான பிரச்சினையில் தம்பி கவலைகொள்ளத் தொடங்கினான். அண்ணனுக்கு அடுத்துத் தான் அரியணையில் ஏறலாம் என்று அவனோடு செய்துகொண்ட உடன்படிக்கை தொடர்ந்து செல்லுமா அல்லது அரசனுக்கு முறைகேடாகப் பிறந்த போர்ச்சுக்கீசிய வாரிசுகளில் யாராவது பேரரசைக் கைப்பற்ற முயல்வார்களா? இதை விவாதிக்க பம்பா கம்பானாவை இன்னொரு நடைப்பயிற்சிக்காக நதிக்கரையோரம் அழைத்துச் சென்றான்; ஆச்சரியப்படத்தக்க வகையில் உறுதியான பதில் ஒன்று அவனுக்குக் கிடைத்தது.

'சந்தேகமே வேண்டாம், உன் அண்ணனுக்கு அடுத்து நீதான் அரசனாவாய்,' என்று பம்பா கம்பானா அவனிடம் சொன்னாள். 'வெளிப்படையாகப் பேசினால், உனக்கு அரசியாக ஆக ஆர்வமுடன் காத்திருக்கிறேன்.'

புக்காவின் முதுகுத் தண்டு பயத்தால் சில்லிட்டது. டொமிங்கோ நூனிஸின் அழகான தலை அவனுடைய நீண்ட, நேர்த்தியான கழுத்துடன் தொடர்ந்து இணைந்திருப்பதைப் பொறுத்துக்கொள்ள முடியாத நிலையில் அரசனாகிய அவனுடைய அண்ணன் இருப்பது புக்கனுக்குத் தெரியும்; ஆனால் இப்போது இன்னொரு கழுத்தும் தலையும் – அவனுடையவை – துண்டிக்கப்படும் ஆபத்தில் இருக்கின்றன. காலமும் தாய்மையும் முதுமையடைய வைக்கவோ கட்டுக்குள் வைக்கவோ முடியாதவளான அந்த வரைமுறையற்ற பாலியல் செயல்பாடுகளில் ஈடுபடும் அழகியான அவன் மனைவி, தான் இறந்தவுடன் தன்னுடைய சகோதரனின் படுக்கைக்குப் போகத் தயாராக இருக்கிறாள் – அவளே சொன்னதுபோல உண்மையில் அதற்காக அவள் காத்திருக்கிறாள், ஹுக்காவின் மரண நாளை ஆர்வத்துடன் எதிர்பார்க்கிறாள் – என்பதற்கான அறிகுறி ஹுக்கனுக்குக் கிடைத்துவிட்டால் அதன் பிறகு ஏராளமான ரத்தம் வெள்ளமாகப் பெருக்கெடுக்க, பயங்கர உள்நாட்டுப் போரில் பேரரசு காணாமல் போய்விடும்.

'அந்த நாள் வரும்வரை நீயும் நானும் திரும்பவும் பேசிக்கொள்ளவே கூடாது,' என்று பம்பா கம்பானாவிடம் புக்கன் சொன்னான்.

அதன் பிறகு அவன் குடிக்க ஆரம்பித்தான். கூட இருந்து குடிப்பதற்காகப் பட்டத்து இளவரசனுக்கு ஒரு நண்பன் தேவைப்பட்ட சரியான நேரத்தில் ஹலேய கோட்டே நகரத்துக்கு வந்துசேர்ந்தார்; இருவரும் இணைபிரியா ஜோடியானார்கள். பம்பா கம்பானாவோடு புக்கன் மேற்கொண்ட

உரையாடல்கள் எதையும் அறியாத ஹுக்கா தன் தம்பியின் குடிப்பழக்கத்தைக் கண்டித்தான்; வாழ்க்கை முறையை மாற்றிக்கொள்ளவில்லையென்றால் அரசவை உயர்மன்றத்திலிருந்து நீக்கிவிடுவேன் என்று முதலில் பயமுறுத்தினான்; அதுவே நகரத்தின் நிர்வாக அமைப்பு, பேரரசின் மேற்பார்வை அமைப்பும் அதுவே; புக்கன் தன் நடவடிக்கைகளை மாற்றிக்கொள்ளும் அறிகுறி எதுவும் தென்படாத நிலையில் அந்த மதிப்புமிக்க மன்றத்திலிருந்து அவனை நீக்கினான்; இந்த வகையில், பலநாள் முன்பு தனிப்பட்டு முணுமுணுக்கப்பட்ட ஒரு விஷயத்தை ஊரறியச் செய்தான்: அதாவது, பேரரசில் இருந்த இரண்டு மூத்த முக்கிய நபர்கள், பிஸ்நகாவை நிறுவியவர்கள், உறவை முறித்துக்கொண்டார்கள். இப்போது அரசவையில் பகைமை கொண்ட உட்குழுக்கள் தோன்றின. ஹுக்கனின் திறமையான நிர்வாகத்தையும் போர்க்களத்தில் அவன் ஈட்டிய வெற்றிகளையும் பாராட்டியவர்கள் குடிகாரனான புக்கனிடமிருந்து விலகிப் போனார்கள்; இன்னொரு பக்கம், அரசனின் உடல்நலம் மோசமாகிக்கொண்டுவருகிறது என்பதையும் தலைவலியும் காய்ச்சலும் ஜன்னியும் அவனை அடிக்கடித் தாக்கும் வாய்ப்புள்ளது என்பதையும் அறிந்தவர்கள், தங்களுடைய அக்கறைகளைச் சார்ந்து, அரசனுக்குக் காட்டும் விசுவாசத்தை விடப் பட்டத்து இளவரசனுக்கு அதிகம் காட்ட வேண்டும் என்று நினைத்தார்கள். இதற்கிடையில், மது உடனடியாக வழங்கும் குழப்பத்தில் அமிழ்ந்து பட்டத்து இளவரசன் தன் காலத்தை முந்திரி மதுக்கூடத்தில் கழித்தான்.

இந்தக் காலகட்டத்தில் தன்னுடைய சினேகமும் இனிமையும் கொண்ட கோமாளித்தனத்தாலும் அரசப் பெருமித உணர்வின் குறைபாட்டாலும் புக்கன் நகரத்தில் பிரபலமாக இருந்தான். வளர்ந்துகொண்டே போகும் கடுமையுடனும் சோகத்துடனும் இருக்கும் அரசனை ஒப்பிடும்போது தொடர்புகொள்ள எளிதான நபராக புக்கன் குடிமக்களுக்குத் தென்பட்டான். பின்னாளில் அவன் மதிக்கத்தக்க அரசனாக ஆனபோது குடிநாட்களில் அவன் வெறுமனே நடித்தானா அல்லது உண்மையிலேயே அவன் ஒரு ஒழுக்கம் கெட்ட முட்டாள்தானா என்று மக்களுக்குச் சந்தேகம் உண்டானது. இந்தக் கேள்விக்கு அவன் ஒரு புதிரான விடையை அளித்தான்.'முட்டாள்த்தனமான ஆளாகத் தோன்றும்படி என்னை ஆக்கிக்கொண்டேன்; என் மூடத்தனத்தைப் புறக்கணித்துவிட்டுப் பேரரசின் மகுடத்தைச் சூட்டிக்கொண்டபோது ஒப்பீட்டளவில் மேம்பட்டவனாக நான் தெரியலாம் என்பதே அதற்குக் காரணம்.'

ஹலேய கோட்டேவைப் பற்றி யாரும் அப்படிப்பட்ட கேள்விகளைக் கேட்கவில்லை; பருமனான, பயனற்ற, முதிய குடிகாரர் என்று அவரை நிராகரித்துவிட்டார்கள். ஆனால் உண்மை என்னவென்றால், எதிர்ப்பு என்ற பெயரில் இயங்கிய ஒரு தலைமறைவு அமைப்பில் உறுப்பினராக, அதன் தலைவராக என்றும் சொல்லலாம், அவர் இருந்தார்; மதத்தின் 'அமைப்புக் கூறுகள்' – அதாவது, சமய குருக்களின் பண்புகள் – மிக மோசமான ஊழல் நிறைந்ததாக உள்ளன என்று குற்றம் சாட்டி அந்த அமைப்பின் துண்டு வெளியீடுகள் ஐந்து பொது முறையீடுகளை விவரமாக முன்வைத்துத் தீவிரச் சீர்திருத்தங் களைக் கோரின. முதல் முறையீடு, துறவி வித்யாசாகர் நிறுவிய மோசமான உதாரணத்தைப் பின்பற்றி மதம் தொடர்பான உலகம், உலகியல் அதிகாரத்துக்கு மிக நெருக்கமாக ஆகியுள்ளது என்று அழுத்தமாகக் குறிப்பிட்டது; பேரரசின் கோயில்களில் உயர்நிலைகளில் உள்ளவர்கள் நகரத்தின் ஆட்சிக் குழுவில் பதவிகள் எதையும் ஏற்றுக்கொள்ளக் கூடாது என்றும் சொன்னது. இரண்டாவது முறையீடு, அண்மையில் புதிய கோயிலின் அர்ப்பணிப்பை ஒட்டி நிகழ்ந்த புதிய சடங்குகள் சார்ந்த பெருந்திரள் கூட்டு வழிபாட்டைக் கண்டித்தது; இறையியலிலோ புனித நூலிலோ அதற்கு எந்த அடிப்படையும் கிடையாது என்று உறுதியாகக் கூறியது. மூன்றாவது முறையீடு, பொதுவாகத் துறவு வாழ்க்கை, குறிப்பாக மதத் தலைவர்களின் பிரம்மச்சரியம், குதப்புணர்ச்சி வழக்கத்துக்குத் துணைசெய்கிறது என்று சொன்னது. நான்காவது முறையீடு, உண்மையான மத நம்பிக்கை யுள்ளவர்கள் போர் தொடர்பான எல்லாச் செயல்களிலிருந்தும் தங்களை விலக்கிக்கொள்ள வேண்டுமென்று கோரியது. ஐந்தாவது முறையீடு கலைகளைக் கடுமையாகக் கண்டித்தது; கட்டிடக் கலை, கவிதை, இசை ஆகியவற்றின் அழகுக்கு மிகையான கவனம் கொடுக்கப்படுகிறது என்றும் கடவுள் வழிபாட்டில் நடக்கும் இந்தச் சிறுபிள்ளைத்தனமான செயல்களிலிருந்து உடனடி யாகவும் நிரந்தரமாகவும் அத்தகைய கவனம் திசைதிருப்பப்பட வேண்டும் என்றும் வலியுறுத்தியது.

நகரத்தின், அதிலிருந்து கிளைத்து வெளிப்புறமாக பரவிவந்த பேரரசின் விரைவாக அதிகரித்த முதிர்ச்சியின், அதாவது அது ஏற்கெனவே எதிர்ப்பாளர்களைப் பெற்றுவிட்டது என்பதன் அறிகுறியாக அது இருக்கலாம்; என்றாலும், பிஸ்நகாவில் அந்த எதிர்ப்பியக்கத்தை மிகக் குறைவானவர்களே பின்பற்றினார்கள்; அதன் குடிமக்கள் அழகாக இருந்த எல்லாவற்றையும் நேசித்தார்கள்; தங்களைச் சுற்றி வளர்ந்த உன்னதக் கட்டிடக் கலையில் பெருமிதம் கொண்டார்கள்;

கவிதையிலும் பாடலிலும் திளைத்தார்கள்; குதப்புணர்ச்சியையும் அத்துடன் எதிர்ப்பாலுணர்ச்சியையும் மிக ஆர்வமாக அனுபவித்தார்கள்; எதிர்ப்பாலினத்தவரை மட்டுமே காதலிக்க வேண்டும் என்ற அவசியம் இல்லை என்பதைக் கண்டு கொண்ட பிஸ்நகாக் குடிமக்கள் பலர் சுயபாலினத்தவரின் தோழமையை அனுபவிப்பதிலும் சம அளவிலான சுகத்தைத் துய்த்தார்கள். சூரியன் மறையும் மாலை நேரத்தில் உலாப்போகும் பாதையில் காற்று வாங்கிக்கொண்டு கைகோத்தபடி எல்லா வகை ஜோடிகளும் – ஆண்களும் ஆண்களும், பெண்களும் பெண்களும், ஆமாம், ஆண்களும் பெண்களும்கூட – எந்தக் கூச்சமும் இல்லாமல் நடப்பதைக் காண முடிந்தது. எதிர்ப்பியக்கத்தின் பாலியல் சார்ந்த கண்டனங்கள் நியாய மானவை என்று எண்ணும் ஆட்களாக இவர்கள் இருக்க வாய்ப்பில்லை. மேலும், எதிர்ப்பியக்கத்தின் அரசியல் நம்பிக்கைகளோடு ஒத்துப்போக அவர்கள் பயந்தார்கள். மரியாதைக்குரிய வித்யாசாகரின் நேர்மையைத் தாக்குவது, பிஸ்நகாவின் ராணுவம் கிட்டத்தட்ட வெல்லவே முடியாத நிலையை அடைந்திருந்த வேளையில் அமைதியை நாடிப் போரைப் புறக்கணிப்பது, பொதுவெளியில் நடக்கும் ஊழலை அழுத்தம் திருத்தமாகக் கண்டிப்பது போன்ற நம்பிக்கைகளை வெளிப்படையாகச் சொல்வது படுகொலையை வரவேற்பது அன்றி வேறல்ல. ஒரு சிறிய அளவிலான குழு என்பதைத் தாண்டி அந்த எதிர்ப்பியக்கம் பெரிதாக வளரவில்லை; ஹலேய கோட்டே தன் கவலைகளைக் குடித்துக் கடந்தார்.

பட்டத்து இளவரசனுக்கு இவையெல்லாம் தெரிந் திருந்தும் தெரிந்தமாதிரிக் காட்டிக்கொள்ளவில்லை; முந்திரி மதுக்கூடத்தில் இருந்த அந்தப் பிற்பகலிலோ – நகரத்தின் வேறொரு பகுதியில் கோயில் அர்ப்பணிக்கப்பட்ட நேரம் – அல்லது வேறெந்த பிற்பகலிலோ அதற்கான ஒரு அறிகுறியை யும் அவன் வெளிப்படுத்தவில்லை. வசைப்பெயர் எடுத்த, பேரரசின் மிக ஆபத்தான தலைமறைவு இயக்கத்தின் கலகக்காரரோடு, அதன் முன்னணிப் புரட்சியாளரோடு உட்கார்ந்து அவன் குடித்துக்கொண்டிருக்கிறான் என்று யாராவது ஒரு உளவாளி சொல்லியிருந்தால் அதிர்ச்சியடைந்தவன் போல நடித்துத் தன்னால் முந்திரி மதுவை இனி நிம்மதியாகக் குடிக்க முடியாது என்று அந்த உளவாளியிடம் சொல்லி யிருப்பான். வெளித்தோற்றத்தில் களித்துக் கொண்டாடும் பட்டத்து இளவரசனுக்கு உள்ளே சிறப்பான, உறுதிமிக்க ஒரு அரசன் மெதுவாக ஒரு திட்டத்தைத் தீட்டிக்கொண்டிருக்கிறான் என்பது குறித்தும் அந்த எதிர்ப்பியக்கத்தைக் கையாள்வதுபற்றி விரிவான திட்டம் ஒன்றை அவன் வகுத்துக்கொண்டிருக்கிறான்

என்பது குறித்தும் ஹலேய கோட்டே ஊகித்திருந்தால் அவர் தன் தலையின் பாதுகாப்புக் குறித்துக் கவலைப்பட்டிருப்பார். ஆனாலும், அவர்கள் இந்த உலகைப் பற்றிய கவலையே இல்லாமல் அந்த மாலைப்பொழுதை ஆனந்தமாகக் கழித்தார்கள். உரிய நேரத்தில் வந்துசேர எதிர்காலம் அதன் போக்குக்கு விடப்பட்டது.

புறச்சமயமான கிறித்தவத்தைச் சேர்ந்த டொமிங்கோ நூனிஸ் கோயில் அர்ப்பணிப்பு நடந்த இடத்தில் இல்லை. ஆனால் அன்று இரவு பம்பா கம்பானா அவனைப் பார்க்க வந்தாள். பல வருடங்களை வைக்கோல் பரணில் கழித்த அவன் நகரத்தின் ஒதுக்குப்புறமான ஒரு இடத்தில் சிறு வீடு ஒன்றை வாங்கியிருந்தான்; பிஸ்நகாவில் தனக்கு ஏற்பட்ட அனுபவங்களைக் காகிதக் கட்டுகள் வாங்கி அதில் நிரப்பியிருந்தான். *அதிகமாகக் காற்று வீசும் பகுதி அது. மலைகளை விட்டுவிட்டுப் பார்த்தால் அது தட்டையான பகுதிதான்; மேற்குப் பகுதியில் நிறைய மாந்தோப்புகளும் பலாத்தோப்புகளும் இருந்ததால் அங்கே காற்று கடுமையாக வீசுவதில்லை.* மிகச் சாதாரண விஷயங்களைப் பட்டியலிடுவதும் அந்தப் பகுதியின் கால்நடைகள், விளைபொருட்கள், பசுக்கள், எருமைகள், செம்மறியாடுகள், பறவைகள், பார்லி, கோதுமை விளைச்சல் போன்றவற்றைக் கணக்கிடுவதும் ஆர்வமூட்டிய செயல்களாக அவனுக்குத் தோன்றியிருக்கின்றன; ஏதோ அவன் ஒரு விவசாயி என்பதைப் போல அது நிகழ்ந்திருக்கிறது; ஆனால் அவன் ஒரு நாளும் பண்ணை எதிலும் வேலை பார்க்கவில்லை. *கோவாவிலிருந்து இங்கு வரும் வழியில் ஒரு மரத்தைப் பார்த்தேன்; அதன் அடியில் வெயில், மழை இரண்டும் பாதிக்காதவாறு முன்னூற்று இருபது குதிரைகளை வைத்திருக்கலாம்.* இவற்றைப் போலப் பல செய்திகள். கோடைக்காலப் பஞ்சங்கள் பற்றியும் மழைக்கால வெள்ளங்கள் பற்றியும் அவன் குறித்துவைத்தான். யானைத்தலை கொண்ட கடவுள் இருந்த ஒரு கோயில் பற்றியும் கோயிலுக்குச் சொந்தமான பெண்கள் கடவுளுக்காக நடனம் ஆடியதையும் குறிப்பிட்டான். *இந்தவகைப் பெண்கள் ஒழுக்கக்கேடான நடத்தை உள்ளவர்களாக இருந்தும் நகரத்தின் மிகச்சிறந்த பகுதிகளில் வாழ்கிறார்கள்; அரசனின் வைப்பாட்டிகளை அவர்களால் போய்ப் பார்க்க முடியும்; அவர்களோடு வெற்றிலைப் பாக்கு மெல்ல முடியும்* என்று எழுதிவைத்தான். அரசன் அன்றாடம் நல்லெண்ணெய் பூசிக் குளிப்பது, வருடத்தின் பண்டிகை நாட்கள், உள்ளூர் மக்களுக்கு ஏற்கெனவே தெரிந்ததால் அவர்கள் ஆர்வம் காட்டாத பல்வேறு விஷயங்கள் என்று நிறைய எழுதினான். வெளிநாட்டுக்காரர்கள்

தெரிந்துகொள்ள வேண்டும் என்ற தெளிவான நோக்கத்தோடு எழுதப்பட்டவை அவை. அவளால் படிக்க முடியாத மொழியில் எழுதப்பட்டிருந்த அவற்றைப் பார்த்த பம்பா கம்பானா அதன் நோக்கத்தை ஊகித்து, வழக்கமாகக் குதிரைகளை வாங்கிக்கொண்டு திரும்புவதைப் போல அல்லாமல், பிஸ்நகாவை விட்டு நிரந்தரமாகப் போய்விடத் திட்டமிடுகிறானா என்று கேட்டாள். அப்படியான திட்டம் ஏதும் இல்லை என்று டொமிங்கோ நூனிஸ் மறுத்தான். 'என்னுடைய ஆர்வம் கருதியே இவற்றைப் பதிவு செய்துகொண்டிருக்கிறேன்; காரணம், இந்த இடம் அற்புதமானது; அதன் தொடர் வரலாறு உரிய வகையில் எழுதிவைக்கத் தகுதியானது.'

பம்பா கம்பானா அவனை நம்பவில்லை. 'என்னுடைய பாதுகாப்பில் இருக்கும்போது உனக்கு யாராலும் தீங்கு செய்துவிட முடியாது என்று நான் பலமுறை சொல்லியும் அரசனைப் பார்த்துப் பயந்துபோய் இங்கிருந்து ஓடிவிடத் தயாராகிறாய் என்று நினைக்கிறேன்,' என்றாள்.

'அப்படியல்ல, ஏனென்றால், வாழ்க்கையில் நான் நேசித்த எவரையும்விட உன்னை மூர்க்கமாக நேசிக்கிறேன். ஆனால் நீ என்னை அந்த அளவு காதலிக்கவில்லை என்பது எனக்குத் தெளிவாகத் தெரிந்துவிட்டது – அரசனோடு உன்னை நான் பகிர்ந்துகொள்ள வேண்டும் என்பதற்காக மட்டுமல்ல, ஆனால் ஓரளவு அதன் காரணமாகவும்தான்! – அந்த மூன்று அழகான பெண் குழந்தைகளும் என்னைப் போலவே இருக்கிறார்கள் என்ற செய்தியை யாரும் முணுமுணுக்கக்கூட இயலாத நிலை ஒரு பக்கம், உன் கட்டுப்பாட்டால் அவர்கள் என் குழந்தைகள் என்று கோரவோ ஒருபோதும் அவர்களைப் பார்க்கவோ முடியாமலிருக்கிறேன் என்பதற்காக மட்டும்கூட அல்ல – ஆமாம், ஓரளவு அதன் காரணமாகவும்தான்! – அது எல்லாவற்றுக்கும் நான் ஒப்புக்கொண்டேன் – எல்லாவற்றுக்கும்! – உன்மீதான என் காதல் காரணமாகவே! – ஆனால் இதை ஒவ்வொரு நாளும் நான் உணர்கிறேன்: காதலிக்கப்படுவதைவிட அதிகத் தீவிரத்துடன் காதலிக்கும் ஒருவன் நான்.'

இடைமறிக்காமல் அவன் சொன்னதை பம்பா கம்பானா கேட்டாள். பிறகு அவனை முத்தமிட்டாள்; அது அவனை சாந்தப்படுத்தவில்லை, அதன் நோக்கமும் அது அல்ல. 'நீ எத்தனை அழகாக இருக்கிறாய்; என்னுடைய உடல்மேல் மோதி இயங்கும்போது உன் உடலை எப்போதும் நான் நேசித்திருக்கிறேன்,' என்றாள். 'ஆனால் நீ சொல்வது சரி. யாரையும் என் முழு மனதோடு காதலிப்பது எனக்குக் கடினம். காரணம், அவர்கள் இறந்துவிடப்போகிறார்கள் என்பது எனக்குத் தெரியும்.'

‘இது என்ன மாதிரியான சமாதானம்? மனித இனத்தில் உள்ள எல்லோரும் அந்த விதியை எதிர்கொள்கிறார்கள். நீயும்தான்.’

‘அப்படி அல்ல, நான் இருநூற்று ஐம்பது ஆண்டுகள்போல வாழ்வேன்; அந்த மொத்தக் காலமும் நான் இளமையாகவே, அல்லது கிட்டத்தட்ட இளமையாகவே தோன்றுவேன். நீயோ, ஏற்கெனவே வயது முதிர்ந்தவனாக ஆகிவிட்டாய்; கூன் விழுந்துவிட்டது; அப்புறம், முடிவு…’

டொமிங்கோ நூனிஸ் தன் காதுகளைப் பொத்திக் கொண்டான். ‘வேண்டாம்’ என்று அலறினான். ‘என்னிடம் சொல்லாதே! தெரிந்துகொள்ள நான் விரும்பவில்லை!’ மோசமாக வயது கூடிவருவதையும் முன்புபோலத் தான் உடலுரத்துடன் இல்லையென்பதையும் அவன் அறிவான்; முதுமைவரை வாழ மாட்டோம் என்ற பயம் ஏற்கெனவே அவனுக்குத் தோன்றிவிட்டது. தன் முடிவு வன்முறை மிக்கதாக இருக்கும் என்று சில சமயம் நினைத்தான்; கள்ளர், மறவர் கொள்ளைக் கும்பல்களால் இன்னமும் ஆபத்தானவையாக இருக்கும் கோவாவுக்கும் பிஸ்நகாவுக்கும் இடைப்பட்ட குதிரைச் சாலையில் பெரும்பாலும் அது வரலாம். அந்தக் குதிரைத் திருடர்கள் குறித்து முதலாம் ஹுக்கராயர் எந்த நடவடிக்கையும் எடுக்காமல் இருப்பதற்கு, டொமிங்கோவை வழிமறித்து அந்த வெளிநாட்டுக்காரனின் நயவஞ்சக இதயத்தைப் பிய்த்து அகற்றுவதன் மூலம் அவர்கள் அரசனுக்குச் சேவை செய்வார்கள் என்று தனிப்பட்ட முறையில் அவன் ஆர்வமாக எதிர்பார்த்தது காரணமாக இருக்கலாம் என்றுகூட டொமிங்கோ நூனிஸ் சந்தேகப்பட்டான். ஆனால் அவனுக்கு வேறு ஒரு முடிவை பம்பா கம்பானா மனதில் கொண்டிருந்தாள்.

‘…முடிவு நெருங்கிவிட்டது. நாளை மறுநாள் நீ இறப்பாய். உன் இதயம் வெடித்துச் சிதறும்; அது என்னுடைய குறைபாடாகக்கூட இருக்கலாம். அதற்காக வருந்துகிறேன்.’

‘நீ ஒரு இதயமற்ற சிறுக்கி. என்னைத் தனியாக இருக்கவிடு,’ என்றான் டொமிங்கோ.

‘அது மிகவும் நல்லதுதான். அந்த இறுதிக் காட்சியைப் பார்க்க நான் விரும்பவில்லை.’

பம்பா கம்பானாவின் கடுமையான வார்த்தைகளுக்குப் பின்னாலிருந்த உண்மை, முதுமையடைய அவள் மறுப்பது எந்த அளவு அவளுக்குப் புதிராக இருந்ததோ அதே அளவு மற்றவர்களுக்கும் இருந்ததால் விளைந்ததுதான். தேவி அவள் வாய் வழியாகப் பேசிய அவளுடைய ஒன்பது வயதுமுதல்

மற்ற எந்தப் பெண்ணையும் போலவே பதினெட்டு வயதுவரை வளர்ந்தாள்; ஆனால் ஹுக்கனிடமும் புக்கனிடமும் மந்திர விதைகள் நிரம்பிய கோணிப்பையை அவள் கொடுத்த நாளிலிருந்து எல்லாமும் மாறிப்போயின. இருபது வருடங்கள் கழிந்த பிறகு அரண்மனையில் படுக்கையறையின் சுவரில் தொங்கிய மெருகேற்றப்பட்ட கேடயத்தில் தன்னைக் கவனமாக ஆராய்ந்தபோது அந்த இரண்டு பத்தாண்டுகளில் அதிகபட்சம் இரண்டு வருடம் மட்டுமே தனக்கு வயது கூடியிருக்கும் என்று கணக்கிட்டாள். அது சரியென்றால், தேவி அவளுக்குக் கொடுத்துள்ள இரண்டு நூற்றாண்டுகளுக்கும் மேற்பட்ட கால அளவின் முடிவில் நாற்பதுகளின் ஆரம்பத்திலிருந்து மத்தியப் பகுதிவரை உள்ள ஒரு பெண்ணின் தோற்றத்தை அவள் கொண்டிருப்பாள். இது ஒரு ஆச்சரியம். தன் மூன்றாம் நூற்றாண்டு வாழ்க்கையில் கூன் விழுந்த, சுருங்கிய தோலுடைய கிழவியின் தோற்றத்தை அடைந்திருப்போம் என்று அவள் எதிர்பார்த்திருந்த வேளையில் அப்படி இல்லை என்பதாகத் தோன்றியது. அவளுடைய காதலர்கள் இறப்பார்கள். அவளுடைய குழந்தைகள் (அவர்கள் ஏற்கெனவே அவளுடைய சந்ததிகள் என்பதைவிட அதிகமும் அவளுடைய சகோதரிகள் என்பது போலவே தோன்றினார்கள்) அவர்களுடைய அம்மாவைவிட வயது கூடியவர்களாக ஆகி மறைந்தும் விடுவார்கள். தலைமுறைகள் பல அவளைக் கடந்து போய்விடும், ஆனால் அவள் அழகு மங்காது. இதைத் தெரிந்து வைத்திருந்தது அவளுக்கு எந்த இன்பத்தையும் தரவில்லை. 'ஒரு வாழ்க்கையின் கதைக்கு ஆரம்பம், நடுப்பகுதி, முடிவு என்று உள்ளன; ஆனால் நடுப்பகுதி இயற்கைக்கு மாறாக நீட்டிக்கொண்டே போனால் கதை சுவாரசியமாக இருக்காது. அது ஒரு சாபம்,' என்று தனக்குத்தானே சொல்லிக்கொண்டாள்.

ஒன்பது வயதில் அம்மாவும் பிற பெண்களும் எரிவதைத் தனியாக நின்று பார்த்த அவள், தான் அன்பு காட்டியவர்கள் எல்லோரையும் இழந்து இறுதியில் அவர்களின் எரியும் சடலங்கள் சூழ நிற்பதே தன் விதி என்பதைப் புரிந்து கொண்டாள். குழந்தைப் பருவத்துச் சிதையின் பெருங்கேட்டை யுகங்களினூடாக மெதுவான இயக்கத்தில் அவள் மீண்டும் வாழ்ந்தாள். வழக்கம் போலவே எல்லாரும் இறப்பார்கள்; ஆனால் இந்த இரண்டாவது எரித்தலுக்கு இரண்டு மணிநேரத்துக்குப் பதிலாகக் கிட்டத்தட்ட இருநூற்று ஐம்பது ஆண்டுகள் பிடிக்கும்.

6

நடக்கப்போவது குறித்து பம்பா கம்பானா முன்னறிவித்ததை நம்பாமல் இருக்க இயலாத டொமிங்கோ நூனிஸ் அன்றைய இரவையும் அதற்கு அடுத்த இருபத்து நான்கு மணிநேரத்தை யும் புக்கனுடனும் ஹலேய கோட்டேவுடனும் சேர்ந்து முந்திரி மதுக்கூடத்தில் குடித்துக் கழித்தான்; மரணத்தின் தேவதூதரான அஸ்ரேலையும் அவர் விரைவில் வரப்போகிறார் என்ற பம்பா கம்பானாவின் முன்னறிவித்தலையும் கண்டித்துக் கதறிக்கொண்டிருந்தான்; நிகழும் என்று பம்பா முன்கூட்டியே சொன்னதுபோலவே அவன் இதயம் வெடித்தபோது அந்த நகரத்துக்குப் பெயரிட்ட புகழ்பெற்ற வெளிநாட்டுக்காரன் இறந்துவிட்டான் என்ற செய்தி பிஸ்நகாவைச் சுற்றிப் பரவியது; கூடவே, இந்த வாழ்க்கையிலிருந்து அடுத்ததற்கு எப்போது குடிமக்கள் போவார்கள் என்பதை முன்கூட்டியே சொல்லும் சக்தியும் தனக்கு உண்டு என்பதை பம்பா கம்பானா வெளிப்படுத்தி விட்டாள் – சுருங்கச் சொன்னால், முணுமுணுத்து அவர்களுக்கு உயிரூட்டுவது மட்டுமல்லாமல் அவளால் அவர்களை இறக்கவைக்கவும் முடியும். அதன் பிறகு, அவளை நேசித்ததைவிடக் குடிமக்கள் அவளைப் பார்த்து அதிகமும் பயந்தார்கள்; முதுமையடைய மறுக்கும் அவள் செய்கை அவள் தூண்டத் தொடங்கிய பயத்தை அதிகரிக்கவே செய்தது. இறந்துவிட்ட தன் காதல் எதிரிமீது பெரிய மனது கொண்ட முதலாம் ஹுக்கராயர் கோவாவிலிருந்து ஒரு கத்தோலிக்க பிஷப்பை வரவழைத்தான்; பன்னிரண்டு அழகான இளைஞர்களைக் கொண்ட பாடகர் குழுவோடு, அவர்களுக்குத் தனிப்பட்ட முறையில் பிஷப்பே

பயிற்சி கொடுத்திருந்தார், அவர் வரும்வரை டொமிங்கோவின் உடல் பனிக்கட்டியில் வைக்கப்பட்டிருந்தது; பிறகு, நூனிஸ் எல்லா அலங்காரங்களும் இடம்பெற்ற அருமையான ஒரு ரோமானிய வழி விடைபெறுதலைப் பெற்றான். அதுதான் பிஸ்நகாவின் முதல் கிறித்தவ ஈமச்சடங்கு; அந்நியச் சமயப் பாடல்கள் பாடப்பட்டன; ஒரு ஆவியை உள்ளடக்கிய விசித்திர மும்மைக் கடவுள்களின் பெயர்கள் உச்சரிக்கப்பட்டன; புறச்சமய வெளிநாட்டவர்களைப் புதைப்பதற்காக நிலப்பகுதி ஒன்று ஒதுக்கப்பட்டது; அவ்வளவுதான், சொல்ல இனி ஒன்றுமில்லை. பம்பா கம்பானா தன் கணவனான அரசன் பக்கத்தில் நின்று தன் காதலனுக்கு விடைகொடுத்தாள்; ஐம்பது வருட வாழ்க்கை முதலாம் ஹுக்கராயரின் முகத்தில் கோடுகளாகவும் அனுபவத் தாக்கங்களாகவும் படிந்திருப்பதைக் கவனிக்க யாரும் தவறவில்லை; அரசப் பதவியின் கடமைகளும் போர் நெருக்கடிகளும் உண்மையான வயதைவிட அவனுக்கு அதிக முதுமையைக் கொடுத்திருப்பது பலர் மனதிலும் பதிந்தது; ஆனால் பம்பா கம்பானாவுக்குக் கிட்டத்தட்ட வயது கொஞ்சமும் கூடவில்லை. அவள் முன்னறிவித்த டொமிங்கோ நூனிஸின் மரணத்தைப் போலவே அவளுடைய இளமையும் அழகும் திகிலுண்டாக்கின. நகரத்துக்கு உயிர் கொடுத்ததில் அவள் ஆற்றிய பங்குக்காக அவளை நேசித்த பிஸ்நகாவின் குடிமக்கள் டொமிங்கோ நூனிஸின் ஈமச்சடங்குக்குப் பிறகு அவளிடமிருந்து தள்ளியே இருந்தார்கள்; நகரத் தெருக்களில் அவள் பயணம் செய்த பல்லக்கைக் கண்டால் பின்னகர்ந்து கண்களை வேறு பக்கம் திருப்பிக்கொண்டார்கள்.

சபிக்கப்பட்டிருக்கிறோம் என்ற உணர்வு அவளுடைய இயல்பான குதூகலத்தை இருளடைய வைத்தது; அவளும் ஹுக்கனும் ஒன்றாக இருக்கும்போது அறையின் சூழல் அவர்களுடைய துயரத்தின் நறுமணங்களால் நிறைந்திருந்தது. இருவரும் அடுத்தவரைத் தவறாகப் புரிந்துகொண்டார்கள். இறந்த காதலனுக்காகத் தன் மனைவி துக்கம் காக்கிறாள் என்று ஹுக்கா நினைத்தான்; அவன்மீது படர்ந்திருக்கும் துறவின் சாயைக்கு அவனுக்குள் புதிதாக முளைத்திருக்கும் சமயப் பித்துதான் காரணம் என்று பம்பா கம்பானா எண்ணினாள்; உண்மையில், மனைவியின் மிகக் கனிவான அன்பைத் திரும்பப் பெற்றுத்தரும் என்று நம்பிய திட்டங்களால் அரசனின் மனம் நிறைந்திருக்க, அவளோ சில சமயங்களில் இறந்துவிட விரும்பினாள்.

நாள்தோறும் ஒரு மணிநேரத்தை தர்பாரில் அடுத்தடுத்த அரியணைகளில் அமர்ந்து பரிபாலனம் செய்தோ, இன்னும்

சரியாகச் சொன்னால், கம்பளம் விரிக்கப்பட்ட மேடையில் பூத்தையலிட்ட ஏராளமான மென் திண்டுகளுக்கிடையே ஓய்வாகச் சாய்ந்தபடி கர்நாடக மரபுப்படி பத்து இசைக்கருவி களை மீட்டிய இசைக் கலைஞர்களின் சங்கீதத்தை ரசித்தோ அவர்கள் கழித்தார்கள்; இனிப்புகள் அடுக்கப்பட்ட தட்டு களையும் மாதுளைச் சாறு நிரம்பிய ஜாடிகளையும் ஏந்திப் பணியாட்கள் சுற்றிவந்தார்கள்; மழை பொய்த்ததால் வரிச்சலுகை கேட்டும், 'பாருங்களேன், என்ன செய்வது, மாட்சிமை பொருந்திய மன்னரே, அரசியே, எல்லாம் காதல்தான்,' என்று சொல்லி வேறு ஜாதிப் பையனையோ பெண்ணையோ மணம் முடிக்க அனுமதி கேட்டும் பலவிதமான முறையீடுகளோடு பிஸ்நகாவின் குடிமக்கள் அப்போது அவர்கள் முன் வந்தார்கள். பெருகிக்கொண்டே போகும் தன் தூய்மைவாதத்தை இயன்றவரை அடக்கிக்கொண்டு, தன் இரக்கக் குணம் அரசியின் மனதை இளக்கும் என்று நம்பி, குடிமக்களின் பல கோரிக்கைகளை ஹுக்கன் நிறைவேற்றினான்.

குடிமக்களின் கோரிக்கைகளில் கவனம் செலுத்தும் நேரத்துக்கிடையே பம்பா கம்பானா தொடர்பான தன் இலக்கை மனதில் வைத்துச் சில விளக்கங்களைச் சொன்னான். 'நான் ஒரு நல்ல அரசனாகவே இருந்துவருகிறேன் என்று நினைக்கிறேன்,' என்று அவளிடம் அடங்கிய குரலில் சொன்னான். 'நான் உருவாக்கியுள்ள நிர்வாக நடைமுறைகளுக்காக என்னைப் பாராட்டுகிறார்கள்.' குடிமைப்பணி உருவாக்குவது அப்படி ஒன்றும் ஆர்வத்தையோ கற்பனையையோ தூண்டும் விவகாரம் அல்ல என்பதை உடனடியாகப் புரிந்துகொண்ட அவன், பம்பா கம்பானாவைச் சலிப்படையச் செய்யாமல் இருக்கும் பொருட்டுப் போர் தொடர்பான செய்திகளைப் பேசினான். 'என் சொந்த ஆசைகளையும் மீறி, என் விவேகத்தை நிரூபித்து, வலிமையான கோல்கொண்டா கோட்டையைத் தாக்கும் எண்ணத்தைக் கட்டுப்படுத்திக்கொண்டு புறச் சமயத்தவனான அந்த வைர அரசன், நம் படையினர் போர்த்தொழிலில் கூடுதல் வலிமை பெற்று அவனை இழுத்துப் புழுதியில் தள்ளும் காலம் வரும்வரை, அவனுடைய நாட்டை ஆண்டு அனுபவிக்கட்டும் என்று விட்டுவைத்திருந்தேன். ஆனாலும் பேரரசுக்காகப் பல பரந்த நிலப்பகுதிகளை வென்றிருக்கிறேன்; வடக்கே மலப்ரபா நதியைத் தாண்டி, காலகியைக் கைப்பற்றி, கொங்கண, மலபார் கடற்கரைவரை எல்லையை விரித்துவிட்டேன். பழைய ஹோய்சாளப் பேரரசின் கடைசி அரசனான மூன்றாம் வீர பல்லாலாவை, புதுப் பவிசு காட்டும் மதுரை சுல்தான் கொன்ற பிறகு அந்த அதிகார வெற்றிடத்தை விரைந்து அடைந்து

ஹோய்சாளப் பகுதிகளை நம்முடையவையாக ஆக்கிக் கொண்டேன்...' பம்பா கம்பானா தூங்கிவிட்டதைக் கவனித்த அவன் பேசுவதை நிறுத்தினான்.

காதலன் இறந்த பிறகு வந்த நாட்களில் தன்னிலிருந்தே தான் விசித்திரமான வகையில் அந்நியமாகிவிட்டதுபோல பம்பா கம்பானா உணர்ந்தாள். யார் கண்ணுக்கும் படாமல் மாலை உலாவல்களை மேற்கொள்ள அரண்மனைத் தோட்டத்தில் அரசன் உருவாக்கி வைத்திருந்த இலைதிரள் சுரங்கங்களினூடாக அவள் நடந்தாள்; காகிதப்பூப் பந்தல்களைக் கடந்தபோது ஒரு வலைப்பின்னல் பாதையின் மையத்தில் ஒரு பூதம் தனக்காகக் காத்துக்கொண்டிருக்கும் நாடோடியாகத் தன்னை உணர்ந்தாள்: தன்னிடமே தன்னை இழந்தவளாக. தான் யார் என்று கேட்டுக்கொண்டாள். வலைப்பின்னல் பாதையின் மையத்தில் இருக்கும் பூதம் அவளாகவே இருக்கலாம்; அந்த வகையில் அந்தப் பசும் புதிர் வழியினூடாக நடந்தபோது அவளுடைய உண்மை இயல்பான விலங்குத்தன்மையை அவள் நெருங்கிக்கொண்டிருந்ததே நிஜத்தில் நடந்தது. அவள் அம்மா அவளுக்கு அந்நியராக மாறத் தேர்ந்தெடுத்த நெருப்புச் சம்பவ நாளுக்கும் அதன் பிறகு ஒரு இரண்டாவது தாய், தேவி, அவள் வாய் வழியாகவே அவளிடம் பேசியதற்கும் பிறகு தீர்க்க முடியாத புதிராக அவளுடைய அடையாளம் மாற்றப்பட்டுவிட்டது. ஓர் இலக்குக்கான வழிமுறையாகத் தான் இருப்பதாக அவள் அவ்வப்போது உணர்ந்தாள் – தன் கரைகளை மூழ்கடிக்காமல் கால நதி பாய முடிகிற ஒரு ஆழமான கால்வாய், அல்லது வரலாறு வாரிக் கொட்டப்பட்டுக்கொண்டிருக்கும் உடைக்க முடியாத ஒரு கொள்கலம். நெருப்பில் அவளும் எரிவதைப்போலப் புரிந்துகொள்ள முடியாததாக, நெருங்க இயலாததாக அவளது உண்மையான சுயம் தன்னை உணர்ந்தது. ஆனால் அவள் உயிர் தந்த உலகத்தின் கதையின் நோக்கத்தில் அந்தப் புதிருக்கு விடை இருப்பது அவளுக்குத் தெளிவானது; அவளும் பிஸ்நகாவும் அவர்களுடைய நீண்ட கதைகளின் இறுதிக்கு ஒருசேர வந்துசேரும்போது மட்டுமே அந்த விடையை அறிந்துகொள்வார்கள்.

ஒரு விஷயத்தை அவளால் புரிந்துகொள்ள முடியவில்லை: காலத்தை ஏமாற்றும் அவள் உடலின் திறன் அதன் சதைரீதியான தேவைகளின் வீரியத்துக்கு உடந்தையாக இருந்ததைப் போல ஒவ்வொரு வருடம் கடக்கும்போதும் அவளுடைய பாலியல் வேட்கைகள் முன்னிலும் முனைப்புடன் பெருகின. இச்சையைப் பொறுத்தமட்டில் கண்ணியமான

ஒரு பெண் என்பதைவிடத் தான் அதிகமும் ஒரு ஆணைப் போல இருப்பதாக அவளுக்குத் தோன்றியது; ஒருவனைப் பார்த்து விரும்பிவிட்டால் விளைவுகள்பற்றிக் கவலைப்படாமல் அவனை எப்படியாவது அடைந்தே தீர வேண்டும் என்று செயல்பட்டாள். டொமிங்கோ நூனிஸின்மீது ஆசை கொண்டாள்; அவனை அடைந்தாள்; ஆனால் இப்போது அவனை இழந்துவிட்டாள்; அதிகரித்துக்கொண்டே போகும் தூய்மைவாதத்தைப் பின்பற்றும் அரசன்மீதான அவள் நாட்டம் குறைந்துகொண்டே போனது. விரும்பினால் ஒரு அரசி இன்பம் துய்க்க ஏதுவாக ஒப்பனை செய்துகொண்டு வாலைக் குழைக்கும் ஆட்கள் அரண்மனையில் உண்டு; ஆனால் அப்போதைக்கு அவள் அப்படி யாரையும் தேர்ந்தெடுக்க வில்லை. முன்னாள் அரைகுறை உயிரிகளான அவர்கள்மீது ஈர்ப்புக் கொள்வது மிகக் கடினம்; அவர்கள் கதைகளை அவர்கள் காதுகளுக்குள் முணுமுணுத்தவள் அவள்தானே. அவர்கள் என்ன வயதினராக இருந்தாலும் அவர்களைத் தன் குழந்தைகளாகத்தான் பார்த்தாள்; அவர்களைத் தன் ஆசைக்கு இணங்கவைப்பது முறையற்ற பாலியல் உறவாகத்தான் இருக்கும். இன்னொரு பிரச்சினையையும் பரிசீலிக்க வேண்டி யிருந்தது: தான் தேர்ந்தெடுத்த ஆண்களிடமிருந்து வாழ்க்கையை யும் அழகையும் அவள் உறிஞ்சிக்கொண்டிருந்தாளா? அதனால்தான் உண்மையான வயதைவிடக் கூடுதலான மூப்போடு அவர்கள் தோற்றம் கொண்டார்களா? தான் ஆசைப்பட்ட ஆண்களின் வாழ்க்கைக்குத் தீங்கு நேராம லிருக்கக் காதல் செயல்பாடுகளிலிருந்து அவள் விலகியிருக்க வேண்டுமா? அதன் பிறகு எல்லாரையும்போல அவளும் முதுமையடைவாளா?

இப்படியான எண்ணங்கள் அவள் மனதை ஆக்கிரமித் திருந்தன. ஆனால் அதிகரித்துக்கொண்டே போகும் அவளுடைய பாலியல் பசியின் அவசரம் அவள் சந்தேகங்களை ஒதுக்கித் தள்ளியது. ஒரு ஆணைத் தேடத் தொடங்கினாள்; பலவீனமானவர் களைத் தன் ஆசைக்குச் சாதகமாகப் பயன்படுத்திக் கொள்ளும், கூடுமானால் அவர்களுக்கு மரணத்தை விளைவிக்கும் அவளுடைய பார்வை இறங்கிய நபர் அவள் கணவனின் சகோதரன்: தேனீயின் கொடுக்கைப் போன்று துளைக்கும் மனக் கிளர்ச்சி கொண்ட இளைய புக்கன்.

அவன் ஒருவனால் மட்டுமே அவளை மகிழ்விக்க முடியும். முந்திரி மதுவிடுதியின் பின்னிரவுப் பாலியல் நிகழ்வுகள் பற்றிய காமம் தூண்டும் விவரிப்புகளால் அவளுக்கு இன்பமூட்டி அவனோடும் அவன் குடி சகாவான ஹலேயேவுடனும்

ஒரு மாலையைக் கழிக்க அவளுக்கு அழைப்பு விடுத்தான்; அந்த வர்ணனைகளின் வசியம் அவளை மயக்கி அவன் அழைப்பை ஏற்கத் தூண்டியது. ஆனால் விரும்பும்படி அவன் சொன்ன கதைகளோடு திருப்திப்பட்டு அவள் தன்னைக் கட்டுப்படுத்திக்கொண்டாள்; அவை வேடிக்கையாக இருந்ததோடு அவ்வப்போது தன்னைத் தூண்டியதையும் அவள் உணர்ந்தாள்.

பட்டத்து இளவரசன்மீது அவள் ஈர்ப்புக் கொண்டிருக்கிறாள் என்ற செய்தி அரண்மனையில் அனைவரிடமும் வேகமாகப் பரவியது; புரிந்துகொள்ள இயலாததாகவும் அது தோன்றியது. டொமிங்கோ நூனிஸ் மாதிரியான அழகு கொண்டவனல்ல அவன். இத்தனை நாட்களுக்குள் அவன் உடல் பல இடங்களில் வீங்கி அங்கங்கள் தளர்ந்துபோய் முட்டைக்கோஸ் அல்லது பீட்ரூட்போல ஒரு மனிதக் கிழங்கின் அருவருப்பான, பருமனான தோற்றத்தை அடைந்திருந்தான். சாக்கு மூட்டை போன்ற ஒருவன் காம வேட்கை கொண்ட அரசியின் பிரியத்துக் குரியவனாக இருந்தது விசித்திரம். வெறும் ஆசையைத் தாண்டி அவளுக்கு வேறு நோக்கங்கள் இருந்தன. அவளுடைய மகள்களிடம் அவன் அன்பாக நடந்துகொண்டான்; அந்தக் குறும்புக்காரச் சித்தப்பாவின் கோணங்கித்தனங்கள் இளவரசிகளைக் களிப்படையவைத்தன. இந்த ஆண்டு அவள் கணவனுடைய வாழ்க்கையின் இறுதி ஆண்டு எனவும் டொமிங்கோ நூனிஸ் இறக்கும் ஆண்டும் எனவும் பம்பா கம்பானா கனவு கண்டதால் எதிர்காலத்தைப் பற்றி அவள் யோசிக்க வேண்டியிருந்தது. வம்ச வரிசை தெளிவாக நிறுவப்பட வில்லையென்றால் ஒரு அரசனின் மரணம் நெருங்கிய உறவினர்களை ஆபத்துக்குள்ளாக்கிவிடும். அதனால் அரியணை மீதான புக்கனின் நீண்ட நாள் உரிமையை அவள் பாதுகாப்பது முக்கியம்; அவன் மகுடம் சூட்டிக்கொண்டால் அவள் குழந்தைகள் பத்திரமாக இருப்பார்கள். அவன் பக்கத்தில் அவள் நிற்கும்போது அவர்களை எதிர்த்து நிற்க பிஸ்நகாவில் ஒருவருக்கும் துணிச்சல் வராது.

இலைதிரள் சுரங்கங்களினூடாகத் தன்னோடு நடக்கும்படி அவனை வேண்டினாள்; அவள் கணவனால் உருவாக்கப்பட்ட அந்த ரகசியப் பாதைகளில் முதன்முறையாக அவள் அவனை முத்தமிட்டாள். ‘புக்கா, புக்கா,’ என்று முணுமுணுத்தாள். ‘வாழ்க்கை என்பது நாம் கைகளில் ஏந்தியிருக்கும் ஒரு பந்து. அதைக் கொண்டு என்ன ஆட்டத்தை விளையாடலாம் என்பதை நாம்தான் தீர்மானிக்க வேண்டும்.’

பட்டத்து இளவரசனோடு பம்பா கம்பானா கொண்டிருந்த சிக்கலான உறவுகுறித்த செய்தி ஹுக்கனின் காதுகளைக் கிட்டத்தட்ட உடனடியாக, இலைத்திரள் இருந்ததோ இல்லையோ, எட்டியது; ஏய்க்கும் மனைவியின் கணவனான அரசன் தன் சகோதரனுக்கு எதிராகச் செயலாற்றத் தயங்கி அவமானத்தை மறைக்கவும் ராணுவ வெற்றியால் அதைத் துடைத்தழிக்கவும் கடைசிமுறையாக ஒரு படையெடுப்பை நிகழ்த்த அரண்மனையை விட்டு நீங்க நிர்ப்பந்திக்கப்பட்டான். ஹோய்சாள அரசனை வீழ்த்தியதற்குப் பிறகும் பழைய ஹோய்சாளப் பகுதிகளை – அவை தற்போது பிஸ்நகாப் பேரரசின் வசமாகிவிட்டன – வெல்லத் தவறியவனும் அதி கர்வத்தில் மிதந்தவனுமான மதுரை சுல்தானைக் கொல்ல உகந்த நேரம் அதுதான்; பேரரசுக்கு ஓயாமல் தொல்லை கொடுக்கும் சுல்தானுக்கு எதிராக நடவடிக்கை எடுக்க வேண்டிய அவசியம் வந்துவிட்டது. எனவே, முதலாம் ஹுக்கராயர் தன் இறுதிப் படையெடுப்பை நிகழ்த்தப் புறப்பட்டான்; அதிலிருந்து ஒருபோதும் அவன் திரும்பிவரப் போவதில்லை. பட்டத்து இளவரசனிடமும் அரசியிடமும் அவன் கூறிய கடைசி வார்த்தைகள் மிகவும் எளிமையானவை: ‘உலகை உங்கள் கைகளில் ஒப்படைக்கிறேன்.’ தன் மரணத்தை நோக்கிப் போகிறோம் என்று அவன் பயந்திருக்கிறான் என்பதில் பம்பா கம்பானாவுக்கு எந்தச் சந்தேகமும் இல்லை. அதை உறுதிப்படுத்த வேண்டிய தேவையும் அவளுக்கில்லை. தன் சகோதரனை அவன் அணைத்தான்; வாழ்க்கையின் பாதையில் நடக்கத் தொடங்கிய இரக்கத்துக்குரிய இரண்டு மாடு மேய்ப்பவர்களாக அவர்கள் ஒரு கணம் ஆனார்கள். தன் பாதை விரைவில் முடிவுக்கு வந்துவிடும் என்பதை உள்ளூர அறிந்தும் பேய்களின் உலகத்தைப் பற்றி நிறைய யோசித்துக்கொண்டும் அவன் அந்த இடத்தை விட்டு நீங்கினான்.

முதன்முறையாக ரோமன் கத்தோலிக்க வழிபாட்டு முறையின் கலைச்சொற்களை டொமிங்கோ நூனிஸின் ஈமச்சடங்கில் கேட்ட நாள் முதல் கிறித்தவக் கடவுள்களில் ஒன்றாக ஒரு ஆவி இருப்பதைக் குறித்த கோட்பாடு ஹுக்கனைக் குழப்பியது. உருமாறும் கடவுள்கள், இறந்து மறுபிறப்புக் காணும் கடவுள்கள், திரவக் கடவுள்கள், வாயுக் கடவுள்கள் என்று எல்லாவகைக் கடவுள்கள் குறித்தும் அவன் அறிந்திருந்தான்; ஆனால் ஆவிக் கடவுள்பற்றிய இந்தக் கருத்தாக்கம் அவனைத் தொந்தரவுக்குள்ளாக்கியது. இறந்தவர்களைக் கிறித்தவர்கள் வழிபட்டார்களா? தெய்வீகப் பண்புகளைப் பெற்றிருந்ததால் கடவுள் கூட்டத்துக்கு உயர்த்தப்பட்ட, ஒருகாலத்தில்

வாழ்ந்திருந்த யாரோ ஒருவரா அந்த ஆவி? அல்லது, பிதா – சுதன், கடவுள்கள் உயிரோடிருப்பவர்களுக்குப் பொறுப்பெடுத்துக்கொள்ளும் நிலையில் இறந்தவர்களைக் கண்காணிக்கும் பணிக்கு நியமனம் செய்யப்பட்டதா இந்தக் கடவுள்? அல்லது, இறந்து, ஆனால் உயிர்ப்பிக்கப்படாமல் போன கடவுளா? அல்லது, ஒருபோதும் வாழ்ந்தே இராத, காலத்தின் தொடக்கத்திலிருந்தே இருந்துவரும், உடலினின்றும் பிரிந்த, கண்ணுக்குப் படாமல் வாழ்ந்துகொண்டிருப்பவர்களைச் சுற்றிவந்து, படுக்கையறைகள், ரதங்கள் ஆகியவற்றுக்குள் எளிதாக நுழைந்து வெளியேறி உலகின் நல்ல, கெட்ட செயல்களை வேவுபார்க்கும் உளவாளியைப் போன்றதா அந்த ஆவியுரு? சிருஷ்டி கர்த்தா, ரட்சகர் என்று பிற கிறித்தவக் கடவுள்களை வர்ணிக்கலாம் என்றால் இந்த ஆவி நீதிபதியா? அல்லது, வெறுமனே குறிப்பிட்ட பொறுப்பு எதுவும் இல்லாத, துறை எதுவும் இல்லாத கடவுளா? அது... ஒரு குழப்பம்.

இறந்தவர்களின் ராணுவமான – அல்லது ஒருவேளை இறக்காதவர்களின் – ஆவி சுல்தானகம் என்ற ஒன்று தோன்றியிருக்கிறது என்ற வதந்தி பரவத் தொடங்கியிருந்ததே ஆவிகளைப் பற்றி அவன் அதிகம் யோசித்ததற்குக் காரணம்; எழுச்சி பெற்று வளர்ந்த பிஸ்நகாப் பேரரசின் வலிமையால் அழிக்கப்பட்ட அனைத்துப் படைவீரர்கள், தளபதிகள், இளவரசர்கள் ஆகியோரின் ஆவிகளால் உருவாக்கப்பட்ட படை அது என்று கருதப்பட்டது; அவர்கள் எல்லோரும் இப்போது பழிவாங்கத் துடித்துக்கொண்டிருந்தார்கள். அவர்களின் தலைவனான ஆவி சுல்தான் குறித்த கதைகள் பரவத் தொடங்கின. கையில் ஈட்டி ஏந்தி மூன்று கண்கள் உடைய குதிரையின் மீது அமர்ந்து அவன் சவாரி செய்தான். ஹுக்கனுக்கு ஆவிகளில் நம்பிக்கையில்லை; குறைந்தபட்சம் அதுதான் பகிரங்கமாக அவன் வெளிப்படுத்திய நிலை; ஆனால் மதுரை சுல்தானின் ராணுவத்துக்கு இந்த ஆவிப் படையணிகள் ஆதரவு கொடுக்குமோ என்றும் போர்க்களத்தில் ஆவி சுல்தானையும் உயிரோடுள்ள சுல்தானையும் தான் எதிர்கொள்ள வேண்டியிருக்குமோ என்றும் அவன் அந்தரங்கமாக யோசித்தான். அப்படி நடந்தால் வெற்றி பெறுவது சாத்தியமில்லை. பெருகிக்கொண்டே போகும் அவனுடைய மதச் சகிப்பின்மை, பெரும்பகுதி மதச் சார்பற்ற (அதனால் ஒழுக்கக்கேடான) அவன் தம்பி புக்கனின் கருத்து சார்ந்து பிஸ்நகாவின் ஆதாரக் கொள்கைக்கு எதிரானது, அவனுடைய படைகளை எதிர்க்கப்போகும் ஆவிப் படைவீரர்களின் உணர்ச்சி வேகத்தைக் கூட்டுமோ என்பது குறித்தும்

அவன் ரகசியமாக அஞ்சினான்; காரணம், அவர்கள் எல்லோரும் அவனால் சகித்துக்கொள்ள முடியாத மதத்தைச் சேர்ந்தவர்கள்.

ஏன் அவன் மாறினான்? (போருக்கான பாதை நீண்டிருந்ததால் சுயபரிசோதனை செய்துகொள்ள நேரம் கிடைத்தது.) மந்திர விதைகள் தூவப்பட்ட நாளன்று மலை உச்சியில் புக்கனோடு மேற்கொண்ட உரையாடலை அவன் மறந்துவிடவில்லை. 'அங்கே கீழே இருக்கும் அந்த ஆட்கள், நம்முடைய புதிய குடிமக்கள் சுன்னத் செய்யப்பட்டவர்களா, சுன்னத் செய்யப்படாதவர்களா?' என்று புக்கன் கேட்டான். இன்னொன்றையும் சொன்னான். 'உண்மை என்னவென்றால், அதில் எனக்கு அக்கறையில்லை. அநேகமாக அது ஒரு கலப்பாக இருக்கலாம். அதனால் என்ன?' இருவரும் உடன்பட்டார்கள். 'நீ அதைப் பற்றிக் கவலைப்படவில்லையென்றால் எனக்கும் கவலையில்லை.' 'அப்புறமென்ன.'

விடை இதுதான்: துறவி வித்யாசாகர் மாறியதால் அவனும் மாறிவிட்டான். அறுபது வயதில், வெளிப்பார்வைக்கு அடக்கமானவராக (ஆனாலும் பலவீனமானவர்களிடம் ரகசியமாகப் பாலியல் ஆதாயம் தேடுபவராக), குகைவாசியாக இருக்கும் அவர் அதிகாரம் வாய்ந்தவராக வளர்ந்திருந்தார்; அந்தக் காலத்தில் அப்படியொரு வார்த்தை இருந்திருந்தால் ஹுக்கனின் பிரதம அமைச்சர் என்று அழைக்கப்பட்டிருப்பார்; இளமைக் காலத்திலிருந்த தூய்மையான (அதே சமயம் கறைபட்ட) மெய்ஞானியாக அவர் தற்போது இல்லை. புரட்சியைக் கொண்டுவரும் என்று நம்பப்பட்ட முதல் பொது முறையீட்டின் துண்டு வெளியீடு – தலைமறைவுத் தீவிரவாதி, வெளியுலகக் குடிகாரர் ஹலேய கோட்டேவின் வேலையாக அது இருக்கலாம் – அரசனுக்கு நெருக்கமாக இருந்த வித்யாசாகரைப் பெயர் சொல்லியே கண்டித்தது. இப்போதெல்லாம், வழிபாட்டுடனோ தியானத்துடனோ உண்ணாநோன்போடோ பதினாறு வகை தத்துவ முறைமைகளைச் சிந்திப்பதோடோ தன் நாளைத் தொடங்காமல் முதலாம் ஹுக்கராயரின் பள்ளியறை முதன்மைப் பணியாளராகத் தன் கடமைகளைச் செய்வது வழியாக அன்றாடப் பணியைத் தொடங்கினார். ஒவ்வொரு நாள் காலையும் ஹுக்கனைப் பார்க்கும் முதல் நபர் அவர்தான்; காலை உணவுக்கு முன்பாகவே, நட்சத்திரங்களைக் கணித்து அன்றைய நாள் எப்படி இருக்கும் என்று ஜோதிடப் பித்துக் கொண்டிருந்த அரசனுக்குச் சொல்ல வித்யாசாகர் தேவைப் பட்டார். ஒவ்வொரு நாளும் அரசன் எதைப் பற்றி யோசிக்க வேண்டும், அவனைப் பார்க்க யாருக்கு அனுமதி தர வேண்டும்,

கிரகங்களின் பாதகமான அமைப்பைப் பொறுத்து யாரைத் தவிர்க்க வேண்டும் என்பவற்றை அவனுக்குச் சொன்னவர் வித்யாசாகர்தான். குறைவான மூடநம்பிக்கைகள் கொண்ட புக்கனின் கருத்துப்படி ஜோசியம் ஒரு பித்தலாட்டக் குவியல்; வித்யாசாகரின் ஜோசியக் கணிப்புகள் உண்மையில் அரசியல் சூழ்ச்சிகளே என்பதை உணர்ந்த அவன் அவரை மனதார வெறுக்கத் தொடங்கினான். யாரை அரசன் பார்க்க வேண்டும் என்பதைத் தீர்மானித்து அரசனின் பள்ளியறை வாயிலை மட்டுமல்லாமல் அரியணைக் கூடத்தின் வாயிலையும் காவல் காப்பது அவர்தான் என்றால் அரசனுடைய அதிகாரத்துக்கு அடுத்து இருப்பது அவருடையதுதான்; அந்த அதிகாரத்தைப் பயன்படுத்தி அரசனுடைய அமைச்சர்களையும் அரசனிடம் பணிந்து உதவி கேட்பவர்களையும் கட்டாயப்படுத்தி மந்தானா கோயிலுக்கும், கூடவே நிச்சயமாகத் தனக்கும் பெரிய அளவில் நன்கொடைகளை அவர் பெறுகிறார் என்று புக்கன் சந்தேகப்பட்டான். ஏற்கெனவே அரசனின் அதிகாரத்துக்கு இணையாக உள்ள இந்த அதிகாரம் ஒரு கட்டத்தில் முடியாட்சியையே கவிழ்க்கும் அளவுக்குப் போய்விடலாம். தன் வழிகாட்டி குறித்த விமர்சனத்தை ஹுக்கன் கேட்க மாட்டான்; ஆனால் பம்பா கம்பானாவிடம் புக்கன் சொல்லி விட்டான், ‘என் முறை வரும்போது அந்தச் சமயக் குருவின் அதிகாரத்தை இல்லாமலாக்கப் போகிறேன்.’

‘ஆமாம்,’ என்று அவன் எதிர்பார்க்காத ஆவேசத்துடன் சொன்னாள். ‘கண்டிப்பாக நீ அதைச் செய்ய வேண்டும்.’

மதங்களின் ஒரு வகையான இணைப்பை ஹுக்கன் ஆரம்பகாலத்தில் பின்பற்றியதைப் புதிதாக அரசியல்மயமான வித்யாசாகர் கடுமையாகக் கண்டித்தார்; ஹுக்கனின் அந்தக் கொள்கை, பலவித மதங்களைப் பின்பற்றிவந்த நபர்களைச் சமமான குடிமக்களாக, வணிகர்களாக, அரசப் பிரதிநிதிகளாக, படைவீரர்களாக, தளபதிகளாகவும்கூட விரும்பி ஏற்றுக்கொள்பவனாக அவனை ஆக்கியது. ‘அந்த அராபியக் கடவுளோடு இணக்கம் என்பது கூடாது,’ என்று அவனிடம் உறுதியாகச் சொன்னார். ஆனாலும் ஒற்றைக் கடவுள் கொள்கையிலிருந்த பயன்கள் சமயக் குருவை ஈர்த்தன; சிவனின் உள்ளூர் வடிவ வழிபாட்டை மற்ற எல்லாக் கடவுள்களுடையதைவிடவும் மேன்மைப்படுத்தினார். அராபியக் கடவுளைப் பின்பற்றியவர்களின் பெரிய தொழுகைக் கூட்டங்களையும் அவர் ஆர்வத்துடன் கவனித்தார். ‘அந்த மாதிரியான பழக்கம் நம்மிடம் கிடையாது,’ என்று ஹுக்கனுக்கு

அறிவுறுத்தினார். 'ஆனால் நாம் அதைச் செய்ய வேண்டும்.' பெருந்திரள் கூட்டு வழிபாட்டின் அறிமுகம் முற்போக்கானதாகக் கருதப்பட்டது; புதிய மதமாகத் தெரியத் தொடங்கிய அதைத் தீவிரச் சீர்திருத்தங்களைக் கோரியவர்கள் கண்டித்தார்கள்; பழைய, எனவே உண்மையான மதத்தில் கடவுள் வழிபாடு என்பது பன்மையில் ஆற்றும் செயல் அல்ல, தனி மனிதருக்குரியது என்று பழைய மதத்தின் ஆதரவாளர்களான அவர்களின் துண்டு வெளியீடுகள் வலியுறுத்தின; இடையில் வேறு எவரும் இல்லாமல், வழிபடும் தனிமனிதரையும் கடவுளையும் இணைக்கும் அனுபவம் அது; இந்தப் பிரம்மாண்டமான வழிபாட்டுக் கூட்டங்கள் உண்மையில் மாறுவேடமிட்ட அரசியல் கூட்டங்கள்; அரசியல் அதிகாரத்துக்காக மதத்தைத் தவறாகப் பயன்படுத்தியவை. எளிய மக்களோடு தொடர்பில்லாத, கிட்டத்தட்ட செயல் வலுவற்ற சிறு அறிவுஜீவிக் குழுக்களைத் தவிரப் பெரும்பான்மையோரால் அந்தத் துண்டு வெளியீடுகள் புறக்கணிக்கப்பட்டன; எனவே, அக்குழுக்கள் இயங்க அனுமதிக்கப்படலாம்; பெருந்திரள் வழிபாடு என்ற கருத்தை மக்கள் பரவலாக விரும்பினார்கள். இந்தச் சடங்குகளை அவனே முன்னின்று நடத்தினால் கடவுளின் வழிபாட்டுக்கும் அரசன்மீது மக்கள் கொண்ட பேரன்புக்கு மான வேறுபாடு பயனுள்ள வகையில் மங்கிவிடும் என்று அரசனின் காதில் வித்யாசாகர் முணுமுணுத்தார்: அதுதான் உண்மையென்று நிரூபணமானது.

வித்யாசாகரின் புதிய மதம் சார்ந்த மனப்பான்மையை ஒட்டியே மதுரை சுல்தானை எதிர்த்த படையெடுப்பு நிகழ்ந்தது. புதிதாக வந்துள்ள, திமிர் பிடித்த அந்தச் சிற்றரசனுக்கும் புதிதாக வந்து முக்கியத்துவம் வாய்ந்ததாகக் காட்டிக்கொள்ளும் அவனுடைய புதிய மதத்துக்கும் பாடம் புகட்ட அதுதான் நேரம்; அந்தப் பாடத்தின் குறியீடு நாடு முழுக்க எதிரொலிக்கவிருக்கிறது.

இதெல்லாம் சேர்ந்து ஹுக்கானையும் புக்கானையும் பரஸ்பரம் முன்பிருந்ததைவிட மேலும் விலகவைத்தது; இதன் காரணமாகத்தான் பச்சைச் சுரங்கத்தில் பம்பா கம்பானா பட்டத்து இளவரசனை முத்தமிட்டபோது எதிர்ப்புக் காட்டாமல் உற்சாகத்துடன் அதை அவன் திருப்பித் தந்தான்.

டொமிங்கோ நூனிஸ் தன்னைச் சிலசமயம் ஒப்பிட்டுக் கொண்ட உலகம் சுற்றும் பயணியான மொராக்கோ நாட்டு நாடோடி இபன் பதூத்தா, சீனாவை நோக்கி மெதுவாகப்

பயணம் போனபோது – கைபர் கணவாயில் திருட்டுக் கொடுத்த, சிந்து நதியின் கரையில் மேய்ந்த ஒரு காண்டாமிருகத்தைப் பார்த்த, சோழமண்டலக் கடற்கரைக்குப் போகும் வழியில் கொள்ளைக்காரர்களால் கடத்தப்பட்ட பயணி அவன் – மதுரை இளவரசி ஒருத்தியை மணம் முடிப்பதற்காகத் தன் பயணத்தை நிறுத்தினான்; அதனால் மதுரை சுல்தானால் நிகழ்த்தப்பட்ட பயங்கர அட்டூழியங்களையும் அவனுடைய அரசாட்சியின் வீழ்ச்சியையும் நேராகக் கண்டு அவற்றை அவனால் பதிவுசெய்ய முடிந்தது. குறுகிய காலம் மட்டுமே நீடித்த மதுரை சுல்தானகம் மோதல்கள் நிறைந்த பகுதியாகவே இருந்தது; எட்டு இளவரசர் களும் தமக்கு முன்னால் பதவியில் இருந்தவர்களை அடுத்தடுத்து விரைவாகக் கொலைசெய்துவிட்டு, ரத்தக்கறை படிந்த அரியணையில் ஏறினார்கள்; அதனால் முதலாம் ஹுக்கராயரின் படைகள் மதுரையை அடைந்தபோது ஹோய்சாளர்களைத் தோற்கடித்த சுல்தான் – அவன் மகள் தற்போது இபன் பதூத்தாவின் மனைவி – போய்ச்சேர்ந்துவிட்டான்; சுல்தானின் காலம் தொடங்கி, திரும்பத் திரும்ப ஆட்சிப் பறிப்புகள், உயர்குடியினரின் படுகொலைகள், பொதுவெளியில் சாதாரண மக்களைக் கழுவேற்றுதல் போன்ற அச்சுறுத்தும் செயல்களின் நிகழ்விடமாக மதுரை இருந்தது; யார் அதிகாரம் மிக்கவன் என்று பிரபுக்களுக்கும் எளிய ஜனங்களுக்கும் காட்டுவதே அச்செயல்களின் நோக்கம்; ஆனால் வெறுப்பு பெரிய அளவில் அதிகரித்து மதுரையின் ராணுவம் கலகத்தில் ஈடுபட்டுப் போரிட மறுத்துவிட்டது; அதனால் ஹுக்கனின் வெற்றி ரத்தம் சிந்தாமலேயே சாத்தியமானது; இறுதி மரண தண்டனை குறித்து யாரும் துக்கம் அனுஷ்டிக்கவில்லை; ரத்தம் தோய்ந்த எட்டு சுல்தான் கூட்டத்தின் கடைசியும் அதிவன்முறையுமான கொலை அதுதான்.

(வெற்றிக் களிப்புடன் ஹுக்கன் மதுரையில் நுழைவதற்கு முன்பே இபன் பதூத்தா தப்பித்துவிட்டான்; தோற்கடிக்கப்பட்ட வம்சத்தின் உறுப்பினரைத் திருமணம் செய்துகொண்ட வெளிநாட்டுக் கணவனான அவன் நிகழ்விடத்தில் இல்லாமல் போவதுதான் விவேகம் என்று முடிவு செய்தான்; எனவே, பிஸ்நகாப் பேரரசு குறித்த எந்தப் பதிவும் அவனுடைய புகழ்பெற்ற நாட்குறிப்புகளில் இல்லை; எனவே, மேற்கொண்டு கருத்து எதுவும் சொல்லாமல் இந்தப் பக்கங்களிலிருந்து வெளியேற அவனை அனுமதிக்கலாம். கைவிடப்பட்ட அவன் மனைவி குறித்து எந்தச் செய்தியும் இல்லை. வரலாற்றிலிருந்து மறைந்த அவள் பெயரைக்கூட ஊகிக்க வேண்டியுள்ளது. இரக்கத்துக்குரிய பெண்! மனம்போன போக்கில் பயணம் போகும்

மனிதனைத் திருமணம் செய்துகொள்வது புத்திசாலித்தனமான செயலல்ல.)

மதுரைக்குள் நுழைந்த பிறகு அப்போதுதான் அவன் முடிவுக்குக் கொண்டுவந்த கொடூர அரச வம்சத்தின் கதைகள் ஹுக்கனுக்குத் தெரியவந்தன; உடனடியாகத் தன் குடும்பத்தைப் பற்றி யோசித்த அவன் பட்டத்து இளவரசனான தம்பியிட மிருந்து அண்மைக் காலத்தில் பிரிந்திருப்பது குறித்தும் நீண்ட நாட்களாக மற்ற சகோதரர்களிடமிருந்து அந்நியப்பட்டிருப்பது குறித்தும் வருந்தினான். ராணுவத்திலேயே மிக வேகமாக ஓடும் குதிரைகளையும் அவற்றைச் செலுத்த நான்கு வீரர்களையும் தேர்ந்தெடுத்து பிஸ்நகாவுக்குப் பாய்ந்துபோய் ஒரு கடிதத்தையும் அதேபோன்ற கடிதங்களை மற்ற மூன்று சகோதரர்களான நெல்லூரிலிருக்கும் சுக்கானுக்கும் முல்பாகலிலிருக்கும் பக்கானுக்கும் சந்திரகுத்தியிலிருக்கும் தேவ்க்கும் சேர்ப்பிக்க உத்தரவிட்டான்.

'மதுரையிலிருந்த இந்த ஆட்கள் ஒவ்வொரு சில வாரங்களுக்கு ஒருமுறை எனப் பல வருடங்களாக ஒருவரை யொருவர் கொன்றுகொண்டிருந்ததாகத் தெரிகிறது, மகன்கள் தந்தைகளையும் தாய் தந்தைகளோடு உடன்பிறந்தவர்களின் மகன்கள் அதே மாதிரி பிறந்த உறவுகளையும் கொன்றிருக் கிறார்கள்; ஆமாம், உண்மை, சகோதரக் கொலைகளும் நடந்திருக்கின்றன. ரத்தத்தில் குளித்த இந்த இனத்தின் செயல்கள் முன்னிலும் மூர்க்கமாக குடும்பத்தை நேசிக்கும்படி என்னைச் செய்துவிட்டன. எனவே, என் அன்பான சகோதரர்களே, அதிகாரத்தின்மீது பிடியைத் தக்கவைக்க வேண்டும் என்பதற்காக உங்கள் யாரொருவருக்கும் தீங்குசெய்ய என் ஒரு விரலைக்கூட உயர்த்த மாட்டேன் என்பதைச் சொல்லவே இதை எழுதுகிறேன். அதேபோல நீங்கள் யாரும் எனக்கு எதிராகச் செயல்பட மாட்டீர்கள் என்று நம்புகிறேன்; நீங்கள் ஒருவரையொருவர் நம்ப வேண்டும் என்றும் உங்கள் சொந்த ரத்தத்துக்கு எந்தத் தீங்கும் செய்யக் கூடாது என்றும் மன்றாடிக் கேட்டுக் கொள்கிறேன். விரைவில் பிஸ்நகாவுக்குத் திரும்பி வருவேன், நீண்ட காலமாக இருந்ததைப் போலவே எல்லாமும் மன நிறைவாக நடக்கும். உங்களுக்கு என் அன்பு உரித்தாகுக,' என்று கடிதத்தில் எழுதியிருந்தான்.

கடிதத்தைப் பெற்ற புக்கன் அதை ஒரு மறைமுக அச்சுறுத்த லாகப் பார்த்தான். 'மதுரையின் ரத்தக்களரி, அரசனுடைய மனதில் சில மோசமான கருத்துகளை விளைவித்திருக்கிறது,' என்று பம்பா கம்பானாவிடம் அவன் சொன்னான்.

'இப்போதிருந்து எல்லா நேரமும் நம்மைச் சுற்றி ஒரு பாதுகாப்புப் படையை வைத்துக்கொள்ள வேண்டும். இந்தக் கடிதங்கள் நம் சகோதரர்களையும் கவலைப்பட வைத்திருக்கும். யாருக்குத் தெரியும்? தாக்கப்படுவதற்கு முன் தாக்குவது நல்லது என்று அவர்களில் ஒருவரோ அல்லது எல்லாருமோ முடிவெடுக்கலாம்.'

மகன்களைவிட மகள்கள் என்ற வகையில் – இப்போது அவர்கள் அழகான பதின்பருவப் பெண்கள் – அவர்களிடமிருந்து வரும் ஆபத்து குறைவு என்று பார்க்கப்படலாம் என்றாலும் பம்பா கம்பானாவின் முதல் யோசனை அவளுடைய குழந்தைகளைச் சார்ந்தே வந்தது; பிஸ்நகாவை விட்டு நீங்கிப் புகலிடம் தேட வேண்டிய அவசியம் அவளுக்கு வந்திருக்கலாம், ஆனால் எங்கே? அரசனின் சகோதரர்களை நம்பக் கூடாது, பேரரசின் பிற பகுதிகள் அனைத்தும் ஹுக்கனின் கட்டுப்பாட்டில் இருந்தன, பேரரசுக்கு வெளியே இருந்த எல்லாமும் பகைமை கொண்டவை. ஹுக்கன் வாழும்வரை இளவரசிகள் பாதுகாப்பாக இருப்பார்கள் என்றும் ஆனால் அவன் இறந்த பிறகு அவள் தன் மகள்களுக்கு மாடு மேய்க்கும் பெண்களைப் போல மாறுவேடம் அணிவித்துச் சங்கம குடும்பத்தினரின் பூர்வீகக் கிராமமான குத்திக்கு – பெரும் மதில்போன்ற இயற்கைப் பாறை அமைவின் அடிவாரத்தில் உருவான ஊர் அது – அனுப்பிவைத்துவிட்டால் அங்கிருப்பவர்கள் அவர்களைப் பார்த்துக்கொள்வார்கள் என்றும் புக்கன் ஆலோசனை சொன்னான். 'அரசாட்சியை என் கட்டுப்பாட்டுக்குள் கொண்டுவரும் வரையிலான கொஞ்சக் காலத்துக்குத்தான் இது தேவைப்படும்,' என்று அவளுக்கு நம்பிக்கையூட்டினான். 'ஆனால் நான் தோல்வியுற நேர்ந்து என் நியாயமான உரிமையை சுக்கன், புக்கன், தேவ் ஆகியோரில் யாராவது பறித்துக்கொண்டால், அது சுக்கானோ பக்கானோ தேவ்வோ, அந்த இளம் பெண்கள் அங்கே இருக்கக்கூடும் என்று அவர்கள் கற்பனைகூடச் செய்ய மாட்டார்கள்,' என்றான். 'சிறிய கோட்டைகளில் சிற்றரசர்களாக ஆன பிறகு அவர்கள் தங்களுடைய வேர்களை மறந்துவிட்டார்கள்; குத்தி என்று ஒரு ஊர் இருப்பதுகூட அவர்கள் நினைவில் இருக்குமா என்பது எனக்குச் சந்தேகம்தான்; எப்படி இருந்தாலும், குற்ற வாழ்க்கையை மேற்கொண்டு அவர்கள் ஊரை விட்டுப் போய் நீண்ட காலம் ஆயிற்று,' என்றான்.

மற்றவர்களால் தங்களுக்கு ஆபத்து விளையலாம் என்ற பீதி இப்படியாக பிஸ்நகாவின் வரலாற்றில் தொடங்கியது. நெல்லூரில், முல்பாகலில் சந்திரகுத்தியில் சங்கமச் சகோதரர்கள் மலைகளின் சகோதரிகளான தங்கள் மனைவிகளைக் கூடுதல் சந்தேகத்தோடு பார்க்கத் தொடங்கினார்கள்; அரசனிடமிருந்து

ரகசியச் செய்திகளைப் பெற்றுத் தங்கள் கணவர்களைக் கொல்ல அவர்கள் தயாராகிக்கொண்டிருக்கலாம் என்பதே அதற்குக் காரணம். தன்னுடைய மகள்கள் ஓடிப்போய் குத்தியின் பசுக்களிடம் சேர்வதற்கான ஏற்பாடுகளை பம்பா கம்பானா ரகசியமாகச் செய்யத் தொடங்கினாள். தன்னால் எழுத முடிந்த அன்பு ததும்பும் மிகச்சிறந்த செய்தியை ஹுக்கனுக்குத் திருப்பி அனுப்பிவிட்டுச் சிக்கலான சூழலுக்கு புக்கன் தயாரானான்.

பேரரசுகளின் வீழ்ச்சியை இப்படியான கணங்களால் முன்னறிவிக்க முடியும். ஆனால் பிஸ்நகா விழவில்லை.

மாறாக, ஹுக்கன்தான் விழுந்தான். தன் படைகளை முன்னின்று நடத்தியபடி மதுரையிலிருந்து திரும்பிவரும் வழியில் திடீரென்று கத்தியபடி அவன் குதிரையிலிருந்து கீழே விழுந்தான். ராணுவம் மேற்கொண்டு நகராமல் அங்கேயே நின்றது; அரசனுக்குரிய கூடாரமும் போர்க்கள மருத்துவமனையும் அவசரமாக எழும்பின; ஆனால் அரசன் ஆழ்ந்த மயக்க நிலைக்குப் போயிருந்தான். மூன்று நாட்களுக்குப் பிறகு மயக்கத்திலிருந்து சிறிது விழித்த அவனுடைய மனநிலையை உறுதிசெய்யச் சிகிச்சை அளித்த மருத்துவர் அவனிடம் சில கேள்விகள் கேட்டார்.

'நான் யார்?' என்று மருத்துவர் கேட்டார்.

'ஆவித் தளபதி,' என்று பதில் சொன்னான்.

செவிலியர் பணி செய்துகொண்டிருந்தவரைக் காட்டி, 'இவர் யார்?' என்றார்.

'அவர் ஒரு ஆவி ஒற்றர்,' என்றான்.

சலவை செய்யப்பட்ட படுக்கைத் துணிகளைக் கொண்டு வந்த பணியாளைக் காட்டி, 'அது யார்?' என்று ஹுக்கானை மருத்துவர் கேட்டார்.

'அவனும் ஏதோ பேய்தான்,' என்று ஏளனமாகச் சொன்னான். 'அவனைப் பொருட்படுத்த வேண்டியதில்லை.' பிறகு, அவனுடைய இறுதித் தூக்கம் என்று ஆகிவிட்ட நிலைக்குள் மீண்டும் ஆழ்ந்தான். ராணுவம் பிஸ்நகாவை அடைந்தவுடன் அரசனின் மரணம் அறிவிக்கப்பட்டது. அவன் பேசிய கடைசி வார்த்தைகள் தொடர்பான செய்தி படைவீரர்களிடம் பரவியபோது, ஆவி சுல்தானகத்தின் பேய்ப் படை முன்னேறி வந்ததையும் தன்னுடைய மூன்று கண் குதிரையில் வந்த ஆவித் தளபதி முதலாம் ஹுக்கராயரை

நோக்கிப் பாய்ந்து ஒளி ஊடுருவும் ஈட்டியை அவன் நெஞ்சில் பாய்ச்சியதையும் பயத்துடன் பார்த்ததாகப் பலர் சொல்லத் தயாரானார்கள். அப்படிக் கதைவிட விரும்பிய ஒருவருக்கு ஈடாகப் பத்துப் பேர் அப்படி எதையும் தாங்கள் பார்க்க வில்லை என்று சொன்னார்கள்; அரசனுக்கு மருத்துவரீதியான ஒரு நெருக்கடி மூளையில் தோன்றியதோடு இதயத்திலும் ஏதோ பிரச்சினை வந்திருக்கலாம் என்பதும் வேறெந்த மாய மந்திர விளக்கமும் தேவையில்லை என்பதும் போர்க்கள மருத்துவர்களின் ஒருமித்த கருத்தாக இருந்தது.

பிஸ்நகாவின் முதல் அரசனுடைய ஈமச்சடங்கு உண்டாக்கிய மதிப்பேறிய தருணம், பேரரசின் வரலாற்றில் உயிரோட்டம் உருவான கட்டத்தின் இறுதிச் செயல் என்று பம்பா கம்பானா புக்கனிடம் சொன்னாள். 'முதல் மன்னனின் இறப்பே அரச வம்சத்தின் பிறப்பும்,' என்றாள். 'ஒரு வம்சத்தின் பரிணாமத்துக்கு இன்னொரு வார்த்தை வரலாறு. இன்று விசித்திர மண்டலத்திலிருந்து வெளியேறி வரலாற்று மண்டலத்துக்குள் பிஸ்நகா நுழைகிறது; அதனுடைய கதையின் பெரும் நதி உலகத்தின் வரலாறான கதைகளின் கடலுக்குள் பாய்கிறது.'

அதன் பிறகு சூழல் இயல்புநிலைக்குத் திரும்பியது. மாடு மேய்ப்பவர்கள் என்று பாவனை செய்து வாழத் தன் பெண்களை பம்பா கம்பானா குத்திக்கு அனுப்பவில்லை. பட்டத்து இளவரசனின் பக்கத்தில் நின்றால் அவனுக்கு எதிராகக் கை உயர்த்த யாரும் துணிய மாட்டார்கள் என்ற ஊகத்தின் மீது அவள் தன் குடும்பத்தின் பாதுகாப்பைப் பணயம் வைத்தாள். தர்பார் முக்கியஸ்தர்களும் பிரபுக்களும் ராணுவத் தலைவர்களும் விரைவாகவே முதலாம் புக்கராயரை பிஸ்நகாவின் புதிய ஆட்சியாளனாக அங்கீகரித்தார்கள்; மலைகளின் சகோதரிகளும் அப்படியே செய்தார்கள். ஹுக்கனின் மரணத்தைப் பற்றிக் கேள்விப்பட்டபோது மனைவிகள் தங்களைக் கொல்லாமல் விட்டார்களே என்று உயிர் தப்பிய மூன்று சகோதரர்களும் பெரிதும் நிம்மதியடைந்தார்கள்; புதிய அரசனை மண்டியிட்டு வணங்க பிஸ்நகா நகரத்துக்குப் பயணம் போனார்கள். அவ்வளவுதான், சொல்ல இனி ஒன்றுமில்லை. முதலாம் புக்கராயர் இருபத்தோரு வருடங்கள், இறந்துபோன தன் சகோதரனைவிட ஒரு வருடம் கூடுதலாக, ஆட்சி செய்வான்; அந்தக் காலம் பிஸ்நகாவின் முதல் பொற்காலத்தின் பகுதியாக அமைந்தது. கடும் மத ஒழுங்குமுறை இல்லாத, எதைப்பற்றியும் கவலை கொள்ளாத புக்கனின் மனப்போக்கு ஹுக்கனின் தூய்மைவாத மத உணர்வுகளுக்குப் பதிலாக நிலைகொண்டது; நகரமும் பேரரசும் பிறந்தபோது இருந்த 'அதனாலென்ன, இருக்கட்டுமே'

என்ற சகிப்புத்தன்மை திரும்பி வந்துவிட்டது. சமயக் குருவாக இருந்து அரசியல்வாதியாக மாறிய வித்யாசாகரைத் தவிர அனைவரும் மகிழ்ச்சியாக இருந்தார்கள்; நெறியற்ற விளையாட்டுத்தனம் நிறைந்த சூழல் திரும்பி வந்தமை, பிற மத நம்பிக்கையாளர்களிடம் காட்டும் சலுகைகள், புதிய ஆட்சியின் இறையியல் தொடர்பான தளர்வு ஆகியவைபற்றி தன்னுடைய அதிருப்தியை பம்பா கம்பானாவிடம் அவர் தெரிவித்தார்.

ஒரு காலத்தில் அவர் தன் குகைக்கு அழைத்துச்சென்று – பேசப்படாத அவள் வார்த்தைகளில் – முறைகேடாகப் பயன்படுத்திய சிறு பெண் அல்ல அவள் இப்போது. எனவே, மிகச் சாதாரணமாக, அவரைப் புறக்கணிக்க அவள் தீர்மானித்தாள்.

7

தன்னுடைய ஆட்சியின் முதல் நாளில் புக்கன் தன் குடிச்சகாவைக் கூப்பிட்டனுப்பினான். வாழ்க்கையை ராணுவ முகாம்களிலும் மலிவான விடுதிகளிலும் கழித்த ஹலேய கோட்டே அரண்மனையின் கம்பீரமான கவர்ச்சியைப் பார்த்துத் திகைத்துவிட்டார். அலங்காரமான நீச்சல் குளங்கள், நேர்த்தியான குளியல் தொட்டிகள் அன்றி, அணிவகுத்துச் செல்லும் படைவீரர்கள், சேணமிட்ட யானைகள், கல் முரசுகளை அடிப்பவர்கள், கல் புல்லாங்குழல்களில் இனிமையான பாடல்களை வாசிப்பவர்கள், அந்த இசைக்கு ஏற்ப, இடுப்பிலிருந்து கால் நோக்கி விரிந்து பரவும் பாவாடை அணிந்து நடனமாடும் பெண்கள் ஆகியோரின் கல் புடைப்புச் சிற்பங்களினூடாக எவ்வித உணர்ச்சிகளையையும் காட்டாத பெண் போர் வீரர்கள் அவனை இட்டுச் சென்றார்கள். இந்தக் கிடைமட்டச் சிற்பங்களுக்கு மேலிருந்த சுவர்களை முத்துக்களும் மாணிக்கங்களும் தைக்கப்பட்ட பட்டுத் துணிகளின் வரிசைகள் அலங்கரித்தன; மூலைகளில் தங்கச் சிங்கங்கள் நின்றுகொண்டிருந்தன. அவருடைய ரகசிய தீவிரவாதத்தையும் தாண்டி ஹலேய கோட்டே மலைத்ததோடு அல்லாமல் பயப்படவும் செய்தார். புதிய அரசனுக்கு அவரிடம் என்ன தேவைப் பட்டது? ஒருவேளை குடிப் பழக்கமிருந்த தன் கடந்தகாலத்தை அவன் அழித்துவிட விரும்பி யிருக்கலாம்; அப்படித்தானென்றால், ஹலேய கோட்டே தன் கழுத்தைக் குறித்துக் கவலைப் பட்டார். அரசனின் பிரத்யேகச் சந்திப்புக் கூடத்துக்கு அவரை அழைத்துப்போன பெண் போர் வீரர்கள் அவரைக் காத்திருக்கச் சொன்னார்கள்.

மின்னும் பட்டுக்கும் உன்னதமான கல் சிற்பங்களுக்கும் இடையே தனிமையில் ஒரு

மணிநேரத்தைக் கழித்த பிறகு ஹலேய கோட்டேவின் பதற்றம் மிகவும் அதிகரித்தது; இறுதியில் பாதுகாவலர்கள், பணியாட்கள், சேடிகள் ஆகியோரின் பரிவாரம் சூழ அரசன் நுழைந்தபோது தன் இறுதிக் கணம் நெருங்கிவிட்டது என ஹலேய கோட்டே முடிவுகட்டிவிட்டார். முந்திரி மதுக்கூடத்தில் காணப்பட்ட சிறு உருண்டை வடிவ புக்கன் அல்ல இப்போதைய முதலாம் புக்கராயர். தங்கப் பூவேலைப்பாடு செய்யப்பட்ட உடையும் அதற்கேற்ற தொப்பியும் அணிந்து பகட்டாகத் தோன்றினான். வளர்ந்துவிட்டவனாகத் தெரிந்தான். உருவ அளவில் அவன் பெருத்திருக்க முடியாது என்பதும் கம்பீரத் தோற்றம் உருவாக்கிய மாயை அது என்பதும் ஹலேய கோட்டேவுக்குத் தெரியும்; ஆனால் தலை நரைத்த அந்த முதிய போர் வீரரின் மனக்குழப்பத்தை மேலும் அதிகரிக்க அந்த மாயையே போதுமானதாக இருந்தது. பிறகு புக்கன் பேசினான்; நான் இறந்துவிட்டேன் என்று ஹலேயே கோட்டே நினைத்தார்.

'எனக்கு எல்லாம் தெரியும்,' என்றான் புக்கன்.

ஆக, இது குடியைப் பற்றியது அல்ல. தன் கடைசி நாள் வந்துவிட்டது என்பது ஹலேய கோட்டேவுக்குத் தற்போது மேலும் உறுதியாகத் தெரிந்தது.

'வெளிப் பார்வைக்குத் தெரிவது மாதிரியான ஆளல்ல நீ,' என்று சொன்னான் புக்கன். 'கிட்டத்தட்ட அப்படித்தான் என் ஒற்றர்கள் என்னிடம் சொல்கிறார்கள்.' புதிய அரசன் ஒப்புக்கொண்ட முதல் விஷயம் இது; தன் சகோதரனின் ஆட்சிக்காலம் முழுதும் தனக்குப் பாதுகாப்பு வழங்கவும் உளவு சொல்லவும் பிரத்யேகமாக ஒரு பிரிவைப் புக்கன் பராமரித்து வந்தான்; அந்தப் பிரிவின் அதிகாரிகள் ஹுக்கனின் குழு இருந்த இடத்துக்குத் தற்போது வருவார்கள்; தொலைதூரச் சிறு கிராமங்களுக்குப் போய் ஓய்வெடுக்கவும் பிஸ்நகாவுக்கு ஒருபோதும் திரும்பி வராமல் இருப்பது நல்லது என்று பழைய ஆட்களிடம் சொல்லிவிடுவார்கள்.

'என் ஒற்றர்கள் மிகவும் நம்பிக்கைக்குரியவர்கள்.'

'நான் யாரென்று அவர்கள் சொல்கிறார்கள்?' ஏற்கெனவே பதில் தெரிந்திருந்தாலும் ஹலேய கோட்டே அந்தக் கேள்வியைக் கேட்டார். மரண தண்டனை அறிவிக்கப்படுவதைக் கேட்கக் காத்திருக்கும் குற்றவாளி அவர்.

'நீ எதிர்ப்பு இயக்கத்தவன். அதுதானே அந்த வார்த்தை?' புக்கன் மிக மென்மையாகப் பேசினான். 'எனக்குக் கிடைத்த தகவல்படி இறந்த என் அண்ணன் உன்னை ஒரு சுவாரசியமான

ஆள் என்று எண்ணியிருக்கிறான்; நீ அந்த அமைப்பின் கொள்கைகளை வெறுமனே பின்பற்றும் நபர் அல்ல, ஐந்து பொது முறையீடுகளை எழுதியவனே நீதான். மேலும் நீதான் எழுதியது என்பதை மறைக்க, அவற்றை எழுதியவன்போல சமயப் பழமைவாதியாக நடந்துகொள்வதில்லை. அப்படி இருக்கலாம், அல்லது உன்னுடைய அறிவிப்புகள் உன் உண்மையான இயல்போடு ஒத்துப்போகவில்லை; உன் தகுதிக்குப் பொருந்தாத ஒரு குழுவை உனக்குப் பெற்றுத்தர அவை பயன்பட்டிருக்கின்றன.'

ராணுவ நீதிமன்ற விசாரணைக்கு உட்படும் போர் வீரனைப் போல ஹலேய கோட்டே நிமிர்ந்து நின்று, 'தங்களுக்குத் தெரிந்ததை மறுப்பதன் மூலம் தங்களுடைய உளவுத் துறையை நான் அவமானப்படுத்த மாட்டேன்,' என்றார்.

'இந்த ஐந்து பொது முறையீடுகளைப் பொறுத்தவரை, முதலாவதோடு நான் முற்றிலும் உடன்படுகிறேன். மத உலகம் உலகியல் அதிகாரத்திலிருந்து பிரிக்கப்பட வேண்டும்; இன்றிலிருந்து அது நடைமுறைக்கு வருகிறது. இரண்டாவதைப் பொறுத்தவரை, கூட்டு வழிபாடு என்ற சடங்கு நமக்கு அந்நிய மானது; அது நிறுத்தப்படுகிறது. அடுத்து வருவது சிக்கலானது; துறவுக்கும் குதப்புணர்ச்சிக்கும் உள்ள உறவு நிரூபிக்கப்பட வில்லை; அதே போலவே பிரம்மச்சரியத்துக்கும் அந்தப் பழக்கத்துக்கும் உள்ள உறவும். மேலும் அது இன்பத்தின் ஒரு வகை; பிஸ்நகாவில் பலர் அதை அனுபவிக்கிறார்கள். என்ன மாதிரியான இன்ப வகைகள் ஏற்றுக்கொள்ளத்தக்கவை, எவையெல்லாம் சட்டத்துக்குப் புறம்பானவை என்று பரிந்துரைப்பது என்னுடைய வேலை அல்ல. எவ்வகை ராணுவச் சாகசங்களிலும் நாம் ஈடுபடக் கூடாது என்பது உங்கள் அடுத்த கோரிக்கை. நிறைய அனுபவம் உள்ள போர் வீரர்களைப் போல உங்கள் குழுவினர் போரை வெறுப்பதைப் புரிந்துகொள்கிறேன்; அதே சமயம், பேரரசின் நலனுக்காகப் நாம் போரில் ஈடுபட நேர்ந்தால் நீங்கள் அதை ஒப்புக்கொள்ள வேண்டும். கடைசியாக, கலைக்கு எதிரான உங்களுடைய ஐந்தாவது முறையீடு ஒரு உண்மையான பண்பாட்டு, கலை விரோதியின் வேலைத்திட்டம். என்னுடைய அரசவையில் கவிதையும் இசையும் இருக்கும்; பெரிய கட்டடங்களையும் கட்டுவேன். கலைகள் சிறுபிள்ளைத்தனமானவை அல்ல என்பதைக் கடவுள்கள் நன்றாகவே அறிவார்கள். ஒரு சமூகத்தின் ஆரோக்கியத்துக்கும் நலத்துக்கும் அவை முற்றிலும் தேவை. ஆடல் அரங்கை ஒரு புனித வெளி என்று நாட்டிய சாஸ்திரத்தில் இந்திரனே அறிவித்துள்ளான்.'

‘மாட்சிமை பொருந்திய மன்னரே,’ என்று தன் பழைய குடிப் பங்காளியைப் பட்டப் பெயரிட்டு அழைத்துப் பேசத் தொடங்கினார் ஹலேய கோட்டே. ‘என் தரப்பை விளக்கவும் தங்கள் கருணையை வேண்டவும் அவகாசம் தந்தால் மகிழ்ச்சியடைவேன்.’

‘மன்றாட வேண்டிய அவசியம் இல்லை,’ என்றான் புக்கன். ‘ஐந்தில் இரண்டு என்பது அவ்வளவு ஒன்றும் மோசமில்லை.’

நிம்மதியும் குழப்பமும் அழுத்தமாகக் கலந்த உணர்வை அனுபவித்த ஹலேய கோட்டே பின்கழுத்தைச் சொறிந்து கொண்டு தலையைக் குலுக்கி லேசாக நடுங்கவும் செய்தார்; தெள்ளுப்பூச்சிகளின் கூட்டம் அவரை மொய்த்ததைப் போன்ற தோற்றத்தைத் தந்தார்; அது பெரும்பாலும் உண்மைதான். இறுதியில், ‘மாட்சிமை பொருந்திய மன்னரே, எதற்காக என்னை அரசவைக்கு வருமாறு ஆணையிட்டீர்கள்?’ என்று கேட்டார்.

‘இன்று காலை நம்முடைய மிகச்சிறந்த விவேகி, அறிவுக் கடல் வித்யாசாகரை விருந்துக்கு அழைத்துப் பேசிக்கொண் டிருந்தேன்; பதினாறு வகை தத்துவ முறைமைகள் குறித்து வளர்ந்துவரும் அவருடைய ஆய்வு தலைசிறந்ததாகக் கருதப்படுகிறது; அரசவை விவகாரங்களில் அவர் செலுத்தும் கவனம் காரணமாக அந்தப் பெரிய பணி முடிவுபெறாமல் பாதியில் நின்றுபோனால் அவலமாகிவிடும் என்பதை அவருக்கு எடுத்துச் சொன்னேன். உரிமை எடுத்துக்கொண்டு இன்னொரு விஷயத்தையும் சொன்னேன்; தனிப்பட்ட முறையில் ஜோதிடத்தில் எனக்கு ஆர்வமில்லை என்பதால் என் அண்ணன் வேண்டிக்கொண்ட அன்றாட ஜாதகக் கணிப்புகள் எனக்குத் தேவையில்லை என்று தெரிவித்துவிட்டேன். பொதுவாக அவர் எல்லாவற்றையும் ஏற்றுக்கொண்டார் என்றே சொல்வேன். மிகச்சிறந்த பண்பாளர் அவர்; வார்த்தையற்ற ஒரு ஒலியை அவர் வெளியேற்றியபோது – ‘ஹா’ என்று அவர் உரக்கச் சொன்னபோது லாயத்திலிருந்த குதிரைகளெல்லாம் பயந்துபோயின – அது அவருடைய புலன் கடந்த ஆன்மிகப் பயிற்சியின் ஒரு பகுதி என்பதைப் புரிந்துகொண்டேன்; தேவைக்கு அதிகமாக உள்ளதைக் கட்டுப்படுத்தப்பட்ட வெளிமூச்சுமூலம் புறத்தில் விட்டுவிடுவதே அது. ஒரு வகை விடுவித்தல். பிறகு விடைபெற்றுக்கொண்டு தொண்ணூற்றொரு நாள் தியான, ஆன்மப் புதுப்பிப்பு நிகழ்வைத் தொடங்க மந்தானா மடத்துக் கட்டடங்களின் எல்லைக்கு அருகே இருந்த அவருடைய நீண்டகால இருப்பிடமான குகைக்குத் திரும்பிவிட்டார் என்று நினைக்கிறேன். ஒழுங்கு நிறைந்த

இந்தச் செயல்பாட்டின் பயன்களுக்காகவும் இன்னும் கூடுதலான வளம் கொண்ட அவதாரத்தில் அவருடைய ஆன்மாவின் மறுபிறப்புக்காகவும் நாம் அனைவரும் நன்றியுடையவர்களாக இருப்போம் என்பது எனக்குத் தெரியும். நம் எல்லோரையும்விட மிக மேலானவர் அவர்.'

'தாங்கள் அவரைப் பதவியிலிருந்து நீக்கிவிட்டீர்கள்.' தொகுத்துச் சொல்லும் துணிச்சல் ஹலேய கோட்டேவுக்கு இருந்தது.

'உண்மைதான். அரசவையில் ஒரு காலியிடம் உள்ளது,' என்று பதில் சொன்னான். 'ஒற்றை ஆலோசகரை வைத்து வித்யாசாகரைப் பதிலீடு செய்ய முடியாது; இப்போது உயிரோடுள்ள எந்தத் தனி மனிதனையும்விட அவர் கூடுதல் தகுதி உடையவர். எனவே, அவருடைய பொறுப்புகளில் ஐந்தில் இரண்டு பகுதியை உனக்குத் தர விரும்புகிறேன், அதாவது அரசியல் விவகாரங்களில் ஆலோசனை சொல்ல. இன்னும் இரண்டு பகுதிக்குப் பொறுப்பாக இருக்க, அதாவது சமூக வாழ்க்கைக்கும் கலைக்கும் வேறு யாரையாவது கண்டுபிடிக்கிறேன்; உன் பெரும் அறியாமை, குருட்டுப் பிடிவாதம் காரணமாக உன்னால் அவற்றைக் கையாள முடியாது. போரைப் பொறுத்த வரை, அதற்குத் தேவை ஏற்படும்போதெல்லாம், நானே அதற்குப் பொறுப்பெடுத்துக்கொள்வேன்.'

'என் அறியாமையையும் குருட்டுப் பிடிவாதத்தையும் குறைத்துக்கொள்ள முயல்வேன்,' என்றார் ஹலேய கோட்டே.

'நல்லது. அதை ஒழுங்காகச் செய்,' என்றான் முதலாம் புக்கராயர்.

சமூக, கலை விவகாரங்களுக்கான ஆலோசகராக புக்கனால் தேர்ந்தெடுக்கப்பட்டவரின் பெயர் 'கங்காதேவி' என்று வெற்றியையும் தோல்வியையும் சமமான தெளிவோடும் எதையும் எளிதில் நம்பிவிடாத மனப்பான்மையோடும் கருதிப் பார்க்கும் ஜெயபராஜெய என்ற மறுகண்டுபிடிப்புச் செய்யப்பட்ட பம்பா கம்பானாவின் பெரும் படைப்பில் குறிப்பிடப்பட்டுள்ளது; மதுரை விஜயம் என்ற தலைப்பில் மதுரையை வெற்றிகொண்டது குறித்து எழுதப்பட்ட கவிதைக் காவியத்தின் ஆசிரியர் என்றும் 'புக்கனின் மகனான குமார கம்பானாவின் மனைவி' என்றும் கவிஞர் என்றும் அப்பெண்ணைப் பற்றி வர்ணிக்கப்பட்டுள்ளது. இங்கு நாம்

காண்பது இறப்பற்ற பம்பாவின் – உடல்ரீதியான அவள் பிறவியில் கிட்டத்தட்ட இறப்பற்ற, அவள் வார்த்தைகளில் எப்போதும் இறப்பற்ற – ஒரு சிறு ஏமாற்று வேலை என்று முற்றிலும் மூலத்திலிருந்து தருவிக்கப்பட்டதும் தற்போது நம் முன்னால் உள்ளதுமான இந்த நூலின் எளிமையான ஆசிரியன் குறிப்பாகச் சொல்லத் துணிகிறான். எரியூட்டல் நிகழ்த்திய அவலத்தின் கெடுவிளைவாக அவரிடம் வந்த மௌனக் குழந்தையை அழைக்க வித்யாசாகர் பயன்படுத்திய பெயர் 'கங்காதேவி' என்பது நமக்கு ஏற்கெனவே தெரியும்; கம்பானா என்பது பம்பாவுடன் எப்போதும் சேர்ந்தே வரும் பெயர். 'பம்பாவின் மகனுடைய மனைவி' என்பதைப் பொறுத்தவரை, அது! உடல்ரீதியாகவும் தார்மீகரீதியாகவும் சாத்தியமில்லாத ஒன்று; காரணம், விரைவில் பம்பா கம்பானா புக்கனின் மூன்று மகன்களுக்குத் தாயாகப் போகிறாள் – ஆமாம்! இந்த முறை எல்லாம் பையன்களே! அதனால் மதுரைப் பயணத்தின்போது இந்த மகன்கள் பிறந்திருக்க மாட்டார்கள்; அப்படியே பிறந்திருந்தாலும், அவர்களில் ஒருவனுக்குத் திருமணம் செய்துவைப்பது என்பது நினைத்துப் பார்க்க முடியாதது மட்டுமல்ல, எல்லோரையும் அவமதிக்கும் காரியமாக இருந்திருக்கும். எனவே, 'குமார கம்பானா' என்ற நபர் ஒருபோதும் உயிருடன் இருந்தவனல்ல என்றும் 'கங்காதேவி'யும் பம்பா கம்பானாவும் ஒருவரே என்றும் *மதுரை விஜயத்தின்* ஆசிரியர் பம்பாவே என்றும் தனக்கு அங்கீகாரம் வேண்டும் என்று கேட்காத அவளுடைய பெரும் அடக்கமும் விருப்பமின்மையுமே இந்தப் புனைவு மென்திரைக்குக் காரணம் என்றும் நாம் முடிவு செய்துகொள்ள வேண்டும்; அத்திரை மிக எளிதாகக் கிழிக்கப்பட்டுவிட்டது. ஆனாலும் அவளுடைய எதிர்கால வாசகர் அத்திரையைத் துண்டுகளாகக் கிழித்தெறிய வேண்டும் என்று அவள் விரும்பினாள் என்பதை அதன் நொய்ம்மை உணர்த்துகிறது என்று நாம் ஊகிக்கலாம்; தான் அடக்க மானவள் என்ற தோற்றத்தை ஏற்படுத்திய அவள் மற்றவர்க்குத் தருவதாகப் பாசாங்கு செய்யும் அந்தப் பெருமை தனக்கு வர வேண்டும் என்று ரகசியமாக விரும்பியிருக்கிறாள் என்பதே அதற்கு அர்த்தம்.

விட்ட இடத்திலிருந்து தொடரலாம்: சகோதரர்களாகவும் இருந்து தொடர்ந்து அரியணை ஏறிய இரண்டு அரசர்களுக்கும் அரசியாக இருந்த அபூர்வ சாதனையை பம்பா கம்பானா புரிந்தாள். பேரரசின் கட்டடக் கலை, கவிதை, ஓவியம், இசை, கூடுதலாகப் பாலியல் விவகாரங்கள் ஆகியவற்றின் வளர்ச்சியை மேற்பார்வையிடும் பொறுப்பை புக்கன் அவளுக்கு வழங்கினான்.

புக்கனின் ஆட்சிக் காலத்தில் எழுதப்பட்ட கவிதைக்கு இணையான கவிதை ஒரு நூற்றாண்டு கழித்து கிருஷ்ண தேவராயரின் உன்னதக் காலத்தில்தான் படைக்கப்பட்டது. (இந்த இரண்டு காலகட்டங்களிலிருந்தும் பல உதாரணங்களைப் புதைக்கப்பட்ட தன் நூலில் பம்பா கம்பானா சேர்த்திருப்பதை வைத்து நாம் இதை அறிந்துகொள்கிறோம்; நீண்ட காலமாக மறக்கப்பட்டிருந்த அந்தக் கவிஞர்கள் அவர்களுக்குரிய அங்கீகாரத்தை இப்போதுதான் பெறத் தொடங்கியிருக்கிறார்கள்.) அரச ஓவியக்கூடத்தில் உருவாக்கப்பட்ட ஓவியங்கள் ஒன்றுகூட எஞ்சவில்லை; காரணம், பிஸ்நகாப் பேரழிப்பின்போது நிஜ உலகைப் பிரதிபலிக்கும் கலையை நிர்மூலமாக்குவதில் அழித்தவர்கள் தனித்த கவனம் செலுத்தியதே. மேலும், காம உணர்வைத் தூண்டும் ஏராளமான சிற்பங்கள், புடைப்புச் சிற்பங்களைப் பொறுத்தவரை அவை இருந்தன என்பதற்கு நமக்குக் கிடைக்கும் சான்று அவள் வார்த்தைதான்.

பிஸ்நகா மக்கள் பலருடைய மனத்தின் மீது வித்யாசாகர் இன்னமும் பெரிய அளவில் செல்வாக்குச் செலுத்திக் கொண்டிருந்ததன் காரணமாக, எல்லாவற்றையும் மீறி புக்கன் அவருடன் நட்புடன் இருக்கவே விரும்பினான். அவரை அரண்மனையிலிருந்து நீக்கிய பிறகும், உலகியல் விவகாரங்களில் மடம் தலையிடாது என்ற உறுதிமொழியின் பேரில் மந்தானா கோயில் வளாகத்தைப் பராமரிக்க வரிகளை விதித்துக்கொள்ளத் துறவிக்கு அனுமதியளிக்க ஒப்புக்கொண்டான்.

பம்பா கம்பானா, தன் ஓய்விடமான குகைக்குப் போய்விட்ட வித்யாசாகரை ஒருமுறை போய்ப் பார்த்தாள் – அவருடைய பலவீனம் வெளிப்பட்டு அவள் உடல்மீது அவர் திரும்பத் திரும்பத் தன்னைப் பலவந்தமாகத் திணித்துக்கொண்ட குகை. பாதுகாவலர்கள், பணிப்பெண்கள் ஆகியோரடங்கிய பரிவாரம் இல்லாமல், இரந்து வாழும் எளிய ஆன்மிகவாதியைப் போல இரண்டு பகுதிகளாகத் துணி அணிந்து அங்கே வந்தாள்; பல ஆண்டுகள் குகையின் தரையில் படுத்து உறங்கிய, அவர் செய்த எல்லாவற்றையும் மௌனமாகப் பொறுத்துக்கொண்ட இளம் பெண் துறவியாகத் தன்னை அவள் திரும்பவும் மாற்றிக்கொண்டது வெளிப்படையாகத் தெரிந்தது. அவர் வழங்கிய குவளைத் தண்ணீரை ஏற்றுக்கொண்டு, வழக்கமான உபசார வார்த்தைகளுக்குப் பிறகு தன்னுடைய திட்டத்தின் முக்கியப் பகுதிகளை விவரித்தாள்.

கலாச்சார அமைச்சர் என்ற முறையில் தன் திட்டத்தின் முக்கிய அம்சமாக நகர எல்லைக்குள் பிரமிக்கவைக்கும் ஒரு புதிய கோயிலை நிர்மாணிக்கத் திட்டமிட்டிருப்பதைச் சொன்னாள்; எந்தத் தெய்வத்தைப் பிரதிஷ்டை செய்வது என்பது வித்யாசாகரின் தெரிவாக இருக்கலாம்; புரோகிதர்களையும் கோயிலில் நடனமாடும் தேவதாசிகளையும் நியமிக்கும் பணி தலைமைப் புரோகிதரைச் சேர்ந்தது. கண்டிப்பான முகபாவனையுடனும் தன் வார்த்தைகள் அவரைத் திடுக்கிடச் செய்யும் என்று தெரிந்தும் அதி நேர்த்தியான மாளிகை ஒன்றை உருவாக்க பிஸ்நகாவில் உள்ள மிகச்சிறந்த திறமை கொண்ட கொத்தனார்களையும் கல் சிற்பிகளையும் தானே முன்னின்று தேர்ந்தெடுக்கப்போவதாக வித்யாசாகரிடம் சொன்னாள்; அம்மாளிகை அன்றி, உயர்ந்துகொண்டே போகும் கோயிலின் உட்சுவர்கள், வெளிச் சுவர்கள், நீடித்து நிற்கப்போகும் அதன் கோபுரம் ஆகியவற்றின் மீது அழகான தேவதாசிகளின், அவர்களுடைய தேர்ந்தெடுக்கப்பட்ட ஆண் இணைகளின் கலவிப் பரவசத்தின் பல்வேறு நிலைகளைச் சித்தரிக்கும் உருவச் செதுக்கல்கள் இடம்பெறும்; அந்த நிலைகள், தாந்திரிக மரபில் குறிப்பிடப்படுபவையோடோ பாடலிபுத்திரத்தின் பழங்காலத் தத்துவவாதியான வாத்சாயனரின் *காமசூத்ரா*வில் பரிந்துரைக்கப்பட்டவையோடோ மட்டும் நில்லாமல் வேறு சிலவற்றையும் உள்ளடக்கியவையாக இருக்கும்; வாத்சாயனரை வியந்து பாராட்டுபவராக வித்யாசகர் நிச்சயம் இருப்பார் என்பதையும் சேர்த்துச் சொன்னாள். ஆண்–பெண் புணர்ச்சியையும் புணர்ச்சியின் தத்துவ முக்கியத்துவத்தையும் விளக்கும் சிற்ப வகைகளை உள்ளடக்கியவையாக அந்தச் செதுக்கல்கள் இருக்க வேண்டும் என்ற திட்டத்தையும் துறவியிடம் முன்வைத்தாள்.

மதிப்புக்குரியவரான வித்யாசாகரின் முன்பாக ஒன்றல்ல; இரண்டு புனித நூல்களைக் குறிப்பிட்டுப் பேசுவது மிகவும் அவமதிப்பான நடத்தை என்பதை முழுதாக அறிந்தவளாக இருந்தும் இப்படித் தொடங்கினாள்: 'பிருகதாரண்யக உபநிடதம் நமக்குக் கற்பித்திருப்பதுபோல ஆண்–பெண் புணர்ச்சியின் கிளர்ச்சியூட்டும் உருவங்கள் முக்தி நிலையான மோட்சத்தின் குறியீடுகள்; மனித உயிரிகள் அந்த நிலையை அடைந்துவிட்டால் மறுபிறப்பு என்ற சுழற்சியிலிருந்து விடுதலை பெற்றுவிடலாம். "ஒரு பெண்ணால் இறுகக் கட்டியணைக்கப் படும் ஆண், புறநிலை என்பதைப் பற்றியோ அல்லது அகநிலை என்பதைப் பற்றியோ கூடுதலாக எதுவும் அறிவதில்லை," என்று உபநிடதத்தை மேற்கோள் காட்டினாள். '"அதேபோல, ஆன்மாவால் கட்டியணைக்கப்படும் ஒரு மனிதன் அதன்

பிறகு அகநிலையையும் புறநிலையையும் பிரிப்பதில்லை. அவனுடைய இச்சை தணிக்கப்பட்டது, அவன் ஆன்மாவும் திருப்தியுற்றது. இனி அவனுக்கு இச்சை இல்லை, துயரமும் இல்லை."' 'புணர்ச்சியின் தத்துவ முக்கியத்துவத்தை வெளிப் படுத்தும் சிற்பங்களைப் பொறுத்தவரை, அவை பிரபஞ்ச ஆன்மாவின் மறுகூடலைச் சுட்டிக்காட்டுகின்றன. உபநிடதம் சொல்வதுபோல, தொடக்கத்தில், தனித்த இருப்புக் கொண்ட இன்னொரு உயிரியைப் பிரபஞ்ச ஆன்மா நாடியது; தன்னையே இரண்டாகப் பிரித்துக்கொண்டது. இப்படித்தான் கணவனும் மனைவியும் நடப்புக்கு வந்தார்கள்; அவர்கள் திரும்பவும் இணைக்கப்பட்டபோது பிரபஞ்ச ஆன்மா மீண்டும் முழுமையையும் நிறைவையும் பெற்றது. இரண்டு பகுதிகளின் இணைப்பின் காரணமாகவே முழுப் பிரபஞ்சமும் இருப்புக்கு வந்தது.'

உடல் நெடுகச் சுற்றிவைக்கும் அளவுக்கு நீளமுள்ள வெண்தாடியோடு ஐம்பதுகளின் மத்திம வயதிலிருந்த வித்யாசாகர், இதே குகையில் சிறு பெண்ணான பம்பாவைச் சீர்குலைத்த மெலிந்த உடலும் காடுபோல வளர்ந்த சுருள்முடியும் கொண்ட இருபத்தைந்து வயதினர் அல்ல இப்போது. அரண்மனை வாழ்க்கை அவருடைய இடுப்பைத் தடிக்கவைத்திருந்தது, உச்சந்தலையிலிருந்த முடியை அகற்றி யிருந்தது. தன்னடக்கம், பிறர் கருத்துக்களைக் காதுகொடுத்துக் கேட்டல் போன்ற பண்புகளும் காணாமற் போயிருந்தன. பம்பா கம்பானா சொன்னதை முழுக்கக் கேட்டுவிட்டு, மேன்மையும் அவளைவிடத் தான் அனுபவம் மிக்கவர் என்ற தொனியும் வெளிப்பட பதிலளித்தார்.

'இளம் கங்காதேவியே, அந்த வட இந்தியர்கள் சொல்வதை நீ கேட்டுக்கொண்டிருக்கிறாயோ என்று கவலைப்படுகிறேன். ஆபாசத்தை நியாயப்படுத்தப் பழங்கால விவேகத்தை நினைவுகூரும் உன் முயற்சி அறிவார்ந்தது, அதே சமயம் சிக்கலானது; கௌரவமாகச் சொன்னால், அது ஒரு தவறான வழிகாட்டல். தொலைதூரத்தில் உள்ள கோனார்க் போன்ற இடங்களில் காணப்படும் உடற்புணர்ச்சிச் சிற்பங்கள் தேவதாசிகளின் வாழ்க்கையைச் சித்தரிக்கும் முயற்சிகள் என்பது தென்னிந்தியர்களான நமக்கு நன்றாகத் தெரியும்; விலைமகள்களைவிடக் கொஞ்சம் மேலானவர்கள் இந்த தேவதாசிகள்; சில நாணயங்களுக்காக வளைந்து, நெளிந்து கண்றாவியான கோலங்களில் தங்களைக் காட்டிக்கொள்ளத் தயாராக இருப்பவர்கள். மாசற்ற பிஸ்நகாவின் நிலப்பரப்பில் அப்படியொரு காட்சியை நான் அனுமதிக்க மாட்டேன்.'

பம்பா கம்பானாவின் குரலில் எந்த உணர்ச்சியும் இல்லை. 'மதிப்புக்குரிய குருவே, முதலில் இப்போது நான் உங்கள் சிறு பெண்ணான கங்காதேவி அல்ல. சபிக்கப்பட்ட அந்த வாழ்விலிருந்து தப்பித்துவிட்டேன்; முதலாவதாக, இப்போது நான் பிஸ்நகாவின் அனைவரின் நேசத்துக்கும் உரிய இருமுறை அரசி. இரண்டாவதாக, பல ஆண்டுகளுக்கு முன் இந்தக் குகையில் நீங்கள் நடந்துகொண்ட விதம் குறித்து என் உதடுகள் அடைபட்டிருந்தன; இப்போது என் வழியை நீங்கள் மறிக்க முயன்றால் எந்த கணத்திலும் அவற்றைத் திறந்துவிடுவேன். மூன்றாவதாக, இந்தத் திட்டத்துக்கும் வடக்கு, தெற்குக்கும் எந்தச் சம்பந்தமுமில்லை; ஒரு இணையோடும் ஒன்றுக்கும் மேற்பட்ட இணைகளோடும் நிகழும் கூடல்களில் வெளிப்படும் புனித மனித உருவையும் அதன் இயக்கத்தையும் மகிழ்ந்து நோக்கும் விருப்பம் அது. நான்காவதாக, ஒரு புதிய கோயிலைக் கட்ட வேண்டிய அவசியமில்லை என்பதை இந்தக் கணத்தில்தான் முடிவு செய்தேன்; ஏற்கெனவே இருக்கும் புதிய கோயிலிலும் குரங்குக் கோயிலிலும் இந்தச் செதுக்கல்களைச் சேர்த்துவிடலாம்; அதன் காரணமாக, உங்களுடைய எஞ்சிய வாழ்க்கை முழுதும் அவற்றை ஒவ்வொரு நாளும் நீங்கள் பார்த்துக்கொண்டிருக்கலாம்; விருப்பத்துடனும் மகிழ்ச்சி யுடனும் ஈடுபடும் உடலுறவுக்கும் சிறிய, தற்காத்துக்கொள்ள முடியாத, விருப்பமில்லாத மனித உயிரியோடு மிருகத்தன்மை யுடன் ஒருவர் மேற்கொள்ளும் உடலுறவுக்கும் இடையே உள்ள வேறுபாட்டை நீங்கள் எண்ணிப்பார்க்கலாம். எனக்கு இன்னுமொரு யோசனை உண்டு; அதை உங்களோடு பகிர்ந்துகொள்ள வேண்டிய அவசியம் இல்லை.'

'உன்னுடைய சக்தி என்னுடையதைவிட அதிகரித்திருக் கிறது,' என்றார் வித்யாசாகர் அவளிடம். 'இப்போதைக்குத்தான் அந்த நிலை. என்னால் உன்னைத் தடுத்து நிறுத்த முடியாது. உன் விருப்பப்படி செய். சாத்தியமே இல்லாத உன் இளமையின் தொடர்ச்சியை நான் பார்க்கும் வகையில் தேவியின் கொடையான நீண்ட ஆயுட்காலம் நிஜமாகவும் போற்றத்தக்கதாகவும் இருக்கிறது. உனக்குச் சமமான நீண்ட ஆயுளை எனக்கு வழங்குமாறு தெய்வங்களை வேண்டுவேன் என்பதைத் தயவுசெய்து தெரிந்து கொள்; அதனால் நாம் இருவரும் வாழும் காலம்வரை உன் ஒழுக்கக்கேடான போக்குகளுக்கு எதிராக நான் இருப்பேன்.'

எனவே, பம்பா கம்பானாவும் வித்யாசாகரும் விரோதிகளானார்கள்.

இதுதான் பம்பா கம்பானாவின் 'இன்னுமொரு யோசனை': காம உணர்வைத் தூண்டும் கலையை, அந்த நாள்வரை அது

பிரத்யேகமாகக் காணப்பட்ட மதப் பின்னணியிலிருந்து அகற்றி, பழங்காலப் பிரதிகளை – தாந்திரிக மரபுகளிலிருந்தோ காமசூத்திரத்திலிருந்தோ உபநிடதங்களிலிருந்தோ இந்து, பௌத்த, சமண மதங்கள் சார்ந்தவற்றிலிருந்தோ – துணைக்கழைத்து அதை நியாயப்படுத்தும் தேவையை விலக்கி, உயர் தத்துவ, மெய்ஞானக் கோட்பாடுகளிலிருந்து பிரித்து அன்றாட வாழ்க்கையின் கொண்டாட்டமாக அதை மாற்றிவிட வேண்டும். இன்ப நுகர்வுக் கொள்கை கொண்ட புக்கன் அவளுக்குத் தன் முழு ஆதரவையும் கொடுத்தான்; அடுத்து வந்த மாதங்களிலும் வருடங்களிலும் தேவதாசிகளும் அவர்களின் ஆண் இணைகளும் தோன்றும் செதுக்கல்கள் குடியிருப்புப் பகுதிகளின் சுவர்களிலும் முந்திரி மதுக்கூடத்தின் மேலும் அதைப் போன்ற பிற மதுவிடுதி களின் மேலும் கடைவீதியிலிருந்த நிறுவனங்களின் உள், வெளி அலங்காரங்களிலும் தென்படத் தொடங்கின; சுருக்கமாகச் சொன்னால், எல்லா இடங்களிலும்.

பிஸ்நகாவிலிருந்த பெரும்பான்மையான மதம்சாராத கட்டடங்களும் அரண்மனையின் அதிகமான பகுதிகளும் மரத்தால் ஆனவையாக இருந்ததாலும் காம உணர்வைத் தூண்டும் சிற்பக்கலை தொடர்பாக ஆண்களைவிடப் பெண்களிடம் செறிவான, சுவாரசியமான யோசனைகள் காணக்கிடைத்ததாலும் ஒரு புதிய தலைமுறைப் பெண் மரச் சிற்பிகளையும் பெண் கல் தச்சர்களையும் கண்டுபிடித்து அவர்களுக்குப் பயிற்சி கொடுத்தாள் பம்பா. அவளுடைய மகன்கள் பிறந்த காலத்தில், அவளும் புக்கனும் பரஸ்பரம் களித்திருந்த காலத்தில் – ஹுக்கனுடன் அவள் ஒருபோதும் அப்படித் துய்த்ததில்லை – வித்யாசாகர் மனக்கண்ணால் கண்ட தூய்மைவாத பிஸ்நகாவை – அது எல்லாரும் விரும்பக்கூடிய உலகம் என்று ஹுக்கனை அவர் நம்பவைத்திருந்தார் – சிரிப்பும் மகிழ்ச்சியும் அடிக்கடியும் பல்வகைகளிலும் பெறப்படும் பாலியல் உவகையும் நிகழும் இடமாக உருமாற்ற அவள் செயல்படத் தொடங்கினாள். அவள் புதிதாகக் கண்டடைந்த மகிழ்ச்சியை விரிவாக்கும் வழியாக அந்தச் செயல்திட்டத்தைக் கண்டாள்; அந்த மகிழ்ச்சி, டொமிங்கோ நூனிஸைத் துயரப் பிரதேசத்துக்குப் பதிலாக நினைவு மண்டலத்துக்குள் அனுப்பிவிட அவளுக்கு உதவியது. பொதுமக்களுக்கு வழங்கப்படும் பரிசாகவும் அத்திட்டம் இருக்கப்போகிறது. அந்தப் பெரும் சமயக் குரு அதை விரும்ப மாட்டார் என்பதற்காகவே, ஓரளவு வேண்டு மென்றே அத்திட்டம் ஒரு பழிவாங்கலாக மேற்கொள்ளப்படவும் வாய்ப்புண்டு; தற்போது பெரிதும் மதிக்கப்படும் துறவி ஒரு காலத்தில் மந்தானாவிலிருந்த குகையில் இருந்தபோது,

எல்லோரையும் நம்பவைத்ததுபோல, துறவிக்குரிய நடத்தையை அவர் பின்பற்றவில்லை.

புக்கனைச் சந்திக்க வந்த ஹலேய கோட்டே அத்திட்டம் எதிர்மாறான பின்விளைவை உண்டாக்கும் என்று எச்சரித்தார்.

அரண்மனைத் தோட்டத்திலிருந்த பிரத்யேக இலைத் திரள் சுரங்கத்தில் நடந்துகொண்டிருந்தபோது அரசனிடம் அந்த முதிய போர்வீரர் சொன்னார், ‘சுகபோகத்துக்காக உருவாக்கப்படும் வாழ்க்கைமுறை மேலிருந்து கீழாக வருவது சரிப்படாது. அரசி அவர்களிடம் சொல்கிறார் என்பதற்காக, எப்போது அல்லது எங்கே அல்லது அவர் விரும்பும் முறையில் கேளிக்கையை அனுபவிக்க வேண்டும் என்று அறிவுறுத்தப்படு வதை ஜனங்கள் விரும்ப மாட்டார்கள்.’

‘அவர்கள் என்ன செய்ய வேண்டும் என்று அவள் சொல்லவில்லையே,’ என்று புக்கன் மறுத்துப் பேசினான். ‘ஊக்கமூட்டும் சூழலை அவள் உருவாக்குகிறாள், அவ்வளவுதான். தான் ஒரு தூண்டுதலாக இருக்க வேண்டும் என்று விரும்புகிறாள்.’

‘தங்கள் படுக்கைகளுக்கு மேலுள்ள சுவர்களில் குழுப்புணர்ச்சியைச் சித்தரிக்கும் மரச் செதுக்கல்கள் இருப்பதை விரும்பாத பாட்டிகள் இருக்கிறார்கள். புதுச் சிற்பங்களை நீண்ட நேரமும் கவனத்துடனும் தங்கள் கணவர்கள் பார்ப்பதைத் தொல்லை தரும் விஷயமாகக் கருதும் மனைவிகள் உண்டு; அதேபோல, மர ஆண்களால் தங்கள் மனைவிகளின் காம இச்சை தூண்டப்படுகிறதோ என்று கணவர்கள் யோசிக்கிறார்கள்; அல்லது, இந்தப் புடைப்புச் சிற்பங்களிலும் செதுக்கல்களிலும் உள்ள மரப் பெண்களால் கணவர்கள் கவரப்படுகிறார்களோ என்று மனைவிகள் யோசிக்கிறார்கள். உண்மையில் அவற்றில் என்ன நடந்துகொண்டிருக்கிறது என்பதைத் தங்கள் குழந்தை களிடம் விளக்கச் சிரமப்படும் பெற்றோர்கள் இருக்கிறார்கள். தப்புத் தப்பாகக் காரியங்கள் செய்யும் திறமையற்றவர்களும் இணை தேடுபவர்களும் மற்றவர்கள் அனுபவிக்கும் சுகத்தைச் சித்தரிக்கும் உருவப்படங்களைப் பார்த்து மேலும் தப்பாகக் காரியங்கள் செய்கிறார்கள், மேலும் தீவிரமாக இணை தேடுகிறார்கள். அழகின், செயல்பாட்டின் முழுமையை எல்லா நேரமும், எல்லா நாளும் பார்த்துக்கொண்டிருப்பது தனிப்பட்ட முறையில் தன்னுடைய போதாமையை உணரவைப்பதாக முந்திரி மதுக்கூடப் பணியாளாக இருக்கும் சந்திரசேகர்கூடச் சொல்கிறான்; சாதாரண ஆள் அவ்வகை தசைப்பயிற்சி உச்சங்களைத் தொட முடியுமா என்பதுதான் அதற்குக் காரணம் என்கிறான். புரிந்துகொள்ளுங்கள். விஷயம் மிகவும் சிக்கலானது.’

‘சந்திராவா அப்படிச் சொல்கிறான்?’

‘ஆமாம்.’

‘பொது அழகையும் கலையையும் மகிழ்ச்சியையும் சாதாரணமாக வழங்குவதில்கூடச் சிக்கலைக் காணும் இந்த ஆட்கள் எவ்வளவு நன்றிகெட்டவர்கள்?’

‘ஒருவனுக்குக் கலையாக இருப்பது மற்றவனுக்கு அசிங்கமான படமாகத் தெரிகிறது,’ என்றார் ஹலேய கோட்டே. ‘வித்யாசாகரைப் பின்பற்றுபவர்கள் பிஸ்நகாவில் இன்னும் நிறையப் பேர் இருக்கிறார்கள்; இந்தச் செதுக்கல்கள் கோயில் களைச் சுற்றி ஊர்ந்தும் பொதுத் தெருக்களை மொய்த்துக் கொண்டும் இருப்பதாக அவர் சொல்கிறார்.’

‘“ஊர்ந்து!” “மொய்த்து!” நாம் என்ன கரப்பான் பூச்சிகளைப் பற்றியா பேசிக்கொண்டிருக்கிறோம்?’

‘ஆமாம்,’ என்றார் ஹலேய கோட்டே. ‘அதே வார்த்தையைத்தான் அவர் பயன்படுத்துகிறார். மரத்திலும் கல்லிலும் புணரும் இந்தச் சாக்கடைக் கரப்பான்களின் படையெடுப்பை ஒழித்துக்கட்ட மக்களைத் தூண்டுகிறார். புதுச் சிற்பங்களில் பல ஏற்கெனவே சிதைக்கப்பட்டுவிட்டன.’

‘அப்படியா? இப்போது என்ன செய்வது? உன் ஆலோசனை என்ன?’

‘அது என்னுடைய துறை அல்ல,’ என்றார் ஹலேய கோட்டே; பம்பா கம்பானாவோடு எதற்கு மோதல் என்று அவர் பின்வாங்கிவிட்டார். ‘அதைத் தாங்கள் மாட்சிமை பொருந்திய அரசியிடம்தான் விவாதிக்க வேண்டும். ஆனால்...’ பேசுவதை நிறுத்தினார்.

‘ஆனால் என்ன?’ புக்கா தெரிந்துகொள்ள விரும்பினான்.

‘நம்மைப் பிரிக்கும் கொள்கைகளை அல்ல, இணைக்கும் கொள்கைகளையே பேரரசு பின்பற்ற வேண்டும் என்பது ஒரு நல்ல சிந்தனையாக இருக்கலாம்.’

‘அதைப் பற்றி யோசிக்கிறேன்,’ என்றான் அரசன்.

அன்றிரவு அரண்மனையின் படுக்கையறையில், ‘உன்னைப் பொறுத்தவரை, உடல்ரீதியான காதல் செயல்பாட்டை ஆன்மிக முழுமையின் வெளிப்பாடாகப் பார்க்கிறாய் என்பது எனக்குப் புரிகிறது. ஆனால் எல்லோரும் அதை அப்படிப் பார்ப்பார்கள் என்று சொல்ல முடியாது,’ என்று பம்பா கம்பானாவிடம் அவன் சொன்னான்.

'இது வெட்கக்கேடானது,' என்றாள் பதிலாக. 'எனக்கு எதிராக அந்தக் குண்டு வழுக்கை மோசடிக்காரருடைய தரப்பை நீ ஏற்றுக்கொள்கிறாயா? ஏனென்றால், அவர்தான் மக்களுடைய மனங்களில் விஷத்தைச் செலுத்துகிறார், நான் அல்ல.'

'உன்னுடைய கருத்துக்கள் பதினான்காம் நூற்றாண்டுக்கு மிகவும் முற்போக்கானவையாக இருக்கலாம். நீ கொஞ்சம் காலத்தை முந்தி நிற்கிறாய்,' என்று அரசன் மென்மையாகச் சொன்னான்.

'நம்முடையதைப் போன்ற பலம் பொருந்திய ஒரு பேரரசுதான் மக்களை எதிர்காலத்துக்கு அழைத்துச் செல்லும் பணியை மேற்கொள்ள வேண்டும். மற்ற இடங்களிலெல்லாம் அது பதினான்காம் நூற்றாண்டாக இருக்கட்டும். இங்கே அது பதினைந்தாம் நூற்றாண்டாக இருக்கப்போகிறது.'

8

முதலாம் ஹுக்கராயரின் அதிகாரப்பூர்வ மான சந்ததிகளாகக் கருதப்பட்டவர்களும் பம்பா கம்பானா, டொமிங்கோ நூனிஸ் ஆகியோரின் மகள்களுமான மூவரின் பெயர்கள் இப்படி இருந்தன: 'சந்திர ஒளி' என்று பொருள்படும் யோத்ஷ்னா; தாங்கள் சந்திரக் கடவுளின் வழித்தோன்றல்கள் என்று சங்கமச் சகோதரர்கள் சொல்லிக்கொள்வதைக் குறிப்பிடும் விதமாகப் பம்பாவே தேர்ந்தெடுத்த பெயர் அது; 'வீரம் மிக்கப் பெண் போர்வீரர்' என்ற பொருளில் ஸெரல்டா; 'புத்திசாலியான குறும்புக்காரி' என்ற அர்த்தத்தில் யுக்தஸ்ரீ. அந்தப் பெண்களின் இயல்பைப் பற்றி பம்பா தன் முன்னுணரும் திறனால் சொன்னவை புக்கனின் ஆட்சிக் காலத்தின் மத்தியில், அவர்கள் இருபதுகளின் பிற்பகுதியில் இருந்தபோது துல்லியமாகத் தெரியவந்தன. சாந்த சொரூபக் குழந்தையாக இருந்த யோத்ஷ்னா, நதியின் மேலே எரியும் முழுநிலவின் பிரகாசத்தோடும் கிழக்கில் புதிதாகப் பிறந்த வளர்பிறையின் மயக்கும் கனவுலகப் பண்போடும் அமைதி நிறைந்த அழகியாக வளர்ந்திருந்தாள். திக்கிப் பேசுவது அவளுக்குப் பிறவிக்குறையாக நிகழ்ந்திருந்தது; ஆனால் 'டொமிங்கோ நூனிஸைப் போலவே' என்ற வார்த்தைகளைத் தீங்கான வம்பர்கள் யாரும் சொல்லிவிடக் கூடாதே என்று அக்குறையைப் பிறர் கவனிக்கும் முன்பாக அதற்குரிய நிவாரணத்தை அவள் காதில் பம்பா கம்பானா முணுமுணுத்தாள். நடுப்பெண்ணான ஸெரல்டா, பையன்களின் விளையாட்டுகளில் ஆர்வம் கொண்டவளாகவும் அரசவை முக்கியஸ்தர்களின் மகள்களோடு விளையாடும்போது கொஞ்சம் அதிகமாகவே வன்முறையில் ஈடுபடுபவளாகவும் இருந்தாள்; அவர்களும் அவளுடைய உயர்நிலையைக் கருத்தில்

கொண்டு திருப்பித் தாக்கும் துணிச்சல் இல்லாமல் அவள் தரும் அடிகளை எதிர்ப்பில்லாமல் ஏற்றுக்கொண்டார்கள்; இப்போது, வயதுவந்தவளாக ஆகிவிட்டபோது, தலைமுடியைக் கத்தரித்துக்கொண்டு, ஆண்களின் உடைகளை அணிந்து அரசவையினரை அதிர்ச்சிக்குள்ளாக்கினாள். கடைசிப் பெண் யுக்தஸ்ரீ, அரசவைப் பள்ளியின் ஆகச்சிறந்த புத்திசாலி மாணவி யாக இருந்தாள்; அவள் மட்டும் இளவரசியாக அல்லாமல் இருந்திருந்தால் கணிதத்திலோ தத்துவத்திலோ பிரகாசமான எதிர்காலத்தைப் பெற்றிருப்பாள் என்று அவளுடைய ஆசிரியர்கள் பம்பா கம்பானாவிடம் சொன்னார்கள்; ஆனால் சக மாணவர்கள், ஆசிரியர்களை இலக்காக வைத்து அவள் செய்யும் நையாண்டிக் குறும்புகளை மட்டுப்படுத்த வேண்டும் என்றும் அவர்கள் சொன்னார்கள். பதினாறு வயதில் குடும்பத்தின் அறிவுஜீவியாக அவள் இருந்தாள்; ஒரு குறிப்பிடத்தக்க அம்சம் சகோதரிகள் மூவருக்கும் பொதுவாக இருந்தது: வாழ்க்கைத் துணையை அடைவதில் அவர்களில் யாருமே ஆர்வம் காட்ட வில்லை.

திருமணம் செய்துகொள்ளுமாறு அவர்களைக் கட்டாயப்படுத்த பம்பா கம்பானா முயலவில்லை. எவ்விதக் கட்டுப்பாடும் இல்லாமல் அவர்கள் வழியில் சுதந்திரமாக வளர அனுமதித்தாள். இப்போது அவர்கள் குழந்தைகள் அல்ல; பெண்களாக வளர்ந்துவிட்ட நிலையில் தன்னுடைய புத்தம் புதிய முற்போக்கான ஒரு கருத்தை புக்கனிடம் தெரிவித்தாள். தேவி அவள் வாய் வழியாகப் பேசியபோது பெண்களைப் புதிய வழிகளில் எண்ணிப் பார்க்கத் தொடங்கும் ஆண்கள் உள்ள ஒரு உலகத்தை அடையக் கடும் முயற்சி செய்ய வேண்டும் என்று பம்பாவை வற்புறுத்தினாள்; அதுவே எல்லாவற்றிலும் மேலான புதுமையாக இருக்கும் என்றாள். அரியணை ஏறுவதில் ஆண்களுக்கு இருக்கும் உரிமை பெண்களுக்கும் இருக்க வேண்டும் என்றும், அவன் உடன்பட்டால், அது தொடர்பான பிரகடனத்தை உருவாக்கி அரசவையின் ஒப்புதலைப் பெற்ற பிறகு அரச வழிவழி மரபின் எதிர்காலத்தைத் தீர்மானிப்பது ஹுக்கனின் சந்ததியா அல்லது புக்கனின் சந்ததியா என்பதை முடிவு செய்துகொள்ளலாம் என்றும் சொன்னாள். இந்த யோசனை குடும்பத்தைப் பிரிக்கும் என்பதையும் பெண்களுக்கு எதிராகப் பையன்களை நிறுத்தும் என்பதையும் அவள் அறிந்திருந்தாலும்கூட அதை அவள் சிறிதும் வெளிக்காட்டிக் கொள்ளவில்லை. தான் சமத்துவத்துக்கு ஆதரவானவள் என்றும் தான் எல்லாரையும் சமமாக நேசிப்பதை அவர்கள் உணர்வார்கள் என்று நம்புவதாகவும் சொன்னாள்.

அரசவை உயர் மன்றக் கூட்டத்தில் பேசும்போது, 'பிஸ்நகாப் பேரரசில் பெண்கள் இரண்டாம் தரத்தவராக நடத்தப்படுவதில்லை. நாங்கள் முகத்திரை அணிந்தோ மறைந்தோ இருப்பதில்லை. நம் பெண்களில் பலர் உயர்ந்த கல்வியும் பண்பாடும் பெற்றவர்கள். அற்புதமான கவிஞரான தல்லபல்கா திம்மக்காவை யோசித்துப் பாருங்கள். ராமபத்ராம்பாள் என்ற அசாதாரணக் கவிஞரை எண்ணிப் பாருங்கள். நாட்டின் ஒவ்வொரு விவகாரத்திலும் பெண்கள் பங்கெடுக்கிறார்கள். நம் தெற்கு எல்லையில் ஒரு மாகாணத்தை நிர்வகிக்கும் உன்னதமான பெண்மணி அக்காதேவியை யோசித்துப் பாருங்கள்; எதிரியின் கோட்டையை முற்றுகையிடும்போது நிகழ்ந்த போரில் அவர் நம் படைக்குத் தலைமைகூடத் தாங்கியிருக்கிறார்.

'அரண்மனையின் பாதுகாப்புப் பணியில் ஈடுபட்டுள்ள வலிமை மிக்கப் பெண்களை உங்களைச் சுற்றியும் பார்க்கிறீர்கள். நம்மிடம் பெண் மருத்துவர்கள், பெண் கணக்கர்கள், பெண் நீதிபதிகள், பெண் ஊர்நிர்வாகிகள்கூட இருக்கிறார்கள். நாம் நம் பெண்கள்மீது நம்பிக்கை வைத்துள்ளோம். பிஸ்நகா நகரத்தில் இருபத்துநான்கு பள்ளிகள் ஆண்களுக்கும் பதின்மூன்று பள்ளிகள் பெண்களுக்கும் இருக்கின்றன; இதைச் சமத்துவம் என்றோ அதை அடைந்துவிட்டோம் என்றோ சொல்ல முடியாது; ஆனாலும், இந்தப் பேரரசின் எல்லைகளுக்கு அப்பால் நீங்கள் காண்பதைவிட இது மேலானது என்பதை உணர்வீர்கள். பிறகு ஏன் நாம் நம்மை ஆள ஒரு பெண்ணை அனுமதிக்கக் கூடாது? இந்தச் சாத்தியத்தை மறுக்கும் தரப்பை ஏற்றுக்கொள்ளவே முடியாது. அதை மறுபரிசீலனைக்கு உட்படுத்த வேண்டும்.'

இந்தச் சமத்துவத் திட்டத்தை முன்வைத்தபோது பம்பா கம்பானாவுக்கும் முதலாம் புக்கராயருக்கும் பிறந்த மூன்று மகன்களுக்கும் வயது முறையே எட்டு, ஏழு, ஆறு. நான்தான் அவர்களுக்குப் பெயர் வைப்பேன் என்று வலியுறுத்தி புக்கன் தேர்ந்தெடுத்த பெயர்கள்: எரபள்ளி, பகவத், குண்டப்பா. வித்யாசாகரின் ஜோதிடக் கணிப்பின்படி *குண்டப்பா* என்ற பெயருள்ள குழந்தை தாராள மனமும் உயர்ந்த குணமும் கொண்டிருக்கும்; *பகவத்* கடவுளின் ஊழியத்துக்குத் தன்னை அர்ப்பணித்துக்கொள்வான்; *எரபள்ளி* நிறைந்த கற்பனையும் லட்சியக் கனவுகள் கொண்டவனாகவும் இருப்பான். பையன்களின் உண்மையான குணம், ஜோசியக்காரரின் கணிப்புகள் தவறானவை என்பதை நிரூபிப்பதாக, புக்கன் தனிப்பட்ட முறையில் பம்பா கம்பானாவிடம் ஒப்புக்கொண்டான்; காரணம், எரபள்ளிக்கு எவ்விதக் கற்பனையும் இல்லை, உண்மையைச் சொன்னால்

மூன்று பேரில் அவன்தான் எதையும் அதன் நேரடி அர்த்தத்தில் மட்டுமே எடுத்துக்கொள்கிறான்; உயர்ந்த விஷயங்களில் கொஞ்சம்கூட ஆர்வம் காட்டாதவன் குண்டப்பா; குழந்தையாகவும் சரி, வளர்ந்த பிறகும் சரி நிறையக் கீழ்மையான குணம் கொண்டிருந்தான்; ஆழ்ந்த மத நம்பிக்கைகொண்ட குழந்தையாக பகவத் இருந்தாலும் பின்னாளில் ஏறத்தாழ மதவெறியனாகவே ஆகிவிட்டான் என்பதை வருத்தத்துடன் புக்கன் ஒப்புக்கொண்டான்; மூன்று கணிப்புகளில் அது ஒன்றுதான் சரி என்று ஆயிற்று; ஆனால் அது ஒரு நல்ல வெற்றி விகிதம் அல்ல. ஹலேய கோட்டேவின் ஐந்தில் இரண்டை விடவும்கூடக் குறைவு.

பம்பா கம்பானாவுக்குத் தாய்மை எளிதாக வந்துவிடவில்லை. அதற்காகத் தன் தாய் ராதாவின்மீது பழி சுமத்தாமலிருக்க முயன்றாள். தீயில் குதித்து ராதா தன்னை மாய்த்துக்கொண்ட அந்தக் காட்சி அவள் கண் முன் நழுவி நகரும்போதெல்லாம் அவளுள் கோபத்தின் குமிழி பொங்கி எழுந்தது. வாழ வேண்டும் என்ற அக்கறை அவளுடைய அம்மாவுக்கு இருந்ததில்லை. பம்பாவுக்கு இருந்தது இதற்கு நேர்மாறான பிரச்சினை. எல்லோரும் இறந்த பிறகும் அவர் உயிர் வாழ்வாள். என்ன மாதிரியான தாயாக அவள் இருந்தபோதிலும் தன் குழந்தைகள் மரிப்பதை அவள் தொடர்ந்து காண வேண்டும்.

தன் மகன்கள் குறித்து உண்மையில் கணிசமான அளவுக்கு ஏமாற்றமடைந்திருந்தாலும் பம்பா கம்பானா தன்னால் இயன்ற அளவுக்கு அவர்கள் வாழ்க்கையில் அக்கறை காட்டினாள். நல்ல நடத்தையையும் இனிமையாகப் புன்னகை பூக்கவும் கற்றுத் தந்து அவர்களை வளர்த்தாள். ஆனால் யாரும் விரும்பும் இந்த நல்ல பண்புகள் அவர்களிடம் இயல்பாக இருந்த மோசமான நடத்தையை மறைக்கவே பயன்பட்டன. அரசியின் திட்டத்தை அரசவை உயர்மன்றம் தீவிரமாகப் பரிசீலிக்கப் போகிறது என்ற செய்தி கசிந்தவுடன் அவர்களுடைய உண்மையான குணங்களான – அகம்பாவம், ஆட்சியுரிமையை வற்புறுத்துதல் ஆகியவை – அழுத்தமாக வெளிப்பட்டன, அச்சுறுத்தலும் வெளிப்பட்டது.

வெறும் எட்டு, ஏழு, ஆறு வயதான அந்த மூன்று சகோதரர்களும் தங்கள் உணர்ச்சிகளைக் காட்ட ஆவேசமாக அரசவை மன்றக் கூடத்துக்குள் நுழைந்தார்கள்; அவர்களை அமைதிப்படுத்த முயன்றபடி கைகளை அசைத்துக்கொண்டு அவர்களுடைய தனிப்பயிற்சி ஆசான்களும் ஆசிரியைகளும் பின்தொடர்ந்து வந்தார்கள்.

'ஒரு பெண் மகுடம் அணிந்தால், தங்களின் மோசமான குழந்தைகள் என்று கடவுள்கள் எங்களை அழைப்பதோடு தண்டிக்கவும் செய்வார்கள்,' என்று பகவத் கத்தினான்.

தலையை ஆட்டியபடி எரபள்ளி, 'ஆணாக உள்ள நான் வீட்டுக்குள் இருந்துகொண்டு சமைக்க வேண்டுமா? பெண்களின் உடைகளை அணிந்துகொண்டு, தையல் வேலை கற்று, அப்புறம் குழந்தைகளைப் பராமரிக்க வேண்டுமா? அது முட்டாள்த்தனம்,' என்றான்.

அறுதியானது, முடிவானது என்று தான் தெளிவாக நம்பிய ஒரு வாதத்தை இறுதியில் குண்டப்பா முன்வைத்தான், 'இதை நான் ஆதரிக்க மாட்டேன்.' சொல்லிவிட்டுத் தரையை ஓங்கி மிதித்தான். 'மாட்டேன், மாட்டேன், மாட்டேன். நாங்கள்தான் இளவரசர்கள். இளவரசிகள் வெறும் பெண்கள்தான்.'

கூடத்தின் மேடையில் தன் கணவனுக்குப் பக்கத்தில் பம்பா கம்பானா அமர்ந்திருந்தாள். மகன்களின் நடத்தையால் திடுக்கிட்ட அவள் பிஸ்நகாவின் வரலாற்றை மாற்றப்போவதும் கூடவே அவளுடைய வாழ்க்கையின் போக்கைக் கவனத்தை ஈர்க்கும் வகையில் மாற்றப்போவதுமான அதிர்ச்சிகர முடிவை அந்தக் கணத்தில் எடுத்தாள்.

'கூச்சல் போடும் இந்தச் சிறு காட்டுமிராண்டிகளிடம் என் ரத்தத்தை நான் இனம்காணவில்லை,' என்று உறுதியுடன் சொன்னாள். 'எனவே, இப்போதைக்கும் எப்போதைக்கும், அவர்களை நான் கைவிடுகிறேன்; அவர்களுடைய அரசுமுறைப் பட்டங்களைப் பறித்து அகற்றிவிடுமாறு அரசரையும் இந்த மன்றத்தையும் கேட்டுக்கொள்கிறேன். பிஸ்நகாவிலிருந்து நாடு கடத்தப்பட்டுப் பேரரசின் தொலைதூர மூலையில் ஆயுதம் தாங்கிய மெய்க்காவலர்களின் கண்காணிப்பில் அவர்கள் வைக்கப்பட வேண்டும். தங்களுடைய தனிப்பயிற்சி ஆசான்களையும் ஆசிரியைகளையும் அவர்கள் கூடவே அழைத்துச் செல்லலாம். இது புரிந்துகொள்ளக்கூடிய விஷயம்தானே. உரிய காலத்தில் நல்ல கல்வி அவர்களுடைய மோசமான இயல்புகளைச் சரிசெய்யலாம்.'

புக்கன் அதிர்ச்சியடைந்தான். 'அவர்கள் சிறு குழந்தைகள்தானே,' என்று யோசிக்காமல் ஏதோ சொன்னான். 'அவர்களுடைய அம்மாவே அப்படி எப்படிப் பேச முடியும்?'

'அவர்கள் பூதங்கள்,' என்றாள் பம்பா. 'அவர்கள் என்னுடைய குழந்தைகள் அல்ல. உன்னுடையவையாகவும் இருக்க முடியாது.'

கூச்சலும் குழப்பமும் நிலவத் தொடங்கின. நரகத்தின் முதல் வட்டம் சரியாக மன்றக் கூடத்தில் தோன்றியது; சாத்தியமில்லாத தெரிவுகளின் நரகத்தில் முதலாம் புக்கராயர் மூழ்கினான் – மனைவியை ஆதரித்துக் குழந்தைகளை வெளியேற்றுவது அல்லது இளவரசர்களைப் பாதுகாத்து பம்பா கம்பானாவை அனேகமாக நிரந்தரமாகவே விலக்கிவைப்பது; அவன் கவலையுடன் எந்தப் பக்கம் தாவுகிறான் என்று பார்த்து அதே வழியில் தாவச் சுற்றிலுமிருந்த அரசவை மன்ற உறுப்பினர்கள் அவன் இருந்த திசையைப் பார்த்துக் காத்திருந்தார்கள். ஆண் குழந்தைகளை அவன் வெளியேற்றிவிட்டால் அது பேரரசின் உறுதித்தன்மையைக் குலைத்துவிடும், இன்னும் சொன்னால் உள்நாட்டுப் போர்கூட மூளலாம்; பம்பா கம்பானாவின் கோரிக்கையை நிராகரித்தால் எந்த வகையான மந்திரப் பேரழிவை அவள் பிஸ்நகாவின் மேல் பொழிவாள் என்று யாருக்குத் தெரியும்? பிஸ்நகாவை உருவாக்கியதுபோலவே அதை அழிக்கப்போவதும் அவளாகவே இருக்கலாம் அல்லவா?

‘எமக்கு அவகாசம் தேவை,’ என்றான் அவன். ‘இதுபற்றி நிறைய யோசிக்க வேண்டியிருக்கிறது. எம்முடைய கருத்தைத் தெரிவிக்கும்வரை அரண்மனை மெய்க்காவலர்களின் பாதுகாப்பில் இளவரசர்கள் இங்கேயே இருப்பார்கள்.’

எந்த முடிவும் இல்லை என்பது மிக மோசமான முடிவாக ஆனது. அடுத்த நாள், செய்தி பரவியதால், நகரத் தெருக்களில் சண்டைகள் திடீரென்று தோன்றின; அரசியின் கருத்தை எதிர்த்தவர்கள் பெண்களைக் கொடூரமாகத் தாக்கினார்கள்; இந்தக் குற்றங்கள் பிஸ்நகாவை நரகத்தின் இரண்டாம் வட்டத்துக்குள் இழுத்துச்சென்றன. மூன்றாம் நாள், நிலவிய குழப்பத்தைப் பயன்படுத்திக்கொண்டு குற்றம் புரியும் கும்பல்கள் கடைத் தெருவிலிருந்த கடைகளைக் கொள்ளையடித்தார்கள்; நான்காம் நாள், தங்கம் சேமித்து வைக்கப்பட்டிருந்த நகரத்தின் கருவூலக் காப்பறைகளைக் கொள்ளையடிக்க ஒரு துணிச்சலான முயற்சிகூட நடந்தது. ஐந்தாம் நாளுக்குள்ளாக, இந்தக் குழு அதற்கு எதிர், அது இதற்கு எதிர் என்று ஒட்டுமொத்த நகரமே கடும் சீற்றத்தில் ஆழ்ந்திருந்தது; ஆறாம் நாள், மதத்துக்கு எதிரானவர் என்று ஒருவரையொருவர் குற்றம்சாட்டிக் கொண்டார்கள்; ஏழாம் நாள் வன்முறை கட்டுக்கடங்காமல் போய்விட்டது. அந்த முழு வாரமும் முதலாம் புக்கராயர் தன் பிரத்யேகக் கூடத்தில் தனியாக அமர்ந்து, கிட்டத்தட்ட அசைவே இல்லாமல், சாப்பிடாமல், தூங்காமல், அரசியைக்கூடப் பார்க்காமல் யோசித்துக்கொண்டேயிருந்தான். கடைசியில், பம்பா கம்பானா பலவந்தமாக அவன் முன்னால் போய் நின்று

அவனுடைய முகத்தில் அறைந்து அவன் கனவுநிலையைத் துண்டித்தாள். 'இப்போது நீ செயல்படவில்லையென்றால் எல்லாம் அழிந்துவிடும்.'

இந்தக் கதையாடலின் முக்கிய தருணத்தில் பம்பா கம்பானாவின் வார்த்தைகளை மேற்கோள் காட்டலாம் (காரணம், இப்படியான ஒரு பூசலை விவரிக்க வேண்டியிருக்கும்போது என்னுடைய வார்த்தைகள் நம்பிக்கைக்குரியவையாக இல்லாமல் போகலாம்): 'குழப்பமான தூக்கத்திலிருந்து புக்கராயர் விழித்தபோது முன்பு எந்த அளவு முடிவு எதுவும் எடுக்க முடியாத நிலையில் இருந்தானோ அதே அளவு தெளிவான முடிவு எடுக்கும் உரத்துடன் இருந்தான். அடுத்தடுத்து வேகமாக பம்பா கம்பானாவின் கோரிக்கைகளை ஒப்புக்கொண்டு, அதற்கான அரசவை உயர்மன்றத்தின் சம்மதத்தையும் வலியுறுத்திப் பெற்று, தன் மூன்று சிறு ஆண் குழந்தைகளை நாடுகடத்திவிட்டு, அமைதியை மீட்டெடுக்க அரண்மனை பாதுகாவலில் இருந்த பெண் போர்வீரர்களையும் ராணுவக் குடியிருப்பில் இருந்து கணிசமான அளவுக்குச் படைவீரர்களையும் நகரத் தெருக்களுக்கு அனுப்பிவைத்தான்.

(இந்த மிக முக்கியமான, துயரம் தரும் சம்பவங்களை பம்பா கம்பானா தன் நூலில் விவரிக்கும்போது உணர்ச்சியின் எந்தச் சாயலுமின்றி, தன் மகன்களைத் திடீரென்றும் முழுதாகவும் விலக்கியபோது நிச்சயமாக அவள் அனுபவித்திருக்கக்கூடிய வேதனையின், மனப்போராட்டத்தின் சிறு அறிகுறிகூட இல்லாமல் எழுதுவதும் மனைவியின் மீதுள்ள நேசத்துக்கும் மகன்களின்மீது தந்தைக்கு இருக்கும் உணர்வுகளுக்கும் இடையே புக்கன் வெகுவாக அலைக்கழிக்கப்பட்டதை – அவனுடைய நிலையில், அந்தக் காலகட்டத்தில் மகன்களுக்குப் பதிலாக மனைவியைத் தேர்ந்தெடுப்பது, எவ்வளவு குறைத்துச் சொன்னாலும், எதிர்பாராத, அசாதாரணமான செயல் – புறவயமான பார்வையுடன் சித்தரிப்பதும் பிரமிப்பூட்டுகின்றன. அவள் வெறுமனே உண்மைகளைப் பதிவுசெய்கிறாள். திமிர் பிடித்த அந்தச் சிறுவர்கள் அரண்மனையை விட்டு வெளியேறி னார்கள்; இளவரசிகள் அரசாளத் தொடங்கினார்கள். இரக்க மின்மையின் திடுக்கிடவைக்கும் – கிட்டத்தட்ட அச்சுறுத்தும் – நடத்தைக்கூறு பம்பா கம்பானாவை ஆட்கொண்டதை நாம் பார்க்கத் தொடங்குகிறோம்.)

நகரத்தில் விரைவிலேயே அமைதி திரும்பியது. பிஸ்நகாவின் நாகரிகம் ஒன்றும் முதிர்ச்சியற்றதல்ல. பம்பா கம்பானா தன் தொடக்ககாலச் சிருஷ்டி முணுமுணுப்புகளோடு சேர்த்து நகரத்தின் புதிதாய்ப் பிறந்த குடிமக்களுக்குச் சட்டத்தின் ஆட்சியில்

வலுவான நம்பிக்கையையும் ஊட்டியிருந்தாள்; சட்டத்தின் குடையின் கீழ் அவர்கள் அனுபவிக்கும் சுதந்திரங்களின் மதிப்பையும் அவர்களுக்கு அவள் கற்பித்திருந்தாள். குடை, நகரத்தின் மிக முக்கிய நவீன பாணிக் கவர்ச்சித் துணைப்பொருளாக ஆகியிருந்தது; அந்தஸ்தின் அடையாளமாக, நீதிக்கும் ஒழுங்குக்குமான தேசபக்தி சார்ந்த மரியாதையின் சின்னமாக அது இருந்தது. வானவில்லின் அனைத்து வண்ணங்களிலும் நகரத்தின் தெருக்களில் குடைகள் வலம்வந்தன; சிலவற்றின் குறுக்குக் கம்பிகளிலிருந்து தங்கக் குஞ்சங்கள் ஊசலாட, சில சிறகு வடிவச் சுழல்களாலும் அல்லது அருவமான நெளிவரிகளாலும் சில புலி உருவப்படங்களாலோ அல்லது அவற்றின் அனைத்துப் பகுதிகளிலிலும் பறக்கும் பறவைகளாலோ அற்புதமாக வடிவமைக்கப்பட்டிருந்தன. செல்வந்தர்களின் பட்டுக் குடைகளில் ஓரளவு விலை மதிப்புள்ள மாணிக்கக் கற்கள் பதிக்கப்பட்டிருந்தன; அதேசமயம் ஏழைகளும்கூடக் குடைகளைப் பயன்படுத்தினார்கள்; குடைகளின் பல்வேறு வகையான வடிவமைப்புகள் அந்த நகரத்துத் தெருக்களில் காணப்பட்ட மாறுபட்ட கலாச்சாரங்கள், மத நம்பிக்கைகள், இனங்கள் – இந்து, முஸ்லிம், சமணர் மட்டுமல்லாமல் போர்ச்சுக்கீசிய, அராபியக் குதிரை வியாபாரிகள், பெரிய ஜாடிகளில் கொண்டுவந்த திராட்சை மதுவை விற்கவும் நறுமணப் பொருட்களை வாங்கவும் வந்த ரோமானியர்கள், ஆகியோருடன் சீனர்களும் அங்கே இருந்தார்கள் – ஆகியவற்றை வெளிப்படுத்தின; முதல் மிங் அரச மரபின் தலைநகரான நான்ஜிங்கில் இருந்த ஹொங்வூ பேரரசர் என்று அழைக்கப்பட்ட ஸூ யுவான்ஷாங் அரசவைக்கு முதலாம் புக்கராயர் தூதர் ஒருவரை அனுப்பினான்; சில வருடங்களுக்குப் பிறகு நிகழ்ந்த குடும்ப ஆட்சிக் கவிழ்ப்பு ஒன்று ‘வடக்குத் தலைநகர்’ என்று பொருள்படும் பெய்ஜிங்குக்குத் தலைநகர் மாற்றப்படக் காரணமாயிற்று; புதிய பேரரசரின் புகழ்பெற்ற படைத்தளபதியும் பயணம் செய்வதில் விருப்பமுடையவருமான அலி செங் ஹோ பதில் மரியாதை செய்யும் பொருட்டு பிஸ்நகாவுக்கு வருகை தந்தார். அவரும் ஒரு குடை வைத்திருந்தார்; அந்தச் சீனத் தங்கக் குடையின் வடிவமைப்பு பல உள்ளூர் நகல்களைப் பிறப்பித்தன. பன்னாட்டுப் பழக்கவழக்கங்களை ஏற்றுக்கொள்ளும் நகரத்தின் பரந்த மனப்பான்மையைக் குடைகள் வெளிப்படுத்தின; முதல் சில நாட்களின் அதிருப்திக்குப் பிறகு புக்கனின் ஆணையை அங்கீகரிக்கும் நிலைக்கு அந்தப் பரந்த மனப்பான்மை மக்களை இட்டுச் சென்றது; அதனால் அரியணையில் ஒரு பெண் தனியாக அமர முடியும் என்ற கருத்தை மக்கள் சிந்தித்துப்பார்க்கும் முதலாவதும் உலகின் ஒரே பிரதேசமாகவும் பிஸ்நகா ஆனது.

ஆனால் பிரச்சினை முடியவில்லை. அமைதியாகக் காணப்பட்ட மேற்பரப்பிற்குக் கீழே குமுறல் ஏதும் இருக்கிறதா என்பதை அறிய புக்கன் தன் ஒற்றர்களை நகருக்குள் அனுப்பினான். அவர்கள் கொண்டுவந்த செய்தி தொந்தரவு தருவதாக இருந்தது. பிரச்சினைகளுக்கிடையே வெளிப்பட்ட யதார்த்தம் – சிறு குழுக்கள், குற்றவாளிகள், கீழ்மட்டத்தில் பொங்கிக்கொண்டிருந்த சினம், அதன் காரணமாக மேற்கொண்டு வன்முறை நிகழலாம் என்ற ஆபத்து – மாயை அல்ல. ஆட்சியாளர்கள் நம்பியதைக் காட்டிலும் அதிகமாகவே மக்கள் பிளவுபட்டிருக்கலாம். நாடுகடத்தப்பட்ட இளவரசர்களுக்கு எதிர்பார்த்ததை விட ஆதரவு அதிகமாக இருக்கலாம். சமத்துவத்தை வற்புறுத்தும் தீர்ப்பு நாட்டின் உறுதிப்பாட்டைக் குலைக்கும் செயல் என்றும் மக்களோடு தொடர்பில்லாத மேட்டுக்குடியினரின் முடிவு அது என்றும் பார்க்கப்பட்டிருக்கலாம். ஒற்றர்களின் அறிக்கையைப் பற்றி பம்பா கம்பானாவிடம் புக்கா சொன்னபோது அவள் எந்த உணர்ச்சியையும் காட்டவில்லை.

'இந்தச் சந்தேகப்பிராணிகளில் பலரும் படைக்கப்பட்ட முதல் தலைமுறையைச் சேர்ந்தவர்களே அன்றி புதிதாய்ப் பிறந்தவர்கள் அல்ல என்று சந்தேகப்படுகிறேன்,' என்றாள். 'முணுமுணுப்பது ஒரு முழுநிறைவான கருவி அல்ல என்றும் அப்படிப் படைக்கப்பட்ட சிலராவது பின்னாளில் ஊகிக்க வியலாத இருத்தலியல் பிரச்சினைகளாலும் தங்களுடைய இயல்புகள், பயன்மதிப்பு ஆகியவை குறித்த உறுதியின்மை விளைவிக்கும் மனோதத்துவப் பிரச்சினைகளாலும் அவதிப்படுவார்கள் என்ற கவலை எனக்கு எப்போதும் இருந்தது; இவை, தங்களைவிடச் சிலர் கூடுதல் மதிப்புடையவர்களாக நடத்தப்படுகிறார்கள் என்று தவறாக நினைத்த ஒரு சாராரை அடுத்த சாரார்மீது வெறுப்பும் சந்தேகமும் கொள்ளவைக்கும். அந்த மாதிரியான ஆட்களின் பட்டியலை எனக்குக் கொடுங்கள், அவர்கள் காதுகளில் இன்னும் சிலதை முணுமுணுக்கிறேன்,' என்று அதிகாரத் தோரணையோடு சொன்னாள்.

புக்கனின் இரண்டாம் பகுதி ஆட்சிக் காலத்தில் இந்த முணுமுணுப்பின் மூலம் மறுகல்வி புகட்டும் பணியை பம்பா கம்பானா மேற்கொண்டாள். அது வெற்றி பெறவில்லை என்பதை நாம் பார்க்கப்போகிறோம். இந்த வகையில், கடவுள் உட்பட ஒவ்வொரு சிருஷ்டிகர்த்தாவும் கற்றுக்கொள்ள வேண்டிய, பாடத்தை பம்பா கற்றாள். உங்கள் பாத்திரங்களை ஒருமுறை படைத்துவிட்டால், அவர்களுடைய தெரிவுகள் உங்களைக் கட்டுப்படுத்தும். உங்கள் விருப்பங்களுக்கு ஏற்ப அவர்களை மறுஉருவாக்கம் செய்யும் சுதந்திரம் உங்களுக்கு இருக்காது.

அவர்கள் எப்படி இருப்பார்களோ அப்படித்தான் இருப்பார்கள், என்ன செய்வார்களோ அதைத்தான் செய்வார்கள்.

'கடவுளாலோ விதியாலோ கட்டுப்படுத்தப்படாமல் ஒருவர் தன் விருப்பப்படி சுதந்திரமாக முடிவெடுப்பது' என்பது இதுதான். மாற விருப்பமில்லாதவர்களை அவளால் மாற்ற முடியாது.

முதலாம் புக்கராயர் இருபது ஆண்டுகளாகத் தன் சகோதரனுக்குப் பணிந்து நடந்துவந்தான். அரசனாக ஆனவுடன் அதுவே அவனுக்கு இயல்பானதாகிவிட்டது. பம்பா கம்பானாவின் அற்புதமான நூலில் சித்தரிக்கப்பட்டுள்ள எதிர்காலத்தைப் பார்த்தோமானால், பிஸ்நகாவை ஆண்ட மூன்று அரச வம்சங்களில் முதலாவதான சங்கம வம்சத்தின் மிக வெற்றிகரமான அரசனாக அவன் பின்வந்த ஆண்டுகளில் கருதப்படுவான். ஆற்காட்டின் சம்புவரையர் ஆண்ட நாட்டை யாரும் இப்போது நினைவுகூர்வதில்லை, கொண்டவீடு ரெட்டிகளுடைய அதிகாரம் மங்கி மறைந்துபோய்ப் பல காலமாயிற்று. ஆனாலும் புக்கனின் ஆதரவு பெற்ற பல அரசாட்சிகளில், முக்கிய ஆட்சியாளர்களில் இவர்களும் அடக்கம். கோவா அவனுடையது, ஒடிஷா அல்லது ஒரியா என்று அழைக்கப்படுவதன் ஒரு பகுதியும் அவனுடையதே. கள்ளிக்கோட்டையின் அரசனான சாமூத்திரி அவனுடைய அடிமை; செரந்தீப்[1] அல்லது சிலோனின் யாழ்ப்பாண அரசு அவனுக்குக் கப்பம் செலுத்தியது. இளவரசப் பதவி அகற்றப்பட்ட எரபள்ளி, பகவத், குண்டப்பா மூவரையும் வீட்டுக் காவலில் தங்கள் மீதி வாழ்க்கையைக் கழிக்க யாழ்ப்பாணத்துக்குத்தான் புக்கன் அனுப்பினான்; பிஸ்நகாவின் பேரரசருக்குச் செய்யும் உதவியாக யாழ்ப்பாண அரசனின் படைவீரர்கள் அவர்களைக் கவனமாகப் பாதுகாத்தார்கள்.

இதுதான் புக்கனுக்கு அதிக அளவில் துயரம் தந்த முடிவு; அவன் செய்த மிகப்பெரிய தப்பான கணிப்பும்கூட. தன்னைவிட வலிமைமிக்க அரசனுக்குக் கப்பம் செலுத்தவோ அவனைத் தன்னுடைய ஆண்டையாக அங்கீகரிக்கவோ எந்த அரசனும் விரும்ப மாட்டான். ஆகவே, பிஸ்நகாச் சிறுவர்கள் வயதுவந்தோராக ஆனபோது யாழ்ப்பாண அரசன் அவர்களோடு ரகசியமாகக் கூட்டுச்சேர்ந்து அவர்களைப் போலவே அரச அதிகாரத்துக்கான ஆசையுடைய, ஆனால் அதை மோசமாக வெளிக்காட்டிக்கொண்ட, அவர்களுடைய சித்தப்பாக்களான

1. (சேரத்தீவு என்ற தமிழ் வார்த்தையின் பாரசீக, அராபிய மருவு.)

சுக்கன், பக்கன், தேவ் ஆகியோரோடு அவர்கள் தொடர்பு வைத்துக்கொள்ள உதவினான்; தொடர்புக்கான வழிகளாகப் பிரதான நிலத்திலிருந்து சிலோனைப் பிரித்த ஜலசந்தியைக் கடக்கப் படகுகளும் அதன் பிறகு குதிரைச் சவாரியும் இருந்தன. கறுப்பு உடையில் இரவில் பயணம் செய்த அவர்கள் நெல்லூருக்கும் முல்பாகலுக்கும் சந்திரகுத்திக்கும் அடிக்கடி போய்வந்தார்கள்; இப்படியாக, மூர்க்கமும் கொலைசெய்யத் தயங்காத குணமும் கொண்ட மூன்று பதின்பருவ மகன்களும் அவர்களுடைய சித்தப்பாக்களான மூன்று முன்னாள் கொள்ளைக்காரர்களுமாக ஆறு சங்கம வம்சத்தினரால் தங்களுடைய திட்டங்களைத் தீட்ட முடிந்தது.

உருவாகி வந்த சதியைக் கவனிப்பதில் புக்கனின் உளவுத் துறை அடைந்த தோல்விக்குக் காரணமாக இருந்தது ஒரு ஒற்றைக் கவனச் சிதறல்: ஸஃபாராபாத். பிஸ்நகாவின் வடக்குப் புறமாகவும் கிருஷ்ணா நதிக்கு அப்பாலும் வளர்ந்துவந்த ஸஃபாராபாத் சுல்தானகம் பேரரசுக்கு உண்மையான அச்சுறுத்தலாக இருந்தது. முதல் சுல்தானான ஸஃபரின் நிழலுருவம் மிக அரிதாகவே பொதுவெளியில் காணக்கிடைத்ததால் மக்கள் அவனை ஆவி சுல்தான் என்று குறிப்பிடத் தொடங்கினார்கள்; இறந்தவர்களின் பேய்ப்படை ஸஃபாராபாத்தில் மறுபடியும் பிறந்துள்ளதாகவும் எனவே மீண்டும் அதைக் கொல்ல முடியாது என்றும் அவர்கள் அஞ்சினார்கள். ஆவி சுல்தானின் மூன்று கண் கொண்ட பேயுரு பொலி குதிரையான அஷ்கர் ஒரு இளவரசனைப்போல ஸஃபாராபாத்தின் தெருக்களில் ஜம்பமாக நடப்பதைப் பார்த்ததாக வதந்திகள் உலவின. பிஸ்நகாவைப் போலவே தன்னுடைய நாட்டை சுல்தான் ஸஃபர் வடிவமைக்கிறான் என்பது புக்கனுக்குத் தெளிவாகப் புரிந்தது. சந்திரக் கடவுளான சோமாவின் குழந்தைகளாகத் தம்மை சங்கம வம்சத்தினர் கருதிக்கொள்வதைப்போல ஸஃபரும் அவன் இனத்தவரும் நல் மனதின் பெருமைமிகு பாரசீக அவதாரமான வோஹு மனாவின் வழித்தோன்றல்கள் என்று சொல்லிக்கொண்டதோடு நல்லதின் எதிரியான அகா மனா என்ற தீய மனதோடு பிஸ்நகாவை அடையாளப்படுத்தும் அளவுக்கும் போனார்கள். இதுவும், திரிபடைவதற்கு முன் பிஸ்நகா என்ற வார்த்தைக்கு என்ன அர்த்தமோ அதே அர்த்தத்தைத் தரும் ஸஃபராபாத் – 'வெற்றி நகரம்' – என்ற பெயரைத் தன்னுடைய நகரத்துக்கும் தேர்ந்தெடுத்ததும் போர்ப் பிரகடனம் அன்றி வேறில்லை. புதிய சுல்தானகத்துக்குப் பேரரசின் பெயரையே சூட்டியது திட்டமிட்ட நோக்கத்தின் தெளிவான அறிவிப்புத்தான். பிஸ்நகாவை அழித்தொழித்து

விட்டு அந்த இடத்தை எடுத்துக்கொள்வதே ஆவி சுல்தானின் எண்ணம். மூன்று கண் மந்திரக் குதிரைகூடச் சவாலின் ஒரு பகுதியே. அப்படி ஒன்று உண்மையில் இருந்திருந்தால் சந்திரக் கடவுள் சவாரி செய்த வானுலக வெள்ளைக் குதிரைக்கு அது போட்டி; அந்தக் கடவுளின் சந்ததிகளான ஹுக்கனும் புக்கனும், நிரூபணம் எதுவும் தராமல், அப்படிப்பட்ட குதிரைகளே போர்க்களத்தில் தங்களுடைய புனிதக் குதிரைகள் என்று சொல்லிக்கொண்டார்கள்.

நேசத்துக்குரிய அரசனாக இருந்த புக்கன் ஸஃபாராபாத்மீது படையெடுத்தபோது அந்த முடிவை எல்லாரும் வரவேற்றார்கள். பிரம்மாண்ட வாயிலை நோக்கி அவன் குதிரையில் சென்ற போது தெருக்களின் இருபுறங்களிலும் நின்ற மக்கள் மகிழ்ச்சி யுடன் ஆர்ப்பரித்தார்கள்; வாயிலில் அவனுடைய ராணுவம் காத்திருந்தது – பத்து லட்சம் படைவீரர்கள், ஒரு லட்சம் யானைகள், இரண்டு லட்சம் அராபியக் குதிரைகள் – ஆவிகள்கூட எந்த வகையிலும் இவற்றை வெற்றிகொள்ள முடியாது என்ற தோற்றத்தை அவை கொண்டிருந்தன. ஏதோ தீங்கு நேரப்போகிறது என்ற முன்னுணர்வு பம்பா கம்பானாவின் மனதில் மட்டும் நிறைந்திருந்தது; அவளிடம் புக்கன் சொன்ன இறுதி வார்த்தைகளை ஒரு எச்சரிக்கையாக, தீய அறிகுறியாக உணர்ந்தாள். ‘இப்போதுதான் உன் விருப்பம் நிறைவேறப் போகிறது. நான் இல்லாதபோது நீ பதிலி அரசியாக இருப்பாய். நீ மட்டுமே அரசாள்வாய்.’

ராணுவத்துக்குத் தலைமை தாங்கி புக்கன் போன பிறகு அந்தப்புரத்தில் தனியாக இருந்த பம்பா கம்பானா அரசவைக் கவியான நாச்சனாவைப் பார்க்க வேண்டுமென்று சொல்லியனுப்பினாள். ‘எனக்கு மகிழ்ச்சியூட்டும் ஒரு பாடலைப் பாடுங்கள்,’ என்று அவரைக் கேட்டுக்கொண்டாள். அவருடைய படைப்புகள் எல்லாமே பேரரசையும் அதன் அரசர்களையும், அவர்களுடைய விவேகம், போர்க்களத்தில் அவர்கள் காட்டிய திறமை, அவர்களுடைய பண்பட்ட நாகரிகம், நற்பெயர், தோற்றம் ஆகியவற்றையும் கொண்டாடுபவை யாக இருந்ததால் பம்பாவின் இந்த எளிய கோரிக்கையை நிறைவேற்றுவது அவருக்கு இயல்பானதாக இருந்திருக்க வேண்டும். ஆனால் நாச்சனா வாயைத் திறந்ததும் அதிலிருந்து துயரம் நிறைந்த கவிதைகளே கொட்டின. வாயை மூடி, குழப்பத்தில் தலையைக் குலுக்கி, தன் தவறுக்கு மன்னிப்புக் கோரும் விதமாக வாயை மறுபடி திறந்து, அவர் மீண்டும் முயன்றார். முன்பைவிடவும் சோகமான பாடல்கள் அவர் உதடுகளிலிருந்து விழுந்தன. முகத்தைச் சுளித்த அவர் திரும்பவும்

தலையைக் குலுக்கினார். தீய ஆவிகள் எவையோ அவருடைய நாக்கைக் கட்டுப்படுத்துவதாகத் தோன்றியது. அது இரண்டாவது தீய அறிகுறி என்பதை பம்பா புரிந்துகொண்டாள். சங்கடமாக உணர்ந்த கவிஞரைப் பார்த்து, 'பரவாயில்லை, விடுங்கள்,' என்றாள். 'மேதைக்கும்கூடச் சில சமயங்களில் ஓய்வு நாள் தேவைப்படும் போலிருக்கிறது. ஒருவேளை நாளைக்கு நீங்கள் நன்றாகப் பாடலாம்.'

சுய மதிப்பு குலைந்த கவிஞர் பம்பாவிடமிருந்து விடைபெற்றுக் கிளம்பியபோது அவளுடைய மூன்று மகள்கள் உள்ளே வந்தார்கள். அம்மாவைப் போலவே வல்லமையும் மதிப்பும் மிக்க மூவரான யோத்ஷனா, ஸெரல்டா, யுக்தஸ்ரீ ஆகியோர் பருவ நிறைவின் அழகோடிருந்தார்கள். நாச்சனா அவர்களைக் குனிந்து வணங்கிவிட்டு விடைபெறும் தருணத்தில், 'மாட்சிமை பொருந்திய அரசியே, தங்கள் மகள்கள் இப்போது தங்களுடைய சகோதரிகளாக ஆகிவிட்டார்கள்,' என்று சொன்னார். முகஸ்துதி செய்ய அவர் மேற்கொண்ட இந்த இறுதி முயற்சியும் தோல்வியுற்ற நிலையில் அவர் வெளியேறினார்.

அந்த வரி பம்பா கம்பானாவின் இதயத்தை அம்பாகத் தைத்தது. 'ஆமாம், அது திரும்பவும் நிகழ்கிறது,' என்று நினைத்தாள். அவளைச் சுற்றி இருந்தவர்கள் எல்லோரும் முதியவர்களாக ஆனபோது அவள் மட்டும் மாற்றமே இல்லாமல் இருந்தாள். அவளுடைய நேசத்துக்குரிய புக்கனுக்குத் தற்போது வயது அறுபத்தாறு; அவனுடைய முழங்கால்கள் பலவீனமாக இருந்ததோடு அடிக்கடி வரும் மூச்சுத்திணறலாலும் அவதிப் பட்டான்; உண்மையில், போருக்குப் போகும் நிலையில் அவன் இல்லை. கணக்கிட்டுப் பார்த்தால் அவளே ஐம்பதாவது பிறந்த நாளை நெருங்கிக்கொண்டிருந்தாள்; ஆனால் பார்ப்பதற்கு வயது இருபத்தொன்று அல்லது இருபத்திரண்டு என்று மதிக்கத்தக்க இளம் பெண்ணாகத்தான் தோன்றினாள். ஆகையால் அந்த இளம் பெண்கள் அவள் மகள்கள் மாதிரி அல்லாமல் அவளுடைய அக்காக்கள் மாதிரித்தான் தெரிந்தார்கள்; இன்னும் திருமணமாகாமல் முப்பதுகளில் இருந்த அவர்களை அவளுடைய சித்திகள் அல்லது அத்தைகள் என்றுகூடச் சொல்லலாம். எதிர்காலத்தில் ஒரு நாள் அவர்கள் அறுபதுகளின் மத்தியிலோ அல்லது அதற்கும் மேலாகவோ இருக்கும்போது அவள் அப்போதும் இருபத்தேழு வயது இளம்பெண்ணாக இருக்கப்போகும் காட்சியைக் கற்பனை செய்தாள். அவர்கள் முதுமையால் இறந்தாலும் அந்த நாளில் அவள் வயது முப்பதுக்கும் குறைவாகத்தான் இருக்கும். டொமிங்கோ நூனிஸ் விஷயத்தில் நடந்ததைப் போல அவள் தன் மனதைத் திரும்பவும்

கல்லாக்கிக்கொள்ள வேண்டுமோ என்று அஞ்சினாள். அவர்களை நேசிப்பதை நிறுத்துவது எப்படி என்று அவள் கற்றுக்கொள்ள வேண்டுமோ? அதன்மூலம், தான் தொடர்ந்து உயிர்வாழும்போது அவர்களை இறக்கவிடுவது சாத்தியமாகுமோ? ஒன்றுக்கடுத்து ஒன்று என தன் குழந்தைகளைப் புதைத்தால் அவளுக்கு என்ன நேரும்? அழுவாளா அல்லது கண்ணீரே வராதா? உலகப் பிணைப்பிலிருந்து நீங்கியிருக்க உதவும் ஆன்மிகச் செய்முறையைக் கற்றுக்கொண்டு துயரத்தை விலக்கிவைப்பாளா? அவர்களின் மரணத்தால் முற்றாகச் சிதைந்துபோய், பிடிவாதமாக வர மறுக்கும் தன் இறப்புக்காக ஏங்குவாளா? அல்லது போரிலோ விபத்திலோ அவர்கள் அனைவரும் இளம் வயதினராக ஒருசேர இறந்துபோகும் அதிர்ஷ்டம் வாய்க்கலாம். அல்லது அனைவரும் அவர்களின் படுக்கையிலேயே கொல்லப்படலாம்.

அத்தகைய மோசமான மனநிலையில் அவளை அவள் மகள்கள் இருக்கவிடவில்லை. 'எங்களோடு வாருங்கள். நாங்கள் கத்திச் சண்டை வகுப்புக்குப் போகிறோம்,' என்றாள் ஸெரல்டா.

தானும் தன் அம்மா ராதாவும் கற்ற மட்பாண்டக் கலையைத் தன் மகள்களும் கற்றுக்கொள்ள வேண்டுமென்று பம்பா கம்பானா விரும்பினாள்; ஆனால் மூவருமே அதில் ஆர்வம் காட்டவில்லை; தன்னந்தனியாக பம்பா மேற்கொண்ட பொழுதுபோக்காக மட்டுமே அது தொடர்ந்து இருந்துவந்தது. ஆண்களைவிட மேலானவர்களாக, கூடுதலாகப் படித்தவர்களாக, அவர்களைவிட அஞ்சாமல் வெளிப்படையாகப் பேசுபவர்களாகத் தன் மகள்களை வளர்த்தாள்; ராணுவத்திலிருந்த ஆண் போர்வீரர்களைக் காட்டிலும் விவாதிப்பதிலும் குதிரைச் சவாரியிலும் சண்டையிடுவதிலும் அவர்கள் திறமைமிக்கவர்களாக இருந்தார்கள். புக்கன் தன்னுடைய தூதரைச் சீனாவுக்கு அனுப்பியபோது, 'அந்த நாட்டவர்கள் அசாதாரணப் போர்த்திறமை கொண்டவர்கள் என்று கேள்விப்படுகிறேன். வெறுங்கையில் சண்டை போடுவதையும் வாள்கள், ஈட்டிகள், நீண்ட கத்திகள், குறுங்கத்திகள் போன்றவற்றைப் பயன்படுத்துவதையும் விஷமுனைகள்கொண்ட சிறு வேல்களைக் குழாய் மூலம் ஊதி எறிவதையும் இளைஞர்கள் கற்கிறார்களாம். தூதர் திரும்பி வரும்போது போர்த்தொழிலைக் கற்றுத்தரும் மிகச் சிறந்த பயிற்சியாளர்களை அழைத்துவரச் சொல்லுங்கள்,' என்று வேண்டிக்கொண்டாள். அவள் ஆணையைத் தூதர் நிறைவேற்றினார்; வூ டேங் வாள் சண்டைப் பாணியின் பிஸ்நகாப் பயிற்சிப் பள்ளியில் மூத்த ஆசான் லீ யே – ஹே பயிற்றுநராக நியமிக்கப்பட்டார்; புராதன வாளான 'பச்சை விதி' என்ற பெயரில் அப்பள்ளி அழைக்கப்பட்டது. ராஜ குடும்பத்தின்

நான்கு பெண்களும் அவருடைய பிரதான மாணவிகளாக ஆனார்கள்.

மகள்கள் சொன்னதை ஏற்றுக்கொண்ட பம்பா கம்பானா தன் சோகத்தை உதறிவிட்டு, 'சரி, வாருங்கள், போய்ச் சண்டையிடுவோம்,' என்று சொல்லிக் கிளம்பினாள்.

அந்தப் பள்ளி, மூத்த ஆசான் லீயின் வழிகாட்டுதல்படி பிஸ்நகாவின் கைவினைஞர்களால் (பெண் கைவினைஞர்களும் உண்டு) சீனப் பாணியில் கட்டப்பட்ட ஒரு மரக் கட்டிடம். சதுர வடிவத் திறந்த வெளியில் சண்டைப் பயிற்சிக்கான பாய் அன்றாடம் விரிக்கப்பட்டது. திறந்த வெளியைச் சுற்றி மூன்று மாடிகள் நிர்மாணிக்கப்பட்டன; அந்த மாடிகளின் முகப்பிலிருந்து பயிற்சிச் சண்டை நடைபெறுவதைப் பார்க்க முடியும்; மேலும் படிக்கவும் தியானம் செய்யவும் அக்கட்டிடத்தில் அறைகள் உண்டு. ஒரு உலகம் இன்னொன்றில் புகுந்திருப்பதுபோல பிஸ்நகாவின் இதயப் பகுதியில் இப்படியொரு அந்நியப் பாணிக் கட்டிடம் இருப்பது அழகாக உள்ளதாக பம்பா கம்பானா கருதினாள். மகள்களுடன் பள்ளியில் நுழைந்தபோது, குனிந்து வணங்கி, 'மூத்த ஆசான் லீ அவர்களே, என் மகள்களைத் தங்களிடம் அழைத்து வந்துள்ளேன். உங்களுக்கு மனைவியாக்க ஒரு பிஸ்நகாப் பெண்ணைக் கண்டுபிடிப்பதே தங்களுடைய திட்டம் என்பதை அவர்கள் என்னிடம் சொல்கிறார்கள்; இதை நீங்கள் அறிய வேண்டும்.'

அந்தப் பயிற்றுநரிடமிருந்து ஒரு எதிர்வினை, புன்னகை, அல்லது வெட்கத்தின் சிறு சாயையாவது பெற்றுவிட முடியுமென்ற நம்பிக்கையில் அந்த நான்கு பெண்களும் இம்மாதிரியான வாசகத்தை அன்றாடம் சொல்ல முயன்றார்கள். ஆனால் அவர் எந்த உணர்ச்சியையும் காட்டவில்லை. 'அவரிடமிருந்து கற்றுக்கொள்ளுங்கள்,' என்று மகள்களைப் பம்பா கம்பானா அறிவுறுத்தினாள். 'அவரிடம் உள்ள சிறந்த சுயக் கட்டுப்பாட்டையும் மரியாதையைத்தூண்டும் அமைதியை யும் அடைய நாம் எல்லோரும் முயல வேண்டும்.'

வாள் சண்டை பயிலப் பள்ளியில் விரிக்கப்பட்டிருந்த பாய்மீது தன் மகள்கள் ஜோடி ஜோடியாகப் பயிற்சி மேற்கொள்வதைப் பம்பா கம்பானா பார்த்தபோது அவர்கள் அசாதாரணமான திறமைகளை வளர்த்துக்கொண்டிருப்பதைக் கவனித்தாள்; அப்படிக் கவனிப்பது அது ஒன்றும் முதல்முறை யல்ல. ஒரு குறிப்பிட்ட பயிற்சியின்போது தரையில் ஓடுவதுபோலச் சுவர்கள்மீது அவர்களால் ஓட முடிந்தது; பள்ளியின் மேல் தளங்களின் ஒரு மாடி முகப்பிலிருந்து இன்னொன்றுக்குப் புவியீர்ப்பு விசையை மீறி அவர்களால் தாவ முடிந்தது; தங்களைச்

சுற்றியும் சிறு சூறாவளிப் புயலை உருவாக்கும் அளவுக்கு மிக வேகமாகத் தங்கள் உடல்களைச் சுழற்றி அப்படியே காற்றில் மேலேறியதுடன் காற்றிலேயே குட்டிக்கரணம் போடும் உத்தியைப் பயன்படுத்த – கண்ணுக்குத் தெரியாமல் இருந்த ஒரு படிக்கட்டைத் தாவி அடைவதைப் போலக் குட்டிக்கரணம் போடுவது – அவர்களால் முடிந்தது; இப்படி ஒரு திறமையை அதற்குமுன் தான் ஒருபோதும் பார்த்ததில்லை என்று ஆசான் லீ ஒப்புக்கொண்டார். ஒரு சிறிய போர்ப்படையை எதிர்த்துத் தங்களைக் காத்துக்கொள்ள முடியும் அளவுக்கு அவர்களுடைய வாள் சுழற்றும் திறன் இருந்ததைப் பம்பா கம்பானா புரிந்துகொண்டாள். அந்த நம்பிக்கையைச் சோதித்துப் பார்க்க வேண்டிய அவசியம் தனக்குத் தேவைப்படாது என்று நினைத்தாள்.

ஆசானிடம் பயிற்சி பெற்றாலும் அதைத் தனிமையிலேயே செய்தாள்; மகள்கள் பயிற்சி பெற்றுக்கொண்டிருந்தபோது பெருமிதமாக உணரும் சாதாரணத் தாயாகவே இருக்கவும் தனது பாடங்களைத் தானே கற்கவும் விரும்பினாள். லீயோடு அவள் பெற்ற தனிப்பயிற்சிகளின்போது அவர்கள் சமமான திறன் கொண்டவர்கள் என்பது விரைவிலேயே தெளிவாகத் தெரியவந்தது. 'தங்களுக்குக் கற்றுத்தர என்னிடம் ஏதுமில்லை,' என்றார் லீ யே–ஹே. 'ஆனால் தங்களோடு சண்டையிடுவது என்னுடைய திறன்களைக் கூர்மைப்படுத்துகிறது; எனவே, தாங்கள் எனக்குக் கற்பிக்கிறீர்கள் என்பதே உண்மை.' முன்பு நினைத்ததைவிடவும் தேவி தனக்குக் கூடுதலாக அருளியிருக் கிறாள் என்பதை பம்பா கம்பானா இவ்வகையில் உணர்ந்தாள்.

பதிலி அரசியாக இருந்து ஆட்சிசெய்த காலத்துத் தனிமையில், எல்லா இடங்களிலும் தோன்றும் தீக்குறிகளைக் கண்டு, ஏதோ தீயது நிகழப்போகிறது என்ற உணர்வால் பம்பா கம்பானாவின் மனம் அலைக்கழிந்தது. எல்லாவற்றையும் தன் மகள்களோடு பகிர்ந்துகொள்ளும் பழக்கம் கொண்டவளாத லால் தன் கவலைகளையும் அவர்களிடம் சொன்னாள். 'சமத்துவத்தை வலியுறுத்திய விஷயத்தில் நான் மிகையாகச் செயல்பட்டுவிட்டேன் என்று நினைக்கிறேன்,' என்றாள். 'என்னுடைய லட்சியவாதத்துக்காக நாம் எல்லோரும் துன்பப்பட நேரலாம்.'

'எதைப் பற்றிப் பயப்படுகிறீர்கள்?' என்றாள் யோத்ஷ்னா. 'அல்லது யாரைக் குறித்து?'

'அது வெறும் உணர்வுதான்,' என்றாள் பம்பா கம்பானா. 'உங்களுடைய ஒன்றுவிட்ட சகோதரர்கள் பற்றியும் உங்களுடைய

மூன்று சித்தப்பாக்களைப் பற்றியும் கவலைப்படுகிறேன். இந்த ஆறு பேரைவிடவும் இன்னொருவரைப் பற்றி அதிகம் கவலைப்படுகிறேன்.'

'யாரது?' யுக்தஸ்ரீ அழுத்திக் கேட்டாள்.

'வித்யாசாகர்,' என்றாள் பம்பா கம்பானா. 'அவர் ஆபத்தானவர்.'

'நீங்கள் எதைப் பற்றியும் கவலைப்பட வேண்டாம்,' என்று ஸெரல்டா அம்மாவுக்கு ஆறுதல் சொன்னாள். மூன்று மகள்களில் அவளே சண்டையிடுவதில் சிறந்தவள்; தன் வல்லமையில் நம்பிக்கை கொண்டவள். 'எவரிடமிருந்தும் எல்லோரிடமிருந்தும் நாங்கள் உங்களைப் பாதுகாப்போம்.' ஆசானைக் கூப்பிட்டனுப்பி, 'ஆசானே, நீங்கள் அரசியையும் பாதுகாப்பீர்கள் அல்லவா?' என்று கேட்டாள்.

அவர்கள் முன் வந்த ஆசான் அவர்களை வணங்கிவிட்டு, 'என் உயிரைக் கொடுத்தாகிலும் அவர்களைப் பாதுகாப்பேன்,' என்றார்.

'அப்படியான வாக்குறுதிகளைக் கொடுக்காதீர்கள்,' என்றாள் பம்பா கம்பானா.

'உலகம் பலவாகத் தோன்றுகிறது; ஆனால், பல என்பது உண்மையில் இல்லை, இருப்பது ஒன்றே ஒன்றுதான்,' என்று அறிவிக்க வித்யாசாகர் விரும்பினார். பிரதம அமைச்சர் பதவியை இழந்த பிறகு, குகை வாசத்தை முடித்துக்கொண்டு, பல ஆண்டுகளுக்கு முன்பு பிஸ்நகாவை விட்டு நீங்கி, தன் அறிவைப் பெருக்கிக்கொள்ளும் விதமாகப் புனித நதிக்கரையில் தியானம் செய்யக் காசிக்குப் பயணம் போயிருந்தார். தற்போது திரும்பி வந்துவிட்டார். மந்தானா கோயில் வளாகத்தின் மையத்தில் பரந்திருந்த ஆலமரத்துக்குக் கீழ், நீண்ட வெள்ளைத் தாடி இடுப்புப்பட்டியைப் போல இடையைச் சுற்றியிருக்க, வெயிலிலிருந்து அவருடைய வழுக்கைத் தலையைக் காக்கப் பின்னால் நின்ற ஒரு தேவதாசி ஒரு எளிய குடையைப் பிடித்திருக்க, மீண்டும் தன் மதிப்பு வாய்ந்த இடத்தில் பத்மாசனத்தில் அமர்ந்து கண்களை மூடி ஒவ்வொரு நாளும் பல மணிநேரம் அவர் மோனத்தில் ஆழ்ந்தார். திரும்பி வந்திருக்கும் துறவி ஏதாவது பேசுவார் என்ற நம்பிக்கையில் கூட்டம் கூடியது; ஆனால் அவர் பெரும்பாலும் பேசவில்லை. அவருடைய அமைதி நீடித்த அளவுக்கு நிகராகக் கூட்டம் அதிகரித்தது. தன்னை யாரும் பின்பற்ற வேண்டும் என்ற நாட்டம் அவருக்கு இருந்த மாதிரித்

தெரியவில்லையென்றாலும் தன் சீடர்களின் கூட்டத்தைப் பெருக்கினார்; யார்மீதும் செல்வாக்குச் செலுத்துவதற்கு வெளிப்படையான முயற்சி எதையும் செய்யாதபோதும் அவருடைய தாக்கம் நகரம் முழுக்கவும் அதைத் தாண்டியும் பரவியது. எப்போதாவது நிகழும் பேச்சு புதிர்கள் நிரம்பியதாக இருந்தது. 'இங்கே எதுவும் இல்லை. ஒன்றுமே இருக்கவில்லை. எல்லாம் மாயை,' என்றார். அவர் சொன்னது குறித்து அரசியல்ரீதியாக ஒரு கருத்தை அவரிடமிருந்து வரவழைக்கத் துணிச்சலான ஒரு சீடர் விரும்பினார். 'இந்த ஆலமரம் இருக்கவில்லையா? அல்லது மந்தானா இல்லையா? அல்லது பிஸ்நகாவே இல்லையா? மொத்தப் பேரரசும் இல்லையா?' வித்யாசாகர் ஒரு வாரம் எந்த விடையும் சொல்லவில்லை. பிறகு மீண்டும், 'இங்கே எதுவும் இல்லை. இரண்டே இரண்டுதான் உள்ளன; அவை இரண்டும் ஒன்றேதான்,' என்றார். விடை தெளிவாக இல்லாததால் சீடர் திரும்பவும் கேட்டார், 'அவை இரண்டும் எவை? இரண்டும் எப்படி ஒன்றாக முடியும்?' இந்த முறை ஒரு மாதமாக வித்யாசாகர் எந்த விடையும் சொல்லவில்லை; அந்த நாட்களில் அவரைச் சுற்றியிருந்த கூட்டம் பெரிய அளவில் அதிகரித்தது. திரும்பவும் பேசியபோது அவருடைய குரல் மென்மையாக இருந்தது; அதனால் அவர் தன் விடையைப் பலமுறை திருப்பிச் சொல்ல வேண்டியதாயிற்று; கடலின் மேல்மட்டத்துச் சிற்றலைகளைப் போல அவருடைய வார்த்தைகள் கூட்டத்தினூடே பரவின. 'பிரம்மம் என்ற ஒன்றுண்டு; அதுவே இறுதி உண்மை; அதுவே வினையும் விளைவும்; மாறாதது அது; ஆனால், எல்லா மாற்றங்களையும் அது தன்னுள்ளே கொண்டுள்ளது. ஆன்மா என்ற ஒன்றுண்டு; வாழும் எல்லாவற்றிலும் அது உண்டு; வாழும் ஒவ்வொன்றிலும் உள்ள ஒரே உண்மைப் பொருள் அது மட்டும்தான்; அது நூற்றியொரு சதவீதம் பிரம்மத்தைப் போன்றதே. இரண்டும் ஒரே தன்மையைக் கொண்டவை. ஒன்று மற்றதைப் போன்றது. மற்றவையெல்லாம் மாயை: வெளி, காலம், அதிகாரம், காதல், இடம், இல்லம், இசை, அழகு, பிரார்த்தனை, எல்லாம் மாயை. அவை இரண்டு மட்டுமே உள்ளன, இரண்டும் ஒன்றே,' என்று சொன்னார்.

இந்த முணுமுணுப்புகள் கூட்டத்தினூடே பரவிய நேரத்தில், அவை இடம்பெயர்ந்தபோது திரும்பச் சொன்னதில் நுட்பமான வகையில் மாற்றம் கண்டன. ஆயுதம் ஏந்துவதற்கான அழைப்பைப் போல அவை ஒலித்தன. அங்கே இரண்டு உள்ளன, ஆனால் ஒன்று மட்டும்தான் இருக்க வேண்டும் என்று வித்யாசாகர் சொல்வதாகக் கூட்டம் புரிந்துகொண்டது. ஒன்று மட்டுமே தொடர்ந்து இருக்க வேண்டும், அப்படியானால்,

மற்றதை என்ன செய்வது? இணைத்துக்கொள்வதா? அல்லது தூக்கியெறிவதா?

அரசும் மதமும் தனித்தனியாக இருக்க வேண்டும் என்பதை முதலாம் புக்கராயர் தன் ஆட்சிக் காலம் முழுவதும் வலியுறுத்தினான்; வித்யாசாகரும் அந்தக் கோட்டைத் தாண்டவில்லை. 'நாம் அப்படித் தாண்டினால் அந்தக் கோட்டின் நெடுகவும் தீ எழுந்து நம்மைப் பொசுக்கிவிடும்,' என்று சீடர்களிடம் சொன்னார். சகோதரர்கள் இருவரும் வெளியே போனபோது ராமனின் மனைவி சீதையைப் பாதுகாக்க லட்சுமணன் வரைந்த மாயக்கோட்டை அவர் குறிப்பிடுகிறார் என்பதை அனைவரும் புரிந்துகொண்டார்கள்; ராட்சதர்கள் யாராவது அதைத் தாண்ட முயன்றால் அக்கோடு தீயாக வெடித்துக் கிளம்பிவிடும். ராமாயண உருவகத்தைப் பயன்படுத்துவதன் மூலம் வித்யாசாகர் மத எல்லைக்குள் நிற்கிறார் என்பதாகவும் மக்கள் புரிந்துகொண்டார்கள்; அதோடு, தன்னையும் தன் ஆதரவாளர்களையும் ராட்சதர்களோடு ஒப்பிடுவதன் மூலம், ஆனால் நிஜத்தில் – அங்கே நிஜம் ஒரு மாயை – அவரோ அவர்களோ உறுதியாக அப்படி இல்லை, தன்னடக்கமும் சுய கண்டனமும் வெளிப்படும் இயல்பில் அவர் பேசினார். ஆனால் இன்னொரு தளத்தில், இந்தக் கருத்தின் மூலம், *அவர்கள்* என்பது இல்லாத *நாம்* என்ற ஒன்றை அவர் உருவாக்கிவிட்டதாகவும் அவருடைய ஆதரவாளர்கள் புரிந்துகொண்டார்கள்; அந்தக் கோட்டைத் தாண்ட விரும்புவதோடு வாழ்க்கையின் எல்லா அரசியல், ஆன்மிக மூலைகளுக்குள்ளும் மத ஊடுருவலை ரகசியமாக ஆதரித்த *நாம்*, அப்படியான தீய ராட்சதத்தனமான கருத்துகளை எதிர்த்த *அவர்கள்*. ஆகவே, கொஞ்சம் கொஞ்சமாக பிஸ்நகாவில் வித்யாவியர்கள், புக்கவியர்கள் என்று இரண்டு குழுக்கள் அவ்வாறு பெயரிடப்படவில்லையென்றாலும் வளர்ந்தன; தாம் அனைவரும் ஒன்றே என்ற கருத்தோடு குறைந்தபட்சம் மேலோட்டமாகவாவது அவர்கள் உடன்பட்டார்கள். ஆனால், அடியாழத்தில் அந்த மாயை மறைந்துபோனது; அவர்கள் இரண்டு தரப்பினர் என்பதும் இரண்டு தரப்பும் இசைந்துபோவது கடினமாகிக்கொண்டே போவதும் தெளிவாயிற்று. இரட்டைத் தன்மை அற்ற ஒருமை, அதாவது *பிரம்மமும் ஆன்மாவும்* ஒன்று என்ற வித்யாசாகரின் பிரச்சாரத்துக்கு எதிராக எழுந்த இந்தப் புதிய நிகழ்வுகளை வித்யாவியர்கள் கவனித்தாலும் அவர்கள் அவற்றைக் குறிப்பிட்டுப் பேசவில்லை; பேரரசு என்பது ஒரு வகை மாயை என்ற கருத்திலேயே கவனம் செலுத்தினார்கள். உண்மை, அதாவது மத நம்பிக்கை, மற்ற எல்லா வெற்றுக் கடவுள்கள் மீதான பொய்யான நம்பிக்கைகளை விலக்கிய

அவர்களின் தனிப்பட்ட உண்மையான நம்பிக்கை, விரைவில் தோன்றி முன்பிருந்த எல்லாவற்றையும் தன் பொறுப்பில் எடுத்துக்கொள்ளும் என்றும் நம்பினார்கள்.

இதற்கிடையில் பிஸ்நகாவின் இன்னொரு மூலையில் ஹலேய கோட்டேவின் எதிர்ப்பியக்கம் ஒரு முக்கிய மாற்றத்தை அடைந்திருந்தது. குதப்புணர்ச்சி, போர், கலை ஆகிய வற்றுக்கான தன் எதிர்ப்பைக் கைவிட்டுவிட்டு, சுதந்திரக் காதல், நாடுபிடித்தல், எல்லா வகையான படைப்பூக்கச் செய்கைகள் ஆகியவற்றுக்குத் தங்கள் ஆதரவைத் துண்டு வெளியீடுகள், சுவரொட்டிகள்மூலம் தெரிவித்தது. அதன் விளைவாக எண்ணிக்கையில் பெருகிய அதன் ஆதரவாளர்கள், இயக்கத்தின் தலைவர்கள் தங்களை இனிமேலும் மறைத்துக்கொள்ள வேண்டியதில்லையென்றும் வெளி உலகத்துக்கு வந்து, பிஸ்நகாவின் பெரும்பான்மையரின் ஆதரவு பெற்ற புக்கவியர் களின் மதிப்பீடுகளுக்குத் துணையாக நிற்க வேண்டும் என்றும் கோரினார்கள். அதாவது, வித்யாவியர்களுக்கு எதிரான புக்கவியர்களின் மனப்பாங்குக்குத் தலைவர்கள் என்ற பாத்திரத்தை அவர்கள் ஏற்க வேண்டும். ('புக்காவிய,' 'வித்யாவிய' போன்ற பிரிவினை ஏற்படுத்தும் வார்த்தைகள் ஒருபோதும் வெளிப்படையாகப் பயன்படுத்தப்படவில்லை என்றாலும் நாம் இதைத் திரும்பவும் சொல்ல வேண்டியுள்ளது.) இம்மாதிரி யான குரல்களை ஹலேய கோட்டே கேட்டாலும் எதுவும் பேசவில்லை.

நிழலிலேயே ஒருவர் சாசுவதமாக இருந்தால் சூரிய ஒளி அவருக்குத் தாங்க முடியாததாக இருக்கும்.

ஹலேய கோட்டேவின் ரகசிய வாழ்க்கையைப் பற்றி பம்பா கம்பானாவிடம் புக்கன் இயல்பாகவே சொல்லியிருந்தான். எதிர்ப்பியக்கத்தைத் தலைமறைவாகவே வைத்திருக்கும் அவன் முடிவோடு அவள் ஒத்துப்போகவில்லை. 'தப்பிக்கும் வழிகளைப் பார்த்து வைத்துக்கொள்ளும்படி உங்கள் நண்பர்களைக் கேட்டுக்கொள்ளுங்கள்,' என்று அவனிடம் சொன்னாள். 'எதிர்காலத்தில் அசம்பாவிதம் நேரிட்டால் – விரைவில் நிகழலாம் என்று எனக்குத் தோன்றுகிறது – தலைமறைவுக் குழு ஒன்று அப்போது நமக்குத் தேவைப்படலாம்.'

போர்முனையிலிருந்து செய்திகள் வந்துசேர்ந்தன. ஸஃபாராபாத்துக்கு எதிரான போர் திருப்தியாக நடை பெறவில்லை. அந்தச் செய்தியைப் பதிலி அரசிக்குத் தெரிவிக்க ஹலேய கோட்டே வந்தார். ஆரம்பத்தில் நடந்த சில்லறைச்

சண்டைகளுக்குப் பிறகு பீமா நதிக்குத் தென்புறமாகப் பின்வாங்கிய புக்கன் வடக்குக் கரையை சுல்தானுக்கு விட்டுக்கொடுக்க வேண்டியதாயிற்று. அடுத்து பிஸ்நகாப் பேரரசின் பகுதியாக இருந்த வாரங்கலை சுல்தான் கைப்பற்றி அதன் அரசனையும் கொன்றான். தில்லி சுல்தானின் அரசவைக்குத் தூதர்களை அனுப்பி அவனுடைய சக மதத்தவர்களுக்கு எதிராக பிஸ்நகாவுக்கு புக்கன் உதவி வேண்டினான் என்ற செய்தியைக் கேள்விப்பட்டு பம்பா கம்பானா ஆச்சரியப்பட்ட தோடு வேதனையும் அடைந்தாள். இறுதிக்கட்ட முயற்சியாகத் தெரிந்த அந்தக் கோரிக்கை நிராகரிக்கப்பட்டதில் வியப்பதற்கு ஒன்றுமில்லை. பிறகு நம்பிக்கைக்குரிய சில மாற்றங்கள் நிகழ்ந்தன. வடக்கு நோக்கி மீண்டெழுந்த புக்கன் முத்கலைக் கைப்பற்றினான். முத்கலின் மக்களை புக்கன் காட்டுமிராண்டித்தனமாகப் படுகொலை செய்ததைத் தூதர்களின் அறிக்கை விவரித்ததை அறிந்து பம்பா கம்பானா திடுக்கிட்டாள். 'எனக்குத் தெரிந்த மனிதர் அப்படியானவர் அல்லவே,' என்று ஹலேய கோட்டேவிடம் சொன்னாள். 'தற்போது அவர் அப்படி நடந்துகொள்கிறார் என்றால், அவருடைய திட்டம் ஆபத்தில் சிக்கியிருக்கிறது என்பதோடு நாமும் ஆபத்தில் உள்ளோம் என்பதே அதற்கு அர்த்தம்,' என்றாள்.

அவள் சொன்னது சரி. ஸஃபராபாத் சுல்தானின் ராணுவம் முதலாம் புக்கராயரின் படைகளை முத்கலில் தாக்கியதை அடுத்து வந்த செய்திகள் விவரித்தன. இந்தத் தாக்குதலின் வீரியம் பிஸ்நகா ராணுவத்தினர் பலரைத் திகிலடையவைத்தது; ஆவி சுல்தானகத்தின் முணுமுணுப்புகளும் ஸஃபாரபாத் சேனையின் முன்னணியில் அதன் ஆவிப் படைவீரர்கள் உள்ளார்கள் என்ற வதந்தியும் பிஸ்நகாப் படைவீரர்கள் மத்தியில் வேகமாகப் பரவிக் கிலியையும் பீதியையும் உண்டாக்கின. எதிரிகளைவிட எண்ணிக்கையில் அதிகம் இருந்தாலும் அச்சத்தில் உள்ள படையால் போரிட முடியாது. படைமுகாமிலிருந்து புக்கன் ஓடிவிட்டதாகத் தூதர்கள் சொன்னார்கள். அவனுடைய படை அவசரம் அவசரமாகப் பின்வாங்கியது; முன்னேறி வந்த சுல்தான் எஞ்சிய தொண்ணூறாயிரம் பிஸ்நகா வீரர்களைக் கொன்றான். அதைவிட மோசமான இன்னொரு தோல்வி அடுத்து நிகழ்ந்தது. 'அரசர் நாடு திரும்புகிறார், ஆனால் எதிரி அவரைப் பின்தொடர்கிறான்,' என்று தூதர்கள் சொன்னார்கள். 'நாம் ஒரு தாக்குதலை எதிர்கொள்ளத் தயாராக வேண்டும்; அல்லது குறைந்தபட்சம் ஒரு முற்றுகையையாவது.'

போரிலிருந்து நாடு திரும்பிய புக்கன், போருக்குப் போகும் போது இருந்த நபர் அல்ல. வெற்றியைக் கையாளும் விதத்தில்

ஒருவன் தன்னைக் குறித்த ஒரு வகை உண்மையை வெளிப்படுத்து கிறான்: அவன் பரந்த உள்ளம் கொண்ட வெற்றியாளனா அல்லது வன்மம் நிரம்பியவனா, அடக்கமுள்ளவனாக இருப்பானா அல்லது தன்னைப் பற்றி மிகையான பிம்பத்தை வளர்த்துக்கொள்வானா, வெற்றி தரும் போதைக்கு அடிமை யாகி, வெற்றிகள் திரும்பத் திரும்ப வர வேண்டுமென்ற பேராசைகொள்வானா அல்லது செய்த சாதனையில் திருப்தி கொள்வானா? தோல்வி இவற்றைவிடவும் ஆழ்ந்த கேள்விகளைக் கேட்கும். அவனுடைய உள்ளார்ந்த பண்புகள் எவ்வளவு ஆழமானவை? அந்தத் தருணம் அவனைச் செல்லுபடி ஆகாதவனாக ஆக்குமா அல்லது பாதிப்புகளிலிருந்து விரைவில் மீளுதல், இடர்ப்பாடுகளைச் சாதுரியமாக வெல்லுதல் ஆகிய அதற்கு முன் கண்டிராத குணங்களை – அவனுக்கே தெரியாத குணங்கள் அவை – தெரியச்செய்யுமா? பதப்படுத்தப் பட்ட தோலாலும் உலோகத்தாலும் ஆன ரத்தம் தோய்ந்த போர்க்கள ஆடையை அணிந்து அரண்மனைக்குள் நுழையும் அரசனை, கொசுக்களின் திரள் மேகமாகக் கேள்விகள் சூழும். அவன் எப்படி விடை சொல்லப்போகிறான் என்பது பம்பா கம்பானாவுக்குக்கூடத் தெரியாது.

அவன் அவளிடம் பேசவில்லை, வெறுமனே தலையைக் குலுக்கினான். துளைக்கும் கேள்விகளைத் தாங்கிய மேகமும் அவனோடு சேர்ந்து குலுங்கியது. தன் பிரத்யேக இருப்பிடத்துக்குச் சென்ற அவன் யாரும் அங்கே வரக் கூடாது என்ற ஆணையை யும் பிறப்பித்தான். வாரக்கணக்கில் அங்கேயே தங்கினான்; முற்றுகையை எதிர்கொள்வதற்கான ஏற்பாடுகளை ஹலேய கோட்டே, தன் மூன்று மகள்கள் ஆகியோருடைய உதவி யுடன் பம்பா கம்பானாவே செய்துகொள்ளும்படி நேர்ந்தது. கோட்டைக் கொத்தளத்தில் விடியற்காலையிலிருந்து மாலைவரை மும்முரமாக இருந்த அவளைப் பார்க்க வித்யாசாகர் வந்தார். பொதுவாகக் கடவுள்களோடும் குறிப்பாக சிவனோடும் இருந்த நெருக்கத்தை அரசன் கைவிட்டதன் விளைவே பிஸ்நகாவின் தோல்வி என்று அவளிடம் சொன்னார். அந்த நெருக்கத்தைப் புதுப்பித்தால் ஸஃபராபாத் ராணுவம் முன்னேறி வருவது நின்றுபோகும் என்றும் பிஸ்நகாவின் வெற்றி நிகழும் என்றும் சொன்னார். 'பிஸ்நகாவிலுள்ள பெரும்பாலோர் – நம் மக்களில் பெரும்பாலோர் என்று நான் குறிப்பிடலாமா – இந்தக் கருத்தோடு உடன்படுகிறார்கள்,' என்றார் அவளிடம். 'சில சமயங்களில் அரசன் மக்களால் அறிவுறுத்தப்பட்டு வழிநடத்தப்பட வேண்டும்; அதற்கு நேர் மாறாக அல்ல.'

'நன்றி. இந்த விவேகமான அறிவுரை மன்னரை எட்டும்படி செய்கிறேன்,' என்றாள். தன்னுடைய வேலையில் கவனம் செலுத்தத் தொடங்கிய அவள் வித்யாசாகரின் கருத்தைப் பற்றித் திரும்ப யோசிக்கவில்லை. காரணம் பாதுகாப்பு ஏற்பாடுகளில் அவள் கவனம் செலுத்த வேண்டியிருந்தது. கோட்டைச் சுவர்களைத் தாக்க முயல்பவர்கள்மீது ஊற்ற எண்ணெய்யைக் கொதிக்கவைக்கக் கொப்பரைகள் போதுமான எண்ணிக்கையில் கொத்தளத்தில் இருப்பதையும் கொத்தளத்தில் நிறுத்திவைக்கப்பட்டிருந்த படைவீரர்கள் தேவையான ஆயுதங்களை வைத்திருப்பதையும் சரியாகத் தூங்கி ஓய்வெடுத்துக் கிரமமான சுழற்சியில் அவர்கள் பணியிடத்துக்கு வருவதையும் உறுதிப்படுத்துவதில் அவள் ஈடுபட்டாள். ஸஃபாராபாத்தின் ராணுவம் நெருங்கி வந்துவிட்டது. சில நாள்களில் தாக்குதல் – அல்லது குறைந்தபட்சம் முற்றுகை தொடங்கும்.

பம்பா கம்பானா நம்பிக்கை இழக்கத் தொடங்கியிருந்தாள். ஒரு வெள்ளிக்கிழமை காலை அணிவகுத்து வந்த மனிதர்களுடைய, விலங்குகளுடைய கால்களின் பாரம் தாங்காமல் பூமி நடுங்கியது. ஸஃபராபாத் ராணுவத்தை மறைத்த புழுதி மேகம் மிக அருகில் கண்ணுக்குத் தென்பட்டபோது கலக்கத்திலிருந்து விடுபட்டுத் தன்னுடைய பிரத்யேக இருப்பிடத்தை நீங்கிப் போர்க்கள உடுப்புடன் மிடுக்காக வெளியே வந்த புக்கன் உரக்கக் கூவினான்: 'ஆவி சுல்தானகத்தை ஆவி உலகத்துக்கே திரும்பி ஓடும்படி செய்யும் அளவுக்கு ஒரு வரவேற்பை நாம் கொடுப்போம்.' இயல்பில் அவன் பெரிய உருவம் கொண்டிருந்தவன் அல்ல; ஆனால் நகரத்தின் தெருக்களினூடாகப் பெரும் அரக்கனைப் போலச் சவாரிசெய்து தன் படைக்குத் தலைமை தாங்கி சுல்தானின் படையைத் தாக்கினான்; அப்போது அவன் எழுப்பிய கடும் கூக்குரலைக் கேட்டுத் திகிலடைந்த சுல்தானின் ஆவிப் படையணியினர்கூட – அவர்கள் அப்படியானவர்களாக இருந்தால் – அலங்கோலமாகச் சிதறி விரைந்து ஓடிவிடுவதைத் தவிர வேறெதையும் யோசிக்க இயலாதவர்களாக ஆனார்கள்.

ஸஃபாராபாத்துடன் நிகழ்ந்த மோதலில் வலியப் போருக்குப் போனவன் புக்கன்தான். தன்னுடைய வடக்குப்புறப் பக்கத்து நாட்டவனின் வலிமை பெருகுவதைக் கண்டு அதைக் குலைக்க முன் நடவடிக்கையாகப் போரைத் தேர்ந்தெடுத்தான். அது வெற்றிபெறவில்லை. இரண்டு ஆட்சிப் பரப்புகளுக்கும் இடையே கிருஷ்ணா நதி ஓடியது. ஒரு குந்தா[2] நிலம்கூட

---

2. 1089 சதுர அடி

வென்றடையவோ இழக்கப்பெறவோ இல்லை; ஒரு *சென்ட்*[3] கூட, ஒரு ஒற்றை *அங்கணம்*[4] கூட. அவரவர் நாட்டுரிமை எல்லை அவரவரிடமே இருந்தது. நெருடலான சண்டை நிறுத்த உடன்பாடு ஏற்பட்டது.

ஆனால் வெற்றிகரமாக நிகழ்த்திய அந்தத் தாக்குதலுக்குப் பிறகு அவன் உடல்நலம் குன்றினான். அவனுடைய உடல்நிலை மெதுவாக ஆனால் சீராக மோசமடைந்தது; ஆழ்ந்த தூக்கத்தில் அமிழ்ந்தான். மோசமாகிக்கொண்டிருந்த புக்கனின் உடல்நிலை குறித்த செய்தி அரண்மனைச் சுவர்களைத் தாண்டிப் பரவியபோது அதன் காரணம் குறித்து மக்கள் ஊகிக்கத் தொடங்கினார்கள். விஷமூட்டப்பட்ட ஆவி அம்பு தைத்ததால்தான் அந்த நிலை என்ற எண்ணத்தை அவர்கள் வலுவாக நம்பினார்கள். ‘விஷத்தோடு அவர் போராடிக்கொண்டிருக்கிறார். ஆனால் அதுதான் ஜெயித்துக்கொண்டிருக்கிறது,’ என்றார் இறந்த விலங்குகளின் உடல்களைப் பதப்படுத்துபவர். ‘நம்முடைய உலகத்திலிருந்து அந்த உலகத்துக்குப் போவதற்கு நேரம் தேவைப்படுவதால் ஆவி உங்களை மெதுவாகத்தான் கொல்லும்,’ என்று வருத்தத்துடன் சொன்னார் மிட்டாய் வியாபாரி. அறிவிப்புப் பலகைகள் எழுதுபவர், ‘ராமனைப் போல அவர் சரயு நதிக்கரையில் நிற்கிறார்; இன்னும் சிறிது நேரத்தில் ராமனைப் போலவே நதிநீரில் இறங்கிக் காணாமல் போய் விடுவார்,’ என்றார் அழுகையுடன்.

இரவும் பகலுமாக பம்பா கம்பானா புக்கனின் படுக்கையருகே உட்கார்ந்து அவன் நெற்றியில் ஈரத்துணி ஒத்தடம் கொடுத்தாள்; ஒவ்வொரு சொட்டாக அவன் வாய்க்குள் தண்ணீரைப் பிழிந்துவிட்டாள். அவன் விழிக்காமல் தூக்கத்திலேயே இருந்தான். அவன் இறந்துகொண்டிருப்பதையும் அவளை விட்டுச்செல்கிற, அவள் நேசித்த இரண்டாவது நபராக அவன் இருக்கப்போவதையும் புரிந்துகொண்டாள். புக்கன் நோயில் விழுந்த மூன்றாம் நாள் அரசனையும் அரசியையும் நேரில் சந்திக்க அனுமதிக்கும்படி ஹலேய கோட்டே வேண்டிக் கொண்டார். அவர் முகக்குறி கண்டு அரசனின் சயன அறைக்கு வெளியேயும் உள்ளேயும் நடப்பவை பாதகமானவை என்பதை பம்பா கம்பானா உடனே தெரிந்துகொண்டாள்.

‘நாம் கண்ணை மூடிக்கொண்டு இருந்திருக்கிறோம்,’ என்றார் ஹலேய கோட்டே. ‘அல்லது வடக்கிலிருந்து வரும் ஆபத்தை மட்டுமே நாம் பார்த்துக்கொண்டிருந்துவிட்டோம்;

---

3. 436.56 ச. அடி.

4. 72 ச. அடி

அதனால் கிழக்கிலும் மேற்கிலும் தெற்கிலும் வளர்ந்துவரும் பிரச்சினைகளைப் பார்க்கவில்லை.'

மலைகளின் சகோதரிகளான ஷக்தி, ஆதி, கௌரி ஆகியோரும் அவர்களுடைய தனிப்பட்ட படைகளும் உடன் சேர்ந்திருக்க சுக்கன், பக்கன், தேவ் சங்கமா மூவரும் தங்களுடைய காப்பரண்கள் இருந்த நெல்லூர், முல்பாகல், சந்திரகுத்தி ஆகிய ஊர்களிலிருந்து கிளம்பிவந்து பிஸ்நகாவில் இணைகிறார்கள் என்ற தகவலை பம்பா கம்பானாவிடம் ஹலேய தெரிவித்தார். 'அரியணையில் இருக்கும்போது புக்கனின் உரிமையைக் காக்க மலைகளின் சகோதரிகள், அதாவது அவர்களின் மனைவிகள், எடுத்த உறுதிமொழி அவன் இறந்தவுடன் காலாவதியாகிவிடும் என்றும் அதன் பிறகு அவர்களுடைய விசுவாசம் அவர்களுடைய கணவர்களோடு மட்டுமே இருக்க வேண்டும் என்றும் அந்த மூர்க்கமான பெண்களைச் சங்கம சகோதரர்கள் நம்பவைத்துவிட்டது தெளிவாகத் தெரிகிறது.' கூடவே இன்னொரு விஷயத்தையும் சொன்னார். அரியணை ஏறத் தங்களுக்கு உரிமை உள்ளது என்ற திமிரோடு இருந்த சிறு பையன்களான, பதவி நீக்கப்பட்ட அந்த மூன்று இளவரசர்கள் தற்போது அதே திமிரோடு கூடுதல் கோபமும் கொண்ட இளைஞர்களாக இருப்பதையும் கணிசமான சிலோன் படைவீரர்களோடு யாழ்ப்பாணத்தை விட்டுக் கிளம்ப அனுமதிக்கப்பட்ட அவர்கள் அரியணைக்கான தங்கள் உரிமையைக் கோர பிஸ்நகாவை நோக்கி வருவதையும் சொன்னார். 'இதைச் சொல்வதற்கு வருந்துகிறேன். புக்கராயர் ஆணையிட்டு அதை அரசவை உயர்மன்றம் அங்கீகரித்திருந் தாலும் ஆட்சி செய்யத் தங்கள் மூத்த மகளுக்குரிய உரிமைக்கான ஆதரவு படைக் குடியிருப்பிலோ நகரத்தின் தெருக்களிலோ பரவவில்லை. "அரசி யோத்ஷ்னா" என்னும் யோசனை மக்கள் பலருக்கு இன்னும் ஏற்றுக்கொள்ளத்தக்கதாக இல்லை.'

'இன்னும் காலி செய்யப்படாத அரியணைக்கு உரிமை கோரி ஆறு பேர்,' என்றாள் பம்பா கம்பானா. 'அவர்களில் உரியவரை யார் தேர்ந்தெடுப்பார்கள்?' ஹலேய தலையைக் குனிந்தார். அந்தக் கேள்விக்கு இரண்டு பேருக்குமே விடை தெரியும். பலரும் சொல்வதுபோல இந்தச் சம்பவங்களிலிருந்து விலகி நின்று மந்தானாவில் ஆலமரத்தின் கீழ் கண்களை மூடிக்கொண்டு அமர்ந்திருந்தது விடை; நிச்சயம் அவர் கூட்டுச் சதிக்காரர் அல்ல. அந்த ஆறு பேரோடும் தொடர்பு கொண்டோ சதி செய்தோ இயங்கிய ஒருவரென்று அவரை யாரும் நினைக்கவே இயலாது. மரத்தின் கீழ் இருந்த ஒரு புனிதர், அவ்வளவுதான்.

‘அது யாராக இருந்தாலும் சரி, யார் அந்தப் பரிசை அடைந்தாலும் சரி, தங்களுக்கும் தங்கள் மகள்களுக்கும் உள்ள ஆபத்து உண்மையானது. குறிப்பாக, அவர்களுடைய உண்மையான பெற்றோர் விவரம் தொடர்பான கேள்வி பல தீய மனங்களில் இன்னும் இருக்கிறது,’ என்று பம்பா கம்பானாவிடம் சொன்னார் ஹலேய கோட்டே.

‘நாங்கள் ஓடிவிட மாட்டோம்,’ என்றாள் பம்பா கம்பானா. ‘என் கணவரின் படுக்கையருகே உட்கார்ந்திருப்பேன்; அவர் எங்களை விட்டு நீங்கினால் அவருக்கு அனைத்து அரசு மரியாதைகளும் கிடைப்பதை உறுதிசெய்வேன். இது என் நகரம்; விதைகளிலிருந்தும் முணுமுணுப்புகளிலிருந்தும் அதை நிர்மாணித்தேன். அதன் மக்களுடைய கதைகள், என்னுடைய கதைகள்; அவர்களின் உலக இருப்பு என்னிலிருந்து வருகிறது. அவர்கள் என்னைத் துரத்திவிட மாட்டார்கள்.’

‘சாதாரண மக்களைப் பற்றி நான் கவலைப்படவில்லை,’ என்றார் ஹலேய கோட்டே. ‘ஆனால் அது தாங்கள் நினைப்பது போலவே இருக்கட்டும். என்னால் இயன்ற பாதுகாவலர்களைத் திரட்டித் தங்களுக்கு விசுவாசமாக இருப்பேன்.’

முதலாம் புக்கராயரின் மரணத்தோடு பிஸ்நகாவை நிறுவிய மூவரில் இரண்டு பேர் மறைந்துவிட பம்பா கம்பானா மட்டுமே மிஞ்சியிருந்தாள். தன் கடைசித் தூக்கத்திலிருந்து விழிக்காமலேயே அமைதியாக புக்கா இறந்த மறுநாள் சுடுகாட்டில் இறுதிச் சடங்குகள் மிகுந்த ஆசாரத்துடன் நிறைவேற்றப்பட்டன. அந்த இடம் பின்னாளில் அவனுடைய நினைவகமாக ஆனது. ஆண் குழந்தை அங்கே இல்லாத நிலையில் – ஆண் குழந்தைகள் ராணுவத்துக்குத் தலைமை தாங்கி இடம்பெயர்ந்து வந்துகொண்டிருந்தார்கள் – சடங்குகளைச் செய்யும் பொறுப்பை ஹலேய கோட்டே ஏற்றுக்கொண்டார்; நன்றாகக் குளித்து விட்டுப் புதிய ஆடைகள் அணிந்து, சிதையின் மீதிருந்த சடலத்தைச் சுற்றிவந்து, சிறு சமயப் பாடல் ஒன்றைப் பாடி, மந்திர விதைகளைத் தூவி, நகரத்தை அவன் உருவாக்கியதன் குறியீடாக இறந்த அரசனின் வாயில் சிறிது எள் வித்துக்களை இட்டு, துப்புரவாக்கப்பட்ட வெண்ணெய்த் துளிகளைச் சிதையின் மீது தெளித்து, மரணத்துக்கும் காலத்துக்கும் உரிய கடவுள்களை நோக்கிச் சரியான வரிசையில் உணர்வுக் குறிப்புகளைத் தெரிவித்து, தண்ணீர் நிரம்பிய மண்பானையை உடைத்து, தீ மூட்டினார். அதன் பிறகு அவர், பம்பா கம்பானா, அவளுடைய மூன்று மகள்கள் ஆகியோர் தீ நாக்குகளைச் சில

முறை சுற்றி நடந்தார்கள்; இறுதியில், புக்கராயரின் ஆன்மாவை விடுவிக்க ஹலேய கோட்டே ஒரு மூங்கில் கழியை எடுத்து அவன் கபாலத்தில் துளையிட்டார்.

உரிய கவனத்துடனும் மரியாதையுடனும் இவையெல்லாம் நிறைவேற்றப்பட்ட பிறகு ஆனால் துக்கம் அனுஷ்டித்தவர்கள் அனைவரும் சுடுகாட்டை விட்டு நீங்கிய பின், படைவீரர்களின் ஒரு படைப்பிரிவு நான்கு அரசக் குடும்பத்துப் பெண்களிடமிருந்து ஹலேய கோட்டேவைப் பிரித்தது; பெண்கள் அரண்மனைக்கு அழைத்துப் போகப்பட்டு அந்தப்புரத்தில் தனிமையில் வைக்கப்பட்டார்கள்; இருபத்துநான்கு மணிநேர ஆயுதம் தாங்கிய காவலும் போடப்பட்டது. இதைச் செய்வதற்கான ஆணையை யார் பிறப்பித்தார்கள் என்பது புலப்படவில்லை; பம்பா கம்பானா காவலர்களைக் கேட்டபோது அவர்கள் பதில் சொல்ல மறுத்துவிட்டார்கள். துறவி வித்யாசாகர் சிறிது தொலைவுக்கு அப்பால் தன் ஆலமரத்துக்குக் கீழ் அமர்ந்து தியானத்தில் ஆழ்ந்திருந்தார். அவர் ஒரு வார்த்தையும் பேசவில்லை. ஆனாலும் யார் பொறுப்பில் எல்லாம் நடக்கிறது என்பது எப்படியோ எல்லோருக்கும் தெரிந்திருந்தது.

தனிமையில் வைக்கப்பட்டது குறித்துக் கடும் கோபமும் பிஸ்நகா தன்னை இப்படிக்கூட நடத்துமா என்பதில் நம்பிக்கையின்மையும் கொண்டிருந்த பம்பா கம்பானாவால் அன்றிரவு தெளிவாகச் சிந்திக்க முடியவில்லை. அவளுடைய அறைகளின் வாயிலைக் காத்த பெண் காவலர் ஒருத்தியை அழைத்து, ‘போய் உலூப்பியை அழைத்துவா,’ என்று உத்தரவிட்டாள். உலூப்பியை உங்களால் நினைவுகூர முடியும். “உஸ்” என்று ஒலியெழுப்பும் அவள் பாதுகாப்புப் பிரிவின் தலைவி; பெரிய உருவமும் பெரிய இமைகளால் பாதி மூடிய கண்களும் தோன்றி மறையும் நாக்கும் கொண்டவள். அந்தக் காவல் பெண் அசட்டையாகத் தோளைக் குலுக்கி, ‘அவர் இல்லை,’ என்று சொன்னாள்; முந்தைய நாள்வரை அரசியாக இருந்தவள் தற்போது ஒரு அநாமதேயம் என்பதையும் பிஸ்நகா தன் குலத்தலைவியிடமிருந்து ஏளனத்துடன் விலகிவிட்டது என்பதையும் தெளிவாகத் தெரிவிக்கும் விதமாக அந்தப் பெண் பேசியது இருந்தது.

பம்பா கம்பானாவின் முகம் சிவந்தது. இதைப் பார்த்த அவளுடைய மகள்கள் வந்து அவளை அழைத்துப்போனார்கள். ‘நாம் பேச வேண்டியுள்ளது,’ என்று ஸெரல்டா அவள் அம்மாவிடம் சொன்னாள்.

பம்பா கம்பானா ஏழு முறை மிக ஆழ்ந்து சுவாசித்தாள். ‘நல்லது, பேசுங்கள்,’ என்றாள்.

மூன்று பெண்களும் தங்கள் அம்மாவோடு அடங்கின குரலில் பேசும் அளவுக்கு நெருங்கி உட்கார்ந்தார்கள். பிஸ்நகாப் பிரஜைகளின் எல்லாக் கதைகளையும் அவர்கள் காதுகளில் முணுமுணுத்த தன்னுடைய கதையைத் தனக்கே தன் குழந்தைகள் முணுமுணுக்கப்போகிறார்கள் என்று அவளுக்குத் தோன்றியது. அது கர்மா என்று நினைத்தாள்.

'இங்கிருப்பவர்கள் யாரும் நம்முடைய உரிமைகளுக்காக, ஏன் நம்முடைய பாதுகாப்புக்காகவும் போராடப் போவதில்லை என்பதை ஒப்புக்கொள்கிறீர்களா?' என்று யோத்ஷ்னா மெதுவாகக் கேட்டாள்.

ஆமாம் என்றாள் பம்பா கம்பானா சோகமாக.

'இரண்டாவதாக,' என்று யுக்தஸ்ரீ தொடர்ந்தாள், 'அரசவை உயர்மன்றம் குறித்த வதந்திகளை நீங்கள் கேட்கவில்லை போலிருக்கிறது. அரசன் இல்லாததால் இப்போது அது தலையில்லாத மன்றம். மரபுரிமை பற்றிய சிக்கல் தீரும்வரை உங்களைப் பதிலி அரசியாக உறுதிப்படுத்தி மறுநியமனம் செய்ய உயர்மன்றத்திலிருந்து யாரும் வரவில்லை என்பதைக் கவனித்தீர்களா?'

'ஆமாம்,' என்றாள் பம்பா கம்பானா.

'மன்னரின் சிதைத்தீயில் நுழைய நம்மைப் பலவந்தப் படுத்த விரும்பியிருக்கிறார்கள் என்று ஒரு வதந்தி இருக்கிறது. அப்படி நடக்கவில்லையென்றாலும் அது கிட்டத்தட்ட நடக்க இருந்த ஒன்று,' என்றாள் ஸெரல்டா.

'அது எனக்குத் தெரியாது,' என்றாள் பம்பா கம்பானா.

'யார் அரசாள்வது என்பதை உயர்மன்றத்தில் இருக்கும் யாரும் முடிவுசெய்ய முடியாது,' என்றாள் யோத்ஷ்னா. 'எனவே, எல்லாரும் கூடும்போது யாரை அரசாளவைப்பது என்பதை வித்யாசாகர் தீர்மானிப்பார்.'

'புரிகிறது,' என்றாள் பம்பா கம்பானா.

'புது உலகம் எப்படி இருக்கும் என்பதை நாம் புரிந்து கொள்ளும்வரை உங்களை ஒரு பாதுகாப்பான இடத்துக்கு அழைத்துப் போவதே நாங்கள் செய்ய வேண்டிய முக்கியமான காரியம்,' என்றாள் யோத்ஷ்னா.

'அந்தப் புது உலகத்தில் நமக்கும் ஒரு இடம் இருந்தால்,' என்று ஸெரல்டா கூடுதலாகச் சொன்னாள்.

‘ஆகவே, நம் எல்லோருக்கும் ஒரு பாதுகாப்பான இடம் தேவைப்படுகிறது,’ என்றாள் யுக்தஸ்ரீ.

‘அப்படி ஒரு இடம் எங்கே இருக்கிறது? நாம் எப்படி அங்கே போவது?’ பம்பா கம்பானா கேட்டாள்.

‘இங்கிருந்து தப்பிப்பதற்கு எங்களிடம் ஒரு திட்டம் உள்ளது,’ என்று யோத்ஷ்னா சொன்னாள்.

‘எங்கு போவது என்பதுபற்றி உங்களிடம் கருத்து ஏதும் இருக்கும் என்று நினைத்தோம்,’ என்று ஸெரல்டா தொடர்ந்து பேசினாள்.

பம்பா கம்பானா ஒரு கணம் யோசித்தாள். ‘சரி, இங்கிருந்து வெளியேறுவோம்,’ என்றாள்.

‘பொருட்களை எடுத்துவைக்க உங்களுக்குப் பத்து நிமிட அவகாசம் இருக்கிறது,’ என்றாள் யோத்ஷ்னா.

மூத்த ஆசான் லீ யே-ஹே நம் ரட்சகர்,
கைலாச மலை இடிபோல
அந்தப்புரத்தின்மீது உருண்டு பாய்வார்,
அவர் வாளின் வெட்டுவாய்கள்
இடிசேர்ந்த மின்னலின் ஆற்றல் கொண்டவை,
விடுதலையின் விளக்கொளியாக
இரவில் அவை மின்னும்.

பம்பா கம்பானாவின் அழிவே இல்லாத கவிதை வரிகளின் மோசமான மொழிபெயர்ப்பை இங்கே நான் தருகிறேன். அவளுடைய கவிதை மேதைமையை என்னால் நெருங்க முடியாது (யாப்பிலோ சந்தத்திலோ அவளுக்கு நிகராக இருக்க நான் முயலவில்லை); ஆனால் அதிசயங்களின் உலகைச் சேர்ந்த ஒரு தருணம் கதையாடலில் புகுவதை இப்போதைய வாசகருக்கு உணர்த்தவே இம்மொழிபெயர்ப்பைத் தருகிறேன். ராட்சத, அமானுஷ்ய வெளவாலைப் போலக் கூரைகள்மீது பறந்து வந்த லீ தன் வழியில் குறுக்கிட்ட அனைத்தையும் கொன்றழித்த சிறுத்தையைப் போல அந்தப்புரத்தின் உள்முற்றத்தில் தரையிறங்கினார். மரணத்தின் பாதையில் ஊடுருவிச் சென்று அந்த நான்கு பெண்களை அடைந்தார். அவரளவுக்கே விரைந்து செயலாற்றும் திறன்கொண்ட இளவரசிகளில் இரண்டு பேர் தங்கள் அம்மாவின் கைகளைப் பிடித்தவாறு சுவர்கள்மீதும் நகரத்தின் உயர்ந்த மாளிகைகள் நெடுகிலும் ஓடும் அவரைப் பின்தொடர்ந்தார்கள்; சிறகு

முளைத்த கால்கள் கொண்டவர்களைப் போலக் கோயிலிலிருந்து மரத்துக்கும் அதிலிருந்து கொத்தளத்துக்கும் தாவிய அந்த ஐந்து பேரும் இறுதியில் நகரப் பாதுகாவலைத் தாண்டி ஒரு இடத்தில் அமைதியாக இறங்கினார்கள். அங்கே ஹலேய கோட்டே காத்துக்கொண்டிருந்தார்; அவர் கறுப்பு உடை அணிந்திருந்தார்; சேணம் பூட்டப்பட்ட ஐந்து கறுப்புக் குதிரைகள் சவாரிக்குத் தயாராக நின்றிருந்தன.

எங்கள் அன்னையே, எங்கே போகலாம்
நமக்குத் தீங்கு விளைவிக்க நினைப்போரிடமிருந்து விலகியா?
என் அன்புச் செல்லங்களே, அருமைப் புதல்விகளே,
நேசக் குழந்தைகளே
தொல்கதைப் பாத்திரங்கள் செய்ததைப் போல
வசியம் நிரம்பிய வனங்களுக்குப் போய்
இடர் நீங்கி இருப்போம்.

பகுதி இரண்டு

வனவாசம்

9

பழம்பெரும் கதைகளின் முக்கியக் கூறாக வனம் திகழ்கிறது. வியாசரின் மகாபாரதத்தில் அரசி திரௌபதியும் பாண்டவ சகோதரர்களான அவள் கணவர்களும் பதின்மூன்று வருடங்கள் நாடு கடத்தப்பட்டு வாழ்ந்தார்கள். அந்தக் காலத்தின் பெரும்பகுதியை அவர்கள் வனங்களில் கழித்தார்கள். வால்மீகியின் ராமாயணத்தில் பதினான்கு வருடங்களுக்கு நாடு கடத்தப் பட்ட சீதையும் சகோதரர்களான ராமனும் லட்சுமணனும் அக்காலத்தில் அதிகமும் வனங்களிலேயே வாழ்ந்தார்கள். வனவாசத்தையும் அஞ்ஞாதவாசத்தையும் சேர்த்து மொத்தம் நூற்று முப்பத்திரண்டு வருடங்கள் நாடுகடத்தப்பட்ட தன் காலத்தைக் கழித்ததாக பம்பா கம்பானா ஜெயபராஜெயவில் நமக்குச் சொல்கிறாள். வெற்றிகரமாகத் திரும்பி வந்தபோது அவள் நேசித்த அனைவரும் இறந்துபோயிருந்தார்கள். அல்லது கிட்டத்தட்ட அனைவரும்.

வனத்தில், கடந்த காலம் என்பது இல்லாமல் தீர்ந்துபோயிருக்கும்; நிகழ்கணம் மட்டுமே உயிரோட்டத்தில் இருக்கும்; ஆனால் சில சமயங்களில், வெளியுலகம் அதைப்பற்றி எதுவும் அறிந்துகொள்வதற்கு முன்பாகவே எதிர்காலம் தனக்குரிய வேளைக்கு முன்பாகவே அங்கே வந்துசேர்ந்து தன் இயல்பை வெளிப்படுத்துகிறது.

பிஸ்நகாவை விட்டு வெளியேறி அவர்களுடைய குதிரைகள் நான்கு கால் பாய்ச்சலைத் தொடங்கிய போது பம்பா கம்பானா முதலில் சென்றாள். ‘எத்தனை வனங்கள், ராமனுக்குப் புகலிடமாக

இருந்த தண்டகாரண்யம், கிருஷ்ணனின் பிருந்தாவனம். அப்புறம் யானைமுகக் கணேசனுக்குக் கரும்பு வனம், அனுமனின் வாழை வனம். கூடுதலாக, தேவியின் புளி வனம். ஆனால் அவை எல்லாவற்றையும்விட அதிக சக்தி கொண்ட பெண்களின் வனத்துக்கு நாம் போவோம்.'

எவ்வளவு தூரம், எத்தனை இரவு பகல்கள், எந்தத் திசையில் சவாரி செய்தார்கள் என்பதை அவள் தன் நூலில் சொல்வதில்லை. ஆகவே, பெண்களின் வனம் எந்த இடத்தில் அமைந்திருந்தது என்றோ அதன் பகுதி ஏதாவது இன்னும் உள்ளதா என்பது பற்றியோ நம்மால் உறுதியாகச் சொல்ல முடியாது. நமக்குத் தெரிவதெல்லாம் இதுதான்: கரடுமுரடான மலைப்பகுதிகள், பசுமையான நதிப் பள்ளத்தாக்குகள், தரிசான, வளமான நிலங்கள் ஆகியவற்றினூடாக அவர்கள் மேற்கொண்ட நீண்ட, கடுமையான சவாரிக்குப் பிறகு பெரும் மர்மங்களை ஒளித்துவைத்துக்கொண்டு அவர்களுக்கு முன் அங்கே நின்றிருந்தது ஒரு பச்சை மதில்.

வனத்தின் விளிம்பில் ஹலேய கோட்டேவுக்கும் மூத்த ஆசான் லீக்கும் பம்பா கம்பானா ஒரு எச்சரிக்கை விடுத்தாள். 'வனதேவி ஆரண்யானியின் பாதுகாப்பில் உள்ள இந்த வனத்தில் ஆண்களுக்கு ஒரு சிக்கலான பிரச்சினை உள்ளது. இதற்குள் நுழையும் எந்த ஆணும் உடனடியாகப் பெண்ணாக உருமாற்றப்படுவார் என்று சொல்லப்படுகிறது. முழுமையாகத் தம்மை உணர்ந்த, ஐம்புலன்கள்மீது கட்டுப்பாடு கொண்ட ஆண்கள் மட்டுமே தம்முடைய ஆண் வடிவில் இங்கே தொடர்ந்து இருக்க முடியும். ஆகவே, நாங்கள் உங்களுக்கு நன்றி சொல்கிறோம்; இங்கிருந்து நீங்கள் விடைபெற்றுப் போய்விடுவது உங்களுக்கு நல்லது என்று எச்சரிக்கவும் செய்கிறோம்.'

ஆண்கள் இருவரும் இந்த எதிர்பாராத தடையைக் குறித்து சிறிது நேரம் யோசித்தார்கள்.

பிறகு ஆசான் லீ சொன்னார், 'என் உயிரைக் கொடுத்தாகிலும் தங்களைக் காப்பேன் என்று சபதம் செய்திருக்கிறேன். நான் இறக்கும் நாள்வரை அந்தச் சபதத்துக்கு உயிருண்டு. என்ன நடந்தாலும் சரி, நான் ஆரண்யானியின் வனத்துக்குள் தங்களோடு வருவேன்.' குதிரையிலிருந்து இறங்கித் தன் வாளை யும் இதர உடைமைகளையும் எடுத்துக்கொண்டார். 'குதிரையே, நல்லது, போய்வா,' என்று சொல்லி அதன் பின்பகுதியைத் தட்டிக்கொடுத்தார். அது போய்விட்டது. அவருடைய முதன்மை மாணவியான ஸெரல்டா அவரை வியந்தும் கொஞ்சம் வாஞ்சையுடனும் பார்த்ததை பம்பா கம்பானா

கவனித்தாள். 'முழுமையாகத் தன்னை உணர்ந்த, ஐம்புலன்கள்மீது கட்டுப்பாடு கொண்ட எந்த ஆணும் வனத்துக்குள் வரலாம் என்றால், உங்களுக்கு அந்தத் தகுதிகள் உண்டு. வனம் உங்களுக்கு எவ்விதத்திலும் தீங்கு செய்யாது,' என்று ஸெரல்டா அவரிடம் சொன்னாள்.

(இந்த இடத்தில், குதிரைகள் எவ்வாறு தம்மை உண்மையான அக்கறையோடு கவனித்துக்கொண்டவர்களைக் காட்டிக் கொடுக்காது என்றும் தப்பியோடியவர்கள் போய்ச்சேர்ந்த இடத்தைப் பிறரால் கண்டுபிடிக்க முடியாத வகையில் திரும்பிப் போகும்போது ஓடைகள், கற்பாங்கான நிலங்கள் வழியாகப் போகும்படி அவற்றைக் கேட்டுக்கொண்டதாக விவரித்தும் பம்பா கம்பானாவின் கதையாடல் சொல்ல வந்ததிலிருந்து விலகிக் குதிரைகளின் விசுவாசத்தைப் பற்றிப் பேசுகிறது. இந்த நீண்ட பத்தியைச் சேர்க்க வேண்டாமென்று தீர்மானித்து விட்டோம்.)

கவலையுடனும் குழப்பத்துடனும் ஹலேய கோட்டே அசைந்து தன் சேணத்தில் கொஞ்சம் இடம் மாறினார். 'இங்கிருக்கும் நம் நண்பர் யே–ஹேவைப் போன்ற ஆளில்லை நான். நான் தியானம் செய்வதில்லை, என் அகப்பண்பைத் தூய்மையாக்கிக்கொள்வதில்லை. தத்துவத்தின் பதினாறு முறைமைகளை ஆராயும் துறவி வித்யாசாகரைப் போன்றவன் அல்ல நான். மறைந்த நம் அரசரோடு தற்செயலாக நண்பனாக ஆன சாதாரண ஆள் நான்; அவ்வப்போது குடிக்க விரும்புபவன்; சுமாராகச் சண்டையிடக்கூடியவன். ஒருபோதும் நான் பெண்ணாக இருந்தவன் அல்ல. அப்படி இருக்கப் பழகிக் கொள்வேனா என்று தெரியவில்லை,'

அவருடைய பக்கவாட்டில் குதிரையைச் செலுத்திய பம்பா கம்பானா மென்மையாகச் சொன்னாள், 'அதே சமயம் உங்களையே ஏமாற்றிக்கொள்ளும் நபர் அல்ல நீங்கள். நீங்கள் போலியான ஆள் அல்ல. நீங்கள் யார், என்ன மாதிரியானவர் என்பதை அறிந்தவர்.'

'ஆமாம், இருக்கலாம்,' என்றார் ஹலேய கோட்டே. 'நான் தனித்துவமான ஆள் கிடையாது. ஆனால் நான் நான்தான்.'

'அப்படியானால் உங்களைப் பொறுத்து எல்லாம் நல்ல விதமாக நடக்கும் என்று நம்புகிறேன்.'

ஹலேய கோட்டே ஒரு வினாடி யோசித்தார்.

'சரி' என்று இறுதியில் சொன்னார். 'என்னவோ நடக்கட்டும். கவலையில்லை. நான் தங்களோடு இருப்பேன்.'

மீதியிருந்த குதிரைகளை விடுவித்துவிட்டுத் தங்களுடைய பச்சைப்பசேலென்ற விதியை ஒரு கணம் உற்றுப் பார்த்தார்கள். பிறகு மரச் செறிவுக்குள் நுழைந்தார்கள்; வெளி உலகின் நியதிகள் கொஞ்சம் கொஞ்சமாக உதிர்ந்தன.

அவர்களைச் சூழ்ந்து மூடிய காட்டை ஓசைகள் நிரப்பியிருந்தன. பாடகர் குழு ஒன்று பறந்து மேலே போய் அவர்களை வாழ்த்துவதுபோலப் பறவைகளின் கீதம் பெரிய அளவில் கேட்டது: மஞ்சள் கழுத்து புல்புல், கால்களும் வாலும் நீண்ட பாடும் காட்டுப் பறவை, இசைக்கூப்பாடு போடும் செம்பழுப்பு வால் காக்கை ஆகியவை பாடுவதைக் கேட்க முடிந்தது. தையல்சிட்டுகள், எப்போதும் பறந்து திரியும் தகைவிலான் குருவிகள், வானம்பாடிகள்; குக்குறுவான், செம்போத்து, காட்டு ஆந்தைக் குஞ்சு, கிளி, அண்டங்காக்கை போன்றவையும் இருந்தன. அவர்களால் பெயர் சொல்ல முடியாத வேறு பலவும் இருந்தன; அவை நிஜ உலகின் பறவைகள் அல்ல கனவுலகைச் சேர்ந்தவை என்று நினைத்தார்கள். காரணம், நிஜ உலகமே இங்கே நிஜம் கடந்த மாய உலகமாக இருந்தது; நிஜ உலகத்தின் சட்டங்கள் தூசியைப் போல ஊதித்தள்ளப்பட்டுவிட்டன; வேறு ஏதேனும் சட்டங்கள் இருக்கும் பட்சத்தில் அவை என்னவாக இருக்கும் என்பது அவர்களுக்குத் தெரியாது. அராஜகத்துக்கு, அரசர்கள் இல்லாத இடத்துக்கு அவர்கள் வந்துசேர்ந்திருந்தார்கள். இங்கே மகுடம் தேவையில்லாத ஒரு தொப்பி. இங்கே நீதி மேலிருந்து கீழே வழங்கப்படவில்லை, இயற்கை மட்டுமே ஆட்சிசெய்தது.

முதலில் ஹலேய கோட்டே பேசினார். ‘மதிப்பிக்குரிய பெண்மணிகளே, நான் நயக்குறைவாகப் பேசுவதை நீங்கள் மன்னிப்பீர்களென்றால் ஒன்று சொல்வேன். என்னைச் சோதித்துப் பார்த்துவிட்டேன். நான் மாறிவிட்டதாக உணரவில்லை.’

எல்லோருக்கும் மூத்த இளவரசி யோத்ஷ்னா, ‘ஓ, அருமை,’ என்று கத்தினாள்; தன்னுடைய மகள்களில் ஒருத்தியின் குரலில் கொஞ்சம் மிகையான உணர்ச்சி இருந்ததை பம்பா கம்பானா இரண்டாவது முறையாகக் கவனித்தாள். ‘நம் எல்லோருக்கும் அது மிக நல்ல செய்தி.’

‘மூத்த ஆசானே! நீங்கள்?’ என்று ஸெரல்டா கேட்டாள்.

‘நானும் அப்படியே இருப்பதாகத்தான் தோன்றுகிறது; மகிழ்ச்சியுடன் இதைச் சொல்கிறேன்,’ என்று லீ யே–ஹே பதில் சொன்னார்.

'நம்முடைய முதல் வெற்றிகள்,' என்று ஸெரல்டா அறிவித்தாள். 'இவையெல்லாம் நல்ல அறிகுறிகள். இந்த வனம் நம் திசையில் எவ்வகைச் சவால்களை அனுப்பினாலும் நாம் அவற்றை வெல்வோம்.'

'இங்கே மூர்க்கமான விலங்குகள் உள்ளனவா?' குரலில் தன் பயத்தைக் காட்டமாலிருக்க முயன்றபடி எல்லோருக்கும் இளையவளான யுக்தஸ்ரீ கேட்டாள். ஆமோதிக்கும் விதமாக அவள் அம்மா தலையசைத்தாள். 'ஆமாம். ஒரு வீட்டின் அளவுக்குப் பெரிய புலிகள் இருக்கின்றன. மற்ற விலங்குகளைக் கொன்று தின்கிற, சிந்துபாத் கதையில் வரும் ருக் பறவையைவிடப் பெரிய பறவைகள், ஒரு முழு ஆட்டையே விழுங்க முடிகிற ராட்சதப் பாம்புகள் இங்கே உண்டு. மூச்சில் நெருப்பை வெளியிடும் டிராகன்கள்கூட இருக்கலாம். ஆனால் நம்மைப் பாதுகாப்பாக வைத்திருக்க உதவும் மாய மந்திரம் என்னிடம் இருக்கிறது.'

(அவள் பிரயோகித்த பில்லிசூனியத்தின் காரணமாக அவர்களுக்குத் தொல்லை தராமல் வனம் மூர்க்கமான விலங்குகளைக் கட்டுப்படுத்தி வைத்திருந்தால் – அவள் கதை அப்படித்தான் உணர்த்துகிறது –அல்லது வனமே அப்படிப்பட்ட ஆபத்துக்கள் உடையதாக இல்லாமல் கருணையுடன் இருந்து, மொத்த விஷயத்தையும் அவள் வெறும் நகைச்சுவையாகக் கையாண்டால் அவளுடைய சக்தி உண்மையில் எவ்வளவு மேலானதாக இருந்திருக்கும் என்று நாம் யோசிக்க வேண்டும். நீண்ட வாழ்க்கை என்னும் பரிசையும் ஒரு நகரத்தை விளைவிக்கும் ஆற்றலை விதைகளுக்குத் தரும் சக்தியையும் மனிதர்களின் வாழ்க்கையை அவர்கள் காதுகளுக்குள் முணுமுணுக்க இயலும் சக்தியையும் வழங்கிய தேவி, ஏற்கெனவே வசியத்துக்கு ஆட்பட்டிருந்த வனத்தை மந்திர சக்திக்கு உட்படுத்த இயலும் சக்தியையும் அவளுக்கு வழங்கியிருந்தாள் என்பது உண்மையா? அல்லது இது கவிதையா; பிற பலவற்றைப் போல கட்டுக்கதையா? நாம் விடை சொல்ல வேண்டும்: ஒன்று, அது எல்லாம் உண்மையாக இருக்க வேண்டும் அல்லது அதில் எதுவுமே உண்மையாக இருக்க முடியாது; ஈர்க்கும் விதமாகச் சொல்லப்பட்ட கதையின் உண்மையை நம்ப நாம் விரும்ப வேண்டும்.)

இப்போது அவர்கள் இசை கேட்டார்கள். எங்கோ அவர்கள் தலைக்கு மேலே துரிதமாக வாசிக்கப்படும் தபலாக்கள் அவற்றின் பிரத்யேக மொழியில் பேசுவதைக் கவனித்தார்கள். அவற்றின் சொற்கட்டுகளைப் பிரதிபலிக்கும் விதமாகக் கண்ணுக்குத் தெரியாத பாதங்களோடு யாரோ நடனமாடினார்கள். ஆடுபவரின் சலங்கையொலியை அவர்களால் கேட்க முடிந்தது. மரங்களில்,

அவற்றின் உயரமான கிளைகளில் அல்லது மரங்களுக்கு இடையே இருந்த காற்றில் யாரோ நாட்டியமாடிக்கொண்டிருந்தார்கள்.

'அது ஆரண்யானியா?' என்று கேட்டாள் யுக்தஸ்ரீ; பயத்தையும் வியப்பையும் குரலில் அவளால் மறைக்க முடியவில்லை.

'தேவியை எப்போதும் பார்க்க முடியாது; ஆனால் அவள் ஆசி நமக்கு இருந்தால் நம் அருகே அவள் நடனமாடுவதை அடிக்கடி கேட்க முடியும். அவள் நம்மை ஏற்க மறுத்தால் ஆபத்துகள் உண்டாகும். சலங்கையொலிக்கு உங்களைப் பழக்கப்படுத்திக்கொள்ளுங்கள். நம்மைப் பாதுகாப்பதில் அதுவும் ஒரு பகுதிதான்,' என்று பம்பா கம்பானா பதில் சொன்னாள்.

'தலையிட என்னை அனுமதித்தால் ஒன்று சொல்வேன்,' என்றார் ஹலேய கோட்டே. 'இதெல்லாம் ரொம்பவும் சுவாரசியமாக இருக்கிறது. அதேசமயம், நாம் எங்கே தங்கப்போகிறோம், என்ன குடிக்கப்போகிறோம், என்ன சாப்பிடப்போகிறோம் என்ற கேள்விகளுக்கு விடை சொல்ல வேண்டியுள்ளது.'

'ஆமாம்!' என்றாள் யோத்ஷ்னா வாய் விரிந்த புன்னகையுடன்.

பிஸ்நகாவின் முழுக் கதையும் நமக்கு இப்போது தெரிந்த நிலையில், மரத்தாலான அந்தக் குடில், நாடு கடத்தப்பட்ட அரசியாக பம்பா கம்பானா இருக்கும் அந்த வன அரண்மனை, வெற்றிகரமாக நாடு திரும்பும் திட்டத்தைத் தீட்டிய இடமான அது பெரும் புகழ்பெற்றதாக ஆனது. 'ஆரண்யானி மட்டுமே இந்த வனத்திலிருக்கும் ஒற்றைப் பேருரு கிடையாது' என்று பணியைத் தொடங்கும் முன்பாகத் தன்னுடன் இருந்தவர்களிடம் பம்பா கம்பானா சொன்னாள். 'ஒவ்வொரு மரத்தோப்பும் ஒவ்வொரு ஓடையும் அதற்குரிய திணைத்தெய்வங்களைக் கொண்டுள்ளது. ஆரம்பிப்பதற்கு முன்னால் வெட்டுவதற்கும் கட்டுவதற்கும் நாம் அனுமதி கோர வேண்டும். அப்படியில்லையென்றால், நாம் எதைச் செய்தாலும் அது உடனடியாக அழிக்கப்பட்டுவிடும்; இந்தப் பூதங்களுக்குக் கோபம் வந்தால் நம் யாராலும் குடியிருக்க முடியாது". எனவே அவர்கள் வேண்டுதல் விடுத்தனர். பணி முடிந்தவுடன் லேசாக மழை பெய்யத் தொடங்கியது. அடர்வனம், அவர்களை நனையாமல் காத்தது; ஆனால் சுற்றிலுமிருந்த இலைகளிலிருந்தும் கிளைகளிலிருந்தும் நீர் வடிந்து குட்டிச் சிற்றாறுகள் ஓடின. 'அருமை, மழைதான் நமக்குத் தேவைப்படும் அருளாசி,' என்றாள் பம்பா கம்பானா.

மழைக்குப் பிறகு ஒரு சிறிய திறந்த வெளியில், மரங்கள் கொஞ்சம் பின் ஒதுங்கிச் சூரிய ஒளி கீழிறங்க அனுமதித்த இடத்தில் அந்த நான்கு பெண்களும் இரண்டு ஆண்களும்

தங்களுடைய புதிய இல்லத்தைக் கட்டினார்கள். தேவியிடமும் மரம், இலை ஆகியவற்றின் சிறு தெய்வங்களிடமும் அனுமதி கேட்டார்கள். வாள்கள், கோடரிகள் கொண்டு சண்டையிடும் தங்கள் திறமையையும் பயிற்சியால் வெற்றுக் கைகள் அடைந்த வலிமையையும் பயன்படுத்திக் கிளைகளை, அவை ஏதோ பஞ்சால் ஆனவைபோல, லகுவாக வெட்டி அகற்றி மரங்களினூடாகத் தங்கள் பாதையை அமைத்துக்கொண்டார்கள். பெயர்களற்ற பிரம்மாண்ட மரங்களும் தொன்மத்திலும் புராணத்திலும் காணப்படும் மரங்களும் சூழ அவர்கள் இந்தத் தோப்பினூடாகச் சுற்றிச் சுழன்று விளையாட்டு வீரர்களுக்குரிய வலிமையும் நயமும் கிறுகிறுக்கவைக்கும் விதத்தில் வெளிப்படப் புதிய இல்லத்துக்கான மரத்துண்டுகளை இணைப்பதையும் நிலத்திலிருந்து தங்களை அந்தரத்தில் உயர்த்திக்கொண்டு உச்சிக்கிளைகளை முறித்துத் தங்கள் வனக்குடிலுக்குப் பரந்த ஒரு இலை விதானத்தைப் பரப்புவதையும் நம் மனக்கண்ணில் பார்க்கிறோம். இந்த அபூர்வக் காட்சியைக் காணக் காற்றுவெளியிலிருந்த தபலா வாசிப்பவரும் கண்ணுக்குப் புலனாகாத நடனமணியும் ஒரு கணம் தங்கள் இயக்கத்தை நிறுத்தி, பிறகு தொடங்கினார்கள்; மறைந்திருந்த கடவுள்களின் இசைக்கு இணங்க வீடு உயிர் பெற்றது.

முதிய சிப்பாயான ஹலேய கோட்டே நடைமுறை விவகாரங்களை முன்கூட்டியே யோசிப்பவராக இருந்தார். குதிரையின் முதுகில் ஏற்றிக் கொண்டுவந்த புடைத்திருந்த பைகளை, குதிரையை அனுப்பிய பிறகு தன் முதுகில் தொங்கவிட்டு, புகார் சொல்லாமல் தூக்கிக்கொண்டு அவர் நடந்தார்; தற்போது அவற்றிலிருந்து இரண்டு சமையல் பாத்திரங்கள், அவர்கள் எல்லோரும் குடிக்கவும் சாப்பிடவும் தேவையான மரத்தாலான கரண்டிகள், கிண்ணங்கள், நெருப்பு உண்டாக்கச் சிக்கிமுக்கிக் கற்கள் ஆகியவற்றைப் பரப்பினார். அரசியும் இளவரசிகளும் நன்றி சொன்னபோது தோள்களை உயர்த்திச் சங்கடமான மகிழ்ச்சியோடு, 'எல்லாம் பழக்கதோஷம்,' என்றார். 'பெண்களான நீங்கள் இவற்றுக்குப் பழக்கப்பட்டிருக்க மாட்டீர்கள்; ஆனால் இவை எப்படியும் பயன்படும்.'

அவர்களுக்கான முதல் உணவை வனமே வழங்கியதாக பம்பா கம்பானா நமக்குச் சொல்கிறாள். அவர்களைச் சுற்றி மேலிருந்து கொட்டிய பலவகைக் கொட்டைகள், அனுமனின் வாழை வனத்தில் இருப்பவற்றைப் போல இருந்த வாழை மரங்கள் தம்முடைய வளமான விளைச்சலை வழங்கின. பெயர் தெரியாத மரங்களிலிருந்து தொங்கிக்கொண்டிருந்த, அவர்கள் அதற்கு முன்னால் பார்த்திராத பழங்களும் புதர்களிலிருந்த பெர்ரிப் பழங்களும் தந்த சுவை அவர்களை மகிழ்ச்சியில் அழவைத்தன.

அருகிலேயே விரைந்து ஓடிக்கொண்டிருந்த இனிய குளிர் நீரோடை ஒன்றைக் கண்டார்கள்; அதன் கரையில் தண்ணீர்க் கீரையான மகிலிக் கீரையும் அவர்களுடைய பதற்றத்தைப் போக்கி, நினைவாற்றலையும் மேம்படுத்தும் மருத்துவ குணம் கொண்ட வல்லாரையும் வளர்ந்திருந்தன. உருளைக்கிழங்கு மாதிரியான காவளிக்கிழங்கு, மூக்குத்தி அவரை, அதிமதுர வாசனை கொண்ட மணத்தக்காளி, சிவப்பு வெண்டை, சுவையான சாம்பல் பூசணி போன்றவையும் காணக் கிடைத்தன.

'ஆகவே, நாம் பட்டினி கிடக்க மாட்டோம்,' என்றாள் பம்பா கம்பானா. 'நான் கொண்டுவந்துள்ள விதைகளையும் ஊன்றுவோம்; இன்னும் பல உணவு வகைகள் வளரும். ஆனால் நாம் மீன், இறைச்சிபற்றி பேசுவோம்.'

மூத்த ஆசான் லீ முதலில் பேசினார். வாழ்நாள் முழுக்க தான் சைவ உணவை மட்டும் உண்பவராக இருந்ததாகவும் தற்போது வனம் வழங்கியவற்றோடு முழு திருப்தி அடைந்திருப்ப தாகவும் சொன்னார். ஹலேய கோட்டே குரலைச் சரிசெய்து கொண்டார். 'என்னுடைய ராணுவ வாழ்க்கையில் ஒரே ஒரு விதிதான் இருந்தது. எது உனக்குக் கிடைக்கிறதோ, அது எதுவாக, எங்கே கிடைப்பதாக இருந்தாலும், தொடர்ந்து செயலாற்றத் தேவையான அளவுக்கு அதைச் சாப்பிடு என்பதுதான் அந்த விதி. முயல்களை மட்டுமன்றி காலிஃபிளவரையும் சாப்பிட்டிருக்கிறேன், ஆட்டுக்கிடாயும் வெள்ளரிக்காயும் சாப்பிட்டிருக்கிறேன், செம்மறியாட்டுக்குட்டியையும் வெறும் வெந்த அரிசிச் சோற்றையும் சாப்பிட்டிருக்கிறேன். பசுக்களைத் தவிர்த்துவிடுவேன்; அவற்றில் பல மிகவும் ஊட்டச்சத்து குறைபாடு கொண்டவை; அவற்றின் இறைச்சியும் அவ்வளவு நன்றாக இருக்காது. அதிக நேரம் மெல்ல வேண்டும் என்பதும் அதைத் தவிர்க்க இருந்த பிற காரணங்களில் ஒன்று. கத்தரிக்காயை யும் தவிர்த்துவிடுவேன்; அது பிடிக்காது என்பதுதான் காரணம். காட்டில் மானோ புள்ளிமானோ பன்றியோ மறிமானோ அல்லது அவை போன்று தாமாகச் சுற்றித் திரியும் மற்ற உணவு வகைகள் எவையாக இருந்தாலும் அவற்றை வேட்டையாட நான் தயார்.'

அவளுக்கு ஏற்கெனவே தெரிந்ததையே பம்பா கம்பானா விடம் அவளுடைய மகள்கள் சொன்னார்கள். கூட்டு ரகசியத் திட்டம் ஒன்றை உணர்த்தும் விதமாக மூத்த ஆசான் லீயைப் பார்த்துப் புன்னகைத்து, 'காய்கறிகள் மட்டுமே' என்றாள் ஸெரல்டா. ஹலேய கோட்டேவிடம் நெருங்கிப்போய் நின்று, 'எதுவும் எல்லாமும்,' என்று யோத்ஷ்னா சொன்னாள். தன்

உடையை உயர்த்திக்கொண்ட யுக்தஶ்ரீ ஓடைக்குள் நடந்து முழங்கால் தண்ணீரில் நின்று கைகளை விரித்தாள். 'ரோஹு மீனே, கட்லா மீனே, புலாசா மீனே அருகில் வாருங்கள்,' என்று மென்மையான குரலில் சொன்னாள். 'இளஞ்சிவப்பு ராணி மீனே, இரை தேடி நிலத்தில் 'நடக்கும்' கெளுத்தி மீனே, விரால் மீனே நான் பேசுவது உங்களுக்குக் கேட்கிறதா.' சில நொடிகள் கழித்து அவர்கள் அதற்கு முன்பு பார்த்திராத ஒரு வகை மீன் தண்ணீரிலிருந்து வெளியே தாவி யுக்தஶ்ரீயின் கைகளில் விழுந்தது என்று பம்பா கம்பானா சொல்கிறாள். யுக்தஶ்ரீ அதைத் தன் குழுவிடம் கொண்டுவந்தாள். 'மீன் எனக்குப் பிடிக்கும்,' என்றாள். விலங்குகளின் இறைச்சியைப் பல வருடங்களாக வெறுத்துவந்த அவளுடைய அம்மா பம்பா கம்பானா, மீன் ஒன்றும் அவ்வளவு மோசமாக இருக்காது என்றும் தன் அம்மாவின் சதை கருகிய பீதியூட்டும் நினைவைத் தூண்டாது என்றும் யோசிக்கும் தன்னை வியந்துகொண்டாள். உண்மையில் அவர்கள் ஒரு புதிய உலகத்தில் நுழைந்திருந்தார்கள்.

ஹலேய கோட்டே உண்டாக்கிய தீயைச் சுற்றி உட்கார்ந்து சாப்பிட்ட முதல் உணவு, சோர்ந்து பசியோடிருந்த அந்த ஆறு நாடோடிகளுக்கும் பெரிய விருந்தாகத் தோன்றியது. தாங்கள் இல்லங்களைத் துறந்து ஓடிவந்தவர்கள் என்பதோ தங்கள் எதிர்காலம் அச்சமூட்டுவதாக, உறுதியில்லாமல் இருக்கிறது என்பதோ தாங்கள் அரசிகள், இளவரசிகள், மூத்த ஆசான்கள் என்பதோ அல்லது படைவீரர்கள், குடிகாரர்கள், தலைமறைவுப் புரட்சியாளர்களாக இருந்து அரச குடும்ப ஆலோசகர்களாக ஆனவர்கள் என்பதோ இனி ஒரு பொருட்டில்லை; விளக்க முடியாத வினோதத்தையும் சந்தேகமில்லாமல் அதற்கென்றே இருந்த ஆபத்துக்களையும் அந்த வனம் கொண்டிருந்தது என்பதும் சிறப்பான உணவை உண்டு முடித்த, இனிமையான அந்தத் தருணத்தில் ஒரு பொருட்டாகத் தெரியவில்லை. மரத்தில் சாய்ந்து கண்களை மூடிய பம்பா கம்பானா சிந்தனைகளில் மூழ்கியபோது மற்ற ஐந்து பேரும் சிரித்து நகைச்சுவையாகப் பேசிக்கொண்டார்கள்.

மூத்த ஆசான் லீயை நோக்கித் தன் தலையைச் சாய்த்து, கிட்டத்தட்ட அவருடைய தோளில் அது படர்ந்து கிடக்கும் அளவுக்கு உட்கார்ந்திருந்த ஸெரல்டா, 'இந்த மாதிரி நாம் அனைவரும் ஒன்றாக இருக்க முடியும் என்றால் நாம் எவ்வளவு காலம் இங்கே இருக்க வேண்டியிருந்தாலும் எனக்குக் கவலை யில்லை,' என்றாள்.

'ஒப்புக்கொள்கிறேன்,' என்றாள் யோத்ஷ்னா. (அவள் ஹலேய கோட்டோவோடு மிக நெருக்கமாக உட்கார்ந்திருந்தாள்.

இளம் யுக்தஸ்ரீ, 'நல்ல மீன்,' என்றாள்.

'தூங்கும் நேரம் வந்துவிட்டது,' என்று சொல்லியபடி பம்பா கம்பானா எழுந்தாள். 'பிஸ்நகாவில் என்ன நடக்கிறது என்பதைத் துல்லியமாகத் தெரிந்துகொண்டு நாம் என்ன செய்ய வேண்டும் என்பதை நாளை யோசிப்போம்,' என்றாள்.

பாதுகாப்பளிக்கும் காற்றின் ராணுவம் என்பதைப் போல வன வௌவால்கள் அவர்கள் மேலேயும் சுற்றிச் சுற்றியும் இரவில் பறந்தன.

வசியம் நிரம்பிய அந்த வனத்தின் தனித்தன்மையின் ஒரு பகுதியாக பம்பா கம்பானாவாலும் மற்றவர்களாலும் காட்டில் வாழும் உயிரிகள் அனைத்தோடும் உடனடியாக உரையாடவும் அவை பேசுவதைப் புரிந்துகொள்ளவும் முடிந்தது. புதிதாக வந்தவர்கள் மாறுபட்ட சூழலில் அந்நியமாக உணராமல் இருக்க இது ஓரளவு உதவியது உண்மையென்றாலும் பெரும்பாலும் அது பெரிய சுமையாகவும் இருந்தது; காரணம், பறவைகளின் ஓயாத கிசுகிசுப்புகள், பாம்புகளின் திருக்குமறுக்கான முணுமுணுப்புகள், ஓநாய்களின் தொலைதூர ஊளைகள், புலிகளின் பயமுறுத்தும் உறுமல்கள் என்று வனம் உரையாடல்களால் நிரம்பியிருந்தது. நிற்காமல் நிகழும் இந்த ஒன்றுக்கொன்று ஒவ்வாத ஒலிகளுக்கு ஆறு பேரும் தங்களுடைய மனதைப் பழக்கப்படுத்திக்கொண்டு அவற்றை விலக்க ஒரு வழி கண்டுபிடித்தாலும் ஆரம்பத்தில் இளவரசிகள் தங்கள் காதுகளைக் கைகளால் தொடர்ந்து பொத்திக்கொள்ள வேண்டியிருந்தது; கூச்சலை அடக்க அந்த வடிவான அங்கங்களை மண்ணை இட்டு நிரப்பிக்கொள்ளலாம் என்றுகூட அவர்கள் நினைத்தார்கள்.

இம்மாதிரியான பிரச்சினை எதுவும் பம்பா கம்பானாவுக்கு இல்லை. வெளிப்படையான மகிழ்ச்சியுடன் அவ்வுரையாடல்கள் பலவற்றில் அவள் பங்குகொள்ளத் தொடங்கினாள்; ஆணைகள் இட்டதோடு அறிவுறுத்தல்களையும் வழங்கினாள். அவள் தற்போது பிஸ்நகாவின் அரசியாக இல்லாமலிருக்கலாம், ஆனால் முன் காலத்தில் தேவ இசைவால் அவளுக்கு வழங்கப்பட்ட மாய சக்தியின் இயல்பு தற்போதும் வனத்தில் மறுப்புக்கு இடமில்லாமல் தொடர்ந்தது. வனதேவி ஆரண்யானி அவளைத் தன்னுடைய சகோதரியாக ஏற்றுக்கொண்டாள். ஆகவே, அனைத்து வன உயிரினங்களும் அவ்வாறாகவே அவளை நினைத்தன. இரண்டாம் நாள் இரவு மரத்திலிருந்து குதித்த ஒரு பெண் சிறுத்தை அவர்கள் அதுவரை அறியாத

ஆனால் புரிந்துகொள்ளக்கூடியதாக இருந்த மொழியில் அவர்களிடம் பேசியது: 'எங்களைப் பற்றிய பயம் தேவையில்லை. பெரும் ஆற்றல் கொண்ட பாதுகாவலர் ஒருவர் இந்த இடத்தில் உங்களுக்கு இருக்கிறார்.' அடுத்த நாள் காலை, விடியலின் கூட்டுக் கீச்சொலி தன்னுடைய வம்பளப்பைத் தொடங்குவதற்கு முன்பே பம்பா கம்பானா பறவைகளோடு பேசத் தங்களுடைய புதிய இல்லத்துக்கு வெளியே போனாள். தனது தேவைகளுக்கு முக்கியமானவையாக இல்லாத பறவையினங்களை ஒதுக்கி விட்டுக் கிளிகள் மீதும் காக்கைகள் மீதும் கவனம் செலுத்தினாள். கிளிகளிடம், 'நீங்கள் நகரத்துக்குப் பறந்துபோய் மக்கள் என்ன பேசுகிறார்கள் என்பதைக் கேட்டுவிட்டுத் திரும்பி வந்து ஒரு வார்த்தை விடாமல் என்னிடம் திருப்பிச் சொல்ல வேண்டும்,' என்றாள். 'தந்திரமான உயிரினங்களே, நீங்களும் அவற்றோடு பறந்து போய் அங்கே பேசப்படுவதற்கு, வார்த்தைகளுக்குக் கீழேயுள்ள வார்த்தைகள், பொருள் என்னவென்று, புரிந்து கொள்ளுங்கள்; அதற்குப் பிறகு, நீங்கள் என்னுடைய விவேகமான ஆலோசகர்களாக ஆகலாம்,' என்று காக்கைகளிடம் சொன்னாள்.

ஆணைக்குப் பணிந்து ஏழு கிளிகளும் ஏழு காக்கைகளும் நகரம் இருந்த திசையை நோக்கிப் பறந்து போயின. அவை தமக்குள் சினேகபூர்வமான உறவைக் கொண்டிருந்தன. காரணம், அந்த இனங்கள் இரண்டையும் மோசமானவை என்று பிற பறவைகள் பலவும் அபிப்பிராயம் கொண்டிருந்தன. வன உலகத்தில் காக்கைகள் மோசமான வெளியாட்கள்; நயவஞ்சகமும் சுயநலமும் கொண்டவையாகக் கருதப்பட்ட அவற்றைப் பிற விலங்குகள் எதுவும் நம்புவதில்லை. புல்புல் பறவைகளோடும் வானம்பாடிகளோடும் ஒப்பிட்டால் அவற்றின் குரல் அருவருக்கத் தக்கது; அவை பாடவில்லை, நாராசமாகக் கரைந்தன. வனத்தில் பறவைகள் ஒரு இசைக்குழு என்றால் காக்கைகள் எப்போதும் சுருதி பிசகியவையே. மேலும் இருநூறு ஆண்டு களுக்கு முன்னால் ஆந்தைகளுக்கும் காக்கைகளுக்கும் நடந்த போரையும் அதில் காக்கைகள் நேர்மையற்று நடந்து கொண்டன என்று பரவலாக நம்பப்பட்டதையும் யாரும் மறந்து விடவில்லை. காக்கைகளுக்கு எதிரான இந்த மனப்பாங்கை பம்பா கம்பானா அறிந்திருந்தாள்; அந்த மனப்பாங்கு வெறுக்கத் தக்கது என்பதும் அவளுக்குத் தெரியும். போருக்கு முன்பு பல நூற்றாண்டுகளாகக் காக்கைகள் மேட்டுக்குடிப் பறவைகளுக்கு, குறிப்பாக ஆந்தைகளுக்குச் சேவகர்களாக – அடிமைகளாக – பணிபுரியக் கட்டாயப்படுத்தப்பட்டன; அவள் கருத்துப்படி அது விடுதலைக்கான போர். போரின் முடிவில் பல ஆந்தைகள் இறந்துபோயின; பிறகு காக்கைகள் யாருக்கும் பணிபுரிய

வேண்டிய அவசியம் உண்டாகவில்லை; கூடுதல் குரலினிமையும் அழகும் கொண்ட பறவைகள் தங்களுடைய தப்பெண்ணத்தை மறுபரிசீலனை செய்ய வேண்டியிருந்திருக்கும் என்று பம்பா கம்பானாவுக்குத் தோன்றியது. பல இறப்புகள் ஏற்பட்டன என்பது உண்மைதான்; ஆனால் அது விடுதலைப் போர்; அப்படியான போராகவே அதைப் புரிந்துகொள்ள வேண்டும். சூரியோதய வேளை பறவைக் கூட்டத்திடம், 'அழகான சிறகுகள் கொண்ட நீங்களும் பறக்க இயலாத மனிதர்களைப் போலவே பிடிவாதமான கருத்துகள் கொண்டிருப்பது மிக மோசமான விஷயம்,' என்று கண்டித்துப் பேசினாள்.

கிளிகள் பாடும் பறவைகள் அல்ல என்பதால் அவை கீழ் ஜாதியாகப் பார்க்கப்பட்டன என்று சொல்லலாமோ என்னவோ; அவை எண்ணிக்கையில் அதிகம் என்பதால் நிறைய இடத்தை எடுத்துக்கொள்வதாகப் பிற பறவைகள் வெறுப்புக் கொண்டிருந்தன. அந்த இரண்டு வெளியாள் இனங்களையும் தன்னுடைய கண்களாகவும் காதுகளாகவும் கவனமாகவே தேர்ந்தெடுத்திருந்தாள்; அவளும் அவளுடைய தோழமைகளும் தற்போது நாடுகடத்தப்பட்ட வெளியாட்கள்தானே.

கிளிகளும் காக்கைகளும் அடங்கிய பிரதிநிதிகள் குழு மூன்று வாரங்கள் கழித்துத் திரும்பியது. நிறையச் செய்திகளை அவை கொண்டுவந்தன. அரியணைக்கு உரிமை கோரும் ஆறு பேரும் பிஸ்நகாவை அடைந்தபோது, (அவை பம்பா கம்பானாவிடம் இப்படிச் சொல்லின) அவர்களுடைய படைகளை நகரத்தின் வாயிலுக்கு வெளியே நிறுத்திவிட்டு ஒவ்வொருவரும் ஒரே ஒரு பிரத்யேகப் பாதுகாவலரோடு உள்ளே வருமாறு ஆணையிட்டவர் வித்யாசாகர். 'நம் தெருக்களில் ரத்தம் சிந்துதல் என்பதே நிகழக் கூடாது' என்று கட்டளை யிட்டார். 'கொலையை நாடாமல் எல்லாப் பிரச்சினைகளும் தீர்க்கப்படும்.' வித்யாசாகருக்கு ஏற்கெனவே வயது எழுபதுக்கு மேலே இருக்குமென்றும் பம்பா கம்பானாவுக்கு நீண்ட ஆயுட்காலத்தை தேவி வழங்கியதுபோல, அந்தத் தேவியின் பெயர்தான் அவளுக்கு, அதற்குச் சமமான ஆயுட்காலத்தைக் கடவுள்கள் அவருக்கு உண்மையில் வழங்கியிருந்தாலும் ஆனால் துரதிர்ஷ்டவசமாக முதுமை அடைவதற்கு எதிரான தடைக்காப்பை அந்தத் துறவிக்கு அவர்கள் வழங்க வில்லை என்றும் அவை எடுத்துரைத்தன. எனவே, அவர் உயிரோடிருந்தார், ஆனால் மிகவும் தளர்ச்சியடைந்திருந்தார் என்பதைச் சொல்லியாக வேண்டும். எலும்பும் தோலுமாக, நீண்டு வளைந்த கூரான நகங்களைப்போல அவருடைய கைகள் இருந்தன. எடை இழந்து மிகவும் ஒல்லியாக இருந்தார்.

நாகரிகம் கருதி அவருடைய பற்களின் நிலையைப் பற்றிப் பறவைகள் எதுவும் சொல்லவில்லை.

'அவர் எப்படித் தோற்றமளிக்கிறார் என்பதைப் பற்றி எனக்கு அக்கறையில்லை,' என்று அவற்றிடம் பம்பா கம்பானா சொன்னாள்.'என்ன பேசப்பட்டது, என்ன நடந்தது என்பதைச் சொல்லுங்கள்.'

ட்டு-ஓ-ஆ-ட்டா என்பதுபோல ஒலிக்கும் பெயர் கொண்ட தலைமைக் கிளி, 'அது பெரிய அளவில் தோற்றங்கள் தொடர்புடையது,' என்றது. 'சுக்கன், பக்கன், தேவ் ஆகிய தலை நரைத்த மூன்று சங்கம சகோதரர்களை ஒரு பார்வை பார்த்துவிட்டு, அரச பதவி ஏற்பதற்குரிய வயது அவர்களுக்கு மிகவும் கடந்துவிட்டது என்று அவர்களிடம் சொன்னார் வித்யாசாகர். இந்த விமர்சனம் அவரிடமிருந்து வந்ததுதான் வினோதம்! நீண்ட காலம் ஆண்டு நாட்டு விவகாரங்களை ஒழுங்குபடுத்த வாய்ப்புள்ள இளைஞர் ஒருவரே பேரரசுக்குத் தேவைப்படுகிறார் என்றும் சொன்னார்.'

'அதாவது,' என்று தொடங்கியது கா-ஆ-ஏ-வா என்பது போல ஒலிக்கும் பெயர் கொண்ட தலைமைக் காக்கை, 'வித்யாசாகர்தான் உண்மையான தலைவராக இருப்பார், அவர் சொல்வதைச் செய்பவராக இளம் அரசர் இருப்பார்.'

'முதலாம் ஹுக்கனின், முதலாம் புக்கனின் மூன்று சகோதரர்களும் எந்த விவாதமும் செய்யாமல் பிஸ்நகாவை விட்டுப் போய்விட்டார்கள்,' என்று தலைமைக் கிளி சொன்னது. 'யாரையும் கொல்ல வேண்டியில்லாமல் அல்லது யாராலும் கொல்லப்படாமல், தங்கள் மனைவிகளைக் கொலைசெய்ய வேண்டியில்லாமல் அல்லது அவர்களால் கொலையுறாமல், அச்சமூட்டும் தங்களுடைய மனைவிகளோடு மீதி வாழ்நாட்களைத் தங்கள் தூரதேசக் கோட்டைகளில் சௌகரியமாகக் கழித்துவிடலாம் என்று அவர்கள் நிம்மதியடைந்தார்கள் என்று அங்கிருப்பவர்கள் சொல்கிறார்கள். ஆகவே, அவர்களுக்கு இது மகிழ்ச்சி தரும் முடிவுதான்.'

'நோஞ்சான்கள்,' என்றது தலைமைக் காக்கை. மகுடத்தை அடைவதற்கான துணிச்சலோ மன உறுதியோ வலிமையோ அவர்களுக்கு ஒருபோதும் இருந்ததில்லை; இது எல்லோருக்கும் தெரியும். நாம் அவர்களைப் பற்றி இனிமேல் கவலைகொள்ளத் தேவையில்லை. சில்லறைப் பாத்திரங்களாகவே அவர்கள் எப்போதும் இருந்தவர்கள்; இப்போது பேச அவர்களுக்கு வசனம் எதுவும் இல்லை.'

விஜயநகரம்

‘என் மகன்கள் பற்றிச் செய்தி எதுவும் உண்டா?’ என்று பம்பா கம்பானா கேட்டாள். ‘மகன்கள் எரபள்ளி, பகவத், குண்டப்பா மூன்று பேரையும் கைவிட்டுவிட்டேன்; ஆனால் இப்போது அவர்கள் என்னை வென்றுவிட்டதாகத் தெரிகிறது.’

‘சுவாரசியமான விஷயம் என்னவென்றால், தங்களுடைய நடு மகன் பகவத்தை வித்யாசாகர் அரசராக ஆக்கிவிட்டார்,’ என்றது ட்டூ–ஒ–ஆ–ட்டா.

‘அதாவது, பிஸ்நகா இனி ஒரு மத வெறியரால் ஆளப்படும்; அவருக்கு இன்னொரு தீவிரவாதி ஆலோசனை சொல்வார்,’ என்று தன் கருத்தைச் சொன்னது கா–ஆ–ஏ–வா.

‘மேலும் சொல்ல இருக்கிறது. முதலாவதாக, வித்யாசாகரின் முடிவை எரபள்ளியும் குண்டப்பாவும் மறுப்பில்லாமல் ஏற்றுக்கொண்டார்கள்; எனவே, அங்கே ரத்தம் சிந்தப்படும் வாய்ப்பில்லை. குறைந்தபட்சம், இப்போதைக்காவது,’ என்று கிளி சொன்னது.

‘ஆனால் இரண்டு பேருமே மகிழ்ச்சியாக இல்லை. ஒரு கட்டத்தில் ரத்தம் சிந்தப்படலாம்,’ என்று காக்கைக் கூடுதலாக ஒரு செய்தியைச் சொன்னது.

‘இரண்டாவதாக,’ என்று கிளி தொடர்ந்தது. காக்கையின் தலையீட்டால் எரிச்சலடைந்த அது தன் இறகுகளைச் சிலிர்த்துக்கொண்டது. ‘பகவத் சங்கம அரச பதவியில் தன் பெயராகத் தன்னுடைய பெரியப்பாவின் பெயரைத் தேர்ந்தெடுத்துக்கொண்டான்; அவனைப் புறக்கணித்துவிட்ட அவனுடைய இறந்துபோன அப்பாவை வேண்டுமென்றே அவமானப்படுத்தும் நோக்கம் கொண்டதாக அந்த முடிவு பரவலாகப் புரிந்துகொள்ளப்பட்டது. ஆகவே இனி அவன் இரண்டாம் ஹுக்கராயர் என்று அழைக்கப்படுவான். ஹுக்கராயர் இரண்டு. மக்கள் ஏற்கெனவே அவனைச் சுருக்கமாக “இரண்டு” என்று அழைக்கிறார்கள். அல்லது நகரத்தின் நாசூக்குக் குறைந்த பகுதிகளில் “எண் இரண்டு” என்று அவனை அழைக்கிறார்கள்.’

‘அவன் என்னைப் பற்றி எதுவும் சொல்கிறானா?’ என்று பம்பா கம்பானா கேட்டாள்.

‘அம்மாவைப் பற்றிய ஏக்கம் அவனுக்கு இருப்பதாகத் தெரியவில்லை,’ என்று சற்றுக் கடுமையாகக் காக்கைச் சொன்னது. ‘அவனுடைய முடிசூட்டு விழாப் பேச்சை நாங்கள் கேட்டோம்.’

‘இன்றிலிருந்து,’ அவன் சொன்னதைச் சொன்னது கிளி, *‘பிஸ்நகா மத நம்பிக்கையால் ஆளப்படும், மந்திரத்தால் அல்ல.*

மந்திரம் நீண்ட நாட்களாக இங்கே அரசியாக இருந்துவிட்டது. மந்திர விதைகளிலிருந்து இந்த நகரம் வளர்க்கப்படவில்லை! நீங்கள் ஒன்றும் தாவரங்கள் அல்ல, தாவர மூலங்களிலிருந்து வருவதற்கு! உங்கள் அனைவருக்கும் நினைவுகள் இருக்கின்றன, உங்களின் வாழ்க்கைக் கதைகளும் நீங்கள் பிறப்பதற்கு முன்பு இந்த நகரத்தை உருவாக்கிய உங்கள் முன்னோர்களின் கதைகளும் உங்களுக்குத் தெரியும். அந்த நினைவுகள் மெய்யானவை, முணுமுணுக்கும் சூனியக்காரி யாராலோ உங்கள் மூளையில் பதியவைக்கப்பட்டவை அல்ல. இந்த இடத்துக்கு ஒரு வரலாறு உண்டு. அது ஒன்றும் பில்லி சூனியக்காரி ஒருத்தியின் கண்டு பிடிப்பு அல்ல. பிஸ்நகாவின் வரலாற்றிலிருந்து அந்தப் பில்லி சூனியக்காரியையும் அவளுடைய சூனியக்கார மகள்களையும் அகற்ற வரலாற்றை வேறு வகையில் நாம் எழுதுவோம். வேறு எந்த நகரத்தைப் போலவும் இதுவும் ஒரு நகரம்; ஆனால் என்ன, மற்ற எதையும்விட உன்னதமானது, பூமியிலேயே அதி உன்னதமானது. அது வெறும் மாய வித்தை அல்ல. பில்லி சூனியத்திலிருந்து விடுபட்ட நகரமாக பிஸ்நகாவை இன்று நாம் பிரகடனம் செய்கிறோம். மேலும் பில்லிசூனியம் மரண தண்டனைக்குரிய குற்றம் என்ற உத்தரவையும் பிறப்பிக்கிறோம். இனி நாம் சொல்லும் கதை, நாம் சொல்லும் கதை மட்டுமே நடப்பில் இருக்கும்; காரணம், அதுதான் ஒரே உண்மையான கதை. பொய்யான கதைகள் அனைத்தும் அழிக்கப்படும். பம்பா கம்பானாவின் கதை அப்படிப்பட்டதுதான்; அது முழுக்கவும் தவறான கருத்துகள் கொண்டது. பேரரசின் வரலாற்றில் அக்கதைக்கு இடம் கிடையாது. நாம் தெளிவாக இருப்போம். அரியணை பெண்ணுக்கான இடமில்லை. அவளுக்கான இடம் வீட்டில்தான் இருக்கிறது, இனி வீட்டில்தான் இருக்கும்.'

'தங்களுக்குப் புரிகிறதா?' என்று கேட்டது காக்கை.

'புரிகிறது,' என்றாள் பம்பா கம்பானா. 'தெளிவாகப் புரிகிறது. நாசூக்குக் குறைந்த மக்கள் அவனை "எண் இரண்டு" என்று அழைப்பது மிகப் பொருத்தமாகத்தான் இருக்கிறது.'

நீண்ட காலம் கழித்து பம்பா கம்பானா முதன்முறையாகத் தோல்வியைப் பற்றிச் சிந்தித்துக்கொண்டிருந்தாள். பிஸ்நகாவுக்குத் திரும்புவதை யோசித்துக்கூடப் பார்க்க முடியாது போலிருக் கிறது. அதைவிட மோசம், எண் இரண்டின் வாதத்துக்கு மக்களிடையே – அல்லது அவர்களில் கணிசமான நபர்களிடையே – பரவலான ஆதரவு இருப்பதாகத் தோன்றுவதுதான். இது அவளுடைய தோல்வி. அவள் பதியவைத்த கருத்துகள்

வேர்விடவில்லை, அப்படி விட்டிருந்தால் வேர்கள் ஆழமாகப் பரவவில்லை. எனவே, எளிதாகப் பிடுங்கப்பட்டுவிட்டன. முணுமுணுத்து அவள் உயிரோட்டத்துக்குக் கொண்டுவந்த உலகத்துக்கு அந்நியமாகிக்கொண்டிருந்தது பிஸ்நகா. அவள் வனத்தில் இருந்தாள். வனம் சிறையல்ல. ஆனால் விரைவிலேயே அப்படியாக அதை உணரும் காலம் வரப்போகிறது.

'நீண்ட காலத்துக்கான திட்டத்தை நான் யோசிக்கத் தொடங்க வேண்டும்,' என்று நினைத்தாள். 'காற்று திசைமாற எவ்வளவு நாள் பிடிக்கும் என்பதை யார் அறிவார். என் மகள்கள் முதியவர்களாகிவிடுவார்கள். எனக்குத் தேவை பேத்திகள்.'

முற்றிலும் வெவ்வேறான மரபுவழிகள் பம்பா கம்பானாவி லிருந்து வெளிப்பட்டிருந்தன. முதலாம் புக்கராயர் மூலம் அவளுக்குப் பிறந்த மகன்கள் கசப்புணர்ச்சியின் கடும் மணத்தைக் கசியவிட்டார்கள், அவர்களை விலக்கிய அவளுடைய தவறால் நிகழ்ந்ததுதான் அது; அவர்களில் ஒருவன்தான் தற்போதைய அரசன். அரசன் 'எண் இரண்டு.' வித்யாசாகரின் கைப்பாவை யாக இருப்பதால் அவனுடைய ஆட்சி தூய்மைவாதமும் ஒடுக்குமுறையும் நிரம்பியதாக இருக்கப்போகிறது; சுதந்திர மனப்பான்மை கொண்ட பெண்கள் பெரிதும் துயரப்படு வார்கள். எண் இரண்டின் ஆட்சியில் நாட்டு விவகாரங்கள் எதிர்காலத்தில் மோசமாக ஆகப்போவதைக் கண்ணை மூடிக் கண்டாள். சச்சரவுகளுக்குள்ளும் அதிகரிக்கும் மதச் சகிப்பின்மைக்குள்ளும் மத வெறிக்குள்ளும்கூட அரச மரபு வம்சம் இறங்கித் தாழ்வுற்றுச் செயல்படும். அவளுடைய மகன்களின் மனப்பாங்கு அப்படி இருந்தது. ஆனாலும் அவளுடைய மகள்கள் முற்போக்குச் சிந்தனை உடையவர்களாக, புத்திசாலி களாக, நன்றாகப் படித்தவர்களாக, போர்வீரர்களாகவும்கூட வளர்ந்திருந்தார்கள்; ஒரு தாய் பார்க்க விரும்பும் தனித்த இயல்புடைய குழந்தைகள். அவளுடைய பெரும்பாலான மந்திரத் திறமைகளையும் அவர்கள் மரபுக்கூறாகப் பெற்றிருந்தார்கள்; அதேசமயம், அறிவுலகம் சார்ந்த அக்கறையற்று வார்த்தை களின் நேர் அர்த்தம் மட்டுமே காணும் சங்கம வம்சத்து ஆண்களின் உலகத்தில் அதிசயத்தின் சிறு அறிகுறியைக்கூடக் காண முடியாது. அவர்களுடைய மத நம்பிக்கையும் மந்தபுத்தி கொண்டவர்களின் அற்பமான, சலிப்பூட்டும் இயல்பு கொண்டது. உயர்நிலை ஆன்மிக உணர்வுகள் அவர்களுடைய அறிவுக்கு முற்றிலும் எட்டாதவை; மதம் என்பது சமூகத்தின் மீதான தங்கள் கட்டுப்பாட்டைப் பாராமரிக்க உதவும் சாதனமாக அவர்களுக்கு ஆனது.

‘என்னைச் சுற்றி இன்னும் நிறையப் பெண்கள் எனக்குத் தேவைப்படுகிறார்கள்,’ என்று பம்பா கம்பானா தீர்மானித்தாள்.

அந்தக் கொடுங்காலத்தில் குழந்தைகள் பெற்றுக்கொள்ளும் பொருள் பற்றி யோசிக்க இயலாது. தங்களுடைய வனவாசம் குறுகியதாக இல்லாமலிருக்கலாம் என்றும் தங்களுடைய மீதி வாழ்க்கை முழுதும் அது நீடிக்க வாய்ப்புண்டு என்றும் நினைத்து அவளுடைய மூன்று மகள்களும் கலங்கிக்கொண்டிருந்தார்கள். தங்களுடைய நாற்பதாவது பிறந்த நாட்களை நெருங்கிக் கொண்டிருந்த அவர்கள் விவாதிக்க விரும்பிய கடைசி விஷயமாகக் குழந்தைகள் இருந்தன. சூறாவளி, வேரோடு சாய்த்த மரங்களைப் போல அவர்கள் நடுங்கியிருந்தார்கள். தங்களுடைய ஒன்றுவிட்ட சகோதரனான புதிய அரசன் இப்படிக்கூடத் தங்களை ஆபத்துக்கு உள்ளாக்குவான் என்பதை நம்ப இயலாதவர்களாக இருந்தார்கள்; அதேசமயம், ஒரு அரசன் இறந்தால் அரச குடும்பத்தின் உச்ச எதிரிகள் அந்தக் குடும்ப வட்டத்துக்குள்ளேயே இருப்பார்கள் என்பதைப் புரிந்து கொள்ளும் அளவுக்கு அவர்களுக்கு முதிர்ச்சியும் இருந்தது. வலிமையான மனம் கொண்ட பெண்களான அவர்களுடைய இயல்பு ஆழ்ந்த நற்பண்புகளைக் கொண்டிருந்தது. தங்களுடைய புதிய வாழ்க்கையை ஆகச்சிறந்ததாக ஆக்கிக் கொள்ள உறுதியுடன் செயல்பட்டார்கள். ‘இப்போதிருந்து நாம் காட்டுவாசிகளாக இருக்க வேண்டிய அவசியம் நேர்ந்தால்,’ யோத்ஷ்னா தன் அம்மாவிடம் சொன்னாள், ‘யாரும் எப்போதும் பார்த்திராத அச்சுறுத்தும் காட்டுவாசிகளாக நாம் இருப்போம். அதுதான் காட்டின் சட்டம், சரியா? ஒன்று, நீ மேலே இருக்க வேண்டும் அல்லது கீழே இருக்க வேண்டும். தின்னு அல்லது தின்னப்படு. நான் வேட்டைக்காரியாக இருக்க விரும்புகிறேன், இரையாக இருக்க அல்ல.’

‘நாம் ஒன்றும் இங்கே போரில் ஈடுபட்டிருக்கவில்லை,’ என்று அவள் அம்மா மென்மையாகக் கண்டித்தாள். ‘நாம் ஏற்றுக்கொள்ளப்பட்டுவிட்டோம். இங்குள்ளவற்றோடு இயைந்து வாழ நாம் கற்றுக்கொள்ள வேண்டும், அவ்வளவுதான்.’

ஆம், பேத்திகள் வேண்டும் என்று நினைத்தாள்; ஒருவேளை கொள்ளுப்பேத்திகள்கூடத் தேவைப்படலாம். வெளிப்படையான காரணங்களுக்காக இதைத் தனக்குள்ளேயே ரகசியமாக வைத்துக்கொள்ள வேண்டியிருந்தது. அவளுடைய பேத்திகள் சிலர் சீன ரத்தத்தைக் கொண்டிருக்கலாம்; மிங் வம்சத்தோடு பெரிய அளவில் உடன்படிக்கை ஏற்பட அது வாய்ப்பளிக்கலாம் என்ற கருத்தை ஆழ்ந்து யோசித்தாள். யோத்ஷ்னா ஈர்ப்பு

கொண்டிருந்த முதிய படைவீரருக்கு அப்பாவாக ஆகும் தகுதி இருக்குமா என்ற கவலையும் அவளுக்கு இருந்தது. அப்புறம் யூக்தஸ்ரீக்கு என்ன நடக்கும்?

இரவில் வளர்த்த தீயைச் சுற்றி அவர்கள் உட்கார்ந்த போது அவளுடைய கேள்விக்கு விடை அளிப்பவள்போல கடைசி மகள், 'இந்த வனத்தில் வேறு பெண்கள் இருக்கிறார்களா? சில சமயம், இரவு நேரத்தில் சிரிப்பையும் பாட்டுக்களையும் அலறல்களையும் கேட்பதாக நான் கற்பனை செய்கிறேன். அவர்கள் மனிதர்களா அல்லது ராட்சதர்களா?' என்று கேட்டாள்.

'இங்கு எங்கோ பிற பெண்கள் இருப்பது கிட்டத்தட்ட உறுதியான விஷயம்தான்,' என்று அவள் அம்மா பதில் சொன்னாள். 'கொடூரமான ஏதோ ஒரு ஆட்சியிலிருந்து தப்பித்து நம்மைப் போல வந்த அகதிப் பெண்களாக அல்லது ஆண்களின் முரட்டு மமதையிலிருந்து விலகி வசிக்க முடிவுசெய்து வந்த காட்டுப் பெண்களாக அல்லது பெற்ற தாய்களாலேயே காட்டின் ஓரத்தில் கைவிடப்பட்டு ஓநாய்களால் பாலூட்டப்பட்ட தால் காட்டைத் தவிர வேறெதுவும் தெரியாத பெண்களாக அவர்கள் இருக்கலாம்.'

'நல்லது,' என்று யுக்தஸ்ரீ அழுத்தமாகச் சொன்னாள். என்ன ஆகுமோ என்று அவள் அம்மா நினைத்தாள். என்ன ஆகுமோ.

10

வன உயிரினங்கள் அவர்கள்மீது எவ்விதத் தீங்கான எண்ணமும் கொண்டிருக்கவில்லை என்பது விரைவிலேயே தெளிவானது. புதிதாக வந்தவர்களை வரவேற்க அவை ஆரம்ப நாட்களில் குழுக்களாக வந்தன. மரங்களிலிருந்து பாம்புகள் தலைகீழாகத் தொங்கின, கரடிகளும் ஓநாய்களும் தம் மரியாதையைச் செலுத்த வந்தன. காற்று வெளியிலிருந்த தபலா வாசிப்பவர் அவர்களை வரவேற்றார். அவர்கள் தலைகள்மீது ஆரண்யானி கண்ணுக்குப் புலப்படாமல் நடனமாடினாள். அவர்களைச் சுற்றியிருந்த சூழல் மகிழ்ச்சிக் கொண்டாட்டமாக இருந்தது. படிப்படியாக அந்தக் குழுவினர் கவலை நீங்கினார்கள்; எல்லா நேரமும் தங்களில் ஒருவர் காவல் காக்க வேண்டிய அவசியம் இல்லை என்பதை உணர்ந்து மூத்த ஆசான் லீயும் ஹலேய கோட்டேவும் அதைக் கைவிட்டார்கள்; அப்படிக் காவல் காப்பது ஏதோ ஆதரவு தொனிக்கும் கருணையுடன் செய்யப்படும் செயல் என்பதுபோல அந்தப் பெண்களுமே நினைத்தார்கள்.

'பிஸ்நகாவில் முன் காலத்தில் அனுபவித்த மகிழ்ச்சியான நாட்களை நாம் இங்கே வந்ததைக் கொண்டாடும் இந்த வனவிழா எனக்கு நினைவூட்டு கிறது,' என்று பம்பா கம்பானா சோகமாகச் சொன்னாள்.

முன் நாட்களில் பிஸ்நகாவில் ஒவ்வொரு வரும் பிறருடைய எல்லா விழாக்களையும் கொண்டாடினார்கள். கிறிஸ்துமஸின்போது அரண்மனையில் ஒரு மரத்தை நடச் செய்தாள் பம்பா கம்பானா; அவனுடைய 'மூன்று கடவுள்க'ளைத் துதிக்கும் பாடல்களையும் பிரார்த்தனைகளையும்

அவற்றின் மூல மொழியிலேயே தனக்குச் சொல்லித் தரும்படி டொமிங்கோ நூனிஸைக் கேட்டுக்கொண்டாள்; *adeste fideles, laeti triumphantes*[1] போன்ற அந்நிய வார்த்தைகளைப் புரியும் வகையில் மொழிபெயர்த்தால் என்ன அர்த்தம் வரும் என்று தெரிந்துகொள்ளும் தன் விருப்பத்தையும் தெரிவித்தாள். குழந்தை ஏசுபற்றித் தனக்குக் கொஞ்சம் தெரியும் என்று சொல்ல முடியும் என்று நினைத்தாள். 'ஒற்றைக் கடவுள்' கொள்கையைப் பின்பற்றுபவர்களைப் பொறுத்தவரை, எண்ணிக்கையில் அதிகமான, பல்வகைப்பட்ட தனது தெய்வக் கூட்டத்தோடு ஒப்பிட ஒரே ஒரு கடவுள் என்பது சுவாரசியம் குறைவானது என்ற தன் அபிப்பிராயத்தை வெளியே சொல்லாமல் தன்னைக் கட்டுப்படுத்திக்கொண்டாள்; மாறாக, ஒளியின் விழாவான தீபாவளியில், வண்ணத்தின் விழாவில், மகிஷாசுரனைத் துர்க்கை வென்றதைக் கொண்டாடும் நவராத்திரி விழாவில் பங்குகொள்ள – நன்மை தீமையை வெற்றி கொண்டதைக் கொண்டாடும் அதில் யார் வேண்டு மானாலும் எவ்வித வழிபாட்டு முறையை மேற்கொள்வோரும், அவர்கள் கடவுள்கள் ஒருமையோ பன்மையோ, பங்கு கொள்ளலாம் – ஒற்றைக் கடவுள் கொள்கையாளரை அழைத்தாள். பிஸ்நகாவில் நிகழ வேண்டுமென்று இதைத்தான், இந்த அயல் மகரந்தச் சேர்க்கையை, இந்தக் கலப்பை, அவள் விரும்பி யிருந்தாள். தற்போது அதெல்லாமும் மறைந்துகொண்டிருந்தது. சமூகக் குழுக்களிடையே பதற்றம் தீவிரமாகிக்கொண்டே போனதை நகரத்துக்கு அடிக்கடி போய்வந்துகொண்டிருந்த காகமும் கிளியும் அவளிடம் சொல்லின. ஒற்றைக் கடவுள் கொள்கை கொண்டவர்கள் தற்போது நகரத்தின் சில பகுதி களுக்குப் போய்வருவது பாதுகாப்பானதாக இல்லை; காரணமேயில்லாமல் இரவில் தாக்குதல்கள் நடந்தன. இந்தச் செய்தி அவள் மனதை நோகச் செய்தது; ஆனால் திரும்பிப் போவதற்குரிய ஆதரவையும் விசையையும் வரலாறு வழங்கும்வரை மகள்களோடு இணைந்து எதிர்காலத்தை நிர்மாணிப்பதே தற்போது தன் கடமை என்பதை நினைவுறுத்திக்கொண்டாள்.

வனத்தில் வெளி உலக மரபுகள் தம் அர்த்தத்தை இழந்து மறைந்துபோயின. பணித் திட்டங்களோ கால அட்டவணை களோ அங்கு இல்லை. பசிக்கும்போது உண்ணலாம், களைப்புற்றால் தூங்கலாம். அது ஒரு அரங்கு; அதில் ஒருவர் தன்னைக் கண்டடையலாம், தன்னைப் புதிதாகக் கண்டு

1. 'பக்தரே வாரும், ஆசை ஆவலோடும் நீர் பாரும் நீர் பாரும் இப்பாலனை' என்று தொடங்கும் லத்தீன் மொழி கிறிஸ்துமஸ் பாடலின் (Carol) தொடக்க வார்த்தைகள்.

பிடிக்கலாம், அல்லது தியானத்தின் மூலம் தன்னைத் தனக்கே தெளிவுபடுத்திக்கொள்ளலாம். நம்பிக்கைகள் ஒவ்வொரு கிளையிலும் தொங்கிக்கொண்டிருந்தன. பயங்கள் கட்டுக்குள் வைக்கப்பட வேண்டியவை. இச்சைகள் அடையப்பட வேண்டியவை.

பம்பா கம்பானா பெரும்பாலான நேரத்தைத் தியானம் செய்வதில் கழித்தாள். அரசர்கள் இல்லாத நிலையான அராஜகம், குழப்பத்துக்கும் ஒழுங்கின்மைக்கும் நிகரானது என்றே தத்துவவாதிகள் கருதினார்கள். ஆனால் இங்கே வனத்தில், அராஜகம் நிலவுவதாக நம்பப்பட்ட இடத்தில் பணிவுமையும் நல்லிணக்கமும் கலந்த நிலைக்கு நெருக்கமாக உணர முடிந்தது. அரசர்கள் இல்லாதிருந்தால் உலகம் இன்னும் மேம்பட்ட நிலையில் இருக்குமா? ஆனால் விலங்குகளின் உலகம்கூடத் தனக்கென்று குலத் தலைமகன்களையும் குழுத் தலைவர்களை யும் பிறவற்றைவிடக் கூடுதல் முனைப்பு உள்ளவற்றையும் தேர்ந்தெடுத்துள்ளதே. ஆகவே, அப்படியான தலைவர்களை எப்படித் தேர்ந்தெடுப்பது என்று கேட்பது இதைவிட நல்ல கேள்வியாக இருக்கும். சண்டையிடுவது என்ற விலங்குகளின் வழி சிறப்பானதாக இருக்காது. தேர்ந்தெடுப்பதை மக்களிடமே விட்டுவிடும் – அப்படிக்கூடச் சாத்தியமா? – வழி இருக்குமா?

இந்த எண்ணமே அவளுக்கு அதிர்ச்சியைக் கொடுத்தது. வேறொரு நேரத்தில் அதுபற்றி மேலும் யோசிக்கலாம் என்று நினைத்து அதைத் தள்ளிவைத்தாள்.

யூக்தஸ்ரீ இரவு வாழ்வியாக மாறினாள். யாருடைய அனுமதியை யும் கேட்காமல் பகலின் பெரும்பகுதியை வீரியத்துடன் குறட்டை விட்டுத் தூங்குவதில் கழித்து இருள் கவிந்ததும் எழும் பழக்கத்தைக் கைக்கொண்டாள். கண்ணுக்குப் புலனாகாமல் பாதுகாப்புக்காக இருந்த கோட்டைத் தாண்டி வனத்துக்குள் நுழைந்தாள். முதல் தடவை இதை அவள் செய்தபோது எழுந்த பம்பா கம்பானா அவளைப் பின்தொடரும் ஆவலைக் கட்டுப்படுத்திக்கொள்ள வேண்டியிருந்தது. வனத்தில் நிழல்கள் அசைவதை அவள் பார்த்தாள்; சிரிப்பொலியைக் கேட்டாள்; தன்னுடைய மகளைக் காண வனப் பெண்கள் வந்திருக்கிறார்கள் என்பதையும் யுக்தஸ்ரீ நாடியதும் அவளுக்குத் தேவையாகவும் இருந்தது அவர்களுடைய தோழமைதான் என்பதையும் புரிந்து கொண்டாள். அடுத்த நாள் மகளைத் தனியாக அழைத்து மிக மென்மையாக, 'அவர்களைப் பற்றி எனக்குச் சொல்,' என்றாள்.

தொடக்கத்தில் பதில் சொல்லத் தயங்கிய அவள் மகள் பிறகு நிறுத்த இயலாமல் பேசினாள். பேசும்போது பரவசத்தில் அவள் கண்கள் மின்னின; அவளுடைய பழைய வாழ்க்கையில் அந்த இளம்பெண் உணர்ந்த எதைப் போலவும் இல்லாத மகிழ்ச்சியை அவளிடம் பம்பா கம்பானா கண்டாள்.

'நான் கெட்டுப்போன உயர்குடிப் பெண் என்று ஆரம்பத்தில் அவர்கள் நினைத்தார்கள். என்னை முரட்டுத்தனமாகக் கையாளவும் பொம்மையைப் போல அவர்களுக்கிடையே என்னைத் தூக்கிப்போட்டு விளையாடவும் விரும்பினார்கள். ஆனால் அவர்களால் என்னைப் பிடிக்க முடியவில்லை. வெறுங்கால்களில் அடிமரத்தின் மேல் ஓடி வெற்றுக் கைகளால் கிளைகளை வெட்டித் தள்ளினேன், அவை அவர்களுடைய தலைகள்மீது விழுந்தன; அதன் பிறகு கொஞ்சம் மரியாதையைப் பெற்றேன். அவர்கள் தங்களுக்குள் பேசிக்கொள்ளப் பல மொழிகளையும் கொஞ்சம் ஓநாய்ப் பேச்சையும் கலந்து ஒரு மொழியை உருவாக்கியிருக்கிறார்கள் என்று அவர்கள் பேசியதைக் கேட்டு முதலில் நினைத்தேன். தங்களுக்கே உரிய பயங்கரமான உச்சரிப்போடு அவர்கள் அதைப் பேசினாலும் நாம் உள்ளுணர்வால் புரிந்துகொள்ள முடிகிற பெண் சிறுத்தையின் அதே மொழிதான் என்பதை விரைவிலேயே உணர்ந்தேன். அதை அவர்கள் ஆதி முதன்மை மொழி என்று அழைக்கிறார்கள்; அல்லது அந்த மாதிரியான அர்த்தம் தரும் எதையோ சொல்கிறார்கள்; வனத்தின் மாயம் செயல்படுவதால் அவர்கள் பேசும் வார்த்தைகள் எனக்குத் தெரியாதென்றாலும் அவர்கள் என்ன சொல்லவருகிறார்கள் என்பது புரிகிறது. யாரோ மொழிபெயர்ப்புகளை என் காதில் முணுமுணுப்பதுபோலத் தெரிகிறது. நம் காதுகளில் விளக்கங்களை முணுமுணுக்கும் மாய உருக்கள் வனத்தில் உள்ளனவா? அப்படித்தான் இருக்க வேண்டும் என்று நினைக்கிறேன். அப்பெண்களில் பலரும் ஆடைகள் அணிவதைப் பற்றிக் கவலைப்படுவதில்லை; அவர்களின் தலைமுடி சிக்குப் பிடித்துள்ளது அவர்கள் அழுக்காகவும் நாற்றம் பிடித்தும் இருக்கிறார்கள். நான் அதைப் பொருட்படுத்துவதில்லை. அவர்களைப் பற்றி நன்றாகத் தெரிந்துகொள்ள விரும்புகிறேன். நேற்று இரவு அவர்கள் ஆறு பேர் கொண்ட சாரணர் குழுவைப் போல இருந்த ஒரு சிறிய குழுவை அனுப்பினார்கள். ஆனால் பரந்த வனத்தில் அவர்களுக்கு நிறையக் கூடாரங்கள் இருக்கின்றன. அவர்கள் போக வர உள்ள இடங்கள், எதை எப்படி வேட்டையாடுகிறார்கள், கேளிக்கைக்கு என்ன செய்கிறார்கள் என்று அவர்களைப் பற்றி எல்லாமும் அறிந்துகொள்ள விரும்புகிறேன். எனக்கு

அவற்றைக் கற்றுத் தருவதாகச் சொல்கிறார்கள். பிரதியுபகாரமாக, நான் பச்சை விதி வாள் சண்டைப் பள்ளியில் பயின்றதை அவர்களுக்குச் சொல்லித்தர வேண்டுமென்று விரும்புகிறார்கள். செங்குத்தாக ஓடுதல், பறந்து தாவுதல், சூறாவளியாகச் சுழன்று மேலே ஏறுதல், படிக்கட்டுக் குட்டிக்கரணம், வெறுங்கையால் மரக் கிளைகளை வெட்டுதல் போன்றவற்றை. அவர்களிடம் வாள்கள் இல்லை; ஆனால் அவர்கள் கம்புச் சண்டை கற்க விரும்புகிறார்கள்,' என்றாள்.

'வனம் அவர்களுக்குப் பாதுகாப்பான இடமாக இருக்கும் பட்சத்தில் அவர்களுக்குத் தற்காப்புக் கலைகள்மீது ஏன் இவ்வளவு ஈர்ப்பு?' பம்பா கம்பானா தெரிந்துகொள்ள விரும்பி கேட்டாள்.

'அவர்களுக்கு ஒரு கவலை உள்ளது. பகைமை கொண்ட குரங்குகள் இருப்பதாக வதந்திகள் உலவுகின்றன,' என்றாள் யுக்தஸ்ரீ.

'குரங்குகளா? என்ன மாதிரியான குரங்குகள்? குரங்குகள் நமக்குப் புனிதமான உயிரினங்கள் என்பது உனக்கே தெரியும். அவை அனுமனின் குழந்தைகள்; அவருடைய பழங்கால நாடான கிஷ்கிந்தையிலிருந்த இனக்குழுக்களின் மரபைச் சேர்ந்தவை.'

'அவை கோயில் குரங்குகள் கிடையாது. மூர்க்கமான அவை காடு முழுவதும் பரவியுள்ளன; சில பழுப்பு நிறத்திலும் சில பச்சை நிறத்திலும் இருக்கின்றன. இந்தப் பழுப்பு நிற, பச்சை நிறக் குரங்குகள் பற்றி நாம் கவலைப்பட வேண்டியதில்லை. அவற்றால் எந்தத் தீங்கும் நேராது. இந்த இடத்துக்கு அந்நிய மான இளஞ்சிவப்பு நிற குரங்குகளைக் குறித்தே அந்தப் பெண்கள் அதிகம் பயப்படுகிறார்கள். அவை நிச்சயமாக அனுமனின் குழந்தைகளோ கிஷ்கிந்தையின் எச்சங்களோ கிடையாது. வெளிநாட்டவை,' என்றாள் யூக்தஸ்ரீ.

'வெளிநாட்டு இளஞ்சிவப்புக் குரங்குகளா?'

'இளஞ்சிவப்புக் குரங்குகளின் உடலில் கிட்டத்தட்ட முடியே இல்லையென்றும் அவற்றின் தோல் பயங்கரமாக வெளுத்துள்ளதாகவும் சொல்கிறார்கள். பெருத்த உடலமைப்புக் கொண்ட அவை யாரோடும் நட்புணர்வு கொள்ளாமல் கூட்டம் கூட்டமாகப் பயணம் செய்வதாகவும் இந்தக் காட்டையே தங்கள் கட்டுப்பாட்டில் கொண்டுவர ஆசைப்படுகின்றன என்றும் சொல்கிறார்கள்.'

பம்பா கம்பானா குழம்பினாள். 'காடு ஆரண்யானியின் பாதுகாப்பில் இருப்பதால் அது நடக்காது.'

'எனக்குத் தெரியவில்லை,' என்றாள் யூக்தஸ்ரீ. 'ஒருவேளை அவளுடைய மந்திரம் அவற்றிடம் செல்லுபடியாகவில்லையோ என்னவோ.'

'அந்த இளஞ்சிவப்பு நிறக் குரங்குகளை யாராவது பார்த்திருக்கிறார்களா?' என்று பம்பா கம்பானா கேட்டாள்.

'யாரும் பார்த்த மாதிரி தெரியவில்லை. ஆனால் அவை வருவதாக அந்தப் பெண்கள் தொடர்ந்து சொல்லிக் கொண்டிருக்கிறார்கள். மேலும், பெண் குரங்குகள் இருப்பது மாதிரி தெரியவில்லையென்றும் சொல்லப்படுகிறது. அது ஆண்களின் படை.'

'எனக்கென்னவோ இது அவர்கள் தங்களுக்குள் சொல்லிக்கொள்ளும் கதைபோலத் தோன்றுகிறது,' என்றாள் பம்பா கம்பானா. 'உண்மையாகத் தெரியவில்லை. ஆண்களைப் பற்றிய அவர்களுடைய பொதுவான வெறுப்பு குறித்த கதையாக இருக்கலாம். ஆரண்யானியின் வசியம் செயல்பட்டால் அவை வனத்துக்குள் நுழையும்போது பெண்களாக மாறிவிடும்; தங்களுடைய திட்டத்தை மாற்றிக்கொண்டு இங்கேயே அவை தங்கிவிடலாம்.'

'ஓ,' என்றாள் யுக்தஸ்ரீ. 'அவர்கள் அதைச் சொல்லும் போது நீங்கள் கேட்டிருந்தால் இப்படிச் சொல்ல மாட்டீர்கள். அவர்கள் பாடும் பாட்டு இதுதான்,' என்று சொல்லிவிட்டுப் பாடத் தொடங்கினாள்.

ஓ அந்தக் குரங்குகள் வந்துகொண்டிருக்கின்றன
  ஆடும் நாக்குகளைப் போல இளஞ்சிவப்பானவை,
இதுவரை நாம் பாடிய எந்தப் பாட்டிலும்
  இருந்த குரங்குகள் போன்றவை அல்ல அவை
குழைவோ இனிமையோ முடியடர்ந்தவையோ அல்ல அவை,
  மனிதனளவு உருவுடையவை
ஓ அந்தக் குரங்குகள் நமக்குத் தீங்கு நினைப்பவை,
  முடிந்தால் நம்மை ஆள விரும்புபவை.
ஓ அந்த இளஞ்சிவப்புக் குரங்குகள் வந்துகொண்டிருக்கின்றன,
  குட்டைவால் கொண்டவை,
நமக்கு ஒருபோதும் கற்றுத்தரப்படாத
  கொடும் மொழியைப் பேசுகின்றன,
வனத்தின் மரச்செறிவின் ஆதி மொழியல்ல அது
  ஆனால் நமக்கு எஜமானர்கள் ஆக விரும்புகின்றன
அதை நாம் புரிந்துகொள்ள வேண்டும்.
  எல்லா வன உயிரினங்களுக்கும் சொல்லுங்கள்,

ஓநாய், பறவை, மானுக்குச் சொல்லுங்கள்,
புலி, கரடி, சிறுத்தைக்குச் சொல்லுங்கள்,
ஆபத்து மிக அருகில் உள்ளதென்று,
ஆபத்து நெருங்கிவிட்டதென்று,
விரைவில் இங்கே இருக்குமென்று,
சச்சரவோ சந்தேகமோ அச்சமோ இன்றி
இணைந்து நாம் போரிடுவோம்.
ஓ, தேவி நம்மைக் காப்பாற்றுவாள்
என்று கருதி அப்படிச் சொல்லலாம்
இந்த மாய வனத்தில் அவள் ஆட்சி நடப்பதால்.
ஆனால் குரங்குகள் கடவுள் பற்றுடையவை அல்ல
தேவியின் வலிமை பெரிதென்றாலும்
இத்தருணத்தில் அதைவிட வலிமையானது வருகிறது.
ஓ அந்தக் குரங்குகள் வந்துகொண்டிருக்கின்றன
ஆடும் நாக்குகளைப் போல இளஞ்சிவப்பானவை
நாம் இதுவரை பாடிய எந்தப் பாட்டிலும்
இருந்த குரங்குகள் போன்றவை அல்ல அவை.

பாடல் பம்பா கம்பானாவுக்குப் அச்சத்தைக் கொடுத்தது. எதிர்காலத்திலிருந்து வரும் ஒரு செய்தியைக் கேட்கிறேன், என் கற்பனைக்கு அப்பாற்பட்ட எதிர்காலம் அது, அதன் தீக்குறிகளாக இந்த உயிரினங்கள் உள்ளன என்று தனக்குத் தானே சொல்லிக்கொண்டாள். இது என்னுடைய சண்டை அல்ல என்று நினைக்கவே விரும்புகிறேன். வேறுபட்ட போராட்டம் ஒன்றில் நான் ஈடுபட்டுள்ளேன். ஆனால் இதுவும் நம்முடைய சண்டையாக ஆகலாம்.

அனுமனுடைய உலகின் குழந்தை அவள்; ஒரு வகையில், பிஸ்நகா, கிஷ்கிந்தை என்ற அவருடைய குரங்கு ராஜ்யத்தின் குழந்தைதான்; ஆகவே, அவள் எப்போதும் குரங்குகளைப் பற்றி நல்லவிதமாகவே எண்ணினாள்; அவற்றின் அன்பும் இரக்கமும் கலந்த மனப்பான்மையில் நம்பிக்கை கொண்டிருந்தாள். ஒரு வேளை அதுவும் தற்போது மாறிக்கொண்டிருக்கிறதோ என்னவோ. இன்னொரு தோல்வி. இப்படித்தான் மனித வரலாறு இருந்திருக்கிறது: கசப்பான, மாயையை அகற்றும் தோல்விகளின் தொடர்ச்சியில் வைக்கப்பட்ட மகிழ்ச்சியான வெற்றிகளின் குறுகிய கால மயக்கம்.

‘சரி, நல்லது,’ என்று அவள் உரக்கச் சொன்னாள். ‘உன்னுடைய பெண்களை நான் சந்திக்க முடியுமா?’

‘இப்போதைக்கு வேண்டாம்,’ என்றாள் யுக்தஸ்ரீ. ‘நான் இன்னும் அதற்குத் தயாராகவில்லை.’

ஒவ்வொரு நாள் காலையிலும் இரண்டு மணிநேரம் மூத்த ஆசான் லீயும் ஸெரல்டாவும் வாள்கள், நீண்ட சண்டைக் கத்திகள், எறியக்கூடிய குறுங்கத்திகள், கோடரிகள், கம்புகள் போன்றவற்றை வைத்தும் வெறும் கால்களைக் கொண்டும் சண்டையிடும் தங்கள் திறன்களைப் பயிற்சி செய்தார்கள். அவர்கள் சண்டையிட்டபோது மொத்த வனமும் அசையாமல் அவர்களைச் சுற்றி நின்று கவனித்த மாதிரி இருந்தது. எல்லோரைப் போலவே யுக்தஸ்ரீயும் அவர்களை வியந்து பார்த்துக்கொண்டிருந்தாள்; பிறகு தன் சகோதரியிடம் சாந்தமாகச் சொன்னாள், 'நீயும் மூத்த ஆசான் லீயும் ஆகச்சிறந்த போர்வீரர்கள் என்பது எனக்குத் தெரியும்; ஆனால் தயவுசெய்து என் வாழ்க்கையில் குறுக்கிடாதீர்கள். இந்த வனப் பெண்கள் விரும்புவது என்னைத்தான், உன்னையல்ல.'

'அந்தப் பெண்கள் எல்லோரும் உன்னுடையவர்களே,' என்று ஸெரல்டா உறுதிப்படுத்தினாள். 'என் மனதில் வேறு விஷயங்கள் உள்ளன.'

அவள் மனதில் இருந்தவை மூத்த ஆசான் லீயின் பெய்ஜிங்கும் வினோத பெயர்கள் கொண்ட முன்பின் அறியாத மற்ற நகரங்களுமே. சங்கம வம்சத்தினரில் அவள் ஒருத்திக்குத்தான் அந்நியத் தேசத்துக்குப் பயணம் போக வேண்டுமென்ற ஆர்வமும் தன் பகுதியைத் தாண்டி இருந்த உலகத்தைப் பார்க்கும் விருப்பமும் இருந்தன. இதை உணர்ந்த பம்பா கம்பானா சீன மூத்த ஆசான்மீது தன் மகளுக்கிருந்த ஈர்ப்பைப் புரிந்துகொண்டாள்; அதேசமயம் அந்தச் சாகச உணர்வு தன் குழந்தையைத் தன்னிடமிருந்து நிரந்தரமாகப் பிரித்து அகற்றிவிடலாம் என்று பயப்படவும் செய்தாள். அதே மாதிரியான சாகச உணர்வுதான் லீ யே–ஹேவைத் தெற்கிலிருந்த பிஸ்நகாவுக்கு அழைத்து வந்திருந்தது; நிலத்திலும் கடலிலும் நிகழ்ந்த தன் பயண அனுபவக் கதைகளை அவர் ஸெரல்டாவிடம் காட்டில் சொன்னார்; அவையன்றி மேற்குத் திசைப் பெருங்கடலைச் சுற்றியும் குறுக்காகவும் புதையல் தேடித் தொடர்ந்து பயணம் செய்த அவருடைய நண்பர் செங் ஹோ – தளபதி, அலி, தொடர் பயணி – தனக்குச் சொன்ன கதைகளையும் கூடுதலாக யுவான் அரச வம்ச காலத்தில் குப்ளைகான் அரசவையில் மார்கோ போலோவைச் சந்தித்தவர்களின் சந்ததிகளிடம் செங் ஹோ கேட்ட கதைகளையும் அவளுக்குச் சொன்னார்.

மூத்த ஆசான் லீ சொன்னார், 'கடலுக்கு அப்பால் உங்களுடைய பெயரைக் கொண்ட ஒரு நகரம் இருப்பதைப் பற்றி நான் கேள்விப்பட்டிருக்கிறேன். ஸெரல்டா நகரத்தில்

காலம் பறக்கிறது. தங்கள் வாழ்க்கை குறுகியது என்பதை அறிந்த அந்த நகரத்துப் பிரஜைகள் பிரகாசமான நிறங்களைக் கொண்ட வண்ணத்துப்பூச்சிகளைப் போலத் தங்கள் தலைகளைச் சுற்றி மிதக்கும் நிமிடங்களையும் மணிகளையும் பெரிய வலைகளில் பிடிக்க முயன்று ஒவ்வொரு நாளும் பரபரப்புடன் பாய்ந்து ஓடுகிறார்கள். ஒரு சிறிய காலப் பகுதியைப் பிடிக்க இயலும் அதிர்ஷ்டசாலிகள் அதை விழுங்கிவிடுகிறார்கள் – உண்ணத் தகுந்த அது சுவையாகவும் இருக்கும்; அதன்வழி தங்கள் வாழ்நாளை நீட்டித்துக்கொள்கிறார்கள். ஆனால் காலம் நழுவிச் செல்லும் இயல்புடையதால் பலர் தங்கள் முயற்சியில் தோல்வியடைகிறார்கள். ஸெரல்டாவாசிகள் அனைவரும் போதுமான அளவுக்குக் காலம் ஒருபோதும் இருக்காது என்பதையும் இறுதியில் அது தங்களுக்குத் தீர்ந்துபோய்விடும் என்பதையும் அறிந்தவர்களே. அவர்களுடைய மனதில் சோகமிருந்தாலும் முகம் மகிழ்ச்சியை வெளிப்படுத்தும்; காரணம் அவர்கள் துன்பத்தைச் சகித்துக்கொண்டு அதை வெளிக்காட்டாதவர்கள். கிடைத்திருக்கும் காலத்தைச் சிறப்பாகப் பயன்படுத்த முயல்பவர்கள்.'

'நான் அங்கு போக விரும்புகிறேன்,' என்று கைத் தட்டியவாறு ஸெரல்டா உரக்கச் சொன்னாள். 'அதேபோல உங்களுடைய பெயர் கொண்ட யே-ஹேவையும் நான் பார்க்க வேண்டும்; அங்கே பறக்கும் சக்தி கொண்ட மக்கள் மர உச்சிகளில் வசிப்பதாகவும் பறக்கும் திறனற்ற பறவைகள் தரையில் புழுக்களைக் கொத்தித் தின்னுவதாகவும் எனக்குச் சொல்லியிருக்கிறார்கள். காற்றின் அடுக்குகளில் மேலே பறந்து போகப் போக அது விரைவாகக் குளிர்ச்சியடையும் என்பதையும் காப்பதற்கு இறகுகள் இல்லாத தங்கள் உடலைப் போர்த்திக்கொள்ளக் கதகதப்பான ஆடைகள் அவசியம் என்பதையும் பறக்கும் திறன் கொண்டவர்கள் அறிந்திருப்பதால் மரங்களில் அவற்றை விற்கும் கடைகள் இருப்பதைக் காண முடியும். இதன் காரணமாக, ஒவ்வொரு திறனும், அது எவ்வளவு வியப்புக்குரியதாக இருந்தாலும், அதற்குரிய பிரச்சினைகளை உண்டுபண்ணும் என்பதை இறகுகளற்ற அந்தக் காற்றுவெளி மனிதர்கள் அறிந்துள்ளார்கள்; எனவே அளவான எதிர்பார்ப்புகள் கொண்ட அவர்கள் தன்னடக்கம் நிரம்பி யவர்கள்; வாழ்க்கையிடம் அதிகம் எதையும் கோருவதில்லை.'

அவர்கள் இருவரும் தாங்கள் கேட்ட பயணிகளின் கதைகளை ஒருவருக்கொருவர் சொல்லிக்கொள்கிறார்களா அல்லது இம்மாதிரியான கட்டுக்கதை விவரிப்புகள்மூலம்

தங்கள் காதலையையும் இச்சையையும் குறியீட்டுச் செய்தி களாகப் பரிமாறிக்கொள்கிறார்களா என்பது அவர்களுடைய உரையாடல்களை ஒட்டுக் கேட்ட பம்பா கம்பானாவுக்கு உறுதியாகத் தெரியவில்லை. 'ஒரு விஷயம் தெளிவாகத் தெரிகிறது. அவர்கள் இங்கிருந்து கிளம்பிவிடத் திட்டமிட்டுக் கொண்டிருக்கிறார்கள்,' என்று தனக்குத் தானே அவள் சொல்லிக்கொண்டாள். வளர்ந்த குழந்தைகள் இறுதியில் வீட்டை விட்டுப் போகத்தான் வேண்டும் என்பதையும் நினைவுகளோடும் ஏக்கங்களோடும் அம்மாக்கள் திருப்திப் பட்டுக்கொள்ள வேண்டியதுதான் என்பதையும் அறிந்த அவள் தைரியமானவள்போலக் காட்டிக்கொண்டாள்; ஆனால் பெருகும் கண்ணீரை அடக்கிக்கொள்ள முடியவில்லை. பிறகு அவள் மூத்த ஆசான் லீ, 'தளபதி செங் ஹோ கப்பல் மூலம் விரைவில் கோவா துறைமுகத்துக்கு வர விரும்புகிறார்; அங்கே அருமையான மீன் கறி சாப்பிடப்போகிறார்,' என்று சொல்வதைக் கேட்டாள். அவர்கள் விரைவிலேயே கிளம்பப்போகிறார்கள் என்பதை உணர்ந்தாள்.

வனவாசத்தில் இருக்கும் அம்மாவைக் கைவிட்டுவிட்டுப் போகிறோமே என்ற குற்றஉணர்வுக்கு ஸெரல்டா ஆளாக வேண்டியதில்லை என்று நினைத்த பம்பா கம்பானா தானே முன்முயற்சி எடுத்து அந்தப் பெரிய நகர்வுக்கான யோசனையைச் சொல்பவளாக இருக்கத் தீர்மானித்தாள். 'பயணம் செய்வது நல்ல விஷயம்தான்; ஆனால் அது ஆபத்தானதும்கூட. கோவாவரையிலும் கோவாவை உள்ளிட்டும் இருக்கும் நிலப்பகுதிக்கு அரசனான எண் இரண்டு நம் எல்லோரையும் சூனியக்காரிகள் என்று அறிவித்துவிட்டதால் அவனுடைய நீதிமுறைமையிலிருந்து தப்பி ஓடுபவர்களாக நாம் கருதப்படுகி றோம். தளபதி செங் ஹோவைப் பாதுகாப்பாகச் சந்தித்து எந்தப் பிரச்சினையும் இல்லாமல் அவருடைய கப்பலில் பயணம் செய்ய நீ விரும்பினால் நாம் எச்சரிக்கையுடன் திட்டம் வகுக்க வேண்டும்,' என்றாள்.

ஸெரல்டா உடைந்து அழுதாள். 'நாங்கள் திரும்பி வருவோம். அது ஒரு சிறிய பயணம்தான்.'

'உங்கள் இருவரையும் பொறுத்து எல்லாம் நல்லபடியாக நடந்தால் நீங்கள் ஒருபோதும் திரும்ப மாட்டீர்கள். இங்கே நம்முடைய மோசமான நிலையைக் கருத்தில் கொண்டு உன்னுடைய இடத்திலிருந்தால் நானுமே திரும்ப மாட்டேன்,' என்றாள் அவளுடைய அம்மா.

மூத்த ஆசான் லீ சற்று உரக்கப் பேசினார். 'இதெல்லாமுமே எங்களை மகிழ்வித்துக்கொள்ள நாம் ஈடுபடும் கற்பனை என்றும் மாயப்புனைவுகளில் செய்யும் பயணங்கள் என்றும் இளவரசி ஸெரல்டாவிடம் ஏற்கெனவே விளக்கிச் சொல்லிவிட்டேன்; அது நிகழவே முடியாது என்றும் விளக்கியுள்ளேன். காரணம் நான் எடுத்திருக்கும் சபதத்துக்குக் கட்டுப்பட்டுள்ளேன்.'

'உங்கள் நாட்டைப் பற்றிய ஏக்கம் உங்களுக்கு இருக்கும்,' என்றாள் பம்பா கம்பானா. 'நீங்கள் ஊரை விட்டு வந்து நீண்ட காலம் ஆகிவிட்டது; எங்களுடைய நிலை இப்படி மோசமாக ஆகுமென்று நீங்கள் எதிர்பார்த்திருக்க மாட்டீர்கள். தற்காப்புக் கலையில் எவ்வளவு நிபுணராக இருக்கிறீர்களோ அதே அளவு கற்பனைப் பயணத்திலும் இருக்கிறீர்கள்; ஆனால் அது உண்மைக்கு ஒரு மாற்றாக இருக்க முடியாது. எனவே, உங்களை அந்தச் சபதத்திலிருந்து விடுவிக்கிறேன். என் மகள் உங்களை விரும்புகிறாள் என்பதையும் உங்கள் மனதில் இருக்கும் பயண வாழ்க்கையையும் விரும்புகிறாள் என்பதையும் உணர்கிறேன். ஆகவே, கோவாவில் தளபதி செங் ஹோவோடு சேர்ந்து மீன் கறி உண்பதற்கும் பிறகு அவரோடு சேர்ந்தோ அவர் இல்லாமலோ சீனாவுக்கு அல்லது டிம்பக்டூவுக்குப் போக விரும்பினாலும் சரி, உங்கள் உள்ளுணர்வு எங்கே கூட்டிச் செல்கிறதோ அல்லது காற்று எங்கு அடித்துப் போகிறதோ அங்கே போய் அங்கு நிகழ இருப்பதை நீங்கள் அனுபவிக்கவும் நாம் ஒரு வழி கண்டாக வேண்டும். ஆனால் நீங்கள் போவதற்கு முன், உங்களைப் பாதுகாப்பாக வைக்க, ஒருவரோடு நான் பேச வேண்டியுள்ளது.'

(அவளுடைய உன்னதப் படைப்பில் இந்தப் புள்ளியில் பம்பா கம்பானா தேவி ஆரண்யானியை முதன்முதலாகச் சந்தித்ததையும் தேவி அவளுக்குக் கொடுத்த பரிசையும் குறித்து எழுதுகிறாள். ஜெயபராஜெயவில் உள்ள அந்தப் பகுதிகளை நேர் அர்த்தத்தில் விளக்கக் கூடாது என்று நாம் நம்புகிறோம். அந்த மகத்தான படைப்பு முழுதும் பரவியிருக்கும் கவிதைப் பார்வையின் ஒரு பகுதியே அவை; அம்மாதிரியான பார்வைகள் உருவகங்களாகவும் குறியீடுகளாகவுமே விளக்கப்பட வேண்டும். அந்த உருவகங்களின், குறியீடுகளின் இயல்பையும் அர்த்தத்தை யும் விளக்கும் பொறுப்பு இதை எழுதிக்கொண்டிருக்கும் ஆசிரியனைவிட மேலான அறிவு கொண்ட மனங்களுக்கே உரியது. இந்தத் தேவையை நோக்கிய கவனத்தைப் பணிவோடு ஈர்க்க மட்டுமே நம்மால் முடியும். உண்மையைச் சொல்கிற உயிர்ப்பற்ற உரைநடையால் வெளிப்படுத்த முடியாத –

நோக்கத்துக்குப் போதுமான அளவுக்கு அது இல்லாமலிருப்பதால் – உண்மைகளைக் கவிதை எப்படி நமக்குச் சொல்கிறது என்பதைப் புரிந்துகொள்ள நேர்மையுடன் முயற்சி செய்யத்தான் நம்மால் முடியும்.)

திடீரென்று அவளைச் சூழ்ந்த (அப்படியென்று அவள் சொல்கிறாள்) சூறாவளி வட்டமிடும் இலைகளால் அவளை மலர் வளையமாக்கி மேலே பார்வைக்கு அப்பால் கொண்டு போயிற்று. அங்கே வன விதானத்தின் மேலே இருந்த உன்னதத்தில், அதியுயரமான மரத்தின் உச்சிமுனைக்கு மேலே ஒளியின் தங்கப் பந்து ஒன்று அந்தரத்தில் மிதந்துகொண்டிருந்தது; சூரியனைவிட அதிகம் ஒளிர்ந்த அது அவள் கண்களைக் கூசச் செய்தது. தங்கப் பந்தைச் சுற்றியும் அதன் மேலேயும் மூர்க்கமான பருந்துகளின் கூட்டம் ஒன்று – ஒதுக்கிவைக்கப்பட்ட அவை உலகின் விலக்கிவைக்கப்பட்டவர்களைக் கூர்ந்து கவனிக்கும் – சிறகு விரித்து மிதந்தது. இந்தப் பந்திலிருந்து அவளிடம் பேசிய குரல் வழக்கமான ஒன்றல்ல. அது காற்றில் வாழ்வதாகவும் காற்றின் ஒரு அம்சமாகவும் தோன்றியது. 'என்னைக் கேள்,' என்று அது சொன்னது. அவளை உயரத் தூக்கிய சூறாவளி மெதுவாகக் கீழே இறக்கி வனத்தின் சிறிய திறந்த வெளிக்குக் கொண்டுவந்தபோது சாதாரணமாகச் சொன்னாள், 'நான் ஒரு குறிப்பிட்ட வரத்தைக் கேட்டேன், அவள் அதை எனக்குக் கொடுத்தாள்.'

மேற்கொண்டு எந்த விளக்கமும் கொடுக்க மறுத்துவிட்டாள். 'நீங்கள் இருவரும் கிளம்பத் தயாராக இருக்கும்போது புரிந்துகொள்வீர்கள்,' என்றாள். 'அந்த நேரம் வரும்போது நீங்கள் ஒவ்வொருவரும் காக்கையின் இறகு ஒன்றைக் கையில் பிடித்துக்கொண்டு என்னிடம் வாருங்கள்.'

பிறகு ஏழு நாள்கள் தியானம் செய்ய வனத்துக்குள் சென்று மறைந்தாள். திரும்பி வந்தபோது சாந்தம் தவழச் சிரித்துக்கொண்டிருந்தாள்; அவளுக்கு ஏதும் துயரம் இருந்திருந்தால் அதை அவள் காட்டிக்கொள்ளவில்லை. 'நீங்கள் தயாரா?' என்று ஸெரல்டாவிடமும் யே–ஹேவிடமும் கேட்டாள்; அவர்கள் தயார் என்றார்கள். ஆளுக்கொரு காக்கை இறகைக் கையில் பிடித்திருந்தார்கள். 'நானும் ஒரு இறகை வைத்திருக்கிறேன்,' என்று அவர்களிடம் சொன்னாள்; 'ஆனால் என்னுடையது பருந்திலிருந்து வந்தது. நீங்கள் இரண்டு பேரும் சாதாரணமாகக் கண்ணில் படும் பறவைகளாக இருப்பதுதான் புத்திசாலித்தனம்; யாரும் உங்களை இரண்டாவது தடவை கவனித்துப் பார்க்க மாட்டார்கள்; ஆனால் உங்கள் பயணத்தில் உங்களை நான்

பாதுகாக்க வேண்டுமென்றால் முடிந்த அளவு நான் மூர்க்கமான தோற்றம் கொண்டிருக்க வேண்டும்.’

‘நீங்கள் எதைப் பற்றிப் பேசிக்கொண்டிருக்கிறீர்கள்?’ என்று ஸெரல்டா கேட்டாள்.

‘உருமாற்றம்,’ என்றாள் பம்பா கம்பானா. ‘மனம்போன போக்கிலோ விளையாட்டுத்தனமாகவோ அல்லாமல் ஒருவரின் உண்மையான தேவையை முன்னிட்டு வரும்போது மட்டுமே அது செல்லுபடியாகும்.’

வசியத்தைப் பிரயோகிக்க ஆரண்யானி அவளுக்கு வழங்கிய திறனை அவள் பயன்படுத்தியவுடன் அவர்கள் மூன்று பேரும் உருமாறித் தங்களுடைய கூரிய, வளைநகங்களில் பிடித்துள்ள இறகுகளை விடுவிக்கும்வரை பறவைகளாகவே இருப்பார்கள். ‘பறக்கும்போது இறகுகளைக் கீழே போட்டு விடாதீர்கள்; அப்படி நடந்தால் மீண்டும் நீங்களாகவே மாறி வானத்திலிருந்து கீழே விழுந்து இறந்துவிடுவீர்கள்,’ என்று எச்சரித்தாள். மேலும், இறகுகள் மூன்று முறை மட்டுமே செயல்புரியும் – பறவை, மனிதர், பறவை, மனிதர், பறவை, மனிதர். அவற்றைக் கவனமாக வைத்துக்கொள்ளுங்கள். சில மோசமான சூழ்நிலைகளிலிருந்து தப்பிக்க அவற்றின் உதவி எப்போது தேவைப்படும் என்பது உங்களுக்குத் தெரியாது.’

‘அப்படியானால், வேறு எதையும் நாங்கள் எடுத்துச் செல்ல வேண்டியதில்லை, அப்படித்தானே?’ என்று கேட்டாள் ஸெரல்டா.

‘நீங்கள் அணிந்திருக்கும் உடை, சட்டைப் பைகளி லிருக்கும் தங்கம், தோள்களில் தொங்கும் பைகள், முதுகு உறைகளில் இருக்கும் வாள்கள் ஆகியவை நீங்கள் பழைய வடிவத்தைப் பெறும்போது திரும்ப வந்துவிடும். அவ்வளவுதான். இறகுகள் உங்கள் உடலோடு சேர்ந்திருக்கவில்லையென்றால் உங்கள் பயணத்தின்போது இந்தப் பொருட்கள் உடன் வராது,’ என்றாள் பம்பா கம்பானா.

‘தளபதி செங் ஹோவை நாம் சந்திக்கும்போது நான் என்னுடைய இறகைக் கீழே போட்டுவிடுவேன்; ஆனால் இளவரசியாரே, நாம் இரண்டாம் ஹுக்கராயரின் எல்லையைத் தாண்டிக் கரைக்கு அப்பால் உள்ள தளபதியின் கப்பலைப் பத்திரமாக அடையும்வரை நீங்கள் உங்களுடைய சிறகைக் காலில் வைத்துக்கொண்டே என் தோளில் உட்கார்ந்திருக்க வேண்டும்,’ என்று அறிவுறுத்தினார் மூத்த ஆசான் லீ.

‘கோவாவில் உங்களுக்கு ஒன்றும் ஆபத்து நேராதா?’ என்று கேட்டாள் ஸெரல்டா.

‘நாம் செங் ஹோவையும் அவருடைய சகாக்களையும் அடைந்துவிட்டால் நான் பாதுகாப்பாக இருப்பேன். சீனர்களாகிய நாங்கள் இந்த நாட்டு மக்களிடம் ஒரு விஷயத்தைக் கண்டுபிடித்திருக்கிறோம்; அவர்களால் இரண்டு சீனர்களிடையே உருவ வேறுபாடு கண்டுபிடிக்க முடியாது,’ என்று மூத்த ஆசான் பதில் சொன்னார்.

ரகசியமாகப் பதுக்கி வைத்திருந்த சேமிப்பிலிருந்து பயணம் போகும் இரண்டு பேருக்கும் ஆளுக்கொரு சிறிய தோல்பை நிறையத் தங்க நாணயங்களை பம்பா கம்பானா கொடுத்தாள். ‘உங்கள் பயணம் நல்லபடியாக அமையட்டும்! போய்வாருங்கள். ஏன் இப்படிச் சொல்கிறேன் என்றால், நானும் உங்களோடு சேர்ந்து பறந்தாலும் நம்மால் பேச முடியாது,’ என்றாள். அவள் முகத்தில் எந்த உணர்ச்சியும் இல்லை. விடைபெற அவளை நோக்கி நகர்ந்த ஸெரல்டா தேம்பினாள்; பம்பா கம்பானாவின் முகம் கல்லைப் போல இறுகியிருந்தது. ‘சரி, நாம் போகலாம்,’ என்றாள்.

வனத்திலிருந்து வெளியே போவது, வனவாசத்திலிருந்து அஞ்ஞாதவாசத்துக்குள் பொய்க்கோலத்தில் நுழைவது அவளுக்கு முதல் தடவை; இரண்டு காக்கைகள், ஒரு பருந்து என்று மூன்று பேரும் வானமேறிக் கடலை நோக்கிப் பறந்து கொண்டிருந்தபோதுதான் முக்கியமான ஒன்றைத் தான் மறந்துவிட்டது பம்பா கம்பானாவுக்கு நினைவு வந்தது. யே—ஹோவும் ஸெரல்டாவும் இணைந்து புதிய வாழ்க்கையில் நுழைகிறார்கள்; ஆனால் அவர்களுக்குத் திருமணம் ஆகவில்லை. பறந்துகொண்டே இந்த விஷயத்தை மௌனமாகப் பரிசீலித்தாள்; அது பொருட்படுத்த வேண்டியதாகத் தனக்குத் தோன்றாதது குறித்து அவளே ஆச்சரியப்பட்டாள். ‘வனத்துச் சட்டத்தின்படி காட்டு மனுஷியைப் போல வாழத் தொடங்கியிருக்கிறேன்.’ உணர்ந்து தனக்கே சொல்லிக் கொண்டாள். ‘அங்கே யாரும் திருமணம் செய்துகொள்வதில்லை, யாரும் அதைப் பொருட்படுத்துவதுமில்லை.’ ஒரு கட்டத்தில் திருமணம் என்ற சம்பிராதயம் தனக்கு நடக்க வேண்டும் என்று ஸெரல்டா விரும்பலாமோ என்று தன்னையே கேட்டுக்கொண்டாள்; அதற்கான பதிலையும் சொல்லிக்கொண்டாள்: ‘இதைப் பற்றி நீ எதுவும் செய்ய முடியாத அளவுக்குக் கால தாமதம் ஆகிவிட்டது.’

எதையும் பொருட்படுத்தாத மனப்பான்மை தனக்கு எப்படி வந்ததென்று கோவாவை நோக்கிய பயணம் முழுதும் யோசித்த அவளுக்கு அது அதிர்ச்சியாகவே இருந்தது. அவள் மோசமான அம்மாவா? அல்லது திருமணம் என்பது வழக்கத்தில் இல்லாத, தேவையற்ற, யாரும் அக்கறை கொள்ளாத நெடுங்காலத்துக்கு அப்பாற்பட்ட எதிர்காலத்திலிருந்து வரும் மனப்பான்மையா அது? 'அது என் கற்பனைக்கு அப்பாற்பட்ட எதிர்காலம்,' என்று நினைத்தாள். 'ஒருவேளை, மோசமான அம்மா என்பதுதான் சரியாக இருக்கும்.'

கண்ணுக்குத் தெரியாத கரங்கள் பகலின் மீது திரையை இழுத்து மூடுவதுபோல இருள் வேகமாகப் பரவியது; பிறகு விளக்குகளின் கண் சிமிட்டலோடு கோவா தென்பட்டது; கோவாவுக்கு அப்பால் கடல், அதன் துறைமுகத்தில் பம்பா கம்பானா அதுவரை பார்த்ததிலேயே மிகப் பிரம்மாண்டமான மரக்கப்பல் ஒன்று நின்றிருந்ததை அவர்கள் கீழ்நோக்கி இறங்கியபோது கவனித்தார்கள். அதில் பல தளங்கள் இருந்தன; சில நூறு ஆட்கள் பயணம் செய்யுமளவுக்கு இடம் இருந்தது; அதன் பின்புறத்தில் ஒரு வகையான சீனக்கொடி வண்ணத்தில் வரையப்பட்டிருந்தது. தளபதி செங் ஹோ ஏற்கெனவே வந்திருந்தார்; அவர் ஒரு பிரத்யேகமான படையுடன் பயணம் செய்வது தெளிவாகத் தெரிந்தது. நல்லதுதான். தேவைப்பட்டால் ஸெரல்டாவின் பாதுகாப்புக்கு ஆட்கள் உண்டு.

வானத்தில் மிதந்தபடி இருந்த பம்பா கம்பானா, செங் ஹோ வழக்கமாக மசாலா நிறைந்த மீன் கறியைச் சாப்பிடும் மதுவிடுதிக்குத் தாழப் பறந்து சென்ற லீ யே–ஹேவையும் ஸெரல்டாவையும் கவனித்தாள். ஒரு காக்கை தரையைத் தொட்டது, அங்கே மூத்த ஆசான் நின்றார், அவர் தோளில் மற்றக் காக்கை உட்கார்ந்திருந்தது. சிறிது இடைவெளிக்குப் பிறகு மூத்த ஆசான் உள்ளே போனார். அதற்கப்புறம் பம்பா கம்பானாவுக்குக் காலம் நின்றுவிட்டது. காலமற்ற அடுத்த ஒரு மணிநேரம் மதுவிடுதியின் கூரையில் உட்கார்ந்து களியாட்டத்தின் கூச்சல்களைக் கேட்டாள். உக்கிரமாகப் பாடிக்கொண்டு வெளியே வந்த தளபதியின் குழு கப்பலை நோக்கிப் போனது. இன்னும் சிறிது காலமின்மைக்குப் பிறகு கப்பலின் முன்பகுதியில் மங்கலாகத் தெரிந்த ஒரு மனிதனின் நிழல் இருளில் தெரிந்தது; மேலும் மங்கலாகத் தெரிந்த கருநிழல் ஒன்று அவன் தோளில் உட்கார்ந்திருந்தது; நள்ளிரவு வானில் கண்ணுக்குப் புலனாகாமலிருந்த பருந்தை அண்ணாந்து பார்த்த அது விடைபெறும் விதமாகக் கையை உயர்த்திக் காட்டியது.

ஆரண்யானியின் வனத்துக்குத் திரும்பிப் பறந்தபோது, அவளுடைய வழக்கமான பாணியில், பம்பா கம்பானா தன்னுடைய உணர்வுகளை இறுக்கமான கட்டுப்பாட்டுக்குள் வைத்திருந்தாள். 'குறைந்தபட்சம், அவள் வளர்ந்து முதியவளாகி இறப்பதை நான் ஒருபோதும் பார்க்க வேண்டியிருக்காது; அவளுடைய இறுதிக் கணங்களில் அவள் படுக்கையருகே உட்கார்ந்து அவளுடைய இளவயது வாழ்க்கையின் பேயைப் போல பயமுறுத்திக்கொண்டு திரும்பவும் அவளை நான் ஒரு போதும் உற்றுப் பார்த்துக்கொண்டிருக்க வேண்டியிருக்காது. அந்தத் தலைகீழ் முடிவைப் பார்ப்பதிலிருந்து நாங்கள் இருவருமே காப்பாற்றப்படுவோம். அவள் எப்போது, எப்படி இறக்கிறாள் என்பது எனக்குத் தெரியப்போவதில்லை; அவளுடைய அழகின், ஆற்றலின் உச்சத்தில் அவள் தற்போது இருக்கும் நிலையையே தொடர்ந்து என்னால் நினைத்துக் கொண்டிருக்க முடியும். ஆம், அதுதான் நான் விரும்புவது,' என்று எண்ணினாள்.

※

ஸெரல்டா போன பிறகு, சோக அலைகளில் மிதப்பதைப் போல, நோக்கமில்லாமல் காலம் மனம்போனபடி சென்றது. யாராலும் கவனிக்கப்படாமல் வருடங்கள் கழிந்தன. ஆண்களோ பெண்களோ யாரும் முதுமையடைவதுபோலத் தெரிய வில்லை; அப்படி நடக்க வேண்டும் என்று வனம் கட்டளை யிட்டதைப் போல அந்த அரிய நிகழ்வும் அவர்களுடைய கவனத்திலிருந்து நழுவியது;

வனத்திலிருந்து போய்விட்ட ஸெரல்டாவின் சகோதரி களுடைய உணர்ச்சிகள் மறைந்துவிடவில்லை. அவள் போய்விட்டதை நம்பிக்கைத் துரோகமாகவே அவர்கள் கருதினார்கள்; துயரத்தைவிடவும் கோபமே அவர்களுடைய எதிர்வினையில் அதிகம் தென்பட்டது. தங்களுடைய கோபத்தைக் கட்டுமானத் திட்டங்களில் இளவரசிகள் வெளிப்படுத்திய தால் வனத்திலிருந்த அவர்களின் வசிப்பிடங்களைக் கட்டும் பணி மும்முரத்தில் ஒளிர்ந்தது. புதிரான இடைவழிகளால் இணைக்கப்பட்ட பல்வேறு அறைகளின் கட்டுமானத்தால் அவர்களுடைய குடியிருப்பு காலப்போக்கில் பெரிதாக ஆனது; நீண்ட இலைகளால் ஆன தடித்த, மிருதுவான கம்பளம் தரை களில் விரிந்தது; தங்களுடைய கத்திகளுடைய வெட்டுவாய்களின் திறமையால் மரங்களின் அடிக்கட்டைகளைச் சௌகரிய மான இருக்கைகளாகக் குடைந்தார்கள்; மரத்துண்டுகளைச் செதுக்கித் தங்கள் கழுத்துகளின் வடிவத்துக்கு ஏற்றபடி

தலையணைகள் செய்தார்கள். ஆனால் அது அமைதியான இல்லமாக உணரப்படவில்லை; காரணம், அது சீற்றத்துடன் கட்டப்பட்ட ஒன்று. வானத்திலிருந்து திரும்பி வந்து மனித வடிவை அடைந்த பிறகு பம்பா கம்பானா நாட்களையும், வாரங்களையும்கூடத் தன்னந்தனிமையில் கழித்தபடி தன் அகத்துக்குள் சுருங்கிக்கொண்டாள்; வனப்பெண்களுடன் சேர்ந்துகொண்டு யுக்தஸ்ரீ பல நாள்கள் வனத்துக்குள் மறைந்து போனாள். குடியிருப்புக்குத் திரும்பி வந்தபோது அவள் தோற்றம் கூடுதல் வன இயல்பைக் கொண்டிருந்தது. அவள் தலைமுடி குத்திட்டு நின்றது; ஆடை கிழிந்திருந்தது; முகத்தில் மண் அப்பியிருந்தது. சகோதரிகளிலேயே அதிக உணர்ச்சி வயப்பட்ட மனம் கொண்ட யோத்ஷ்னா காதலில் மூழ்கித் தன் மகிழ்ச்சியை மீட்டெடுக்க முயன்றாள். ஹலேய கோட்டேவிடம் தனக்கிருந்த நேசத்தை வெளிப்படுத்தினாள். அவளிடம் மயக்கம் கொண்டிருந்த அந்த முதிய போர்வீரர் தன்னால் முடிந்தவரை அவளுடைய ஊக்கத்தைக் குறைக்க முயன்றார்.

யோத்ஷ்னாவைவிட ஹலேய ஐம்பது வருடங்கள் மூத்தவராக இருக்கலாம். அவளுடைய அப்பாவுக்கு முன்பே பிறந்தவர். அவரைக் காதல் விவகாரத்துக்கான ஒரு வாய்ப்பாக நினைத்துப் பார்ப்பதுகூடக் கேலிக்குரியதாகத் தோன்றியது. அதை ஆரம்பத்திலேயே அவர் அவளிடம் சொல்லிவிட்டார். ‘எழுந்து நின்றால் என் கால்முட்டிகள் கிரீச்சிடுகின்றன; உட்காரும்போது, யாரோ என் உள்ளே இருக்கும் காற்று முழுவதையும் வெளியே எடுப்பதுபோல, அம்மாடி என்று சொல்லி வெளிமூச்சு விடுகிறேன். உன் அளவுக்கு என்னால் வேகமாக நடக்க முடியாது – அய்யோ, நீ நடக்கும் அளவுக்குக்கூட என்னால் ஓட முடியாது; உன் அளவுக்கு என்னால் வேகமாகச் சிந்திக்க முடியாது. நான் படிக்காதவன், இருக்க வேண்டிய அளவுக்கு என் கண்பார்வை இல்லை, மெதுவாகப் படிக்கிறேன், தலைமுடி பெரும்பகுதி போய்விட்டது, என் தாடையில் இருக்கும் முடி வெளுத்துவிட்டது, முதுகு வலிக்கிறது. பல மனிதர்களைக் கொன்றிருக்கிறேன், முன் காலத்தில் கிட்டத்தட்டப் பாதி உயிர் போகும் அளவுக்கு அடிக்கடி காயம்பட்டிருக்கிறேன். நான் மிகமோசமான போர்வீரன், வெற்றிகரமான தலைமறைவுப் புரட்சியாளனும் அல்ல; வெற்றிகரமான குடிகாரனாகவும் பழைய ராணுவ வாழ்க்கை தொடர்பான மோசமான நகைச்சுவைத் துணுக்குகளை உன் சித்தப்பாவிடம் சொல்வதே பிரதான வேலையாக இருந்த ஆலோசகனாகவும் இருந்தேன். அப்படி ஒரு ஆண் உனக்கு எந்த வகையில் பொருத்தமானவனாக இருக்க முடியும்? ஸெரல்டாவுக்கென்றே விதிக்கப்பட்ட மூத்த

ஆசான் லீயைத் தவிர, அவரும் இப்போது போய்விட்டார், வேறு எந்த ஆணும் சுற்றியும் இல்லாத காரணத்தால் நீ அப்படி நினைக்கத் தொடங்கினாய். வாழ்க்கையில் என்னுடைய மிகப்பெரிய சாதனை என்பது நாம் வனத்துக்குள் நுழைந்தபோது நான் பெண்ணாக மாறாமல் இருந்ததுதான். கிட்டத்தட்ட அவ்வளவுதான். நீ இளம் பெண். பொறுமையாக இரு. விரைவில் இங்கிருந்து வெளியேறிவிடுவோம்; பொருத்தமான, இளமையான, அழகான, வசீகரமான, முனைப்பான ஒரு இளைஞன் பிஸ்நகாவில் உனக்காகக் காத்துக்கொண்டிருப்பான்,' என்றார்.

'இதையெல்லாம்தான் நான் விரும்புகிறேன் என்று நீங்கள் நினைப்பதை அவமதிப்பாக உணர்கிறேன்,' என்றாள் யோத்ஷ்னா. 'தோற்றத்தில் அழகாக இருக்கும் யாரோ ஒரு முட்டாள். என் வாழ்க்கை முழுதும் அப்படிப்பட்டவர்கள் அரண்மனையில் என்னை மொய்த்தார்கள்; வெளிப்படையாகச் சொன்னால், அவர்கள் காம வக்கிரம் பிடித்தவர்கள். வனத்தில் நுழைந்ததும் நீங்கள் பெண்ணாக மாறாததற்குக் காரணம் நீங்கள் முட்டாள் ஆண்மகன் அல்ல என்பதுதான். நீங்கள் ஓர் ஆண், நீங்கள் யாரென்று அறிந்துகொள்ளும் அளவுக்கு வாழ்ந்திருக்கும் ஆண். ஆண்களில் வெகு சிலரே தாங்கள் யாரென்பதை அறிவார்கள்; அதனால்தான் அவர்களால் இங்கே வர முடியாது. தன்னை யாரென்று அறிந்த ஆண் பொன் போன்றவர்.'

'என் சுவாசம் நாற்றமடிக்கிறது, தூங்கும்போது யுக்தஸ்ரீயை விட அதிகச் சத்தத்துடன் குறட்டை விடுகிறேன். நீ வாழ்ந்த காலத்துக்கு முன்னால் கடந்துபோன அரை நூற்றாண்டு நினைவுகளை நான் கொண்டிருக்கிறேன்; அப்போது பிஸ்நகா இல்லை, உனக்குப் புரியாத பல விஷயங்களை இந்த உலகம் கொண்டிருந்தது; ஏனென்றால் அவை நீண்ட காலத்துக்கு முன்னால் நடந்தவை. அந்தக் காலத்துக்குப் போக மாட்டோமா என்று சில சமயம் என் கனவுகளில் ஆசைப்படுகிறேன்; உன்னைப் போல இளமையாக, உறுதியும் நம்பிக்கையும் வலிமையும் கொண்டவனாக, எதிலும் நல்லதையே காணும் உணர்வை இளவயதினரிடமிருந்து வலிய அகற்றி அவர்களை முதியவர்களாக ஆக்கும் உலகத்தின் கடுமையையும் கொடூரத்தையும் அறியாதவனாக இருக்க விரும்புகிறேன். நல்லதையே காணும் உணர்வை உன்னிடமிருந்து விரட்டுபவனாக இருக்க நான் விரும்பவில்லை.'

'இத்தனை காதல் உணர்ச்சியோடு நீங்கள் பேசுவதைக் கேட்டு மகிழ்கிறேன்,' என்று அவரிடம் சொன்னாள் யோத்ஷ்னா. 'அதாவது, நீங்கள் உண்மையில் என்னை விரும்புகிறீர்கள் என்பதை நான் அறியும்போது.'

'நோய்வாய்ப்பட்டு, இயலாமல்போய், தவிர்க்க முடியாமல் மரணத்துக்குள் நான் அமிழும்போதும் நீ என்னை விரும்புவாயா? இறந்துகொண்டிருக்கும் ஒரு மனிதனுக்குப் பணிவிடை செய்துகொண்டு அவன்மீது வீணடித்த காதலுக்காக வருந்த நீ உண்மையில் விரும்புகிறாயா?'

'காதல் ஒருபோதும் வீணல்ல. உங்களை நீங்களே கவனித்துக்கொள்வீர்கள், இந்த வனத்தின் வசியமும் உங்களைக் கவனித்துக்கொள்ளும், நானும் கவனித்துக்கொள்வேன்; நமக்குப் பத்துப் பதினைந்து மகிழ்ச்சியான வருடங்கள் கிடைத்தால் போதும், நான் திருப்தியடைவேன். இன்னொன்றை உறுதியாகச் சொல்கிறேன்: அந்த இறுதிக்கான காலம் வரும் கடைசி நாள்வரை உங்களைக் கவனித்துக்கொள்வேன்.'

'இது நடக்க முடியாது,' என்றார் அவர். 'அது நடக்கக் கூடாது.'

'எனக்குத் தெரியும். ஆனால், அது நடக்கும்.'

11

வனவாசத்தை ஏற்றுக்கொண்டு வாழ வேண்டியதுதான் என்ற மனநிலையை இனியும் கொண்டிருக்க வேண்டியதில்லை என்று பம்பா கம்பானா நினைக்கும் காலம் வந்தது. பிஸ்நகா நகரத்தில் என்ன நடக்கிறது என்பதைத் துல்லியமாக அறிந்துகொள்ள வேண்டியிருந்தது. அது தெரிந்தால்தான் தன்னுடைய அடுத்த நடவடிக்கைகள் குறித்த முடிவுகளை அவளால் எடுக்க முடியும். நகர எல்லைக்குள் செய்ய வேண்டிய வேலை அவருக்கு உள்ளது என்று ஹலேய கோட்டேவிடம் தெரிவித்தாள். நான் 'காக்கைகளையும் கிளிகளையும் எல்லாக் காலத்துக்கும் நம்பியிருக்க முடியாது. அனுபவம் வாய்ந்த கண்களும் காதுகளும் எனக்குத் தேவைப்படுகின்றன. நகரத்துக்கு உள்ளேயும் வெளியேயும் உள்ள ரகசியப் பாதைகள் உங்களுக்குத் தெரியும்.'

யோத்ஷ்னா அம்மாவிடம் கடும் கோபம் கொண்டாள். 'என் காரணம்தொட்டே நீங்கள் இதைச் செய்கிறீர்கள்,' என்று பம்பாவைக் குற்றம் சாட்டினாள். 'அவரை என்னிடமிருந்து அகற்றவே இதைச் செய்கிறீர்கள். விரும்பும் ஆண் ஒருவரை நான் அடைவதைத் தடுக்கவே அவருடைய வாழ்க்கையைப் பெரும் ஆபத்துக்கு உள்ளாக்க நீங்கள் தயாராக இருக்கிறீர்கள்.'

'முதலாவதாக, நீ நினைப்பது உண்மையல்ல. நீ தீர்மானமாக விரும்பும் எதையும் தடுக்க என்னை அனுமதிக்க மாட்டாய் என்பது எனக்கு நன்றாகத் தெரியும். இரண்டாவதாக, ஹலேயவைக் குறைத்து மதிப்பிடாதே. தலைமறைவுச் செயல்பாடுகளிலும் அஞ்ஞாதவாசக் கலைகளிலும் அவர் கைதேர்ந்தவர். நானும் அவருக்கு உதவுவேன்.'

'அவரைக் காக்கையாக மாற்றிவிடுவீர்களா?'

‘இல்லை. உருமாற்றம் செய்வதற்கான சக்திகள் வரம்பில்லாமல் எனக்கு வழங்கப்படவில்லை. இன்னும் இரண்டு சந்தர்ப்பங்களில் நான் அவற்றைப் பயன்படுத்த முடியும்; உருவத்தை மாற்றுவது இன்றியமையாமல் தேவை என்ற சூழல் வரும்வரை நான் காத்திருக்க வேண்டும். ஹலேய கோட்டே மனித வடிவில்தான் போக வேண்டும்.’

‘ஸெரல்டாவுக்கும் யே–ஹேவுக்கும் நீங்கள் செய்யத் தயாராக இருந்ததை எங்களுக்கு நீங்கள் செய்ய மாட்டீர்கள்,’ என்று சொல்லிய யோத்ஷ்னா அழுதாள். ‘அதற்கு என்ன அர்த்தம் என்றால், அவர் சாகட்டும் என்று விரும்புகிறீர்கள்; அப்படி அவர் இறந்துபோனால் உங்களைத்தான் அதற்குப் பொறுப்பாக்குவேன்; உங்களை ஒருபோதும் மன்னிக்க மாட்டேன்; உங்களை வஞ்சம் தீர்க்க வழி காண்பேன்.’

‘நீ அவரை உண்மையாகக் காதலிப்பதை அறிந்து மகிழ்கிறேன்.’

பம்பா கம்பானாவின் மந்திர விதைகளிலிருந்து முளைத்தெழுந்த எதிர்காலத்தை ஹுக்கனும் புக்கனும் முதல் நாள் உட்கார்ந்து நம்ப முடியாமல் கவனித்த அதே பாறைகள் நிரம்பிய மலைத் தொடரின் நிழலில்தான் பிஸ்நகா நகரம் வளர்ந்தது. நகரத்தின் இரு முனைகளும் தொட்ட மலைகளே அதன் பாதுகாப்பு வளையத்தை நிறைவுசெய்து யாராலும் வெல்ல முடியாது என்ற நம்பிக்கைக்குரிய தோற்றத்தை அதற்கு அளித்தன. ஆனால் ஹலேய கோட்டேவும் எதிர்ப்பியக்கத்தவர்களும் நீண்ட காலத்துக்கு முன்பே பெரும் பாறைகளுக்கிடையே இருந்த உட்குடைவுகளைக் கண்டுபிடித்திருந்தார்கள்; பல வருடங்களாக நிதானமாக நிலத்தைத் தோண்டி அந்தக் குகைகளை ஆழப்படுத்திச் சுரங்கப் பாதைகளையும் வெளி உலகத்துக்குப் போக மறைவான பாதைகளையும் உருவாக்கினார்கள்; கண்டுபிடிக்கப்பட்டுத் துன்புறுத்தலுக்கு ஆளாக நேரும் சந்தர்ப்பத்தில் தப்பிக்கும் வழிகளாக அவற்றைப் பயன்படுத்துவதே அவர்கள் நோக்கம். ‘அந்தப் பாதைகளில் எங்கு வேண்டுமானாலும் நுழையவும் வெளியேறவும் என்னால் முடியும்; எதிர்ப்பியக்கத்தின் உறுப்பினர்கள் யாராவது உயிரோடு இருக்கும் பட்சத்தில் என்னை அவர்கள் நகரத்தில் ஒளித்துவைப்பார்கள்; எந்தச் சூழ்நிலையானாலும் நான் என்னைப் பாதுகாத்துக்கொள்ள முடியும்; அதைக் குறித்துத் தாங்கள் கவலைப்பட வேண்டாம். குதிரை இல்லாமல் போவதால் அந்தப் பயணம் மெதுவாகத்தான் நடக்கும். ஒருவேளை வழியில் நான் ஒரு குதிரையைத் திருடலாம்;

திரும்பி வர இன்னொன்றைத் திருட வேண்டியதுதான்,' என்று அந்த முதிய போர்வீரர் பம்பா கம்பானாவுக்கு நம்பிக்கை அளித்தார்.

ஹலேய கோட்டே அங்கு இல்லாதபோது யோத்ஷ்னா தன் அம்மாவிடம் பேச மறுத்தாள்; நாட்கள் செல்லச் செல்ல அவர் இறந்துவிட்டார் என்று அவள் உறுதியாக நம்பத் தொடங்கினாள். பிடிபட்டு, சித்திரவதைக்கு ஆளாகி, கொடூரமான இறுதிக் கணங்களை அவர் கழிப்பதான காட்சிகளைக் கற்பனை செய்தாள்; தன் பெயரை உச்சரித்தபடி இறந்திருப்பாரோ என்று நினைக்கவும் செய்தாள். வீரநாயகரான அவரை அவள் அம்மா பொறுப்பற்றுக் காவு கொடுத்துவிட்டாள்; எதற்காக? அவர்களுடைய வாழ்க்கையைப் பாதிக்கப்போகும் எதை அவரால் பிஸ்நகாவில் கண்டுபிடிக்க முடியும்? ஒன்றுமில்லை என்று கருதினாள். ஆக, ஒன்றுமில்லாததற்கு அவர் இறந்து போயிருக்கிறார்; ஒரு வீரர் சாக வேண்டிய விதம் அதுவல்ல.

ஆனால் சொன்னது போலவே அவர் ஒரு திருட்டுக் குதிரையில் சவாரிசெய்து எந்தச் சேதமும் இல்லாமல் திரும்பி வந்தார். மறுபடியும் வனத்துக்குள் நுழைந்த அவர் உருவத்தில் எந்த மாற்றமும் இல்லாமல் குதிரையை விட்டு இறங்கி அதை அதன் வழியில் அனுப்பியபோது பாய்ந்து வந்த யோத்ஷ்னா அவர் கைகளில் விழுந்தாள்; விம்மியழுத அவளை, 'எல்லாம் திட்டமிட்டபடியே நடந்தது,' என்று சொல்லி ஆறுதல்படுத்தினார். 'ஒரு கணமும் ஆபத்தைச் சந்திக்கவில்லை. என்னைப் போன்ற அநாமதேயமான முதியவனை அங்கு யாரும் தேடிக்கொண்டிருக்க வில்லை.'

'உங்கள் தோற்றம் பயங்கரமாக இருக்கிறது,' என்றாள் யோத்ஷ்னா. 'அபாயத்தைச் சந்திக்கும் வாய்ப்புகளும் ஆபத்துக் களும் பயணமும் உங்களை வயோதிகராக ஆக்கிவிட்டன. நூறு வயது ஆனவரைப் போலத் தோன்றுகிறீர்கள்.'

'எப்போதும்போலவே நீ அழகாகயிருக்கிறாய்,' என்று பதிலாகப் பேசினார். 'உனக்கு பொருத்தமில்லாத அளவு அதிக வயதானவன் நான் என்று உன்னிடம் சொல்லியிருக்கிறேன்.'

ஹலேய கோட்டே பத்திரமாகத் திரும்பி வந்தது நல்ல செய்தி என்றாலும் அவர் கொண்டுவந்த செய்தி மனதில் வாங்கிக்கொள்ள மகிழ்ச்சியானதாக இல்லை. வித்யாசாகரின் சகோதரரான சயானா என்பவரின் தலைமையில் உருவாக்கப் பட்ட திருத்தொண்டர்கள் குழு ஒன்றை முன்பிருந்த அரசவை உயர்மன்றத்தின் இடத்தில் ஆட்சிக் குழுவாக எண் இரண்டு அமைத்தான்; தெய்வீக அதிகாரச் சபை என்று

அதற்குப் பெயரிடப்பட்டது; இந்தப் புதிய அவையின் கடுமையான மதக் கட்டுப்பாட்டில் தற்போது நகரம் இருந்தது; வித்யாசாகரின் மேற்பார்வையில் இருந்த மந்தானா மடத்தின் சிந்தனையாளர்களால் சிருஷ்டிக்கப்பட்ட புதிய மரபான மதநம்பிக்கையைக் கொண்டாட அந்தச் சபை புத்த, சமண, இஸ்லாமியத் தத்துவங்களை 'அழித்தது.' அந்தப் புதிய மரபான மதநம்பிக்கை – வித்யாசாகர் முன்பு முன்வைத்த புதிய மதம் வேறு வார்த்தைகளில் அவ்வாறு அழைக்கப்பட்டது – பிஸ்நகா சமூகத்தின் அடிப்படையாக ஆனது. ஸஃபராபாத் சுல்தானகத்தில் நிகழ்ந்த மாற்றங்களின் பிரதிபிம்பமாக இவை இருந்தன; சுல்தான் ஸஃபரின் மரணத்துக்குப் பிறகு (அவன் ஒரு ஆவி சுல்தான் என்ற நம்பிக்கை இதனால் பொய்யானது) இன்னொரு ஸஃபர், இன்னொரு எண் இரண்டு, பதவிக்கு வந்தான்; அவன் மத வெறியனாக இருந்தான்; மதம் சார்ந்த 'பாதுகாவலர்கள் மன்றம்' ஒன்றைத் தனக்காக அமைத்துக்கொண்டான். விளைவாக, இரண்டு ஆட்சிகளுக்கு உட்பட்ட வாழ்க்கை முறையில் எல்லாவகை மத நம்பிக்கை கொண்டவர்களும் முழுதாகப் பங்கேற்ற பழைய மத நல்லிணக்கம் இருந்த இடத்தில் பிரிவினை உண்டானது; அவரவர் நாட்டில் பாதுகாப்பாக உணராதவர்கள் இரண்டு ஆட்சிப் பரப்புகளுக்கிடையே துயரமான பரஸ்பர இடப்பெயர்வுக்கு ஆளானார்கள். 'இது வெறும் முட்டாள்த்தனம்,' என்றாள் பம்பா கம்பானா. 'நம் கடவுள்களோ அவர்களுடைய கடவுள்களோ இப்படியான துன்பத்தை விரும்புவார்கள் என்று யார் தீர்மானித்திருந்தாலும் அவர்கள் கடவுள்தன்மை என்பதைப் பற்றி அடிப்படை யிலேயே தவறான புரிந்துகொள்ளலை உடையவர்களே.' பிஸ்நகாவின் பெரும்பான்மையான பிரஜைகள் அரசின் கடுமையான இந்தப் புதிய கோட்பாடு குறித்து வருத்தம் கொண்டிருந்தாலும் கருத்து வேறுபாடு எங்குத் தலைதூக்கி னாலும் அதை இரக்கமின்றி அடக்க எண் இரண்டு உருவாக்கி யிருந்த அமலாக்கப் படையினரைப் பார்த்துத் தங்களுடைய வாயை மூடிக்கொண்டார்கள் என்று ஹலேய கோட்டே தெரிவித்தார். 'தீவிர உறுப்பினர்களைக் கொண்ட ஒரு சிறிய குழு புதிய கோட்பாட்டுக்குப் பொறுப்பாக இருக்கிறது, ஆனால் பெரும்பாலான மூத்தவர்கள் அதைக் கண்டு பயப்பட வும் செய்கிறார்கள், அதை வெறுக்கவும் செய்கிறார்கள்; அதேசமயம், துரதிர்ஷ்டவசமாக, இளவயதினர் சிலர் அதோடு உடன்படுகிறார்கள்; தங்களுடைய அடையாளத்தைக் காத்துக்கொள்ள அந்தப் புதிய 'ஒழுங்கு' தேவைப்படுகிறது என்று அவர்கள் சொல்கிறார்கள்.

‘ராணுவம் என்ன சொல்கிறது?’ என்று பம்பா கம்பானா கேட்டாள். ‘மற்ற மதத்தினரில் பலர் மூத்த அதிகாரிகளாக இருப்பார்களே, அவர்களைப் பணிநீக்கம் செய்வதைச் படைவீரர்கள் எப்படி எடுத்துக்கொள்கிறார்கள்?’

‘இதுவரை ராணுவம் அமைதியாகத்தான் இருக்கிறது,’ என்றார் ஹலேய கோட்டே. ‘தங்களுடைய சக பிரஜைகளையே தாக்க ஆணையிடப்படுவோமோ என்ற பயத்தில் படைவீரர்கள் இருக்கிறார்கள்; அதைச் செய்வது துன்பகரமானது என்று நினைக்கிறார்கள்; எனவே அவர்கள் தங்களுடைய நடுநிலையை வலியுறுத்துகிறார்கள்.’

வித்யாசாகரைப் பார்ப்பதே அரிதாக இருந்தது. வயது அவரைத் தன் பிடியில் வைத்திருந்தது. ‘அவர் இறக்க மறுக்கிறார்,’ என்று ஹலேய கோட்டே பம்பாவிடம் சொன்னார். ‘அல்லது மக்கள் அப்படிச் சொல்கிறார்கள்; அவர் மனம் கொண்டிருக்கும் அதே அபிப்பிராயத்தை உடல் கொண்டிருக்கவில்லை. உயிரில்லாத உடலில் வாழ்ந்துகொண்டிருக்கும் மனிதர் அவர் என்று பேசிக்கொள்கிறார்கள். மரணமுற்ற வாயிலிருந்து அவர் பேசுகிறார், இறந்துபோன கைகளால் சைகை செய்கிறார். ஆனாலும் இன்னும் அவர் பிஸ்நகாவில் உச்ச அதிகாரம் உடையவராக இருக்கிறார். அவருடைய விருப்பங்கள் எவ்வளவு கிறுக்குத்தனமாக இருந்தாலும் அவற்றுக்கு எதிராகச் செயல்பட எண் இரண்டு மறுக்கிறான். எல்லாருக்கும் தெரிந்த தெருக்களின் பழைய பெயர்களை மாற்றிவிட்டு யாரும் அறியாத அருள்தொண்டர்களின் நீளமான சிறப்புப் பெயர்களை அவற்றுக்குச் சூட்ட அவன் விரும்பினான்; விளைவாக இப்போது பழையது ஏதாவது இனிமேலும் இருக்கிறதா என்று எல்லோரும் குழம்பிப்போயிருக்கிறார்கள்; நகரத்தில் நீண்ட காலம் வசிக்கும் நபர்கள்கூட முகவரி எதையாவது கண்டுபிடிக்க நேரும்போது தலையைச் சொறிய வேண்டியுள்ளது. அனைவரும் அறிந்த பழைய பெயர்களை மீட்டெடுப்பது தற்போது எதிர்ப்பியக்கம் போராடி அடைய வேண்டிய கோரிக்கைகளில் ஒன்றாக உள்ளது. இப்படித்தான் அங்கே மடத்தனமாகக் காரியங்கள் நடக்கின்றன.’

எதிர்ப்பியக்கம் நன்றாக வளர்ந்துள்ளது. அதன் உறுப்பினர்கள் பலர் ஹலேய கோட்டேவைப் பாதுகாப்பாகத் தங்கவைத்து உணவிட்டு யாருடைய விரும்பத்தகாத கவனத்துக்கும் அவர் ஆளாகாமல் பார்த்துக்கொள்வதாகச் சொல்லியிருக்கிறார்கள். சிறிய, முக்கியத்துவமில்லாத, சிறு குழுவினரால் போற்றப்படும் அமைப்பு என்பதிலிருந்து மாறி

ஆயிரக்கணக்கானவர்களின் ஆதரவைப் பெற்றதாக அது ஆகியுள்ளது; மக்கள் அதிகம் விரும்பாத பழைய செயல்திட்டங்களைக் கைவிட்டுவிட்டு அன்பான, அனைத்து மதங்களையும் கருத்துகளையும் உள்ளடக்கிய உலகப் பார்வையைக் கொண்டதாக மாறியுள்ளது; தடைசெய்யப்பட்ட எதிர்க்கட்சியாக இருந்தாலும் அது இப்போது பெருவாரியான மக்களின் ஆதரவு பெற்ற அமைப்பாக உருவாகியுள்ளது. பின்னால் பார்ப்பதன்மூலம் முன்னால் நோக்கும் அபூர்வ குணத்தை அதன் சிந்தனை கொண்டிருந்தது – அதாவது, கடந்த காலம் எவ்வாறு இருந்ததோ அதுபோலவே எதிர்காலமும் இருக்க வேண்டும் என்று அது விரும்பியது; எனவே பழையதைக் குறித்த ஏக்கத்தைப் புது வகையான புரட்சிகரக் கருத்தாக மாற்றியது; அதன்படி, 'பின்னோக்கி,' 'முன்னோக்கி' ஆகியவை ஒரே பொருளைத் தரும் வார்த்தைகளே அன்றி எதிர்ப்பதங்கள் அல்ல; ஒரே திசையில் செல்லும் ஒரே நகர்வை அவை குறித்தன.

கையால் எழுதப்பட்ட சிறிய வெளியீடுகள் நகரம் முழுதும் வீசப்பட்டன. சுவர்களில் சித்திரங்களும் எழுத்துகளும் வரையப் பட்டன. ஆனால் அவை அங்கே நிலைத்திருக்கவில்லை. அரசாங்கக் குழுக்கள் சிறிய வெளியீடுகளைப் பொறுக்கி எரித்தன; தங்களுடைய முதன்மை எதிரிகள் பக்கத்திலேயே இருப்பார்கள் என்பது தெரிந்த சுவரோவியர்கள் வேக வேகமாகப் பணியாற்ற வேண்டியிருந்தது. ஒற்றை வார்த்தை எழுதுவதே பெரிய காரியமாக இருந்தது; அடுத்த நாள் காலையில் அது கழுவி அழிக்கப்பட்டிருக்கும். எனவே, எதிர்ப்பைத் தெரிவிப்பது கடினமாக இருந்தது; ஆனாலும் முயற்சி தொடர்ந்தது. செயலார்வம் கொண்ட நபர்கள் பலர் எதிர்ப்பியக்கத்தில் இருந்தார்கள். கடைவீதியின் மையப் பகுதியில் நின்று சிறிய வெளியீடுகளை விநியோகம் செய்த தீரம்மிக்க போராளி ஒருவரைப் பற்றி ஹலேய கோட்டே பலமுறை கேள்விப்பட்டார். அந்தப் போராளியைக் கைதுசெய்யத் தெய்வீக அதிகாரச் சபையின் படை அங்கு வந்தபோது அவர் விநியோகித்துக் கொண்டிருந்த தாள்கள் வெறுமையாக இருந்ததைக் கண்டார்கள். எழுத்துருப் பகுதியோ சித்திரங்களோ குழூஉக்குறிகளோ அவற்றில் இல்லை. கோஷங்களோ கருத்துப்படங்களோ உண்டாக்கியிருக்கக்கூடியதைவிடக் கூடுதலான கோபத்தைத் தாள்களின் வெறுமை அந்தப் படையினருக்கு உண்டாக்கியது.

'இதற்கு என்ன அர்த்தம்?' என்று அதிகாரத்துடன் கேட்டார்கள். 'இதில் ஏன் ஒரு செய்தியும் எழுதப்படவில்லை?'

'அதற்குத் தேவையில்லை. எல்லாம் தெளிவாக இருக்கிறது,' என்று போராளி பதில் சொன்னார்.

தண்ணீர் எடுத்துக்கொண்டு யோத்ஷனா அவர்கள் இருப்பிடத்திலிருந்து வெளியே வந்தாள். 'அவர் குடித்துவிட்டு ஓய்வெடுக்க அனுமதியுங்களேன்,' என்று தன் அம்மாவைக் கோபத்துடன் திட்டினாள். 'நீங்கள் செய்யச் சொன்ன நீண்ட ஆபத்தான பணியைச் செய்துவிட்டு இப்போதுதான் திரும்பியிருக்கிறார். திரும்பி வந்த பயணமும் ஆபத்தானதாகத்தான் இருந்திருக்கும். அவற்றால் உண்டான சோர்வு அவர் முதுமையைக் கூட்டியிருக்கிறது. இரக்கத்துக்குரிய அவரை உட்காரக்கூட அனுமதிக்காமல் உடனடியாக விசாரணை செய்து கொண்டிருக்கிறீர்கள்.'

தாகம் தீர நிதானமாகக் குடித்த ஹலேய கோட்டே அவளுக்கு நன்றி சொன்னார். 'இளவரசியே, கவலைப்பட வேண்டாம்,' என்று சொல்லி உணர்ச்சி மேலிடும் தன் கையை அவளுடைய முன்கையில் வைத்தார். 'மனதில் இருப்பதை உடனே சொல்லிவிடுவது நல்லது. முன்பு இருந்ததைப் போல என்னுடைய நினைவாற்றல் இப்போதில்லை; மறப்பதற்கு முன்பாக எல்லாவற்றையும் சொல்லிவிட வேண்டும்.'

'ஹ்ம்,' என்று நம்பாமல் செறுமினாள். 'என்ன வேண்டு மானாலும் செய்யும்படி அரசியார் உங்களை இணங்க வைத்துவிடுவார்; ஒருநாள் நான் சொல்வதை நீங்கள் கேட்கத் தொடங்குவீர்கள்.'

ஹலேய கோட்டேவையும் பம்பா கம்பானாவையும் தனியாக விட்டுவிட்டுக் கவலையுடன் அவள் போய்விட்டாள். எண் இரண்டின் சகோதரர்களான கற்பனையற்ற எரபள்ளி, கீழ்த்தரமான மனம் கொண்ட குண்டப்பா ஆகியோரைப் பற்றிய செய்திகளைத் தெரிந்துகொள்ள பம்பா விரும்பினாள். அவர்கள் என்ன மோசமான செயல்களில் ஈடுபட்டிருக் கிறார்கள்? பிரச்சினை உண்டாக்குகிறார்களா, அமைதியைப் பராமரிக்கிறார்களா? 'பழைய கங்கை – யமுனை கலாச்சாரத்தை மக்கள் இன்னும் பின்பற்றும் ரச்சாகொண்டாவை[1] வெல்வதற்கு அந்தச் சகோதரர்களை எண் இரண்டு அனுப்பிவிட்டான். இந்து, முஸ்லிம் கலாச்சாரங்களின் கலவையைக் குறிக்க அந்த வார்த்தையைத்தான் அந்தப் பகுதியில் பயன்படுத்துகிறார்கள். கங்கையும் யமுனையும் ஒன்றிலொன்று கலப்பதைப் போல ரச்சாகொண்டாவில் இரண்டு கலாச்சாரங்களும் கலந்து ஒன்றாகின்றன.'

'பிஸ்நகாவில் முன்பு இருந்ததைப் போல,' என்றாள் பம்பா கம்பானா.

---

1. தெலுங்கானா மாநிலத்தில் உள்ளது.

‘அப்படி இருப்பது எண் இரண்டுக்கோ தெய்வீக அதிகாரச் சபைக்கோ பிடிக்கவில்லை,’ என்றார் ஹலேய கோட்டே; ‘அதனால், ரச்சாகொண்டாவிலுள்ள பெரும் கோட்டையை அழித்துவிட்டு இம்மாதிரியான கருத்துகளிலிருந்து மக்களை விடுவிக்க முடிந்த அளவு அவர்களைக் கொல்லும்படி எரபள்ளிக்கும் குண்டப்பாவுக்கும் ஆணைகள் பிறப்பிக்கப் பட்டுள்ளன. பிறகு அவர்கள் இருவரும் கூட்டாக அந்தப் பகுதியை ஆண்டுகொள்ளலாம்.’

‘அப்புறம், அவரவர் மாளிகைகளில் உள்ள அவர்களுடைய சித்தப்பாக்கள் எப்படி இருக்கிறார்கள்?’ பம்பா தன்னுடைய கடைசிக் கேள்வியைக் கேட்டாள். ‘அந்த மூன்று கிழட்டுக் கொள்ளைக்காரர்களைப் பற்றித் தகவல் ஏதாவது இருக்கிறதா?’

‘அவர்களைப் பற்றி முக்கியத் தகவல் எதுவுமில்லை,’ என்று சொன்னார் ஹலேய கோட்டே. ‘அவர்களுடைய கதைகள் தொடங்குவதற்கு முன்பாகவே முடிந்துவிட்டவை. வயது முதிர்ந்து நோயுற்று பிஸ்நகாவிலிருந்து மிகத் தொலைவில் இருக்கும் அவர்களைக் குறித்துத் தாங்கள் கவலைப்பட வேண்டாம். அவர்கள் நீண்ட காலம் உயிரோடு இருக்க வாய்ப்பில்லை.’

ஹலேய கோட்டே எல்லாச் செய்திகளையும் சொல்லி முடித்த பிறகு பம்பா கம்பானா ஆமோதிக்கும் விதமாகத் தலையை மெதுவாக அசைத்தாள். ‘எதிர்ப்பியக்கம் குறித்த தகவல்கள் நம்பிக்கையூட்டுகின்றன. மாற்றங்களுக்கான விதைகள் ஊன்றப்பட்டுவிட்டன; புதிய செடிகள் வளர நாள் பிடிக்கும். பிஸ்நகாவுக்கு நானே விரைவில் போயாக வேண்டும். எலியைப் போல வளைக்குள் ஒளிந்துகொண்டு நீண்ட நாட்களாக ஒன்றுமே செய்யாமல் இருந்துவிட்டேன். மீண்டும் நான் ஜனங்களின் காதுகளில் முணுமுணுப்பதற்கான காலம் வந்துவிட்டது. எண் இரண்டின் மடத்தனத்தால் நிறைய இள வயதினர் தவறான பாதைக்கு இட்டுச்செல்லப்பட்டிருந்தால் என்னுடைய பணி கடினமாகிவிடும். எப்போதும் சக்கரம் இறுதியில் திருப்பிச் சுற்றும் என்பது இளவயதினரைப் பொறுத்தவரை உண்மையென்றால் அது நடக்க நீண்ட காலம் தேவைப்படும். இருந்தாலும் நாம் தொடங்கியாக வேண்டும்.’

ஹலேய கோட்டேவும் அவளுடைய அம்மாவும் நின்று கொண்டிருந்த திறந்தவெளி குடியிருப்பிலிருந்து ஓடிவந்த யோத்ஷ்னா, ‘நீங்கள் சொன்னதைக் கேட்டேன்,’ என்று சொன்னாள். ‘என்னை வனத்தில் தனியாக விட்டுவிட்டு நீங்கள் இரண்டு பேரும் பிஸ்நகாவுக்குப் போகப்போவதாக

என்னிடம் சொல்ல என்ன துணிச்சல் வேண்டும் உங்களுக்கு? அது மரணத்தின் வாய்க்குள் போவதன்றி வேறென்ன?'

'நீ ஒன்றும் தனியாக இருக்க மாட்டாய். யுக்தஸ்ரீ இங்கே இருக்கிறாள்,' என்றாள் பம்பா கம்பானா.

'அவள் இங்கே இல்லை. இப்போது அவள் மற்ற காட்டுவாசிகளோடு சேர்ந்துகொண்டு காட்டு மனுஷியாக இருக்கிறாள்; எப்போது பார்த்தாலும் இளஞ்சிவப்புக் குரங்குகளைப் பற்றி முட்டாள்த்தனமாக எதையாவது பேசிக்கொண்டே இருக்கிறாள். நம் கூட்டத்தில் புத்தி பிசகாத ஒரே ஆள் நான்தான்; இப்போது பயமுறுத்தும் இந்த இடத்தில் தனியாக இருக்கும்படி செய்துவிட்டு என்னைப் பைத்தியக்காரியாக ஆக்கப் போகிறீர்கள்.'

'நான் அங்கு இருந்தாக வேண்டும்,' என்றாள் பம்பா. 'வரலாற்றின் திசையை ஒருவர் மாற்ற விரும்பினால் அதைத் தொலைவிலிருந்து செய்ய முடியாது.'

'உங்களை அவர்கள் பிடித்துவிட்டால்,' கோபத்துடன் உரக்கக் கேட்டாள் யோத்ஷ்னா. 'அப்புறம் நீங்கள் தவறான வரலாற்றை உருவாக்கிவிடுவீர்கள், இல்லையா?'

'அவர்களால் என்னைப் பிடிக்க முடியாது,' என்றாள் பம்பா கம்பானா. 'காலம் கடந்திருக்கிறது. அது எல்லா வகை உணர்ச்சிக் கொந்தளிப்புகளையும் தணிக்கும். அதுவுமன்றி, மக்கள் மறந்துவிடுகிறார்கள். வரலாறு என்பது மக்களுடைய செயல்பாடுகளின் விளைவு மட்டுமல்ல அவர்களுடைய மறதியின் விளைவும்தான்.'

'உங்களை மறப்பது கடினம்,' என்று அவள் மகள் சொன்னாள். 'இது பைத்தியக்காரத்தனம்.'

'கவலைப்படாதே. குதிரைகளைத் திருடி பயணம் செய்யப்போகிறோம். திரும்பிவர ரொம்ப நாள் பிடிக்காது.'

யோத்ஷ்னாவும் ஹலேய கோட்டேவும் உடன்வர, வசியத்துக்கு ஆட்பட்ட அந்த வனத்தின் எல்லையைக் கடந்தபோது, சொந்த நாட்டை விட்டு நீங்கிய அவர்கள் வருடங்கள் கடந்துபோவது பற்றி வைத்திருந்த பார்வையை ஆரண்யானியின் மந்திரம் தெளிவற்றதாக ஆக்கியிருந்ததை பம்பா கம்பானா உணர்ந்தாள். உருவத்தைக் காட்டும் கண்ணாடி இல்லாத அந்த உலகம் தங்கள் உடல்களில் ஏற்பட்டிருந்த மாற்றங்களை அவர்கள் காண முடியாமல் ஆக்கியிருந்தது; இன்னும் சரியாகச் சொல்ல

வேண்டுமானால், வனத்தில் முதன்முதலாக நுழைந்தபோது எப்படி இருந்தார்களோ அப்படியே மாற்றமில்லாமல் அது அவர்களைப் பேணியிருந்தது. பிஸ்நகாவிலிருந்து திரும்பிய ஹலேய கோட்டே ஏன் அப்படி மிக முதியவராகத் தோன்றினார் என்பதைத் தற்போது அவள் புரிந்துகொண்டாள். வனத்தை விட்டு அவர் போனபோது அவருடைய உண்மையான வயது அவருடைய புறத்தோற்றத்தின் மூலம் தெரிந்தது; அதனால் தற்போது அவர் நம்ப முடியாத அளவுக்குக் கிட்டத்தட்டத் தொல்பழமையாகத் தோன்றினார்; வனத்தின் மாயமே அவருக்கு அப்படியான நீண்ட வாழ்வை வழங்கியிருந்தது என்பதில் சந்தேகமில்லை. ஒருபோதும் நினைத்தே பார்த்திராத தன்னுடைய வயதைக் கணக்கிடத் தொடங்கினாள். அப்படியான யோசனைகளைத் தன்னுடைய பிரக்ஞையிலிருந்து வனம் அப்புறப்படுத்தியிருந்தது என்பதை அவள் புரிந்துகொள்ள வில்லை. குறைந்தபட்சம் தனக்கு எண்பத்தாறு வயது ஆகியிருக்க வேண்டும் என்பதை அறிந்து பீதியடைந்தாள்; தேவி பம்பா அவளுக்கு அருளியிருந்த இளமைக் கொடையால் – சாசுவதமான இளமை அல்ல, ஆனால் நீண்ட காலம் நீடிக்கக்கூடியது! – இளமைத்தன்மையையும் வலிமையையும் இருபத்தைந்து வயது மதிக்கத்தக்க யுவதியின் தோற்றத்தையும் அவள் இன்னமும் கொண்டிருந்தாள்.

யோத்ஷ்னாவின் திடுக்கிட்ட குரல் அவள் கணக்கிடலில் குறுக்கிட்டது. ‘என்ன செய்திருக்கிறீர்கள்? எனக்கு என்ன ஆயிற்று?’ என்று கூச்சலிட்டாள்.

‘நான் எதுவும் செய்யவில்லையே,’ என்று பம்பா கம்பானா பதில் சொன்னாள். ‘பல வருடங்கள் கடந்து போயிருக்கின்றன; ஆனால் வனத்தில் நாம் கனவு ஒன்றில் வாழ்ந்துகொண் டிருக்கிறோம்.’

‘ஆனால் நீங்கள் சிறு பெண்ணாகத் தோற்றமளிக்கிறீர்கள். என்னுடைய மகளாக இருக்குமளவுக்கு உங்களுடைய உருவம் இருக்கிறது. அதிருக்கட்டும், நீங்கள் யார்? நீங்கள் யாரென்றே எனக்குத் தெரியவில்லையே.’ என்று யோத்ஷ்னா கத்திப் பேசினாள்.

ஆழ்ந்த சோகம் தோய்ந்த குரலில், ‘உன்னிடம் எல்லா வற்றையும் சொல்லியிருக்கிறேன். இது எனக்கு இடப்பட்ட சாபம்,’ என்றாள் பம்பா கம்பானா.

‘கிடையாது,’ என்று யோத்ஷ்னா கூவி அழுதாள். ‘அது எனக்கு இடப்பட்ட சாபம். நீங்கள்தான் என்னுடைய சாபம். ஹலேய கோட்டேவைப் பாருங்கள். இன்னும் ஒரு மணிநேரம்கூட

அவர் உயிரோடிருக்க மாட்டார் என்பதுபோலத் தெரிகிறார். என்னிடமிருந்து அவரை அகற்ற வழி கண்டுபிடித்துவிட்டீர்கள், அவ்வளவுதான்.’

‘நான் தொடர்ந்து வாழ்வேன். உன்னிடம் திரும்பி வருவேன். அதற்கு உறுதியளிக்கிறேன்,’ என்றார் ஹலேய கோட்டே.

‘இல்லை,’ என்று சொல்லிவிட்டு யோத்ஷ்னா அழுதாள். ‘உங்களைக் கொல்வதற்கு அவர் வழி கண்டுபிடிப்பார். அப்படிச் செய்வார் என்பது எனக்குத் தெரியும். உங்களை நான் இனி எப்போதும் பார்க்கப்போதில்லை.’ அழுதுகொண்டு வனத்தின் அடர்த்திக்குள் ஓடி மறைந்தாள்.

துயரத்தோடு தலையைக் குலுக்கிக்கொண்ட பம்பா கம்பானா தன்னைத் திரட்டிக்கொண்டாள். ‘நாம் போகலாம்,’ என்று ஹலேய கோட்டேவிடம் சொன்னாள். ‘செய்ய வேண்டிய பணி காத்திருக்கிறது.’

கம்பளியால் தன்னை முழுக்கப் போர்த்திக்கொண்டு பிஸ்நகாவுக்குத் திரும்பிவந்த பம்பா கம்பானா எதிர்ப்பியக்கத்தின் ரகசியச் சுரங்கப்பாதையினூடாக ஹலேய கோட்டே வழிகாட்ட, தவழ்ந்து சென்று பாதுகாப்பான ஒரு வீட்டை அடைந்தாள். மாதுரிதேவி என்று தன்னை அழைத்துக்கொண்ட, நாற்பது வயது மதிக்கத்தக்க விதவை ஜோசியக்காரியான பருமனான ஒரு பெண்ணின் வீடு அது. பம்பாவைப் பாதுகாப்பாகத் தங்க வைத்துக்கொள்வதாக ஆர்வத்துடன் ஒப்புக்கொண்டிருந்தாள் அவள். (அவளுடைய புதிய விருந்தாளியின் பெயரை ஹலேய கோட்டே சொன்னதும் ஜோசியக்காரியின் கண்கள் நம்பிக்கையின்மையில் விரிந்தன. எந்தக் கேள்வியும் கேட்காமல் பம்பா கம்பானாவைத் தன் வீட்டுக்குள் வரவேற்றாள்.) பேரரசின் தலைநகரம், ஸஃபராபாத்தில் போர்க்காலத்தில் மக்கள் தங்கும் காவல்கோட்டை என்று இரண்டு இடங்களிலும் அரசியல் கொந்தளிப்பு நிலவிய காலமாக அது இருந்ததால் இருமுறை அரசியாக இருந்த அவளை யாரும் நினைவில் கொண்டிருக்கவில்லை; அவளைப் பற்றித் தெரிந்த பழைய ஆட்களின், அவளைப் பற்றிய பேச்சுக்களைக் கேட்டவர்களின் நினைவுகளும்கூட மறைந்துகொண்டிருந்தன. அரச வம்ச மரபு தொடர்பாக பிஸ்நகாவிலும் ஸஃபராபாத்திலும் நிகழ்ந்துகொண்டிருந்த குழப்பமும் வன்முறையுமே அனைவரின் மனதையும் ஆக்கிரமித்திருந்தன. இரண்டாம் ஹுக்கராயரும் பேரரசின் வடக்கு எல்லையில் சுல்தான் ஸஃபரும், எதிர்பாராமல்

கிட்டத்தட்ட ஒரே நேரத்தில் இறந்துபோனார்கள். இரண்டு நாடுகளிலும் அரச அதிகாரத்துக்கான மூர்க்கமான போர் தொடங்கியது.

இரண்டாம் ஹுக்கராயரைப் போல இரண்டாம் ஸஃபர் தூக்கத்தில் அமைதியாக இறக்கவில்லை. அவனுடைய சித்தப்பா தாவூத் மூன்று கொலையாளிகளோடு சேர்ந்துகொண்டு அவனுடைய படுக்கையறைக்குள் திடீரென்று நுழைந்து அவனைக் குத்திக் கொன்றார். ஒரு மாதம் கழித்து ஸஃபராபாத் மசூதியில் ஒரு வெள்ளிக்கிழமை தொழுகையில் இருந்தபோது கொலையாளி கொலையுண்டார். அடுத்த அரசன் யார் என்பது பற்றிய விவாதத்துக்கு முடிவுகட்ட தாவூதின் எட்டு வயது மகனின் பார்வையைப் பறித்துவிட்டு இன்னொரு பிரபுவான மஹ்மூத் அரியணை ஏறினார்.

பிஸ்நகாவின் நிலைமையும் ஒப்பீட்டளவில் அப்படி ஒன்றும் சிறப்பாக இல்லை. இரண்டாம் ஹுக்கராயருக்கு விருபாட்சன் (சிவனின் உள்ளூர் அவதாரக் கடவுளின் பெயர்), புக்கன் (ஆமாம், இன்னொரு புக்கன்), தேவா (கடவுளின் பெயர்) என்று மூன்று மகன்கள் இருந்தார்கள். விருபாட்சன் மன்னனாகிச் சில மாதங்களில் கோவா துறைமுகம் உள்ளிட்ட நாட்டின் பல பகுதிகளை இழந்தான்; பிறகு அவனுடைய மகன்களாலேயே கொல்லப்பட்டான். இந்த மகன்களை, அவர்கள் காலம் வந்தபோது, இரண்டாம் புக்கராயர் என்று அறியப்பட்டவனும் விருபாட்சனின் சகோதரனுமான புக்கன் கொன்றான்; அவனும் நீண்ட நாள் நீடிக்கவில்லை; அவனைக் கொன்றுவிட்டு மூன்றாம் சகோதரனாகிய தேவா ஆட்சியைக் கைப்பற்றினான்; கடவுளின் உண்மையான அவதாரம் தான்தான் என்பதால் அரியணைமீது கடவுள் அருளிய உரிமை தனக்கு உண்டு என்று அவன் நம்பினான். (நாற்பதாண்டுக் காலம் ஆட்சி செய்யவிருக்கும் அவன் ராஜ வம்சத்துக் கொலைகளை முடிவுக்குக் கொண்டுவரப் போகிறான்.)

இந்தக் குழப்பமான காலத்தில் ஃபெர்நவ் பெயஸ் என்ற இன்னொரு போர்ச்சுக்கீசியக் குதிரை வியாபாரி பிஸ்நகாவுக்கு வந்தான்; குதிரைகளை விற்றோமா அடுத்த நொடி ஊரைவிட்டுப் போனோமா என்று தன்னுடைய வேலையை மட்டும் பார்க்கும் அளவுக்குப் புத்திசாலியாக அவன் இருந்தான். வியாபாரம் நன்றாக நடந்ததால் அடிக்கடி வந்துபோனான். தான் எழுதிவந்த பயணக் குறிப்பேட்டில் கொலைவெறி கொண்ட விருபாட்சனைப் பற்றியும் இரண்டாம் புக்கனைப் பற்றியும் பின்வருமாறு வர்ணித்திருக்கிறான்; ‘அவர்கள் குடிப்பதிலும் புணர்வதிலும் மட்டுமே, வழக்கமாக அதே வரிசையில், ஆர்வம்

கொண்டிருந்தார்கள்.' தேவராயரும் அதே பலவீனமான பாதையிலேயே போயிருந்திருப்பான்; ஆனால் அவர்கள் மூவரில் அவன்மீதுதான் மிக எளிதில் யாரும் செல்வாக்குச் செலுத்தலாம் என்பதால் அவன் கதை வித்தியாசமாக இருப்பதையும் உயிரைத் தக்கவைத்துக் கொண்டு முதுமையின் காரணமாக அவன் மிகச் சாதாரணமான முறையில் இறப்பதையும் பிறகு பார்ப்போம்.

'உலகம் அலங்கோலாமாகப் போய்விட்டது,' என்று பம்பா கம்பானா நினைத்தாள். 'அதைத் திரும்பவும் பழைய நிலைக்குக் கொண்டுவருவது என்னுடைய வேலை.'

நீண்ட காலம் கடந்துவிட்டாலும் பம்பா கம்பானா தப்பித்துப் போய்விட்டது பழைய, முடிந்துபோன கதை என்று புதிய அரசன் தேவராயர் நினைத்தாலும் தெய்வீக அதிகாரச் சபையும் கிழவர் வித்யாசாகரும் இன்னும் அங்கே இருந்ததால் எச்சரிக்கையுடன் இருக்க வேண்டியிருந்தது. பம்பாவின் படுக்கையறையில் ஒதுக்குப்புறம் ஒன்று இருந்தது. பகல் நேரத்தில் பம்பா கம்பானா அங்கே தன்னை இருத்திக்கொள்ள வேண்டுமென்றும் மர அலமாரி ஒன்றை அதன் முன்னால் வைத்து அவளை மறைத்துவிடலாம் என்றும் இரவில் தான் அலமாரியைத் திரும்பவும் நகர்த்தும்போது வெளியே வந்துவிடலாம் என்றும் மாதுரிதேவி தீர்மானமாகச் சொல்லிவிட்டாள். முன்யோசனையாக இன்னொன்றையும் அவள் செய்தாள்; அவளை நன்றாகத் தெரிந்த, அவள் வழக்கமாக வாங்கும் கடையில், நகரத்தின் தொலைதூர மூலை ஒன்றில் இருந்த, அவள் யாரென்பதை ஒருவரும் அறியாத இன்னொரு சிறிய கடையில் என்று இரண்டில் மளிகைப் பொருட்கள் வாங்கினாள்; ஒருவருக்குத் தேவைப்படுவதற்குக் கூடுதலாக உணவுப் பொருட்களை வாங்குகிறாளே என்று மக்கள் யோசித்து, ஒரு வேளை இரண்டு பேருக்கு வாங்குகிறாளோ என்று அவர்கள் சந்தேகப்படும் நிலையை இதன்மூலம் தவிர்த்தாள். தன்னைப் பாதுகாப்பவள் தலைமறைவு வாழ்க்கையில் அனுபவமும் தொழில் நேர்த்தியும் கொண்டவள் என்பதைப் புரிந்துகொண்ட பம்பா கம்பானா அவள் வகுத்த விதிகளைக் கேள்வி கேட்கவில்லை. அறையின் மறைவான பகுதியில் பகலின் நீண்ட வெப்பப் பொழுதில் தாமரைப்பூ நிலையில் அமர்ந்து கண்களை மூடியவாறு அவள் முணுமுணுத்த ஆரம்ப காலத்தில் செய்ததைப் போல பம்பா கம்பானா தன்னுடைய உள்ளுருவை பிஸ்நகாவின் ஊடாகப் பயணம் செய்யவைத்துக் குடிமக்களின் எண்ணங்களைக் கவனித்தாள்; அரசர்களின் சதித்திட்டங்களை ஒட்டுக் கேட்டாள்.

பல நாட்களாக அவள் முணுமுணுக்கத் தொடங்கவில்லை. கவனித்துக் கேட்டாள், காத்திருந்தாள்.

அடுத்த நடவடிக்கைக்கான நேரம் இன்னும் அவளுக்கு வரவில்லை. வித்யாசாகரைக் கண்டுபிடிக்க அவள் முயலவில்லை; ஏனென்றால், அவருடைய எண்ணங்களில் அவள் நுழைந்தால் வேண்டாத தலையீடாக அவள் எங்கோ பக்கத்தில்தான் இருக்கிறாள் என்பதை நிச்சயமாக அறிந்து முதுமையால் சுருங்கிப்போயிருந்த அந்த நூறு வயது முதியவர் அவளைத் தேடி நகரத்தையே தலைகீழாகக் கவிழ்த்துவிடுவார் என்பது அவளுக்குத் தெரியும்; அவளுடைய பதுங்கிடத்தின் ரகசியம் வெளிப்பட்டுவிடும். அவருடைய செயல்களின் விளைவுகளிலும் ஏற்கெனவே முதியவராக ஆகியிருந்த அவருடைய சகோதரர் சயானா இன்னும் உயிரோடிருந்ததிலும் அவருடைய அளவற்ற வலிமையிலும் மட்டுமே அவரை அவள் பார்த்தாள்; நிகழ்ந்த எல்லாக் கொலைகளிலும் சயானாவின் ரகசிய, கண்ணுக்குத் தெரியாத பங்கு இருந்தது என்றாள் மாதுரிதேவி. 'ஆரம்பத்தி லிருந்து அவருடைய நோக்கம் தேவாவை அரியணையில் அமர்த்துவதுதான்,' என்று பம்பா கம்பானாவிடம் அவள் சொன்னாள்; 'தேவாவின் டம்பமும் கடவுள் தொடர்பாக அவனுக்கிருக்கும் உணர்ச்சிச் சிக்கலும் அசாதாரண முகஸ்துதிக்கு ஆளாகக்கூடியவனாக அவனை ஆக்குவதால் அரியணைக்குப் போட்டியிடுபவர்களில் மிக எளிதாகக் கட்டுப்படுத்தக்கூடியவ னாக அவன் இருக்கிறான்.' அதுதான் சயானாவின் திட்டம் என்றால் உண்மையில் அது வித்யாசாகரின் திட்டம்தான்; தேவராயர் அந்தக் கிழவரின் கைப்பாவை.

'இந்த இளம் அரசனை அந்த முதிய சகோதரர்களின் பிடியிலிருந்து விடுவிப்பதை என் பணியாகக் கொள்வேன்,' என்றாள் பம்பா கம்பானா. 'புதிய பிறப்பின், நாம் நேசித்த பிஸ்நகாவை மீட்டெடுப்பதன் தொடக்கமாக அது இருக்கப் போகிறது.'

'தாங்கள் நினைப்பதைவிட அதற்கு அதிகக் காலம் பிடிக்கும்,' என்றாள் மாதுரிதேவி.

'அப்படி ஏன் சொல்கிறாய்?' என்றாள் பம்பா கம்பானா.

'இப்போது தங்களுடைய நட்சத்திரங்களின் நிலையைக் கணித்துப் பார்த்தால் பிஸ்நகாவின் ஒரு அரசனோடு தங்களுக்கு இன்னொரு முறை திருமணம் நடக்கும்; அது இந்த அரசன் கிடையாது; அது சீக்கிரமாகவும் நடக்காது.'

'மாதுரி, அன்புடன் எனக்கு அடைக்கலம் கொடுத்திருக்கிறாய்; ஆனால் உண்மையில் நட்சத்திரங்களுக்கு நான் முக்கியத்துவம் கொடுப்பதில்லை,' என்றாள் பம்பா கம்பானா. சில கணங்கள் கழித்து, 'அது எப்போது நடக்கும்?' என்று கேட்டாள்.

முகத்தைச் சுளித்தபடி, 'இது சாத்தியமா என்றுகூட எனக்குத் தெரியாது. ஆனாலும் தங்களுக்கு இது எப்படி சாத்தியம் என்பதும் எனக்குத் தெரியாது. நான் சிறுமியாக இருந்தபோது என் தாத்தாவும் பாட்டியும் தங்களைக் குறித்துப் பேசுவதைக் கேட்டிருக்கிறேன்; ஆனால் இப்போது பார்த்தால் என்னைவிட இளமையாகத் தோற்றமளிக்கிறீர்கள். எப்படியிருந்தாலும், இப்போதிருந்து எண்பத்தைந்து வருடங்கள் கழித்து அது நடக்கும் என்று நட்சத்திரங்கள் உறுதியாகச் சொல்கின்றன.'

'மிக நீண்ட காலம். எப்படியென்று நாம் பார்க்க வேண்டும்.'

தேவராயரின் ஆட்சிக் காலத்தில் அவனைச் சிறந்த அரசனென்று மக்கள் கருதினார்கள். ஆனால் *ஜெயபராஜெயவில்* பம்பா கம்பானா அவனைக் 'கைப்பாவை அரசன்' என்று குறிப்பிடுகிறாள்; காரணம், பார்வையில் படாத இரண்டு எஜமானர்கள் தன்னைக் கட்டுப்படுத்த அவன் அனுமதித்திருந்தான். பிஸ்நகாவுடைய ரகசிய வரலாற்றின் மையப் போராட்டத்திலிருந்த இரண்டு எதிராளிகளுடைய வசியத்துக்கு அவன் ஆட்பட்டிருந்தான்: முதலாவதாக, சமயகுருவான வித்யாசாகர், அடுத்தது அந்தச் சமயகுருவின் பாதுகாப்பிலும் வழிகாட்டலிலும் இருந்து அவரால் முறைகேடாக நடத்தப்பட்டுப் பிறகு அவரை நிராகரித்து அவருடைய மிகப்பெரிய பகைவராக ஆன பேரரசின் ஒருகாலத்திய, எதிர்கால அரசி பம்பா கம்பானா.

தன் ஆட்சியின் தொடக்க காலத்தில் சயானாவின், தெய்வீக அதிகாரச் சபையின், அதாவது பார்வையில் படாத சூத்திரதாரியான வித்யாசாகரின் பணிவான கைப்பாவையாக தேவராயர் இருந்தான். பேரரசின் இறுதிவரை பிஸ்நகாவின் அரசர்களுடைய பிரத்யேக வழிபாட்டு இடமாக இருந்த அழகான ஹசார ராமர் கோயிலை அரண்மனையின் மையப் பகுதியில் கட்ட ஆணையிட்டான். பிற மத நம்பிக்கைகள் மீதான சகிப்பின்மையும் தெய்வீக அதிகாரச் சபையின் கடும் தூய்மைவாதமும் தொடர்ந்தன. அந்தச் சபையின் நாடு பிடிக்கும் வெறிக்கு ஆளாகியிருந்த அவன் பெரும்பாலும் போர்க்களங்களிலேயே இருந்தான். கிட்டத்தட்ட இருபது ஆண்டுகள் அண்டை நாட்டு அரசர்கள் அனைவரோடும்

போரிட்டு, ஸஃபராபாத்தின் மஹ்மூது உள்பட அவர்கள் எல்லோரையும் வென்றான். இந்த வெற்றிகள் அவனுடைய புகழை அதிகரித்தாலும் போர்கள் நடந்த காலப் பகுதிகள் முழுதும் பிஸ்நகா சயானாவின் கைகளில் இருந்தது; அவர் மிக முதிர்ந்து, நோய்வாய்ப்படத் தொடங்கியிருந்தார்; சயானாவுக்குப் பின்னாலிருந்த வித்யாசாகர் அதற்குப் பல வருடங்கள் முன்பே முதியவராகி நோயுற்றிருந்தார். தெய்வீக அதிகாரச் சபையின் கட்டுப்பாட்டுக்குள் இருந்த அரசவை உயர்மன்றமும் பலவீனமடைந்திருந்தது. அதிகாரத்தில் நீண்ட காலம் இருந்ததாலும் அதனுடைய மூத்த உறுப்பினர்கள் மிகவும் முதியவர்களாக ஆகியிருந்ததாலும் சோம்பலும் திறமையின்மையும் பெருகின; அதன் காரணமாகத் தொன்மை குறைவான உறுப்பினர்கள் மத்தியில் பெரிய அளவில் நிதி சார்ந்த ஊழலும் அந்த மன்றத்தின் அதிகாரபூர்வக் கொள்கை கண்டித்த, வழக்கத்துக்குப் புறம்பான பாலியல் நடவடிக்கைகள் மீதான வேட்கையும் பெருகின. பிஸ்நகாவின் குடிமக்கள் மாற்றத்தை விரும்பத் தொடங்கினார்கள்.

இந்த மாதிரியான வாய்ப்புதான் பம்பா கம்பானாவுக்குத் தேவைப்பட்டது. பகற்பொழுதில் ஒளிந்திருந்த நேரம் மட்டுமல்ல இரவு முழுவதும்கூட அவள் முணுமுணுக்கத் தொடங்கினாள். 'தாங்கள் சாப்பிடுவதே இல்லை,' என்று மாதுரிதேவி கவலையுடன் அவளிடம் சொன்னாள். 'நீங்கள் மனிதராக இருக்கும் பட்சத்தில் ஏதோ ஒரு நேரம் சாப்பிட வேண்டும்.' பம்பா பணிவுடன் அதற்கு ஒப்புக்கொண்டாள். பம்பா அவளோடு உணவைப் பகிர்ந்துகொண்டு உரையாடி மகிழ நாளொன்றுக்கு அரை மணிநேரம் ஒதுக்கினாள். மீதி நேரத்தில் கண்களை மூடிக்கொண்டு மக்களின் மனங்களைச் சென்றடைந்தாள். 'தாங்கள் தூங்குவதேயில்லையே,' என்று மாதுரிதேவி ஆச்சரியப்பட்டாள். 'குறைந்தபட்சம் நான் பார்க்கும்போது. தாங்கள் என்ன மாதிரியான உயிரி? என் வீட்டுக்கு வந்திருக்கும் நீங்கள் தேவியா?'

'நான் சிறு பெண்ணாக இருந்தபோது ஒரு தேவி எனக்குள்ளே குடியிருந்தாள். அது என்னைப் பலவகையிலும் மாற்றியது; அவற்றில் சிலவற்றை என்னால் இன்னும்கூடப் புரிந்து கொள்ள முடியவில்லை.'

'எனக்கு அது தெரியும்,' என்று சொல்லிய மாதுரிதேவி மண்டியிட்டாள்.

'என்ன செய்கிறாய்?' பம்பா கம்பானா உரக்கக் கேட்டாள்.

‘தங்களை வணங்குகிறேன். அதுதானே நான் செய்ய வேண்டிய சரியான செயல்?’

‘தயவுசெய்து அப்படிச் செய்யாதே. ஒரு மகளை வெளிநாட்டுக்காரர் ஒருவரிடமும் கடலிடமும் இழந்துவிட்டேன். இரண்டு மகள்களை வனத்தில் விட்டுவிட்டு வந்திருக்கிறேன். நான் ஏற்றுக்கொண்டிருக்கும் பணியை நிறைவுசெய்யப் பல ஆண்டுகள் தேவைப்படும்; அதற்கு முன்பாகவே என்னுடைய மகள்கள் இறந்துபோய்விடுவார்கள்; அதற்குள் ஹலேய கோட்டே நிச்சயமாக இறந்திருப்பார்; ஒருவேளை நீயும் அந்தப் பாதையின் இறுதிப் புள்ளியை அடைந்திருப்பாய்; ஆனால் என்னுள்ளே இருக்கும் ஒன்று இவை எதைப்பற்றியும் கவலை கொள்ளாது; எனக்கு இடப்பட்டிருக்கும் பணிமீது மட்டுமே அது அக்கறை கொண்டிருக்கும். என்னிடமிருந்து என் அம்மா விலகிச் சென்றது போலவே நான் என்னுடைய மகள்களிடமிருந்து விலகி வந்துவிட்டேன். அந்த மாதிரியான ஒரு நபரை நீ உயர்வாக மதிக்க வேண்டியதில்லை. உடனே எழுந்து நில்.’

தொடக்கத்தில் இருந்ததைப் போல முணுமுணுத்தல் தற்போது எளிதாக இல்லை. விதைகளிலிருந்து பிறந்த, புதிதாகச் சிருஷ்டிக்கப்பட்ட தலைமுறையின் காலமாக அது இருந்தது; அந்தத் தலைமுறையினர் வெற்றுப் பலகைகளாக, காலித் தலைகளாக இருந்ததால் அவர்களின் கதைகளை அவள் அந்தப் பலகைகளில் எழுதியபோது அவர்கள் தலைகளில் அவள் ஊன்றிய கதையாடல்களை அவர்கள் எவ்வித ஆர்ப்பட்டமுமின்றி ஏற்றுக்கொண்டார்கள். அவர்களை அவள் உருவாக்கிக் கொண்டிருந்தாள். அவள் புனைந்த மக்களாக அவர்கள் ஆகிக்கொண்டிருந்தார்கள். எதிர்ப்பு மிகவும் குறைவாக இருந்தது, பெரும்பாலும் இல்லவே இல்லை. ஆனால் இப்போது அவள் யாரிடம் முணுமுணுக்க வேண்டுமோ அவர்கள் அவளுடைய சிருஷ்டிகளல்ல. அவர்கள் பிஸ்நகாவில் பிறந்து வளர்ந்தவர்கள்; இரண்டு, மூன்று தலைமுறை குடும்பச் சரித்திரங்கள் கொண்டவர்கள்; அதனால், வளைப்பதற்கு ஏதுவான புனைவுகள் அல்ல அவர்கள். அதுவுமன்றி பிஸ்நகாவின் பிறப்பு தொடர்பான உண்மையான கதையைப் பொய் என்றும் ஒரு பொய்யை உண்மையென்றும் நம்புமாறு தற்காலத்திய அதிகாரக் குழுவான தெய்வீக அதிகாரச் சபையினர் அவர்களை ஆக்கியிருந்தார்கள்: அதாவது, பிஸ்நகா விதையில் பிறக்கவில்லை; முணுமுணுக்கும் ஒரு சூனியக்காரியின்

கற்பனையில் தோன்றியதல்ல; தனக்கென ஒரு வரலாறு கொண்ட ஒரு பழங்கால நாடு.

இன்னொன்றும் உண்டு: நகரம் வளர்ந்துவிட்டது. தற்போது அவள் ஒரு பெரும் கூட்டத்திடம் பேச வேண்டியிருந்தது; இப்போது அவள் அவர்களுக்கு வழங்கிக்கொண்டிருக்கும் பண்பட்ட, அனைவரையும் உள்ளடக்கிய, நவநாகரிகமான பிஸ்நகாவின் கதையாடல் அந்தக் கணத்தில் நிலவிய குறுகிய, மற்றவரைப் புறந்தள்ளிய, அவளுடைய எண்ணப்போக்கின்படி காட்டுமிராண்டித்தனமான, அதிகாரப்பூர்வக் கதையாடலைவிட மேலானது என்று அவர்களில் பலரை அவள் நம்பவைக்க வேண்டும். காட்டுமிராண்டித்தனத்துக்குப் பதிலாக மக்கள் நவ நாகரிகத்தைத் தேர்ந்தெடுப்பார்கள் என்பது உறுதியில்லை. பிற மத நம்பிக்கையாளர்களைப் பொறுத்தவரை அவர்களுடைய அதிகாரப்பூர்வமான கொள்கை – நாம் நல்லவர்கள், அவர்கள் மோசமானவர்கள் – ஒருவகையில் எளிதில் தொற்றிக்கொள்ளும் தெளிவைக் கொண்டது. அதேபோலக் கருத்து மாறுபாடு நாட்டுப் பற்றின்மையோடு தொடர்புபடுத்தப்பட்டது. சுய சிந்தனைக்கும் தங்களுடைய தலைவர்களைக் கண்மூடித்தன மாகக் கடைப்பிடிப்பதற்கும் இடையே தெரிவை மேற்கொள்ள வேண்டியிருந்தால், மேஜையில் உணவும் சட்டைப்பையில் பணமும் இருக்கும் பட்சத்தில், பலரும் தெளிவான பார்வைக்குப் பதிலாகப் பார்வையின்மையையே தேர்ந்தெடுப்பார்கள். சாப்பிடவும் செலவழிக்கவுமே விரும்பிய அவர்களில் ஒருவரும் சிந்திக்க விரும்பவில்லை. தம் அண்டை வீட்டாரை நேசிக்க ஒருவரும் விரும்பவில்லை. சிலர் வெறுப்பைத் தேர்ந்தெடுத்தார்கள். எனவே அங்கு எதிர்ப்பு இருக்கும்.

தன் ரகசிய அக வாழ்க்கையின் இருப்பிடத்திலிருந்து நள்ளிரவில் சில மணிநேரம் வெளியே வந்த பம்பாவைக் காண ஹலேய கோட்டே வந்தார். அவர் பயங்கரமாகத் தோற்றமளிக் கிறார் என்று யோத்ஷ்னா சொன்ன நேரத்தில் இருந்ததை விடவும் இப்போது மோசமாக இருந்தார். ‘நான் நீண்ட காலம் இருக்கப்போவதில்லை. நான் காக்க வேண்டிய உறுதிமொழி ஒன்று உள்ளது,’ என்று பம்பா கம்பானாவிடம் சொன்னார்.

‘கிளம்புங்கள்.’ ஆடையின் மடிப்பு ஒன்றிலிருந்து தங்க நாணயங்கள் இருந்த சிறிய தோல் பையை அவள் வெளியே எடுத்தாள். ‘கிளம்பிப் போய்ப் புதிதாக வந்திருக்கும் வெளிநாட்டுக்காரரான திருவாளர் பெயஸ்ஸைக் கண்டு பிடித்து அவரிடமிருக்கும் மிக வேகமாக ஓடும் குதிரையை

வாங்குங்கள். வனத்தில் அவளை அணைத்து என் நேசத்தை அவளுக்குச் சொல்லுங்கள்,' என்றாள்.

'அவளும் தங்களை விரும்புகிறாள்,' என்றார் ஹலேய கோட்டே. 'நீங்களும் வரக் கூடாதா?'

'நான் வர முடியாது என்பது உங்களுக்குத் தெரியும். ஒரு அலமாரியின் பின்னால் உட்கார்ந்து ஒரு பெரிய மக்கள் இயக்கத்தைக் நான் கட்ட வேண்டும். ஒரு காலத்தில் நான் அரசி. தற்போது நானொரு புரட்சியாளர். அல்லது அது மிகப்பெரிய வார்த்தையா? இப்படிச் சொல்லலாமா – அலமாரிக்குப் பின்னாலுள்ள ஒரு சூனியக்காரி.'

'அப்படியானால், விடைபெறுகிறேன். என் கடைசிச் சவாரியை மேற்கொள்ளப்போகிறேன்.'

(அந்தச் சவாரியைப் பற்றி ஜெயபராஜெயவில் பம்பா கம்பானா அசாதாரணமான கதை ஒன்றைச் சொல்கிறாள். அவள் அங்கே இல்லாதபோது நடந்ததை எப்படி அவளால் தெரிந்து கொண்டிருக்க முடியும் என்ற கேள்வி நமக்கு எழ வேண்டும். அந்த மொத்த உட்கதையும் புனைவு என்று முடிவு செய்வது தவறாகாது. அம்மாதிரியான சந்தேகத்தைக் கவிதை ஒதுக்கித் தள்ளுகிறது. பறவைகள் தனக்குச் சொன்னதாக எழுதுகிறாள். பல ஆண்டுகள் கழித்துத் தன்னுடைய தனித்த வசிப்பிடத்திலிருந்து வெளியே வந்தபோது காக்கைகளும் கிளிகளும் ஆதி முதன்மை மொழியில் தன்னிடம் பேசியதாக நமக்குச் சொல்கிறாள்.)

'திரும்பிப் போவது அவருக்குக் கடினமாக இருந்தது,' என்றது காக்கை. 'முதலில், அந்தக் குதிரையை நகர வாயில் வழியாக ஒரு ரகசிய இடத்துக்குக் கொண்டுவருவதற்கு போர்ச்சுக்கீசிய வியாபாரிக்கு அவர் லஞ்சம் தர வேண்டியிருந்தது. வனத்துக்குத் திரும்பும் வழியில் அவர் உடல் நலம் கெட்டது.'

'வனத்தை நெருங்கிய தருணத்தில் அவருக்குக் காய்ச்சல் உண்டாகிப் பிதற்றத் தொடங்கிவிட்டார்,' என்றது கிளி. 'சவாரி செய்துகொண்டே ஏதேதோ உரக்க உளறினார்.'

கதையைக் காக்கை தொடர்ந்தது. 'வனத்தை அடைந்த போது அவர் மனம் முழுதாகப் பிறழ்ந்துவிட்டது; தான் யார் என்பதே அவருக்குத் தெரியவில்லை; வனத்தில் நுழைந்து அவளைப் பார்க்க வேண்டும் என்பது மட்டுமே அவர் மனதில் இருந்தது.'

‘தாங்கள் யாரென்று தெரியாத அல்லது மறந்துவிட்ட ஆண்களுக்கு வனம் ஆபத்தான இடம் என்பது உங்களுக்குத் தெரியும்,’ என்று கிளி சொன்னது.

‘அவள் பெயரை உரக்கச் சொல்லிக்கொண்டே அவர் வனத்துக்குள் ஓடினார்,’ என்று காக்கை தொடர்ந்தது. ‘வனத்தின் மாயம் அவரைத் தன்னுடைய கட்டுப்பாட்டுக்குள் கொண்டு வந்தபோது அலறியபடி நிலத்தில் விழுந்தவர் எழவே இல்லை.’

‘அவள் ஓடிவந்தாள்; ஆனால் தாமதமாகிவிட்டது,’ என்றது கிளி.

‘விழுந்த அந்த உருவத்தை அவள் அடைந்தபோது அது அவளுடைய நேசத்துக்குரிய ஹலேய கோட்டேவாக இல்லை,’ என்று துயரம் மேலிடக் காக்கை தெரிவித்தது.

‘நூறு வயதானவள் போன்ற தோற்றத்தோடு இறந்து கொண்டிருந்த பெண் அது,’ என்று கிளி சோகமாகச் சொன்னது.

‘அந்தப் பெண் முதிய போர்வீரரின் ஆடையை அணிந்திருந்தாள்,’ என்ற கூடுதல் செய்தியைக் காக்கை கூறியது.

12

இறுதியில் அரசனின் ஆலோசகர் சயானா இறந்தபோது தான் செயல்பட உகந்த தருணம் அது என்று பம்பா கம்பானா தீர்மானித்தாள். அந்த நேரத்தில் வித்யாசாகர் குறித்த எந்த அறிகுறியும் எங்கேயும் தென்படவில்லை. அப்படியே உயிரோடு இருந்தாலும் கையறுநிலையில் வெறும் வன்மம் மட்டுமே உந்த, வாழ்க்கையை இறுகப் பற்றிக்கொண்டு, வாழ்தலை மேற்கொள்ள இயலாமல், தொன்மையான ஒரு குழந்தையைப் போலக் கட்டிலில் கிடந்தபடி அவர் இருக்கக்கூடும். அவருடைய காலம் முடிந்துவிட்டது. தெய்வீக அதிகாரச் சபையின் அதிகாரிகளும் பற்கள் விழுந்து, உடல் சுருங்கியிருந்தார்கள். சடலங்கள் நிர்வாகம் நடத்துவதைப் போலத் தோன்றியது; இறந்தவர்கள் உயிருடன் இருந்தவர்களை ஆள, உயிருடன் இருந்தவர்கள் அதனால் சலிப்புற்றனர்.

ஒதுக்குப்புற அலமாரியின் பின்னாலிருந்த அவள் அரசனின் காதுகளுக்குள் முணுமுணுக்கத் தொடங்கினாள். திடீரென்று எங்கிருந்து இந்த அசாதாரண எண்ணங்கள் வருகின்றன என்பது தெரியாமல் அரண்மனையின் உள் அறைகளுக்குள் இருந்த தேவராயர் தலையைப் பிடித்துக்கொண்டான்; புதிய கருத்துகள் அகத் தூண்டுதலாக அமையும் மன அமைப்பை இதற்கு முன்பு பெற்றிராத அவனுக்கு அவ்வாறான தூண்டுதல்களைத் தான் பெறுவது எப்படிச் சாத்தியமானது என்பது புரிய வில்லை; கடைசியில் உண்மையான மேதைமையின் நிலையைத் தான் வந்தடைந்ததற்கான நற்பெயரைத் தனக்குத் தானே வழங்கிக்கொள்ளத் தொடங்கி னான். அவன் தலைக்குள் இருந்த குரல் அவனிடம் அப்படிச் சொன்னது. அவன் அடைந்திருந்த மேதைமையின் வெளிப்பாடுதான் அந்தக் குரல் என்று அதுவே சொல்லி அவனை முகஸ்துதி செய்தது.

அது சொல்வதை அவன் கேட்க வேண்டும்; அது அவனை என்ன செய்யச் சொல்கிறதோ – அதாவது அவனே அவனிடம் சொல்வது – அதனால் வழிநடத்தப்பட வேண்டும்.

போரையும் பகுத்தறிவுக்குப் புறம்பான நம்பிக்கைகளையும் அவன் மறந்துவிட வேண்டும் என்று அந்தக் குரல் சொன்னது. – நீ தேவா, தெய்வீகத் தன்மை கொண்டவன் அல்லவா, அப்புறம் ஏன் நீ வெறும் மரணத்தின் கடவுளாக இருக்க வேண்டும்? போர்க்களத்திலிருந்து ரத்தம் தெறித்த உடையோடு நாடு திரும்புவது உனக்கு மனஉளைச்சலை ஏற்படுத்தவில்லையா? மாறாக, வாழ்தலுக்கான கடவுளாக இருக்க உனக்கு விருப்பமில்லையா? படைகளை அனுப்புவதற்குப் பதிலாக ராஜதந்திரிகளை அனுப்பி அமைதியை உண்டாக்கலாமே.

– ஆமாம், ஆமாம், அவன் நினைத்தான். – எனக்கு நானே இப்போது ஆலோசனை சொல்லிக்கொள்வதைப் போல நான் செய்வேன்; ராஜதந்திரிகளை அனுப்பி அவர்கள் எல்லோருடனும் சமாதானமாகப் போவேன், ஏன் கூடாது? ஸஃபராபாத் உள்பட எல்லோருடனும்.

கண்மூடித்தனமான நம்பிக்கைகள் . . . முணுமுணுப்பு அவனுக்கு நினைவூட்டியது. அவற்றையும் மற.

– ஆமாம், ஆமாம், அவன் நினைத்தான். எவ்வளவு சகிப்புத்தன்மை கொண்டவனாக ஆகியிருக்கிறேன் என்பதை நிரூபிப்பேன். – ஜைன மதத்தைச் சேர்ந்த ஒரு பெண்ணை மணப்பேன்! பீமாதேவி, கனிவான பெண், அவளை மணந்து கொள்வேன், அவளுக்குப் பிடித்த கோயில்களில் வழிபாடு செய்வேன். இஸ்லாமியப் பெண் ஒருத்தியை இரண்டாவது மனைவியாக ஆக்கிக்கொள்வேன். அப்படி ஒரு பெண்ணைக் கண்டுபிடிக்க வேண்டும். கண்டுபிடிப்பேன் என்று உறுதியாக நம்புகிறேன். முத்கலில் ஒரு இஸ்லாமியப் பொற்கொல்லர் இருப்பதாகவும் அவருடைய மகள் அழகானவள் என்றும் கேள்விப்பட்டுள்ளேன். அந்த விஷயத்தைப் பரிசீலிப்பேன். வேறென்ன, புத்திக்கூர்மையுள்ள என் மூளையே, வேறென்ன?

– தண்ணீர், பம்பா கம்பானா முணுமுணுத்தாள்.

– தண்ணீரா?

– நகரம் மிகப் பெரிதாக வளர்ந்துவிட்டது; அனைவருக்கும் தேவையான அளவுக்குக் குடிநீர் இல்லை. அணைக்கட்டு ஒன்றைக் கட்டு! துங்காவும் பத்ராவும் சங்கமித்து அகலமாக வும் வேகமாகவும் ஓடும் பம்பா நதியாக மாறும் இடத்துக்குக் கீழே அந்த அணையைக் கட்டு; அதன் பிறகு உப்பில்லாத நல்ல

தண்ணீரை நகரத்துக்குக் கொண்டுவர ஒரு பெரிய கால்வாய்ப் பாலத்தைக் கட்டு; எல்லாச் சதுக்கங்களிலும் விசைக்குழாய்களைப் பொருத்தினால் தாகம் கொண்டவர்கள் குடிக்கவும் அழுக்கானவர்கள் குளிக்கவும் ஆடைகளைத் துவைக்கவும் ஏதுவாக இருக்கும்; மக்கள் உன்னை நேசிப்பார்கள். வெற்றியை விடவும் தண்ணீர் அதிக அன்பை எளிதாக உண்டாக்கும்.

– ஆமாம், ஆமாம்! ஒரு அணை! ஒரு கால்வாய்ப் பாலம்! விசைக் குழாய்கள்! தண்ணீர்தான் அன்பு. அன்பு செலுத்தும் அணைகளின் கடவுள் – அரசனாக இருப்பேன். நகரத்தின் எல்லா இடங்களிலும் அன்பு பாய்ந்து செல்லுமாறு செய்வேன்; மக்களின் அன்புக்குப் பாத்திரமானவனாக, அவர்களுடைய உச்சபட்ச நேசத்துக்குரியவனாக ஆவேன். வேறெதுவும் நான் செய்ய வேண்டுமா?

– கலைகளை ஆதரிப்பவனாக நீ இருக்க வேண்டும்! கவிஞர்களை உன் அரசவைக்கு அழைத்துவா, கன்னட மொழிக்கு குமார வியாசர், சமஸ்கிருதத்துக்கு குண்டா திண்டிமா, தெலுங்கு மொழிக்கு கவிஞர்களின் அரசரான ஸ்ரீநாதர்! உனக்கு ஒன்று தெரியுமா? உன்னாலேயே அருமையான கவிதை எழுத முடியும் என்று உறுதியாகச் சொல்கிறேன்!

– ஆமாம், ஆமாம், கவிதை, கவிஞர்கள். காதல் கவிதைகளும்! என்னால் அவற்றை எழுத முடியும், எழுதுவேன்.

– கணித வல்லுநர்களையும் அழைத்து வா. நம் பிரஜைகள் கணிதத்தை விரும்புகிறார்கள்! கப்பல் கட்டுபவர்களையும் அழைத்து வா, போர்க் கப்பல்கள் கட்ட மட்டுமல்ல, வணிகக் கப்பல்கள், பேரரசின் முந்நூறு துறைமுகங்களை நீ சென்று பார்வையிடப் பயன்படும் பெரிய அரசக் குடும்பத்துப் படகுகள் போன்றவற்றையும் கட்ட! ஓவியர்கள், கவிஞர்கள், கணக்கிடுவோர், வடிவமைப்பவர்கள் என்ற இந்தப் புதிய நிபுணர்களில் பெரும்பாலோர் பெண்களாக இருப்பதை நீ உறுதி செய்ய வேண்டும்; காரணம் அந்தச் செயல்களில் ஈடுபடுவதற்கான பெண்களின் தகுதி ஆண்களுடையதைவிட எவ்விதத்திலும் குறைந்ததல்ல!

– ஆமாம், ஆமாம்! இவற்றையும், இன்னும் கூடுதலாகவும் செய்வேன். என்னைவிட என் எண்ணங்கள் மேலானவையாக உள்ளன; ஆனால் இப்போதிருந்து என் எண்ணங்கள் அளவுக்கே நானும் மகத்தானவனாக இருப்பேன்,

– நல்லது, இன்னும் ஒரு விஷயம். உன்னைச் சுற்றி இருந்துகொண்டு தங்களுடைய பழைய பாணிக் கருத்துகளை உன் காதில் ஓதும் பதனம் செய்யப்பட்ட சடலங்களான அந்தக்

கிழட்டுப் பூசாரிகளிடமிருந்து உன்னை விடுவித்துக்கொண்டு பழைய அரசவை உயர்மன்றத்தைத் திரும்பக் கொண்டுவா. கவிஞர்களையும் கணித வல்லுநர்களையும் கால்வாய்ப் பாலங்களையும் அணைகளையும் நிர்மாணிக்கும் கட்டிடக் கலைஞர்களையும் ராஜதந்திரிகளையும் அதில் இணைத்துக்கொள்; அவர்களுடைய அறிவுக்கூர்மை உன் பிரகாசத்தை அதிகரித்து மின்னவைக்கும்.

– நல்ல ஆலோசனை! எதிர்பாராமல் அது எனக்கு வந்தது குறித்து மகிழ்கிறேன். இப்போதே அதைச் செயல்படுத்துவேன்.

– ஒரு பேரனைக் கொன்ற கொலையாளி இப்போது என் சூத்திரக் கயிற்றில் தொங்கும் கைப்பாவை என்று பம்பா கம்பானா நினைத்தாள்.

அந்தக் காலத்தில் பிஸ்நகா மக்கள் நினைவுகளோடு சிக்கலான உறவைக் கொண்டிருந்தார்கள். காலத்தின் தொடக்கத்தில் அவர்களுடைய முன்னோர்களிடம் பம்பா கம்பானா புனைவுக் கதைகளை ஊன்றித் தன் வளமான கற்பனையிலிருந்து அந்த முழு நகரத்தையும் உருவாக்கினாள் என்பதுகூடத் தெரியாமல் அல்லது நம்பாமல் அவர்கள் தங்களை அறியாமலேயே அவற்றை அவநம்பிக்கையோடு பார்த்திருக்கலாம். எப்படியிருந்தாலும், கடந்தகாலம் மீதான எந்த அக்கறையையும் அவர்கள் கொண்டிருக்கவில்லை. முன்காலத்தில் என்ன நடந்தது என்பது பற்றி அறிந்துகொள்வதில் பெரிதாக ஆர்வம் காட்டாமல் ஆரண்யானி வனத்தின் குடிகளைப் போல அவர்கள் முழுக்கவும் நிகழ்காலத்தில் வாழும் முனைப்பிலேயே இருந்தார்கள்; இன்றைய நாள் அல்லாமல் வேறு எந்த நாளைப் பற்றியும் யோசிக்கும் தேவை அவர்களுக்கு ஏற்பட்டால் அந்த நாள், நாளை என்பதாக மட்டுமே இருந்தது. பெரிய அளவில் முன்னோக்கிப் பார்க்கும் உயிரோட்டமுள்ள இடமாக பிஸ்நகாவை இது ஆக்கியது; அதேசமயம் எல்லா ஞாபகமறதிக்காரர்களுக்கும் உரிய பிரச்சினையின் பாதிப்புக்கு ஆளாகும் இடமாகவும் அது ஆனது; அதாவது, வரலாற்றிலிருந்து விலகிப் போவது என்பது அதன் குற்றங்களைச் சுழற்சி முறையில் திரும்பத் திரும்ப நிகழ்வதைச் சாத்தியமாக்குவதுதான்.

ஹுக்கனும் புக்கனும் மாயவிதைகளைத் தூவித் தொண்ணூறு வருடங்கள் கடந்துவிட்டன; அந்தக் கதை விசித்திரமான ஒரு தேவதைக் கதை என்று மக்கள் இப்போது நினைத்தார்கள்; ‘பம்பா கம்பானா’ உண்மையான நபர்

அல்ல என்றும் அது ஒரு நல்ல தேவதையின் பெயர் என்றும் அவள் அந்தக் கதையில் வரும் யாரோ ஒருவர் என்றும் உறுதியாக நம்பினார்கள்; அவளுடைய பேரன் தேவராயர்கூட அப்படித்தான் நினைத்தான். அந்தச் சூனியக்காரியால் நிராகரிக்கப்பட்ட அவனுடைய தந்தை பகவத் இரண்டாம் ஹுக்கராயராக ஆகித் தன்மீது அன்பு செலுத்தாத தாயான பம்பாவையும், அதாவது தேவராயரின் பாட்டியையும் பம்பா கம்பானாவின் செல்ல மகள்களையும் பழிவாங்கச் சபதம் செய்த கதையை அவன் அறிவான். அதில் பாதியளவு உண்மையாக இருந்தாலும் அந்தக் கதை முடிந்துபோன ஒன்று என்று தேவராயர் நினைத்தான். அவனுடைய பாட்டி உயிரோடு இருக்கும்பட்சத்தில் அவளுக்கு வயது நூற்றுப்பத்து ஆகியிருக்கும்; சந்தேகமில்லாமல் அது ஒரு அபத்தம். சூனியம் தொடர்பான அவளுடைய சக்தி பற்றிய மடத்தனமான பேச்சும் அபத்தமானதாகத்தான் இருக்கும். அன்பற்ற கிழவியாக அவள் இருந்திருக்கக்கூடும்; நிச்சயம் சூனியக்காரி அல்ல; இப்போது அவள் இறந்துவிட்டதால் அந்தப் பழைய உலகம் அவளோடு சேர்ந்து மறைந்துபோகலாம். அவன் தலைக்குள் இருந்து எதிர்காலத்துக்கான வழியைச் சுட்டிக்காட்டும் சொந்த மேதைமையின் குரலைக் கேட்க மட்டுமே விரும்பினான். கால்வாய்ப் பாலங்கள், கணித வல்லுநர்கள், கப்பல்கள், தூதர்கள், அப்புறம் கவிதை ஆகியவற்றுக்கான காலம் இப்போது. ஆமாம், ஆமாம்!

அவள் வாழும் கால அளவுக்கே தானும் வாழ்ந்து அவளுடைய திட்டங்களைத் தடுக்கும் தன்னுடைய சூழ்ச்சி தோல்வியடைந்த நிலையில் பம்பா கம்பானாவின் எதிரியான வித்யாசாகர் தன் இறுதிக் கட்டத்தில் இருந்தார். அவர் குறித்த பயம் அவளுக்கு இனித் தேவையில்லை.

தேவராயர் தன்னுடைய எதிர்பாராத, தீவிரத் திசை மாற்றத்தை நடைமுறைப்படுத்திய பிறகு தெருச்சண்டைகள் நிகழ்ந்தன. புறக்கணிக்கப்பட்ட அதிகாரக் கட்டுமானங்களின் போக்கிரிகள் அவ்வளவு எளிதாகத் தங்களுடைய பழைய நடவடிக்கைகளைக் கைவிடவில்லை. பதவி நீக்கம் செய்யப்பட்ட பழைய காவலர்கள் தம்முடைய தொன்மையான குடிலில் இருந்தபடி அதிரடிப்படை வீரர்களுக்கு வழிகாட்டித் தெருக் களைத் தங்களுடைய கட்டுப்பாட்டில் வைக்க முயன்றார்கள். தங்கள் நடவடிக்கைகளை யாரும் தடுப்பது என்பதற்கு அவர்கள் பழக்கப்பட்டவர்கள் அல்ல. விரும்பிய செயலைச் செய்வதும் பிறர் அவர்களைப் பார்த்துப் பயந்து கீழ்ப்படிவதுமே அவர்கள் வழக்கமாக அனுபவித்தவை. ஆனால் தற்போது

எதிர்பாராத எதிர்ப்பைச் சந்தித்தார்கள். ஆண்டாண்டுக் கால முணுமுணுப்புகள் எதிர்பாராத பலன்களை விளைவித்திருந்தன. பிஸ்நகாவின் எல்லா இடங்களிலிருந்தும் ஒதுக்குப்புறத் தெருக்களி லிருந்தும் பெரும் பொதுவழிகளிலிருந்தும் முதியவர்களின் அமைதியான ஓய்விடங்களிலிருந்தும் இளவயதினர் களித்துக் கூச்சலிடும் இடங்களிலிருந்தும் மக்கள் ஏராளமாக வெளியேறி எதிர்ப்பைக் காட்டினார்கள். எதிர்த்துக் கண்டிக்கும் விதமாக ஆட்காட்டி விரலை உயர்த்தும் கை பொறிக்கப்பட்ட எதிர்ப்பியக்கத்தின் கொடி எல்லா நிழற்சாலைகளிலும் காணப்பட்டது; அந்தச் சின்னம் பல சுவர்களில் வண்ணத்தில் தீட்டப்பட்டது. பம்பா கம்பானாவால் நிகழ்த்தப்பட்ட மாற்றம் அதன் எல்லா அற்புத வீரியத்துடனும் வெளிப்பட்டது. புதிய எதிர்ப்பியக்கம் என்று அறியப்பட்ட அது இப்படியாகத்தான் பிறந்தது: கலைக்கோ பெண்களுக்கோ அது எதிரானதல்ல; பாலியல் பல்வகைமைக்கு அது பகையல்ல; மாறாக, கவிதையை யும் விடுதலையையும் பெண்களையும் களிப்பையும் அது உற்சாகத்துடன் ஏற்றுக்கொண்டது; தொடக்ககால அறிக்கையில் இடம்பெற்றிருந்த, அரசின் நிர்வாகத்தில் மத உலகம் பங்கு கொள்வதை எதிர்க்கும் முதல் பொது முறையீடு, மதச் சடங்குகளை முன்னிட்டுப் பெரிய அளவில் மக்கள் கூடுவதை எதிர்க்கும் இரண்டாவது முறையீடு, போரைப் புறக்கணித்து அமைதியைத் தெரிவு செய்யும் நான்காவது முறையீடு ஆகிய வற்றை மட்டும் அது தக்கவைத்துக்கொண்டது. பழைய ஆட்சி யின் கூலிப்படை ரௌடிகள் சிதறி ஓடினார்கள். ஒரு காலத்தில் மிகச் சக்தி வாய்ந்ததாகவும் வெற்றிகொள்ள முடியாததாகவும் தோன்றிய அது இறுதியில் சில நாட்களில் நொறுங்கிப்போய்த் தூசியைப் போலக் காற்றில் பறந்தது; உள்ளுக்குள் ஏற்கெனவே அழுகிப்போயிருந்த அது தட்டியவுடன் தாக்குப் பிடிக்க முடியாமல் விழுந்தது.

இந்தச் சம்பவங்கள் நிகழ்ந்த வேகத்தைப் பார்த்துத் திகைத்துப்போன அரசன் அரண்மனையிலிருந்தபோது தன்னுடைய அசாதாரண அறிவின் குரல் என்று அவன் நினைத்தது தனது காதுகளில் முணுமுணுத்ததைக் கேட்டான்.

– அதைச் செய்து முடித்துவிட்டாய்.

– ஆமாம், ஆமாம் என்று சொல்லி உறுதிப்படுத்திக் கொண்டான். ஆமாம், செய்து முடித்துவிட்டேன்.

பிஸ்நகாவில் புதிய நாள் ஒன்று புலர்ந்தது. தன் ஒதுக்குப்புறத்தைக் கைவிட்டு பம்பா கம்பானா பகல் வெளிச்சத்துக்கு வந்தாள். அவளுடைய மாறுவேடம்–அவளுடைய

அஞ்ஞாதவாசம் – அவளுடைய உண்மையான தோற்றமாக ஆனது. அப்பெரும் அரசியல், சமூக மாற்றத்தைத் தொடர்ந்து வந்த இரண்டாவது பொற்கால வருடங்களிலும் அரசின் நிர்வாகத்தில் முக்கியப் பொறுப்புகளுக்கு எதிர்ப்பியக்கத்தின் உறுப்பினர்கள் வந்த காலத்திலும் பம்பா கம்பானா யாராலும் அடையாளம் காணப்படாதவளாக இருந்தாள்; இருபதுகளின் மத்தியில் இருக்கும் ஒரு பெண்ணாகவே அவள் எல்லோராலும் பார்க்கப் பட்டாள்; நூற்றுப்பத்தாவது வயதை நெருங்கிக்கொண் டிருக்கும் பெண்ணான அவள்தான் நகரத்தின் தலை சிறந்த நிறுவனர் என்பது ஒரு சிறிய உள்வட்டத்துக்கு மட்டுமே தெரிந்திருந்தது. அவளுடைய நம்பிக்கைக்குப் பெரிதும் பாத்திரமானவளும் தற்போது எதிர்ப்பியக்கத்தின் உயர்மட்டத் தலைவர்களில் ஒருவராகவும் ஆகியிருந்த ஜோதிடர் மாதுரிதேவி அரசவை உயர்மன்றத்தின் உறுப்பினராக நியமிக்கப்பட்டாள்; அசாதாரணத் திறமைகள் கொண்டவளென்றும் நாட்டின் நிர்வாகத்தில் அவளைப் பங்குபெற வைப்பது நல்லது என்றும் ஒரு பெண்ணை மன்னனிடம் பரிந்துரைத்தாள்.

தன் முன்னால் அழைத்து வரப்பட்ட பம்பா கம்பானாவைப் பார்த்து, ‘உன் பெயர் என்ன?’ என்று தேவராயர் கேட்டான்.

‘பம்பா கம்பானா,’ என்று பம்பா கம்பானா பதில் சொன்னாள்.

தேவராயர் வெடித்துச் சிரித்தான். ‘அழகான பெயர்,’ என்று உரக்கச் சொன்னவன் கண்களைத் துடைத்துக்கொண்டான். ‘ஆமாம், ஆமாம், இளம்பெண்ணே! நீ என்னுடைய பாட்டி, சந்தேகமில்லாமல் நீ என்னுடைய பாட்டி; நீ அதிர்ஷ்டக்காரி – என் தந்தையின் வன்மத்தை நான் கொண்டிருக்கவில்லை; உன் அளவுக்கு விவேகம் கொண்ட ஒரு குலத் தலைவி எங்கள் குழுவுக்குத் தேவை.’

‘மாட்சிமை தங்கிய மன்னரே! அப்படி எதுவும் வேண்டாம்,’ என்று அகந்தையுடன் பதில் கூறினாள் பம்பா கம்பானா. ‘முதலாவது, அநாமதேயமாக நான் தற்போது இருக்கும் நிலையிலேயே தாங்கள் என்னை நம்பவில்லையென்றால் தங்கள் அருகில் நான் ஆலோசகராக இருக்கும் காலத்தில் என்னை நம்ப மாட்டீர்கள். இரண்டாவது, என்னுடைய சினேகிதி மாதுரிதேவி சொன்னதுபோல இது எனக்குரிய காலம் அல்ல, இன்னும் சில பத்தாண்டுகள் தாண்டி எதிர்காலத்தில் அது உள்ளது; அப்போது நான் வேறொரு அரசனைத் திருமணம் செய்துகொள்வேன். எப்படியிருந்தாலும் தங்களை என்னால் திருமணம் செய்துகொள்ள முடியாது; ஏனென்றால் அது முறையற்ற பாலியல் உறவாகிவிடும்.’

தேவராயர் மீண்டும் கூக்குரலிட்டுச் சிரித்தான். 'உன்னுடைய சினேகிதி மாதுரிதேவி நிறைய நகைச்சுவை உணர்வு கொண்டவள். எங்கள் அரசவையில் விகட கவியாகச் சேர அவள் ஒத்துக்கொள்வாளா? இப்படிச் சிரித்துப் பல வருடங்கள் ஆயிற்று.'

பேசுவதில் அவமதிப்பு தொனித்துவிடக் கூடாது என்ற எச்சரிக்கை உணர்வோடு, 'தாங்கள் என்னைப் பொறுத்தருள்வீர்களென்றால், விடைபெற்றுக்கொள்வேன்,' என்றாள் பம்பா கம்பானா.

༄

தேவராயரின் ஆட்சி பம்பா கம்பானாவுக்குப் பெரும் வெற்றிக் காலமாக இருந்தது; அது அவளுக்கு நியாயமான பெருமிதத்தை எளிதாகக் கொடுத்திருக்கலாம். ஆனால் தன்னுடைய கவிதை களில் அந்தக் காலத்தை வர்ணிக்கும்போது கடுமையான சுய விமர்சனம் கொண்டவளாக அவள் இருந்தாள்.

'ஒன்றுக்கும் மேற்பட்ட நபராக என்னை உணரத் தொடங்குகிறேன்; அவர்கள் யாருமே பாராட்டத்தக்கவர்களாக இல்லை. இந்த நகரத்தின் தாய் நான் – அப்படித்தான் என்று ஒரு சிலரே நம்பினாலும் – ஆனால் என் சொந்த மகள்களிடமிருந்து விலகி இருக்கிறேன்; இந்தப் பிரிவின்போது அவர்களுடைய தாய் என்பதாக நான் உணரவேயில்லை. வருடங்கள் செல்கின்றன; அவர்கள் உயிரோடிருக்கிறார்களா இல்லையா என்பது எனக்கு உறுதியாகத் தெரியவில்லை. ஒரு வாழ்நாள் காலத்துக்கு முன்பாக எப்படி இருந்தேனோ அப்படியே வெளித் தோற்றத்தில் இப்போதும் நான் இருந்தாலும் பச்சை நிறக் கண்களை உடைய அவர்களை எனக்குத் தெரியாது, அவர்களுக்கும் என்னைத் தெரியாது; இன்னும் உயிருடன் இருக்கும்பட்சத்தில் அவர்கள் எப்படியான முதிய பெண்களாக ஆகியிருப்பார்களோ. அந்த நபர், நீரிலும் கண்ணாடியிலும் பிரதிபலிக்கும்போது நான் காணும் அவள், யார் என்பதும் எனக்குத் தெரியாது. என் மகள் யோத்ஷ்னா என்னிடம் அந்தக் கேள்வியைக் கேட்டாள் – "நீங்கள் யார்?" – அதற்கு என்னால் விடை சொல்ல இயலவில்லை,' என்று எழுதியிருக்கிறாள்.

'சாசுவதமான இந்த இளமை ஒரு சாபக்கேடு. பிறர் எண்ணங்களின் மீது பாதிப்பை ஏற்படுத்தி வரலாற்றை மாற்றி யமைப்பது இன்னொரு சாபம். எனக்கே அவற்றின் எல்லைகள் தெரியாத பில்லி சூனியம், மாயவிதைகளின், உருமாற்றத்தின் மாந்திரீகம் மூன்றாவது சாபம். முதுமையடைவதை ஏற்க மறுக்கும் உடலில் நானொரு பேய். சந்தேகமில்லாமல்

வித்யாசாகருக்கும் எனக்கும் பெரிய வித்தியாசமில்லை. நாங்கள் இருவரும் எங்களுடைய பேயுருக்களே, எங்களுக்குள்ளேயே எங்களைத் தொலைத்தவர்கள். எனக்குத் தெரிந்ததெல்லாம் நான் ஒரு மோசமான தாய் என்பதே; என் மகன்கள், மகள்கள் அனைவரும் அதை ஒப்புக்கொள்வார்கள். எந்த வகையான நபராகவும் நான் இல்லை என்பதாகவும் நான் உயிரோடு இல்லையென்பதாகவும் என்னோடு அடையாளப்படுத்திக் கொள்ளும் ஒரு "நான்" இனி இல்லையென்பதாகவும் சில சமயங்களில் உணர்கிறேன். முன்னால் விரிந்து கிடக்கும் முடிவேயில்லாத எதிர்காலத்தில் ஒரு புதிய பெயரால் அல்லது பல புதிய பெயர்களால் நான் அறியப்பட வேண்டும்போல. என்னுடைய பெயர் எதுவென்று நான் சொல்லும்போது யாரும் அதை நம்புவதில்லை. காரணம் சந்தேகமில்லாமல், நான் சாத்தியமில்லாத ஒன்று.

நானொரு நிழல், அல்லது கனவு. ஒருநாள் இரவு இருள் கவியும்போது இயல்பாக நான் அந்த இருளின் ஒரு பகுதியாக ஆகி மறைந்துபோகலாம். அது ஒரு மோசமான விஷயமாக இருக்காது என்று எனக்கு அடிக்கடி தோன்றுகிறது.'

வித்யாசாகர் இறந்த நாளன்று, துக்கத்திலும் பிரார்த்தனை யிலும் நகரம் மூழ்கியிருந்தபோது, பின்னாளில் அரசனாக ஆன ஒருவனோடு சேர்ந்து ஹலேய கோட்டே வழக்கமாகக் குடித்த மதுக்கூடத்துக்கு முதன்முறையாகப் போன பம்பா கம்பானா ஒரு குவளை வீரியமிக்க முந்திரிச் சாராயம் தரப் பணித்தாள். குவளையில் பாதியை அவள் காலி செய்திருந்த போது பச்சைநிறக் கண்களும் சிவப்புநிற முடியும் கொண்டு வெளிநாட்டுக்காரன் என்று சொல்லும்படியான தோற்றத்தோடு இருந்த ஒருவன் அவளை நெருங்கினான்.

'உன்னைப் போன்ற அழகான பெண் குவளை நிறையத் தனித்த துயரத்தோடு இந்த இடத்தில் உட்கார்ந்திருக்கக் கூடாது,' என்றான் அவன்; வார்த்தைகளை அதிக அழுத்தத்தோடு உச்சரித்தான். 'நீ அனுமதித்தால் உன் பாரத்தைக் குறைக்க விரும்புகிறேன்.'

அவள் அவனைக் கூர்ந்து பார்த்தாள். 'அது சாத்திய மில்லை,' என்றாள். 'நீ இறந்து பல காலம் ஆயிற்று. இறக்கவே செய்யாத ஒரே நபர் நான்தான்.'

'நான் உயிரோடிருக்கிறேன் என்பதை உறுதியாக உனக்கு என்னால் சொல்ல முடியும்,' என்றான் அந்த அயலான்.

‘முட்டாள்த்தனமாகப் பேசாதே,’ என்றாள். ‘உன்னுடைய பெயர் டொமிங்கோ நூனிஸ். நாம் பல ஆண்டுகள் காதலர்களாக இருந்ததால் உன்னுடைய பெயர் எனக்குத் தெரியும்; நிச்சயம் நீ உயிரோடு இல்லையென்பதால் நான் காண்பது சாராயம் விளைவித்த ஆவியுருவாகத்தான் இருக்கும்.’

‘மேலும் என்னுடைய மூன்று மகள்களின் அப்பா நீ,’ என்ற நாக்கு நுனியில் வந்துவிட்ட வாக்கியத்தை அவள் சொல்லவில்லை.

வியந்துபோன அயலான், ‘நூனிஸின் பெயரைக் கேள்விப்பட்டிருக்கிறேன்,’ என்றான். ‘இங்கே நான் செய்யும் வியாபாரத்தின் முன்னோடி அவர். ஆனால் அவர் நீண்ட காலத்துக்கு முன் இருந்தவர்; உறுதியாக, உன் வயதுக்கு ரொம்பக் காலத்துக்கு முந்தியவர். நானும் போர்ச்சுக்கீசியன்தான். என் பெயர் ஃபெர்நவ் பெயஸ்.’

பம்பா கம்பானா அவனை இன்னும் கூர்மையாகப் பார்த்தாள். ‘ஃபெர்நவ் பெயஸ்,’ என்று திரும்பச் சொன்னாள்.

‘நீ சொல்வதைச் செய்யக் காத்திருக்கிறேன்,’ என்று தெரிவித்தான்.

‘நம்ப முடியாததாக இருக்கிறது,’ என்றாள். ‘நீங்கள் எல்லாரும் உண்மையில் ஒரே மாதிரி இருக்கிறீர்கள்.’

‘உன்னருகே உட்காரலாமா?’ என்று கேட்டான்.

‘உன்னை ஒப்பிட நான் மிகவும் வயதானவள். ஆனால் இங்கே நானும் ஒருவகையில் அயல் பெண்தான். யாரும் என்னை அடையாளம் கண்டுகொள்வதில்லை. நான்தான் இந்த நகரத்தை நிர்மாணித்தவள்; ஆனால் அதில் நான் இப்போது வேற்று நபர். எனவே, நாம் இருவருமே இப்போது அந்நியர்கள்தான். நாம் வெறுமனே இந்த நகரத்தைக் கடந்துகொண்டிருப்பவர்கள். நம்மிடையே பொதுவான விஷயங்கள் இருக்கின்றன. உட்கார்.’

‘நீ என்ன பேசுகிறாய் என்பது எனக்குத் தெரியவில்லை; ஆனால் அதைத் தெரிந்துகொள்ள விரும்புகிறேன்,’ என்றான் ஃபெர்நவ் பெயஸ்.

‘எனக்கு வயது நூற்றியெட்டு,’ என்றாள் பம்பா கம்பானா.

பிறர் தயவைப் பெற முயலும் புன்னகையை ஃபெர்நவ் பெயஸ் தவழவிட்டான். ‘என்னைவிட மூத்த பெண்களை எனக்குப் பிடிக்கும்,’ என்று வெளிப்படையாகச் சொன்னான்.

குதிரைப் படைக்கும் அரசனுக்கும் பிரபுக்களுக்கும் குதிரைகளை விற்றதால் செல்வந்தனாக ஆன அவன், நகரத்தை நோக்கித் திறக்கும் பெரிய அடைப்புகள் பொருத்தப்பட்ட ஜன்னல்கள், நதியின் அணையால் உருவான பிரம்மாண்ட நீர்த்தேக்கத்திலிருந்து நீரைக் கொண்டுவர அமைக்கப்பட்ட முதல் கால்வாய்மூலம் நீர் பாய்ச்சப்பட்ட பசுந்தோட்டம் ஆகியவை கொண்ட போர்ச்சுக்கீசியப் பாணியிலான கல் மாளிகை ஒன்றைக் காட்டினான். கரும்புத் தோட்டம் ஒன்றும் அவனுக்கு இருந்தது; சிறு காட்டுப்பகுதி ஒன்றும்கூட வைத்திருந்தான். ஜோசியக்காரியின் வீட்டைவிட்டு நீங்கி அந்த வெளிநாட்டுக் காரனின் குடியிருப்புக்குப் போனாள் பம்பா கம்பானா. 'தான் தற்போது வீடில்லாத மனுஷி,' என்பதைப் புரிந்துகொண்டாள். 'பிறர் மனமுவந்து செய்யும் உதவியைச் சார்ந்திருக்க வேண்டும்.'

ஃபெர்நவ் பெயஸ் உணர்ச்சிவயப்பட்ட, சிக்கலான மனிதனாக இருந்தான். தன்னுடைய வாழ்க்கையைப் பற்றி பம்பா கம்பானா சொன்ன கதைகளை நம்பவில்லையென்றாலும் அவனால் அவளைக் காதலிக்க முடிந்தது. கண்டங்கள், கடல்கள் ஊடாகப் பயணம் செய்த அவன் இயல்பான மனநிலை கொண்ட யாராலும் நம்ப முடியாத வாழ்க்கைக் கதைகளைக் கேட்டிருந்தான். ஏடன் துறைமுகத்தில் அவன் சந்தித்த ஏழைக் கடலோடி ஒருவன், வாழ்க்கை மகிழ்ச்சியாக இருந்த பழைய காலத்தில் மதிப்புக் குறைந்த உலோகங்களைத் தங்கமாக மாற்றும் ரகசியத்தைத் தான் கண்டுபிடித்ததாகவும் மத்தியதரைக் கடலில் தன்னைப் பிடித்த கடற்கொள்ளைக்காரர்கள் அந்தச் சூத்திரத்தைத் திருடிவிட்டதாகவும் தலையில் வாங்கிய அடியின் விளைவாக அதை நினைவுகூர முடியவில்லையென்றும் இன்ன பிற பலவும் சொல்லியிருக்கிறான். அவன் சந்தித்த ஒரு குள்ள மனுஷி, சூனியக்காரி ஒருத்தி செய்த மந்திர வசியத்தால் முன்னால் இருந்த தன் பெரிய உருவம் சுருங்கிப்போய்விட்ட தாகச் சொன்னதோடு மேலும் பலவற்றையும் சொன்னாளாம்; அவன் பார்த்தவர்களிலேயே அதிகூர்மையான பார்வை கொண்ட ஒரு பையனை பிரின்டிஸியில்[1] சந்தித்திருக்கிறான்; தான் ஒரு பருந்தாகப் பிறந்ததாகவும் ஒரு சூனியக்காரியின் மந்திர வசியத்தால் பூமிக்குக் கொண்டுவரப்பட்டுக் கூர்மையான பார்வை கொண்ட குழந்தையாக மாற்றப்பட்டுவிட்டதாகவும் சொன்னான். இப்படி இப்படியாக அவன் கதை சொல்லிக் கொண்டே போனான்.

தோற்றமளிப்பதைப் போலத் தாங்கள் இல்லையென்றும் முன்பு தாங்கள் எப்படி மேலானவர்களாக அல்லது

---

1. இத்தாலிய நகரம் (Brindisi).

மோசமானவர்களாக இருந்தோமென்றும் ஆனால் நிச்சயமாக வேறுவிதமாக, நூறு வகைகளில் வேறுவிதமாக இருந்தோ மென்றும் சொல்லும் மக்கள் உலகத்தின் எல்லா இடங்களிலும் இருந்தார்கள். செங்கடலின் கரையில் யாசித்துக்கொண்டிருந்த நூறு வயதுப் பெண்ணைக்கூட பெயஸ் சந்தித்திருக்கிறான்; தனது இருபத்தோராவது வயதில் தேவதூதர் ஒருவர் தன்மீது காதல் வயப்பட்டுச் சொர்க்கத்துக்குத் தன்னைக் கொண்டு சென்றுவிட்டதாகவும் ஆனால் வாழ்ந்துகொண்டிருந்த மனிதர்கள் சொர்க்கத்துக்கு வந்தபோது அவர்களுக்கு அந்த இடம் சரிவராததால் மிக வேகமாக வயது முதிர்ந்து சில மணி நேரங்களில் இறந்துவிட்டதால் தன்னை மீண்டும் பூமிக்குக் கொண்டுபோய்விடும்படி தேவதூதரைக் கெஞ்சிக் கேட்டதாக வும் அவனிடம் சொன்னாளாம்; பூமியில் இறங்கியவுடன் இப்படியான தோற்றத்தை அடைந்துவிட்டேன் ஐயா என்றாளாம்; இரண்டு வருடங்களுக்கு முன்புதான் இது நடந்தது ஐயா, இரண்டு வருடங்களுக்குப் பிறகு இன்னமும் எனக்கு இருபத்து மூன்று வயதுதான் என்பதை நீங்கள் நம்ப வேண்டும் என்றும் சொல்லியிருக்கிறாள். அந்த முதியவள் இளம்பெண்ணாகப் பாசாங்கு செய்ததைப் பார்த்திருந்ததால் ஒரு இளம்பெண் முதியவளாகப் பாசாங்கு செய்வதைப் பார்ப்பது ஃபெர்நவ்வுக்கு அப்படியொன்றும் அசாதாரணமானது அல்ல என்பதால் அவள் சொன்னதை வைத்து அவளைப் பற்றி எந்த முடிவுக்கும் வராமல் அதை ஏற்றுக்கொண்டான். மொத்த உலகமும் பைத்தியக்காரத்தனமானது. இதுதான் அவனது ஆழ்ந்த நம்பிக்கை. இயல்பான மனநிலை கொண்ட ஒரே நபர் அவன்தான்.

பெயஸின் வீட்டிலிருந்தபோது அவன்மீது காதல் கொண்டதாக முதலில் எண்ணிய பம்பா கம்பானா தான் அனுபவித்துக்கொண்டிருந்தது மன நிம்மதிதான் என்பதைப் பிறகு உணர்ந்தாள். வனத்திலிருந்து திரும்பிய காலம் தொட்டே மாதுரிதேவியைத் தவிர பிறர் எல்லோரும் அவநம்பிக்கை யோடு அவளுக்கு முகமன் கூறிய விதம் அவளை மனம் கலங்கவைத்ததோடு புண்படுத்தவும் செய்தது; அரசனின் அவமரியாதையான சிரிப்பில் அந்த அவநம்பிக்கை உச்ச நிலையை அடைந்தது; ஆனால் தற்போது, அவமரியாதை செய்யப்படுகிறோம் என்ற உணர்வை அவளது புதிய அநாமதேய நிலை உண்டாக்கிய சுகமான உணர்வெழுச்சி பதிலீடு செய்துவிட்டது. ஒன்பது வயதுக்குப் பிறகு இப்போதுதான் முதன்முறையாக பம்பா கம்பானாவாக இருக்கும் பொறுப்பைத் தவிர்த்துவிட்டுப் புகழ்பெற்ற அந்தப் பழைய பெயரோடு இருக்கும் ‘இந்த’ அநாமதேய பம்பா கம்பானாவாக, அநேகமாக எல்லாருடைய அபிப்பிராயப்படி நினைவில் மட்டுமே

உயிரோடு இருக்கும் 'உண்மையான' பம்பாவுக்குப் பதிலாக இருக்க முடிந்தது. வாழ்க்கையில் அவளுக்கு இரண்டாவது வாய்ப்பு வழங்கப்பட்டுக்கொண்டிருந்தது; தொய்வுறாத அசாதாரண இடத்துக்குப் பதிலாக உலகில் ஒரு சாதாரண இடத்தைப் பெறும் சாத்தியம் அவளுக்கு அளிக்கப்பட்டது. பெயஸ் உற்சாகம் மிக்கவனாக, சாகசக்காரனாக இருந்ததோடு அவள்மீது உண்மையான உணர்வுகள் கொண்டவனாகவும் தோன்றினான்; எல்லாவற்றுக்கும் மேலாக, விற்பனை செய்யச் சிறந்த குதிரைகளைத் தேடி பிஸ்நகாவுக்கும் பாரசீக, அராபிய நிலங்களுக்கும் இடையே போகவும் வரவுமாகப் பயணம் செய்ததில் நீண்ட காலகட்டங்களில் அவன் நகரத்தில் இல்லாமல் போனதுதான் குறிப்பிடத்தக்கது. 'ஆண்களிலேயே இவன்தான் உண்மையில் ஆகச் சிறந்தவன்,' என்று சொல்லிக்கொண்டாள். 'விசுவாசமானவன், நேசம் கொண்டவன்; தலைக்கு மேல் நல்ல கூரையைக் கொடுத்ததோடு வயிற்றுக்கு உணவையும் வழங்குகிறான்; பெரும்பாலும் அவன் இங்கே இருப்பதுகூடக் கிடையாது.'

இப்படியாக அவளுடைய அஞ்ஞாதவாசத்தின் இரண்டாம் கட்டத்துக்குள் நுழைந்திருந்த பம்பா கம்பானா உடலளவில் பிஸ்நகாவில் இருந்தாள்; ஆனால் தான் யாரென்று அவளுக்குத் தெரிந்த நபர் அல்ல அவள், அதே பெயர் கொண்ட முற்றிலும் முக்கியத்துவமில்லாத வேறு நபர் என்று நிலவிய பொது அபிப்பிராயத்தோடு உடன்பட்டிருந்தாள். தன் மகள்கள் குறித்து அவள் அனுபவித்த தீராத துயரம் டொமிங்கோ நூனிஸின் உருவத்தோடு வியக்கத்தக்க வகையில் ஃபெர்நவ் பெயஸ் கொண்டிருந்த ஒற்றுமையால் மேலும் மோசமானது; தற்போது அவர்கள் வயதான பெண்களாக இருப்பதால் தாயால் பேணப்பட வேண்டிய அவசியமில்லை என்பது உண்மையென்றாலும் அவர்கள் எப்படி இருக்கிறார்கள், நலமாகவா அல்லது நோய்வாய்ப்பட்டா, மகிழ்ச்சியாகவா அல்லது துயருற்றா, உயிருடனா அல்லது இறந்துபட்டா என்று எதுவும் தெரியாமல் இருப்பது அவளுக்கு வருத்தம் தந்தது. அவளுக்குப் பொருத்தமான பயண வாழ்க்கையை, டொமிங்கோ நூனிஸுடையதைப் போலவே, தன் வாழ்க்கைப் பாதையாக ஸெரல்டா தேர்ந்தெடுத்துக்கொண்டாள் என்பதால் மரபுரிமையாக அதை அவள் அவனிடமிருந்து பெற்றிருக் கிறாள் என்று பம்பா கம்பானா கருதினாள்; மூர்க்கமான வனப்பெண்களோடு இணைந்து அங்கேயே வாழ்ந்த யுக்தஸ்ரீ அவர்களில் ஒருத்தியாகவே ஆகிவிட்டாள்; இப்படியாக மூன்றில் இருவர் என்று பம்பா கம்பானா அடிக்கடி நினைத்து ஆறுதல் கொண்டாள். பிரச்சினை யோத்ஷ்னா தொடர்புடையதுதான்.

யோத்ஷ்னாவுக்கு ஒரு மனக்குறை இருந்தது. அம்மாவை அவள் மன்னிக்க மாட்டாள். குற்றம் சாட்டும் அவளுடைய கண்கள் பம்பா கம்பானாவின் கனவுகளில் அடிக்கடி தோன்றின.

அரசனைப் புரிந்துகொள்வது மலைப்பூட்டுவதாக ஃபெர்நவ் அவளிடம் சொன்னான். ஒருநாள் காலை உணவு சாப்பிடும்போது, 'முதன்முறையாக நான் பிஸ்நகாவுக்கு வந்தபோது ஒவ்வொருவரும் அடுத்தவரைக் கொலைசெய்து கொண்டிருந்தார்கள்.' (காட்டுமனிதனைப் போல அவன் காலை உணவைச் சாப்பிட்டான்: நொதிக்கப்பட்டுச் சுடப்பட்ட கணிசமான அளவு ரொட்டித் துண்டுகள், பசும்பாலிலிருந்து உருவான பாளம் பாளமான பாலாடைக் கட்டிகள், காய்ச்சப் பட்டு நுரைக்கும் பசும்பாலில் மூழ்கடிக்கப்பட்ட லிட்டர் கணக்கான கடுங்காப்பி, அவனுடைய மொழியில் இதற்கு கேலவ் என்று பெயராம் – தெளிந்த மன நலம் உடைய எவரும் ஒரு நாளின் தொடக்கத்தில் சாப்பிடாத பொருட்கள்.) 'பிறகு என் நாட்குறிப்பில், 'தேவராயரும் அவனுடைய கொலைவெறி கொண்ட சகோதரர்களும் குடிப்பதிலும் புணர்வதிலும் மட்டுமே ஆர்வம் உடையவர்களாக இருந்தார்கள் என்று எழுதிவைத்தேன். ஒருவரையொருவர் கொல்வதிலும் என்பதை நான் சேர்த்திருக்க வேண்டும்,' என்றான்.

அட, என் வம்சத்தில் வந்த ஆண்களே என்று பம்பா கம்பானா நினைத்தாள். அவர்கள் எல்லோரும் பிரயோஜன மில்லாத கழிசடைகள். என் மகன்களாக இருந்த அப்பாக்கள் மட்டுமன்றி அவர்களுடைய மகன்களும் அப்படித்தான்.

'பிறகு வித்யாசாகர், சயானா, தெய்வீக அதிகாரச் சபையினர் ஆகியோரின் செல்வாக்குக்கு தேவராயர் ஆட்பட்டான்; குடிமயக்கத்திலிருந்து விடுபட்டபின் தூய்மைவாதியானான்,' என்று பெயஸ் தொடர்ந்து பேசினான். 'அதற்கப்புறம் திடீரென்று மீண்டும் மாறிச் சமயக் குருக்களைப் புறக்கணித்தான்; புதிதாக உண்டாகியிருந்த அவனுடைய திறந்த மனதை அனைவரும் வரவேற்றார்கள்; தற்போது திருவிழாக்களும் விருந்துகளும் நிகழ்கின்றன; அவனைச் சிறந்த அரசனென்றும் அது பொற்காலமென்றும் மக்கள் சொல்கிறார்கள். இந்தப் பேர்வழிக்குச் சுயபுத்தி கிடையாது என்பது என்னுடைய அபிப்பிராயம்; எப்படி நடந்துகொள்ள வேண்டும், என்ன செய்ய வேண்டும் என்று சொல்ல அவனுக்கு யாராவது வேண்டும்; ஆட்சியில் தலையிட்ட மதத்தலைவர்களிடமிருந்து அவனை விலக்கியது யாரென்று எனக்குத் தெரியவில்லை. யாரோ ஒரு ரகசிய நபர் அல்லது நபர்கள் எங்கேயோ இருந்துகொண்டு அவன் காதில் முணுமுணுக்கிறார்கள்.'

ஆமாம், அன்பே என்று பம்பா கம்பானா நினைத்தாள்; ஆனால் நான் சொன்னபோது நீ நம்பவில்லை.

'ஒருவேளை அது மாதுரிதேவியாக இருக்கலாம்,' என்றாள் அவள். 'புதிய எதிர்ப்பியக்கம் ஆளும் கட்சியாக ஆகியிருப்பது மாதிரித் தெரிகிறது. நிர்வாகத்தை நடத்த அரசன் அந்தக் குழுவைத்தான் பயன்படுத்துகிறான்.'

மாதுரிதேவியோடு பம்பா கம்பானாவுக்கு இருந்த நட்பு தொடர்ந்தது; தற்போது அரசவை ஆலோசகராக இருந்த அந்தப் பழைய ஜோசியக்காரி அரண்மனையில் நடப்பவற்றைப் பற்றி அவளிடம் பேசினாள். அரண்மனையில் வசிக்க அவளுக்கென்று தனிக் குடியிருப்பு ஒதுக்கப்பட்டிருந்தாலும் தன்னுடைய பழைய வீட்டிலேயே அவள் தொடர்ந்து இருந்தாள்; தேநீர் குடிக்கவும் பேசிப் பொழுதுபோக்கவும் அங்கே அவளும் பம்பாவும் அந்தரங்கமாகச் சந்தித்துக்கொண்டார்கள். 'உண்மை என்னவென்றால், ராஜாங்க நடவடிக்கைகளில் ஈடுபடும் ஆர்வத்தை அரசன் இழந்துவிட்டான்,' என்றாள் மாதுரி. 'எல்லாவற்றையும் எங்களிடம் விட்டுவிட்டுப் பழைய இளவயதுக் குடி கும்மாளத்துக்குப் போய்விட்டான்; என்ன, முன்புபோல உணர்ச்சி வெறிக்கு அவனால் ஈடுகொடுக்க முடியவில்லை.'

'குடியும் புணர்ச்சியும்,' பம்பா கம்பானா சிந்தனைவயப்பட்டாள். 'குறிப்பாக, புணர்ச்சி என்பது வெளிப்படையாகத் தெரிகிறது. அவனுடைய திரளான மனைவிகளைப் பற்றிக் கடைவீதியில் எல்லோரும் பேசிக்கொள்கிறார்கள்.'

'புணர்ச்சி பெரும்பாலும் கற்பனை ரீதியில்தான்,' என்றாள் மாதுரிதேவி. 'ஆமாம், பன்னிரண்டாயிரம் மனைவிகள். இது அவனுடைய பாலியல் திறனை நிரூபிக்கவே. அவர்களில் யாருடனும் ஊக்கமாக எதையாவது அவனால் செய்ய முடிந்திருக்குமா என்று சந்தேகப்படுகிறேன். அவன் அதற்குத் தகுதியானவனோ ஆரோக்கியமானவனோ அல்ல. கழுத்தில் ஆரங்களும் விரல்களில் பல மோதிரங்களும் அணிந்து நீண்ட பச்சை சாட்டின் அங்கி உடுத்திப் பிற மனைவிகள் சூழ்ந்திருக்க ஒரு மனைவியின் மடியில் ஓய்வாகத் தலையை வைத்துப் படுத்திருக்க மட்டுமே அவன் விரும்புகிறான். எல்லா மனைவிகளையும் ஊர்வலமாக நகரம் முழுக்க அழைத்துச்சென்று பெருமிதத்துடன் அவர்களை மக்களுக்குக் காட்டும் திட்டமும் அவனுக்கு உண்டு. வீட்டுப் பணியாட்களையும்விடச் சற்று மேலானவர்கள் என்று காட்ட அவர்களில் நான்காயிரம் மனைவிகள் நடத்தி அழைத்துச் செல்லப்படுவார்கள். கொஞ்சம் உயர் அந்தஸ்து உடையவர்கள் என்று காட்ட இன்னும்

ஒரு நான்காயிரம் பேர் குதிரைகளில் அமரவைக்கப்பட்டிருப்பார்கள். நான்காயிரம் பேர் பல்லக்குகளில் தூக்கிச் செல்லப்படுவார்கள். இதுதான் மிக மோசமான பகுதி.'

'ஏன்?'

'இறக்கும்போது தன்னுடைய சிதையில் விழுந்து அந்த நான்காயிரம் மனைவிகளும் தங்களை எரித்துக்கொள்ள வேண்டும் என்று அவன் விரும்புகிறான். இந்த நிபந்தனையின் பேரில்தான் அவர்களை அரசிகளாக ஆக்கியிருக்கிறான்; அதற்கு ஒத்துக்கொண்டதால்தான் அவர்களுக்கு மிகப்பெரிய கௌரவம் கொடுத்திருக்கிறான்.'

'இறந்த ஆண்களின் சிதைகளில் உயிருடன் இருக்கும் பெண்கள் எரிக்கப்படுவது பிஸ்நகாவில் இனி ஒருபோதும் நடக்காது,' என்று பம்பா கம்பானா மூர்க்கமாகச் சொன்னாள். 'ஒருபோதும் அது மீண்டும் நடக்காது.'

'உடன்படுகிறேன்,' என்றாள் மாதுரிதேவி. தெய்வீக அதிகாரச் சபையின் பழைய மனப்பான்மை இன்னும் கொஞ்சம் அவன் மனதில் ஒட்டிக்கொண்டிருக்கிறது என்று நினைக்கிறேன்.'

ஃபெர்நவ் பெயஸ் தன்னுடைய வெளிநாட்டுக் காட்டுத்தனமான காலைநேர உணவைச் சாப்பிடுவதைக் கவனித்த போது பம்பா கம்பானா அவளுடைய அம்மாவையும் பயங்கர தீ நாக்குகளையும் நினைத்துக்கொண்டிருந்தாள்; கூடிய விரைவில் அரசனின் காதில் இன்னொரு முறை முணுமுணுக்கத் தீர்மானித்தாள். சாப்பிட்டு முடித்தவுடன் தன் நாளைத் தொடங்க விரைந்து எழுந்தான் ஃபெர்நவ் பெயஸ். லாயங்களுக்குப் போகும் முன்பாக பம்பா கம்பானாவிடம் இன்னொரு விவேகமான கருத்தைச் சொன்னான். 'பொற்காலத்தைப் பற்றி மக்கள் பேசத் தொடங்கும்போது ஒரு புதிய உலகம் தொடங்கிவிட்டதாகவும் அது சாசுவதமாக நிலைக்கும் என்றும் நினைக்கிறார்கள். ஆனால் பொற்காலங்கள் என்று சொல்லப்படுபவை ஒருபோதும் நீடித்து நிலைப்பதில்லை. சில வருடங்களுக்கு வேண்டுமானால் நீடிக்கலாம். தொல்லை அவற்றுக்கு முன்னால் எப்போதும் இருக்கும்.'

மழை வருவதற்கு முன்பான வெப்பக் காலத்தில் ஃபெர்நவ் பெயஸின் வீட்டின் தட்டையான கூரையில் வெள்ளைக் கொசுவலை கட்டப்பட்ட கயிற்றுக் கட்டிலில் படுத்து அவர்கள் தூங்கினார்கள்; மொத்த உலகமும் ஒரு பேய் என்பதாகவும் அதில் அவள் மட்டுமே வாழும் உயிரி என்பதாகவும் அவளை

அந்தச் சூழல் கற்பனை செய்யவைத்தது. இருளில் அந்தக் கனச் செவ்வகத்துக்குள் கட்டுப்படுத்தப்பட்டிருந்த அவள் தான் இன்னும் பிறக்காதவள் என்பதாகவும் வாழ்க்கையில் நுழைந்து இதற்குமுன் காணாத ஒன்றாக அதை ஆக்கக் காத்துக்கொண்டிருப்பதாகவும் உணர்ந்தாள். நம்பிக்கையாக உணரத் தொடங்கிய அவள் யாளி ஒன்றின் மீது சவாரிசெய்து வாழ்க்கையின் நுழைவாயிலைத் தாண்டி எதிர்காலத்துக்குள் நுழைவதாகக் கனவு கண்டாள்; நிறைவுபெறத் தொண்ணூறு ஆண்டுகள் பிடிக்கும் விட்டலா கோயிலைக் கட்ட அந்த நேரத்தில் தேவராயர் உத்தரவிட்டிருந்தான். கோயில் நிர்மாணத்தின் ஆரம்பக் கட்டத்தில் பின்னங்கால்களை ஊன்றித் தாவியெழுந்த கல் யாளிகளின் வரிசை ஒன்று வெட்ட வெளியில் தோன்றியது; அவற்றைச் சுற்றியும் மேலேயும் பிரம்மாண்ட கோயில் வளர்ந்தது. அம்மாதிரியான கோயிலுக்குள் நுழையும்போதோ அதிலிருந்து வெளிவரும்போதோ அல்லது ஒருவர் ஒரு புதிய முயற்சியைத் தொடங்கும்போதோ யாளியின் ஆசியைக் கோருவது நல்லது. தனக்கு வந்த யாளி கனவு புதிய தொடக்கத்தின் மங்கலமான அறிகுறி என்பதாக பம்பா கம்பானா புரிந்து கொண்டாள்.

அதேசமயம் அப்படிப்பட்ட மூடநம்பிக்கைகள் முட்டாள்த்தனமானவை என்பதும் அவளுடைய தோழியின் ஜோதிடக் கணிப்புகள் அளவுக்கே நம்ப வேண்டியவையல்ல என்பதும் அவளுக்குத் தெரியும்.

ஒரு நாள் இரவு பெருமழை பெய்வதற்கு முன்பாகக் காற்றில் ஈரம் நிறைந்திருந்தபோது அவள் காதருகே காக்கை ஒன்று கரையும் சத்தம் அவளை எழுப்பியது. எழுந்த அவள், தன்னை இட்டுப்போக அந்த மற்ற உலகம் வந்திருக்கிறது என்பதைப் புரிந்துகொண்டாள்.

பக்கத்துக் கொசுவலைக்குக் கீழே படுத்திருந்த ஃபெர்நவ் பெயஸை எழுப்பிவிடாமல் 'கா–ஆ–ஏ–வா' என்று அவள் மென்மையாகச் சொன்னாள்.

'நல்லது, நான் அல்ல அது . . .' என்று ஆதி முதன்மை மொழியில் காக்கை சொன்னது. 'ஆனால் அந்தக் குடும்பத்தைச் சேர்ந்த காக்கைதான் நான். ஆமாம். நீங்கள் விரும்பினால் என்னை அப்படி அழைக்கலாம்.'

'நீ எனக்கு ஏதோ செய்தி கொண்டுவந்திருக்கிறாய்,' என்றாள் அவள். 'என்னுடைய மகள்கள். அவர்கள் எப்படி இருக்கிறார்கள்?'

'ஒரு மகள் இருக்கிறாள். அவளிடமிருந்துதான் செய்தி வந்துள்ளது,' என்றது காக்கை.

விடை எப்படியிருக்கும் என்பதைத் தெரிந்தே, 'இன்னொரு மகள்பற்றி ஏதும் செய்தி உண்டா?' என்று கேட்டாள்.

'நீண்ட காலத்துக்கு முன்பே இறந்துவிட்டாள். மனம் ஒடிந்து இறந்தாள் என்று சொல்கிறார்கள். எனக்குத் தெரியாது. நான் செய்தி கொண்டுவரும் சாதனம் மட்டும்தான். என்னைக் கொன்றுவிடாதீர்கள். நான் வெறும் காக்கை.'

ஆழ்ந்து சுவாசித்து கண்ணீரை அடக்கிக்கொண்டாள் பம்பா கம்பானா.

'செய்தி என்ன?' என்று கேட்டாள்.

யுக்தஸ்ரீயின் செய்தி இதுதான்: *'போர்.'*

13

தொடக்கத்தில் சிறு கும்பல்களாக வந்த இளஞ்சிவப்புக் குரங்குகள் பவ்யமாக நடந்து கொண்டன. தெளிவற்ற, நயமில்லாத வகையில் முயன்று ஆதி முதன்மை மொழியில் தம் எண்ணங்களைப் பகிர்ந்துகொண்டன. அவற்றின் உச்சரிப்பு சிரிப்பை மூட்டினாலும் பேச்சு புரிந்துகொள்ளக் கூடியதாக இருந்தது. அடிப்படையில் தாங்கள் தொலைதூரத்தில் இருக்கும் ஒரு வணிக நிறுவனத்தில் பணிபுரியும் எளிய வியாபாரிகள் என்றும் ஆரண்யானியின் வனச்செல்வங்கள் குறித்த செய்தி அந்த இடத்துக்குக்கூட வந்துசேர்ந்தது என்றும் சொல்லின; அதுவரை யாரும் அறியாத அவற்றின் ருசியால் தின்றவர்களின் கண்களில் மகிழ்ச்சியால் நீர் சுரக்கவைத்த பெர்ரிப் பழங்கள், வேறெந்தச் சுரைக்காயையும் ஈடுசொல்ல முடியாத அளவில் அதிருசி கொண்ட சுரைக்காய்கள், பெயர்கள் இருந்தால்தான் வெளி உலகில் இருக்க முடியும் என்பதால் வெளி உலகத்துக்குள் இன்னும் நுழைய முடியாத பெயரில்லாப் பழங்கள், மனிதர்களும் குரங்குகளும் உலகத்தையே தாண்டிக்கூடச் சென்று ருசிபார்க்கத் தயாராக இருந்த வனத்து நதிகளில் நீந்திய சாறு ததும்பும் மீன்கள் என்று உலகில் வேறெங்கும் இல்லாத வகையில் விளைந்து வளர்ந்த பொருட்களை அங்கே காண முடிந்ததாகக் கூறின.

வனத்தின் வளங்கள் சிலவற்றை வாங்க நீங்கள் அனுமதியளித்தால் உங்களுக்குப் பயன்படுவதற்காக நாணய வகையில் பணத்தைச் செலுத்துவோம். வெள்ளியின், தங்கத்தின் மதிப்பை நீங்கள் தெரிந்துகொள்வதற்கான நேரம் வந்துவிட்டது என்று இளஞ்சிவப்புக் குரங்குகள் பழுப்புநிற, பச்சைநிறக் குரங்குகளுக்கும் அவற்றின்மூலம் பொதுவாக வனத்துக்கும் ஆரண்யானிக்கும்கூட

ஆலோசனை சொல்லின. இந்த நாணயங்களை வர்ணிக்க அவை உண்டாக்கிய ஒலி கிழக்குக் கடற்கரை மொழியிலிருப்பதைப் போலக் காசு என்று ஒலித்தது; அவற்றால் வார்த்தைகளைச் சரியாக உச்சரிக்க முடியாததால் அதை கேஷ் என்று உச்சரித்தன. 'காசு, கேஷ்தான் எதிர்காலம்,' என்று சொல்லின. 'காசு இருந்தால் எதிர்காலத்தில் நீங்கள் ஒரு இடத்தை அடையலாம். அது இல்லையென்றால், துரதிர்ஷ்டவசமாக, உங்களுக்கு எந்த முக்கியத்துவமும் இல்லாமல்போய் இறுதியில் எதிர்காலம் காட்டுத்தீயைப் போல வந்து உங்கள் வனத்தை எரித்து அழித்துவிடும்.'

இளஞ்சிவப்புக் குரங்குகளின் பவ்யமான நடவடிக்கைகளால் சபலமூட்டப்பட்ட பச்சைநிற, பழுப்புநிறக் குரங்குகள் அவற்றின் பயமுறுத்தல்களால் பீதியடைந்து அவை சொல்வதற்கு உடன்பட்டன. பயங்கரமான உச்சரிப்பில் அந்த விசித்திர அயல் உயிரிகள் சொன்ன செய்திகளை வனத்தின் பிற உயிரினங்கள் புறக்கணித்துவிட்டன. காட்டுவாசிப் பெண்களும் சிலர் சொன்னதுபோல ஆரண்யானியும் மட்டுமே தங்கள் வாழ்முறைக்கு நேர உள்ள ஆபத்தைப் புரிந்துகொண்டார்கள். 'எதிர்காலம்' என்ற ஆபத்தை எதிர்த்துச் சண்டையிடும் விருப்பம் அவர்களுக்குக் கிடையாது. ஆனால் எப்படிச் செயல்படுவது என்பது அவர்களுக்குப் பலகாலமாகத் தெரியவில்லை.

(இந்த இளஞ்சிவப்புக் குரங்குக் கதையாடலைக் காலத்தோடு – நேற்றுகள், இன்றுகள், நாளைகள் என்று பிரிக்கப்பட்ட காலம் – ஜெயபராஜெய கொண்டிருந்த ஈர்ப்பின் ஒரு பகுதியாக நாம் புரிந்துகொள்ளலாம். இந்தக் கவிதைகளில் நாம் முதலில் எதிர்கொண்ட குரங்குகள், பிஸ்நகாவின் சாம்பல்நிற அனுமன் வானரங்கள், மாபெரும் புராணங்களின் இட்டுக்கட்டப்பட்ட பகுதிகள் மீதான கவிஞரின் கருத்தைச் சொல்லும் குறிப்பு என்று எடுத்துக்கொள்ளலாம்; அதேசமயம், இந்த இளஞ்சிவப்புக் குரங்குகள் இன்னதென்று தெரியாத ஒரு நாளையை, கவிஞரின் படைப்பு நிறைவுபெற்று நீண்ட காலம் கழித்து முழுமையாக வந்துசேரும் ஒரு நாளையைச் சித்தரிக்கின்றன. இந்தக் கருத்து, உரிய அடக்கத்துடன் இங்கு முன்வைக்கப்படுகிறது.)

தான் போக வேண்டியிருப்பதையும் குதிரை ஒன்றைப் பரிசளித்தால் நன்றி பாராட்டுவதாகவும் ஃபெர்நவ் பெயஸிடம் பம்பா கம்பானா சொன்னபோது அந்த அயல்நாட்டான் எந்த வாதமும் செய்யவில்லை. 'என் வாழ்க்கையை எதேச்சையாகக்

கடந்துபோனதாக ஆரம்பத்திலேயே சொன்னாய்; ஆகவே, தவறாக எதையும் சொல்லி என்னை நம்பவைத்தாய் என்று என்னால் புகார் சொல்ல முடியாது. நீ சொல்லிக்கொள்வதைப் போல டொமிங்கோ நூனிஸின் ஒரு காலத்தியக் காதலியாக இருந்த நீ ஒரு அதிசயப் பழங்கால உயிரி என்றால், உன் முன்னாள் காதலரை நினைவுறுத்தும் உருவாக அல்லது அவருக்குப் பதிலியாக என்னை நீ பார்க்கிறாய் என்பதையும், நான் அதை நம்பவில்லையென்றாலும் நான் ஒப்புக்கொள்ள வேண்டும். எப்படியிருந்தாலும், எனக்கு நீ அன்பளித்த நேரத்துக்காக நன்றிக்கடன்பட்டிருக்கிறேன்; அதற்கு ஈடாக ஒரு குதிரையைத் தருவது மிகக் குறைந்தபட்சமானது.'

ஒதுக்குப்புறமாக இருந்த மாதுரிதேவியின் பழைய வீட்டில் பம்பா அவளைக் கடைசியாகச் சந்தித்தாள். அந்த முன்னாள் ஜோசியக்காரியிடம், 'மீண்டும் நான் உன்னைச் சந்திக்கப்போவதில்லை; ஆனால் இந்தப் பேரரசைப் பாதுகாப்பான கைகளில் விட்டுச் செல்கிறேன் என்பது எனக்குத் தெரியும். உனக்கான நேரம் வரும்போது அது பாதுகாப்பான கைகளுக்கு மாறுவதை உறுதிப்படுத்தத் தேவையானதைச் செய்,' என்றாள்.

'தாங்கள் ஒரு அமானுஷ்ய உயிரியாக இருந்தாலும் நான் அப்படித் தங்களைக் கருதியதில்லை,' என்றாள் மாதுரிதேவி. 'ஆனால் தற்போது தங்களின் தனிமையையும் அது உண்டாக்கும் துயரத்தையும் காண்கிறேன். தங்களுக்கான திரையில் விரைவில் மறைந்துபோகும் நிழல்கள் நாங்கள். அது எவ்வளவு தனிமையை உணரவைக்கும் என்பதை அறிவேன்.'

'அரசனின் காதில் நேற்றிரவு முணுமுணுத்தேன். ஆகவே, விதவைகளை எரிப்பதைப் பேரரசு முழுவதிலும் தடைசெய்யவும் பிஸ்நகாவில் பெண்களுக்கு முன்பிருந்த சமூக நிலையை மீட்டெடுக்கவும் தான் முடிவெடுத்துள்ளதை அவன் அறிவித்தால் ஆச்சரியப்படாதே,' என்றாள் பம்பா கம்பானா.

'புதிய எதிர்ப்பியக்கமும் அப்படி எரிப்பதை எப்படியும் அனுமதித்திருக்காது. ஆனாலும் தங்களுக்கு நன்றி. அரசனும் அதற்கு உடன்படுகிறார் என்றால் நடைமுறை எளிதாக இருக்கும்.'

'போய்வருகிறேன்,' என்று சொல்வதற்குப் பதிலாக, 'விதவைகளை எரிப்பது இனிக் கிடையாது,' என்றாள்.

'விதவைகளை எரிப்பது இனிக் கிடையாது,' என்று மாதுரிதேவி பதிலாகச் சொன்னாள். அது நிரந்தரமான பரிவு என்பதை அறிந்தே அவர்கள் பிரிந்தார்கள்

❦

இரண்டாவது முறையாக பம்பா கம்பானா பிஸ்நகாவை விட்டு நீங்கிய பிறகு, 'இரண்டாம் பொற்காலம்' என்று சொல்லப் பட்ட காலம், தன்னுடைய புறப்பாட்டின் மூலம் அதன்மீது ஒரு திரையை அவள் இறக்கிவிட்டதைப் போல, திடீரென்று முடிவுக்கு வந்தது. தேவராயர் இறந்தான்; மகிழ்ச்சி தரும் விதமாக, பெண்கள் எவரும் அவன் சிதையில் எரிக்கப்படவில்லை. பன்னிரண்டாயிரம் மனைவிகளும் அவரவர்க்கு இயன்ற ஆகச்சிறந்த வழியைக் கண்டு முன்னேற விடுவிக்கப்பட்டார்கள். திறமையின்மையும் ஊழலும் அடுத்து நிகழ்ந்தன. திறமையற்ற அரசர்கள் ஒவ்வொருவரும் அடுத்துவந்த ஆட்சியாளரால் கொலை செய்யப்பட்ட வரிசைத் தொடரை நாம் தவிர்த்து விடலாம். தலை துண்டித்தல்களும் வைக்கோல் பொதியப்பட்ட தலைகளும் காணக்கிடைத்தன. இறுதியாக, இரக்கத்துக்குரிய, கடைசிச் சங்கம அரசன் சாளுவன் என்ற தளபதியால் தலை துண்டிக்கப்பட்டான்; அத்தோடு பிஸ்நகாவை நிறுவிய அரச வம்சம் முடிவுக்கு வந்தது.

குறுகிய காலமே இருந்த சாளுவ வம்சக் காலத்தில் பேரரசின் வளங்கள் பலவும் பழைய நிலைக்குக் கொண்டு வரப்பட்டாலும் அந்த வம்சத்தைப் பற்றிச் சொல்ல பம்பா கம்பானாவுக்கு அதிகம் இருக்கவில்லை; ஆனால் விரைவில் சாளுவர்களை அகற்றிய 'துளுவ வம்ச'த்தைச் சேர்ந்த இன்னொரு தளபதியான துளுவ நரச நாயக்கரைப் பற்றி நேசத்துடன் எழுதுகிறாள்; இழந்த பல பிரதேசங்களை அவன் மீட்டெடுத்தான், ஸஃபராபாத்தையும் இதர எதிரிகளையும் தள்ளியே வைத்திருந்தான். அவனுடைய மகனின் ஆட்சிக் காலத்தில் பம்பா கம்பானா தன்னுடைய நீண்ட வாழ்வில் காதல் குறித்த ஒரு உன்னதப் பாடத்தைக் கற்றாள். தன்னுடைய காவியக் கவிதையில் இந்தக் காதல் கதை வரப்போவதான சூசகத்தோடு அவளுடைய வாசகர்களாகிய நம்மைச் சீண்டுகிறாள். ஆனால் அதை விரிவாகச் சொல்ல மறுத்து அவளுக்கே உரித்தான எளிமையோடு எழுதுகிறாள்:

'அதற்கு முன்னால், நாங்கள் குரங்குகளோடு போரிட வேண்டியிருந்தது.'

தான் கடந்த காலத்தின் எதிரொலியே என்பதைப் புரிந்து கொண்ட ஃபெர்நவ் பெயஸோடு நிகழ்த்திய கடைசி உரையாடலால் துயருற்றிருந்த பம்பா கம்பானா பிஸ்நகாவி லிருந்து நீங்கிக் குதிரையில் சவாரி செய்தபோது டொமிங்கோ நூனிஸையும் அவன் தந்தையாக – நிழலுக்குள் தள்ளப்பட்ட,

தந்தைமை அங்கீகரிக்கப்படாத தந்தை – இருந்து பெற்ற மூன்று மகள்களையும் நினைத்துக்கொண்டிருந்தாள். அவனுக்கு நான் தீங்கிழைத்துவிட்டேன், அதனால்தான் அவன் சந்ததியாக எனக்குப் பேரக்குழந்தைகள் இல்லை. அவனுடைய ரத்தம் தீர்க்கும் பழி அது. அவர்களுடைய அம்மாவுக்குத் தேவி அருளிய மந்திரச் சக்தியில் கொஞ்சத்தை மரபுக்கூறாகப் பெற்ற அவளுடைய மகள்கள் ஒரு சந்ததியின் முடிவாக இருப்பார்கள், ஒரு அரச வம்சத்தின் தொடக்கமாக அல்ல. மந்திரம் உலகத்தி லிருந்து மறையும், அசுவாரசியமும் அற்பமும் அதன் இடத்தை எடுத்துக்கொள்ளும். ஆரண்யானியின் வனத்தை நோக்கி அவள் சவாரி செய்தபோது, அதாவது உன்னதத்தின் மெய்யான இதயத்துக்குள் நுழைந்தபோது, அந்த மற்ற மெய்ம்மையைச் சலிப்பும் சாதாரணமும் வெற்றிகொண்டதைக் குறித்து ஏற்கெனவே அவள் துக்கம் கொண்டிருந்தாள். சாதாரணப் பையன்களின் சந்ததி அசாதாரணப் பெண்கள்மீது கொண்ட வெற்றி. இளஞ்சிவப்புக் குரங்குகள் பெண்களின் வனத்தின் மீது கொண்ட வெற்றியாகவும் இருக்கலாம்.

தாயின் பேயுருவைப் போலத் தோற்றமளித்த யூக்தஸ்ரீ பம்பா கம்பானாவுக்காகக் காத்துக்கொண்டிருந்தாள். அவர்களுடைய தோற்றங்களில் இருந்த வேறுபாட்டை அவள் பொருட்படுத்தவில்லை. 'உங்களுடைய மகளாக இருப்பதன் முக்கியத்துவம் என்ன என்பது எனக்குத் தெரியும்,' என்று அவள் பம்பா கம்பானாவிடம் சொன்னாள். 'இறப்பதற்கு முன்பாக உங்களுடைய பாட்டியாக நான் ஆவதுதான் அது.' மேற்கொண்டு அதை விவாதிப்பதில் அவளுக்கு ஆர்வம் இல்லை. 'உங்களை அழைக்க நீண்ட நாட்களாகக் காத்திருந்தேன். இங்கே நிலைமை மோசமாக இருக்கிறது. இறுதி மோதல் விரைவில் தொடங்கப்போகிறது.'

இளஞ்சிவப்புக் குரங்குகளின் குழுக்களைத் தங்கள் மரங்களுக்கு வருமாறு அழைக்கப் பச்சைநிற, பழுப்புநிறக் குரங்குகளுக்கு இருந்த விருப்பம்தான் பிரச்சினையின் தொடக்கம். சில நாட்களில், இளஞ்சிவப்புத் தலைவர்கள் சில, பழுப்புநிற இனத்தைப் பார்த்துப் பயப்பட வேண்டும் என்று பச்சைநிறக் குரங்குகளை நம்பவைத்தன; அதே சமயம், வேறு சில இளஞ்சிவப்புத் தலைவர்கள் பச்சை நிறத்தவரின் தீய நோக்கங்களைப் புரிந்துகொள்ளும்படி பழுப்பு நிறத்தவரைத் தூண்டின. வனத்தின் அமைதி குலைந்தது; இளஞ்சிவப்பு நிறத்தவர் சாதுரியமாக வனத்தின் ஒரு பகுதியில் பச்சை நிறத்தவரையும் இன்னொரு பகுதியில் பழுப்பு நிறத்தவரையும் ஆதரித்து அவரவர் 'எதிராளிக'ளைத் தோற்கடிக்க உதவின;

இப்படியாக, தோற்கடிக்கப்பட்ட இனத்தவருடைய மர-உலகங்களின் ஒரு பகுதி மீதான கட்டுப்பாட்டைத் தமக்கான வெகுமதியாகக் கோரின. கிடைத்த காலடி ஆதாரங்களை வைத்து இளஞ்சிவப்புக் குரங்குகள் வியக்கத்தக்க வகையில் குறுகிய காலத்தில் தங்கள் கட்டுப்பாட்டிலிருந்த பகுதிகளை விரிவு படுத்தின. தங்களுடைய புது முயற்சிக்கு உதவி செய்யப் பச்சைநிற, பழுப்புநிறக் குரங்குகள் பலவற்றைக்கூட அவை பணிக்கு அமர்த்தின. அதன் பிறகு, வனத்தின் செல்வம் அவற்றின் தயவில் இருக்க நேர்ந்தது. 'நாங்கள் எதுவும் செய்யவில்லை,' என்று யுக்தஸ்ரீ அம்மாவிடம் சொன்னாள். 'இது ஏதோ குரங்குகளுக்கிடையேயான பிரச்சினை என்று நினைத்ததால் நாங்கள் தலையிட வேண்டியதில்லை என்று எண்ணினோம். நாங்கள் முட்டாள்களாக இருந்திருக்கிறோம். இளஞ்சிவப்புக் குரங்குகள் தொடர்ந்து அலை அலையாக வந்து மொத்த வனத்தையும் கைப்பற்றிவிடும் என்று நாங்கள் ஊகித்திருக்க வேண்டும்.'

இந்த ஊடுருவலை தேவி ஆரண்யானியால் நிச்சயம் தடுக்க முடியுமே என்று பம்பா கம்பானா தன் கருத்தைச் சொன்னபோது யுக்தஸ்ரீ மறுப்பாகத் தலையசைத்தாள். 'பாதுகாப்பளிக்கும் ரேகையான தன் அதிகார எல்லைக் கோட்டால் வனத்தை அவளால் சுற்றி மூட முடியும்; ஆனால் வனத்தில் வசிப்பவர்களே ஊடுருவலாளர்களை விரும்பி வரவேற்றால் அக்கோடு பயன்படாது. இப்போது இளஞ்சிவப்பினரும் வனவாசிகளாக ஆகிவிட்டன; பல பச்சை நிறத்தவரும் பழுப்பு நிறத்தவரும் அவற்றை ஆதரிப்பதோடு பச்சை மண்டலம், பழுப்பு மண்டலம் என்று வனத்தைப் பிரிக்கும் தங்கள் விருப்பத்தைக் குறித்தும் அவை பேசுகின்றன; தங்கள் எண்ணப்போக்கு ஒரே ஒரு மண்டலமாக இருக்கப் போவதற்கு இட்டுச் செல்லப்போகிறது என்பதைப் புரிந்து கொள்ள முடியாத முட்டாள்த்தனத்தில் அவை இருக்கின்றன; அது பழுப்பாகவும் இருக்காது, பச்சையாகவும் இருக்காது. குரங்குகளே, உங்களால் என்ன செய்ய முடியும்?' என்றாள் யுக்தஸ்ரீ; வனவாசிகள் ஒருவர்மீது ஒருவர் வழக்கமாக வைத்திருந்த மரியாதையை நம்பிக்கை கெட அவள் வெளிப்படுத்திய விதம் நிலைமை எவ்வளவு மோசமாக ஆகியுள்ளது என்பதைக் காட்டியது. 'உங்களால் அவற்றுக்கு எதுவும் கற்றுத்தர முடியாது.'

'நான் எந்த வகையில் உதவ முடியும்? நான் இப்போது இங்கு வசிப்பதும் இல்லை,' என்றாள் பம்பா கம்பானா.

'எனக்குத் தெரியவில்லை,' என்றாள் யுக்தஸ்ரீ. 'இந்த இளஞ்சிவப்பினரின் ஊடுருவலை எதிர்த்துப் போரிடும்போது

நான் இறக்க நேரிட்டால் நீங்களும் இங்கே இருக்க வேண்டும் என்று நினைத்தேன்.'

'உனக்கு அம்மா வேண்டும் என்பதாலா அல்லது போரில் அவளும் இறக்க வேண்டும் என்று நீ விரும்புவதாலா?'

'எனக்குத் தெரியவில்லை. இரண்டுமே இருக்கலாம்.'

(ஜெயபராஜெய கையெழுத்துப் பிரதியின் தொடர்ச்சியில் இந்த இடத்தில் விளக்கப்பட முடியாத ஒரு இடைவெளி தென்படுகிறது. மகளோடு உண்டான சச்சரவை முழுமையாக விவரிப்பது துன்பகரமாக இருக்கும் என்பதாலோ சிக்கலை விவரிப்பதை நிறைவுசெய்ய அந்தத் தனிப்பட்ட விவகாரத்தி லிருந்து விலகி நிற்க பம்பா கம்பானா முடிவு செய்ததாலோ நூலாசிரியர் சில பக்கங்களை அழித்திருக்கலாம். அடுத்த பத்தியில் அம்மா – மகள் காட்சியிலிருந்து திடீரென்று நீங்கும் அவள் கண்ணுக்குப் புலனாகாத வனதேவி ஆரண்யானியை இரண்டாவது முறையாகச் சந்திப்பதை விவரிக்கிறாள். பம்பா கம்பானா எழுதியவாறே அந்தக் காட்சி இதோ. அந்தப் பண்டைய இலக்கியத்தின் மொத்தப் பிரதியிலும் இந்த ஒரு தருணத்தில்தான் வனதேவி ஒரு மனித உயிரிக்கு முழுமையாகத் தன்னை வெளிப்படுத்திக்கொண்டாள் என்பதைக் கவனத்தில் கொள்ள வேண்டும்.)

அவள், பம்பா கம்பானா, தன் கைகளை விரித்து அந்தத் தேவியின் பெயரைக் கூவினாள். முன்பு போலவே சூறாவளி வந்தது; வட்டமிடும் இலைகளுக்குள் ஒளித்துவைக்கப்பட்ட அவள் வானத்துக்குத் தூக்கிச் செல்லப்பட்டாள். அங்கிருந்த மூர்க்கமான பருந்துகள் வனக்கூரைக்கு மேலே முன்பு போலவே வட்டமிட்டுக்கொண்டிருந்தன; ஒளியின் தங்கப்பந்தும் இருந்தது; அவள், பம்பா கம்பானா, அதிஉயரமான மரத்தின் உச்சிக் கிளையில் நின்றுகொண்டிருந்தாள். ஆனால் இந்த முறை ஒளிப்பந்து காற்றில் கரைய அங்கே ஆரண்யானி வானத்தில் மிதந்துகொண்டிருந்தாள்; எவ்விதப் பாவனைகளுமின்றித் தன்னை பம்பா கம்பானாவுக்கு வெளிப்படுத்திக்கொண்டாள்; தங்க மகுடமும் மின்னும் ஆபரணங்களும் அணிந்த கடவுளாக அல்லாமல் எளிமையான வன ஆடைகள் அணிந்தவளாக.

முன்பொரு முறை சொன்னதுபோலவே, 'என்னைக் கேள்,' என்று சொன்னாள்.

'என்னுடைய ஒன்பதாவது வயதில் உன்னத தேவி பம்பாவே எனக்குள் நுழைந்தாள்,' என்றாள் பம்பா கம்பானா. 'அவளின் ஒரு அம்சம் எனக்குள் இன்னும் மீதமிருக்கும்

பட்சத்தில் நான் அறிந்ததைவிடவும் பெரிய வலிமை என் உடலில் இருக்கலாம்; அந்த வலிமை விடுவிக்கப்படும்போது அது உன்னுடைய வலிமையோடு இணைந்து நாமிருவரும் கூட்டாக முடியற்ற குட்டை வால் அயலார்க் கூட்டத்திடமிருந்து வனத்தை விடுவித்துவிடலாம்.'

'ஆமாம், அந்த வலிமை உன்னுள் இருக்கிறது; என் வலிமையைவிட அது மேலானது. அதை என்னால் விடுவிக்க முடியும். ஆனால் அப்படியான வலிமை ஒரு மனித உடலுக்குள்ளிருந்து வெடித்துக் கிளம்பும்போது அந்த மனித உடல் அழிந்துவிடுவதற்கான சாத்தியம் அதிகம் உள்ளது. இதை நீ செய்யும் பட்சத்தில் தொடர்ந்து உயிருடன் இருப்பாய் என்பதற்கு என்னால் உறுதியளிக்க முடியாது,' என்றாள் ஆரண்யானி.

'வாழ்க்கை முழுவதும் என் மகள்களைக் கைவிட்டிருக்கி றேன். குறைந்தது இந்த ஒரு தடவையாவது ஒரு குழந்தையின் கோரிக்கையை ஏற்று நான் உதவ வேண்டும்.'

'வேறு ஒன்றும் இதில் உள்ளது,' என்றாள் ஆரண்யானி. 'கடவுள்கள் உலகை விட்டு விலகிச்சென்று அதன் வரலாற்றில் தலையிடுவதை நிறுத்தும் தருணம் நெருங்கியிருக்கிறது. மிக விரைவிலேயே மனிதர்களும், மேலும் எல்லா வண்ணக் குரங்குகளும், நாங்கள் இல்லாமலே வாழ்க்கையைக் கையாளவும் அவர்களுடைய கதைகளை அவர்களாகவே உருவாக்கிக் கொள்ளவும் கற்றுக்கொள்ள வேண்டியிருக்கும்.'

'உன்னுடைய பாதுகாப்பு இல்லாமல் போகும்போது இந்த வனத்துக்கு என்ன நேரும்?' என்று அவளைக் கேட்டாள் பம்பா கம்பானா.

'ஆண்களின் யுகத்தில் பல வனங்களுக்கு என்ன கதி நேர்ந்ததோ அதுவேதான் இதற்கும் நேரும். ஆண்கள் வருவார்கள், விளைநிலங்கள் தோன்றலாம் அல்லது வீடுகளும் சாலைகளும் வரலாம்; காடு மாதிரித் தோற்றமளிக்கும் ஒரு சிறு வனம் மீதமிருக்கலாம்; பெண்கள் அதைக் காட்டி, அங்கே பாருங்கள், ஆரண்யானி வனத்தின் நினைவுச் சின்னமாக அது இருக்கிறது என்று சொல்வார்கள்; ஆண்கள் அவர்கள் சொல்வதை நம்ப மாட்டார்கள் அல்லது பொருட்படுத்த மாட்டார்கள்.'

'இது உனக்குக் கவலை ஏற்படுத்தவில்லையா?'

'என் காலம் முடிந்தது; இப்போது உன் காலம். ஆகவே, நீயும் அல்லது உன்னிலிருந்து வெளிவரும் தேவியும், நானும்

கூட்டாக இந்தப் போரை வெல்ல இயன்றாலும் அதன் பிறகு விலங்குகளும் சரி மனிதர்களும் சரி பாதுகாப்புக்கோ வழிகாட்டலுக்கோ உதவிக்கோ நம்மைச் சார்ந்திருக்க முடியாது. வெற்றி உண்மையாக இருக்கலாம், அதேசமயம் அது தற்காலிகமே. நீ அதைப் புரிந்துகொள்ள வேண்டும்.'

''என்றென்றும் என்பது அர்த்தமில்லாத வார்த்தை. இப்போது என்பது பற்றியதே என் அக்கறை,' என்றாள் பம்பா கம்பானா.

வனத்தின் தரையில் ஆரண்யானி கம்பீரமாக இறங்கிய போது எல்லா உயிரிகளும் பயத்தோடும் மரியாதையோடும் அவளைத் தலைவணங்கின. அவற்றில் எதுவும் அதற்கு முன்னால் ஒரு தெய்வீக உருவைப் பார்த்ததில்லையென்பதால் நன்றியுணர்வும் பயபக்தியுமே அதற்கான எதிர்வினையாக இருந்தன. எல்லா இளஞ்சிவப்புக் குரங்குகளும் வனத்திலிருந்து வெளியேற்றப்பட்ட நாள் அது. அவை அமைதியாகப் போயின, அல்லது அதிகபட்சம் மெல்லிய குரலில் தங்களை அகற்றியது அநீதியானது என்றும் ஒருநாள் தாங்கள் நிச்சயம் திரும்பி வருவோம் என்றும் முணுமுணுத்தன. வனப் பெண்களால் அவை வெளியே இட்டுச் செல்லப்பட்டன; ஆனால் ஊடுருவலாளர் களின் பிரதான படை நெருங்கி வந்துவிட்டது என்பதும் இது வெறும் ஆரம்ப நகர்வு என்பதும் எல்லோருக்கும் தெரியும். எதிரியை எதிர்கொள்ள பம்பா கம்பானாவும் தேவியும் ஒன்றிணைந்து சென்றார்கள். வடக்கு வெளிப்புற எல்லையை, இதைத் தாண்டித்தான் போர் நிகழ இருக்கிறது, அவர்கள் நெருங்கியபோது யுக்தஸ்ரீ கடைசி முறையாக அவளுடைய அம்மாவுக்குப் பக்கத்தில் வந்தாள். 'உங்களுக்கு நன்றி சொல்லி விடைபெறுகிறேன்,' என்றாள்.

இரண்டு உன்னதப் பெண்மணிகள்
தேவியும் பெண்ணும்
ஒருசேர முன்னோக்கிச் சென்றனர்
எம் ஊடுருவலாளர்களின்
அளவில் குறைந்த இளஞ்சிவப்புப் படையணியைக்
கீர்த்தியுடன் எதிர்த்து நின்றனர்
எங்கள் எதிரியைக்
கோர நாசத்துக்குக் கொண்டுசேர்த்தனர்.

(நீண்ட நாள் கழித்து வனப் பெண்கள் அவளிடம் நீங்கள் போரில் வெல்வதைப் பார்த்தபோது அமைதியுடனும் மகிழ்ச்சியுடனும் யுக்தஸ்ரீ இறந்ததாகச் சொன்னார்கள் என்று அவள், பம்பா கம்பானா, நம்மிடம் சொல்கிறாள்; வன விலங்குகள் தாம் பார்த்ததைத் தங்களுடைய ஆதி முதன்மை மொழியில்

அவளிடம் சொல்லின; அந்த விவரிப்பை அவள் தன்னுடைய அதிசெம்மையான கவிதையில் மொழிபெயர்த்தாள்.)

அந்தப் போர் உண்மையில் ஒரு யுத்தமல்ல
அது ஒரு கணநேரச் செய்கை
அவர்கள் இரு தங்கச் சூரியன்களாயினர்
தேவியும் பெண்ணும்
அனற்கொழுந்தாகிக் கண்ணைக் குருடாக்கிப் பொசுக்கித்
தம் தீயில் எதிரியை
முற்றாக எரித்தழித்தனர்.

மாற்றம் விளைவிக்கப்போகும் இந்த அசாதாரண சம்பவத்துக்குப் பிறகு பம்பா கம்பானாவின் செயலற்ற உடலை வனப் பெண்கள் காட்டிலிருந்த அவளுடைய பழைய இல்லத்துக்கு எடுத்துச் சென்று மென்மையான பாசிகள், இலைகளாலான படுக்கையில் கிடத்தினார்கள். திறந்திருந்த அவள் கண்களையும் வாயையும் மூட வேண்டியிருந்தது; அவள் இறந்துவிட்டதாக நினைத்த பெண்கள் சிதையை உண்டாக்கத் திட்டமிட்டார்கள்; பூமியின் உயிரிகளிடம் இறுதியாகப் பேசிய தேவி ஆரண்யாணியின் குரல் காற்றை நிறைத்தது: 'அவள் இறக்கவில்லை, தூங்கிக்கொண்டுதான் இருக்கிறாள். ஆழ்ந்த, உடல் நலம் பெறச்செய்யும் தூக்கத்தில் அவளை நான் இருத்தியிருக்கிறேன்; அவளைச் சுற்றிப் பெரிய முட்புதர்கள் வளருமாறு செய்வேன்; அன்பின் செயல் ஒன்றால் அவள் எழும்வரை அவளை அங்கேயே நீங்கள் விட்டுவிட வேண்டும்.'

காலம் கடந்துபோயிற்று – அது செல்வதை உங்களால் உணர முடிகிறதா? – திறந்த ஜன்னல்களில் காற்றால் அசையும் வெள்ளைத் திரைச்சீலைகளைக் கடந்து நடைக்கூடத்தில் மிதந்து செல்லும் பேயைப் போல, இரவில் ஒரு கப்பலைப் போல, அல்லது பெரும் எண்ணிக்கையிலான பறவைகளின் வலசையாகக் காலம் கடந்தது; நிழல்கள் நீண்டு பின்னர் சுருங்கின; இலைகள் வளர்ந்து பின் கிளைகளிலிருந்து விழுந்தன; வாழ்வும் மரணமும் இருந்தன. ஒரு நாள், மென்மையான தென்றலைப் போல ஏதோ ஒன்று தன் கன்னத்தைத் தீண்டியதாக உணர்ந்த பம்பா கம்பானா கண்களைத் திறந்தாள்.

இளம் பெண் ஒருத்தியின் முகம் அவள் முகத்துக்கு மேலே இருந்தது; தன் உடலுக்கு மேல் மிதந்தபடி தன்னுடைய முகமே கீழ்நோக்கித் தன்னைப் பார்த்துக்கொண்டிருப்பதாகத் தோன்றியது. பிறகு அவளுடைய எண்ணங்கள் தெளிவாயின. போர்வீரனைப் போல உடையணிந்திருந்த அந்த இளம்

பெண்ணின் முதுகின் குறுக்காக உறையிலிட்ட பெரிய வாள் ஒன்று காணப்பட்டது.

'யார் நீ?' பம்பா கம்பானா கேட்டாள். 'நான் ஸெரல்டா லீ; ஸெரல்டா சங்கம, மூத்த ஆசான் லீ யே–ஹே ஆகியோரின் மகளுடைய மகளுடைய மகளுடைய மகளுடைய மகள். வாழ்ந்துகொண்டிருக்கும் ஒரே ஒரு உறவினரோடு என்னை இருக்க விட்டுவிட்டு என் எல்லா நெருங்கிய உறவினர்களும் பல வழிகளில் இறந்துவிட்டார்கள்; அந்த ஒரு உறவினரைப் பற்றி என்னுடைய அம்மா இறக்கும்போது பேசினாள்; அவள் அம்மா அவளிடம் சொன்ன அதே வார்த்தைகள், அவள் அம்மா, அவள் அம்மா, அவள் அம்மாவிடம் சொன்ன அதே வார்த்தைகள். "நம் குடும்பத்தின் குலத்தலைவியான பெண்ணின் பெயர் பம்பா கம்பானா,' என்று என் அம்மா சொன்னாள். 'அவள் இன்னும் உயிருடன் இருக்கிறாள். ஆரண்யானி வனத்துக்குப் போய் அவள் உனக்குத் தர வேண்டியதைத் தரச்செய்." அவள் கைகளை இறுகப் பற்றிக்கொண்டிருந்தேன். "அவள் எனக்கு என்ன கடன்பட்டிருக்கிறாள், அம்மா?" என்று கேட்டபோது, "எல்லாமும்," என்றாள். பிறகு இறந்துவிட்டாள்.'

'ஆக, நீ வந்துவிட்டாய்.'

'என் உறவினர்கள் யாரும் தங்களிடம் சொல்லப்பட்டதை நம்பவில்லை; இந்த உலகில் இன்னும் நீங்கள் உயிருடன் இருப்பது அசாத்தியம் என்று அவர்கள் நினைத்ததே அதற்குக் காரணம். ஏதோ காரணம் தொட்டு அது உண்மை என்பதில் எனக்குச் சந்தேகம் எழவில்லை; எனவே என் தேடலைத் தொடங்கினேன்; அது நீண்டதாகவும் கடினமானதாகவும் இருந்தது. இந்த வாளைக் கொண்டு, இந்த வாளை உங்களால் அடையாளம் கண்டுகொள்ள முடியும், முட்களை வெட்டி வழி உண்டாக்கி உங்களைக் கண்டடைந்தேன்,' என்றாள் ஸெரல்டா லீ. 'பிறகு உங்களை முத்தமிட்டேன், அதில் உங்களுக்கு ஆட்சேபணை இல்லையென்று நினைக்கிறேன்; அதுதான் உங்களை உயிர்பெறச் செய்தது என்பது வெளிப்படையாகத் தெரிகிறது.'

'அன்பின் செயல்,' என்றாள் பம்பா கம்பானா. 'உன் அம்மா சொன்னது சரி.'

'அதாவது, நீங்கள் எனக்கு எல்லா வகையிலும் கடன்பட்டிருக்கிறீர்கள் என்பதா?'

'ஆமாம்,' என்றாள் பம்பா கம்பானா. 'நான் எல்லா வகையிலும் உனக்குக் கடன்பட்டிருக்கிறேன்.'

காலம் அவளை வாழ்த்தத் திரும்பி வந்தது, வரலாறு மறுபடியும் பிறந்தது. வருடம் 1509. பம்பா கம்பானாவுக்கு நூற்றுத் தொண்ணூற்றோரு வயது; பார்வைக்கு முப்பத்தைந்து அல்லது அதிகபட்சம் முப்பத்தெட்டு வயதுப் பெண்போலத் தெரிந்தாள். ஸெரல்டா லீயிடம், 'குறைந்தபட்சம், இந்தக் கணமாவது நான் உன்னைவிடக் கூடுதல் வயது கொண்டவளாகத் தோன்றுகிறேன். புகழ்பெற்ற இந்த வாளை நீ மரபுரிமையாகப் பெற்றிருப்பதைப் பார்க்கிறேன். ஆனால் நீ உன் முன்னோரின் வாள்சண்டைத் திறனையும் மரபுரிமையாகப் பெற்றுள்ளாயா?'

'கீர்த்தி வாய்ந்த ஸெரல்டா, மூத்த ஆசான் லீ யே-ஹே ஆகிய இரண்டு பேரின் இணைந்த திறனை நான் பெற்றுள்ளதாக அங்கே என்னிடம் சொன்னார்கள்,' என்றாள் அந்த இளம் பெண்.

'நல்லது. நமக்கு அந்தத் திறன்கள் தேவைப்படலாம்.'

༄

தேவி வழங்கிய பரிசான உருமாறும் சக்தியின் மூன்று வாய்ப்பு களில் இரண்டாவதைத் தற்போது பம்பா கம்பானா பயன்படுத்தினாள். தன் சட்டைப் பைகள் ஒன்றிலிருந்து பருந்தின் இறகு ஒன்றை எடுத்து ஸெரல்டா லீயிடம் கொடுத்துவிட்டு இன்னொன்றைத் தானே பிடித்துக்கொண்டாள்; பிறகு அவர்கள் பறந்தார்கள், பிஸ்நகாவை நோக்கிப் பறந்தார்கள்; அங்கே, பேரரசின் வரலாற்றில் ஆகச்சிறந்த அரசனென்று பெயரெடுத்தவன் அரியணை ஏற இருந்தான்; முன்பு பம்பா கம்பானா சூசகமாகக் குறிப்பிட்ட காதல் கதை விரைவில் தொடங்கப்போகிறது; முதலில் அது அவளுடைய சொந்தக் கதையாக இருக்காது; ஆனால் அவளுக்குத் துயரத்தை உண்டாக்கும் கதையாக இருக்கும்; பிறகு அவளுக்குத் தெரிந்த வகையில் காதலின் ஆக வினோத வர்ணனையாக அது மாறும்.

பகுதி மூன்று

கீர்த்தி

14

நகரத்தின் இறுதி அழிவுக்கு முன்னால் இருபத்திரண்டு ராயர்கள் பிஸ்நகாவில் இருந்தார்கள்; பதினெட்டாவதாக வந்த கிருஷ்ண ராயர் அவர்கள் அனைவரிலும் உச்ச கீர்த்தி பெற்றிருந்தான். அரசனாக ஆகிய குறுகிய காலத்திலேயே, தன்மீது தான் கொண்ட உயர்ந்த அபிப்பிராயத்தைக் குறிக்கும் விதமாக, தன் பெயரோடு கடவுள் என்று பொருள்படும் தேவா என்ற பின்னொட்டைச் சேர்த்து கிருஷ்ணதேவராயர் ஆனான் அதாவது, கிருஷ்ணா – கடவுள் – அரசன்; ஆனால், அவனுடைய ஆட்சியின் தொடக்க காலத்தில் நேசத்துக்குரிய நீல வண்ண மேனியனான கடவுளின் பெயர் சூட்டப்பட்ட அவன் வெறும் கிருஷ்ணாதான். நீலவண்ணமும் இல்லை, கடவுள்தன்மையும் இல்லை; ஆனாலும் 'நேசத்துக்குரிய' என்ற பதம் அவனுக்குச் சிறப்பாகப் பொருந்தியது. அவன் வாழ்நாளிலும் மறைந்த பிறகும் அரசவைக் கவிஞர்கள் மூன்று மொழிகளில் அவனைக் கொண்டாடினார்கள்; அந்த வர்ணனைகள் எல்லாம் ஒரே சீராக அவனைப் புகழ்ந்தன; அவனைப் பல சிலைகளாகவும் வடித்தனர், அவையும் அவனை முகஸ்துதி செய்தன; கல்லில் அவன் மேலும் வசீகரமானான்; உடல் கவர்ச்சிகரமாக மெலிந்தும் தசை முறுக்கு கொண்டதாகவும் தோன்றியது; கையில் புல்லாங்குழலையும் காலடியில் அவன்மீது மையல் கொண்ட கோபியர் சிலரையும் சிற்பி அவனோடு இணைத்திருந்ததால் யார் பெயரை அவனுக்குச் சூட்டியிருந்தார்களோ அந்தக் கடவுளென்றே அவனை யாரும் எளிதாக நம்பியிருப்பார்கள். உண்மையைச் சொன்னால், நிஜத்தில் அவன் சற்றுப் பருத்த உடல்வாகு கொண்டிருந்தான்; குழந்தைப் பருவத்தில் தாக்கிய அம்மையின் தழும்புகள் முகத்தில் நிலைத்திருந்தன; அந்தத்

தாக்குதலிலிருந்து அதிர்ஷ்டவசமாகத் தப்பிப் பிழைத்தான். ஆனாலும் முனைகளில் மேல்நோக்கியிருந்த அடர்ந்த மீசையும் வலுவான தாடை எலும்பும் தனக்கு இருப்பதில் கர்வம் கொண்டிருந்தான்; அரசவையினர் முகஸ்துதிக்காகச் சொல்லி யிருக்க வாய்ப்பிருந்தாலும், அவனுடைய பாலியல் சாமர்த்தியம் யாருடையதுக்கும் சளைத்ததல்ல என்ற பேச்சு இருந்தது.

தற்போது சிம்ம ஆசனம் என்றும் சில சமயங்களில் வைர ஆசனம் – தொடக்கக் காலத்திலிருந்த மிருதுவான மெத்தை இருக்கைக்குப் பதிலாக இது நடைமுறைக்கு வந்துவிட்டது – என்றும் அழைக்கப்பட்ட அரியணையில் அவன் ஏறியது பற்றிய விவரம் மறுகண்டுபிடிப்புச் செய்யப்பட்ட ஒன்றிலல்ல, இரண்டு கைப்பிரதிகளில் கிடைக்கிறது. எப்போதும்போல இந்த மறுகூறலில் நாம் பம்பா கம்பானாவின் படைப்பையே பிரதானமாகச் சார்ந்திருக்கிறோம்; ஆனால் கிருஷ்ணதேவராயர் காலத்தில் பிஸ்நகாவுக்கு விஜயம்செய்த இத்தாலியப் பயணி நிக்கோலோ த வியரி என்பவனின் நாட்குறிப்பும் எல்லோருக்கும் தெரியவந்துள்ளது; வாழ்க்கையின் பெரும்பகுதி ஒரு இடத்திலிருந்து இன்னொரு இடத்துக்கு அவன் துள்ளித் துள்ளிப் பிரயாணம் செய்ததால் ‘திருவாளர் துள்ளுநர்’ என்ற செல்லப் பெயரைத் தனக்குத் தானே சூட்டிக்கொண்டான். கிருஷ்ணதேவராயர் எப்படி அரசன் ஆனான் என்பதுபற்றி ஏழு வெவ்வேறு கதையாடல்களை அவை இரண்டும் வழங்கு கின்றன. (பம்பா கம்பானாவின் கதைகளைவிட அதிக அளவில் கொலையையும் வன்முறையையும் வியரியின் கதைகள் கொண்டுள்ளன; வரலாற்றுச் சம்பவத்தைவிடக் கூடுதலாகக் கட்டுக்கதைகளை அவை நமக்குச் சொல்லக்கூடும்.)

கிருஷ்ணாவுக்கும் வயதில் மூத்த அவனுடைய ஒன்றுவிட்ட சகோதரன் நரசிம்மாவுக்குமிடையே மனக்கசப்பு இருந்ததாக வியரி சொல்கிறான். அவர்கள் இரண்டு பேரும் துளுவ வம்சத்தின் முதல் அரசனும் அரியணையைக் கைப்பற்றிய தாழ்ந்த ஜாதிப் படைத் தலைவனுமான துளுவாவின் மகன்கள்; ஆனால் அதிகார வேட்கை கொண்ட முன்னாள் கணிகையர்களான அவர்களுடைய அம்மாக்கள் – மூத்தவனின் அம்மா திப்பாம்பாள், இளையவனின் அம்மா நாகமாம்பாள் – இருவருமே ஒருவரையொருவர் வெறுத்தவர்கள்; அந்த வெறுப்பை மகன்களுக்கும் ஊட்டி வளர்த்தார்கள். துளுவா இறந்துகொண்டிருந்தபோது தம்பி கிருஷ்ணாவைக் குருடாக்கி அதன் நிரூபணமாக அவன் கண்களைத் தன்னிடம் கொண்டுவருமாறு அரசனின் முதன்மை அமைச்சருக்கு நரசிம்மா ஆணையிட்டான் (என்று நிக்கோலோ த வியரி

எழுதுகிறான். ஆனாலும் சாளுவ திம்மராசு என்ற இந்த அமைச்சர், இவரைப் பற்றிப் பிறகு நிறையச் சொல்லப்படும், நரசிம்மனின் ஆணைக்கு மாறாக ஒரு ஆட்டைக் கொன்று அதன் கண்களை நரசிம்மாவிடம் கொண்டுவந்தார்; அத்துடன், அரசன் இறந்தபோது கிருஷ்ணா அரியணை ஏறுவதற்கான நடவடிக்கையையும் மேற்கொண்டார்.

ஆனால் ஒன்றுவிட்ட சகோதரர்களுக்கிடையே எவ்வித மனக்கசப்பும் இல்லையென்றும் உண்மையில் அரியணைக்குரிய தன்னுடைய உரிமையை நரசிம்மா விருப்பத்துடன் விட்டுக் கொடுத்ததோடு அரசச் சிறப்பு முத்திரை பொறித்த மோதிரத்தை யும் கிருஷ்ணாவுக்குக் கொடுத்ததாகவும் பம்பா கம்பானா சொல்கிறாள்.

அப்படி இல்லை என்று வியரி கதறுகிறான். நடந்தது என்னவென்றால், கொடியவளான திப்பாம்பாள் கிருஷ்ணாவைக் கொல்லச் சதி செய்ததால் அவனைக் காப்பாற்ற திம்மராசு ஒளித்துவைத்தார்.

இது அபத்தம் என்கிறாள் பம்பா கம்பானா. உண்மை என்னவென்றால், மிடுக்கான இளவரசன் கிருஷ்ணா ஆற்றங்கரையில் புல்லாங்குழல் வாசித்துக்கொண்டிருந்தபோது அதைக் கேட்க வந்த எல்லோரும் வியந்துபோய் மெய்யாகவே கடவுள் நம்மிடையே நடந்துபோகிறார் என்று சொல்ல, எல்லாம் முடிவுக்கு வந்தது.

இதற்குப் பதில் சொல்லும் விதமாக வியரி ஒரு கதை சொல்கிறான். நரசிம்மா, கிருஷ்ணா இருவரின் தந்தையான துளுவா மரணப் படுக்கையில் இருந்தபோது தன் விரலிலிருந்து அரசச் சிறப்பு முத்திரை பொறித்த மோதிரத்தை யார் இழுத்து எடுக்கிறார்களோ அவன் அரசனாவான் என்று அவர்களிடம் சொன்னான். மரணத்தால் நிறைந்திருந்த அரசனின் விரல் வீங்கியிருந்ததால் எவ்வளவு முயன்றும் நரசிம்மாவால் மோதிரத்தை எடுக்க முடியவில்லை; பிறகு கிருஷ்ணா எளிதாகத் தன் தந்தையின் விரலை வெட்டி மோதிரத்தைக் கைப்பற்றிக் கொண்டான்.

அயல்நாட்டவனான வியரியை மகிழ்ச்சியில் திளைக்க வைப்பதாகத் தோன்றும் கோரமான, வன்முறை நிரம்பிய கட்டுக்கதைகளைச் சொல்வதில் பம்பா கம்பானாவுக்கு ஒப்புதலில்லை என்பது வெளிப்படையாகத் தெரிகிறது. அவள் இன்னொரு சம்பவத்தை விவரிக்கிறாள். முதிய துளுவ அரசன், ஒரு குறுங்கத்தியைப் பெரிய கம்பளம் ஒன்றின் நடுவில் வைத்து அந்த விரிப்பின்மீது நடக்காமல் கத்தியை யாராலும் எடுக்க

முடியுமா என்று கேட்டான். நரசிம்மா திகைத்து நிற்க, கத்தி தன்னுடைய பிடிக்குள் வரும்வரை கம்பளத்தில் உருண்டு அதை எடுத்து கிருஷ்ணா போட்டியில் வென்றிருக்கிறான்.

இதற்கு எதிர்க்கதையாக வியரி வதந்தி ஒன்றை விவரிக்கிறான்; ஒன்றுவிட்ட சகோதரர்கள் இருவருக்கிடையே சாகும்வரை நடந்த சண்டையில் அடுத்தவனின் சடலத்தின்மேல் நின்ற கிருஷ்ணா ரத்தம் தோய்ந்த தன் கத்தியை உயர்த்திக்காட்டிய தன் மூலம் மகுடத்தைப் பெற்றிருக்கிறான்.

வாசகரின் விருப்பப்படி இந்தக் கதைகளையெல்லாம் மரியாதையுடன் அணுகலாம் அல்லது கட்டுக்கதைகள் என்று சொல்லி நிராகரிக்கலாம். நம்முடைய தேவையைப் பொறுத்தமட்டில் எட்டாவதுதான் – நம்புவதற்கு மிகக் கடினமானதாக இருந்தாலும் – அதிமுக்கியமான வடிவம்; இதில் ஸெரல்டா லீயோடு இணைந்து பம்பா கம்பானா காட்சியளிக்கிறாள்.

தங்களுடைய தந்தை துளுவ ராயர் இறந்த நாளன்று (என்று பம்பா கம்பானா நம்மிடம் சொல்கிறாள்) கிருஷ்ணாவும் அவனுடைய ஒன்றுவிட்ட சகோதரனும் அந்த மரணத்தைக் கூடியிருந்தோரிடம் அறிவிக்க அரண்மனை வாயிலை நோக்கி ஒன்றாக நடந்தார்கள். நடந்து முன்னே வந்தபோது வானத்தை அண்ணாந்து பார்த்த கிருஷ்ணா உயரே மின்னும் வெப்பக் காற்றில் இரண்டு பருந்துகள் வட்டமிட்டுக்கொண்டிருந்ததைக் கண்டான். ஒன்று, இரண்டு, மூன்று முறை அவை வட்டமிட்டன; இதைப் பார்த்த அவன் அவை அங்கு இருப்பதன்மூலம் முன்னுணர்வாக ஏதோ சொல்ல வருகின்றன என்று நம்பினான்.

'அவை ஏழு முறை நம்மைச் சுற்றிவந்தால் கடவுள்களிட மிருந்து ஒரு செய்தியோடு அவை வருகின்றன என்பது உறுதி,' என்றான். அதே போலவே இரண்டு பருந்துகளும் ஏழு சுற்றுக்கள் சுற்றின; ஒவ்வொரு சுற்றுக்கும் உயரத்தைக் குறைத்துக்கொண்டே வந்து கடைசியில் இரண்டு இளவரசர்களின் தலைகளுக்கும் நேர் மேலே பறந்தன; பிறகு அவை அந்த இருவரின் காலடியில் இறங்கின; சுற்றியிருந்தோர் வியந்து பார்க்க அவர்கள் இதுவரை பார்த்திராத ஆகச்சிறந்த அழகிகளாக அவை உருமாறின: சொர்க்கத்திலிருந்து வந்த சகோதரிகள், அல்லது அதுபோலத் தோன்றினார்கள். மிக விரைவான ஒரு அசைவில் இளவரசன் கிருஷ்ணாவின் காலடியில் மண்டியிட்ட அவர்கள் தலை வணங்கித் தங்களுடைய உன்னதமான வாள்களை அவனிடம் வழங்கினார்கள். 'தாங்கள் ஆணையிடுவதை நிறைவேற்றவும் பிஸ்நகாப் பேரரசுக்குச் சேவை செய்யவும் சித்தமாக இருக்கிறோம்,'

என்றார்கள். அதன் பிறகு சிம்ம ஆசனத்துக்கான மரபுரிமை யாருக்கு என்ற வாதமே எழவில்லை. பம்பா கம்பானாவின் சித்தரிப்பிலிருந்து மறைந்துவிடும் ஒன்றுவிட்ட சகோதரன் நரசிம்மாபற்றி ஒருவரும் பின்னர் கேள்விப்படவில்லை. அநாமதேயத்தின் சௌகரியத்தில் மிச்ச வாழ்க்கையை வாழ கிருஷ்ண ராயர் அவனை அனுமதித்திருப்பான் என்று நாம் நம்ப வேண்டும்.

பம்பா கம்பானாவும் ஸௌரல்டா லீயும் பிஸ்நகாவுக்கு மேற்கொண்ட பிரமிக்கத்தக்க விஜயம் நல்ல பயன் அளித்த ஒரு சூதாட்டம். அப்படியான கிளர்ச்சி தரும் நுழைதலில் அபாயம் ஏற்படும் வாய்ப்புகள் உண்டு; அவர்கள் தங்களை இன்ன மாதிரியானவர்கள் என்று வெளிப்படுத்திக்கொள்வதில் மற்றவரின் ஏற்புக்குப் பதிலாக அவர்களிடையே பயத்தையும் பகைமையையும் உண்டுபண்ணும் ஆபத்து உண்டு. சுரங்கப் பாதை ஊடாகத் தவழ்ந்து போவதற்கு மாறாக இந்தமுறை பிஸ்நகாவின் முன் வாயில் வழியாக நுழைவது என்பதில் பம்பா கம்பானா உறுதியாக இருந்தாள். இந்தமுறை தான் யார், என்ன என்பதைப் பிறர் காண வேண்டுமென்று விரும்பினாள். அதிர்ஷ்டவசமாக, அவர்கள் தேர்ந்தெடுத்த காலம் அருமை யானது. தன்னுடைய ஆட்சிக்கு ஆசி வழங்க விண்ணுலகிலிருந்து அனுப்பப்பட்ட, இயற்கை கடந்த அப்சரஸ்கள் (உருமாறும் திறனுடைய தேவலோக அழகிகள்) என்று அவர்கள் இருவரையும் கருதினான் புதிதாக முடிசூட்டப்பட்ட கிருஷ்ணா துளுவா – இப்போது அவன் கிருஷ்ண ராயர்; அதன் பிறகு அவர்களுடைய பாதுகாப்புக்கு உறுதி உண்டானது. அரண்மனையில் வழங்கப் பட்ட ஆடம்பரமான தங்குமிடத்துக்கு நன்றி சொன்னார்கள்; ஆனாலும் அரசியாகத் தான் வாழ்ந்த அரண்மனைப் பகுதியை நினைவுகூர்ந்த பம்பா கம்பானா தனக்கு உண்டான ஏமாற்றத்தை அடக்கிக்கொள்ள வேண்டியிருந்தது. வானத்திலிருந்து இறங்கிய சகோதரிகள் என்று எல்லோராலும் நம்பப்பட்ட அந்த இரண்டு பெண்களின் அழகில் கிறங்கியிறந்த அரசன் இருவரில் தன் தேர்வு யார் என்று தனக்கே தெரியாத நிலையிலும் காதல் கற்பனையில் ஏற்கெனவே திளைத்துக்கொண்டிருந்தான் என்பதை எளிதில் காண முடிந்தது. ஆனால் ஆரம்பத்தில் நாட்டு விவகாரங்களில் மூழ்கியிருந்த அவன் தன் காதலும் திருமணமும் காத்திருக்க வேண்டும் என்பதைப் புரிந்துகொண்டான்.

பழைய பெரும் சுல்தானகமான ஸஃபராபாத் அகமத் நகர், பேரார், பீதர், பீஜப்பூர், கோல்கொண்டா என்று ஐந்து சிறிய நாடுகளாக உடைந்துபோனது; அதன் பிறகு யாரும் ‘ஆவி

சுல்தானகம்' பற்றிப் பேசவில்லை. இப்படித்தான் வரலாறு நகர்கிறது; ஒரு கணத்தில் முழு கவனத்தையும் ஆட்கொண்டிருப்பது அடுத்த கணத்தில் மறதி என்னும் குப்பைக் கிடங்குக்கு அனுப்பப்படுகிறது. தங்களுடைய குறுகிய ஆட்சிப் பரப்புகளைப் பற்றிய தயக்கமில்லாமல் ஐந்து புதிய சுல்தான்களும் நாட்டு விரிவாக்கத்தில் பேராசை கொண்டிருந்தார்கள்; குறிப்பாக, பழைய ஸஃபராபாத்தின் ஆதிக்கத்திலிருந்து விடுதலை பெற்றதில் மகிழ்வுற்றிருந்த, வைரப் படிவங்கள் செறிந்த கோல்கொண்டாவின் சுல்தான் அந்தப் பிரதேசத்தில் தனக்கான புதிய மேலாதிக்கத்தை நிறுவுவதற்காகச் சில திட்டங்களை வைத்திருந்தான். கூடுதலாக, கிழக்கிலிருந்த கஜபதி வம்சத்தின் அரசு மேலும் சக்திமிக்கதாக வளர்ந்திருந்தது; பிஸ்நகாப் பேரரசின் பகுதிகள் தொடர்பாக அது சில சதித்திட்டங்களைத் தீட்டியிருந்தது. புதிய, இளமையான, சோதிக்கப்படாத அரசன் சிம்மாசனத்துக்கு வந்திருப்பது அதிர்ஷ்டத்தைச் சோதித்துப் பார்க்க அவர்களுக்கு ஊக்கம் கொடுத்தது.

முன்னேறி வந்த பீதர், பீஜப்பூர் கூட்டுப் படைகளை எதிர்க்க கிருஷ்ண ராயரின் ராணுவம் தயாரானபோது பம்பா கம்பானாவும் ஸெரல்டா லீயும் அரசனைச் சந்திக்க அனுமதி கேட்டார்கள். 'பட்டுத் துகில்களுக்கும் அலிகளுக்குமிடையே படுத்துக் கிடந்து, நாள் முழுக்கக் காதல் பாடல்களைப் பாடி, அபின் புகைத்து, மாதுளைச்சாறு குடிக்கப் பழக்கப்பட்ட, பூத்தையலாடை அணிந்த அரசவைப் பெண்களோடு எங்களைச் சேர்த்துவிடாதீர்கள்,' என்று பம்பா கம்பானா அவனிடம் சொன்னாள். 'எங்களைவிட மேலான போர்வீரர்களைத் தங்களுடைய படையில் காண முடியாது.' கிருஷ்ண ராயர் அவர்கள்மீது நல்லெண்ணம் கொண்டான். 'மூத்த ஆசான் லீ காலத்தில் கட்டப்பட்ட வாள் பயிற்சிக் கூடம் இன்னும் முன்பு போலவே இருக்கிறது,' என்றான் அவன். 'அரண்மனையைப் பாதுகாக்கும் எங்கள் பெண் போர்வீரர்களில் மிகச் சிறந்தவர்களை அங்கே அழைத்து வருகிறோம்; அவர்களுக்கு எதிராக நீங்கள் எப்படிச் சண்டையிடுகிறீர்கள் என்பதைப் பார்க்கிறோம்.'

'வாள் சண்டையில் மிகச்சிறந்த பேர் பெற்றவர்களிடம் நாங்கள் பயிற்சி எடுத்திருக்கிறோம். எனவே பெண்களோடு மட்டுமல்லாமல் ஆண்களோடும் எங்களைச் சோதித்துப் பார்ப்பதை விரும்புகிறோம்,' என்றாள் ஸெரல்டா லீ.

'இங்கிருக்கும் பெண் போர்வீரர்களைக் குறைத்து மதிப்பிட வேண்டாம். வெல்ல முடியாத உலூப்பி என்னுடைய மூதாதை; அவளைக் கௌரவிக்கும் விதமாக அவள் பெயரைக் கொண்டிருக்கிறேன். எந்த ஆணுக்கும் நான் நிகரானவள்

என்பதை நீ பார்ப்பாய்,' என்றாள் அரண்மனைக் காவலர்களின் பெரிய உடல் கொண்ட தலைவி.

அரசனுக்கு இது வேடிக்கையாக இருந்தது. 'போதும், போதும். தேவலோகப் பெண்களே, இளைய உலூப்பி உங்கள் இரண்டு பேரோடும் சண்டையிடுவாள். சாதாரண ஆண் ஒருவனோடும் உங்களைச் சண்டையிடவைத்துச் சோதிப்போம்,' என்றான் சிரித்துக்கொண்டே.

'பருத்த திம்மா'வை அரசன் வரவழைத்தான் ('பருத்த' என்று அவனை அழைப்பது சரியான வர்ணனை என்பது ஒருபுறமிருக்க கிருஷ்ண ராயரின் முதன்மை அமைச்சரான சாளுவ திம்மராசுவோடு அவனைக் குழப்பிக்கொள்ளக் கூடாது என்பதும் காரணம்). பெருத்த, தடித்த, அமைதியான அவனை மனிதன் என்பதைவிட யானை என்று கருதுவதே பொருந்தும் என்று பேசிக்கொண்டார்கள்; தும்பிக்கைகள் போன்று இருந்த அவனுடைய கைகளால் எதிரியைத் தூக்கி ஊஞ்சலாட்டித் தொலைதூரத்துக்கு எறியவும் கற்பனைக்கெட்டாத எடையுடைய அவனுடைய பிரம்மாண்டமான கால்களால் எதிராளிகளை நசுக்கிவிடவும் முடியும். வேலையில் ஈடுபடும் யானையைப் போல அவன் நிறைய சாப்பிட வேண்டியிருந்ததால் கழுத்தைச் சுற்றி ஒரு கோணிப்பையில் தனக்கான உணவை அவன் சுமந்து செல்வான்; சண்டையிடவோ தூங்கவோ செய்யாத நேரத்தில் சாப்பிட்டுக்கொண்டிருப்பான். போர்க்களத்துக்கு அவன் வெறுமனே வந்தால் போதும், கூட்டம் கூட்டமாக எதிரிப் படையணிகள் திரும்பி ஓடிவிடும். குண்டாந்தடியே அவனுடைய ஆயுதத் தேர்வு; ஆனால் பயிற்சிக் கூடத்தில் நுழைந்தால் ஈட்டியையும் எடுத்துக்கொள்வான். பயிற்சிப் பள்ளியின் மாடி முகப்புகள் நிறைந்திருந்தன. என்னதான் வானத்திலிருந்து வந்திருந்தாலும் அந்த இரண்டு பெண்கள்மீதும் யாரும் பெரிதாக நம்பிக்கை வைக்கவில்லை; பார்வையாளர்கள் அவர்களுக்கெதிராகப் பந்தயம் கட்டத் தொடங்கினார்கள். திம்மாவுக்கும் இளைய உலூப்பிக்கும் பெரிய அளவில் ஆதரவு இருந்தது. அரியணைமீது தனக்குள்ள உரிமையை ஆசீர்வதித்த புதிய வரவுகளோடு தனக்கிருந்த நட்பின் வெளிப்பாடாக அந்த இயற்கை மீறிய பெண்களுக்கு ஆதரவாகப் பெரிய அளவில் பந்தயம் கட்டியவன் அரசன் மட்டும்தான்; ஆனால் வெல்லும் வாய்ப்பு குறைவாகவே இருந்ததைக் கண்டான்.

பிறகு சண்டை தொடங்கியது; உள்ளூர் நாயகர்களை ஆதரித்தவர்கள் தங்கள் பணம் போய்விட்டது என்பதை விரைவாகவே புரிந்துகொண்டார்கள். இரண்டு தேவலோகப் பெண்களும் காற்றில் சுழன்று ஏறி அங்கிருந்தே எதிராளிகளைத்

தாக்குவதும் பயிற்சிக் கூடத்தின் சுவர்கள்மீதும் கூரைகள்மீதும் ஓடித் தலைகுப்புறப் பாய்ந்து அவர்களைத் தாக்கிவிட்டுப் பிறகு பின்னோக்கிச் செல்வதுமான காட்சி பார்வையாளர்களை மட்டுமல்ல; அந்த எதிராளிகளையும் தலைசுற்றவைத்தது; இதனால் கூடத்தின் மையத்தில் முதுகுகள் தொட நிற்க வேண்டி யிருந்த எதிராளிகள் காற்றில் முன்னும் பின்னும் ஆடுவதும் பாய்வதுமாக இருந்தார்கள். இரண்டு பெண்களும் காற்றில் ஆடிய நாட்டிய நாடகமும் அவ்வப்போது செய்த வாள் சண்டையும் உருவாக்கிய அழகு பார்க்கப் பரவசமாக இருந்ததோடு பருத்த திம்மாவையும் இளைய உலூப்பியையும் களைப்படையவும் வைத்தன; போரிட அவர்கள் கைகளில் இருந்தவை நொறுங்கிய குண்டாந்தடி, இரு கூறுகளான ஈட்டி, உடைந்த வாள் ஆகியவையே. இறுதியில் மூச்சு வாங்கியபடி செயலிழந்து திம்மா சரிந்தபோது போட்டி முடிவுற்றது என்பதைக் குறிக்கும் விதமாக அரசன் செந்நிறத் துணி ஒன்றை அரங்கத்துக்குள் எறிந்தான். அந்த நாளுக்குப் பிறகு பிஸ்நகாவின் அச்சமூட்டும் போர்வீரர்கள் யார் என்பது பற்றிய விவாதம் எழவில்லை; 'இந்த நான்கு போர்வீரர்களும் என்னோடு போர்களுக்கு வருவார்கள், பூமியின் எந்தப் படையாலும் எங்களை எதிர்த்து நிற்க முடியாது,' என்று கிருஷ்ண ராயர் அறிவித்தான்.

பழைய கதைகளோடு பரிச்சயம் கொண்டிருந்த மிக முதிய பார்வையாளர்கள், 'இந்த மாதிரி சண்டையிடும் திறமை பெற்றிருந்த பெண்கள் பம்பா கம்பானாவும் ஸெரல்டாவும் மட்டும்தான்,' என்று ஒருவரிடமொருவர் சொல்லிக் கொண்டார்கள். அந்த நினைவு வேகமாகக் கூடத்தின் மாடி இருக்கைப் பகுதிகளில் சுற்றிவந்து அரங்கத்துக்குள் இறங்கிப் போரிட்டவர்கள் காதுகளையும் அரசனின் காதுகளையும் அடைந்தது.

'அப்படியானால் என்னை பம்பா கம்பானா என்று அழையுங்கள்; நான் அவளுடைய இரண்டாம் வருகையாக இருப்பேன். அல்லது துல்லியமாகச் சொன்னால், அவளுடைய மூன்றாவது வருகையாக,' என்று பம்பா கம்பானா சொன்னாள்.

'என்னை ஸெரல்டா என்று அழையுங்கள்,' என்று ஸெரல்டா லீ சொன்னாள். 'நான் அந்த உன்னதப் பெண்மணியின் மறுபிறப்பாக இருப்பேன்.'

அந்த இரண்டு பெண்கள்மீது கட்டிய பந்தயத்தில் கிருஷ்ண ராயர் வென்ற தங்க நாணயங்களைப் பயன்படுத்தி உணவு வாங்கி ஏழைகளுக்கு விநியோகிக்கப்பட்டது. இதன்

காரணமாக, அரசனும் வெற்றிபெற்ற பெண்களும் மக்களுக்கு உதவிய நெறி சார்ந்த கொடையாளர்களாகப் பார்க்கப் பட்டார்கள்; பெரிய அளவில் மக்களின் நேசத்தையும் பெற்றார்கள். 'பிஸ்நகாவில் இது ஒரு புது யுகம்,' என்று மக்கள் சொல்லத் தொடங்கினார்கள்; அது உண்மையாகவும் ஆனது.

பீஜப்பூர், பீதர் ஆகிய நாடுகளின் ராணுவங்களை எதிர்கொள்ள வடக்குப் பாதையில் திவானிக்குப் போன படை ஓரிரவு ஓய்வெடுத்த சந்தர்ப்பத்தில் பம்பா கம்பானாவும் ஸெரல்டா லீயும் ஒரே கூடாரத்தைப் பகிர்ந்துகொண்டார்கள்; முதல் சந்திப்பைத் தொடர்ந்து இடைவிடாமல் நிகழ்ந்த செயல்பாடுகளுக்கு அடுத்து கடைசியில் இப்போதுதான் ஒருவரை ஒருவர் தெரிந்து கொள்வதற்கான நேரம் கிடைத்தது.

'உன் கதையைச் சொல்,' என்றாள் பம்பா. தன் வினோத வாழ்க்கை காரணமாக அதிகம் பேசாதவளாகவும் உள்முகச் சுபாவம் கொண்டவளாகவும் ஆகியிருந்த அந்த இளம் பெண், அந்த வினோதத்தின் பண்புருவாகவும் மூலமுதலாகவும் இருந்த இளமையான மூதாதையின் மாய உருத்தோற்றத்திடமே மனதைத் திறந்தாள். 'நான் கப்பல் ஒன்றில் பிறந்தேன். கடலில் யாரும் வேர்விட முடியாது. ஸெரல்டாவும் மூத்த ஆசான் லீயும் தளபதி செங் ஹோவோடு இணைந்த காலம்தொட்டே எங்களுக்கு இப்படித்தான் நடக்கிறது. நாங்கள் கப்பல்களில் இருக்கும் பெண்கள், இங்கே, அங்கே, எல்லா இடங்களுக்கும் பயணம்செய்து, ஆண்களை அடைந்து, அவர்களைத் திருமணம் செய்துகொள்ளாமல், – ஒருபோதும் திருமணம் செய்து கொள்ளாமல், ஆனால் வாழ்க்கை முழுக்க ஒருவருக்கொருவர் உண்மையாக இருந்த ஸெரல்டாவையும் மூத்த ஆசான் லீயையும் முன்மாதிரியாகக் கொண்டு – மகள்களைப் பெற்று, அதையே தொடர்ந்து செய்துகொண்டு, ஸெரல்டா சங்கமவின் முதற்பெயரைத் தாங்கி – ஸெரல்டாவுக்குப் பின் ஸெரல்டா, அவளுக்குப் பின் ஸெரல்டா என்று என்னோடு முடிகிறது, – அந்த வரிசையில் ஆறாவது! – கூடவே மூத்த ஆசானின் குடும்பப் பெயரையும் தலைமுறைகளாகக் கொண்டுள்ளோம். ஆகவே, நாங்கள் எல்லாரும் முதலாம் ஸெரல்டா லீ, இரண்டாம் ஸெரல்டா லீ, மூன்றாம் ஸெரல்டா லீ என்று இப்படியே அறியப்படுகிறோம். என்னைப் பொறுத்தவரை எனக்கொரு அம்மா இருந்தாள், அவ்வளவுதான். எங்கோ ஒரு துறைமுகத்தில் என்னுடைய அப்பாவைத் தவற விட்டுவிட்டோம். கப்பலில் வேறு குழந்தைகள் யாரும் இல்லை; ஆகவே, ஆரம்பத்திலிருந்தே

என்னை வயதுவந்தவளாகவே நடத்தினார்கள், அதே போலவே நானும் நடந்துகொள்ள வேண்டுமென்று எதிர்பார்த்தார்கள். அதிகம் பேசாதவளாகவும் எச்சரிக்கையாக உள்ளவளாகவும் வளர்ந்தேன்; கப்பலில் இருந்த ஆண்களைப் பார்த்து – பச்சை குத்திய, தங்கப்பல் கட்டிக்கொண்ட, செயற்கை மரக்கால் பொருத்திய, கண் திரைத் துணி அணிந்த, கடற்கொள்ளைக் காரர்கள் மாதிரியான ஆட்கள் அவர்கள் – சாதாரணமான எந்தப் பெண்ணும் பயந்துவிடுவாள்; ஆனால் உண்மையில் அவர்கள் என்னைப் பார்த்துக் கொஞ்சம் பயப்பட்டார்கள்; என் அம்மாவைப் பார்த்துப் பீதியடைந்தார்கள்; எனவே எங்களிடமிருந்து விலகியே இருந்தார்கள்.

'கப்பலே என்னுடைய ஒரே வாழிடம், நான் வசித்த தெரு அதுதான்; ஆனால் துறைமுகத்துக்கு நாங்கள் வந்த ஒவ்வொரு முறையும் ஒரு புது உலகம் காத்துக்கொண்டிருந்தது; குறுகிய காலத்துக்கு அந்தப் புது உலகம் என் உலகத்தின் பகுதியாகவும் ஆனது. ஜாவா, புரூணை, ஆசியாவின் தொலைதூரப் பகுதிகள், அவற்றுக்கு எதிர்த்திசையில் அரபி, ஆப்பிரிக்காவின் கொம்பு, ஸ்வாஹிலி கடற்கரை. மலிந்தியின் ஒட்டகச்சிவிங்கியை நாங்கள் சீனாவுக்குக் கொண்டுசென்றபோது, ஆட்சி உரிமையைத் தனக்கு வழங்கும் சொர்க்கத்தின் கட்டளைக்கான நிரூபணம் அந்த விலங்கு என்று பேரரசர் சொன்னார். நெருப்புக்கோழிகளை யும் கொண்டுவந்தோம், ஆனால் அவை மிகவும் மடத்தனமான தோற்றம் கொண்டிருந்ததால் அவற்றுக்குத் தெய்வீக அம்சம் கிடையாது என்று நினைத்தார்கள். எல்லா இடங்களிலும் அதே சமயம் எங்கும் இல்லாமலும் நான் வாழ்ந்த வாழ்க்கை இதுதான்; எல்லாவற்றின் வடிவத்தையும் மனதில் கொண்டிருக்கும் இயல்பான திறன் எனக்கிருப்பதைக் கண்டுபிடித்தேன்; நான் உலகத்தின் வரைபடம் ஆனேன்.

'உலகம் முடிவற்ற அழகு கொண்டது என்பதை அறிந்தேன்; அதேசமயம், அது இரக்கமற்றது, மன்னிக்காதது, பேராசை பிடித்தது, அக்கறையற்றது, குரூரமானது. பெரும்பாலும் காதல் என்பது இல்லாத ஒன்று, அப்படியே தோன்றினாலும் அது வழக்கமாகச் சிறு காலப்பிரிவுகளில் நிகழ்வதாக, வேகமாகக் கடந்து செல்வதாக, இறுதியில் திருப்தி தராததாக உள்ளது என்பதைத் தெரிந்துகொண்டேன். சிலர் பலரை ஒடுக்குவதை ஆதாரமாகக் கொண்டே மனிதர்கள் சமுதாயக் குழுக்களை உருவாக்குகிறார்கள் என்பதைப் புரிந்துகொண்டேன்; அந்தப் பலர் ஏன் இந்த ஒடுக்குமுறையை ஏற்றுக்கொள்கிறார்கள் என்பதை என்னால் புரிந்துகொள்ள முடிந்ததில்லை, இப்போதும்கூடப் புரியவில்லை. ஒடுக்குமுறையை ஏற்றுக்கொள்ளாமல் அதை

எதிர்த்துப் போராடினால் அடுத்து வருவது அவர்கள் தூக்கி யெறிந்ததைவிட இன்னும் மோசமான ஒன்றாக இருக்கலாம் என்பது காரணமோ. மனிதர்களை நான் அவ்வளவாக நேசிக்கவில்லை என்று நினைக்கத் தொடங்கினேன்; ஆனால் மலைகளை, இசையை, வனங்களை, நாட்டியத்தை, அகன்ற நதிகளை, பாடுவதை, அப்புறம் சந்தேகமில்லாமல் கடலை நேசித்தேன். கடல்தான் என் இல்லம். எந்த மன உறுத்தலும் இன்றி உலகம் உங்களுடைய இல்லத்தை இல்லாமல் ஆக்கி விடுகிறது என்பதை இறுதியில் அறிந்துகொண்டேன். ஆப்பிரிக்காவின் கிழக்குக் கடற்கரையில் இருந்தபோது கப்பலில் இருந்தவர்களுக்கு மஞ்சள் காமாலை நோய் வந்தது. எப்படியோ நான் தப்பித்தேன்; என் அம்மா உட்படப் பலர் இறந்துவிட்டார்கள். என்னிடம் எஞ்சியிருந்தவை அவர் கற்பித்த போரின் உச்சக் கலைகளும் மரணப் படுக்கையில் அவர் சொன்ன வார்த்தைகளும்; ஸெரல்டாக்கள் எல்லோருடைய மரணப் படுக்கை வார்த்தைகளும் அவைதான். "பம்பா கம்பானாவைக் கண்டுபிடி." எனவே நான் இங்கே இருக்கிறேன், இப்போது உங்களுக்கு எல்லாம் தெரியும்.'

'உன்னுடைய உலக வரைபடம்பற்றிச் சொன்னாய். உண்மையான வரைபடம் ஒன்றை உன் தலைக்குள் வைத்திருக்கிறாயா?' என்றாள் பம்பா கம்பானா. 'உலகத்தின் பகுதிகள் எப்படி ஒன்றிணைகின்றன என்பதை உன்னால் பார்க்க முடியுமா? இங்கே இருக்கும் ஒன்று அங்கே இருப்பதோடு எப்படி இணைகிறது, அதனால் என்ன பாதிப்பை, என்ன மாற்றத்தை அது அடைகிறது? எல்லாவற்றின் வடிவத்தையும் உன்னால் பார்க்க முடியுமா?'

'முடியும். என்னால் அதைத் தெளிவாகப் பார்க்க முடியும்,' என்றாள் ஸெரல்டா.

'அப்படியானால் நான் யார் என்பதை உனக்குச் சொல்வேன். நான் காலத்தின் வரைபடம். ஏறத்தாழ இரண்டு நூற்றாண்டுகளை எனக்குள் சுமந்துகொண்டிருக்கிறேன்; நான் முடிவை அடையும் முன்னால் இன்னும் ஒரு அரை நூற்றாண்டைச் சேர்த்துக்கொள்ள முடியும். இங்கே இருப்பது அங்கே இருப்பதோடு சேர்வதை உன்னால் பார்க்க முடிவதைப் போல *அப்போது* என்பது *இப்போது* என்பதோடு எவ்வாறு இணைக்கப்படுகிறது என்பதை என்னால் காண முடியும்,' என்றாள் பம்பா கம்பானா.

கைகளைத் தட்டிக்கொண்டு, 'அப்படியானால் நாம் இருவரும் நமது வரைபடங்களை உருவாக்குவோம்,' என்று ஸெரல்டா லீ ஒரு திட்டத்தை முன்வைத்தாள்.

‘நீங்கள் உங்கள் வரைபடத்தை உருவாக்க ஒப்புக் கொண்டால் நான் என்னுடையதைத் தாளில் வரைவேன். வரைபட அறை ஒன்றை அரசரிடம் கேட்டுப் பெற்று அதன் சுவர்களையும் கூரையையும்கூட ஒரு அங்குலம் மீதம் விடாமல் கடலுக்கு அப்பாலிருக்கும் பெரிய உலகத்தின் படங்களால் நிரப்புவேன்; நீங்கள் காலிக் குறிப்பேடு ஒன்றைத் தரும்படி வாங்கி அதை வரலாற்றாலும் கனவுகளாலும் நிரப்புவதோடு எதிர்காலத்தில் என்ன நிகழும் என்பதையும் சொல்லலாம்.’

போருக்குப் போகும் சாலையிலிருந்த மிக எளிமையான படைமுகாமில் பம்பா கம்பானாவின் உன்னதப் படைப்பு பிறந்தது. தீவிரச் செயல் முனைப்புடன் ஜெயபராஜெயவை அவள் எழுதத் தொடங்கினாள்; அப்படிச் செய்யும்போது தன் அம்மாவை தீ எரித்தழித்த திகிலை மீண்டும் அனுபவிக்க வேண்டும் என்பது அவளுக்குத் தெரிந்திருந்தது. வரைபடத் தயாரிப்பாளரின் மிக நிறைவான கலைப் படைப்பு என்று ஐம்பத்தைந்து ஆண்டுகளுக்குக் கருதப்படப்போகும் ஒன்றை ஸெரல்டா லீ உருவாக்கத் தொடங்கினாள். ஆனால் பிஸ்நகாவின் அழிவுக்குப் பிறகு வரைபட அறை நீடித்து நிற்கவில்லை. இன்று நாம் வியந்து நோக்க ஸெரல்டா லீயுடைய மேதைமையின் ஒரு துணுக்குக்கூட எஞ்சியிருக்கவில்லை.

திவானியில் நடந்தது நீண்ட போர் அல்ல; எளிதான முழு வெற்றி என்று அதை வர்ணிப்பதே பொருத்தமானது. பீஜப்பூர், பீதர் படைகள் போர்க்களத்தைவிட்டு ஓட, தோற்கடிக்கப் பட்ட சுல்தான்கள் அரசனின் மஸ்தி மதஹஸ்தி என்ற பெயர் கொண்ட யானையால் மிதிக்கப்பட்டு அழிக்கப்படுவோம் என்று எதிர்பார்த்து கிருஷ்ணதேவராயரின் கால்களில் நெடுஞ்சாண்கிடையாக விழுந்தார்கள்; யானையின் தங்க அம்பாரியில் அமர்ந்திருந்த அரசன் கீழ்நோக்கி அவர்களைப் பார்த்து மஞ்சள் பல் வரிசை தெரிய வெற்றிப் பெருமிதத்தில் சிரித்தான். தன் யானையை நிறுத்தினான். கீழே விழுந்து கிடந்த சுல்தான்களிடம், ‘என் யானை மென்னுணர்ச்சி கொண்ட பாதங்களை உடையது; கூடியவரையிலும் அதன் பாதங்களில் காயம்படுவதை நான் விரும்புவதில்லை. ஆகவே நீங்கள் தொடர்ந்து வாழலாம்; உங்களுடைய அற்பமான அரியணை களுக்குத் திரும்பலாம்; ஆனால் இப்போதிருந்து உங்களுடைய இரண்டு சுல்தானகங்களும் பிஸ்நகாப் பேரரசுக்கு அடிமை களாக இருந்து என்னுடைய மேலாதிக்கத்தை ஏற்றுக்கொண்டு எனக்குக் கப்பம் கட்டுவீர்களாக. பெருந்தன்மையுடன் நான் வழங்குவதை ஏற்றுக்கொள்வீர்கள் என்று நம்புகிறேன்; இல்லை யென்றால், இங்கிருக்கும் மஸ்தி மதஹஸ்தி தன்னுடைய

மென்மையான பாதங்களை அபாயத்துக்கு உட்படுத்த வேண்டி யிருக்கும்.'

கிடைமட்டமாகக் கிடந்த பீஜப்பூர் சுல்தான், 'ஒரே ஒரு விஷயம். ஆயிரத்தோரு கடவுள்களைக் கொண்ட தங்களுடைய மதத்துக்கு மாற நாங்கள் தயாராக இல்லை; அதைத் தாங்கள் வலியுறுத்தினால், யானை அதன் மிக மோசமான செயலைச் செய்யட்டும். அப்படித்தானே நண்பா பீதர்?'

பீதர் சுல்தான் ஒரு கணம் யோசித்துவிட்டு, 'ஆமாம், அப்படித்தான் என்று நினைக்கிறேன்,' என்று சொன்னான்.

கிருஷ்ண ராயர் பலமாகச் சிரித்தான்; அதில் இன்ப உணர்வு தொனித்தது. 'நான் அதை ஏன் வலியுறுத்தப்போகி றேன்? முதலாவது, அப்படியான மதமாற்றங்கள் நேர்மை யற்றவை. எங்கள் வரலாற்றிலிருந்து ஒரு விஷயத்தை அறிந்து கொண்டோம்; பிஸ்நகாப் பேரரசின் நிறுவனர்களான ஹுக்கரும் புக்கரும் தில்லி சுல்தானால் பலவந்தமாக மதமாற்றம் செய்யப்பட்டார்கள்; உங்களுடைய சலிப்பூட்டும் ஒற்றைக் கடவுளை ஏற்றுக்கொள்வதாக அவர்கள் பாசாங்கு செய்ய வேண்டியிருந்தது; ஆனால் கிடைத்த முதல் வாய்ப்பில் தப்பித்த அவர்கள் உடனடியாக அந்த அபத்தத்தைக் கைவிட்டார்கள். இரண்டாவது, நீங்கள் அப்படி மதம் மாறினால் உங்களுடைய நாட்டு மக்களின் ஆதரவை இழப்பீர்கள்; அதனால் பிஸ்நகாப் பேரரசுக்கு விசுவாசமாக இருப்பதன் மதிப்பை அவர்கள் உணரும்படி உங்களால் செய்ய முடியாது; அதன் பிறகு உங்களால் எனக்கு எந்தப் பயனும் கிடைக்காது. மூன்றாவது, ஏதோ அதிசயத்தால் உங்களைப் பின்பற்றி உங்கள் மக்கள் ஒட்டுமொத்தமாக மதம் மாறிவிட்டால் உங்கள் சுல்தானகத்தில் நீங்கள் நிர்மாணித்துள்ள அழகான மசூதிகளை யார் நிரப்பு வார்கள்? ஆகவே, உங்கள் மதநம்பிக்கையைத் தொடர்ந்து பின்பற்றுங்கள்; அப்படி நீங்கள் செய்தால் என்னுடைய யானை அதைப் பொருட்படுத்தாது. ஆனால் எங்கள் பேரரசுக்கு நீங்கள் விசுவாசமாக இருக்கவில்லையென்றால் மஸ்தி மதஹஸ்தி அதனுடைய மென்மையான பாதங்களை அபாயத்துக்கு உட்படுத்திக்கொண்டு உங்களை அரைத்துக் கொன்றுவிடும்.'

தலைதுண்டித்தல்கள், வைக்கோல் பொதிந்த தலைகள், அரசியல் படுகொலைகள், யானையால் நசுக்கப்படுதல்கள் ஆகியவற்றின் காலமான அதில் கிருஷ்ண ராயரின் கருணை நிரம்பிய செயல் குறித்த செய்தி விரைவாகப் பரவி அவன் மீதிருந்த நன்மதிப்பைப் பெருக்கியது. எந்தக் கடவுளின் பெயரைத் தாங்கியிருந்தானோ அதன் தன்மையோடு புதிய கடவுள் –

அரசன் இருக்கிறான் என்ற கட்டுக்கதை இப்படியாகப் பிறக்க, துரதிர்ஷ்டவசமாக அவனே அதை நம்பத் தொடங்கினான். ஆனாலும் அந்த நாளில், எதிரிகளை மன்னித்த அவன் செயலில் இன்னும் கூடுதலான ஒரு நோக்கம் இருந்ததை பம்பா கம்பானா கவனித்தாள். தோற்றுவிட்ட சுல்தான்களை மன்னித்துக்கொண்டிருந்த வேளையில் கர்வம் சிதைந்த அவர்களுடைய உடல்களிலிருந்து அவனுடைய கண்கள் நகர்ந்து ஸெரல்டா லீக்கும் பம்பா கம்பானாவுக்கும் – பம்பா கம்பானாவுக்கும்தான் – இடையே மாறிமாறிப் பாய்ந்தன. அவர்கள் அமர்ந்திருந்த குதிரைகள் அவனுடைய யானையின் வலதுபுறமாக இருந்தன. இளைய உலூப்பியும் பெருத்த திம்மாவும் நின்றுகொண்டிருந்த இடது திசையில் அவனுடைய பார்வை ஒருபோதும் தவறிக்கூடப் பதியவில்லை. அரசன் தன்னைக் கூர்ந்து பார்க்கிறான் என்பது தனக்குத் தெரியும் என்பதற்கான எந்தக் குறிப்பையும் வெளிப்படுத்தாமல் ஸெரல்டா லீ நேராகப் பார்த்துக்கொண்டிருந்தாள்; ஆனால் பம்பா கம்பானா அவனை நேராகப் பார்த்தாள்; அவன் சிரிப்பு மேலும் மஞ்சளானது; உண்மையில் அவன் முகம் நாணத்தால் சிவந்தது.

அவன் விவேகத்தைப் பாராட்டும் விதமாக பம்பா கம்பானா கைதட்டினாள். தலை குனிந்து அவளுடைய பாராட்டை ஏற்றுக்கொண்டான்; காரணம் அவனுடைய இரண்டு தேவலோகப் பெண்களின் அங்கீகாரத்தைத் தான் பெரிதும் விரும்புவதை அவன் உணர்ந்திருந்தான். ஏதோ ஒன்று தொடங்கிவிட்டது என்பது தெளிவாகத் தெரிந்தது.

எண் ஏழின் முக்கியத்துவத்தை இளம் கிருஷ்ணாவுக்குக் கற்பித்தவர் முதன்மை அமைச்சர் சாளுவா திம்மராசுதான். எதிரியைக் கையாள ஏழு வழிகள் உள்ளதாக அவர் சொன்னார்: காரண காரியம் சொல்லி விளக்க முயலலாம், லஞ்சம் கொடுக்கலாம், அவனுடைய ஆட்சி எல்லைக்குள் தொல்லை உண்டாக்கலாம், சமாதானக் காலத்தில் பொய் சொல்லலாம், போர்க்களத்தில் ஏமாற்றலாம், அவனைத் தாக்கலாம், எல்லோருக்கும் தெரிந்த வகையில் இதுதான் பரிந்துரைக்கப் பட்ட வழி, அல்லது இறுதியாக – இது பரிந்துரைக்கப்படக் கூடாதது – அவனை நீங்கள் மன்னித்துவிடலாம். திவானியில் இரண்டு சுல்தான்களையும் கிருஷ்ண ராயர் மன்னித்தபோது அநேகமாக எல்லோரும் அவனுடைய மனிதாபிமானச் செயலை அங்கீகரித்துப் பாராட்டினார்கள். ஆனாலும் அரண்மனைக்குத் திரும்பிய அவனை வரவேற்ற திம்மராசு, ‘அது உண்மையான மன்னிப்பாக இருக்கக் கூடாது என்று விரும்புகிறேன்;

ஏனென்றால் அது பலவீனத்தின் அறிகுறியாகிவிடும்; ஆனால் அது ஏமாற்றாக இருந்தால் நல்லதுதான்,' என்று சொன்னார்.

'முதலில் அவர்களைத் தாக்கித் தோற்கடித்தேன்; பிறகு மன்னிப்பு என்ற போர்வையில் தொடர்ந்து உயிர் வாழ அனுமதிப்பது என்ற லஞ்சத்தைக் கொடுத்துப் பகுத்தறிவுடைய மனிதனாகச் செயல்பட்டேன், பீஜப்பூருக்கும் பீதருக்கும் ஒற்றர்களை அனுப்பி அவர்களுக்குத் தொல்லை கொடுப்போம்; உள்ளூர் எதிர்ப்புகளைக் கையாள்வதில் கவனம் செலுத்தி நமக்கு எதிராக அவர்கள் மீண்டும் எதுவும் செய்ய முடியாமல் போவார்கள்; நாம்தான் அப்படிச் செய்தோம் என்று குற்றம் சாட்டினால் அப்படி இல்லையென்று பொய் சொல்வோம். விரும்பினால் இதை ஏமாற்று என்று நீங்கள் அழைக்கலாம். ஒரே நேரத்தில் ஏழு உத்திகளையும் பிரயோகிக்கிறேன் என்று நம்ப நான் விரும்புகிறேன்.'

அவன்மீது திம்மராசுவுக்கு நன்மதிப்பு உண்டானது. 'சீடர் குருவை மிஞ்சிவிட்டார்,' என்றார்.

'ஒரு முறைக்கு மேல் என் வாழ்வைக் காப்பாற்றி யிருக்கிறீர்கள். ஆகவே எப்போதும் என் அருகே இருந்து ஆலோசனை சொல்வீர்களாக. நீங்கள் கற்பிக்க வேண்டியதை, நான் தொடர்ந்து கற்பேன்.'

'தங்களுடைய நாடு திரும்புதலை வரவேற்கிறேன். விரும்பினால் அரசர்களின் ஏழு தீய ஒழுக்கங்களைப் பற்றி உடனடியாகத் தங்களுக்குச் சொல்ல வேண்டும் .'

கிருஷ்ண ராயர் தன் சிம்மாசனத்தில் சாய்ந்து உட்கார்ந்தான். 'அவற்றில் இரண்டை என்னால் முன்கூட்டியே அவற்றிலிருந்து நீக்கிவிட முடியும். நான் குடிப்பதில்லை, சூதாடுவதில்லை; ஆகவே எப்படி யுதிஷ்டிரன் பகடையை உருட்டி நாட்டையும் மனைவியையும் இழந்தான் என்ற மகாபாரதக் கதையை நீங்கள் எனக்குச் சொல்ல வேண்டிய அவசியமில்லை. அந்தக் கதை எல்லோருக்கும் தெரியும். அதேபோல, பாண்டவர் நால்வரும் வீழ்ந்த நச்சுப் பொய்கைக் கதையையும் சொல்லாதீர்கள்.'

'போரில் கொடூரத்தைத் தவிர்க்க வேண்டும் என்பதையும் நிரூபித்துவிட்டீர்கள். ஆனால் அகங்காரம் என்னும் தீய ஒழுக்கம் உங்களிடம் ஏற்கெனவே உள்ளது. அதைப்பற்றி நாம் விவாதிக்க வேண்டும்.'

அவர் சொன்னதை நிராகரிக்கும் விதமாகச் சைகை செய்து, 'இப்போது வேண்டாம். இன்னும் மூன்று மிச்சமிருக்கின்றன,' என்றான் அரசன்.

'வேட்டையாடுவது,' என்றார் திம்மராசு.

'வேட்டையாடுவதை வெறுக்கிறேன். அது காட்டுமிராண்டித் தனமான செயல். நான் கவிதையையும் இசையையும் விரும்பு கிறேன்.'

'பணத்தை வீணடிக்கும் செயல் அது,' என்றார் திம்மராசு.

'பணம் உங்களுடைய விவகாரம்,' என்று சிரித்துக்கொண்டே சொன்னான் அரசன், அதை நகைச்சுவையாகச் சொன்னானா என்பது தெளிவாகத் தெரியவில்லையென்றாலும். 'கஜானா விவகாரத்தைக் கட்டுப்படுத்தும் அதிகாரமும் வரி விதிக்கும் அதிகாரமும் உங்கள் கைகளில்தானே இருக்கின்றன. உங்களுக்குப் பேராசை வந்தாலோ நீங்கள் பணத்தை வீணடித்தாலோ உங்கள் தலையைத் துண்டித்துவிடுவேன்.'

'அது நியாயமானது,' என்றார் திம்மராசு.

'கடைசித் தீய செயல் என்ன?' என்று கிருஷ்ண ராயர் கேட்டான்.

'பெண்கள்,' என்று பதில் சொன்னார் அமைச்சர்.

'நான் ஏழு மனைவிகளை மட்டும் வைத்துக்கொள்ளலாம் என்று நீங்கள் சொல்லப்போவதாக இருந்தால் அதைச் சொல்ல வேண்டாம். சில விஷயங்களில் ஏழு என்ற எண் போதுமானதாக இருப்பதில்லை.'

'புரிந்துகொண்டேன்,' என்றார் திம்மராசு. 'இதைப்பற்றி வேறொரு சந்தர்ப்பத்தில் மேலும் சொல்வேன். இப்போதைக்கு, உங்களை வாழ்த்துகிறேன். ஐந்துக்கு நான்கு என்பது மோசமில்லை. நீங்கள் சிறந்த அரசராக ஆவீர்கள்.'

பிறகு அரசனின் அருகே வந்த அவர் அவன் முகத்தில் ஓங்கி அறைந்தார்.

தன்னுடைய அதிர்ச்சியையும் கோபத்தையும் கிருஷ்ண ராயர் வெளிப்படுத்துவதற்கு முன்பாக திம்மராசு சொன்னார், 'சாதாரண மக்கள் அன்றாடம் துயரத்தை அனுபவிக்கிறார்கள் என்பதை உங்களுக்கு நினைவுறுத்தவே அப்படி அறைந்தேன்.'

'ஒரு நாளுக்குத் தேவையான கல்வியைவிட அது அதிகமே,' என்றான் அரசன் தன் முகத்தைத் தடவிக்கொண்டே. 'நீங்கள் எனக்குக் கற்பிப்பதை விரும்புகிறேன் என்று சற்று முன்னர் நான் சொன்னது உங்களுடைய அதிர்ஷ்டம்தான்.'

15

‘பெண்கள் தொடர்பான தீய ஒழுக்கம்’ குறித்து: திவானி போரில் கிடைத்த வெற்றியை அடுத்துச் சிலநாட்களில், தாமரை அரண்மனை என்ற பெயர் கொண்ட தன் இருப்பிடத்தை ஒட்டியிருந்த அந்தப்புரத்தைத் தன்னுடைய தெய்வீகப் பெயரின் கீர்த்தி பெற்ற மாதிரியாக மாற்ற முடிவுசெய்த கிருஷ்ண ராயர் பிஸ்நகாப் பிரஜைகளின் மிக அழகான நூற்றியெட்டு மகள்கள் அரண்மனை கோபியர்களாகத் தேர்ந்தெடுக்கப்படும் கௌரவத்தை அடைவார்கள் என்று அறிவித்தான். பசுக்களிடமிருந்து பால் கறக்கும் வேலை அவர் களுக்கு இருக்கப்போவதில்லை என்பதையும் தெரிவித்தான்; அரசனின் இல்லத்தைப் பசுக்களின் அரண்மனையாக மாற்றும் திட்டம் அவனுக்கு இல்லை என்பது அதன்மூலம் தெளிவானது. தொடக்கத்தில் சங்கம வம்சத்தினர் மாடு மேய்ப்பவர் களாக இருந்ததால் அரண்மனையில் சாண வாசம் வீசியிருக்கலாம்; அந்த வம்சம் மறைந்து நீண்ட காலம் ஆயிற்று; பழைய வரலாறு அது. எனவே அங்கே பசுக்கள் இருக்காது. வாடையடிக்கும் மடிகளி லிருந்து பால் கறக்கும் வேலை இல்லாத கோபியர்கள் நன்றாகக் கவனித்துக்கொள்ளப்படுவார்கள்; மிகச் சௌகரியமாக அவர்கள் வாழலாம் – பகட்டாக என்றே சொல்லலாம் – அவர்களுடைய ஒரே கடமை நிபந்தனையற்ற காதலாகத்தான் இருக்கும். அவன் புல்லாங்குழல் வாசிக்க விரும்பினால் அவர்கள் அவனுக்காக நடனமாடுவார்கள், அது ராச லீலாவாக, தெய்வ ஆராதனை நடனமாக இருக்கும். அரசனின் துணைவியர் மூன்று படிநிலைகளில் இருப்பார்கள்: தகவல்களைக் கொண்டுசெல்லும் தாழ்நிலையினர், நடுத்தரத்துப் பணிப்பெண்கள், அவர்களுக்கெல்லாம் மேலாக அவனுடைய அரசி; அவளை அவன் தேர்ந்த பிறகு

அவளுக்கு என்றும் நிலைத்திருக்கும் ராதாவின் பெயரைச் சூட்டுவான். அடுத்துள்ளவர்கள், தனிச்சிறப்பான எட்டுப் பேர், உச்சப் படிநிலையிலுள்ள கோபியர், நித்தியமாக உடனிருக்கும் துணைகள்; பழங்கதைகளில் காணப்படும் பெயர்களை அவர்களுக்குச் சூட்டுவான் – லலிதா, விசாகா, சம்பக – மல்லிகா, சித்ரா, துங்கவித்யா, இந்துலேகா, ரங்காதேவி, சுதேவி. பெரும் இன்பமளிக்கும் திறனின் அவதாரமாக இருக்க வேண்டிய தேவை இருப்பதால் ராதாவின் பங்குக்கு உரியவளைக் கண்டுபிடிக்க மிக முனைப்பான தேடுதல் தேவைப்படும். 'எப்படியோ, தேடுதல் தொடங்கட்டும்!' என்று அவன் ஆணையிட்டான். 'அவர்கள் எல்லோரும் கிடைத்த பிறகு, அந்தப்புரம் என்ற பெயரை மாற்றிக் கடவுளின் தெய்வீகச் சோலையான புனிதத் துளசி வனம் என்ற பெயரைச் சூட்டுவேன்; பேரரசின் நெடுகிலும் காதலின் ஆட்சி நிலைநாட்டப்படும்.'

இந்தத் தருணத்தில்தான், அவனுடைய வார்த்தைகளையே பயன்படுத்துவதாக இருந்தால், 'தயக்கத்துடனும் தக்க அடக்கத்துடனும் கிடைக்கப்போகும் கௌரவத்துக்குத் தான் தகுதியானவன் அல்ல என்பதைத் தெரிந்தும் பரவலாக எழுந்துள்ள கோரிக்கையை ஏற்று' தன்னுடைய ராஜரீதியான பெயரை மாற்ற ஒப்புக்கொண்டான். இனி வாழ்க்கை முழுதும் அவன் கடவுள் – அரசன் என்று பொருள்படும் கிருஷ்ண தேவராயராக இருப்பான்.

இந்தப் பிரகடனத்தை வெளியிட அரசன் திட்டமிட்டிருக் கிறான் என்பதை அறிந்த சாளுவ திம்மராசு கவலைப்படத் தொடங்கினார். 'வீழ்ச்சிக்கு முன்னால் அகங்காரம் வரும்; கடவுளுக்கு நிகரானவன் என்று ஒருவன் தன்னைக் கருதுவது அந்தக் கடவுளின் சீற்றத்தைத் தன்மீது வரவழைத்துக்கொள்ளும் ஆபத்தை உள்ளடக்கியது,' என்று எண்ணினார். அரசனின் திட்டத்தை மாற்றுவது அசாத்தியம் என்பதை உணர்ந்த அவர் அரசனின் நன்மதிப்பிலிருந்து அகன்றுவிடக் கூடாது என்பதால் அவனுடைய திட்டத்தைத் திறம்படச் செயல்படுத்துவதே தன் நலனுக்கு உகந்ததாக இருக்கும் என்று முடிவுசெய்தார். எனவே இளம்பெண்களின் அணிவகுப்பு தொடங்கியது; களிப்பூட்ட ஆர்வமாக இருந்த இளம் பெண்களைக்கொண்டு நூற்றி ஐந்து இடங்களை அவர் நிரப்பியது அரசனுக்கு மனநிறைவாக இருந்தது; அப்பெண்களில் பெரும்பான்மையோருக்கு ஒரே இரவில் கிடைத்த பேறு அவர்களுடைய குடும்ப வாழ்க்கையை முழுக்க மாற்றியது; வரம்புக்குட்பட்ட அவர்களுடைய வாய்ப்புகளின் எல்லை, மொத்த உலகமும் அவர்களின் கைப்பிடிக்குள் வந்துவிடும் அளவுக்கு விரிவடைவதாகத்

தோன்றியது. அப்பெண்கள் தங்களுடைய புதிய வாழ்க்கைக்கான விலையாக நிபந்தனையற்ற காதலைத் தர வேண்டும் என்று கிருஷ்ணதேவராயர் விரும்பியதால் குறைந்தபட்சம் அந்தக் காதலின் தோற்றத்தையாவது வழங்குவதில் அவர்கள் மகிழ்ச்சி யுற்றார்கள். அது பயனுள்ள காரியம்தான். இவ்வாறாக அவர்கள் அந்த நூற்றி ஐந்து பேர், ஒருவகையான போலியுருவை, பாசாங்கான வாழ்க்கையை, பொய்மையை உருவாக்கிக் கொண்டிருந்தார்கள். ஆனால் அது உண்மை என்பது போலவே தோன்றியது; எனவே ஓரளவில் அது உண்மையாகவே ஆனது. அல்லது உண்மை என்பதுபோலவே அனைவரும் அதைக் கையாண்டார்கள்; அது கிட்டத்தட்ட அதுவேதான்.

எளிய குடியில் பிறந்த திம்மராசு படிப்பறிவற்ற, கரடுமுரடான, உலக நடைமுறை தெரிந்த நபர்; போர்த்தொழில் பழகி அதனூடாகவே மேலே வந்தவர்; தங்களுடைய அரச எஜமானரை மகிழ்விக்க அவர்கள் ஏற்க வேண்டிய பாத்திரத்தில் போலி–கோபியரைப் பயிற்றுவிக்கும் பணிக்குத் தான் பொருத்த மற்றவர் என்பதை அவர் அறிவார். எனவே வானத்திலிருந்து கீழிறங்கி அவர்களுடைய வாழ்க்கைக்குள் நுழைந்திருக்கும் இரண்டு தேவலோகப் பெண்களில் மூத்தவளின் உதவியை அவர் நாடினார். தேவலோகத்தைச் சேர்ந்தவர்களாதலால் அந்த மேலுலகத்தில் வாழும் கால வரம்புக்கு அப்பாற்பட்ட ஆளுமைகளின் தனிப்பண்புகளையும் கோணங்கித்தனங்களை யும் அவர்கள் அறிந்திருப்பார்கள். திம்மராசுக்குத் தெரிந்திராத வகையில், இந்த மூத்த தேவலோகப் பெண் பிஸ்நகாவிலேயே மிக அதிக நூலறிவு உடையவளாகவும் ஒன்பது வயதிலிருந்தே தன் குழந்தைப் பருவத்தைத் துறவி வித்யாசாகருடன் கழித்துப் பழம்பெரும் பிரதிகளைக் கற்றறிய முயன்றவளாகவும் இருந்தாள். சந்தேகத்துக்கிடமின்றி இது பம்பா கம்பானா; திம்மராசுவைத் தன்னுடைய பிரத்யேக ஆசிரியராக அரசன் ஏற்றுக்கொண்டானென்றால் பம்பா கம்பானா திம்மராசுவின் ஆசிரியராகவும் அரசனுடைய நூற்றி ஐந்து துணைவியரின் பயிற்றுநராகவும் அவர்களின் நம்பிக்கைக்குரியவளாகவும் ஆனாள்.

அதைச் செய்யப் பம்பா கம்பானாவுக்குத் தொடக்கத்தில் விருப்பமில்லை. சமூகத்தில் பெண்களின் நிலை குறித்த அவளுடைய முற்போக்கான கருத்துகள் நூற்றுக்கு மேற்பட்ட மனைவிகள் இருந்த அரச குடும்பத்தோடு முரண்பட்டதாக இருந்தன. அற்புதமான ஒரு பெண்ணைத் தேர்ந்தெடுத்து அவளோடு இணைந்து ஆட்சி செய்யுங்களேன் என்று அரசனைப் பார்த்துச் சொல்ல விரும்பினாள். ஆனால் அது விவேகமாக

இருக்காது என்பதை திம்மராசு சுட்டிக்காட்டினார். 'உங்கள் இரண்டு பேருடைய மந்திர சக்தியையும் போர்த்திறத்தையும் கண்டு அரசன் திகைத்து நிற்கிறான். ஆனால் அவன் தன்னைக் கடவுளாக நினைத்துக்கொள்ளத் தொடங்கியிருக்கிறான்; எனவே, அவன் கருத்துப்படி வெறுமனே உருமாறும் தேவலோகப் பெண்களைவிடக் கூடுதல் தகுதி அவனுக்கிருக்கிறது. ஆரம்பத்திலேயே ஏதாவது சொல்லி அவனுக்கு எரிச்சல் உண்டாக்கிவிடாதே. மெதுமெதுவாகத்தான் அவனை மாற்ற முடியும். இன்னொரு விஷயம், உங்கள் இரண்டு பேரையும் அவன் பார்க்கும் விதத்தைக் கவனித்திருக்கிறேன். உங்களில் ஒருவருக்கு அல்லது இரண்டு பேருக்குமே மிக உயர்ந்த முக்கியத்துவம் கிடைக்கலாம்.'

'எங்களைப் பற்றி கிருஷ்ண ராயரிடம் சில விஷயங்களை நான் சொல்ல வேண்டும். குறிப்பாக, என்னைப் பற்றி; அது அவனை என்னைக் கருத்தூன்றி, சீரிய முறையில் பார்க்க வைக்கும் என்று நம்புகிறேன்,' என்றாள் பம்பா கம்பானா. 'ஆனால் நீங்கள் சொல்வதும் சரிதான். எல்லாமும் அதற்கான உரிய நேரத்தில் நடக்க வேண்டும். பிஸ்நகாவுக்கு ஒரு அரசி கிடைக்கும்வரை பொறுத்திருப்போம்.'

'அதைப் பொறுத்தவரை, அரசனின் தேர்வில் செல்வாக்குச் செலுத்தும் எண்ணம் எனக்குண்டு. அது ஒன்றும் காதல் தொடர்பான விஷயம் கிடையாது, நாடு தொடர்பானது.'

'அப்படியா?' என்றாள் பம்பா கம்பானா. 'நீங்கள் யார் பக்கம் என்பதை இறுதியில் பார்க்கப்போகிறேன்.'

பூ வியாபாரி ஒருவரின் மகளாக முன்னாளில் இருந்து தற்போது எட்டாவது படிநிலையில் அரசனின் துணைவியாக 'சுதேவி' என்ற பெயர் மாற்றத்தோடு இருப்பவளிடமிருந்து தன் பணியை அவள் தொடங்கினாள். தாமரையின் மகரந்தக் காம்புடைய நிறத்தைக் கொண்டிருந்ததால் அவள் தெரிவுசெய்யப் பட்டாள். அவளிடம் சொன்னாள், 'நீ செய்ய வேண்டியவை நிறைய உண்டு. கோபமூட்டும் சூழல் உண்டானாலும் நீ இனிய பண்புடையவளாக இருக்க வேண்டும். அரசருக்குத் தாகம் எடுக்கும்போதெல்லாம் அவருக்கு நீ தண்ணீர் தர வேண்டும்; ஒரு நாளின் முடிவில் பணியால் சோர்வுற்று அவர் இருப்பிடம் திரும்பும்போது அவர் உடலில் நறுமண எண்ணெய்களைத் தேய்த்து அமுக்கிவிட வேண்டும். கிளிகளுக்குப் பயிற்சி கொடுத்து அவர் முன்னால் பேசவைக்கவும் சேவல்களுக்குப் பயிற்சி கொடுத்துச் சண்டையிடவும் வைக்க வேண்டும்; அந்தப்புரத்தி லிருக்கும் பூக்களுக்குப் பாதுகாவலராக இருந்து அவை

ஜாடிகளில் புதுமலர்ச்சியோடு இருக்கும்படி பார்த்துக்கொள்ள வேண்டும். சில வகைப் பூக்கள் நிலா தோன்றும்போது பூக்கும். அவை மங்கலகரமானவை. அவற்றின் பெயர்களைத் தெரிந்து கொண்டு அரண்மனையில் அவை நிறைய இருக்கும்படி பார்த்துக்கொள். தேனீ வளர்ப்பிலும் ஈடுபடு. அரசிக்கு மகுடம் சூட்டியவுடன் அவளுக்கு ஜடை பின்னிவிடு. அவளுக்கு எதிராகக் கோபியர்கள் யாரும் சதி செய்யாதவாறு நீ உளவு பார்க்க வேண்டும். இதை உன்னால் செய்ய முடியுமா?'

'பிரியத்துடன் இதைச் செய்வேன்,' என்றாள் அந்த எட்டாவது படிநிலையிலிருந்த கோபி.

சலவைக்காரி ஒருத்தியின் மகளாக முன்பு இருந்து இப்போது ஏழாவது படிநிலையிலிருந்தவள் 'ரங்காதேவி' என்ற பெயருள்ள கோபி. அவளிடம் சொன்னாள், 'அரசி இல்லாத போது நீ அரசரிடம் இடைவிடாமல் கேளிக்கைக் காதலில் ஈடுபட வேண்டும்; அரசி, அரசர் இரண்டு பேரும் ஒன்றாக இருக்கும்போது நகைச்சுவைத் துணுக்குகளைத் தொடர்ந்து அரசியிடம் சொல்லி அவளைச் சிரிக்கவைக்க வேண்டும். கோடை வெப்பத்தில் அவர்களுக்கு விசிறிவிடு, குளிர்காலத்தில் அவர்களுடைய கணப்படுப்புக்கு நிலக்கரி கொண்டுவா. அதே சமயம் நீ தர்க்க சாஸ்திரமும் கற்க வேண்டும்; அரசர் தத்துவரீதியாகப் பேசத் தொடங்கினால் மெச்சத்தகுந்த திறனோடும் உற்சாகத்தோடும் நீயும் அந்த உரையாடலில் பங்கு கொள்ளலாம். இதை உன்னால் செய்ய முடியுமா?'

'தர்க்கம் கற்பது அவ்வளவு எளிதாக இருக்காது. ஆனால் அதை ஈடுகட்டும் விதமாகக் கேளிக்கைக் காதலில் கூடுதலாக ஈடுபடுவேன்,' என்றாள் ஏழாவது படிநிலையிலிருந்த கோபி.

ஆறாவது படிநிலையில் பொருத்தப்பட்டிருந்த கோபி, தற்போது 'இந்துலேகா' என்று அறியப்படுபவள், அரண்மனை சமையலரின் மகளாக இருந்தவள்; தன் முன்பு அழைத்து வரப்பட்டபோது பம்பா கம்பானா சொன்னாள், 'ஓ, எளிதாகக் கோபப்படும் இயல்பு கொண்டவள் அல்லவா நீ; சமையல் கூடத்தில் இருக்கும் வெப்பம் அதற்குக் காரணமாக இருக்க லாம். தேனைப்போலச் சுவைகொண்ட உணவை அரசருக்காக நீ தயாரிக்க வேண்டும்; அவர் உண்ணும்போது விசிறிவிட வேண்டும். மேலும் பாம்பாட்டி வித்தையில் தேர்ச்சி பெற்று அரசர் முன்னால் பாம்புகளை நடனமாட வைக்க வேண்டும்; ஒவ்வொரு நாளின் நிகழ்வுகளையும் எதிர்கொள்ள அவர் தயாராக இருக்கும்படி காலை நேரத்தில் கணித்துச் சொல்லக் கைரேகை ஜோசியத்திலும் நீ தேர்ச்சிகொள்ள வேண்டும். அரசி என்று

ஒருவர் வந்த பிறகு அரசரும் அவளும் தங்களுக்குள் செய்திகளைப் பரிமாறிக்கொள்ள உன்னைப் பயன்படுத்துவார்கள்; அதன் காரணமாக அவர்களுடைய ரகசியங்கள் உனக்குத் தெரியவரும்; அரசியின் ஆடை அலமாரிக்கும் ஆபரணங்களுக்கும் நீதான் பொறுப்பு. அரண்மனை ரகசியத்தை யாருக்கும் சொல்லும் அளவுக்கு அல்லது எதையாவது திருடும் அளவுக்கு நீ முட்டாளாக இருக்கும் பட்சத்தில்...'

'அப்படி ஒரு முட்டாளாக இருக்க மாட்டேன். உளறுவாய்ச்சி என்றோ திருடி என்றோ என்னைக் குற்றம் சாட்டாதீர்கள்,' என்று கத்திச் சொன்னாள் ஆறாவது கோபி.

உயர்ந்த புத்திசாலித்தனம், பரந்த அறிவு, கலைத்தேர்ச்சி ஆகிய குணங்களுக்காகத் தேர்வு செய்யப்பட்டவள் ஐந்தாவது படிநிலையிலிருந்த கோபி; 'துங்கவித்யா' என்று தற்போது அறியப்படும் அவள் பள்ளி ஆசிரியர் ஒருவரின் மகள். 'நீதிநெறி, இலக்கியம், மற்ற அனைத்தையும் உள்ளடக்கிய அறிவுலகின் பதினெட்டுத் துறைகளிலும் உனக்குள்ள தேர்ச்சியைக் கொண்டு அரசரின் ஆர்வத்தைத் தூண்டுவதற்கே நீ இங்கு இருக்கிறாய்,' என்றாள் பம்பா கம்பானா. 'மேலும், நீ நடனமாடவும் வேண்டும். உன்னால் வீணை வாசிக்க இயலும் என்றும் கடவுளை அடையும் வழிக்கான பாணியில் பாட முடியும் என்றும் நம்புகிறேன். இது பொருத்தமான திறமை. அரசியல் தொடர்பான ஒப்பந்தம் எதுவும் செய்துகொள்ள அரசர் விரும்பினால் உன்னுடைய ராஜதந்திர அறிவை அவர் நாடலாம். அரசர், அரசிக்கிடையே பூசல் ஏற்பட்டால் அதைத் தீர்க்க உன் சாதுரியம் தேவைப்படலாம்; பெரும்பாலும் அந்த மாதிரியான சூழலில் உனக்கு மூத்தவளான சித்ரா முன்கை எடுத்துப் பிரச்சினையைத் தீர்த்துவிடுவாள்; அவள் சொல்வதை நீ செய்தால் போதும்.'

'நீங்கள் சொல்வதெல்லாம் சரி. கூடவே கொஞ்சம் காதல் செய்யவும் என்னை அனுமதிப்பீர்கள் என்று நம்புகிறேன்.'

பிரபுக்கள் குடும்பங்களிலிருந்து வந்த சிலரில் ஒருத்தி நான்காவதாக இருந்த 'சித்ரா;' பிறரைவிடத் தான் உயர்ந்தவள் என்ற எண்ணம் கொண்டிருந்ததால் பம்பா கம்பானாவிட மிருந்து பயிற்சி பெறுவதற்கு அவள் தயக்கம் காட்டினாள். 'அதெல்லாம் எப்படி நடக்கிறது என்பது எனக்குத் தெரியும்,' என்று பம்பாவிடம் சொன்னாள். 'அரசக் குடும்பத்தில் முரண்பாடுகள் உண்டாகும்போது நான் தலையிடுவேன்; அரசருக்கும் அரசிக்கும் அன்றாடம் மாலையிடுவேன். என்னால் பல மொழிகளைப் பேசவும் படிக்கவும் முடியும்; எந்த நூலும்

மேலோட்டமாக என்ன சொல்கிறது என்பதற்குப் பதிலாக அந்த நூலாசிரியர் உண்மையில் என்ன சொல்லவருகிறார் என்பதை அரசருக்கு விளக்கிச் சொல்ல என்னால் முடியும். பார்த்த மாத்திரத்திலேயே ஒரு உணவு வகையின் சுவை எப்படி இருக்கும் என்பதையும் சொல்லிவிட முடியும்; ஆகவே அது விஷமூட்டப்பட்டதா இல்லையா என்பதைக் கண்டறிந்து விடுவேன். பானைகளில் வெவ்வேறு அளவில் தண்ணீரை நிரப்பி அவற்றைக் கோலால் தட்டி இசை உண்டாக்குவேன். அரண்மனைத் தோட்டத்துக்குப் பொறுப்பேற்றுக்கொண்டு இயல்நிலையைக் கடந்த இருப்புக்கு அரசரைக் கொண்டு செல்லும் மூலிகையையும் அவருக்கு உடல்நிலை சரியில்லை யென்றால் நோய் நீக்கும் மற்ற இலைதழைகளையும் கொண்டு வந்து தருவேன். வீட்டு மிருகங்களைப் பராமரிப்பேன். மிகுந்த நேசத்துடனும் அதீதப் புலனின்பத்துடனும் அரசரிடத்தில் பழகுவேன்; ஆனால் அரசி கூட இருந்தால் அடக்க ஒடுக்கமாக நடந்துகொள்வேன். இதில் எதைச் செய்வதிலும் எனக்குச் சிரமமில்லை.'

'சரி, பார்க்கலாம்,' என்றாள் பம்பா கம்பானா.

அவளுடைய கடைசி மாணவி 'சம்பகா' அல்லது 'சம்பக – மல்லிகா.' 'மக்நோலிய அரசி' என்று அழைக்கப்படும் செண்பகப் பூ என்று அந்தப் பெயருக்கு அர்த்தம். காட்டில் வாழும் ஏழை மரம்வெட்டி ஒருவரின் மகள் அவள். 'உனக்கென்று தனியாகச் சொல்ல எதுவுமில்லை. மற்றவர்களிடம் என்ன சொன்னேனோ அவையெல்லாம் உனக்கும்தான். அரச இல்லத்தின் மிக உயர்ந்த நிலையில் இருப்பவள் நீதான்; இதுவரை யாரென்று தெரியாத அரசிக்கும் யாரென்று சொல்லப்படாத நெருங்கிய இரண்டு துணைகளுக்கும் அடுத்த நிலை உனக்குத்தான். உனக்குக் கீழ் நிலையில் இருப்பவர்கள் செய்வதற்கெல்லாம் நீதான் பொறுப்பு; ஆனால் நாளடைவில் மற்றவர்களுக்குப் பொறுப்புகளைப் பகிர்ந்தளிக்கும் கலையில் தேறிவிடுவாய். உன்னுடைய பாத்திரத்தில் நன்றாகப் பொருந்திக்கொண்டால் பெரும் இன்பம் அளிப்பதில் நீ நான்காவது நிலையில் இருப்பாய்; மூத்த நிலையில் இருக்கும் மூவரும் சோர்வுற்றோ நாட்ட மில்லாமல் இருந்தாலோ நீதான் அரசருக்கு உரிய இன்பம் அளிக்க அழைக்கப்படுவாய். உன் கைகள் தேர்ந்தவைதான்; அப்படியில்லையென்றாலும் பழகிக்கொள்; களிமண் சிலைகள் செய்; இனிப்பு மிட்டாய்களைச் செய், அவற்றின் சுவையில் சொக்கிப்போய் எல்லோரும் உன்னை "இனிப்புக் கைகள்" என்று அழைப்பார்கள்,' என்று அவளிடம் பம்பா கம்பானா சொன்னாள்.

'என்னால் சமைக்க முடியாது,' என்றாள் மக்நோலியா அரசி. 'எல்லோரும் அப்படித்தான் சொல்கிறார்கள். தவறினால் என்ன நடக்கும்?'

பொறுமை இழந்த பம்பா, 'அப்படி நடக்கக் கூடாது. விரைவில் கற்றுக்கொள்,' என்றாள்.

அரசனுடைய நூற்றி ஐந்து துணைவியரைத் தேர்ந்தெடுக்கும் நடைமுறைக்கு நீண்ட காலம் பிடித்தது குறித்து பம்பா கம்பானாவின் கொள்ளுப்பேத்தியின் கொள்ளுப்பேத்தியின் கொள்ளுப்பேத்தியின் கொள்ளுப்பேத்தியின் பேத்தியான ஸெரல்டா லீக்கு எந்த ஆட்சேபணையும் இல்லை என்பது அவளுக்கு ஆச்சரியத்தைக் கொடுத்தது; உண்மையைச் சொன்னால், அந்தச் செயல்முறையில் பம்பா பங்குகொண்டதையும் தங்களுடைய புதிய பொறுப்புகளின் முக்கியத்துவத்தையும் பல வகைகளையும் புரிந்துகொள்ள அந்தப் பெண்களுக்கு அவள் உதவியதையும் குறித்து ஸெரல்டா லீ மனநிறைவு கொண்டாள்.

'யாருக்குத் தெரியும், இரண்டு பிரதானத் துணைவிகளில் ஒருத்தியாக அவர் என்னைத் தேர்ந்தெடுக்கலாம், அல்லது ஆமாம், ஏன் கூடாது? அவருடைய அரசியாகக்கூட,' என்று சொன்னபோது கற்பனை நிரம்பிய அவள் கண்களில் தென்பட்ட வெகுளித்தனம் பம்பா கம்பானாவைத் திகைக்கவைத்தது.

'என்ன சொல்லிக்கொண்டிருக்கிறாய்,' என்றாள் பம்பா கம்பானா. குரலில் தொனித்த உஷ்ணம் இரண்டு பேருக்கும் ஆச்சரியமளித்தது; புதிதாக நியமிக்கப்பட்ட அரசரின் துணைவியர்களுக்குத் தயக்கத்தோடு பலதையும் சொல்லிக் கொடுத்ததன் விளைவாக அது வந்திருக்கலாம். 'நீ உலகம் பூராவும் பயணம் போயிருக்கிறாய்; ஒரு பெண்ணாக இருக்க அதைவிட மேலான வழிகள் இருப்பதை நீ பார்த்திருக்க வேண்டுமே.'

'ஆமாம், ஒட்டுறவு இல்லாமல், எங்கிருந்து வந்தேன் என்பது தெரியாமல், எந்த இடத்தைச் சேர்ந்தவள் என்பதோ யாராக ஆவேன் என்பதோ தெரியாமல் அலைந்து திரிந்து வாழ்க்கையைக் கழித்தேன்,' என்றாள் ஸெரல்டா லீ. 'ஏதோ ஒன்றின் உண்மையான பாகமாக, பழங்கால மரபு ஒன்றோடு என்னை இணைத்துக்கொண்டு ஆளும் வம்சத்தின் பகுதியாக ஆக ஒரு வாய்ப்பு கிடைத்தால் மகிழ்ச்சியுடன் அதை ஏற்றுக் கொள்வேன்; அது ஏன் என்பதையும் நீங்கள் புரிந்துகொள்ள

வேண்டும். என் பயணம் முடிவுக்கு வருகிறது என்பதையும் கடைசியில் ஒரு நிலத்தில் நான் வேர்விடலாம் என்பதையும் நம்ப அரசருக்கு அருகில் நிற்பது எனக்கு அனுமதியளிக்கும்.'

'ஒரு பெண் தனக்குள்ளாகவே வேர்விட முடியும் என்றும் எந்த ஆணுக்கு அருகில், அது அரசராகவே இருந்தாலும், நிற்பது மூலமும் தன்னை வரையறுத்துக்கொள்ளக் கூடாது என்றும் நான் எப்போதும் நம்பிவந்துள்ளேன். அப்படி நினைத்த எந்தப் பெண்களையும் உன் பயணங்களில் நீ சந்தித்ததில்லையா?'

'பச்சை விதி' என்று அழைக்கப்பட்ட பழைய பள்ளியில் அவர்கள் தங்கள் போர்த் திறன்களை மேம்படுத்திக்கொண்டிருந்தார்கள்; அந்த விவாதம் – அவர்களிடையேயான முரண்பாட்டின் முதல் தருணம் – அவர்கள் பயிற்சிக்குக் கூர்மையைக் கொடுத்தது. சண்டையிட்டுக்கொண்டே ஸெரல்டா லீ, 'பெண்கள் அடிமைகளாகவோ வேலைக்காரர்களாகவோ அல்லது சுதந்திரமானவர்களாக இருக்கும் ஊர்களிலும்கூட அவமரியாதை செய்யப்படுபவர்களாகவோ உள்ள இடங்களை என் மனதில் பதிந்திருக்கும் வரைபடங்களில் பார்க்கிறேன். சீனாவில் இறுகக் கட்டப்பட்ட சிறுமிகளின் பாதங்கள் பழுதடைகின்றன. ஸன்ஸிபாரிலுள்ள கல்நகரத்தில் பொது இடங்களில் பெண்கள் அனுமதிக்கப்படுவதில்லை. மத்திய தரைக்கடல் பகுதியிலும் தெற்கு சீனக் கடலிலும் பெண் கடற்கொள்ளைக்காரர்கள் இருந்தார்கள் என்பது உண்மைதான்; ஆனால் ஒருத்தி அவளுடைய மருமகனால் வீழ்த்தப்பட்டாள்; இன்னொருத்தி தான் தத்தெடுத்த மகனைக் கல்யாணம் செய்துகொண்டு கடைசியில் மக்காவில் விலைமாதர் விடுதி ஒன்றை நடத்தினாள். அவை எல்லாவற்றையும்விட அரசியாக இருப்பது மேல்,' என்றாள்.

வாளைக் கீழே வைத்துக்கொண்டு, 'நான் அரசியாக இருந்திருக்கிறேன்,' என்றாள் பம்பா கம்பானா. 'அது ஒன்றும் அவ்வளவு உயர்ந்த விஷயம் அல்ல.' பயிற்சியின் முடிவில் குளிக்குமிடங்களுக்குப் போனார்கள். 'பழைய பிஸ்நகாவில் பெண்கள் வழக்குரைஞர்களாக, வியாபாரிகளாக, கட்டடக் கலைஞர்களாக, கவிஞர்களாக, குருக்களாக, எல்லாமாகவும் இருந்தார்கள்.'

'நான் அரசியாகும்போது அதெல்லாம் திரும்பவும் உண்மையாகும்,' என்றாள் ஸெரல்டா லீ.

'நீ அரசியானால்,' என்று பெருமூச்சு விட்டபடி பம்பா கம்பானா அவளைத் திருத்தினாள்.

‘ஆகும்போது.’ ஸெரல்டா லீ வலியுறுத்திச் சொன்னாள். ‘அவர் என்னைப் பார்க்கும் விதத்தை நீங்கள் கவனிக்கவில்லையா?’

இந்தத் தருணத்தில், தான் சொல்ல எண்ணாத ஒன்றை, அப்படி ஒன்று தனக்குள் இருக்கிறது என அவள் சந்தேகப்படாத இடத்திலிருந்து வந்த ஒன்றைச் சொன்னாள்.

‘துல்லியமாக அதே விதத்தில் அவர் என்னையும் பார்த்தார்.’

அதன் பிறகு ஸெரல்டா லீ ஒரு வாரம் அவளோடு பேச வில்லை; தாமரை அரண்மனையிலிருந்த வரைபட அறையில் தன்னை அடைத்துக்கொண்ட அவள் பணிபுரியும்போது உணவை வரவழைத்துக்கொண்டாள்; தருவிக்கப்பட்ட படுக்கையில் தூங்கினாள். இறுதியில் அவள் கதவைத் திறந்தபோது இரண்டு நாடுகளின் வரைபடங்களை மட்டுமே திரும்பத் திரும்ப அவள் உருவாக்கியிருந்ததை அனைவரும் கண்டார்கள்; இரண்டுமே கற்பனையானவை என்று பம்பா கம்பானா சந்தேகப்பட்டாள்: தன் காதலியை வசப்படுத்த மூத்த ஆசான் லீ புனைந்த ஸெரல்டா நாடு; இன்னொன்று, யே–ஹே நாடு; இந்த நாட்டைப் புனைந்ததன் மூலம் ஸெரல்டா லீயின் மூதாதையான ஸெரல்டா சங்கமா, பம்பா கம்பானாவின் மகள், தானும் லீ யே–ஹேவைக் காதலித்ததாக அவரிடம் சொல்ல ஒரு மொழியைக் கண்டுபிடித்தாள். விரைந்து செல்லும் காலத்தையும் வண்ணத்துப்பூச்சி வலைகளையும் கொண்ட நகரமும் பறக்கும் மனிதர்களையும் பறக்காத பறவைகளையும் கொண்ட நகரமும் கண்ணைப் பறிக்கும் நிறங்களோடும் அசாதாரணத் துல்லியத்தோடும் தீட்டப்பட் டிருந்தன. இங்கே, ஸெரல்டா நகரத்தின் ஒரு மூலையில், அவளுடைய மகள்களால் இழுத்து வரப்படும் சக்கர நாற்காலியில் முதிய பெண்ணொருத்தி அமர்ந்திருக்கிறாள்; கைப்பற்ற இயலாத, விரைந்து செல்லும் மணிநேரங்களைக் கைக்குள் அகப்படுத்தக் கடுமையாக அவள் முயல்கிறாள்; இரக்கமும் வெறுப்பும் கலந்த உணர்வுகளோடு அவளைக் கவனித்துக்கொண்டிருக்கும் இளம் பையன்கள் இடையிடையே உணவு பொதிந்த ரொட்டித்துண்டுகளையும் கடிகாரங்கள் போலத் தோற்றமளித்த பழங்களையும் தின்கிறார்கள்; தாங்கள் சாகாவரம் பெற்றவர்கள் என்று அவர்கள் நம்புகிறார்கள். பக்கத்துச் சித்திரத்தில் பரவசத்தில் திளைக்கும் பெண்கள் யே–ஹே நகரத்தின் மேகங்களுக்கு மேல் பறந்துகொண்டிருக்கிறார்கள்; பிறந்தநாளில் இருந்தது போலவே நிர்வாணமாக உலகம் குறித்த எந்தக் கவலையுமின்றி நடனமாடுகிறார்கள்; பின்பு அதே பெண்கள் குளிரில் நடுங்கியபடி மேகங்களிலிருந்த ஆடைக் கடைகளில் மேலங்கிகளை வாங்குகிறார்கள் – தங்களுடைய

நிர்வாணம் குறித்த வெட்கத்தால் அல்ல, அந்த உயரத்தில் இருந்த குளிர் அவர்கள் உயிர் போகுமளவுக்கு உறைய வைத்ததால். இரண்டு நகரங்களுடைய பிரஜைகளின் முகங்களில் துன்பத்தைச் சகித்துக்கொள்ளும் ஸெரல்டிய குணமும் யே–ஹேவாசிகளின் உலகியல் விவேகமும் துலக்கமாகத் தெரிந்தன.

இறுதியில், தன்னுடைய படைப்பு நிறைவடைந்ததும் அதைப் பார்க்கத் தன் பாட்டியை அனுமதித்தாள். வரைபடங்களின் அதியழகைக் கண்டு பம்பா கம்பானா அழத் தொடங்கினாள்; நீண்ட நேரம் அதை பாராட்டிப் பேசினாள். கடைசியில் தாழ்ந்த, அன்பு ததும்பும் குரலில் அவள் இப்படிச் சொல்ல வேண்டியாயிற்று: 'என் செல்லக் குழந்தையே, இவையெல்லாம் கற்பனையில் பயணம் போக வேண்டிய இடங்கள், விழித்திருக்கும் போது ஒருவர் போய்ப் பார்க்கும் இடங்கள் அல்ல, சரிதானே?'

'இல்லை; இந்தக் கணத்தில் நாம் நின்றுகொண்டிருக்கும் இடத்தின் சித்திரமே நான் வரைந்தது. அவையெல்லாம் பிஸ்நகாவின் வரைபடங்கள்,' என்று ஸெரல்டா லீ பதிலாகச் சொன்னாள்.

அனைவரும் பார்க்க ஏதுவாக வரைபட அறை திறந்து வைக்கப்பட்டது. முதலில் வருகை தந்தவன் அரசன்தான்; தேசப்படங்கள் வரைவதில் ஸெரல்டா லீ வெளிப்படுத்தியிருந்த அழகைக் கண்டு அவனும் உணர்ச்சிப் பெருக்கில் கண்ணீர் மல்கினான். அடுத்து வந்த மூத்த அரசவையினருக்கும், உணர்ச்சிப் பெருக்கில் அரசருக்குத் தாங்கள் குறைந்தவர்கள் அல்ல என்பதை நிரூபிக்க, அழ வேண்டிய அவசியம் உண்டானது; அடுத்தடுத்து வந்த எல்லாரும் பெரிய அளவில் கண்ணீர், உண்மையோ கற்பனையோ, சிந்த வேண்டியாயிற்று; இதன் காரணமாக மக்கள் அந்த அறையை, அரசனின் காதுகளுக்கு எட்டாத வகையில், 'கட்டாய அழுகையின் அறை' என்று அழைக்கத் தொடங்கினார்கள்.

அண்மையில் பெயர்மாற்றம் செய்யப்பட்ட கிருஷ்ண தேவராயர் சிம்மாசனக் கூடத்தில் அரசவையைக் கூட்டினான்; வயது முதிர்வால் சிவந்த தங்களுடைய கண்ணோரங்களைத் துடைத்தவாறு அரசவை உறுப்பினர்கள் வரிசையாக வந்தார்கள்; வரைபடப் படைப்பாளர் ஸெரல்டா லீ மீதான தன்னுடைய காதலை அரசன் பொதுவில் அறிவித்தான். கடவுளுடைய காதலியின் பெயரான அரசி ராதை என்று அவளுடைய பெயரையும் மாற்றும் தன் திட்டத்தை அவளிடம் சொன்னான்; அவளையே தன்னுடைய மிக நெருங்கிய சகாக்களைத் தேர்ந்தெடுத்துக்கொள்ளச் சொன்னான்; 'அவர்களில் ஒருத்தி

உன்னுடைய சக தேவலோகப்பெண்ணான உன்னுடைய சகோதரியோ அல்லது அவளை யாரென்று சொல்கிறாயோ அவளாக இருக்கலாம் என்று ஊகிக்கிறேன்,' என்றான். அடுத்தடுத்து மூன்று நிகழ்வுகள் விரைந்து நடந்தன:

முதலாவதாக, அரசனுடைய காதல் பரிசை அடக்கத்துடன் ஏற்றுக்கொள்வதாக ஸெரல்டா லீ அறிவித்தாள். இரண்டாவதாக, அவமானத்தாலும் கோபத்தாலும் சிவந்திருந்த முகத்தோடும் கொஞ்சம் சுயக்கட்டுப்பாட்டை இழந்துமிருந்த பம்பா கம்பானா. மிக நெருங்கிய சகாக்களில் ஒருத்தியாக – 'லலிதா' என்ற புனைபெயர் கொண்டவளாகவோ போலியான 'விசாகா' என்பவளாகவோ – இருக்கத் தனக்கு விருப்பமில்லை என்று கூறிவிட்டாள். 'தாங்கள் அனுமதித்தால் என் வாழ்நாள் முழுதும் நான் வெறும் பம்பா கம்பானாவாகவே இருந்து விடுவேன்,' என்று அரசனிடம் சொன்னாள்.

'எனக்குக் குழப்பமாக இருக்கிறது,' என்றான் கிருஷ்ண தேவராயர். 'நீ அந்த உண்மையான, பெரும் புகழ்பெற்ற அந்தக் கால பம்பா கம்பானா இல்லையென்று தெளிவாகத் தெரிகிறது; ஒரு வசதிக்காக அந்தப் பெயரை வைத்துக் கொண்டாய்; அதற்குப் பதிலாக இன்னொரு புதிய பெயரை, உனக்குக் கௌரவமும் புகழும் தரும் பெயரை, வைத்துக் கொள்வதில் உனக்கு என்ன பிரச்சினை?'

'மாட்சிமை தங்கிய மன்னரே, காலம் வரும்போது நான் யார், என்ன என்பதைத் தங்களுக்கு விளக்குவேன். இப்போதைக்கு என்னை மன்னியுங்கள்.' இதைச் சொல்லி விட்டு அரியணைக் கூடத்திலிருந்து வெளியேறினாள்.

... மூன்றாவதாக, அரசனின் ஆசனத்துக்கு வலப்பக்கம் நின்றிருந்த முதன்மை அமைச்சர் திம்மராசு குனிந்து முணுமுணுத்தார், 'ஒரு அந்தரங்க வார்த்தையைத் தங்களுடைய மாசு மருவற்ற காதில் சொல்லப் பெரும் அவசரத்துடன் தங்கள் அனுமதி வேண்டுகிறேன்.'

தன்னுடைய முதன்மை அமைச்சர் அப்படியான தொனியில் பேசினால் அதற்கு உடனடிக் கவனம் செலுத்துவது நல்லது என்பதை ஏற்கெனவே அறிந்திருந்த கிருஷ்ணா அரியணையிலிருந்து இறங்கித் தன்னுடைய பிரத்யேகக் கூடத்துக்குச் சென்றான். அவனுடன் செல்ல திம்மராசு மட்டுமே அனுமதிக்கப்பட்டார். அவர்கள் இருவரும் தனியாக இருந்த போது அமைச்சர் சோகத்துடன் தலையைக் குலுக்கினார்.

'தாங்கள் இதை என்னுடன் விவாதித்திருக்க வேண்டும். பிரதான மனைவி தொடர்பான தேர்வு வெறும் உடல் அழகை வைத்து மட்டுமே தீர்மானிக்கப்படும் விஷயமல்ல.'

'அவளை நான் காதலிக்கிறேன்,' என்றான் கிருஷ்ண தேவராயர். 'அது போதும், முடிவு செய்ய அதுவே போதுமானது.'

'அபத்தம்,' என்று திம்மராசு உறுதியாகச் சொன்னார். 'அந்த வார்த்தையைத் தாங்கள் மன்னிப்பீர்கள் என்றால்.'

'அப்படியானால், வேறென்ன காரணங்கள் போதுமானவை யாக, முடிவு செய்யப் போதுமானவையாக இருக்க வேண்டும்?' கிருஷ்ணதேவராயர் வினவினான்.

'நாடு தொடர்பான காரணங்கள் அவை,' என்றார் திம்மராசு. 'இம்மாதிரி விஷயங்களில் மற்றவையெல்லாம் பொருத்தமற்றவை.'

'நாடு தொடர்பான காரணங்கள் என்று எவற்றைக் குறிப்பிடுகிறீர்கள்?'

'தெற்கு எல்லையோடு உடன்படிக்கை செய்துகொள்ள உரிய நேரம் இது. திவானி வெற்றிக்குப் பிறகு, தற்போதைக் காவது, வடக்குப்புற விவகாரங்கள் திருப்தியாக இருக்கின்றன. தெற்கைப் பொறுத்தவரை நமக்கு உதவி தேவைப்படுகிறது. பல தெற்குப் பிரதேசங்களை, குறிப்பாக இளவரசர் ஆட்சிக்குட்பட்ட மைசூரை வென்று நிர்வகிக்க ஸ்ரீரங்கப்பட்டணத்தின் திறமை யான ஆட்சியாளரும் பலரும் பயப்படும் ராணுவத் தளபதியுமான மன்னர் வீரப்ப உடையாரின் உதவி நமக்கு வேண்டும்.'

'தேவலோகப் பெண் ஸெரல்டா லீயை நான் காதலிப்பதற்கும் நீங்கள் சொல்வதற்கும் என்ன சம்பந்தம்?' என்று அரசன் கேட்டான்; கோபம் ஏற முகம் சிவந்தது.

(கிருஷ்ணதேவராயர் முன்கோபி. அவன் கோபத்தின் விளைவுகளை திம்மராசு இறுதியில் காண்பார். அதேசமயம் அவனுடைய கோபம் தணிந்ததும் வருத்த உணர்வு உண்டாகி அவனுடைய கோபத்தால் பாதிக்கப்பட்டவரின் துன்பத்தைச் சரிசெய்யக் கடுமையாக முயல்வான். நாம் அதைப் பார்க்கப்போகிறோம். இப்போது அதைப் பொருட்படுத்த வேண்டியதில்லை.)

'அரசர் வீராவின் அன்பையும் ஆதரவையும் பெறுவதற்குத் தங்களுக்குள்ள ஒரே வழி அவருடைய மகள் திருமலாவைத் திருமணம் செய்துகொள்வதுதான்.'

“என்ன, அந்த திருமலாவையா?’ கிருஷ்ணதேவராயர் செய்த கர்ஜனை அரண்மனையின் மூலைமூடுக்கெல்லாம் எதிரொலித்து ஸெரல்டா லீ, பம்பா கம்பானா, மொத்த அரசவையினர் ஆகியோரின் காதுகளையும் எட்டியது.‘மோசமான தெலுங்கு இளவரசியான அவள் கொடூரமான அடாவடி பிடித்தவள், பழக்கவழக்கங்களில் ஆணவம் கொண்டவள், நேசம் என்றால் என்ன என்று அறவே அறியாதவள் என்பது எல்லோருக்கும் தெரிந்ததுதானே.’

‘ஏன் அப்படியொரு அபிப்பிராயம் உருவாகிறது என்பதைச் சொல்கிறேன்,’ என்று திம்மராசு சாந்தப்படுத்தும் விதமாகக் கூறினார். ‘ஆண் வலிமையானவனாக இருந்தால் அவனைத் தலைவன் என்று போற்றுகிறார்கள்; ஆனால் வலிமையான பெண்ணை அடங்காப்பிடாரி என்று நிந்திக்கிறார்கள். ஸ்ரீரங்கப்பட்டணத்து உறவின் மூலமாகப் பெண்ணின் ஆற்றல் மதிக்கப்படும் காலம் திரும்பிவிட்டது என்பதைப் பேரரசின் எல்லாப் பெண்களிடமும் தாங்கள் நிரூபிக்கலாம்.’

‘ஆக, நல்லது செய்யும் நேசத்துக்குரிய அரசன் என்ற பெயர் பிஸ்நகாவின் எல்லாப் பெண்களிடமும் எனக்கு ஏற்படும் அல்லவா?’

‘ஆம்,’ என்றார் திம்மராசு.

‘எப்படியோ, என் கோபியர்கள் என்னுடன் இருப்பார்கள்; அதனால் இந்தப் பெண்மணியுடன் நான் நிறைய நேரம் செலவழிக்க வேண்டியிருக்காது,’ என்று அரசன் தனக்குத் தானே யோசனையுடன் சொல்லிக்கொண்டான்.

‘அவள் போர்த்திறமை உடையவள் என்று சொல்லப்படுகிறது, தங்களுடைய தீரம் மிக்க வீராங்கனைகளான இளைய உலூப்பி, ஸெரல்டா லீ, பம்பா ஆகியோரோடு இணைந்து அவளும் போரிடுவதைத் தாங்கள் விரும்பக்கூடும்.’

‘அவர்கள் தங்களுக்குள் இணக்கமான உறவைப் பராமரிக்க மாட்டார்கள்.’ அரசனால் முன்கூட்டியே அதை உணர முடிந்தது.

‘அவர்கள் இணக்கமாக இருக்க வேண்டியது கட்டாயம். தாங்கள் அதற்கு ஆணையிட வேண்டும். தாங்கள்தானே அரசர்?’

கிருஷ்ணதேவராயர் ஒரு கணம் யோசித்தான். ‘நான் இப்போது என்ன செய்ய வேண்டும்?’ குரலில் அதிகாரமில்லை; அது இரக்கத்துக்குரியதாக இருந்தது. ‘சில நிமிடங்களுக்கு

முன்புதான் ஸெரல்டா லீ என்னுடைய ராதாவாக இருப்பாள் என்று உலகத்துக்குச் சொன்னேன். இன்னும் எதையும் தொடங்க வில்லை; அதற்கு முன்பே அவளை நான் தகுதியிறக்கம் செய்ய வேண்டுமா?'

'கடினமான, நடைமுறைப் பாடங்களைக் கற்றுத் தரும் இடம் அரண்மனை,' என்றார் திம்மராசு. 'உயர்வும் தாழ்வும் இங்கு சகஜம். அந்தப் பெண் கற்பதற்கு ஏற்ற மதிப்புமிக்க பாடமாக அது இருக்கும்.'

'அப்படியானால் நான் போய், அவள் ராதாவாக இருக்க முடியாது, ஒரு படி கீழ்நிலையில் லலிதாவாக இருக்கலாம் என்று அவளிடம் சொல்லிவிட வேண்டும். அப்படியிருந்தும் அது மிக முக்கியமான படிநிலைதான்.'

'தன்னுடன் பிஸ்நகாவுக்கு வரும்படி திருமலா தன் அம்மாவைக் கேட்பாள் என்று எனக்குத் தோன்றுகிறது,' என்றார் திம்மராசு. 'திருமணமானாலும் எல்லா நேரமும் அவள் நம்மோடு இருப்பாள் என்று சொல்ல முடியாது. ஆனாலும் மிக நெருங்கிய துணைவி என்ற நிலை அவளுடையதாக இருக்கும். எனவே இரண்டாம் நிலை 'லலிதா' பாத்திரம் அவளுக்கு வழங்கப்பட வேண்டும்.'

'ஸெரல்டா லீயை மூன்றாவது நிலைக்கு நான் இறக்கிவிட வேண்டும் என்று நீங்கள் விரும்புகிறீர்களா?' கிருஷ்ணதேவராயர் கத்திப் பேசினான். 'அவள் ராதாவாக இருக்க முடியாது, லலிதாவாகக்கூட இருக்க முடியாது; அப்படியானால் விசாகாவாகத்தான் இருக்க முடியும். இதை ஏற்றுக்கொள்வது அவளுக்குக் கடினமாக இருக்கும்.'

'அவள் ஒரு வகையில் அயல்நாட்டவள்,' என்று திம்மராசு இரக்கமில்லாமல் சொன்னார். 'சீனப் பண்புக்கூறையும் தாண்டிய ஒன்று அவளிடம் உள்ளது; ஒருவேளை பிற இனங்களின் பண்புக்கூறுகளும் அவளிடம் இருக்கலாம். பேரரசில் இவ்வளவு உயர்ந்த படிநிலையில் வெளிநாட்டவர் யாரும் இருந்ததில்லை என்று அவளிடம் சொல்லுங்கள். முன்பு ஒருவர் வெடிமருந்துகளுக்குப் பொறுப்பாக இருந்தார்; ஆனால் இது அதைவிட மிக உயர்ந்த நிலை. இன்னும் உயர்ந்த நிலையில் அவளை வைக்க முடியாது என்றும் அப்படி வைத்தால் அது பிஸ்நகாவில் ஓரளவுக்குச் சீன அதிகாரத்தை ஏற்றுக் கொள்ளத் தாங்கள் விரும்புவதாகச் சீனப் பேரசருக்குக் குறிப்புக் காட்டிவிடும் என்றும் சொல்லுங்கள். இது ஊடுருவலுக்கு இட்டுச்சென்று போர்க்கப்பல்கள் கோவாவுக்கு வந்துசேர்ந்து நாம் விரும்பாத ஒரு போரில் ஈடுபடுவதில் முடியும். உண்மையில்

அவளுக்கு அரசவையில் எந்தப் படிநிலையையும் நீங்கள் வழங்காமல் இருப்பதே நல்லது.'

'நீங்கள் அத்துமீறிப் போகிறீர்கள்,' என்று திம்மராசுவிடம் கிருஷ்ணதேவராயர் சொன்னான். 'நான் காதலிக்கும் பெண் இவள்தான். நீங்கள் சொல்லும் 'நாடு தொடர்பான காரணங்க"ளுக்காக அவளை நான் புண்படுத்த வேண்டியுள்ளது; ஆனால் அவளை நான் தொடர்ந்து காதலிப்பேன். ஒருவேளை திருமலா பிஸ்நகாவின் பட்டத்தரசியாக ஆகலாம். ஆனால் ஸெரல்டா லீதான் எப்போதும் என் இதயத்தின் பட்டத்தரசியாக இருப்பாள்.'

'உண்மையாகவா? இது வெறும் மோகம் மட்டும் அல்லதானே? அவள் இங்கு வந்த பிறகு அவளோடு அரிதாகத்தான் பேசியிருப்பீர்கள். அவளை உங்களுக்குத் தெரியாது.'

'அது ஒன்றும் மோகம் அல்ல. போர்க்களத்தில் சண்டையிடும் ஒருவரை நீங்கள் பார்க்கும்போது அவருடைய முழு இயல்பும் காணக் கிடைக்கிறது. வாழ்வா, சாவா என்ற நிலையில் எதையும் மறைக்க வேண்டியிருக்காது. அவளைத் திவானியில் பார்த்தேன். பிரமிக்கத்தக்க பெண் அவள். அசாதாரணமானவள். மீதமுள்ள வாழ்க்கையில் என் அருகே இருப்பதற்கு அவளை விடவும் மேலான ஒரு பெண்ணை என்னால் நினைத்துப் பார்க்க முடியாது. இருக்கட்டும், பம்பா கம்பானா என்று தன்னை அழைத்துக்கொள்ளும் அந்த இன்னொரு தேவலோகப் பெண் அவளைவிட அசாதாரணமானவளாக இருக்கலாம்; வெளிப்படையாக அவள் இளமையாகவும் அழகாகவும் இருந்தாலும், என்னால் புரிந்துகொள்ள முடியாத ஏதோ காரணத்தால் அவள் மிக முதிய பெண் ஒருத்தியின் உணர்வுத் தோற்றத்தை வெளிப்படுத்துகிறாள்; அவளிடம் காணப்படும் அந்தப் பழமைப்பட்ட ஆன்மாவை மதித்துப் போற்றினாலும் யுவதியாகச் செயல்படும் யுவதியே எனக்குத் தேவை. என்னுடைய உணர்வுகளுக்கு இவைதான் காரணங்கள். அவை ஒன்றும் மேலோட்டமானவை அல்ல. ஆழ்ந்த தன்மை கொண்டவை. எதையும் திட்டமிட்டுப் பார்க்கும் உங்கள் சிந்தனைமுறைக்கு விருப்பமான இன்னொரு கருத்தையும் சொல்கிறேன். "நாடு தொடர்பான காரண"மாக அது இருக்கலாம்.

'அவள் சொல்வதுபோல அவள் ஸெரல்டா சங்கமக் குடியில் பிறந்தவள் என்பது உண்மையானால் அவளைத் திருமணம் செய்துகொள்வதன் மூலம் துளுவ, சங்கம வம்சங்கள் ஒன்றுசேர்ந்து சிம்மாசனத்துக்கு என்னுடையதும் எங்கள் குழந்தைகளுடையதுமான உரிமைக் கோரிக்கையை யாராலும்

மறுத்துப் பேச முடியாமல் ஆக்கிவிடும். இதை நாம் திருமலா விடமோ அவளுடைய தந்தையிடமோ சொல்ல வேண்டிய அவசியமில்லை; ஆனால் இதுதான் நான் விரும்பும் மரபுத் தொடர்ச்சியாக, என் குடிக்கு உகந்த மிகச்சிறந்த மரபுத் தொடர்ச்சியாக இருக்கும்,' என்றான் கிருஷ்ணதேவராயர்.

திம்மராசு அவனைக் கூர்ந்து பார்த்தார். 'தங்களுடைய உணர்வுகள் குறித்த உண்மையைச் சொல்லிக்கொண் டிருக்கிறீர்கள்; அதே சமயம், எதிர்காலத்தையும் கணக்கில் கொண்டு சுவாரசியமாகப் பேசுகிறீர்கள்,' என்று அவர் விரிவாக உரையாடினார். 'எனவே, நான் தங்களுடைய காதலைப் பாதுகாத்து அது நிறைவேற உதவுவேன். ஆனால் திருமலாதான் மூத்த அரசியாக இருக்க வேண்டும். சந்ததிகளுக்கிடையில் பிற்காலத்தில் சிக்கல் நேர்ந்தால் அதை அப்போது பார்த்துக் கொள்ளலாம். இப்போது அரியணைக் கூடத்துக்குப் போய் எல்லாவற்றையும் தெளிவாக்கிவிடலாம்.'

'ரொம்ப நல்லது,' என்றான் கிருஷ்ணதேவராயர். 'இந்தப் பிரச்சினையை முடித்துவிடலாம்.'

அரியணைக் கூடத்தை விட்டுத் தன்னுடைய பிரத்யேக இருப்பிடத்துக்குப் போய்த் தனியாக உட்கார்ந்த பம்பா கம்பானா என்ன நடக்கிறது என்று தனக்குத்தானே கேட்டுக்கொண்டாள். அண்மையில் அவள் நடந்துகொண்ட விதம் அவளுக்கே குழப்பமூட்டுவதாக இருந்தது. அரசர் அவளைப் பார்த்த விதம் குறித்து ஸெரல்டா லீயிடம் அந்த அளவு போட்டி மனப்பான்மையோடு ஏன் பேசினாள்? – *துல்லியமாக அதே விதத்தில் அவர் என்னையும் பார்த்தார்.* நாகரிகக் குறைவாக, சிவந்த முகத்தோடு, எரிச்சல் வெளிப்பட ஏன் அவள் அரியணைக் கூடத்தை விட்டு வெளியேறினாள்? கிருஷ்ண தேவராயரின் செயற்கைப் பிருந்தாவனத்தின், கடவுளின் போலிப் பரிவாரம் நிரம்பிய "புனிதத் துளசி வன"த்தின் ஒரு பகுதியாக இருக்க அவள் விரும்பவில்லை என்பது உண்மை. அமைச்சர் திம்மராசுவால் கட்டாயப்படுத்தப்பட்டு அந்தப் பெண்களின் பயிற்றுநராக, குருவாக இருக்க நேர்ந்த இந்த முட்டாள்த்தனமான விவகாரத்தை அவள் வெறுத்ததும் உண்மை. அவளுடைய அம்மாவின் பெயராக இருந்த ராதா என்பதை இன்னொருவருக்குச் சூட்டுவதைக் காண அவளுக்கு வருத்தமாக இருந்ததும் உண்மையே. ஆனால் இது எதுவுமே ஸெரல்டா லீக்கும் அவளுக்குமிடையே பிளவு உண்டாக்கி யிருக்க வேண்டியதில்லை. இதுவன்றி, அவளுடைய புது

உலகத்தின் ஒரு பகுதியாக இருக்க விரும்புகிற ஸெரல்டா லீயின் ஆர்வத்தையும் அவளுக்குச் சொந்தமான, ஆனால் பெரும்பாலும் அவள் அறியாத, பண்பாட்டோடு இணைந்துகொள்ளும் அவளுடைய ஏக்கத்தையும் பம்பாவால் எளிதாகப் புரிந்துகொள்ள முடிந்தது; ஓரிடத்துக்கு உரியவளாக இருக்க உள்ள ஆசை. பிறகு என்னதான் நடந்துகொண்டிருக்கிறது? ஏன் இந்த மனக்கலக்கம்?

அவளே அரசனோடு காதல் கொண்டிருந்தாளா?

முட்டாள்த்தனமான எண்ணம். அவனுடைய டாம்பீகமும் கடவுள் தொடர்பான மாயைகளும் அம்மைத் தழும்பு முகமும். அவனைப் போன்ற ஒருவனை அவள் விரும்பாமல் போவதற்கு நூறு காரணங்கள் இருந்தன. அவளுடைய இயல்புக்கு நேர் எதிரானவன். அது போக, அவனைப் பற்றி அவளுக்கு அநேகமாக ஒன்றும் தெரியாது.

ஆனால் அவன்மீது அவள் காதல்வயப்பட்டிருந்தாளா?

ஒருவர்மீது காதல்வயப்பட அந்த நபரை எவ்வளவு காலத்துக்குத் தெரிந்திருக்க வேண்டும். ஏழு வருடங்கள், அல்லது ஏழு நிமிடங்கள்?

பேரரசின் நெடுகிலும் காதலின் ஆட்சிநிலைநாட்டப்படும். அவன் அப்படிச் சொல்லியிருந்தான்; அது அவன்மீது பெரிதாக நல்லெண்ணத்தை உண்டாக்கியது. எந்த அரசனும் – எந்த ஆணும் – பிற எல்லா விழுமியங்களுக்கும் மேலாகக் காதலுக்குச் சிறப்புரிமை வழங்கியதை அவளுடைய நீண்ட வாழ்க்கையில் அவள் ஒருபோதும் கேள்விப்பட்டதில்லை. அப்படி ஒரு நிகழ்வையும் ஜாதி, நிறம், மதம், சிந்தனை, வடிவம், பிரதேசம் போன்ற பிரிவுகளை ஒதுக்கித் தள்ளிய ஒரு பிஸ்நகாவில் பிரேமராஜ்யம், அதாவது மனதாரக் காதலின் ஆட்சி நிலவும் பூமி ஒன்று பிறப்பதையும் அவளும் கனவு கண்டாள். அப்படி ஒரு உணர்ச்சிப்பூர்வமான ஆசையை மனதில் ரகசியமாக வளர்த்துவந்ததை அவள் யாரிடமும் ஒப்புக்கொண்டதில்லை. ஒருவேளை அவளிடமேகூட; இந்த கிருஷ்ணதேவராயர் எல்லோர்க்கும் கேட்கும்படி அதைச் சாதாரணமாக உரக்கச் சொல்லிவிட்டான்.

காதலின் ஆட்சி.

தான் சொன்னதன் அர்த்தம் என்ன என்பது அவனுக்குப் புரிந்திருக்குமா என்பது சந்தேகமே என்று பம்பா கம்பானா தனக்குள் கூறிக்கொண்டாள். அது அவன் சுண்டியெறிந்த ஒரு சாதாரணச் சொற்றொடர். சொற்கவர்ச்சியின் வெறுமை. ஆனால் அவன் அருகில் நிற்பது அவள் என்றால் அதன்

அர்த்தம் என்ன என்பதை அவனுக்குச் சொல்லித்தர முடியும். அவள் தன்னுடைய பழைய கீர்த்தியை மீண்டும் பெற்றால் காதல் வார்த்தைகளை அரசனின் காதுக்குள்ளும் அவனுடைய பிரதான அமைச்சரின் காதுக்குள்ளும் நாட்டின் ஒவ்வொரு காதுக்குள்ளும் முணுமுணுக்க அவளால் முடியலாம். கிட்டத் தட்ட இருநூறு ஆண்டுகள் முடிந்து இன்னும் மீதமிருக்கும் வாழ்நாள் பணியாக அதை அவள் மேற்கொள்வாள்.

எப்படியிருந்தாலும் அவளால் அதைச் செய்ய முடியும், முடியாதா என்ன? முன்னொரு காலத்தில் ஒரு முழு நகரத்துக்கும் முணுமுணுத்தவள் அவள். இப்போது அவள் தனக்குத் தானே சொல்லிக்கொள்வதுபோல அதுதான் அவளுடைய அதிவிருப்பம் என்றால் காதலின் நற்செய்தியை அவள் ஏன் மேலெடுத்துச் செல்லவில்லை?

அவளுடைய கீர்த்தி நிலை. தான் நிலைகுலைந்து போனது கீர்த்தியின் காரணமாகவா? இவ்வளவு காலத்துக்குப் பிறகு, எல்லாவற்றுக்கும் பிறகு, அவள் உண்மையில் விரும்பியது அதைத்தானா? விரும்புவதற்கான அம்சம் ஏதும் இல்லாத ஒரு ஆணின் மீதான, அவனுடைய மகுடத்தின் மீதான ஆசை என்ற போலித்தோற்றம் கொண்டிருக்கும் புதுப்பிக்கப்பட்ட கீர்த்தியின் மீதான ஆசையா அது?

வெட்கப்படவைத்தாலும் ஒருவேளை அதுதான் சரியான பதிலாக இருக்கும் என்பதை அவள் ஒப்புக்கொள்ள வேண்டியிருந்தது. நாட்டை விட்டு வெளிநிலத்தில் நீண்ட காலம் வாழ்ந்தவளாக, ஓரிடத்தைச் சேர்ந்தவளாக இருக்க வேண்டுமென்ற ஏக்கம் கொண்டவளாக அதனாலேயே அவள் விரும்புவது சரியென்ற நிலையில் இருப்பவள் ஸெரல்டா லீ மட்டும் அல்லவே. அவள் அம்மா அவளிடம் சொல்லியதற்கு அப்பால் பிஸ்நகாவைப் பற்றி ஸெரல்டாவுக்கு ஒன்றும் பெரிதாகத் தெரியாது; அதுவும் அவள் அம்மாவுக்குத் தெரிந்ததெல்லாம் பல தலைமுறைகள் வழியாகக் கேள்விப்பட்டதுதான். அது குறித்து வாழ்ந்து பெற்ற அனுபவம் அவளுக்குக் கிடையாது; அந்த அனுபவத்தைப் பெறுவதற்கான பசியைக் கொண்டிருக்கிறாள் என்பதில் சந்தேகமில்லை: ஆனால் வெளிப்படையாகச் சொன்னால், பசித்திருக்கிற பெண் என்பவள் உண்வளிக்கப்படாத ஒருத்தி.

மாறாக, பம்பா கம்பானாவுக்கு எல்லாம் தெரிந்திருந்தது. பிஸ்நகா எப்படி இருந்ததோ அப்படி அதை உருவாக்க, தான் என்ன செய்தோம் என்பது அவளுக்குத் தெரியும்; வனவாசத்தின் கசப்பையும் அவள் நினைவில் வைத்திருந்தாள். ஒன்றை

வைத்திருந்து பிறகு அதை இழப்பது என்பது அதை ஒருபோதும் வைத்திருக்காமல் இருந்ததைவிடவும் உண்மையில் அது என்ன என்பதைக்கூட அறியாமல் இருந்ததைவிடவும் மிக மோசமானது என்று நினைத்தாள். எல்லாமும் திரும்பி வர வேண்டுமென்று விரும்பினாள்: ஒரு காலத்தில் இருந்த மந்திர உயிரியாக, தேவி உள்ளே உறையும் மனித ரூபம் கொண்டு கோணிப்பை விதைகளிலிருந்து ஒரு பேரரசை உருவாக்கி அதன் வரலாற்றை அதன் காதுகளில் முணுமுணுத்து, அப்படிச் செய்ததன் மூலம் அதை நிஜமாக மாற்றியவளாக. அரசன் அருகில் உட்கார்ந்து அவனுடைய நாட்டின் உண்மைக் கதையை, அதன் உருவாக்கத்தில் அவளுடைய முக்கியப் பங்கை அவனுக்குச் சொல்லி அது இரு நூற்றாண்டுக் காலத்தில் வழிவழியாகக் கையளிக்கப்பட்ட தேவதைக் கதை அல்ல உண்மை என்பதை, அந்தக் கதையைச் சொல்லும் பெண் அதன் புற உருவம், அவன் காணுமாறு செய்ய, தோற்றத்தில் முப்பத்தியேழு வயதைத் தாண்டாதவளாக ஆனால் நிஜத்தில் தன் நூற்றித் தொண்ணூறாவது பிறந்த நாள் வந்துபோனதைப் பார்த்த அவள் விரும்பினாள். அது மகுடத்தைவிட மேலானதாக இருக்கும். அங்கீகாரம் தன்னோடு காதலையும் கொண்டுவந்தால், அரசனின் காதலையும் கூடுமானால் மக்களின் காதலையும், மகுடம் வழங்கப்பட்டால் ஒரு வகை உறுதிப்படுத்தலாக அதையும், எல்லாவற்றையும் மகிழ்ச்சியுடன் அவள் ஏற்றுக்கொள்வாள்.

வீண் தற்பெருமை என்ற குற்றச்சாட்டைத் தன்மீதே அவள் சுமத்திக்கொண்டாள்.

ஒரே நேரத்தில் அழுதுகொண்டும் சிரித்துக்கொண்டும் ஸெரல்டா லீ அறைக்குள் திடீரென வேகமாக நுழைந்தாள். ‘நான் அரசியாக ஆகப்போவதில்லை,’ என்று அழுதபடி சொன்ன அவள், ‘ஆனால் இளைய அரசியாக இருக்கப் போகிறேன்!’ என்றாள். குளறிய வார்த்தைகளைத் தேம்பியபடியும் அசட்டுத் தனமாகச் சிரித்தபடியும் ஸ்ரீரங்கப்பட்டணத்து திருமலாவோடு நிகழப்போகிற அரசியல் உறவைப் பற்றி பம்பா கம்பானாவிடம் சொன்னாள்; ‘அதைப் பற்றி எனக்குக் கவலையில்லை; காரணம் அவள் ஒரு அருவருப்பான கிழவியாக இருக்கக்கூடும், இல்லையா? அவளுக்குக் கணவன் என்று ஒருவன் கிடைக்க வேண்டுமானால் இப்படி ஏதாவது கொடூரமான அரசியல் திட்டம்தான் ஒரே வழி; அம்மாதிரியான திட்டம் காதல்ரீதியானதாக இருக்காது, அப்படித்தானே? எப்படியிருந்தாலும், அவளைப் பற்றி யார் கவலைப்படப்போகிறார்கள்; அரசர் தன்னுடைய அந்தரங்க அறைகளிலேயே மிக அந்தரங்கமான அறைக்கு என்னை

அழைத்துச்சென்று அவருடைய உண்மையான காதலி நான்தான் என்றார்; காமன் அவனுடைய ஐந்து அம்புகளையும் விடுவித்துத் தன்னை ஐந்து முறை தாக்கியதாகச் சொன்னார்; அவ்வளவுதான், வேறென்ன? மிச்சமுள்ள என் வாழ்நாள் முழுவதும் என்னைக் காதலிப்பதாகவும் சொன்னார்; என்ன இனிமையான விஷயம், அவர் மிக, மிக உண்மையானவர்.'

விரைந்து வந்து தன் கைகளுக்குள் புதைத்துகொண்ட இளம்பெண்ணைத் தழுவியபடி, 'அப்படியா' என்றாள் பம்பா கம்பானா. 'நல்லது, வாழ்த்துகள்.'

பம்பா கம்பானாவின் தோள்களில் புதைந்த ஸெரல்டா லீ விம்மியழுதவாறு, 'இளைய அரசியென்றாலும் அரசிதானே. சரியா?'

'ஆமாம், சரிதான்,' என்றாள் பம்பா.

ஸெரல்டா லீ கண்ணீரைத் துடைத்துக்கொண்டாள். 'காமனின் ஐந்து அம்புகளைப் பற்றி உங்களுக்குத் தெரியுமா?'

'தெரியும்,' என்றாள் பம்பா கம்பானா. ஆனால் பேசுவதை அந்த இளம்பெண்ணால் நிறுத்த முடியவில்லை. 'எனக்குத் தெரியவில்லை,' என்ற ஸெரல்டா லீ தொடர்ந்தாள். 'ஆனால் அவர் அதை மிக அழகாக விளக்கினார். வெள்ளைத் தாமரை மலர்களால் அலங்கரிக்கப்பட்ட முதல் அம்பு அவருடைய இதயத்தைத் தாக்கி மனக்கிளர்ச்சிக்கு உள்ளாக்கி இளமையாக வும் மகிழ்ச்சியாகவும் உணரவைத்ததாம். அசோக மலர்களால் அலங்கரிக்கப்பட்ட இரண்டாவது அம்பு அவருடைய வாயில் மோதிக் காதலுக்காக ஏங்கவைத்ததாம். மாம்பூக்களால் அலங்கரிக்கப்பட்ட மூன்றாவது அம்பு அவர் மூளையைத் துளைத்துக் காதல் பித்துக் கொள்ளவைத்ததாம். மல்லிகை மலர்களால் அலங்கரிக்கப்பட்ட நான்காவது அம்பு அவர் கண்ணைத் தாக்கியதாம்; அதன் பிறகு என்னை அவர் பார்த்தபோது பெரும் தேவிகள் மட்டுமே வெளிப்படுத்தும் அழகின் சுடரொளியைக் கண்டாராம். நீலத் தாமரை மலர்கள் கொண்ட ஐந்தாவது அம்பு அவருடைய தொப்புளைத் தாக்கியிருக்கிறது. ஐந்தாவது அம்பு உங்களை எங்கு தாக்குகிறது என்பது ஒரு பொருட்டில்லை என்றார். அது எந்த இடத்தை அடைந்தாலும் உங்களைக் காதலால் நிரப்புகிறது; காதல் கடலில் மூழ்குவதாக உணரும் நீங்கள் விரும்புவதெல்லாம் அப்படி மூழ்கிக்கொண்டிருப்பதைத்தான்.'

'மிக அழகாக அது சொல்லப்பட்டிருக்கிறது.' பம்பா கம்பானா ஒத்துக்கொண்டாள். 'அம்புகளால் தாக்கப்பட்டவள்

நீதான் என்பதைப் போல உன்னை அவை ஏன் இவ்வளவு தீவிரமாகப் பாதித்திருக்கின்றன என்பதை என்னால் காண முடிகிறது.'

'நானும் அவற்றால் தாக்கப்பட்டிருக்கலாம். ஆனால் காதல் கடவுள் காமனைப் பற்றியும் கரும்பால் செய்யப்பட்ட அவனுடைய வில்லைப் பற்றியும் அப்போது எனக்குத் தெரியாத தால் அதை நான் உணரவில்லை,' என்றாள் ஸெரல்டா லீ.

எதுவும் பேசாமல் பம்பா கம்பானா புதிரான ஒரு புன்னகையை மட்டும் உதிர்த்தாள்.

'என்னைக் குறித்து உங்களுக்கு மகிழ்ச்சியா?' அவளுடைய கொள்ளுப்பேத்தியின் கொள்ளுப்பேத்தியின் கொள்ளுப்பேத்தியின் கொள்ளுப்பேத்தியின் பேத்தி உணர்ச்சி மேலிடக் கேட்டாள். 'நீங்கள் மகிழ்ச்சியாகத்தான் இருக்க வேண்டும். என்னைக் குறித்து நீங்கள் மகிழ்ச்சியாக இருப்பது எனக்குத் தேவையான ஒன்று. நீங்கள் பரவசப்படுவது எனக்கு அவசியம்.'

'எல்லாவற்றுக்கும் நான் அவளுக்குக் கடமைப்பட் டிருக்கிறேன்,' என்று பம்பா கம்பானா நினைத்தாள். 'என்னுடைய மகளே உயிர் துறக்கும்போது இறுதி வார்த்தையாக அப்படிச் சொன்னாள், அப்புறம் அவள் மகள், அவள் மகள் என்று தொடர்ச்சியாக. ஆகவே, அவளுக்கு எல்லாவற்றையும் தருவேன். இந்தக் கீர்த்தியே அவளுடையதுதான். அவளுக்காக ஒதுங்கி நின்று, நிழலில் வெறும் பம்பாவாக இருந்து பற்றைத் துறப்பதும் அன்புக்குரியவரின் கனவை நிறைவேற்றத் தன்னுடைய கனவைக் கைவிடுவதுமே காதலின் ஆழ்ந்த பொருள் என்பதைக் கற்றுக்கொள்வேன். மேலும், நான் நேசிப்பவர்கள் வயது முதிர்ந்து இறந்துபோவதைக் கண்டு சலிப்படைந்துவிட்டேன். இறப்பவர்கள் இறப்பவர்களை நேசிக்கட்டும். இறக்காதவர்கள் அவர்களுக்கு மட்டுமே சொந்தம்.'

'உன்னைக் குறித்துப் பரவசப்படுகிறேன்,' என்றாள் பம்பா கம்பானா தன் பேத்தியை இறுக அணைத்தபடி. 'தெய்வீக மகிழ்ச்சியால் நிரம்பியிருக்கிறேன்.'

16

பரந்து விரிந்திருந்த கடைவீதியில் தனக்குப் பிடித்தமான பழக்கடையில் இருந்த பம்பா கம்பானா அந்தப் பருவத்தின் முதல் முழுநிறைவான மாம்பழத்தை – கோவாவிலிருந்து வந்த அல்ஃபோன்ஸா – சுவைத்துக்கொண்டிருந்த போது தெருவே அவனுக்குச் சொந்தம் என்பதைப் போலச் சிறுநடை பயின்றுகொண்டிருந்த வெளிநாட்டுக்காரனான நிக்கோலோ த வியரி அவள் கண்ணில் பட்டான். மென்மையான, அடர் சிவப்பும் ஊதாவும் கலந்த நிறத்திலிருந்த தொப்பியையும் அதே நிறத்திலிருந்த கழுத்துப் பட்டிகையையும் அணிந்திருந்தான்; பட்டிகை தளர்வாகச் சுற்றப்பட்டிருந்தது. ஆடைகளுக்கு ஏற்ற வகையில் அவனுடைய அடர் தாடி செம்பழுப்பு நிறத்திலிருந்தது; புறச்சட்டையின் மீது சிறகுகள் கொண்ட, சீறியெழும் தங்கச் சிங்கம் ஒன்று காணப்பட்டது. தன்னுடைய உருவப்படத்தை வரைந்துகொள்ளப் போய்க்கொண்டிருந்த ஒருவனைப் போலத் தோற்றமளித்தான். நீண்ட தலைமுடி ஒளிரும் சிவப்பிலும் கண்கள் மரகதப் பச்சையிலும் இருந்தன.

'இது சாத்தியமே இல்லையே,' என்றாள் பம்பா கம்பானா உரக்க. 'ஆனாலும் இங்கு நீ மூன்றாவது முறையாக இருக்கிறாய்.'

நிக்கோலோ த வியரி – திருவாளர் துள்ளுநர், அதாவது துள்ளும் மனிதன் என்றும் அறியப்படுபவன் – அவள் குரலைக் கேட்டான். பிஸ்நகாவி லிருந்த எல்லோரும் கேள்விப்பட்டிருந்ததைப் போல வானத்திலிருந்து பறந்து வந்திருந்த இரண்டு தேவலோகப் பெண்களைக் குறித்து அவனும் அறிந்திருந்தான். அதைத் தான் நம்பினோமா என்பதில் அவனுக்கு உறுதியில்லை – அதிகாரத்தைக்

கைப்பற்றும்போது அதை நியாயப்படுத்தப் பேராசை பிடித்த ஆட்சியாளன் ஒருவன் சிருஷ்டிக்கும் கட்டுக்கதையைப் போல அது இருந்தது; கிருஷ்ணதேவராயர் எப்படி அரசனானான் என்பதைக் குறித்த மற்ற விவரங்களையும் அவன் கேட்டிருக்கிறான். ஆனால் அவன் பார்வை பம்பா கம்பானாவின் மீது விழுந்த கணத்தில் இவ்வாறு யோசிக்கத் தொடங்கினான், 'இந்தப் பெண் என்னிடம் சொல்லும் எல்லாவற்றையும் நான் நம்புவேன், அவள் எதைச் செய்யச் சொன்னாலும் செய்வேன்.' சம்பிரதாய மாகக் குனிந்து அவளை வணங்கிவிட்டு, 'இது மூன்றாவது முறை என்றால் கண்டிப்பாக முதல் இரண்டு சந்தர்ப்பங்களும் எனக்கு நினைவில் இருக்க வேண்டும்; ஏனென்றால், அப்படி யான சந்திப்புகளை மறப்பது என்பது சாத்தியமில்லை,' என்றான் பதிலாக.

'நீ எங்கள் மொழியை நன்றாகப் பேசுகிறாய். அதிருக்கட்டும் அயலானே, எங்கிருந்து வருகிறாய்?' என்று கேட்டாள் பம்பா கம்பானா.

'அமைதியும் செல்வாக்கும் மிக்க ஊர் என்னுடையது,' தனக்கே உரிய பகட்டுடன் சொன்னான். 'பாலங்களின் நகரம், முகமூடிகளின் நகரம், ஆட்சியாளன் இல்லாத நகரம் – அதாவது வெனிஸ் குடியரசு, பூமியில் வேறெந்த நகரத்தை விடவும் பார்க்க மிக அழகான நகரம்; அதன் உண்மை அழகும் உண்மை இயல்பும் கண்ணுக்குப் புலப்படாதவை, அதனுடைய பிரஜைகளின் தனித்த, பல்வேறு வகைப்பட்ட மனப்பாங்கில் அவற்றைக் காணலாம்; அவர்கள் உலகத்தைச் சுற்றிப் பயணம் போனாலும் தாயகத்தை விட்டு நீங்குவதில்லை. காரணம் அதை அவர்கள் தங்கள் கூடவே எடுத்துச் சென்றுவிடுகிறார்கள்.'

'ஓ, நல்லது. இந்த முறையாவது நீ போர்ச்சுக்கீசியன் அல்ல.'

ஃபெர்நவ் பெயஸ் காலத்திலிருந்து 'வெளிநாட்டுக்காரரின் வீடு' என்று அறியப்பட்ட இடத்தில் வியரி தங்கியிருந்தான்; அந்தக் கல் மாளிகையில் ஒரு காலத்தில் பெரிய, வெளிப்புறம் திறக்கும் ஜன்னல்களும் பசுந்தோட்டமும் கரும்புத் தோட்டமும் இருந்தன; நகர வளர்ச்சியில் உண்டான புதிய கட்டுமானங்கள் காரணமாக நிலப்பகுதிகள் மறைந்து இப்போது அந்த மாளிகை பயணிகள் விடுதியாக மாறியிருந்தது. விரும்பினால் தன்னை வந்து சந்திக்கலாம் என்று பம்பா கம்பானாவை அழைத்தான். 'உன்னுடைய குரலும் அப்படியே இருக்கிறது,' என்றாள். 'இப்போது உனக்குத் தாடி இருக்கிறது; ஆனால் அதன் கீழே அதே முகம்தான் உனக்கு என்று எனக்கு உறுதியாகத் தெரியும். நான் நன்றியுடையவளாக இருக்க வேண்டும் என்று

நினைக்கிறேன். ஒவ்வொரு தலைமுறையிலும் நீ திரும்பத் தோன்றி என்னை மகிழச்செய்கிறாய்.'

'உங்களை மகிழச் செய்வதைவிட வேறெதுவும் எனக்கு இன்பம் தராது,' என்றான் நிக்கோலோ த வியரி.

தான் விற்கும் மாம்பழங்கள் குறித்துப் பெருமிதமுடைய பழ வியாபாரியான ஸ்ரீ லட்சுமணன் தொப்பையும் மென்மையான சுபாவமும் உடையவன். அவர்கள் உரையாடலில் அவன் குறுக்கிட்டான். 'மாம்பழங்களும் உங்களை மகிழ்விக்கின்றன, அல்லவா?'

'மாம்பழங்கள் சந்தோஷம் தருபவைதான்,' என்றாள் பம்பா. 'எனக்கு ஒரு கூடை அல்ஃபோன்ஸா அனுப்பு, அப்படியே இன்னொரு கூடை இந்த வெளிநாட்டுக்காரருடைய இருப்பிடத்துக்கு அனுப்பு; போர்ச்சுக்கீசியர்களின் செயல்திறனை அவர் தெரிந்துகொள்ளட்டும்.'

ஒட்டுச் செடி உருவாக்குவதில் தங்களுக்கிருந்த திறமையால் போர்ச்சுக்கீசியர்கள் கோவாவில் விளைவித்த மாம்பழ வகை அல்ஃபோன்ஸா; மேற்குக் கடற்கரையில் தன்னுடைய நாட்டின் காலனிய இருப்பை நிறுவிய தளபதி அல்ஃபோன்ஸா த அல்புகியர்க் என்பவரின் பெயர் அதற்குச் சூட்டப்பட்டது. ஸ்ரீலட்சுமணன் அடுக்கிவைத்திருந்த பழங்களில் ஒன்றை எடுத்த நிக்கோலோ த வியரி மெதுவாக அதைத் தூக்கிப் போட்டுப் பிடித்தான். 'போர்ச்சுக்கீசியர்களால் ஒன்றைச் செய்ய முடிகிறது என்றால் அதைவிட மேம்பட்டதாக, இன்னும் நேர்த்தியான வடிவத்தில் அதை வெனிஸ் பிரஜைகளால் செய்ய முடியும்,' என்றான்.

அடுத்த கடையிலிருந்த வியாபாரி ஸ்ரீ நாராயணன், ஸ்ரீ லட்சுமணனின் சகோதரன். பயறு வகைகள், தானியங்கள், அரிசி, விதைகள் போன்றவற்றை அவன் விற்றான். 'ஐயா, அம்மணி, என்னிடமிருந்தும் வாங்குங்களேன்' என்று கொஞ்சம் பொய்க்கோபத்துடன் கத்திக் கூப்பிட்டான். 'அரிசியும் சந்தோஷத்தைத் தரும். விதைகள் பூமியின் வளத்தை வெளியே கொண்டுவரும். அதைவிடச் சந்தோஷம் வேறு எது?'

'இன்று விதைகளுக்கான நாள் அல்ல; ஆனால் உனக்கான நாளும் வரும்,' என்றாள் பம்பா கம்பானா.

'பிஸ்நகாவில் வெறும் என்னுடைய தகுதி காரணமாக எந்த ஒரு பெண்ணின் நிபந்தனையற்ற காதலையும் எளிதாக

நான் பெற்றால் அதே மாதிரியான நிபந்தனையற்ற காதலை என்னால் அவளுக்குத் திருப்பி வழங்க முடியாது. ஆனால் நீ வானத்திலிருந்து வந்தவள் என்பதால் வித்தியாசமானவள். தெய்வீகக் காதலி ஒருத்தி எனக்கிருந்து, அவளுடைய தெய்வீகச் சக்தியால் நான் பாதிக்கப்படாமல் இருந்தால் அதே சக்தி எனக்குள்ளும் இருப்பதாகவே அர்த்தம். என்னையே எனக்கு வெளிப்படுத்திவிட்டாய். அதற்காக உன்னைக் காதலிக்க ஒருபோதும் தவற மாட்டேன்,' என்று அரண்மனை சயனக்கூடத்தில் கிருஷ்ணதேவராயர் ஸெரல்டா லீயிடம் சொன்னான்.

'தங்களுக்கு நன்றி. என் வாழ்க்கையில் முதன்முதலாக நான் நிற்பதற்கு உறுதியான நிலம் இருப்பதையும் என் பாதங்களிலிருந்து வேர்கள் வளர்ந்து பூமிக்குள் செல்வதையும் உணர்கிறேன். நீங்களும் என்னையே எனக்குக் கொடுத்துவிட்டீர்கள்; அதற்காகத் தங்களைக் காதலிக்க ஒருபோதும் தவற மாட்டேன்.'

'எல்லா உண்மையான காதலும் சுயகாதல்தான்,' என்றான் கிருஷ்ணதேவராயர். 'காதலில், மற்றது சுயத்தோடு ஒன்றுபடுகிறது, சுயத்துக்குச் சமமாக ஆகிறது, அதனால் மற்றதைக் காதலிப்பது என்பது சுயத்திலுள்ள மற்றதைக் காதலிப்பதும்தான். ஏனென்றால், அவை சமமானவை, ஒரே இயல்புடையவை.'

படுக்கையிலிருந்து எழுந்து உட்கார்ந்த ஸெரல்டா லீ பக்கத்திலிருந்த சிறு மேஜையில் வைக்கப்பட்டிருந்த வட்டிலிலிருந்து பிஸ்தா மிட்டாய் ஒன்றை எடுத்துச் சாப்பிட்டாள்.

'அவள் எப்போது வருகிறாள்? அந்த அருவருப்பான கிழவி? அவள் அம்மாவும்?' ஸெரல்டா லீ கேட்டாள்.

'நாளைக்கு,' என்றான் அரசன்.

'அப்படியானால், இன்றைக்குப் பிறகு தாங்களும் நானும் சமமானவர்களாக இருக்க முடியாது. அது சாத்தியமேயில்லை.'

'ஒரே நேரத்தில் ஒரு விஷயம் சாத்தியப்படுவதாகவும் சாத்தியப்பட முடியாததாகவும் இருப்பது சாத்தியமே. இதுவும் அப்படியானவற்றில் ஒன்று.'

அதிகரித்து வந்த நம்பிக்கையுடன் ஸெரல்டா லீ அவனைத் தன்னை நோக்கி இழுத்து, 'பார்ப்போம்,' என்றாள். 'தாங்கள் எப்படி நடந்துகொள்கிறீர்கள் என்பதே அதை நிரூபிக்கும்.'

❦

ஸ்ரீரங்கப்பட்டணத்து இளவரசி திருமலா – சொன்னதுபோல அவளொன்றும் அருவருப்பான கிழவியல்ல, கவனத்தை ஈர்க்கும்

அழகுடையவள், நேர்த்தியான மூக்கு உடையவள், அது குறைந்த பட்சம் ஒரு உன்னதக் கவிதைக்குத் தூண்டுதலாக இருந்தது. அதேசமயம் அவளைக் கர்வி, இரக்கமற்றவள் என்றும் சொல்ல வேண்டும். சூரிய ஒளியில் மின்னும் தங்கநிற ஆமை ஓடுகளால் மூடப்பட்டிருந்த பன்னிரண்டு தங்கநிறக் குதிரைகளால் இழுத்துவரப்பட்ட தங்கத் தேரில் தங்க அரியணையில் அமர்ந்து பிஸ்நகாவின் வாயிலை வந்தடைந்தாள். அவளுக்குப் பின்னால் அவள் தந்தை அரசர் வீராவும் உயர்த்திப் பதிக்கப் பட்டிருந்த தங்கத் தலையலங்காரங்களையும் பட்டையான தங்கக் கழுத்தணிகளையும் மணிக்கற்கள் பதித்த தங்க ஒட்டியாணத்தையும் அணிந்து அரசி நாகலாவும் நின்றுகொண்டிருந்தார்கள். பிஸ்நகாப் பேரரசரின் செல்வ வளம்பற்றி அனைவரும் கேள்விப்பட்டிருந்தார்கள்; தெற்கிலிருந்து வந்த ஸ்ரீரங்கப்பட்டணத்து அரச குடும்பம், தான் அந்த அளவுக்குச் செல்வ வளம் கொண்டதல்ல என்ற எண்ணம் உருவாகிவிடக் கூடாது என்ற முயற்சியை மேற்கொண்டிருந்தது.

சம்பிரதாய வரவேற்பு நிகழும் அரண்மனை வாயிலில் கிருஷ்ணதேவராயர் அவர்களுடைய வருகைக்காகக் காத்திருந்தான்; அவன் உடையணிந்திருந்த விதம் விருந்தினர்களை ஆச்சரியத்துக்குள்ளாக்கியது, அதிர்ச்சிக்குள்ளாக்கியது என்றும் சொல்லலாம். தெற்கத்திக்காரர்களுக்குப் பரிச்சயமான வெற்று மார்போடு இல்லாமல் சித்திரப் பூவேலைப்பாடு செய்யப்பட்ட நீண்ட, தளர்வான அராபியப் பாணிச் சட்டையையும் பாரசீக – துருக்கியப் பாணிக் கூம்புவடிவத் தொப்பியையும், அதுவும் சித்திரப் பூவேலைப்பாடு செய்யப்பட்டது, அணிந்திருந்தான்; அவன் அணிந்திருந்த ஒரே ஆபரணம் அரச முத்திரை பதிக்கப்பட்ட மோதிரம் மட்டும்தான். கிருஷ்ணதேவராயரின் விரிவான சம்பிரதாய வரவேற்புரைக்குப் பதில் சொல்லும் விதமாக அரசர் வீரா அவமரியாதை வெளிப்படும் எரிச்சலுடன் தன் ஆட்காட்டிவிரலை அவனை நோக்கிக் காட்டியபடி அதே அளவு அவமரியாதையுடனும் கடுப்புடனும், 'என்ன இது?' என்று கேட்டார்.

கிருஷ்ணதேவராயர் கோபப்பட்டான். 'தெற்குப் பிரதேசங்களில் இருக்கும் உங்களுக்கெல்லாம் எம்மைப் பற்றிய செய்தி எதுவும் சேராமல் போயிருக்கலாம்.' நேர்த்தியான பன்மையில் பேசத் தொடங்கினான். 'இந்து அரசர்களுக்கு மத்தியில் சுல்தானைப் போல எம்மை ஒப்பனை செய்துகொள்வதில் மகிழ்ச்சியடைகிறோம். உங்களுடைய மகள் அரசியாக மட்டுமல்ல, சுல்தானாவாகவும் ஆவாள்; எம்முடைய ஆட்சிக் காலத்தின் இறுதியில் ஐந்து சுல்தானகங்களும்

எம்முடையவையாகிவிடும். அவற்றில் இரண்டான பீஜப்பூரும் பீதரும் இப்போது எமக்குக் கப்பம் கட்டும் சிறிய நாடுகள். அதனால்தான் எம் அரண்மனையில் காணுமிடங்களி லெல்லாம் மிக நுண்ணிய வெள்ளிச் சித்திர வேலைப்பாடுகளும் வடிவங்களும் பதிக்கப்பட்ட, செம்பு துத்தநாகக் கலவையால் ஆன பெட்டிகள், ஹுக்காக்கள், பூ ஜாடிகள், உள் அலமாரிகள் போன்ற அசாதாரண பீதர் கைவினைப்பொருட்களைக் காணலாம்...'

'ஆமாம், ஆமாம், சரி,' என்று அரசர் வீரா பொறுமையிழந்து குறுக்கிட்டார். இஸ்லாமியக் கைவினைப்பொருட்களைச் சேர்த்துக்கொள்வது சரிதான், அப்படிச் செய்யக் கூடாதா என்ன? ஆனால் ஏன் அவர்களைப் போல உடுத்த வேண்டும்?'

'அந்த உடைகள் எனக்குப் பிடித்தமானவை; அதே அளவு அவர்களுடைய வாழ்க்கை முறையும் பிடிக்கும். இப்போது, நீங்கள் அனுமதித்தால், என் மனைவியாக ஆகப்போகும் உங்கள் மகளை வரவேற்பேன்.'

தன் பேர்பெற்ற ஐம்பத்தைப் புதிய இல்லத்தின் நுழைவாயிலிலேயே அவள் காட்டினாள். 'இங்கே நான் நுழைய வேண்டுமென்றால் திருமலாதேவி என்ற படிநிலை எனக்கு வழங்கப்பட வேண்டும். நீங்கள் தேவா என்றால் உங்கள் அருகே ஒரு தேவி இருப்பதே பொருத்தமாக இருக்கும். என்னோடு அரண்மனையில் தங்கியிருக்கும்போது என் அம்மா நாகலாதேவி என்று அழைக்கப்படுவார். எங்களுடைய ஆடைகள் வடக்கத்திய சுல்தானாக்களின் பாணியில் இருக்காது. அராபிய – பாரசீக – துருக்கிய வழி தெய்வ நிந்தனைகள் எங்கள் முன் நிகழக் கூடாது.'

கிருஷ்ணதேவராயரின் கண்களில் சீற்றம் ஏறுவதைக் கண்ட முதன்மை அமைச்சர் திம்மராசு தலையிட்டார். 'ஒத்துக்கொண்டோம்' என்றார் வேகமாக. 'கொண்டாட்டங்கள் இப்போது தொடங்கட்டும்.'

அரச குடும்பத்து மணமகளின் தங்கத் தேரைப் பின்பற்றி வந்த முக்கியத்துவம் குறைந்த பல பிற தேர்களும் அரண்மனைக்குள் விரைந்து பிரவேசித்தன. பார்த்துக்கொண் டிருந்த கூட்டத்தினர் மகிழ்ச்சியில் எழுப்பிய ஆரவார ஒலி பெரிதாக இல்லை. அந்த ஜோடி பலரால் விரும்பப்பட்டது போலத் தெரியவில்லை. திருமணக் குழுவினர் நுழைந்தபோது கூட்டத்திலிருந்த பலர் *ஸ்ரீமதி விஷா* என்று முணுமுணுத்ததாக கிருஷ்ணதேவராயரின் ஒற்றர்கள் அன்றிரவு அவனிடம்

தெரிவித்தார்கள். கடுகடுத்த அவன், 'இது மோசமான விஷயம்,' என்றான்.

வேறோரிடத்தில், இன்னொரு படுக்கையில் இருந்திருக்க வேண்டிய அவன் தன்னுடைய திருமண இரவாக இருந்தும் ஸெரல்டா லீயுடன் தன்னுடைய சயன அறையில் இருந்தான்; அந்த இன்னொரு படுக்கையில் கன்னிமை கழிக்க மலரிதழ்கள் தூவப்பட்டிருந்தன, பக்கத்தில் சுகந்தப் பொருட்கள் எரிந்து நறுமணத்தைப் பரப்பின. பணிப்பெண்கள் மணப்பெண்ணுக்கு வண்ணப் பகட்டான இரவு நேர ஆடை, அணிகலன்களை அணிவித்து, தேங்காய் எண்ணெய் தடவி அவளுடைய நீண்ட முடியில் ஜடை பின்னியிருந்தார்கள்; தொலைவாக இருந்த மூலையில் இசைக் கலைஞர்கள் மென்மையாக இசைத்துக்கொண்டிருந்தார்கள்; அவன் தன் மணப்பெண்ணை வரவேற்றிருக்க வேண்டிய இடம் இதுதான்.

'வருந்துகிறேன்,' என்றாள் ஸெரல்டா லீ. 'இன்னும் இந்த மொழியைக் கற்றுக்கொண்டிருக்கிறேன். *ஸ்ரீமதி* எனக்குத் தெரியும்; "திருமணமான பெண்" ஆனால் விஷா என்றால் என்ன?'

'அவளுடைய மொழியான தெலுங்கில் அது *விஷம்* என்று இருக்கும்,' என்று அரசன் விளக்கினான். '*விஷா* அல்லது *விஷம்* எப்படிச் சொன்னாலும் சரியே. இரண்டுக்கும் விஷம் என்றுதான் அர்த்தம். *ஸ்ரீமதி விஷா* என்றால் *திருமதி விஷம்*.'

'யாரைப் பற்றி அவர்கள் பேசிக்கொள்கிறார்கள்? அம்மாவா, மகளா?' என்று கேட்டாள் ஸெரல்டா லீ.

'தெரியவில்லை. அந்தப் பெயர் எங்கிருந்து வந்தது, அதற்கான காரணம் என்ன என்பதுபற்றி இங்கிதமாக விசாரித்துக்கொண்டிருக்கிறோம்; இப்போதைக்கு எங்களுக்குத் தெரியவில்லை.'

ஸெரல்டா லீ படுக்கையில் எழுந்து உட்கார்ந்தாள். 'அப்படியா. இனிமேல் நான் என்ன சாப்பிடுகிறேன் என்பதில் கவனமாக இருக்க வேண்டும்.'

அவளை முத்தமிட்ட கிருஷ்ணதேவராயர் நேசத்துடன் விடைபெற்றுக்கொண்டு திருமண இரவின் கடமைகளை நிறைவேற்ற அந்த வேறோரிடத்துக்குப் போனான்.

திருமலாதேவிக்கும் ஸெரல்டா லீக்கும் இடையே உண்டான உடனடிப் பகைமை வெளிப்படையான சண்டையாக மாற நீண்ட காலம் தேவைப்படவில்லை. இளைய அரசியின் மீதான

தன்னுடைய விருப்பச் சார்பை மூத்த மனைவிடம் மறைக்க கிருஷ்ணதேவராயர் கொஞ்சமும் முயலவில்லை. இயல்பாகவே கர்வமும் ஆணவமும் கொண்ட திருமலாதேவியை இது மிகவும் பாதித்ததால் அவளுடைய புதிய வாழிடமான பிஸ்நகாவின்மீது அவளுடைய உணர்வுகள் கசப்பும் வெறுப்புமாக வளர்ந்தன. தன்னுடைய நிர்வாகத் திறன்களை அடையாளம் கண்டு பாராட்டிப் பேரரசை மேற்பார்வையிடும் கடினமான பணியின் ஒரு பகுதியைத் தன் கணவன் தனக்குத் தருவான் என்று நம்பினாள்; ஆனால் அது ஆரம்பத்தில் நடக்கவில்லை. அவனை ஒட்டிச் சவாரிசெய்து போர்க்களத்துக்குப் போகவும் அவள் விரும்பினாள்; ஆனால் இளைய உலூரப்பியும் பெருத்த திம்மராசுவும் அவனுக்கு இடப்புறமாகவும் பம்பா கம்பானாவும் ஸெரல்டா லீயும் வலப்புறமாகவும் இருக்கும்படி அவனுக்கு விருப்பமான அந்த நால்வர் குழுவைப் போர்க்களத் துணையாகத் தேர்வு செய்துவிட்டான் என்ற செய்தி அறிந்து அவள் அவமானமும் மன உளைச்சலும் அடைந்தாள். ‘என்னோடு வர வேண்டுமென்று நீ வலியுறுத்தினால் படை முகாம், சமையல் காரியங்கள், போர்க்கள மருத்துவமனைகள் போன்றவற்றுக்குப் பொறுப்பெடுத்துக்கொள்; போரிடுவதை எங்களிடம் விட்டுவிடு,’ என்றான். தலையசைத்து அவன் சொன்னதை ஏற்றுக்கொள்வதைத் தவிர அவளுக்கு வேறு வழியில்லை. அந்தத் தருணத்தில், இந்த விவகாரங்களெல்லாம் வெறும் கொள்கையளவில்தான் இருந்தன; காரணம், அப்போது பிஸ்நகா போரில் ஈடுபட்டிருக்கவில்லை. ராணுவ நடவடிக்கை தொடங்கும்போது தன்னுடைய இடத்தை வலியுறுத்திப் பெற்றுக்கொள்ளப் போதுமான காலம் இருக்கிறது என்று நினைத்துக்கொண்டாள். இதற்கிடையில், ஸெரல்டா லீமீது அவளுக்கிருந்த வெறுப்பு மேலும் வளர்ந்தது.

கிருஷ்ணரின் பிறந்தநாளைக் கொண்டாடும் கோகுலாஷ்டமி விழா விரைவில் வந்தது; அவர் பிறந்தது நடுஇரவு என்பதால் பகல் தொடங்கி தொடர்ந்து நள்ளிரவுவரை ஆடியும் பாடியும் இருந்த கோபியர்கள் கிருஷ்ணருக்குப் பிடித்தமான இனிப்பு, காரவகைப் பதார்த்தங்களை அரசனுக்கு வழங்கினார்கள்: பாக்கு, பழங்கள், இனிப்புச் சீடை போன்றவற்றை ஒவ்வொருவராக வந்து போதும் போதுமென்று அவன் சொல்லி அழும்வரை அவன் திறந்த வாயில் ஊட்டினார்கள்; அவனால் நூற்றி ஐந்து சீடைகளைச் சாப்பிட முடியவில்லை. கடைசிச் சீடையை வெகுவான புலனின்பத் தூண்டலோடு ஸெரல்டா லீ அவனுக்கு ஊட்டியபோது அவனுக்கு வலப்புறம் அமர்ந்திருந்த மூத்த அரசியான திருமலாதேவி, ‘சாய்ந்த கண்ணுடைய வெளிநாட்டுக்காரியே, உன்னுடைய இடத்தைத் தெரிந்து கொள்!’ என்று கடும் கோபத்தில் கத்தினாள். மூத்த அரசியின்

முகத்தைப் பார்த்துச் சிரித்துத் தன்னுடைய எதிர்வினையை ஸெரல்டா லீ வெளிப்படுத்தினாள். 'என்னுடைய இடம் எனக்கு நன்றாகவே தெரியும். உன்னுடைய இடம் என்னுடையதைப் போல இன்பமூட்டும் என்று எனக்குத் தோன்றவில்லை.' அரசனை நோக்கி ஒரு முத்தத்தைக் காற்றில் பறக்கவிட்ட அவள் கைக்கூப்பி அவனை ஆழ்ந்து வணங்கிவிட்டுப் பின்புறமாக நடந்து வெளியேறினாள். அவள் போனபின் திருமலாவை நோக்கித் திரும்பி, 'இப்படியான மதவெறிக் கருத்தை உன்னுடைய வாயிலிருந்து இன்னொரு தடவை கேட்க நான் ஒருபோதும் விரும்ப மாட்டேன். அப்படிப் பேசினால் அரண்மனைத் தையல்காரியிடம் சொல்லி உன் உதடுகளைத் தைத்து நிரந்தரமாக மூடிவிடுவேன்,' என்றான் கிருஷ்ணதேவராயர். முகத்தில் அறையப்பட்டதுபோல உணர்ந்த அரசி முகம் சிவந்து பின்னகர்ந்தாள்; ஒரு வார்த்தையும் பேசவில்லை.

மாலை, கொண்டாட்டத்தின் இறுதிக்கட்டத்தில் அரண்மனையின் உள்முற்றத்தில் கோபியர்கள் ராசலீலை என்ற நாட்டிய நாடகத்தை, அரசன் அது எப்படி நடக்க வேண்டுமென்று ஆணையிட்டானோ அதேபோல நிகழ்த்தினார்கள். வாழ்க்கையில் அவளுக்கு மறுக்கப்பட்ட மையப் பாத்திரமான ராதையாக ஸெரல்டா லீ நடித்தாள்; வாள் சண்டையில் இருந்த தேர்ச்சியை ஒப்பிடும் அளவுக்கு நடனத்திலும் தனக்கிருந்த திறமையை வெளிப்படுத்தினாள். கேளிக்கைக் காதல் அசைவுகளோடு அரசனை நெருங்குவதும் திடீரென்று பின்வாங்குவதுமாக இருந்த அவளுடைய நடனப் பாங்கு அரசவையில் அவளுக்கொரு செல்லப்பெயரைப் பெற்றுத்தந்தது. அந்த இரவில் நிகழ்ந்த சம்பவங்களைக் கொண்டாடும் தன் கவிதையில் கவிஞர் துர்ஜதி அவளைப் 'பிடிக்குச் சிக்காத நடனக் கலைஞர்' என்று வர்ணித்தார். அவளுடைய நடனம் கிருஷ்ணதேவராயரிடம் இப்படிச் சொல்லிற்றாம்: என்னைப் பிடித்துவிட்டோம் என்று நீ நினைக்கும்போது உன் பிடியிலிருந்து நழுவி உன்னை என் பிடியில் வைத்திருப்பேன்; அதன்மூலம் முன்னைவிட வெறியார்வத்தோடு என்னை நீ நாடுமாறு செய்வேன். காமக்கிளர்ச்சியூட்டும் அப்படி ஒரு நெகிழ்வான, ஆற்றல் மிக்க காட்சியைத் தன்னால் நிகழ்த்திக்காட்ட முடியாது என்பதையும் பெரும் இன்பம் அளிக்கும் திறன் தன்னைவிட ஸெரல்டா லீக்கு மிக அதிகம் என்பதையும் புரிந்துகொண்ட திருமலாதேவி முற்றத்தை விட்டுப் போய்விட விரும்பினாள்; ஆனால் கண் முன்னாலேயே தன் எதிரி தன்னுடைய கணவனுக்குச் சபலமூட்டுவதை, மரபு ஒழுங்குமுறை கருதி, அங்கேயே இருந்து பார்த்துக்கொண்டிருந்தாள்.

டொமிங்கோ நூனிஸின் கொடையாக இருந்த வாணவெடிகளைத் தயாரிக்கும் பிஸ்நகாக்காரர்களின் திறமை பெரிய அளவில் வளர்ந்திருந்தது; டிராகன்கள் கக்கும் பூதங்கள் கடவுளோடு போரிட்டு அவரால் கொல்லப்படும் உருவங்களையும் கிருஷ்ணனும் ராதையும் திளைக்கும் மென்மையான தழுவல்களின் பிரம்மாண்டச் சித்திரங்களையும் தொடர் ஜ்வாலை மூலம் அவர்களால் நள்ளிரவு வானத்தில் ஏவ முடிந்தது. இந்த இறுதிக் காட்சி முடிந்ததும் அரசன் எழுந்து தன்னை மகிழ்வித்த அனைவருக்கும் நன்றி சொன்னான். 'என்னால் நினைவுகூர முடிகிற மிகச்சிறந்த பிறந்தநாள் இதுதான்,' என்று சொல்லிவிட்டு, கோபமாக இருந்த திருமலாதேவியையும் அதற்குச் சமமான கடுகடுப்புடன் இருந்த அவள் அம்மாவையும் என்னவோ செய்துகொள்ளுங்கள் என்று விட்டுவிட்டுத் தனியாகப் போய்விட்டான். டிராகன் வாணவேடிக்கைகளும் சுழன்றாடும் பூதங்களும் அவர்கள் கண்களில் நடனமாடின.

'கேட்டீர்களா?' என்று திருமலாதேவி அம்மாவைப் பாத்துச் சொன்னாள். 'தான்தான் உண்மையான கடவுள் கிருஷ்ணர் என்றும் தான் மரணத்துக்கு ஆளாகும் மனிதனல்ல என்றும் எண்ணிக்கொண்டு இது ஏதோ அவருடைய நிஜமான பிறந்த நாள் என்ற கற்பனையில் இருக்கிறார். வானத்திலிருந்து இறங்கிப் பூமிக்கு வந்த பெரிய கடவுள் என்று உண்மையாகவே அவர் நம்புகிறாரா?'

தணிந்த குரலில் பேச வேண்டும் என்ற அக்கறை இல்லாமல் சபையில் கூடியிருந்த எல்லார் காதிலும் விழும்படி அவள் அம்மா உரக்க, 'கண்ணே, உன்னுடைய புகழ்பெற்ற கணவன் கிருஷ்ணதேவராயருக்குக் கொஞ்சம் பைத்தியம் பிடித்திருக்கலாமோ என்று கவலைப்படுகிறேன்,' என்று மகளிடம் சொன்னாள்.

முதன்மை அமைச்சர் திம்மராசு அவர்களை நெருங்கி வந்தார். 'அம்மணிகளே, மங்கலமான நாளில் இப்படி அமங்கலாமாகப் பேசுவது விவேகமான செயல் அல்ல. உங்களுடைய குடியிருப்புக்குப் போய் மன்னிப்பு கேட்டுப் பிரார்த்தனை செய்யுங்கள். பெருந்தன்மையான அரசர் உங்கள் முறையீட்டை நிச்சயம் நிறைவேற்றுவார்.'

இரண்டு பெண்களும் தங்களுடைய இருப்பிடத்துக்குள் நுழைந்தார்கள். அம்மா மகளிடம் இப்படிச் சொன்னதைக் கேட்டதாகச் சிலர் பிறகு சொன்னார்கள், 'நம்முடைய நோக்கத்தை நிறைவேற்றிக்கொள்ளப் பிரார்த்தனை அன்றி

நமக்கு வேறு வழிகள் உள்ளன.' ஆனால் இந்தக் கதை உறுதிப் படுத்தப்படவில்லை.

தன் உடலுக்குள் இடுவது என்ன
என்பதில் கவனமாக இருக்க வேண்டும்
என்று ஸெரல்டா லீ சொன்னது தவறல்ல
வாழ்வுக்கு ஆதாரமாக இருக்கும் உணவே
அதை முடித்துவிடும் வழியாகவும் ஆகலாம்
தவறான கைகள் வழியாக அது வரும்போது

(என்று பம்பா கம்பானா எழுதுகிறாள்).

விஷமூட்டப்பட்டதன் முதல் பலியாளாக இருந்தவர் ஒரு அரசவைக் கவிஞர், அல்லது அப்படித்தான் என்று பம்பா கம்பானா நம்பத் தொடங்கினாள்; கிருஷ்ணதேவராயருக்கும் திருமலாதேவிக்கும் இடையே பொதுவாக இருந்த விஷயங் களில் ஒன்றாகக் கவிதை மீதான ஆர்வம் இருந்தும் அந்தச் சம்பவத்துக்கு நாகலாதேவியும் திருமலாதேவியுமே காரணம் என்று பம்பா கம்பானா தன்னுடைய நூலில் குறிப்பிடுகிறாள். எட்டு யானைகள் என்று பொருள்படும் அஷ்டதிக் கஜங்களான எட்டு பெரும் கவிஞர்களுக்குக் கிருஷ்ணதேவராயர் தன்னுடைய அரசவையில் தனிச்சிறப்பான இடத்தை அளித்திருந்தான்; அவர்களுடைய மேதைமை வானத்தையே தாங்கி நிற்கும் என்று கூற விரும்பியிருக்கிறான். அவர்களில் அல்லசானி பெத்தண்ணா, தெனாலிராமன் என்ற இரண்டு வல்லுநர்கள் இருந்தார்கள்; இறந்துபோன கவிஞர் தூர்ஜடியும் அவர்களில் ஒருவர்; கிருஷ்ணதேவராயர் தன்னையும் அவர்களில் ஒருவனாகக் கருதினான்; விரைவாக அதிகரித்துவந்த அவனுடைய அடக்கமின்மைக்கும் திமிருக்கும் சான்று என்று அதைச் சிலர் கண்டார்கள். திருமலாதேவியும் தன் பரிவாரத்தில் ஒருவராக மூக்கு திம்மணா என்ற ஒரு கவிஞரை பிஸ்நகாவுக்கு அழைத்துவந்திருந்தாள்; ஒரு பெண்ணுடைய அழகான மூக்கை விதந்தோதும் அவருடைய பிரபலக் கவிதை ஒன்றைப் பற்றி நாம் ஏற்கெனவே மறைமுகமாகக் குறிப்பிட்டோம்; அதுவே அந்தப் பெயருக்குக் காரணம். தன் முகத்தின் மிகச் சிறப்பான பகுதியான மூக்கின் அழகை நோக்கிப் பேசுவதே அந்தக் கவிதை என்று திருமலாதேவி நம்பினாள். எண் ஏழின் தெய்வீகக் குணத்தையும் தாண்டி மூக்கு திம்மணாவைத் தன்னுடைய வாழும் கடவுள் கூட்டத்தோடு சேர்த்துக்கொள்ள கிருஷ்ணதேவராயர் ஒப்புக்கொண்டான்; எனவே ஏழு யானைகளுக்குப் பதிலாக எட்டு யானைகள் அங்கே இருந்தன.

இரவு உணவுக்குப் பிறகு தூர்ஜடி வயிற்றைப் பிடித்துக் கொண்டு தனக்கான குடியிருப்பில் இறந்துபோனார்; வயிற்றைப் பிடித்தபடியும் வாயின் ஓரங்களில் நுரை தள்ளியபடியும் அவர் இறந்து கிடந்ததைக் கண்டார்கள். அவர் கொலை செய்யப் பட்டார் என்பதை உறுதியாகச் சொல்ல யாரும் விரும்பவில்லை – எல்லோராலும் நேசிக்கப்பட்ட ஒருவரைக் கொலைசெய்ய யார் விரும்புவார்கள்? அவர் உள்ளுக்குள் ஏதோ ஒன்று வெடித்து நச்சுப்பொருளை விடுவித்திருக்கிறது என்று மருத்துவ ஆய்வுகள் ஒரே குரலில் சொல்லின. அப்படியான நிகழ்வுகள் நடந்திருக்கின்றன; அது பெரும் வருத்தத்துக்குரியதுதான் என்றாலும் அதுகுறித்துச் செய்வதற்கு ஒன்றுமில்லை. அதன் பிறகு மீண்டும் ஏழு யானைகள் என்று ஆகிவிட்டது. மூடநம்பிக்கை கொண்டவர்கள் எட்டாவது யானை என்பது இயற்கையின் ஒழுங்கை அவமதிப்பது என்று நம்புவார்கள்; இயற்கையின் ஒழுங்கு உரிய நடவடிக்கைகள் மேற்கொண்டு நடந்ததைச் சரிசெய்துவிட்டது. 'பிடிக்குச் சிக்காத நடனக் கலைஞ'ரான ஸெரல்டா லீ மூத்த அரசியைச் சீற்றத்துக்கு ஆளாக்கி அரசன் முன்பு ஆடி கோகுலாஷ்டமி இரவைக் கொண்டாடிய சம்பவம் குறித்து தூர்ஜடி எழுதிய கடைசி நீண்ட கதைப்பாடலை பம்பா கம்பானா நினைவுகூர்ந்தாள். தப்பான அரசியை, அவளுக்குரிய இடத்தை அறியாத இளைய அரசியை மிகையாகப் புகழ்ந்த கவிஞரைப் பழிவாங்க மேற்கொண்ட மோசமான செயலாக அந்தக் கொலை இருக்க வாய்ப்புண்டா என்று தன்னையே கேட்டுக்கொண்டாள். அரசரோடு தனக்கிருக்கும் உறவை அளவுமீறி வெளிப்படுத்தும் ஸெரல்டா லீயை எச்சரித்து, அவளுக்குரிய இரண்டாம் தர இடத்தை ஒப்புக்கொள்ளவைக்கும் முன்னறிவிப்பா அது? தாழ்ந்த குரலில் முணுமுணுக்கப்பட்ட சொற்றொடரான 'திருமதி விஷம்' தொடர்ந்து கடைவீதியில் சுற்றிக்கொண்டிருந்தது; தூர்ஜடியின் இறப்புக்குப் பிறகு முன்னைவிட அந்த முணுமுணுப்புகள் அதிக ஒலியுடன் உச்சரிக்கப்பட்டன. பம்பா கம்பானா அவற்றை நம்பத் தொடங்கினாள். அரசனுக்கு முன்னால் நின்று அவனுடைய மூத்த இளவரசியைக் குற்றம் சாட்டுவது அவளுக்கு எளிதாயில்லை.

ஆனால் அரசன் தனக்கேயுரிய சந்தேகங்களைக் கொண்டிருந்தான்.

இளைய அரசி ஸெரல்டா லீக்கு எதிராக மட்டுமன்றி மாற்று கோபியர்க் கூட்டம் மொத்தத்துக்கும் எதிராகவும் வன்மம் கொண்டவளாகத் திருமலாதேவி மாறியிருந்தாள் என்பது விரைவில் தெளிவாயிற்று. அன்றாடக் கேளிக்கையில்

அரசன் ஈடுபட்டிருந்த நேரத்தில் தீர்மானமான மனநிலையோடு அந்தப்புரத்தின் களியாட்ட அறைகளுக்குள் அவள் நுழைந்தாள். அவளுடைய வருகையைக் கண்டு தாழ்நிலையில் இருந்த பெண்கள் சிதறி ஓடினார்கள். 'இந்த இரண்டாந்தரச் சொர்க்கம், போலித் துளசிவனம், இதெல்லாம் என்ன?' என்று அதிகாரத் துடன் கேட்டாள். 'ஒருவேளை இஸ்லாமியக் கலாச்சாரத்தின் மீது உங்களுக்கிருக்கும் பிரியம் காரணமாக இருக்கலாம் – பல மனைவிகள், பல வைப்பாட்டிகள் விவகாரம், அவர்களுடைய ஏழு வானங்களின் ஆன்மாக்களான, "மனிதனால், மாய உருக்களான ஜின்களால் தீண்டப்படாத, அந்த அழகான வானுலகக் கன்னியர்." இளம்பெண்களுக்குரிய இந்தக் குப்பையான ஆடைகளைத் துறந்துவிட்டு ஆண்களுக்குரிய உடைகளை நீங்கள் அணிய வேண்டும்.'

கிருஷ்ணதேவராயர் கொஞ்சமும் வருந்தவில்லை. 'உன்னுடைய தந்தையே ஒரு மந்தையளவு மனைவிகளை வைத்திருக்கிறாரே. இது முஸ்லிம்கள் தொடர்பானதோ இந்துக்கள் தொடர்பானதோ அல்ல. என் பெயரைக் கொண்ட பகவான் கிருஷ்ணர் இன்பம் கொள்ளும் இடத்தைத் திரும்பவும் எங்களுடைய பிஸ்நகாவில் உருவாக்குவதன் மூலம் அவரைக் கௌரவிக்கிறேன்.'

'உண்மையான சொர்க்கம் என்பதுபற்றி நான் கருதுவது என்ன என்பது தெரியுமா?' அவள் சொன்னது ஆச்சரியப்படும் விதத்தில் பம்பா கம்பானாவின் கருத்தை ஒத்திருந்தது. 'ஒருவனுக்கு ஒருத்தி என்று இருக்கும் இடமாக அல்லது காலமாக அது இருக்கும்.'

'அப்படி ஒரு சொர்க்கம் பலருக்கு ஏற்கெனவே இருக்கத்தான் செய்கிறது,' என்றான் கிருஷ்ணதேவராயர். 'அதற்குப் பெயர் வறுமை.'

'நாம் அதற்கு வேறு பெயர் கொடுக்க வேண்டியிருக்கலாம். அதைச் செல்வம் என்று கருதலாம். எத்தனை மனைவிகள் இருந்தாலும் போதாது என்ற நிலையில் உள்ள நீங்கள்தான் வறுமையில் இருப்பவர்,' என்றாள் அவனுடைய மூத்த அரசி.

'வாதிடுவதில் நீ ஆர்வம் கொண்டவள் என்று கேள்விப் பட்டிருக்கிறேன். நீ பேசுவதைக் கேட்க ஆசையாக இருக்கிறது. நிறுத்தாதே.'

'பொருத்தமான ஆடைகளை அணியுங்கள். அதற்குப் பிறகு உரையாடலைப் பற்றிப் பேசலாம்.'

அவள் கிளம்பத் தயாரானபோது, 'இன்னொரு விஷயம். இரக்கத்துக்குரிய தூர்ஜடி இறந்துபோனதைக் கேள்விப் பட்டாயா?' என்று அரசன் கேட்டான்.

'கேள்விப்பட்டேன்,' என்றாள் தோள்களை உயர்த்திக் கொண்டு. 'ஏதோ ஒன்று அவர் உள்ளுக்குள் வெடித்திருக்கிறது. அவருடைய இதயமாக இருக்கலாம். கவிஞர்களைப் பற்றி என்ன பேசிக்கொள்கிறார்கள் என்று உங்களுக்குத் தெரியுமே. பிறந்த நாளிலிருந்தே அவர்கள் சோகமாக இருக்கிறார்கள், அவர்கள் எல்லோருமே சோகத்தின் காரணமாகவே இறக்கிறார்கள். காரணம், அவர்களைத் திருப்திப்படுத்தும் விதத்தில் யாராலும் ஒருபோதும் அவர்களை நேசிக்க முடியாது.'

'வேறு விஷயங்களைப் பற்றியும் அவர்கள் பேசிக் கொள்கிறார்கள். உதாரணமாக, நீயோ உன்னுடைய அம்மாவோ கடந்துபோகும்போது *திருமதி விஷம்* என்ற வார்த்தைகளை அவர்கள் முணுமுணுக்கிறார்கள்.'

'மரணம் தவிர்க்க முடியாதது. எளிய மனிதர்கள் எல்லா இடங்களிலும் கொலையையே பார்க்கிறார்கள். நான் விதியை மட்டுமே பார்க்கிறேன்; அதைக் கர்மா என்கிறேன்; அதுதான் சரியானது, பொருத்தமானது. ஆனால் முஸ்லிம் உடையிலும் எப்போதும் உருதுவிலும் பேசிக்கொண்டிருக்கும் நீங்கள் அதை அல்லாவின் விருப்பம் என்று விளக்கலாம்.'

'உனக்குக் கொஞ்சம் அறிவுரை தர விரும்புகிறேன். பிறருக்கு விஷம் கொடுத்துக் கொல்பவன் தானே விஷம் அருந்திச் சாவான். கொஞ்சம் யோசித்துப் பார்.'

'உங்களுடைய இளைய அரசிதான் விஷத்தன்மை உடையவள். அந்த வெளிநாட்டுக்காரி. உங்கள் மனதில் விஷம் ஏறியிருந்தால் நீங்கள் அவளைப் பற்றித்தான் கவலைப்பட வேண்டும்,' என்று கர்வத்துடன் கத்திச் சொல்லியபடி தலையை நிமிர்த்திக்கொண்டு விரைந்து போய்விட்டாள்.

'வெளிநாட்டுக்காரி' ஸெரல்டா லீ 'வெளிநாட்டுக்கார'ரின் வீட்டில் பம்பா கம்பானாவைச் சந்திக்கப் போனாள். பணியாட்களும் பாதுகாவலர்களும் சூழ வெள்ளித் தேரில் போன அவள் தனித்தே வீட்டுக்குள் நுழைந்தாள்; அந்த வீட்டில் குடும்பத்தின் எளிய குழந்தையாகவே அவள் இருந்தாள், இளைய அரசியாக அல்ல. ஒரு ஜன்னலை ஒட்டிய இருக்கையில் உடலை ஒடுக்கிக்கொண்டு வெளியே தென்பட்ட நகரத்தின் பரபரப்பைக் கவனித்துக்கொண்டு பம்பா கம்பானா இருந்ததைக் கண்டாள்;

தன்னுடைய காலம் கடந்துவிட்டது என்பதை உணர்ந்த ஒருவரின் துயர உணர்வோடு இருந்த பம்பாவுடைய மீதிக் காலம் சத்தமில்லாமல் நகர உதவி செய்யும் உபாயமாக மட்டுமே அவள் காதலன் இருந்தான். 'அவன் ஒன்றும் தனித்தன்மை கொண்ட நபர் அல்ல,' என்பதை அறிந்தே இருந்தாள். 'அவன் முடி அழகான தீயைப் போன்றது, கண்கள் மணிக்கற்கள் போன்றவை, நடத்தை முறை இனிமையான பழைய காலத்துப் பாணியில் இருக்கிறது. ஆனால் இன்னொரு வாழ்க்கையிலிருந்த முற்காலத்து மனிதனொருவனின் நகல் இவன். உண்மையைச் சொன்னால், உண்மையான ஒருவனின் நகலாக இருந்தவனின் நகலே இவன். போர்ச்சுக்கீசியனாக இல்லாவிட்டாலும் சரியான முடி, கண்கள், நடத்தை ஆகியவை கொண்டு நான் நினைவுகூரும் விதத்தில், இன்றும் நான் விரும்பும் முறையில், காதல் செய்யும் ஒருவனாக இருந்தாலும் நகல்களின் நகல்களோடு காதலில் ஈடுபடும் வயதைத் தாண்டிவிட்டேன். மூலப்படிவத்தைப் பார்த்திருக்கிறேன், அந்தக் காதலின் இசையைக் கேட்டிருக்கிறேன், எதிரொலியின் எதிரொலியால் என்னைத் திருப்திப்படுத்த முடியாது. நிக்கோலோ இனிமையானவன்தான், அவனே சொல்வதுபோல எல்லா வெனிஸ் நகரத்தவர்களும் செய்வதைப் போலப் பரந்த உலகத்தை அவன் கண்டிருக்கிறான்; ஆனாலும் இறுதியில் பார்த்தால் அவனுக்கு இந்த விஷயத்தோடு எந்தத் தொடர்பும் இல்லை.'

இவ்வளவு வருடங்களுக்குப் பிறகு, என்னுடைய இருநூறாவது பிறந்தநாளை நெருங்கிக்கொண்டிருக்கும் வேளையில் நானும் அப்படி ஆகிவிட்டேனோ என்னவோ. நானும் இதில் பொருத்த மற்றவளாக இருக்கலாம் என்று அவள் யோசித்தாள்.

'என் கொள்ளு கொள்ளு கொள்ளு கொள்ளுப் பாட்டியே, நீங்கள் விரும்புவது என்ன?' என்று கேட்டாள் ஸெரல்டா லீ.

'இரண்டு விஷயங்கள் நடக்க வேண்டுமென்று விரும்புகிறேன். ஒன்று, நீ விரும்புவது உனக்குக் கிடைக்க வேண்டும். இந்த அரசனையும் அவனோடு சேர்த்துவரும் எல்லா விஷயங்களையும் நீ விரும்பினால், அவை உன்னை இந்தப் பேரரசோடு சேர்ந்தவள் என்றும் நீ யாரென்று உன்னை உணரவும் வைத்தால் நீ விரும்பும் வரைக்கும் வாழ்க்கை உனக்குச் சலித்துப்போவதற்கு முன்னால் எதிர்பாராத வகையில் விஷமூட்டப்பட்டு இறக்காத வரைக்கும் அவை உன்னிடம் இருப்பதை உறுதிசெய்வது என்னுடைய கடமை.'

ஜன்னல் இருக்கையிலிருந்து எழுந்த அவள் தனக்குப் பின்னால் வருமாறு ஸெரல்டா லீயைச் சைகையால் அழைத்தாள்.

‘வசியத்துக்குட்பட்ட ஆரண்யானி வனத்தைப் போன்றவை யல்ல பிஸ்நகாவின் அருகில் இருக்கும் சிறிய காடுகள்; அதேசமயம், நான் வளர்ந்த வித்யாசாகரின் குகையைச் சுற்றியிருந்த தோப்புகளைப் போன்றவை அல்ல அவையிரண்டும். அவருக்குத் தேவைப்பட்ட எல்லாவற்றையும் அந்தச் சாதாரணத் தோப்புகள் வழங்கின, என்னுடைய நோக்கங்களுக்குப் போதுமானவற்றை இந்தச் சிறிய காடுகள் கொண்டுள்ளன. நீங்களெல்லாம் அரண்மனைச் சதிகள் தொடர்பாக மும்முரமாக இருக்கும் நேரத்தில் நான் அங்கே சிலவற்றைத் தேடிக்கொண்டிருக்கிறேன்.’

‘என்ன தேடுகிறீர்கள்?’ என்று கேட்டாள் ஸெரல்டா லீ. சுயதிருப்தி தந்த சுகத்தோடு பம்பா கம்பானா சிரித்தாள். ‘வித்யாசாகரின் ஆளுமையில் பல பகுதிகள் இருந்தன. பலரால் போற்றப்பட்ட அவருடைய விவேகம், நேர்மையற்றதும் பலரை அச்சத்துக்கு உள்ளாக்கியதுமான அவருடைய ராஜதந்திரம் போன்றவை. இன்னும் சில பகுதிகள் இருந்தன; அவை இரவு நேரத்துக்குரியவை; என்னால் ஒருபோதும் மன்னிக்க முடியாதவை. ஆனால் அந்த நினைவுகளை ஒரு அறையில் ஆழமாக வைத்துப் பூட்டிவிட்டேன்; அதை அடையும் வழியையோ அதற்கான சாவியையோ சில நாட்களில் என்னாலேயே கண்டுபிடிக்க முடியவில்லை; இன்றைக்கு அந்தச் சாவியைத் தேடுவதற்கான காரணமும் இல்லை. நமக்குப் பயன்படும் வேறு பகுதிகளும் உண்டு. அவை உனக்குப் பயன்படும் என்று நான் சொல்ல வேண்டும்.’

அவர்கள் பம்பா கம்பானாவின் அறையில் இருந்தார்கள்; அறையின் மூலையில் நீண்ட கழுத்துடைய ஒரு சிறிய களிமண் பானை இருந்தது; அதன் காரணமாக அகங்கார நடைபோடும் சேவலைப் போல கொஞ்சம் அது தோன்றியது. ‘இந்தப் பானை ஆயிரம் ஆண்டு பழமையானது என்றும் போரில் தோற்ற எதிராளிகளின் ரத்தத்தை வைத்திருக்க அதைப் பயன்படுத்திய மக்களுடைய நாட்டிலிருந்து வந்தது என்றும் வியரி என்னிடம் சொன்னான். அவன் அதை என்னிடம் கொடுத்தபோது உலர்ந்த ரத்தத்தின் மிச்சங்கள் அதில் இருந்தன; அவற்றின் அளவைச் சரியான மூலிகைகளைச் சேர்த்து அதிகரித்து அது உண்டாக்கும் சாற்றை ஒருவர் குடித்தால் அவர் சாப்பிடுவது, குடிப்பது எதுவானாலும் அவரைப் பாதிக்கவே செய்யாது என்பது வித்யாசாகர் சொல்லிக்கொடுத்ததால் எனக்குத் தெரியும்.’

‘விஷ முறிவு.’ ஸெரல்டா லீக்குப் புரிந்துவிட்டது.

‘மூலிகைகளைச் சேகரித்துக் கசக்கி இந்த நீண்ட கழுத்து வழியாகப் போட்டேன். தீயில் பானையைச் சூடுபடுத்தினேன்;

அப்போது வித்யாசாகர் சொல்லிக்கொடுத்த வார்த்தைகளைச் சொன்னேன்; இப்போது அது பயன்பாட்டுக்குத் தயாராக இருக்கிறது.'

களிமண் சேவலுக்குப் பக்கத்தில் ஒரு மரக்கிண்ணத்தை வைத்துப் பானையின் கழுத்தைப் பிடித்து அதைச் சில்லுகளாக உடைத்துக் கிண்ணத்தில் சாற்றை ஊற்றினாள். மூலிகைத் துணுக்குகளிலிருந்து அடர்த்தியான பழுப்புநிறத் திரவம் கசிந்து ஒழுகியது.

'ஆயிரம் ஆண்டு பழமையானது என்றா சொன்னீர்கள்.' குரலில் லேசான அதிர்ச்சியுடன் ஸெரல்டா லீ வியந்தாள்.

'ஆமாம். என்ன நோக்கத்துக்காகத் தயாரிக்கப்பட்டதோ அதைச் செய்ய இத்தனை நாளும் அது காத்திருந்தது,' என்றாள் பம்பா. கண்டனம் தெரிவிக்கும் பாவனையில் ஸெரல்டா லீ இன்னும் இருப்பதைப் பார்த்தாள். 'பழைய பொற்காலம் தற்போது ஒருவருக்கு எந்தச் சிறப்புரிமையையும் பெற்றுத் தருவதில்லை. நான் பானைகளை வனைந்திருக்கிறேன்; ஒரு பானையைச் சில்லுகளாக உடைப்பது என்னைப் பொறுத்தவரை எளிதான காரியம் அல்ல.' இதை அவள் கடுப்புடன் சொன்னாள்.

திடமான அடர் திரவத்தை முகந்தெடுத்து ஒரு கண்ணாடிக் குப்பியில் ஊற்றி அதைச் சிறிய தக்கை வைத்து மூடினாள். 'இதை உன் கழுத்தைச் சுற்றி அணிந்துகொள். உணவைச் சோதித்து அது ஆபத்தில்லாததா என்று சொல்லும் நிபுணர்களின் சேவையைப் பயன்படுத்து; எல்லா வகை முன்னெச்சரிக்கைகளையும் எடு; எல்லாம் தவறிப்போய் உன் உடம்பில் விஷம் இருக்கிறது என்று உணர்ந்தால் இதில் ஓரிரு துளிகள் குடி. நிறையக் குடிக்க வேண்டிய அவசியமில்லை. உன் வாழ்க்கையைக் காப்பாற்றச் சில துளிகள் போதும்,' என்றாள் பம்பா.

'உணவோ பானமோ விஷமூட்டப்பட்டிருக்கிறது என்பது எனக்கு எப்படித் தெரியும்? விஷத்தின் ருசியைத் தூக்கலான நறுமணங்கள் மறைத்துவிடலாம். அல்லவா?'

'உன் உடம்பு சொல்லிவிடும். அதற்கு ஏதும் அச்சுறுத்தல் நேரிட்டால் அது அபாய அறிவிப்பை அனுப்பும். அந்த அறிகுறி வரும்போது உனக்குத் தெரிந்துவிடும். அந்த அறிகுறி வேறெப்போதும் தெரியாது.'

குப்பியைக் கழுத்தைச் சுற்றிப்போட்டு அதை ஆடைகளுக்குள் நுழைத்துக்கொண்ட ஸெரல்டா லீ, 'உங்களுடைய இன்னொரு விருப்பம் என்ன?' என்று கேட்டாள். 'அதைச் சொல்வீர்களா?'

‘எதைப் பற்றிப் பேசுகிறாய்?’ மூத்த பெண் கேட்டாள்.

‘இரண்டு விருப்பங்கள் உள்ளதாகச் சொன்னீர்கள்,’ என்று ஸெரல்டா லீ நினைவுறுத்தினாள். ‘இரண்டாவது விஷயம் என்ன?’

பம்பா கம்பானா நீண்ட நேரம் அமைதியாக இருந்தாள்; பிறகு, ஒரு தீர்மானத்துக்கு வந்தவளாகப் பேசினாள்.

‘பிஸ்நகாவின் தாய் நான்தான். இங்கு நடந்தவற்றுக் கெல்லாம் நானே காரணம். என்னுடைய விதைகள் மக்களைப் பிறப்பித்தன, என்னுடைய மந்திரஜாலம் மதிற்சுவர்களை எழச் செய்தது. இந்தப் பேரரசை நிறுவிய இரண்டு அரசர்களுக்குப் பக்கத்திலும் அரியணையில் அமர்ந்திருந்தேன். நான் என்ன விரும்புகிறேன்? என்னுடைய உண்மையான இயல்பு அங்கீகரிக்கப்பட வேண்டுமென்று விரும்புகிறேன். மற்றவர் காண முடியாதபடி இருக்க நான் விரும்பவில்லை. என்னைப் பிறர் காண விரும்புகிறேன்.’

மனம் ஊன்றிய பெரும் கவனத்தோடு ஸெரல்டா லீ கேட்டாள். ‘நான் அவரிடம் பேசுகிறேன். விளக்கிச் சொல்கிறேன். அவர் நம்பத் தொடங்கும்போது திகைத்துவிடுவார். உங்களை அரண்மனைக்கு அழைத்து மிக உயர்ந்த நிலையைத் தருவார், மூத்த அரசியைவிடவும் உயர்ந்த நிலையில் உங்களை அவர் வைக்கக்கூடும். நான் முயற்சி செய்வேன். ஆனால் என்னைக் காட்டிலும் அவருக்கு எது நம்பிக்கை அளிக்கும் என்று உங்களுக்குத் தெரியும்தானே?

‘தெரியாது,’ என்றாள் பம்பா கம்பானா.

‘கூடுதலான மதிற்சுவர்கள்,’ என்றாள் ஸெரல்டா லீ.

எண் ஏழின் தெய்வீகச் சக்தியின் தாக்கத்திலிருந்த கிருஷ்ண தேவராயர் விரிவடைந்துவரும் நகரம் ஒற்றைச் சுவரால் மட்டுமே பாதுகாக்கப்படக் கூடாது என்றும் ஏழு சுவர்கள் அதைக் காக்க வேண்டும் என்றும் தீர்மானித்தான். பிரமிக்கத்தக்க வகையில் பெருகிய மக்கள்தொகை பழைய நிலப்பரப்பைத் தாண்டிப் பிதுங்கிக்கொண்டிருந்தது. காப்பரண்களுக்கு வெளியே முளைத்த குடியிருப்புகளின் பிரஜைகள் பாதுகாப்பில்லாமல் வாழ்ந்துவந்தார்கள். புதிய சுவர்கள் அவசரமாகத் தேவைப்பட்டன.

‘முதல் சுவரை நான் உண்டாக்கி நீண்ட காலம் ஆகிவிட்டது,’ என்றாள் பம்பா கம்பானா. ‘அப்போது நான் மிக இளமை யாகவும் கூடுதல் வலுவோடும் இருந்தேன். இளஞ்சிவப்புக் குரங்குகளுக்கு எதிராகப் போரிட்டு அவை என்னைக் கிட்டத்தட்டக் கொன்று நீ வந்து எழுப்பும்வரை நான் தூங்கிய தற்கு முன்பு நடந்தது. இங்கு வர நாம் பறவைகளாக மாறினோம்

என்பது உண்மை; ஆனால், அந்த வரம் பயன்படுத்தித் தீர்ந்துவிட்டது; வேறு என்ன மீதமிருக்கிறது என்பது எனக்குத் தெரியவில்லை. புதிதாக ஒரு சுவராவது கட்ட முடியுமா என்று எனக்குத் தெரியவில்லை, அதன் பிறகல்லவா மேலும் ஆறு சுவர்களைக் கட்டுவது.

'முயற்சி செய்யுங்கள்,' என்றாள் ஸெரல்டா லீ.

அடுத்த நாள் பம்பா கம்பானா ஸ்ரீ நாராயணன் கடைக்குப் போய் ஒரு பெரிய கோணிப்பை நிறையக் கலவையான விதைகளை வாங்கினாள். 'அம்மணி, இன்றைக்குப் பழங்கள் வாங்க வில்லையா?' என்று ஸ்ரீ நாராயணனின் சகோதரனான பழ வியாபாரி ஸ்ரீ லட்சுமணன் அவளைக் கூப்பிட்டுக் கேட்டான். 'மாம்பழப் பருவம் முடியப் போகிறது. மாம்பழத்திலும் கொட்டை இருக்கிறதே. தீருவதற்கு முன்னால் சீக்கிரம் வாங்கிவிடுங்கள்.'

அவனைத் திருப்திப்படுத்தச் சில மாம்பழங்களை வாங்கிக் கோணிப்பைக்குள் போட்டுக்கொண்டாள். 'என்னைவிட அவன் இனிக்கப் பேசிக் காரியத்தைச் சாதித்துக்கொள்வான்,' என்று ஸ்ரீ நாராயணன் கோபமாகச் சொன்னான். 'மாம்பழம் கீம்பழமெல்லாம் இந்தப் பாறை நிலத்தில் எங்கே விளையப் போகிறது?'

'மாங்கொட்டைகளிலிருந்து மாம்பழங்கள் மட்டும் விளையப்போவதில்லை; உன்னுடைய விதைகளிலிருந்தும் அதுவே நடக்கும்,' என்றாள்.

அவள் போன பிறகு சகோதரர்கள் தலையைப் பிய்த்துக் கொண்டார்கள்.

'என்ன சொல்கிறாள்?' என்று ஸ்ரீ நாராயணன் சந்தேகப் பட்டுக் கேட்டான்.

'ஏதோ உளறல். நல்ல பெண்தான். சொல்ல வருத்தமாக இருக்கிறது. சமயத்தில் கொஞ்சம் கிறுக்குத்தனமாகப் பேசுவார்,' என்றான் ஸ்ரீ லட்சுமணன். சொல்வதை வலுப்படுத்தத் தன் நெற்றியைத் தட்டிக்கொண்டான்.

பம்பா கம்பானா சீக்கிரமே தூங்கிவிட்டாள்; நேரம் கழித்து வந்த நிக்கோலோ த வியரி அவளுக்கு இடைஞ்சல் இல்லாமல் மெதுவாக வந்து படுத்தான். பிறகு இருள் அகலாத வேளையில் எழுந்த அவள் அவனை எழுப்பாமல் அறையை விட்டுச்

சத்தமில்லாமல் வெளியேறினாள். விடியலில் நகரத்தின் வாயிற்கதவுகளைக் கடந்தாள்; வெறுங்காலோடு இருந்த அவள் இரண்டு கஜம் சாதாரணத் துணியை அணிந்திருந்தாள்; அவள் நோக்கத்தின் முனைப்பைச் சுட்டிக்காட்டும் விதமாக நெற்றியில் சின்னங்கள் இருந்தன; தோளில் தொங்கிய பெரிய கோணிப்பையில் விதைகள் (சில மாம்பழங்களும்) இருந்தன. பழுப்புநிறப் பாறைநிலப் பகுதிகளுக்குத் தனியாகச் சென்ற அவள், விரைவில் நிகழ இருக்கும் பெரும் மாற்றத்தைக் காண அவற்றை அனுமதிப்பதுபோலச் சுற்றியிருந்த மலைகளை அண்ணாந்து பார்த்தாள். பிறகு வெற்றுவெளிக்குள் நுழைந்து நடந்த அவளைப் பல வாரங்களுக்கு யாரும் பார்க்கவில்லை. சமவெளியிலும் மலைகள் மேலும் பள்ளத்தாக்குகள் கீழுமாகத் தான் மேற்கொண்ட நீண்ட பயணங்களை *ஜெயபராஜெயவில்* விவரித்த அவள் நடக்கும்போது உச்சாடனம் செய்துகொண்டும் பாடிக்கொண்டும் இருந்ததைச் சொன்னாள்.

ஆமாம், அந்த நிலம் தரிசாக இருந்தது
ஆனால் பாலைவனத்திலும்கூடப் பாடலால்
கனிகளை வளரச்செய்ய இயலும்
பாடல்களின் கனிகள்
உலகின் அதிசயங்களாக ஆகின்றன

(என்று எழுதினாள்).

நீண்ட நாட்களுக்குப் பிறகு புழுதி அப்பிய உடலோடும் உலர்ந்த உதடுகளோடும் பரந்து விரிந்திருந்த பிஸ்நகாவின் சமவெளியை மீண்டும் வந்தடைந்தாள். மீண்டும் அது புலரும் காலை; மலைகளின் நிழல்கள் பின்வாங்கிச் சூரிய ஒளி வெப்ப நதியாக அவள்மீது பாய்ந்தது. தலையில் தொடங்கிக் கீழ்நோக்கி வழிந்த வியர்வையையும் உடலின் எல்லா மயிர்க்கண்களிலிருந்தும் பெருகி வெளியேறிய வியர்வையையும் உடலின்மீதிருந்த புழுதி சேறாக மாறியதையும் காற்றிலிருந்த கொதிப்பின் பளபளப்பையும் காதுகளில் ஒலித்த உஷ்ணத்தின் பறையொலியையும் பொருட்படுத்தாமல் அடுத்த ஏழு மணிநேரமும் அவள் ஆடாமல் அசையாமல் நின்றாள். ஏழு மணிநேரத்துக்குப் பிறகு கண்களை மூடிக் கைகளை உயர்த்தினாள்; அவளுடைய அதிசயம் நிகழத் தொடங்கியது.

அவள் விதை ஊன்றிய எல்லா இடங்களிலும் சுவர்கள் மேலெழுந்தன – நதிக்கரையோரம், சமவெளிகள் ஊடாக, அந்தக் கரடுமுரடான திணை நிலத்தின் மலைகளின் மேலும் கீழுமாக. நதி பாறைகளை மோதிக் கழுவியது, பாறைகளின் பிரம்மாண்டம் சமவெளிகள்மீது ஆதிக்கம் செலுத்தியது, பிஸ்நகா நகரத்தைச் சுற்றியிருந்த மலைத்தொடர்கள் புதிய மதில்களை

வானை நோக்கி உயர்த்தின. புறக்காவல் வீரர்களுக்காகக் காத்திருந்த காவல்மாடங்கள், வில்லாளிகள் இல்லாத மதில் இடைவெளிகள், பீரங்கிகள், கொதிக்கும் எண்ணெய்யுடன் கொப்பரைகள் ஆகியவை அவற்றின்மீது இருந்தன. மதிற்சுவர்களைத் தாக்கும் மிக வலுவான மரக்கட்டைகளின் விசையைக்கூட எதிர்த்து நிற்கும் வலிமையுடைய வாயிற்கதவுகள் இருந்தன. அன்று தொடங்கிக் கடைசி நாள்வரை எந்த எதிரியும் பேரரசின் மையப் பகுதிக்குள் காலடி எடுத்து வைக்கவில்லை; அந்தக் கடைசி நாளில் எதிரி உள்ளே நுழைந்ததற்கு மக்கள் நம்பிக்கை இழந்திருந்ததுதான் காரணம். நம்பிக்கை இழப்பு மட்டுமே சுவர்களை நொறுங்கி விழவைக்கும்; அந்த நம்பிக்கை இழப்பு வந்துசேரும் தருணம் இன்னும் பல ஆண்டுகளுக்கு அப்பால் இருந்தது.

வசியத்துக்குட்பட்ட விதைகளிலிருந்து பிறந்த ஆறு வட்ட உயர் கற்சுவர்கள், மொத்தத்தில் ஏழு வட்டங்கள் – உலகின் அதிசயங்கள்.

சுவர்களை எழுப்பும் செயல் சூரிய அஸ்தமனத்தோடு நின்றுவிடவில்லை; இரவில் நெடுநேரம்வரை தொடர்ந்தது; ஆனால் அந்த அதிசயம் நிகழ்ந்து முடியும் முன்பே நடந்தும் குதிரை சவாரி செய்தும் வண்டியில் அமர்ந்தும் விரைந்து வந்த பிஸ்நகாவின் ஜனங்கள் மேலெழும்பிக்கொண்டிருந்த காப்பரண்களை வாய்பிளந்து நின்று உற்றுப் பார்த்தார்கள். அவற்றைப் பார்க்க அரசனே நேரில் வந்தான்; அவனால் தன் கண்களை நம்ப முடியவில்லை. பிஸ்நகாவின் பெரும் சமவெளியின் மையத்தில் தனித்த உருவமாகக் கண்களை மூடி, கைகளை உயர்த்தி பம்பா கம்பானா நின்றிருந்தாள்; எளிய, ஒதுங்கி வாழும் இந்தத் தனித்த பெண்ணோடு, சுற்றி எல்லா இடத்திலும் பொங்கியெழும் கற்சுவர்களைத் தொடக்கத்தில் யாரும் தொடர்புபடுத்திப் பார்க்கவில்லை. கூட்டம் அதிகரித்தது; மக்கள் தங்கள் அறியாமையால் பம்பா கம்பானாவை நெருக்கித் தள்ளினார்கள். அவளோ அமைதியாக எதையும் பார்க்காமல் அந்தப் பிரம்மாண்ட அரண்களை மேலெழும்பும்படி ஆணையிட்டுக்கொண்டிருந்தாள் – சீராகச் செதுக்கப்பட்ட கற்கள் ஒன்றன்மேல் ஒன்றாக அடுக்கப்பட, சுவர்கள் சரிமட்டத்தில் வழவழப்பாக எழ, சாத்தியமில்லாத வேகத்தில் காற்றுவெளியிலிருந்து கற்களை வரவழைக்கும் தேர்ச்சி பெற்ற, கண்ணுக்குத் தெரியாத கல்தச்சர் கூட்டம் ஒன்று பணியில் ஈடுபட்டிருப்பதைப் போலத் தோன்றியது. ஏழு கல் வட்டங்களின் பின்னால் சூரியன் அஸ்தமித்தபோது பிஸ்நகாவின் மக்களை அச்சமும் மகிழ்ச்சியும் இணைந்த

கலவையான உணர்வு நிரப்பியிருந்தது; கடவுள்களின் உலகத்து எல்லைக்கோட்டைக் கடந்து அன்றாடத்துக்குள் அதிசயம் நுழையும்போது ஆண்களும் பெண்களும் அப்படி உணர்வார்கள்; அந்த எல்லைக்கோடு ஊடுருவ முடியாதது அல்ல என்றும் அதிசயமும் அன்றாடமும் ஒரு ஒற்றை முழுமையின் இரண்டு பகுதிகள் என்றும் நாம் நாடித் தொழும் கடவுள்கள் நாமே என்றும் பெரும் செயல்களைச் செய்ய நம்மால் இயலும் என்றும் பெண்களுக்கும் ஆண்களுக்கும் அது புலப்படுத்தும்.

அரசனுக்குப் பக்கவாட்டில் சவாரிசெய்து ஸெரல்டா லீ அங்கே வந்திருந்தாள்; உயர்த்திய கைகளோடு இருந்த அந்தச் சிறு பெண் உருவைக் கூட்டம் நெருக்கி இடித்துத் தள்ளிக்கொண்டிருந்ததைக் கண்டு பம்பா கம்பானாவைப் பாதுகாக்கக் குதிரையைப் படுவேகமாகக் கூட்டத்துக்குள் செலுத்தினாள். ‘தள்ளிப் போங்கள்! இது எல்லாவற்றுக்கும் அவர்தான் காரணம் என்பதை உங்களால் பார்க்க முடியவில்லையா?’ என்று கத்தினாள்.

சுவர்கள் மேலெழும்பிய அதிசயத்துக்குப் பிறகு பம்பா கம்பானாவுக்கு இருந்த சக்தியை பிஸ்நகாவின் அனைத்து மக்களும் நம்பினார்கள்; உயிரோட்டத்துக்கு அவள் கொண்டுவந்த நகரத்தில், அவள் விதைத்த நகரத்தில் தாங்கள் வாழ்கிறோம் என்பதைப் புரிந்துகொண்டார்கள்; பழைய புராணங்கள் நிஜமாகவே உண்மையானவை என்பதை அறிந்துகொண்டார்கள். அவளிடம் விதைகளை விற்ற ஶ்ரீ நாராயணன் தொடங்கி இனிக்கப் பேசும் அவன் சகோதரனான பழ வியாபாரி ஶ்ரீ லட்சுமணன், தன் செயலைத் தொடங்கு முன் படுக்கையில் பம்பா விட்டுவந்த வெளிநாட்டுக்காரன் நிக்கோலோ த வியரிவரை அனைவரும் பயபக்தியோடு இருந்தார்கள். பேரரசில், கடவுளால் அல்லது தேவியால் தீண்டப்பட்ட ஒரே நபர் தான் மட்டுமே அல்ல என்பதை அரசனே ஒப்புக்கொண்டான். தனக்குச் சொல்லப்பட்ட கதையை ஸெரல்டா லீ அரசனிடம் சொன்னாள்; கிருஷ்ணதேவராயர் அதை நிராகரிக்கவில்லை. அவனைச் சுற்றிக் கல் ரூபத்தில் நிரூபணம் இருந்தது.

‘அவளுடைய கீர்த்தி எனக்கு வழங்கப்பட்டுள்ள நற்பேறு; என்னுடைய கீர்த்தியை அது பலமடங்கு உயர்த்தும்,’ என்றான் அவன்.

இறுதியில் நள்ளிரவில் வெகுவாகக் களைப்படைந்திருந்த பம்பா கம்பானா சரிந்து சுயநினைவின்றிப் புழுதியில் விழுந்தாள். அரசனின் தேரில் அவள் பிஸ்நகாவுக்கு அழைத்துவரப் பட்டாள்; அரசனும் குதிரையில் வந்த ஸெரல்டா லீயும் முதன்மை

அமைச்சர் திம்மராசுவும் அவளைக் கவனித்துக்கொண்டார்கள். (அரசவையில் தன்னுடைய செல்வாக்கு வெகுவாகக் குறைந்து போய்விட்டது என்பதை அறிந்து திருமலாதேவி ஊடல்கொண்டு அவளுடைய அறையிலேயே தங்கிவிட்டாள்) வருகைதரும் அரசர்களுக்கும் அரசிகளுக்கும் ஒதுக்கப்பட்டிருந்த அறைகள் ஒன்றில் பம்பா படுக்கவைக்கப்பட்டாள்; படுக்கையின் கீழே தரையில் படுத்து ஸெரல்டா லீ அரைகுறையாகத் தூங்கினாள்; அவளுடைய கை வாளின் கைப்பிடியில் இருந்தது: அருகில் வரும் எந்த எதிரியையும் அழிக்கப் பதுங்கியபடி காத்திருக்கும் புலியைப் போல அவள் இருந்தாள்.

ஒரு மாதம் கழித்து பம்பா விழித்தாள். அங்கிருந்த ஸெரல்டா லீ அவள் உதடுகளைத் தண்ணீரால் ஈரமாக்கிக்கொண்டிருந்தாள்; பம்பாவின் நீண்ட தூக்கத்தின்போது அதைச் செய்துவந்தாள்.

‘சுவர்கள் இன்னும் நிற்கின்றனவா?’ என்று பம்பா கம்பானா கேட்டபோது ‘ஆம், அவை உயரமாக, வலிமையாக இருக்கின்றன’ என்று ஸெரல்டா லீ சொன்னதைப் புன்னகைத்து ஏற்றுக்கொண்டாள்.

‘இப்போது நான் அரசனைக் காணப்போகிறேன்,’ என்றாள்.

ஒரு கையை ஸெரல்டா லீயின் தோளில் வைத்தபடி அரியணைக் கூடத்துக்குள் பம்பா கம்பானா தள்ளாடி நுழைந்தபோது கிருஷ்ணதேவராயர் சிம்மாசனத்திலிருந்து கீழே இறங்கிவந்து முழங்காலிட்டு அவள் பாதங்களை முத்தமிட்டான்; அதன்மூலம் தன் எண்ணப்போக்கைப் பார்த்துக்கொண்டிருக்கும் மனைவிகளுக்கும் அரசவையினருக்கும் அரண்மனை தாண்டி இருந்த முழுப் பேரரசுக்கும் உணர்த்தினான். ‘தாயே, என்னை மன்னியுங்கள்,’ என்றான். ‘காண முடியாமால் பார்வையற்றும் கேட்க முடியாமல் காதுகளற்றும் இருந்தேன்; ஆனால் தற்போது என் காதுகள் திறந்துவிட்டன, என் கண்கள் உண்மையைப் பார்த்துவிட்டன. தேவலோகப் பெண் ஒரு அற்புதம் என்றாலும் நீங்கள் வெறும் தேவலோகப் பெண் மட்டுமே அல்ல. ஏறத்தாழ இருநூறு ஆண்டுகளுக்கு முன்னால் எங்கள் உலகை நீங்கள் படைத்த காலம் தொட்டே உங்களுக்குள் தேவி வாழ்ந்து உங்களைக் காத்திருக்கிறாள் என்பதையும் உங்களின் இளமையும் அழகும் அந்தத் தெய்வீக ஆதரவின் வெளிப்பாடுகளே என்பதையும் இப்போது புரிந்துகொள்கிறேன். இன்றிலிருந்து எங்கள் எல்லோரின் தாய் என்றும் பேரரசின் அன்னை என்றும் உங்களை

அழைப்போம்; எந்த அரசியையும்விட உங்களின் படிநிலை மேலானதாக இருக்கும்; உங்களுக்குள்ளிருக்கும் தேவியை அன்றாடம் நாங்கள் வணங்கக் கோயில் ஒன்றைக் கட்டுவேன்.'

'எனக்கு எந்தப் படிநிலையோ மகுடமோ அல்லது கோயிலோ தேவையில்லை,' என்றாள் பம்பா கம்பானா. குரல் பலவீனமாக இருந்தாலும் அது நடுங்காமல் பார்த்துக் கொண்டாள். 'என்னை யாரும் வணங்க வேண்டியதில்லை. என்னைப் பலரும் அறிய வேண்டும் என்று விரும்பினேன், அவ்வளவுதான்; கூடவே முதன்மை அமைச்சர் திம்மராசுவின் பக்கத்தில் நின்று, பேரரசு அதன் உச்சபட்சக் கீர்த்தியை அடையத் தொடங்கியிருக்கும் இந்த நேரத்தில் அதற்கு ஆலோசனையும் வழிகாட்டலையும் வழங்க என்னை அனுமதித்தால் நல்லது என்றும் எண்ணுகிறேன்.'

'அற்புதம்,' என்றான் அரசன். 'நாம் கீர்த்தி பெறும் காலம் தொடங்கட்டும்.'

முன்னால் வந்து அரசனின் பாதங்களுக்கு முன்னால் முழங்காலிட்டு வணங்கிய திருமலாதேவி இடைமறித்தாள், 'மாட்சிமை பொருந்திய மன்னரே, முதலாவதாகப் பிறக்கும் தங்களின் குழந்தையை நான் பெருமிதத்தோடு தாங்கி யிருக்கிறேன் என்ற இது தொடர்பான செய்தியைப் பெரும் மகிழ்ச்சியோடு தெரிவிக்க என்னை அனுமதியுங்கள்,' என்றாள்.

ஸெரல்டா லீயின் முகம் பிரகாசமானது; பம்பா கம்பானாவை விட்டு முன்னால் நகர்ந்து வந்து கிருஷ்ண தேவராயர் முன்பாக நின்றாள். (முழங்காலிட அவள் மறுத்த விதம், அவளுடைய எதிரியின் சுயமரியாதையற்ற மண்டியிடல் குறித்த அவளுடைய மறைமுகமான, ஏளனம் தொனிக்கும் விமர்சனமாக இருந்தது.) 'இதோடு சேர்த்து ஒரு விஷயத்தை சொல்கிறேன். நானும் தங்களின் ஒரு குழந்தையைத் தாங்கி யிருக்கிறேன் என்பதை அறிய மிக்க மகிழ்ச்சியடைவீர்கள் என்பது எனக்கு உறுதியாகத் தெரியும்.'

17

நல்லது. திருமலாதேவி, ஸெரல்டா லீ ஆகியோரின் போட்டிபோடும் கர்ப்பங்கள், பெரியவர்கள் வாக்கைப் போல உறுதியாகக் கீரிகளை நல்லபாம்புகளுக்கிடையே ஏவியதுபோல ஆயிற்று. அடுத்த சில மாதங்களுக்கு அரசவையும் அரசவைக்கு அப்பால் இருந்தவர்களும் பேரரசின் பெரும்பகுதியும் ஊகம், சர்ச்சை, சந்தேகம் என்று மனஉளைச்சலில் மூழ்கினார்கள். ஸெரல்டா லீக்கு ஆண் குழந்தையும் திருமலாதேவிக்குப் பெண் குழந்தையும் பிறந்தால் என்ன ஆகும்? அரண்மனையின் அதிகாரச் சமநிலையை அது எப்படி மாற்றும்? இரண்டு பேரும் ஆண் குழந்தை களையோ அல்லது இரண்டு பேரும் பெண் குழந்தை களையோ பெற்றால் என்ன நிகழும்? அரியணை ஏறுவதில் பெண்களுக்குரிய மரபுரிமை தொடர்பாகப் பம்பா கம்பானாவை அலைக்கழித்துக் கொண்டிருந்த அந்தப் பழைய விவாதம் மீண்டும் தலைதூக்குமா? என்ன மாதிரியான எண்ணிப் பாராத விளைவுகளை அப்படியொரு விவாதம் உண்டாக்கும்? குழந்தை குலுக்குச்சீட்டின் முடிவாகத் திருமலாதேவியின் படிநிலை கீழிறக்கப் பட்டால் அவள் அப்பா ஸ்ரீரங்கப்பட்டணத்து அரசர் வீராவோடு பிஸ்நகா கொண்டிருந்த அரசியல் உறவை அது எப்படிப் பாதிக்கும்? அரசர் வீரா அந்த உறவிலிருந்து பின்வாங்கினால் பேரரசின் தெற்கு எல்லையின் பாதுகாப்பு எந்த அளவு பலவீனமாகும்? தென்பகுதி சிக்கல் குறித்து பிஸ்நகா கவலைப்பட்டுக்கொண்டிருந்தால் வடக்கிலிருந்த ஐந்து சுல்தானகங்கள் புதிய தாக்குதல்களை நிகழ்த்தும் அளவுக்குப் பேரரசு பாதுகாப்பாற்றுப் போய்விடாதா? திவானி போரில் தோற்கடிக்கப்பட்ட பீதரும் பீஜப்பூரும் மீண்டும் தலைதூக்கி கோல்கொண்டா, அகமதுநகர்ப்

படைகளோடு இணைந்து—தற்போது துண்டுகளாகக் கிடக்கும் ஸஃபராபாத் சுல்தானகப் படையைத் திரும்பவும் உருவாக்கி — அச்சுறுத்தும் கூட்டுத் தாக்குதலை நடத்தலாமோ? அரசவையினர் யாருக்கு ஆதரவு தர வேண்டும்? அல்லது நடுநிலையைக் கடைப்பிடிப்பதுதான் ஆகச்சிறந்த கொள்கையா? திருமலாவின் உட்குழு ஸெரல்டா லீயின் உட்குழுவுக்குத் தீங்கு விளைவிக்குமா அல்லது எதிர்மாறாக நடக்குமா? அடடா! இந்த உலகம் திடீரென்று இந்த அளவு நிச்சயமற்றதாகத் தோன்றுகிறதே! கடவுள்கள் பிஸ்நகாவோடு கோபம் கொண்டிருந்தார்களா? இந்தக் கர்ப்பப் புதிர் தெய்வீகச் சக்திகளால் திணிக்கப்பட்ட சோதனையா, எப்படிச் செயல்பட்டு அதில் வெற்றிபெற்றுக் கடவுள்களின் கோபத்தைத் தணிப்பது? இதைப்பற்றி முதன்மை அமைச்சர் என்ன சொல்ல வேண்டியிருந்தது? அவர் ஏன் எதுவும் சொல்லவில்லை? அரசரே இதைப்பற்றி ஏன் மௌனம்காத்தார்? எப்படி வழிகாட்டுவது என்பதைப் பேரரசின் தலைவர்கள் அறியாதிருந்த நிலையில் எது சிறந்தது என்பதை மக்களால் எப்படிப் புரிந்துகொள்ள இயலும்?

அந்த மாதங்களில் இந்தச் சமாச்சாரத்தின் மையமாக இருந்த இரண்டு பெண்களும் அன்பின் ஈரமற்ற நாகரிகத்தோடு ஒருவரையொருவர் உபசரித்துக்கொண்டார்கள். இந்த நடத்தையால் ஒருவரும் ஏமாறவில்லை, நிச்சயமாக அந்தப் பெண்கள் ஏமாறவில்லை. ஸெரல்டா லீ மசக்கையால் அவதியுறு கிறாள் என்பதை அறிந்த திருமலாதேவி இளைய அரசியின் வயிற்று உபாதையை உடனே சரிப்படுத்திவிடும் என்று சொல்லிப் பெயரற்ற ஏதோ ஒரு திரவத்தை அனுப்பினாள். ஸெரல்டா லீ போத்தலிலிருந்த திரவத்தைத் தன் குடியிருப்பி லிருந்த ஒரு செடியின் தொட்டியில் ஊற்றினாள்; உடனடியாக அந்தச் செடியிலிருந்த பூ சுருண்டு வாடி வதங்கிவிட்டதைக் கண்டாள். அதிகரித்துவந்த தன் உடல் எடை குறித்துக் கலக்கம் கொண்டிருந்தாலும் திருமலாதேவிக்கு இனிப்புப் பண்டங்கள்மீது கட்டுப்படுத்த முடியாத ஆசை இருந்ததை ஸெரல்டா லீ பிறகு கேள்விப்பட்டாள். மயக்கும் சுவை கொண்ட உள்ளூர் இனிப்புகளான மைசூர்ப்பாகு, கொழுக்கட்டை, கோவாவின் அடுக்குக் கேக்கான பெபின்கோ, தமிழ்நாட்டு அதிரசம் போன்றவற்றோடு வங்காளத்தின் சந்தேஷ், தில்லி சுல்தானக எல்லையிலிருந்து வரவழைக்கப்பட்ட சந்திரகலா ஆகியவற்றை ஒவ்வொரு நாளும் ஒரு கூடை நிறைய என்று வாரக்கணக்காகத் தொடர்ந்து இளைய அரசி மூத்த பட்டத்து அரசிக்கு அனுப்பினாள்; அவளுடைய எதிராளிமீது

திருமலாதேவிக்கு இருந்த வெறுப்பு அவளுடைய இடுப்பு விரிவடைந்த அளவுக்கு அதிகரித்தது.

மூத்த அரசியின் அந்தஸ்துக்குப் பழுது உண்டாக்கும் எதையும் செய்ய வேண்டாமென்று கிருஷ்ணதேவராயரை அவனுடைய நம்பிக்கைக்குரிய அமைச்சர் சாளுவ திம்மராசு அந்தரங்கமாக அறிவுறுத்தினார். ஸெரல்டா லீயின் குழந்தை ஆணாகவும் திருமலாதேவியின் குழந்தை பெண்ணாகவும் பிறந்தாலும்கூட இளைய அரசியின் மகனை அரியணைக்கு வாரிசாக அறிவிக்கக் கூடாது. மாறாக, ஆண் குழந்தை ஒன்றைப் பெறத் திருமலாதேவிக்கு மேலும் வாய்ப்புகள் தரப்பட வேண்டும்; அந்தப் பையனே, அவன் எப்போது பிறந்தாலும், மரபுரிமை வரிசையில் முதலாவதாக இருக்க வேண்டும்.

கிருஷ்ணதேவராயர் தலையை அசைத்து மறுப்புத் தெரிவித்தான். ‘அது சரியாகத் தெரியவில்லையே,’ என்றான்.

திம்மராசு அவனோடு முரண்படத் துணிந்தார். ‘அரசரே, அது நியாயமானதாகத் தெரியவில்லை என்று நீங்கள் கருதுகிறீர்கள்; அது அநியாயம் என்று நான் கருதுகிறேன். ஆனால் சில சந்தர்ப்பங்களில் அநீதிகூட ஒரு அரசர் மேற்கொள்ள வேண்டிய சரியான நடவடிக்கையாக இருக்கும்.’

‘இதற்கு உடன்படுகிறாரா என்று பேரரசின் அன்னையை நாம் கேட்கலாம்.’

பம்பா கம்பானா உடல் நலமின்றி இருந்தாள். அதிசயச் சுவர்களை எழுப்பியதிலிருந்தே அவளுக்குத் தலைச்சுற்றலும் நிரந்தரச் சோர்வும் எலும்புகளில் வலியும் ஈறுகளில் வீக்கமும் இருந்தன. ‘உங்களுக்கு ஓய்வு தேவைப்படுகிறது’ என்று அவளிடம் ஸெரல்டா லீ சொன்னாள். ‘நீங்கள் நீங்களாகவே இல்லை.’ ஆனால் தன் அளவுக்குத் தொல்பழமையை அடைந்த ஒரு நபர் எப்படி உணர்வாரோ அதுபோலவே தான் தன்னைப் பற்றித் துல்லியமாக உணர்வதாக அவளுடைய ஆழ்மனதுக்குத் தெரிந்திருந்தது. வாழ்க்கையில் முதன்முறையாக அவள் தன் முதுமையை உணர்ந்தாள்.

நிக்கோலோ த வியரியின் வீட்டுக்கு அவள் திரும்பவில்லை; தற்போது என்ன நிகழ்ந்தாலும் – தன் உடல் வலுவையும் நோக்கத்தில் தெளிவையும் மீட்டெடுத்தாலும் சரி அல்லது மெதுவாக வெறுமைக்குள் மறைந்துபோனாலும் சரி – திருவாளர்

துள்ளூநரின் காலம் முடிந்துவிட்டது என்பதை அவளுடைய உள்ளுணர்வு அவளுக்குச் சொல்லிற்று. அல்ஃபோன்சா மாம்பழங்களையும் அவற்றோடு சேர்த்து அவளுடைய பணியாள் கொண்டுவரும் மெழுகு முத்திரையிட்ட உறை ஒன்றையும் – அந்த வெனிஸ் நகரத்தவன் மட்டுமே படிக்க வேண்டிய செய்தி அடங்கியது – 'வெளிநாட்டுக்கார'ரின் வீட்டுக்கு அனுப்பச் சொல்லிப் பழ வியாபாரி ஸ்ரீ லட்சுமணனைக் கேட்டுக்கொண்டாள். அந்தச் செய்தி இப்படி இருந்தது: 'இவை கடைசி அல்ஃபோன்சா மாம்பழங்கள். மாம்பழப் பருவம் முடிந்துவிட்டது.' பரிசை வாங்கிக்கொண்டு செய்தியைப் படித்த வியரி, விடைகொடுப்பதைச் சொல்லும் அவள் பாணி அது என்பதைப் புரிந்துகொண்டான். தன் உடைமைகளை உடனடியாகக் கட்டிக்கொண்டு இருபத்துநான்கு மணி நேரத்துக்கு முன்பாகவே பிஸ்நகாவை விட்டு என்றென்றைக்குமாக நீங்கினான்; இறக்கும் நாள்வரை அவளுடைய வார்த்தைகள், அவனுடைய காதல் நினைவு என்ற இரண்டு பாரங்களைச் சுமந்தபடி தன் தீராத பயணத்தின் அடுத்த இடத்துக்குத் துள்ளிக்கொண்டு போய்விட்டான். அவளுடைய வாழ்க்கையில் நுழைந்த கடைசி வெளிநாட்டுக்காரன் அவன்தான். அவள் கதையின் அந்தக் கட்டமும் முடிந்துகொண்டிருந்தது.

விருந்தினர்களாக வரும் பிற அரசக் குடும்பத்தினருக்கான அறைத்தொகுதியில் இருந்த அவள் தான் தங்கியிருந்த இடத்தின் பேரழகையோ வெற்றிகொள்ளப்பட்ட பீதரிலிருந்து வந்த கல்லாலும் வெள்ளியாலும் ஆன நீர்க்குழாய்களையோ சிவனை நடனமாடும் கடவுளாகச் சித்தரிக்கும் சோழர் காலத்து வெண்கல நடராஜர் சிலையையோ கடவுள்களை அல்லது அரசர்களை வரையாமல் பணிசெய்கிற அல்லது கடும் உழைப்புக்குப் பின் எப்போதாவது ஓய்வெடுக்கிற எளிய மனிதர்களைச் சித்தரித்த பிஸ்நகா ஓவியர்களின் தனித்தன்மை வாய்ந்த படைப்புகளையோ கண்ணுறாமல் தன் அகத்துக் குள்ளேயே மூழ்கியிருந்தாள். இவற்றில் எதன்மீதும் அவள் பார்வை படவில்லை. இதற்குப் பதிலாக வித்யாசாகரரோடு ஒன்பது ஆண்டுகள் வாழ்ந்த, அறைகலன்களோ பிற பொருள்களோ இல்லாத குகையிலோ ஆரண்யானி வனத்தில் அவளும் அவளுடைய மகள்களும் நிர்மாணித்த குடிலிலோ அவள் வாழ்ந்திருக்கலாம். மிகக் கொஞ்சமாகப் பேசியும் சிந்தனை வயப்பட்டவளாகவும் இருந்த அவள் தன் எலும்புகளில் உணர்ந்த முதுமை கடைசியில் தன்னுடைய தோற்றத்தையும் எட்டிப் பிடித்துவிட்டதா என்பதை அறிய முகம், கைகள்,

உடல் ஆகியவற்றைக் கவனமாகச் சோதிப்பதில் அதிக நேரத்தைச் செலவழித்தாள்.

நரைமுடியும் தோல் சுருக்கங்களும் வந்துசேர்வதைக் குறித்துத் தற்பெருமை கொண்ட வாயாடி ஒருத்தி கவலைப்படுவதைப் போலத் தான் செய்யக் கூடாது என்று சொல்லிக் கொண்டாள். தன்னுடைய சக்தி தனக்குள்ளேதான் இருக்கிறது தோற்றத்தில் அல்ல. – ஆமாம், என்று தனக்கே பதில் சொல்லிக் கொண்டாள், கிழவியைப் போலத் தான் தோற்றமளித்தால் அரசன் தன்னைத் தனித்துவம் கொண்டவளாகப் பார்ப்பான். – முதுமைக்குரிய தனித்தன்மை கோரும் முக்கியத்துவத்தோடும் மரியாதையோடும் அவன் தன்னை நடத்தலாம் என்று கருதினாள். ஒருவேளை அவளுடைய அதிகாரம் அதிகரிக்கவும் செய்யலாம்.

ஆனால் வருடங்கள் கடந்து சென்றதற்கான தடயம் எதையும் தன் தோலில் அவளால் பார்க்க இயலவில்லை. தேவி அருளிய இளமைக் கொடை வெளிப்படையாக இன்னும் அவள் தோற்றத்திலிருந்து நீங்கிவிடவில்லை; குறைந்தபட்சம், வெளிப்புறத்தில். உள்ளுக்குள், இரண்டு நூற்றாண்டு வாழ்வின் ஒவ்வொரு ஆண்டும் சேர்த்த பாரத்தை உணரத் தொடங்கியிருந்தாள். தான் நீண்ட காலம் வாழ்ந்துவிட்டதை உள்ளுக்குள் உணரத் தொடங்கினாள்.

நிறைமாதக் கர்ப்பிணியாய், கோபம் கொண்டவளாய் ஸெரல்டா லீ பம்பாவைப் பார்க்க வந்தாள். கர்ப்பம் அவளிடம் கனிவுடன் நடந்துகொள்ளவில்லை; அதன் எண்ணற்ற பிரச்சினைகளால் அவதிப்பட்டாள்; ஆனால் அவளுடைய மோசமான மனநிலைக்கு அது காரணமல்ல. 'அரசர் உங்களைப் பார்க்க விரும்புகிறார்,' என்று மூச்சிரைத்தவாறும் சீற்றத்துடனும் பம்பாவிடம் சொன்னாள். 'இப்போதே நீங்கள் வர வேண்டும்.'

'என்ன விஷயம்,' என்று கேட்டாள் பம்பா கம்பானா.

'என்னுடைய குழந்தை முக்கியத்துவம் வாய்ந்த நபராக ஆகுமா என்பதையும் இந்தப் பாழாய்ப்போன பேரரசில் அதன் பிறப்பால் சிறப்பான விளைவு எதுவும் விளையுமா என்பதையும் அல்லது ஒரு துண்டு நரகலைப் போல என் குழந்தையை ஒரு ஓரத்தில் போட்டுவிட வேண்டுமா என்பதையும் நீங்கள் தீர்மானிக்க வேண்டுமென்று அவர் விரும்புகிறார்,' என்றாள் ஸெரல்டா லீ. 'இந்தக் கேள்விக்கு என்ன விடை சொல்லலாம் என்று நீங்கள் நினைக்கிறீர்கள் என்பதைச் சொன்னால் அதற்குத் தகுந்தாற்போலத் தயாராகிக்கொள்வேன்.'

தான் நினைத்ததைப் பம்பா கம்பானா அவளிடம் சொன்னாள். அவள் சொன்னது அவளுடைய பேத்திக்கு மகிழ்ச்சியளிக்கவில்லை.

'பேரரசின் அன்னை' தற்போது அவளிடம் காட்டப்படும் பணிவுக்கு முன்புபோல இன்னும் பழக்கப்படவில்லை. இதே கூடங்களில் இருமுறை – அரசியாக அவள் நடந்து நீண்ட காலம் ஆயிற்று; இந்தப் புதிய மரியாதை ஒரு அரசிக்குத் தெரிவிக்கப்படும் அலுவல்ரீதியான வணக்கமுறையைவிட மனமார்ந்ததாக இருந்தது. அவளுடைய பழைய எதிரியான வித்யாசாகருக்கு அவருடைய உன்னத நிலையில் வழங்கப்பட்ட வரவேற்பைப் போன்ற பயபக்தி இது என்பதை உணர்ந்தாள். தன்னைப் பிறர் இப்படிப் பயபக்தியோடு பார்ப்பதைத் தான் விரும்புகிறோமா என்பதில் அவளுக்கு உறுதியில்லை, அதைத் தான் விரும்பவில்லை என்பதிலும் அவளுக்கு உறுதியில்லை. தான் பலவீனமாக இருக்கிறோம் என்பதாகவே அவள் இன்னும் உணர்ந்தாள்; கடுப்புடன் இருந்த ஸெரல்டா லீயின் தோளில் சாய்ந்தபடி அரியணைக் கூடத்துக்குள் அவள் நுழைந்தபோது உள்வாங்கும் கடலைப் போல அரசவையினரின் அலைக்கூட்டம் வடிந்து அவளை விட்டுப் பின்நகர்ந்தது. சிம்மாசனத்தை அவள் நெருங்கியபோது காத்துக்கொண்டிருந்த பேரரசரும் அமைச்சர் திம்மராசும் மண்டியிட்டு அவள் பாதங்களைத் தொட்டு வணங்கினார்கள். இன்னும் பிறக்காத குழந்தைகள் குறித்துத் தீர்ப்பு சொல்லப் பம்பா கம்பானாவைக் கேட்டிருக்கிறார்கள் என்பதை அறிந்த திருமலாதேவி தன் விருப்பத்துக்கு மாறாக எந்தத் தீர்ப்பு வந்தாலும் அதைச் செல்லாததாக்கும் தீர்மானத்தோடு அரியணைக் கூடத்துக்கு, அவளுடைய உடல் அனுமதித்த வேகத்தில் விரைந்தாள். அவள் தலை தாழ்த்தவில்லை, மண்டியிடவில்லை, பம்பாவின் கால்விரல்களைத் தொடவில்லை. பழிவாங்கும் தேவதூதரைப் போல நிமிர்ந்து சிடுசிடுப்புடன் நின்றாள். ஸெரல்டா லீயின் கண்கள் திருமலாதேவியின் கண்களைச் சந்தித்தன, இருவரும் அடுத்தவரிடமிருந்து பார்வையை அகற்றவில்லை. அவர்களுடைய பார்வைக் கோட்டில் கடுமையான அனல்பொறி பறந்தது.

'சரி, சரி, உணர்ச்சிப் பெருக்குத் தென்படுவதைப் பார்க்கிறேன்,' என்று மிக இயல்பாகப் பம்பா கம்பானா சொன்னாள். 'முதலில் அதைத் தணிக்க முயல்வோம். என்னுடைய தீர்ப்பு இதுதான்: வழக்கில் தொடர்புடையவர்கள் உலகின் காற்றைச்

சுவாசிக்க அல்லது குசு விட இன்னும் கற்றுக்கொள்ளாத நிலையில் அரச மரபு வரிசையைத் தீர்மானிப்பது பெரிய முட்டாள்த்தனமாக இருக்கும். ஆள்வதற்கு அவர்களில் யார் சிறந்தவராக இருப்பார்கள்? இந்தக் கேள்வியைப் பதினெட்டு ஆண்டுகள் கழித்து மீண்டும் கேட்போம்; அந்த நேரத்தில் ஒருவேளை நமக்கு விடை தெரியலாம். அதற்குப் பிறகுதான் பையனா பெண்ணா என்பதைப் பற்றி நாம் விவாதிக்க முடியும்.'

அந்தப் பதில் யாரையும் திருப்திப்படுத்தவில்லை, பலரைக் குழப்பத்தில் ஆழ்த்தியது. இந்த விவகாரத்தில் அரசன் தலையிட வேண்டும் என்று கோரித் திருமலாதேவியும் ஸெரல்டா லீயும் உரக்கப் பேசத் தொடங்கினார்கள்; கூடியிருந்த அரசவையினர் குழுக்களாகப் பிரிந்து சர்ச்சை செய்தார்கள். பம்பா கம்பானாவின் தீர்ப்பை எப்படிப் புரிந்துகொள்வது என்பது அரசனுக்கும் தெரியவில்லை. திருமலாதேவியின் கூடாரத்தில் வலுவாகக் காலூன்றியிருந்த அமைச்சர் திம்மராசு அவனுடைய காதில் அவசரமாக முணுமுணுத்தார்.

பம்பா கம்பானா மீண்டும் பேசினாள். 'நம் அரசர் உடல் ஆரோக்கியத்துடன் தன் மூளையையும் மனநிலையையும் பேரரசையும் தன் முழுக்கட்டுப்பாட்டில் வைத்திருக்கும் சூழலில் பிறக்காத குழந்தைகளின் உரிமைகளைப் பற்றிப் பேசி நாம் நேரத்தை வீணடிப்பது அபத்தம். "சோகமற்றவர்" என்று பொருள்படும் பெயரைக் கொண்ட பேரரசர் அசோகர் ஆயிரத்து ஐந்நூறு ஆண்டுகளுக்கு முன் நமக்குக் கற்பித்தது போலக் குடிமக்கள் அனைவரின் மேலதிக நல்வாழ்வும் உயர்ந்தபட்ச மகிழ்ச்சியுமே நம்முடைய ஒரே அக்கறையாக இருக்க வேண்டும். பூமியில் அப்படி ஒரு சொர்க்கத்தை, சோகமற்ற அந்த இடத்தை, உருவாக்க நம்முடைய ஆகச்சிறந்ததை வழங்கிய பிறகு அதை யார் தொடர்ந்து மிகச் சிறப்பாகப் பாதுகாப்பார்கள் என்பதைப் பற்றி நிச்சயமாக நாம் விவாதிக்கலாம்.'

'அசோகர் புத்த மதத்தவர்,' என்றாள் திருமலாதேவி. 'நம்முடைய கடவுள்கள்மீது அவருக்கு நம்பிக்கை இருந்த தில்லை. அரசப் பதவியைத் துறந்த ஒரு மனிதனைப் போற்றிய ஒரு பழங்கால அரசன்மீது நாம் எப்படி நம்பிக்கை வைப்பது?'

'அசோகர் நம் நாட்டின் துடிக்கும் இதயம். இதயத்தை உனக்குத் தெரியவில்லையென்றால் உடலை உன்னால் புரிந்து கொள்ள முடியாது,' என்று பம்பா கம்பானா பதில் சொன்னாள்.

அந்த விஷயம் குறித்துத் திருமலாதேவி விவாதிக்க வில்லை. ஆனால் பெருந்துயரம் நேரிட்டபோது, அவளுடைய

மோசமான அறிவுரைக்காக மட்டுமன்றி அவளுடைய 'தெய்வ நிந்தனை'க்காகவும் பம்பா கம்பானாவின்மீது கடவுள்கள் விதித்த தீர்ப்புத்தான் அது என்று முதலில் சொன்னவள் அவள்தான்.

பிஸ்நகாவின் இளைய அரசியும் பேரரசன் கிருஷ்ணதேவராயரின் மனதுக்குகந்த துணைவியுமான ஸெரல்டா லீ பிரசவத்தின் போது இறந்துவிட்டாள். அவளுடைய மகனும் இறந்தே பிறந்தான். ஒரு வாரம் கழித்துத் திருமலாதேவி ஆண் குழந்தை ஒன்றைப் பெற்றெடுத்தாள்; அதுவும் இறந்தே பிறந்தது. ஆனால் அவள் பிழைத்துக்கொண்டாள். அந்த மூன்று அவலங்களும் அனைத்து பிஸ்நகா மக்களுக்கும் தவிர்க்கவியலாத அழிவின் அறிகுறியாகத் தோன்றின; பேரரசின் எல்லைகளுக்கு அப்பால் அது பலவீனத்தின் அறிகுறியாகப் பார்க்கப்பட்டது. அரியணைக் கூடத்தைக் காலிசெய்த கிருஷ்ணதேவராயரை நாற்பது நாட்களுக்கு யாரும் பொதுவெளியில் பார்க்க வில்லை. திம்மராசுவைத் தவிர வேறு யாரையும் அவன் சந்திக்கவில்லை என்பதை எல்லோரும் புரிந்துகொண்டார்கள். திருமலாதேவியை அவள் அம்மா தேற்றிக்கொண்டிருந்தாள் என்பதையும் தன் கொள்ளு கொள்ளு கொள்ளு கொள்ளுப் பேத்தியின், அவளுடைய வம்சாவளியின் கடைசி வாரிசின் மரணம் தந்த துக்கத்தை அனுபவிக்கத் தன்னைத் தனியாக விடும்படி பம்பா கம்பானா கேட்டுக்கொண்டாள் என்பதையும் அறிந்துகொண்டார்கள். பேரரசின் தலை துண்டிக்கப்பட்டதன் காரணமாக அதன் உடல் ஜடமாகக் கிடப்பதைப் போல இருந்தது. எதிரிகள் பிஸ்நகாவை ஊடுருவத் தங்களைத் தயார்ப்படுத்திக்கொண்டார்கள்.

தீயின் நாக்குகளால் சூழப்பட்ட ஸெரல்டா லீயின் உடல் பம்பா கம்பானாவுக்குள் உணர்ச்சி வெள்ளத்தை ஏற்படுத்தியது. தான் இழந்த எல்லோருக்குமான துக்கத்தைப் போதுமான அளவுக்கு அவள் கடைப்பிடிக்கத் தவறியது இப்போது ஈடுசெய்யப்படுவதற்காக அவளை நெருங்கி வந்துவிட்டது; அவள் வருந்தாத துயரங்கள் அவளைத் திணற அடித்தன. அந்தச் சடங்கைச் செய்வது மரபுப்படி ஆணின் வேலை என்றாலும் ஒரு மூங்கில் கழியால் ஸெரல்டா லீயின் கபாலத்தை உடைத்து அவளுடைய ஆன்மாவை வெளியேற்றும் பணியைச் செய்யத் தன்னை அனுமதிக்கும்படி பம்பா கம்பானா அரசனை வேண்டினாள்; அரசனும் தாராள மனப்பான்மையுடன் அனுமதித்தான். அதைச் செய்து முடித்தவுடன் பம்பா கம்பானா

நினைவிழந்து விழுந்துவிட்டாள்; நினைவை மீட்க அவளுடைய இருப்பிடத்துக்கு அவளைத் தூக்கிச் சென்றார்கள். அந்தச் சம்பவம் திரும்பவும் பெரும் விவாதத்துக்கான காரணமாக ஆனது. பிஸ்நகாவையும் அதன் நண்பர்களையும் பொறுத்த வரை, பலமுறை பிஸ்நகாவுக்குப் பாராட்டுப் பெற்றுத்தந்த அதன் பரந்த உள்ளத்தை அது வெளிப்படுத்தியது; ஆரம்ப நாட்களிலிருந்தே பெண்களின் மதிப்பை உயர்த்தவும் வாழ்க்கை யின் எல்லாத் துறைகளிலும் அவர்களுக்கு முக்கியப் பங்கு வழங்கவும் இருந்த பழைய திட்டத்துக்கு இந்த அரசனின் ஆட்சியில் புதிய ஊக்கம் கிடைத்திருக்கிறது என்பதை அது உணர்த்தியதாகவும் மக்கள் புரிந்துகொண்டார்கள். 'பேரரசின் நெடுகிலும் காதலின் ஆட்சி நிலைநாட்டப்படும்' என்ற அவனுடைய தொடக்கக்கால உறுதிமொழி வெற்றுப் பெருமை அல்ல என்பதையும் அது காட்டியது. பிஸ்நகாவின் எதிரி களுக்கு அது பலவீனத்தின், நொறுங்கிக்கொண்டிருக்கும் அதிகார மையத்தின் இன்னொரு அறிகுறியாகப்பட்டது.

இப்படித்தான் அந்தக் காலத்தில் உலகம் இருந்தது. துயரம் படைகளை உருவாக்கியது. பெரும் துயரத்துக்குத் தனி மனிதர்கள் காட்டிய எதிர்வினைகளின் – மனவேதனை, தாராள மனப்பான்மை, சுயநினைவு இழத்தல் – குறியீட்டு அல்லது உருவகரீதியான அர்த்தத்தைப் போர்க்களத்தில் சோதித்துப் பார்க்க வேண்டியிருந்தது. ஒவ்வொன்றும் குறியீடாக இருந்தது. குறியீடுகள் பலவித விளக்கங்களுக்குப் பொருத்தமாக இருந்தன. போர்க்களம் மட்டுமே – படை மட்டுமே – எந்த விளக்கம் அதிக அளவில் உண்மையானது என்பதைத் தீர்மானிக்க முடியும்.

கிருஷ்ணதேவராயர் வேறெவரையும்விட இதை நன்றாகப் புரிந்துகொண்டிருந்தான்; போருக்குத் தயாராகும்படி தன்னுடைய படையணிகளுக்கு முதன்மை அமைச்சர் திம்மராசு மூலம் ஆணையிட்டான்.

மயக்கத்திலிருந்து விழித்த பம்பா கம்பானா ஒரு புதிய மெய்ம்மையைக் கண்டாள். ஸெரல்டா லீ போய்விட்டாள், அவளோடு சேர்ந்து மந்திரப் பெண்களின் புதிய மரபுவரிசைக் கான பம்பாவின் நம்பிக்கையும் போய்விட்டது. அவளுடைய மாயமந்திர அரச வம்சம் முடிவுற்றது. எதிர்காலம் திருமலா தேவிக்குச் சொந்தமானது; துயரமான ஓய்விலிருந்து அவள் வெளியே வந்துவிட்டால் ஒரு வாரிசை உருவாக்க நிச்சயமாக அவளுக்கு மேலும் பல வாய்ப்புகள் வழங்கப்படும்; சந்தேக மில்லாமல் அவற்றில் ஒன்று ஆண் வாரிசைக் கொடுக்கலாம்,

அந்தக் குழந்தை தொடர்ந்து வாழவும் செய்யும். பழைய ஒழுங்குமுறை மாறப்போவதில்லை. கிருஷ்ணதேவராயர் கீர்த்தி மிக்கவனாக இருப்பான்; பல போர்களையும் வெல்வான்; ஆனால் பம்பா கம்பானாவின் மரபுவரிசையில் வந்த பெண்கள் அவனை என்னவாக ஆக்கியிருக்கக்கூடுமோ அப்படி ஆக மாட்டான்.

ஒரு அரசி, மன்னராகியிருக்கக்கூடிய சாத்தியமிருந்த இரண்டு குழந்தைகள் ஆகியோரின் மரணங்களால் மொத்த பிஸ்நகாவும் கலங்கியிருந்தது. ராணுவ நடவடிக்கைகளுக்குத் தன்னைத் தயார்ப்படுத்திக்கொள்ள வேண்டிய கிருஷ்ண தேவராயர், அதற்கு மாறாகத் திருமலாதேவியும் அவளுடைய அப்பாவும் கண்டித்த தன் வழக்கமான 'சுல்தான்' உடையைத் துறந்துவிட்டு யாசகர்களும் துறவிகளும் விரும்பி அணியும் உள்ளூரில் நெய்த இரண்டு பாக ஆடையை அணிந்து கொண்டான். வானரக் கோயிலில் தன்னைத் தனித்து இருத்திக்கொண்டான்; மண்டியிட்டுத் தலை தாழ்த்திப் பிரார்த்தனையில் மூழ்கி, தனக்கு ஆலோசனை அருளும்படி அனுமனை வேண்டினான். கோயிலிலிருந்து அவன் வெளியே வருவதற்காக முழு நகரமும் பதற்றத்துடன் காத்திருந்தது.

இவ்வாறாகச் சில நாட்கள் கழிந்தன.

ஒரு நாள் காலை புலர்வதற்கு முன்னால் பயந்துபோன ஒரு பணிப்பெண் பம்பா கம்பானாவை எழுப்பி அரசர் வெளியே காத்துக்கொண்டிருப்பதாகச் சொன்னாள்; ஏழைகள் அணியும் கந்தலாடையில், அரைநிர்வாணமாக அவன் இருந்தான். 'அவரை உள்ளே அழைத்து வா,' என்று ஆணையிட்டு விட்டு அவனை வரவேற்க உடையைச் சரிசெய்தபடி படுக்கை யிலிருந்து வெளியே வந்தாள்.

நுழைந்த அவன் தன் முன்னால் மண்டியிடவோ வேறு வகையில் மரியாதை செலுத்தவோ அவளை அனுமதிக்க வில்லை. 'அதற்கு இப்போது நேரமில்லை,' என்றான். 'உங்களிடம் சொல்ல நிறைய விஷயங்கள் உள்ளன. கோயிலில் கண்ணை மூடி அனுமனிடமிருந்து பதிலை எதிர்பார்த்துக் காத்திருந்த போது நான் கண்டதெல்லாம் உங்கள் முகத்தைத்தான். கடைசியாகப் புரிந்துகொண்டேன். நான் நாடும் ஆலோசனை உங்களிடம், உங்களிடம் மட்டுமே கிடைக்கும்; உடனடியாக நான் உங்களுக்கு ஒரு புதிய, மேலும் உயர்ந்த வகையான காதலை வழங்க வேண்டும்; அது வழக்கமாக ஆண்கள் பெண்களிடம் காட்டும் காதலல்ல, பக்தன் தெய்வீக வெளிப்பாட்டிடம்

காட்டும் காதல்.' பேசி முடித்தவுடன் மண்டியிட்டு அவள் பாதங்களைத் தொட்டது அவன்தான்.

இந்த மாற்றங்கள் நிகழ்ந்த வேகம் பம்பா கம்பனாவைத் திகைக்கவைத்தது. 'எல்லாம் மிக விரைவில் நடக்கின்றன,' என்றாள். 'இறந்தவர்களுக்குத் துக்கம் கடைப்பிடிப்பதில்தான் நம்முடைய கவனம் முழுதும் இருக்க வேண்டும். காதலை, உயர்ந்ததோ தாழ்ந்ததோ, அறிவிப்பதை இன்னொரு தருணத்தில் பார்த்துக்கொள்ளலாம். மன்னரே, தாங்கள் சொல்வது பொருத்தமற்றது.'

'அரண்மனையின் நடைவழிகளிலும் நகரத்தின் தெருக்களிலும் அது பொருத்தமற்றதாகப் பார்க்கப்படும் என்று சொல்ல வருகிறீர்கள் என்று நினைக்கிறேன். சில சமயங்களில் அரசன் தன்னுடைய மேன்மையை முழுமைப்படுத்த வழக்கத்துக்கு மாறான சிலவற்றைச் செய்ய வேண்டிவரும். நான் நேரத்தை வீணடிக்க விரும்பவில்லை. என் வாழ்க்கையின் முக்கியமான காரியத்தைத் தற்போது கையாள வேண்டியுள்ளது. ரத்தம் தோய்ந்த பகல் பொழுதுகள் அதிகமாகவும் அமைதி நிரம்பிய இரவுகள் குறைவாகவும் இருக்கும் வருடங்கள் என் முன் நீள்வதைக் காண்கிறேன். நான் நாட்டில் இல்லாதபோது நீங்கள் மாற்று அரசியாகச் செயல்பட வேண்டுமென்பது என் விருப்பம்; நான் கோயிலில் கண்ட தெய்வீகக் காட்சிகளின் அர்த்தமும் அதுதான்; அதைச் சாத்தியமாக்க நாம் இருவரும் உடனடியாகத் திருமணம் செய்துகொள்ள வேண்டும். ஆமாம் நீங்கள் இளைய அரசியாக இருப்பீர்கள்; அந்தக் காலியிடம்தான் நிரப்பப்பட வேண்டும்; மற்றபடி எல்லா வகையிலும் நீங்கள்தான் முதன்மை ஸ்தானத்தில் இருப்பீர்கள். தான் ஒரு சிறந்த நிர்வாகி என்று திருமலாதேவி சொல்கிறாள்; அது உண்மையாகவும் இருக்கலாம். ஆனால் அவளைவிட உங்களை உயர்ந்த நிலையில் வைத்திருக்கிறேன்; திம்மராசுவும் நான் சொல்வதை ஏற்றுக்கொள்கிறார். நாடு தொடர்பான காரணங்கள் சமூக மரபை வெற்றிகொள்ள வேண்டும். ஒரு அரசன் செயல்பட வேண்டிய நேரத்தில் செயல்பட வேண்டும். காதலிக்க வேண்டிய தருணத்தில் காதலிக்க வேண்டும்; மிகவும் காலம் கடந்தோ அல்லது பொருத்தமான நேரம் என்று மக்கள் கருதும்போதோ காதலிக்கக் கூடாது. மனித வடிவில் இருக்கும் என்னுடைய கீர்த்தி நீங்கள்தான். ஆகவே, என்னுடைய இடத்தில் இருந்து நீங்கள் ஆட்சிசெய்ய வேண்டும். திருமலாதேவிக்குப் பல நல்ல பண்புகள் இருக்கின்றன. ஆனால் அவள் கீர்த்தி வாய்ந்தவள் அல்ல.'

'காதல் என்ற வார்த்தையின் வினோதமான பயன்பாடு அது. காதலிப்பதோடு கொஞ்சமும் தொடர்பற்ற பிற வார்த்தை களோடு குழப்பமாக அது கலக்கப்பட்டுள்ளது. தாங்கள் ஸெரல்டா லீயின் காதலராக இருந்தீர்கள்; எனவே என்னுடைய காதலராக இருக்க முடியாது. அது மிக அநாகரிகமாக இருக்கும். ஆகவே, ஆமாம், நான் தங்களைத் திருமணம் செய்துகொண்டு தாங்கள் இல்லாதபோது பிஸ்நகாவை ஆள்வேன்; ஆனால் அது அத்தோடு நின்றுவிடும். நாம் தனித்தனிப் படுக்கைகளில் தூங்குவோம்,' என்றாள் பம்பா.

அவளுடைய அகத்தில் பெரும் கொந்தளிப்பு நிலவியது. எல்லாவற்றுக்கும் அவள் ஸெரல்டா லீக்குக் கடமைப்பட் டிருக்கிறாள்; அந்த இளம்பெண் அவளுடைய கனவுகளை நிறைவேற்றிக்கொள்ளத் தன்னுடைய கனவுகளை இவள் தள்ளிவைத்தாள். ஆனால் தற்போது அந்தக் குழந்தை இல்லை, முதல் தடவையைவிட அதிக விசையுடன் இரண்டாவது தடவை எல்லாமும் பம்பா கம்பானாவுக்கே வழங்கப்படுகிறது. தகர்க்க முடியாத சுவர்களால் ஆன மதில் என்ற அதிசயத்தை அவள் நிகழ்த்திய கணம் முதலே அவளிடம் காட்டப்பட்ட பயபக்தி இறுதியில் வியப்பும் நன்றியறிதலும் கலந்த உணர்ச்சிக் குறிப்பாக, மரியாதை என்பதற்கும் மேலாக, வெளிப்பட்டது. ஆனால் இப்போது பேரரசின் இதயத்துக்குள் அவள் வரவேற்கப்படுகிறாள். அதன்வழி அரசனின் இதயத்துக்குள்ளும் வரவேற்கப்படுகிறாள் என்பதே அதன் பொருள். பண்பார்ந்த தோற்றத்துக்குப் பதிலாகவும் அதைத் தாண்டியும் நிஜத்தைக் காணும் வாய்ப்பு அவளுக்கு வழங்கப்படுகிறது; ஸெரல்டா லீயின் நம்பிக்கைகளைப் பூர்த்தி செய்வதற்காகத் தன்னுடைய கனவுகளைத் துறக்க வேண்டிய அவசியம் இனி அவளுக்கு இல்லை. அவள் எதிர்கொண்ட மிக வினோதமான காதல் அறிவிப்பு அதுதான்; ஒரே நேரத்தில் அருவமாக, ஒழுக்கக்கேடாக, ஒருவகையில் தெய்வநிந்தனையாகக்கூட உணரவைத்த காதல். அவள் தேவியால் தொடப்பட்டவள்தான், ஆனால் அவள் தேவி அல்ல, இருந்தும் இப்போது தேவியுடைய இடம் அவளுக்கு வழங்கப்படுகிறது; அப்படி இல்லையென்றால் பூமியில் தேவியுடைய பிரதிநிதி அல்லது அதற்கு நெருக்கமான ஒன்று என்பதாக அந்த இடம் இருந்தது. அவள் பல ஆண்களால் பல வழிகளில் காதலிக்கப்பட்டவள், அதன் காரணமாகப் பாலியல் ஒழுக்கம் அற்றவள் என்று அழைக்கப்பட்டவள், சமயங்களில் அந்தக் குற்றச்சாட்டு நியாயம் என்றுகூட அவள் ஒப்புக்கொண்டிருக்கலாம். ஆனால் இதுமாதிரியான ஒரு காதல் அவளுக்கு ஒருபோதும் வழங்கப்பட்டதில்லை; இந்தக்

காதல் உடல் சார்ந்தது அல்ல, மாறாக ஓர் உயர்வகைப் பரவசம்; பிஸ்நகா மீதான அன்பும் அதன் நலம் பேணலும் அரசனை அலைக்கழிக்கும் 'தெய்வீகக் காட்சியுரு'வோடு ஒன்றுகலந்த காதல். உடல்ரீதியான காதல்மீது அடுத்தடுத்து வேட்கை கொண்டிருந்த அவள், அனுபவித்த குழப்பம் மூலமாக, உண்மையில் அவள் எதை விரும்பினாளோ அதற்கான பதிலீடுதான் உடலின்பக் காதல் என்பதையும் எதை ஏற்றுக்கொள்ளக் கேட்டுக்கொள்ளப்பட்டோமோ அதையே விரும்பியிருக்கிறோம் என்பதையும் காணத் தொடங்கினாள்.

என்னால் பெற முடியாத பலவற்றை நான் வாழ்க்கையில் விரும்பியிருக்கிறேன். எந்தத் தீங்கும் இல்லாமல் என் தாய் தீயிலிருந்து வெளியே நடந்து வர வேண்டுமென்று விரும்பினேன். என் வாழ்க்கைத் துணையைவிடக் கூடுதல் காலம் வாழ்வேன் என்று தெரிந்திருந்தும் அப்படியொரு துணையை விரும்பினேன். இந்த உலகை ஆளும் பெண் அரச குலம் ஒன்று வர வேண்டுமென்று விரும்பினேன். ஒரு வகையான வாழ்முறையை விரும்பினேன்; அதை விரும்பியபோது எப்போதும் வர வாய்ப்பற்ற, அப்படியே வந்தாலும் அரைமனதோடு, சேதமுற்ற முறையில் வந்து அல்லது வந்த பின் அழிந்துபோகும் ஒரு தொலைதூர எதிர்காலத்தைக் கனவு கண்டுகொண்டிருந்தேன் என்பதைத் தெரிந்தும் அதை விரும்பினேன். எல்லாவற்றையும்விட நான் அதிகம் விரும்பியது இதுதான் என்று தோன்றுகிறது:

நான் அரசராக ஆக வேண்டுமென்று விரும்பியிருக்கிறேன் (என்று அவளுடைய நூலில் எழுதுகிறாள்; ஆனால் நீங்கள் வாசிக்கும் இந்த நூல் அதன் ஒளிமங்கிய சாயை மட்டுமே).

'எனக்குக் கோயில் கட்டுவதை நான் விரும்பவில்லை என்பதை முன்பொரு தடவை உங்களிடம் சொல்லியிருக்கிறேன்,' என்று அவள் கிருஷ்ணதேவராயரிடம் சொன்னாள். 'நீங்களும் நானும் இணைந்து கண்ணுக்குத் தெரியாத கோயில் ஒன்றைக் கட்டுவோம்; செல்வ வளம், மகிழ்ச்சி, சமத்துவம் ஆகியவை அதன் செங்கற்பாளங்களாக இருக்கும். கூடவே, சந்தேகமில்லாமல் போரில் உங்களுடைய வெற்றியும்.'

'இன்னும் இரண்டு விஷயங்கள் உண்டு. முதலாவது, என்னுடைய வாரிசின் தாயாகத் திருமலாதேவியை ஆக்கும் முயற்சியைத் தொடர்வேன்' என்றான் மன்னன்.

'எனக்கு அது ஒரு பொருட்டில்லை,' என்றாள் பம்பா கம்பானா. ஆனால் நீ இங்கே அதிகம் இருக்கப்போவதில்லை, எனவே அது அவ்வளவு எளிதாக இருக்காது என்ற எண்ணம்

தோன்றி அவளுக்கு ஆறுதல் தந்தது; அது விரும்பத்தக்கதாகவும் இருந்தது. 'இரண்டாவது விஷயம் என்ன?' என்று கேட்டாள்.

'நீங்கள் என் சகோதரனிடம் எச்சரிக்கையாக இருக்க வேண்டும்.'

(முதன் முறையாக ஜெயபராஜெயவில் கிருஷ்ண தேவராயரின் சகோதரன் குறிப்பிடப்படுகிறான். அந்த நேரத்தில் பம்பா கம்பானாவுக்கு நிகழ்ந்தது போலவே வாசகருக்கும் ஆச்சரியம் உண்டாகும்.)

பிஸ்நகாவுக்குத் தென்கிழக்காக இருநூற்று ஐம்பது மைலுக்கும் மேலான தொலைவில் பதினோராம் நூற்றாண்டு சந்திரகிரிக் கோட்டை இன்றும் உள்ளது. புறக்கணிக்கப்பட்ட இந்தப் பழைய கோட்டைக்கு – பிஸ்நகாப் பேரரசின் காலத்தி லும் அது அப்படித்தான் இருந்தது என்பதையும் நாம் சேர்த்துச் சொல்ல வேண்டும் – கிருஷ்ணதேவராயர் தன் தம்பியான அச்சுதனை அனுப்பிவிட்டான்; அவன் கீழ்த்தரமான குணம் கொண்டவன்; அரசக் குடும்பத்துக்குப் பொருந்தாத, மூர்க்கமான, கொடூரமான, கோழைத்தனம் நிரம்பிய அவனை, குடும்பத்தின் ரத்தத்தைச் சிந்த விரும்பாத அரசன் தொலைதூரத்தில் உச்சபட்சக் காவல் வைத்துப் பூட்டிவிட்டான்; அப்படி ஒருவனுடைய இருப்பையே அரசன் பெரும்பாலும் அங்கீகரித்த தில்லை. 'அவன் கள்ளத்தனமானவன்,' என்று கிருஷ்ண தேவராயர் பம்பாவிடம் சொன்னான். 'நான் அவனை அங்கே அனுப்பிய நாளிலிருந்து செய்வதைப் போலவே இனியும் லஞ்சம் கொடுத்து, கொலை செய்து, ஏமாற்றித் தப்பிக்கப் பார்ப்பான். உங்கள் நம்பிக்கைக்குரிய ஒற்றர்களை அனுப்பிக் காவலாளிகளை அவன் கெடுக்காமல் இருக்கிறானா என்பதைக் கண்காணியுங்கள். அவன்மீது ஒரு கண் வைத்திருங்கள், இல்லையென்றால், திடீரென்று வெளியேறி அழிவையும் குழப்பத்தையும் கூடவே கொண்டுவந்துவிடுவான்.'

புதிய பொறுப்புக்குத் தன்னைத் தயார்ப்படுத்திக் கொண்டிருந்த பம்பா கம்பானா இந்தச் செய்தியைப் புரிந்து கொண்டு மனதில் வைத்துக்கொண்டாள். ஆனால் அவளைப் பொறுத்தவரை அரண்மனைக்கு நெருக்கமாக இருந்த சிலரோடு பழைய பிரச்சினைகளை விவாதிக்க வேண்டிய தேவை இருந்தது. மூத்த அரசியாகத் திருமலாதேவி வர வேண்டும் என்று வற்புறுத்தி அதில் வெற்றிபெற்றவரும் அரியணைக்குப் பின்னால் அதிகாரத்தை வைத்திருந்தவருமான சாளுவ திம்மராசுவே அவள் நாடிய முதல் நபர்; அவர் அவளுக்கு

ஆதரவாக இருப்பார் என்று அரசன் சொல்லியிருந்தாலும் திருமலாதேவி விவகாரம் காரணமாகத் தன் புதிய பொறுப்பில் அவர் பெரிய அளவில் துணையாக இருப்பார் என்று அவளுக்குத் தோன்றவில்லை. அவள் போனபோது அரண்மனையின் கூரையில் அவர் புறாக்களுக்குத் தீனி போட்டுக்கொண்டிருந்தார். உடல் பருத்த முதியவர்; வழுக்கைத் தலையர்; தாடைக்குக் கீழ் தொங்கும் சதை மடிப்புகள் பலவும் மிகப்பெரிய கைகளும் கொண்டவர்; உள்ளங்கை விதைகளைக் கொத்திக்கொண்டிருந்த பறவைகளைக் கவனித்தபடி இருந்தார். தலையை நிமிர்த்தாமல் அவளுக்கு வந்தனம் சொன்னார். 'உன்னை முதன்முதலாகப் பார்த்தபோது நீயும் ஒரு பறவைதான். என்னைப் பொறுத்த வரை அது உனக்கு அதிகமும் சாதகமாக இருந்தது. இந்தச் சிறிய சாம்பல்நிறப் பறவைகள் என்னுடைய நண்பர்கள், என் நம்பிக்கைக்குரிய தூதர்கள். பல வழிகளில் பறவைகள் மனிதர்களைவிட உயர்தரத்தில் இருப்பவை.'

நட்பு பாராட்டும் விதத்தில் அவர் பேசுவதை அவள் புரிந்துகொண்டாள்; அவளும் அதேமுறையில் பேசத் தொடங்கினாள். 'கோபியர்களாக நடித்து அரசரை மகிழ்விக்க அந்த முட்டாள்த்தனமான பெண்களை நாம் தேர்ந்தெடுக்க வேண்டியிருந்த போதுதான் உங்களைச் சரியாகத் தெரிந்து கொண்டேன்.' திம்மராசு தலையை உயர்த்திச் சிரித்தார். 'அரசருக்குச் சீக்கிரம் சலிப்புத் தட்டிவிடுகிறது. இந்தப் பெண்கள் இப்போது அந்தப்புரத்தில் சத்தமில்லாமல் முதியவர்களாகிறார்கள்; புறக்கணிக்கப்படுவதோடு மறக்கவும் படுகிறார்கள். விரைவில் நாம் அவர்களுக்கு ஓய்வு கொடுத்து எங்கிருந்து வந்தார்களோ, அங்கேயே திருப்பி அனுப்பிவிட வேண்டும். ஆனால் அரசி ஸெரல்டா லீயின் நடனத்தை நினைவுகூர்கிறேன். அது ரசிக்கத் தகுந்ததாக இருந்தது.'

அந்த நடனத்தை வெறுத்த திருமலாதேவியைப் பேச்சில் கொண்டுவரும் அவருடைய வழி இது. 'என்னுடைய ஆட்சிக் காலத்தில் மூத்த அரசி மறைமுக உத்திகளைக் கைக்கொள்ளும் தேவை எதையும் உணர மாட்டாள் என்று நம்புகிறேன்,' என்றாள் பம்பா.

திம்மராசுவின் முகம் இருண்டது. 'ஸ்ரீரங்கப்பட்டணத்து அரசர் வீராவின் மகளை அரசர் திருமணம் செய்துகொள்ள வேண்டும் என்ற என் பரிந்துரை முழுக்கவும் அரசியல்ரீதியானது என்பதை நீ புரிந்துகொள்ள வேண்டும். அது அவசியமான ஒப்பந்தமாக இருந்தது. அது ஏதோ என்னுடைய விருப்பத்தின் வெளிப்பாடு என்று நீ எடுத்துக்கொள்ளக் கூடாது.'

'நல்லது. அப்படியானால் நாம் நண்பர்கள்,' என்றாள் பம்பா.

'பேரரசின் அன்றாட நடவடிக்கைகளில் ஈடுபட முடியாத அளவுக்கு அரசி திருமலாதேவி அரச வம்சம் தொடர்பான விருப்பங்களில் கவனம் கொண்டிருக்கிறாள் என்று எனக்குப் படுகிறது. அரசனோடு படுத்துக் குழந்தைகளை உருவாக்க வேண்டும் என்று அவள் விருப்பப்படுகிறாள்; அது நடக்கும் என்று அரசர் உன்னிடம் விளக்கியிருப்பார் என்று நம்புகிறேன். இது, வைர அரியணைக்கு வாரிசு உண்டாக்கித் தருவதன் மூலம் இறுதியில் தான் வெல்வோம் என்ற உணர்வை மூத்த அரசிக்குத் தரும்,' என்றார் திம்மராசு.

'எப்படி நடக்கிறது என்று பார்ப்போம்,' என்று சொல்லி விட்டு பம்பா கம்பானா விடைபெற்றாள். போகத் திரும்பியவளைத் திம்மராசு கூப்பிட்டார்.

'இந்த விஷம் தொடர்பான சமாச்சாரம் போன்ற மற்ற விஷயங்கள். நான் உயிரோடு இருக்கும்வரை, என் கண்காணிப்பு தொடரும்வரை அதுமாதிரியான மிகையுணர்ச்சி நாடகங்கள் பிஸ்நகாவில் நடக்காது. சம்பந்தப்பட்ட பெண்களுக்கு இதைத் தெளிவாகச் சொல்லிவிட்டேன். அவர்களை நாம் கண்காணிக்கிறோம் என்பது அவர்களுக்குத் தெரியும்.'

'நன்றி,' என்றாள் பம்பா. 'நானும் அதை அவர்களிடம் சொல்கிறேன். அவர்களைக் கண்காணிக்கவும் செய்வேன்.'

ஸ

'அரசன் ஒரு முட்டாள். உன்னைத் திருமணம் செய்து கொண்டது மடத்தனம், உன்னை மாற்று அரசியாக நியமித்தது முட்டாள்த்தனத்தோடு பைத்தியக்காரத்தனத்தைச் சேர்க்கும் காரியம். என் மகளான மூத்த அரசியையும் என்னையும் மன்னித்துவிடு. உன் திருமண வைபவத்துக்கோ அல்லது சிம்மாசனத்திலோ வைர ஆசனத்திலோ, என்ன பேர் வேண்டுமானாலும் வைத்துக்கொள், தற்காலிகமாக நீ ஏறும் சம்பிரதாயத்துக்கோ நாங்கள் வரப்போவதில்லை. இதை நம் இரு தரப்பும் ஏற்றுக்கொள்ள வேண்டும்,' என்றாள் நாகலாதேவி.

'அரண்மனையை மரணம் சூழ்ந்திருக்கிறது. என்னுடைய மகன் இறந்துவிட்டான். எங்களை இந்தச் சாபத்துக்கு ஆளாக்கிய உனக்கு மன்னிப்பே கிடையாது,' என்றாள் திருமலாதேவி. நிறையக் கம்பளங்களும் திண்டுகளும் பரப்பப்பட்ட அறையில் சோம்பிக் கிடந்து அவள் அபின் புகைத்துக்கொண்டிருந்தாள்;

அந்தப் போதை வஸ்துவின் மணமும் பச்சிலை எண்ணெய்யின் தூக்கலான வாசமும் காற்றை நிறைத்திருந்தன. அவள் அருகே கவிஞர் மூக்கு திம்மணா நின்றிருந்தார்.

'மூக்கு நமக்காக ஒரு புதிய தலைசிறந்த கவிதையைப் புனைந்திருக்கிறார். மூக்கு, நம்முடைய விருந்தினருக்காக அதைச் சொல்லுங்கள்.'

ஸெரல்டா லீயின் புகழ்பெற்ற நடனத்தை வன்மத்தோடு நையாண்டி செய்யும் கவிதை அது என்பது விரைவில் பம்பா கம்பானாவுக்குத் தெரிந்துவிட்டது. நேர்த்தியற்ற, அருவருப்பான, பார்த்தவர்களைச் சங்கடப்படுத்திய நிகழ்ச்சி என்று அந்த நடனத்தை கவிதை வர்ணித்தது.

'நான் விடைபெறுகிறேன்,' என்றாள் பம்பா. 'சொல்லி விட்டதாலேயே ஒரு பொய் உண்மையாகிவிடாது. இது இறந்தவர் பற்றிய அவதூறு. கவிஞரே, உங்களை நீங்களே அவமதித்துக்கொள்கிறீர்கள்.'

கண்ணாடி ஜாடி ஒன்றில் நிரப்பப்பட்ட இளஞ்சிவப்பு நிறத் திரவத்தைச் சுட்டிக்காட்டி, 'போவதற்கு முன்னால், இப்படி ஒரு பானம் வேண்டாம் என்று உன்னால் உறுதியாகச் சொல்ல முடியுமா?' என்று நாகலாதேவி கேட்டாள்.

'நம்மோடு சேர்ந்து குடிக்க அவளுக்குப் பயம்,' என்று திருமலாதேவி ஏளனமாகச் சொன்னாள். 'அவளுக்குத் தெரியாது என்பது எனக்கு நிச்சயமாகத் தெரிந்த ஒரு விஷயத்தை அவளுக்குச் சொல்வோம்.'

'இன்னொரு பொய்யா?' என்று பம்பா கேட்டாள்.

'ஒரு சாதாரண உண்மை. இங்கே பிஸ்நகாவில் நீ குமாஸ்தா சமாச்சாரங்களிலும் கூரைகள் பழுதுபார்ப்பதிலும் சட்டப் பூசல்களிலும் அல்லல்பட்டுக்கொண்டிருக்கும்போது ராணுவ நடவடிக்கைகளுக்காக வெளியே போகும் அரசரோடு இணைந்து நான் போவேன். நாங்கள் நாடு திரும்பும் நேரத்தில் நிச்சயமாக அடுத்த அரசரும் எங்களோடு சேர்ந்து வருவார், என் கருப்பையில் அல்லது என் அருகில் சவாரி செய்தவாறு.'

'அது உண்மையல்ல,' என்றாள் பம்பா.

'நீயே அவரைக் கேட்டுக்கொள்,' என்று சொன்ன மூத்த அரசி தன் எதிராளியின் முகத்தைப் நோக்கிச் சிரித்தாள்.

நகரத்தின் பிரபுக்களுக்கு இணையாக பிஸ்நகாவின் போர் யானைகள் உயர்ந்த மரியாதையுடன் நடத்தப்பட்டன; ராஜமனையில் நிர்மாணிக்கப்பட்ட யானை லாயம் தலைநகரத்திலிருந்த கம்பீரமான கட்டுமானங்களில் ஒன்று; பதினோரு பெரிய வளைவுகளுடன் செங்கல்லும் கல்லும் கொண்டு கட்டப்பட்ட பகட்டான சிவப்புக் கட்டிடம் அது; ஒவ்வொரு வளைவுக்குப் பின்னாலும் இருந்த இல்லத்தில் பேரரசரின் பிரத்யேக விலங்குகளான யானைகள் இரண்டும் அவற்றின் பாகன்களும் பயிற்சியாளர்களும் பராமரிப்பாளர்களும் தங்க முடியும். அமைச்சர் திம்மராசுவுக்கும் அவருடைய புறாக்களுக்கும் பிடித்த இடமாகத் தாமரை அரண்மனையின் கூரை இருந்ததைப் போல மேற்கொள்ள வேண்டிய செயல் குறித்துச் சிந்திக்க அமைதியான இடம் தேவைப்பட்டபோது கிருஷ்ணதேவராயர் தேர்ந்தெடுத்த ஒதுக்கமான இடம் இதுதான். சாம்பல் நிறம் கொண்ட பெரிய விலங்குகளிடையே அரசன் நடந்து போவான்; அவற்றின் விலாப் பகுதிகளைத் தட்டிக்கொடுத்து அவற்றுக்குப் புரிந்த பாகன் மொழியில் முணுமுணுப்பான்; பல சமயங்களில் கட்டிடத்தின் உள்பகுதி யில் அவனுக்கு மிகப்பிடித்த, நாட்டிலேயே மிகப்பெரிய, பயமுறுத்தும் யானையான மஸ்தி மதஹஸ்தியின் பக்கத்தில் ஒரு சாதாரண மர முக்காலியில் உட்கார்ந்திருப்பான்; எதிரி களை மிதித்தால் தன் மென்மையான பாதங்களுக்குக் காயம் ஏற்பட்டுவிடுமே என்ற தயக்கமும் அதே சமயம் அரசன் கட்டளையிட்டால் தவறாமல் அப்படிச் செய்துவிடும் விசுவாச மும் இருந்த யானை அது. மனதை அமைதிப்படுத்தும் யானை லத்தியின் வாசனையைச் சுவாசித்துக்கொண்டு இப்போது கிருஷ்ணதேவராயர் அங்கு அமர்ந்திருந்தான்; அமைதியாக நின்றிருந்த யானைகள் தன் எண்ணங்களை ஒருங்கு திரட்டி யோசிக்க அவனை அனுமதித்தன. தன் வாழ்க்கையின் அடுத்த பத்தாண்டுக் காலத்தின் பெரும்பகுதியைச் செலவிடப்போகும் போர்களுக்கு அவன் கிளம்பும் முன்பாகப் பம்பா கம்பானா அங்குதான் அவனைக் கண்டாள். நிறைய எதிர்பாராத கண்டனங்களோடு அங்கு வந்தவள் அந்த இடத்தின் அமைதியைச் சிதைத்தாள்.

அந்த விவாதத்தை விவரிக்க வேண்டிய அவசியமில்லை. அரசனோடு இணைந்து மூத்த அரசி போருக்குப் போவாள் என்ற செய்தியைத் தன்னிடம் சொல்லாததற்குப் பம்பா எதிர்ப்புத் தெரிவித்தாள். வாரிசின் தேவை குறித்த தன் கருத்தை வெளிப்படையாகத் தெரிவித்துவிட்டதாக அவன் சொன்னான். அவள் தன் ஆட்சேபணையின் கடுமையைக் கூடுதலாக்கினாள்,

அவன் திருப்பிக் கத்தினான். ஒருவரைப் பார்த்து ஒருவர் சைகை செய்தபடி அவர்கள் வாதிடுவதையும் யானைகளின் பதற்றம் அதிகரிப்பதையும் துதிக்கைகளைத் தூக்கியபடி அவை நமக்குப் புரியாத மொழியில் கத்துவதையும் நம்மால் கற்பனை செய்ய முடியும். இறுதியில் அரசன் உள்ளங்கை வெளியே தெரியத் தன் கையை உயர்த்தினான்; காட்சி முடிவுக்கு வந்தது. பிளிறும் நண்பர்களோடு அவனை விட்டுவிட்டு பம்பா கம்பானா சட்டெனத் திரும்பிப் போய்விட்டாள்.

அடுத்த நாள் விடியலுக்கு முன் மஸ்தி மதஹஸ்தியின் மேலிருந்த தங்க அம்பாரியில் கிருஷ்ணதேவராயரும் பிற அரசக் குடும்பத்து யானைகளில் திருமலாதேவியும் சாளுவ திம்மராசுவும் அமர்ந்து வழிநடத்த நாற்பதாயிரம் படைவீரர்களும் எண்ணூறு யானைகளும் கொண்ட பிஸ்நகாவின் படை போருக்குக் கிளம்பியபோது நகரத்தின் வெளிவட்ட மதிலின் மாடத்திலிருந்து நாகலாதேவியும் பம்பா கம்பானாவும் கையசைத்தார்கள் – நாகலாதேவி வெற்றிப் பெருமிதத்துடனும் அரசனும் அவனுடைய முதன்மை அமைச்சரும் மூத்த அரசியும் ஆகியோர் இல்லாத சமயத்தில் தன் வெற்றியை நிறுவ உறுதிபூண்ட பம்பா கம்பானா அவமானப்பட்டும்.

தற்போது பம்பா கம்பானாவின் நூலைப் படித்துப் பேரரசின் முழுக் கதையையும் தெரிந்துகொண்டதால் பொது யுகம் 1515 முதல் 1525 வரையிலான பத்தாண்டுகளை, போரும் மாற்று அரசியின் ஆட்சியும் நிலவிய காலத்தை, பிஸ்நகாப் பேரரசின் ‘மூன்றாம் பொற்காலம்’ என்று நாம் குறிப்பிடத் தொடங்கிவிட்டோம்; ஆனால் ஒரு எச்சரிக்கையையும் செய்கிறோம் – அது ஒரு சண்டையோடு தொடங்கிய காலம்; முதல் கோணல் முற்றிலும் கோணல் என்ற மூத்தோர் கூற்று நம் நினைவுக்கு வருகிறது. ஆனால் ஆச்சரியப்படத்தக்க வகையில் அந்த ஆட்சி பத்தாண்டுக் காலம் முழுமையாக நீடித்தது. எனவே மூத்தோர் எதிர்பார்த்துச் சிலசமயம் கண்டடையும் ஓய்விடங்களில் அவர்களின் கூற்றுகளை உறங்க விட்டுவிடலாம்.

பம்பாவே அங்கு இருந்ததைப் போல, திருமலாதேவிக்குப் பதிலாக அவளே அவனுக்குப் பக்கத்து யானையில் சவாரி செய்ததைப் போல, அவளும் பருத்த திம்மாவும் இளைய உலூப்பியும் அவனுக்கு அருகில் இருந்து ஒவ்வொரு சண்டையிலும் ஈடுபட்டதைப் போல கிருஷ்ணதேவராயரின் வெற்றி பெற்ற போர் நடவடிக்கைகளை அவள் நூல் விவரிக்கிறது.

அடுத்தடுத்த நிகழ்வுகள் குறித்த தகவல்களை அவன் மாற்று அரசிக்கு இடைவிடாமல் தெரிவித்துக்கொண்டிருந்தான்; அந்தத் தகவல்களே அவளுடைய விவரிப்புக்கு ஆதாரம். இல்லையென்றால், போர்புரிந்த அரசனின் கண்கள் வழியாகப் பார்த்ததைப் போல அவள் கற்பனைசெய்து எழுதிவிட்டாள் என்று வாசகர் நினைக்கக்கூடும். அல்லது இரண்டுமே உண்மையாக இருக்கலாம்.

'இப்போதைக்கு வடக்கு எல்லை பாதுகாப்பாக இருக்கிறது,' என்று கிருஷ்ணதேவராயர் தளபதிகளிடம் சொன்னான். 'அதேபோல, என்னுடைய மாமனாரான மன்னர் வீராவோடு செய்துகொண்ட ஒப்பந்தம் காரணமாகத் தெற்குப் பகுதியும் போதிய அளவு பாதுகாப்பாக இருக்கிறது. ஆகவே நம் எதிரிகள் திட்டமிடும் தாக்குதல் கிழக்குப் பகுதியிலிருந்து வரும்; நாம் முன்நடவடிக்கை எடுத்து அதைத் தடுத்து நிறுத்தும் எதிர்த் தாக்குதலைத் திட்டமிட வேண்டும்.'

புகழ்பெற்ற கலிங்க தேசம் கிழக்கே இருந்தது; இதை எதிர்த்துத்தான் ஆயிரத்து எண்ணூறு ஆண்டுகளுக்கு முன்பு உச்ச அளவு ரத்தக்களரியான, ஒரு லட்சம் போர்வீரர்கள் கொல்லப்பட்ட போரைப் பெருமை வாய்ந்த பேரரசர் அசோகர் நடத்தினார்; அவர் புத்த மதத்துக்கு மாறியதற்கு இந்தப் போரின் விளைவே காரணம் என்று சொல்லப்பட்டது. புத்த மதத்தின் மீது நாட்டம் கொண்டவனாக இல்லாதிருந்த போதும் அசோகரின் செயலைப் பின்பற்றுவது ஈர்ப்புமிக்க யோசனையாக கிருஷ்ணதேவராயருக்குப் பட்டது. கலிங்கத்தின் நுழைவாயிலாக இருந்த கிழக்கு மலையின் அரசன் கிருஷ்ணதேவராயரின் மிகவும் சக்திவாய்ந்த எதிரி; கஜபதி அரச வம்சத்தைச் சேர்ந்த பிரதாபருத்ரன் என்ற அவன் கிருஷ்ணதேவராயரின் இரட்டை என்று கருதப்பட்டவன்; மாட்சியில் அவர்கள் இருவரும் சமநிலை கொண்டவர்கள் என்பதோடு தோற்றத்திலும் ஒன்றுபோல இருந்தார்கள். கலிங்கப் பெரும் போரில் வெல்ல வேண்டுமானால் தன் கண்ணாடிப் பிரதிபலிப்பையே கிருஷ்ணதேவராயர் எதிர்கொள்ள வேண்டும்; எதிர்கொண்டு வெல்லத் தன்னுடைய இந்த வடிவத்தை அவன் அழிக்க வேண்டியிருக்கும்.

கிழக்கு மலை என்பது மூவாயிரம் அடி உயரமுள்ள ஒரு அடர்வனப் பாறைச் சுவர்; அதன் உச்சியில் ஒரு வலுவான கோட்டை இருந்தது. ஆயிரக்கணக்கான போர்வீரர்களையும் நிறைவான உணவுப்பொருள் இருப்பையும் வைத்திருந்த படைத்தளபதி ரௌத்தராயர் அங்கே இருந்தார். மேலே ஏறிப் போவது சாத்தியமில்லாத ஒன்று. முற்றுகையிடுவதுதான் ஒரே வழி.

முற்றுகை இரண்டு ஆண்டுகள் நீடித்த பிறகு கோட்டையைப் பீடித்த பட்டினி தளபதி ரௌத்தராயரைச் சரணடைய வைத்தது. முற்றுகைக் காலத்தில் கிருஷ்ணதேவராயர் பிரசித்தி பெற்ற திருப்பதிக்குப் பலமுறை போய் தனக்கொரு வாரிசைத் தரச்சொல்லிக் கடவுளை நீண்ட நேரம் உணர்ச்சிப்பெருக்குடன் வேண்டிக்கொண்டான். (பிரார்த்தனைக்குப் பிறகு, கடவுள் தன் கோரிக்கையைக் கனிவுடன் பரிசீலிக்கக் கோயிலுக்குக் கணிசமான நன்கொடைகளையும் வழங்கினான்.) இரண்டாவதாக, பிரார்த்தனை பலிக்க அவனும் திருமலாதேவியும், நாசூக்காகச் சொல்வதானால், அவர்களுக்குரிய நேரடி இரவுப்பொழுது நடவடிக்கைகளிலும் ஈடுபட்டார்கள்.

விளைவாக, அந்த இரண்டு வருட முற்றுகைக் காலத்தில் கிருஷ்ணதேவராயரும் திருமலாதேவியும் இரண்டு குழந்தை களுக்குப் பெற்றோர் ஆனார்கள் – முதலில் பெண் குழந்தை திருமலாம்பாள், நீட்டப்பட்ட அவளுடைய அம்மாவின் பெயர். அடுத்து எல்லோரையும் மகிழ்ச்சியில் ஆழ்த்திய ஆண் குழந்தை! இரண்டு குழந்தைகளும் உயிருடனிருந்தன. செய்தி விரைவாக பிஸ்நாகாவை எட்டியது. பம்பா கம்பானா எழுதிய வரலாறு குழந்தைகள் பிறந்ததை மிக லேசாகக் குறிப்பிடுவதோடு நிறுத்திக்கொள்வது சுவாரசியமான விஷயம். அவளுடைய மௌனம் நிறையச் செய்திகளைச் சொல்கிறது.

ஆண் குழந்தைக்குத் தன்னுடைய பெயரின் இன்னொரு வடிவத்தில் திருமலாதேவா என்று திருமலாதேவி பெயரிட்டாள்; அவன் பிறந்த மங்கலமான நிகழ்வுக்கு எதிர்வினை என்பதுபோல கிழக்கு மலை இறுதியில் சரணடைந்தது. அந்தக் கோட்டை மீதான அதிகாரத்தைக் கிருஷ்ணதேவராயர் முதன்மை அமைச்சர் திம்மராசுவின் மகனுக்குக் கொடுத்தான். வெற்றிபெற்றதன் நினைவுப்பரிசுகளாகப் பலவற்றையும் தானே எடுத்துக் கொண்டான். பிரதாபருத்ரனின் அத்தையும் அவற்றில் அடக்கம். தான் யாரின் அவதாரம் என்று சொல்லிக்கொண்டானோ அந்தக் கடவுளின் பெரிய விக்கிரகம் இன்னொன்று. கடைசியில் அத்தை எந்தச் சேதாரமும் இல்லாமல் திருப்பி அனுப்பப் பட்டார். கிருஷ்ணரின் விக்கிரகம் திருப்பித் தரப்படவில்லை. அரண்மனையின் பிரத்யேகச் சிறு கோயிலில் அது நிறுவப்பட்டது.

൲

மாற்று அரசியாக இரண்டாவது தடவை இருந்ததற்கு நூற்றைம்பது ஆண்டுகளுக்கு முன்பு பம்பா கம்பானா மேற்கொண்ட முதல் சுற்று ஆட்சியை அடுத்து நீண்ட வனவாசத்தை அனுபவித்தாள்; இந்த இரண்டாவது சுற்றில்

தன்னுடைய நடவடிக்கைகளை வேறுமாதிரியாக மேற்கொள்ள வேண்டியதன் தேவையை அவள் புரிந்துவைத்திருந்தாள். அரசாட்சிமீது தன்னுடைய அதிகாரத்தை நிலைநிறுத்த அரசனின் அன்றாட நடைமுறையைக் கவனமாகப் பின்பற்ற முடிவுசெய்தாள்; அதனால் எல்லோருக்கும் பரிச்சயமாகி யிருந்தவை தொடர்ந்தன. விடியும் முன்பாக எழுந்து வறுக்கப் பட்ட எள்ளிலிருந்து எடுக்கப்பட்ட நல்லெண்ணெய்யை ஒரு குவளை நிறையக் குடித்தாள்; அடுத்து, அதே எண்ணெய்யைத் தடவி உடம்பை அமுக்கிவிடும்படி பணிப்பெண்களிடம் சொன்னாள். அதன் பிறகு எடைகளைத் தூக்கிப் பயிற்சி செய்வது அரசனின் வழக்கம். பெரிய எடைகளைத் தூக்கிப் பயிற்சி செய்வதற்குப் பதிலாக லீ யே – ஹேவின் பழைய வாள் சண்டைப் பள்ளிக்குப் போய் மாடத்திலிருந்து பார்ப்பவர்களின் மனதில் பயத்தை ஏற்படுத்தும் விதத்தில், ஜ்வாலை விடும் கனல்தட்டின் வெளிச்சத்தில் பம்பா பயிற்சி செய்தாள். இந்த விதத்தில் குடித்த எண்ணெய்யை வியர்வையாக வெளியேற்றினாள். கடைசி வெளிப்புற வாயிலைத் தாண்டி பிஸ்நகாவின் வெட்டவெளி யில் சிறிது நேரம் குதிரைச் சவாரி செய்தாள். சூரியன் மேலே ஏறியபோது குதிரையிலிருந்து இறங்கினாள்.

அடுத்து, மதக் கடமையை நிறைவேற்றுவதற்கான நாளின் பகுதி; மோசமாகத் தைக்கப்பட்ட ஆடையைப் போல மிகவும் சங்கடம் தரும் விதத்தில் அந்தப் பகுதி பம்பா கம்பானாவுக்கு அமைந்தது. காலை நேரப் பூஜைக்கு அவள் ஹசாரா ராமர் கோயிலுக்குப் போனாள்; பூஜை செய்யும்போது கிருஷ்ண தேவராயர் அணிய விரும்பிய ஆடையின் இன்னொரு வடிவத்தில் உடைகளை அப்போது அணிந்தாள்: தங்கநிற ரோஜாக்களைப் பூத்தையலிட்ட தளர்வான வெள்ளைப் பட்டாடை, வைரக் கழுத்துப்பட்டி, சித்திரத் தையலிட்ட கூம்புவடிவத் தொப்பி. பிரார்த்தனைக்குப் பிறகு மண்டபத்துக்குப் போய் அமர்ந்தாள்; விலங்குகள் அல்லது நடனக் கலைஞர்களின் உருவங்கள் நுணுக்கமாகச் செதுக்கப்பட்ட தூண்கள் இருந்த மண்டபம் அது; மேல்கூரை கிடையாது; அன்றாட விவகாரங்களையும் அமைச்சர்களின் அறிக்கைகளையும் அதிருப்தி கொண்ட பிரஜைகளின் புகார்களையும் அங்கே காதுகொடுத்துக் கேட்டாள். அவற்றைப் பரிசீலித்துக் கோரிக்கைகள்மீது தன் தீர்ப்பைச் சொன்னாள்; பிறகு அன்றாட விவகாரங்கள் தொடர்பான உத்தரவுகளையும் பிறப்பித்தாள்; தலை தாழ்ந்து அவள் முன்பு நின்றுகொண்டிருந்த பிஸ்நகாப் பிரபுக்கள், தங்களுடைய பெயரைச் சொல்லி அவள் அழைக்கும்போது மட்டும் நிமிர்ந்து பார்த்தார்கள். அவர்களில் யாரையாவது பிரத்யேகமாகக்

கௌரவிக்க வேண்டுமென்றால் வெற்றிலைப் பாக்கைத் தன்னோடு பகிர்ந்துகொள்ள அவரை அழைப்பாள். வெற்றிலைப் பாக்கை மெல்லும் துணிச்சல் அரசவையில் வேறு யாருக்கும் இருந்ததில்லை. இவ்வாறாக அரசனின் பழக்கவழக்கங்களை அவள் திறமையாகப் பேணி அதேபோலச் செய்துகாட்டியதால், 'அரசர் நம்மிடமிருந்து போய்விட்ட மாதிரியே தெரியவில்லை, இங்கேதான் இருக்கிறார்,' என்று மக்கள் பேசிக்கொண்டார்கள்.

வழக்கமான நடைமுறைக்கு இணங்கி நடப்பதாகக் காட்டிக்கொண்ட வெளிப்புறத் தோற்றத்துக்குப் பின்னால் உலகை மாற்றும் காரியத்தை அமைதியாக அவள் செய்யத் தொடங்கினாள். கல்வியில் பெண்களும் பையன்களும் கற்கும் இடங்களுக்கிடையே இருந்த எண்ணிக்கை சார்ந்த சமமின்மையைச் சரிசெய்ய பெண்களுக்குப் புதிய பள்ளிகளைத் திறக்க உத்தரவிட்டாள். இந்தப் புதிய பள்ளிகளிலும் ஏற்கெனவே இருந்தவற்றிலும் கல்வி இறையியலை மையமிட்டே இனி இருக்கக் கூடாது என்றும் வித்யாசாகர், பதினாறு தத்துவ முறைமைகள் ஆகியவற்றின் தாக்கம் தவிர்க்க முடியாமல் இருந்த, கோயில்களும் குருமடங்களும் நிறைந்த மந்தானா மடத்தில் பயிற்சி பெற்ற பிராமணப் புரோகிதர்களின் கைகளில் மட்டுமே அது இருக்கக் கூடாது என்றும் திட்டமிட்டாள். அவர்களுக்குப் பதிலாகத் தொழில்முறையிலான புதிய குழு ஒன்றை உருவாக்கத் தொடங்கினாள்; அவர்கள் 'ஆசிரியர்கள்' என்று எளிமையாக அழைக்கப்படுவார்கள்; அவர்கள் எந்த ஜாதியைச் சேர்ந்தவர்களாகவும் இருக்கலாம்; வரலாறு, சட்டம், புவியியல், உடல்நலம், குடிமையியல், மருத்துவம், வானவியல் போன்ற பரந்தவகையிலான துறைகளில் மிகச்சிறந்த அறிவுடையவர்களாகவும் அவற்றைக் கற்றுத்தரும் நாட்டமுடையவர்களாகவும் அவர்கள் இருப்பார்கள். 'பாடங்கள்' என்று அழைக்கப்பட்ட அவை மதச் சார்பான பார்வையுடனோ முக்கியத்துவத்துடனோ கற்பிக்கப்பட மாட்டாது; அறிவிலும் மனத்திலும் பரந்த மனப்பான்மை கொண்ட ஒரு புதிய வகை மக்களை உருவாக்கும் நோக்கம் கொண்டவையாக அவை இருக்கும்; அவ்வகை மக்கள் மத நம்பிக்கை தொடர்பான விஷயங்களில் ஆழ்ந்த அறிவுடையவர்களாகவும் அறிவின் அழகையும் பிறரோடு இணக்கமாக வாழ்வதற்கான பிரஜைகளின் பொறுப்பையும் புரிந்துகொண்டவர்களாகவும் அனைவரின் நலத்தை முன்னேற்றுவதில் ஈடுபாடு உள்ளவர்களாகவும் இருப்பார்கள்.

உண்மையைச் சொல்லும் தாராள மனநிலையில் அவளுடைய கதையாடலின் இந்தக் கட்டத்தில் உன்னத

ஆளுமையான மாதவாச்சாரியரை பம்பா கம்பானா அறிமுகப் படுத்துகிறாள்; அவர் மந்தானா மடத்தின் தலைமைக் குருவான மாதவர்; அந்த மடத்தின் நிறுவனரான வித்யாசாகரின் தத்துவத்தைப் பாதுகாத்துப் பேணி அதற்கு மறு எழுச்சியூட்டியவர்.

'ஓ, வல்லமை மிக்க மாதவா!' (அவள் முன்னால் அவர் நின்றுகொண்டிருப்பதைப் போல பிரதியில் நேரடியாக அழைத்துப் பேசுகிறாள்.) 'என்னை எதிர்க்காதீர்கள், நான் உங்களுடைய எதிரி அல்ல!' பம்பா கம்பானாவின் சீர்திருத்தங் களுக்குத் தலைமைக் குரு மாதவர் உண்மையில் எதிராளியாக இருந்தார் என்பதை இதன்மூலம் நாம் ஊகிக்கலாம்; சக்தி வாய்ந்த இந்த எதிராளியின் கோபத்தைக் கொஞ்சம் விரைவாக அவள் தணிக்க வேண்டியிருந்தது.

அந்தப் பிரதான குருவின் வயது உத்தேசமாக நாற்பத்தைந்து இருக்கலாம்; குருமட அமைப்பில் வேகமாக மேலேறி அண்மை யில் மடத்தின் தலைமைப் பொறுப்பை ஏற்றுக்கொண்டார். அவர் அசாதாரண உயரம் கொண்டவரென்றும் பிஸ்நகாவின் ஆண்கள் பலரும் அவருடைய கழுத்து உயரத்துக்குத்தான் வருவார்களென்றும் பம்பா கம்பானா சொல்கிறாள்; கிருஷ்ணதேவராயரை விடவும் அவர் உயரம் கூடுதல்தான்; ஆனால் அரசர் முன்னிலையில் அவர் எப்போதும் உடல் தாழ்த்தி நிற்க வேண்டிய மரபு இருந்ததால் அது தெரியாது. அவருடைய குணநலன் பற்றி அவள் கொஞ்சமாகவே சொல்கிறாள்; அவருக்குக் கிடைத்த மரியாதை பலவந்தமாகவும் அதிகாரத்தாலும் பெறப்பட்டது என்பதையும் அதீதமாகக் கோபப்படுபவர், அரசர் அளவுக்கே கடுமையாகச் சினத்தை வெளிப்படுத்துபவர், மந்தானா கோயில் பகுதியில் அவரைப் பார்த்து எல்லோரும் அதிகம் பயப்படுவார்கள் என்பதையும் உணர்த்த மட்டுமே செய்கிறாள்.

முதன்மை அமைச்சர், மூத்த அரசி, இரண்டு பேர்பெற்ற போர்வீரர்கள் ஆகியோர் உடன்வர அரசன் போருக்குக் கிளம்பியபோது – அரசாட்சி ஒரு பெண்ணின் தலைமையில் நிகழ்வது குறித்து அவருக்கு நல்ல அபிப்பிராயம் இல்லாததால் – அதிகார வெற்றிடம் உருவாகிவிட்டதாக எண்ணி அந்த அனுகூலத்தைப் பயன்படுத்திக்கொள்ளத் தலைமைக் குரு வேகமாகச் செயல்பட்டார். குறியீட்டுரீதியாக வித்யாசாகருக்குப் பிடித்த ஆலமரத்தின் கீழ் சம்மணமிட்டு அமர்ந்து தொடர்ச்சி யாகச் சில சொற்பொழிவுகளை நிகழ்த்தினார்; வித்யாசாகர் காட்டிய பாதைகளிலிருந்து பிஸ்நகா வெகுதூரம் விலகிப் போய்விட்டது என்று வாதிட்டார்; அதாவது, கடவுள்களின் பாதைகளிலிருந்து அது வெகுதூரம் விலகிப்போய்விட்டது

என்பதாகக் கிட்டத்தட்ட உணர்த்தினார். நீண்ட காலத்துக்கு முன்பு ஆதரவிழந்து காணாமல் போய்விட்ட பெருந்திரள் கூட்டு வழிபாட்டை மீண்டும் நடைமுறைக்குக் கொண்டு வந்தார்; அதற்குப் பெரிய அளவில் கூட்டம் திரண்டது; எல்லோரும் காணும் அளவுக்கு ஒரு அதிகார அடிப்படையை அது மாதவருக்குக் கொடுத்தது. பம்பா கம்பானாவின் சீர்திருத்தங்களை அவரால் ஜீரணிக்கவே முடியவில்லை; குறிப்பாக, கல்விமுறையின் மையமாக இருந்த சமயக் குருமார்களின் செல்வாக்கை அகற்றியதற்கு எதிராக அவர் அதிகம் கோபப்பட்டார்.

இந்தக் கட்டத்தில்தான் எதிர்ப்பு இயக்கத்தை மீட்டெடுக்கும் அல்லது குறைந்தபட்சம், அதன் சாம்பலிலிருந்து ஒரு புதிய இயக்கத்தை உருவாக்கும் எண்ணம் பம்பா கம்பானாவுக்கு வந்தது.

முற்போக்குக் கருத்துகள் படிப்படியாக அவற்றின் உற்சாகத்தை இழந்துவிடுவது சகஜம்; தேவராயர் ஆட்சிக் காலத்தில் பிஸ்நகாவுக்குள் நுழைந்த புதிய எதிர்ப்பியக்கம் அதிகார அமைப்பின் பகுதியாக மாறி அதன் தீவிரக் குணத்தை இழந்து நாளடைவில் அது பயனுடையதென்றோ அவசிய மென்றோ உணரப்படாமல் மறைந்துபோய்விட்டது. தற்போது அது பழைய வரலாறாக ஆகிவிட்டது. ஆனால் கல்விச் சீர்திருத்தங்களுக்கு இருந்த வரவேற்பைப் பம்பா கம்பானாவின் ஒற்றர்கள் உறுதிசெய்தவுடன் அவற்றை ஆதரித்து முன்னெடுக்க ஒரு புதிய இயக்கத்தை உருவாக்கும் பொறுப்பை அவர்களிடம் அவள் ஒப்படைத்தாள். மேலும் அவள் தன்னுடைய முணுமுணுப்பை மீண்டும் தொடங்கியதைத் தன் நூலில் சூசகமாகச் சொல்கிறாள்; அது அவளுடைய கருத்துக்கு நிறைய ஆதரவாளர்களைப் பெற்றுத்தந்தது. முணுமுணுப்பு முன்பை விடவும் கூடுதல் முனைப்புடன் இருந்தது. மீண்டும் அவள் தன்னுடைய வயதை உணர்ந்தாள். அல்லது உலகம் மாறியிருக்கலாம்; அவளுடைய இனிமையான முணுமுணுப்புகளால் இனியும் நெகிழவைக்க முடியாத நபர்கள் அங்கே இருக்கலாம்; அசைக்க முடியாதபடி அவர்களுடைய விசுவாசம் வேறெங்கோ இருந்தது; மாதவாச்சாரியர் வெறும் சமயக் குரு அல்ல, ஒரு புனிதர் என்று கருதி அவரைப் பின்பற்றும் அவர்களை மாற்ற முடியாது. அதிர்ஷ்டவசமாக, அவளுடைய அமைதியான முணுமுணுப்புகளை மகிழ்ச்சியுடன் பெற்றுக்கொள்ளும் காதுடையவர்களும் அங்கே இருந்தார்கள்; மாதவ மரபினரைவிட அவர்கள் கூடுதல் எண்ணிக்கையில் இருப்பதற்கான வாய்ப்பும் இருந்தது. எனவே அவள் தன்னுடைய இரவுநேரப் பணியைத் தொடங்கினாள்; முன்பைவிட அதிக உழைப்பைக் கோருவதாகவும்

சோர்வு தருவதாகவும் இருந்தாலும் அதைத் தொடர்ந்தாள்; தேவை ஏற்பட்டால் உரிய எண்ணிக்கையில் ஆட்களைத் திரட்ட முடியும் என்ற நம்பிக்கை உண்டானவுடன் மாதவாச்சாரியரை மடத்தில் சந்திக்க நேரம் கேட்டாள்.

'...நான் உங்களுடைய எதிரி அல்ல!' மந்தானா மடத்தின் தலைவரிடம் மாற்று அரசி உண்மையில் நேரடியாகப் பேசிய வார்த்தைகள் இவை என்று நாம் நியாயமாக நம்பலாம். அந்த முக்கியச் சந்திப்பு தொடர்பான நுண்ணிய விவரிப்பை அவளே தந்திருக்கிறாள்; தன்னுடைய வழக்கமான கவிதை நடையைத் தள்ளிவைத்துவிட்டு அரசியல் ஒப்பந்தம் ஒன்றை எப்படி இறுதிசெய்வது என்பதைப் பற்றிய கடுமையான, சமரசமற்ற விவரத்தை அதில் வழங்குகிறாள்.

மந்தானா கட்டிடத் தொகுதியின் மையத்தில் யாரையும் உள்ளே வர அனுமதிக்காமல் கடும் பாதுகாப்புக்கு உட்படுத்தப் பட்ட ஒரு அறையில் அவர்கள் தனியாகச் சந்தித்தார்கள். அரசனின் இடத்தில் அவள் இருந்ததால் அவளுடைய தலையின் உயரத்தைவிட மாதவாச்சாரியார் தன்னைத் தாழ்த்திக் கொள்ள வேண்டிய மரபு இருந்தாலும் அப்படிச் செய்ய அவரை அவள் கோரவில்லை. சம அந்தஸ்து உடையவர்களாக அவர்கள் சந்திக்கிறார்கள் என்பதை உணர்த்தும் அவளுடைய பாணி அது. அவளுடைய உணர்ச்சிக் குறிப்பால் தான் மகிழ்வுற்றதாகச் சொல்லிக்கொண்ட மாதவாச்சாரியார் அலுவலை விவாதிக்கத் தொடங்கினார். ஒரு கண நேர அறிவிப்பில் பிஸ்நகாவின் தெருக்களில் கணிசமான அளவில் மக்களை இருவரும் தனித்தனியாகக் கூட்ட முடியும் என்பது அவர்களுக்கு விரைவில் தெரியவந்தது; அது இக்கட்டான நிலையாக ஆயிற்று. நகரத்தைப் பாதுகாக்கும் பொறுப்பு தரப்பட்டிருந்த படையணிகளைப் பம்பா கம்பானா பயன்படுத்திக்கொள்ள முடியும் என்பது அவளுக்குச் சாதகம்தான்; ஆனால் பிஸ்நகா வின் பிரஜைகளுக்கு எதிராகப் படைவீரர்களை அவள் பயன்படுத்தினால் அவளுடைய பிரபலத்தின் அனுகூலங்களை விரைவில் இழப்பதோடு படைவீரர்கள் மத்தியில் கலகமும் தெருக்களில் ஆட்சிக்கெதிரான கிளர்ச்சியும் உருவாகும் என்பதை மாதவாச்சாரியர் உடனடியாகச் சுட்டிக்காட்டினார். ஆகவே, அந்த அனுகூலம் பெயரளவில்தான் இருக்கலாமே தவிர நடைமுறையில் இருக்காது.

அந்த முட்டுக்கட்டை நிலையை உடைக்கப் பம்பா கம்பானா முதலில் ஒரு சலுகையை முன்வைத்தாள், பிறகு ஒரு துருப்புச் சீட்டை இறக்கினாள். முதலாம் புக்கராயர்

காலத்திலிருந்து நேரடி வரிவிதிப்பு முறையில் மந்தானா மடம் தன்னுடைய பணிகளுக்குத் தானே நிதியளித்துக்கொள்ளக் கட்டுப்படுத்தப்பட்ட அதிகாரங்களையே அனுபவித்துவந்தது. தற்போது, அந்த அதிகாரங்களைக் குறிப்பிடத்தக்க அளவுக்கு அதிகரிக்கும் திட்டத்தை மாற்று அரசி முன்வைத்தாள்; அது மந்தானாவை முன்னெப்போதையும்விட கூடுதல் செல்வ வளம் கொண்டதாக மாற்றும்; கூடவே, மத நம்பிக்கை, மரபு ஆகியவற்றில் கவனம் குவிக்கும் ஒரு இணை கல்வி முறையை மடம் நிறுவிக்கொள்ளத் தேவைப்படும் நிதியை அளிக்கும்; அதே நேரத்தில், அவளுடைய புதிய பள்ளிகள் பிற பாடங்களைக் கவனித்துக்கொள்ளும்.

வேறு வார்த்தைகளில் சொன்னால்: லஞ்சம்.

அதுதான் அவள் வழங்கிய சலுகை. அதை ஏற்றுக்கொள்ளும் விதமாக மாதவாச்சாரியாரை நிர்ப்பந்தப்படுத்த, மாற்று அரசி என்ற முறையில் அவள் எடுக்கும் எல்லா முடிவுகளையும் ஆதரிப்பதாக அடையாளம் காணத்தக்க முறையில் அரசன் தன் கைப்பட எழுதிய கடிதத்தை அவரிடம் காட்டினாள். அரசியல் கலவரம் எதையும் தன்னால் கட்டவிழ்த்துவிட முடியாது என்பதும் அப்படி ஏதும் செய்தால் அரசன் திரும்பி வந்ததும் பழிவாங்கிவிடுவான் என்பதும் அந்தக் கடிதத்தைப் படித்து முடித்தவுடன் மாதவருக்குத் தெரிந்துவிட்டது; துருப்புச் சீட்டை இறக்கும் முன்பாக அவள் முன்வைத்த லஞ்சத்தை – சமரசத் திட்டத்தை – ஏற்றுக்கொள்வது கௌரவமான பின்வாங்கலாக இருக்கும் என்பதையும் புரிந்துகொண்டார்.

'உண்மையில் தாங்கள் சிறந்த ஆட்சியாளர்,' என்று பம்பா கம்பானாவை நோக்கிச் சொன்னார். 'நீங்கள் சொல்லும் திட்டத்தை ஒப்புக்கொள்கிறேன்.'

தான் அவன்போல எழுதுவதைக் கவனமாகப் பயிற்சிசெய்ததையும் மாதவாச்சாரியாரிடம் தான் காட்டிய கடிதம் முழுக்க முழுக்கப் போலியான ஆவணம் என்பதையும் கிருஷ்ணதேவராயர் போரிலிருந்து திரும்பி வந்த பிறகுதான் அவனிடம் பம்பா கம்பானா ஒப்புக்கொண்டாள். 'முற்றிலும் தங்களுடைய கருணையைச் சார்ந்து இருக்கிறேன்,' என்றாள்; ஆனால் கிருஷ்ணதேவராயர் வெடித்துச் சிரித்தான். 'உங்களை விடச் சிறந்த மாற்று அரசியை என்னால் கண்டுபிடித்திருக்க முடியாது,' என்று உரக்கச் சொன்னான். 'உங்கள் கருத்தை ஏற்கும்படி பிஸ்நகாவை மாற்றும் வழியை யோசித்து முடிவு செய்த திறமையும் அதற்கு ஆதரவாக இல்லாதவர்களையும் உடன்படவைத்த சாதுரியமும் என்னை அப்படிச் சொல்ல

வைத்தன. ஒருவர் அரசனாக இருக்கும்போது எடுக்கும் முடிவுகளல்ல, ரத்தம் சிந்தாமல் அவற்றை மக்கள் ஏற்றுக் கொள்ளும்படி செய்வதுதான் பொருட்படுத்த வேண்டிய விஷயம். இதைவிட நன்றாக என்னால்கூடச் செய்திருக்க முடியாது.' அக்கறையும் கவலையும் தொனிக்கும் முகக்குறியுடன் தொடர்ந்தான், 'இன்னொன்று. நான் உங்களுக்குப் பல கடிதங்கள் எழுதினேன். எல்லாவற்றையும் என்னிடம் சொல்லுங்கள் என்று கூறுவதைப் போல உங்கள் குரல் என் காதில் முணுமுணுப்பதைக் கேட்டேன். இந்தக் கடிதம் அவற்றில் ஒன்று அல்ல என்பதை உறுதியாக உங்களால் சொல்ல முடியுமா?'

பம்பா கம்பானா இனிமையாகச் சிரித்தாள். 'ஒருவர் ஒரு முக்கியமான பொய்யைச் சொல்ல வேண்டுமானால் மறுக்க முடியாத உண்மைகளின் குவியலுக்குள் அதை மறைத்து வைப்பது சாலச் சிறந்தது.'

இது கிருஷ்ணதேவராயரிடமிருந்து பம்பா கம்பானாவுக்கு வந்த (உண்மையான, போலியல்லாத) ஒரு கடிதம்: *அன்புக்குரிய மாற்று அரசியே, அதிசயங்களை நிகழ்த்திய உங்களை நினைக்கும்போது நான் அதிசயத்தால் நிறைகிறேன், காரணம், உங்களளவில் நீங்களே ஒரு அதிசயம். உண்மையென்று எனக்குத் தெரிந்தாலும் சில சமயங்களில் அதை நம்புவதற்கு எனக்குக் கடினமாக உள்ளது: நீங்கள் எல்லாவற்றையும் பார்த்துவிட்டீர்கள், தொடக்கத்திலிருந்து இந்தக் கணம்வரை எங்கள் எல்லாரையும் அறிந்துள்ளீர்கள்; எங்களுடைய எல்லாக் கேள்விகளுக்கும் உங்களிடம் விடை காண முடியும். அந்தத் தொடக்கக் காலம்பற்றிச் சில சமயங்களில் என்னையே கேட்டுக்கொள்கிறேன், நீண்ட காலத்துக்கு முன்பிருந்த ஹூக்கன், புக்கன் குறித்து, அவர்கள் எண்ணங்களில் என்ன இருந்தது, எந்தக் காரணத்துக்காக அவர்கள் சண்டையிட்டார்கள்? பிஸ்நகா தோன்றியபோது தாங்கள் தொடர்ந்து உயிர்வாழ, மாடு மேய்ப்பவர்களாக இருந்து அரசர்களாக ஆன அவர்கள் தங்களை நிறுவிக்கொள்ளப் போரிட்டார்கள் என்று நினைக்கிறேன்; வாழ்ந்துகொண்டிருக்கும் வேறெவரையும்விடச் சிறப்பாக நீங்கள் அவர்களுடைய மனங்களை அறிவீர்கள். போரிடும் காலம் நீண்டுகொண்டே போகும் இப்போது அதே கேள்விகளை என்னையே நான் கேட்டுக்கொள்வது சரியா என்பதைச் சொல்லுங்கள். நான் ஏன் போரிட்டுக்கொண்டிருக்கிறேன்? நாங்கள் வலுவிழந்துகொண்டிருந்தோம் என்று நினைத்த எதிரிகளிடமிருந்து எங்களைக் காத்துக்கொள்ளப் போரிட்டோம் என்றால் கிழக்கு மலையில் நாங்கள் பெற்ற வெற்றி நாங்கள்*

வலுவாக இருக்கிறோம் என்பதை எல்லோருக்கும் காட்டி விட்டது. எல்லாத் திசைகளிலும் எங்களுடைய பாதுகாப்பு உறுதிசெய்யப்பட்டுள்ளது. அப்படியானால், போரிடுவது பழிவாங்கவா? இல்லை, நோக்கங்களில் அது மிகவும் கீழ்மை யானது. பழிவாங்கும் எண்ணம் கொண்ட அரசன் எதிரியின் அத்தையை எந்தத் தீங்குக்கும் ஆளாக்காமல் திருப்பி அனுப்புவ தில்லை; அந்தப் பெண்மணி எங்கள் கவனிப்பில் இருந்தபோது எத்தனை கனிவுடன் அவர்களை நடத்தினோம் என்பதற்கு அவர்களே சாட்சி. நிச்சயம் மதத்தை முன்னிட்டு நான் போரிடுவதில்லை; காரணம், பிரதாபருத்ரனும் நானும் ஒரே மதத்தவர்கள்; என்னுடைய மிகச்சிறந்த தளபதிகள், போர்வீரர்கள் சிலர் தங்களுடைய ஒற்றைக் கடவுள் என்று கருதப்படுபவரை வணங்குகிறவர்கள்; அதில் யாருக்கும் எந்தப் பிரச்சினையும் இல்லை. நிலத்துக்காக நான் போரிடலாம், இதுவரை இல்லாத அளவுக்கு மிகப் பெரியதாக என்னுடைய பேரரசை விரிவாக்கும் ஆசைக்காக. அந்த அர்த்தத்தில், நிலத்தின் மீதான வெற்றியும் கீர்த்திக்கான வேட்கையிலிருந்து பிறப்பதாக இருக்கலாம். இவை எல்லாமும் கலந்தவையே என்னுடைய நோக்கங்கள் என்று பலர் சொல்வார்கள், ஆனால் அவை எவையும் அப்படி அல்ல என்பதை நான் கண்டுபிடித்துவிட்டேன்; உண்மையை எனக்குத் தெரியச்செய்தவன் என்னுடைய எதிரி பிரதாபன்.

‘நேசத்துக்குரிய மாற்று அரசியே, கலிங்க தேசத்தின் மையப்பகுதியை நோக்கி நான் முன்னேறிக்கொண்டிருக்கும் வேளையில் இதை எழுதுகிறேன்; பிரதாபனின் மனைவி தங்கியிருக்கும், அவனுடைய மகன் ஆளுநராக இருக்கும் கொண்டவீடுக் கோட்டைக்கு எதிராக என் படைகளைச் செலுத்துகிறேன்; பிரதாபனிடமிருந்து அவனுடைய மகனுக்கு ஒரு செய்தியைக் கொண்டுபோன ஒரு தூதனை இடைமறித்தேன். அதில் பிரதாபன் என்னை மட்டுமல்ல நம் மொத்த அரச வம்சத்தையும் அவமதிக்கிறான்; நம்முடைய முன்னோர்கள் பிரபுக்கள் அல்ல, சாதாரணப் படைவீரர்கள் என்பதால் நமக்கு உயர்குடி அந்தஸ்து கிடையாது என்றும் அதனால் நம்மைக் காட்டுமிராண்டிகள் என்றும் அழைக்கிறான். மேலும், பிஸ்நகா மாடு மேய்ப்பவர்களால், கீழ்நிலை மக்களால், கீழ்ஜாதியினாரால் உருவாக்கப்பட்ட இடம் என்று சொல்லி அதன் முழு வரலாற்றையும் தாழ்த்தி மதிப்பிடுகிறான்; அதன் காரணமாக நம்மிடமிருந்து நல்ல நடத்தையை எதிர்பார்க்க முடியாதாம். ‘கிருஷ்ணா போன்ற நபரிடம் சரணடையாதீர்கள், காரணம், அவன் காட்டுவிலங்கின் குணம் கொண்டவன்; நல்ல வளர்ப்பு இல்லாத அவன் கையில் சிறைப்பட நேரும்

பட்சத்தில் அரசியின் பாதுகாப்பையும் உன்னுடைய பாதுகாப்பையும் குறித்து அஞ்சுகிறேன்,' என்று எழுதுகிறான். எந்தப் பாதிப்பும் இல்லாமல் பத்திரமாகத் திரும்பிய தன் அத்தையைப் பெற்றுக்கொண்ட பிறகு இப்படி!

பிஸ்நகாவின் முழு வரலாறும் எங்களுடைய தேவையால் – என்னுடைய தேவையும் எனக்கு முன்னால் வந்தவர் களின் தேவையும் – இம்மாதிரியான மமதை கொண்ட ஆட்சியாளர்களுக்கு நாங்கள் இணையானவர்கள் – இல்லை! அவர்களைவிட மேலானவர்கள்! – என்று நிரூபிக்கும் தேவையால் உந்தப்பட்டது என்று ஊகிக்கிறேன். அவர்கள் என்ன மாதிரியான கடவுள்களை வழிபடுகிறார்கள் என்பது ஒரு பொருட்டில்லை. நாம் தூக்கியெறிய வேண்டியவை அவர்களுடைய இறுமாப்பையும் ஜாதி மேல்நிலையில் அவர்கள் கொண்டுள்ள திட நம்பிக்கையையும். ஒரே ஒரு சமூக வர்க்கமே முக்கியம்: வெற்றி பெறுபவனின் வர்க்கம். அதனால்தான் நான் போரிடுகிறேன். ஹுக்கனும் புக்கனும் போரிட்டது அதன் காரணமாக இல்லாமலிருக்கலாம். நான் எண்ணுவது சரியா தவறா என்பதை எனக்குச் சொல்லுங்கள். என்னைப் பொறுத்த வரை, அதுதான் காரணம்.'

கொண்டவீடுக் கோட்டை விழுந்தது, பிரதாபருத்ரனின் மகன் தற்கொலை செய்துகொண்டான், பிரதாபனின் மனைவியான அரசி கிருஷ்ணதேவராயரின் போர்க்கைதி ஆனாள். ஆனால் தான் காட்டுமிராண்டி அல்ல என்பதை நிரூபிக்க, அவளையும் அவளுடைய பரிவாரத்தையும் நாகரிகமாக நடத்தி எதிரியிடம் அவர்களைத் திருப்பி அனுப்பியபோது, 'இப்படித்தான் காதலின் அரசாட்சி நடக்கும் எங்கள் நாட்டில் எதிரிகளை நடத்துகிறோம்,' என்று ஒரு குறிப்பையும் கூடவே கிருஷ்ணதேவராயர் அனுப்பி வைத்தான். கொண்டவீடு வெற்றிக்குப் பிறகு தொடர் வெற்றி களைப் பெற்ற அவன் தோற்கடிக்கப்பட்ட எதிரிகளிடம் அதீதக் கருணை காட்டினான், ஏதோ சிறந்த நடத்தை நியதிகளுக்கான போரில் அவன் ஈடுபட்டிருப்பதைப் போல. இதனால் கவலைப்பட்ட அமைச்சர் திம்மராசு ஒரு கட்டத்தில் அவனுக்கு அறிவுரை வழங்கினார். 'மரபின் நிமித்தமாக, காலம் காலமாகச் செய்ததை மனதில் வைத்து அவ்வப்போது சில தலைகளைக் கொய்து அவற்றை வைக்கோலால் நிறப்பிப் பிரதேசம் முழுதும் பயணத்துக்கு அனுப்புவது பொருத்தமாக இருக்கும். அதைத்தான் மக்கள் எதிர்பார்க்கிறார்கள். தூக்குத் தண்டனைகள், சித்திரவதைகள், தலைவெட்டல்கள், கோல்களில் செருகப்பட்ட தலைகள் . . . வெற்றிக்குப் பின் வரும் இப்படியான அதிர்ச்சியூட்டும் காட்சிகளை மக்கள் ரசித்துப் பார்ப்பார்கள்.

எதிர்பார்க்கும் விளைவைத் தருவது பயமே; நல்ல பண்புகள் உண்மையில் மரியாதையை மனதில் ஊன்றாது.'

இந்த அறிவுரையால் தாக்கம் பெற்ற கிருஷ்ணதேவராயர் வடக்கு நோக்கிப் படையை நடத்திச்சென்று பிரதாபனின் தலைநகரமான கட்டாக்கை அழித்தான். இந்தச் சந்தர்ப்பத்தில், அந்த நகரத்தைப் பாதுகாத்துக்கொண்டிருந்த ஒரு லட்சம் படைவீரர்களைக் கொல்லுமாறு உத்தரவிட்டான் – 'அங்கே பாருங்கள்,' என்று தன் தலைமை அமைச்சரைப் பார்த்து மூர்க்கமாகச் சொன்னான், 'நீண்ட காலத்துக்கு முன்பு பேரரசர் அசோகர் நடத்திய கலிங்கப் போர் முழுவதும் வெட்டப்பட்ட தலைகளுக்குச் சமமான எண்ணிக்கை. உங்களுக்காக நிகழ்த்தப் பட்டது.' ஆனால் நகரத்தின் சாதாரணப் பிரஜைகளுக்கு எவ்விதத் தீங்கும் இழைக்கப்படக் கூடாது என்று உத்தரவிட்டிருந்தான். பகைமையைத் தணிக்கும் வழியாகச் சுற்றிலுமிருந்த கோயில் களுக்குத் தாராளமாகத் தங்கக் காசுகளை நன்கொடையாக வழங்கினான். ஒரு லட்சம் தலைகளைத் துண்டித்திருந்தும் இந்தச் செயல் அன்பினால் வென்ற அரசன் என்ற தன் புகழை நிலைநிறுத்தும் என்று நம்பினான்.

(ஆனால், அப்படி நடக்கவில்லை.)

பிரதாபன் சமாதானம் கோரினான். சிம்மாச்சலம் மலை யில் ஒப்பந்தம் கையெழுத்தானபோது கிருஷ்ணதேவராயர் தோற்கடிக்கப்பட்ட தன் எதிரியை முதன்முதலாக நேருக்கு நேர் சந்தித்தான்; அவனிடம் ஒரு எளிமையான கேள்வியைக் கேட்டான். 'நீயே பார்க்கலாம். இல்லையா ? நீயும் நானும் ஒன்றே அல்லவா, ஒருவர் அடுத்தவரின் பிரதிபலிப்பு; நம் இரண்டு பேருக்கும் இடையே வேறுபாடு ஏதும் இருக்கிறதா ?'

அவனுடைய வம்சத்துக்கும் பிஸ்நகா அரசர்களின் வம்சத்துக்கும் இடையே வர்க்கம், அரச மரபின் வரலாறு, ஜாதி தொடர்பாக இருந்த பெரும் இடைவெளிக்குத் தான் கொடுக்கும் முக்கியத்துவத்துக்காகத் தன்னை வருத்தம் தெரிவிக்கக் கேட்கிறான் என்பதை பிரதாபருத்ரன் அறிவான். அப்படியான அவமதிப்புக்கு எதிராகத் தன்னுடைய கடைசித் தற்காப்பாக ஒன்றைச் சொன்னான். 'அப்படிப்பட்ட ஒத்த தன்மை எதையும் என்னால் காண முடியவில்லை என்பதை ஒப்புக்கொள்கிறேன்.'

கடும் சீற்றத்துடன் கிருஷ்ணதேவராயர் கத்தத் தொடங்கி னான், 'இப்படிக் கண்மூடியாகவும் தற்புகழ்ச்சி கொண்டவ னாகவும் நீ இருந்தால் இந்தக் காகிதத்தைக் கிழித்து எறிந்து

விட்டுத் தோற்று நிற்கும் உன் பேரரசை எரித்துச் சாம்பலாக்கிக் கண்ணில் படும் உன் குடும்ப உறுப்பினர் ஒவ்வொருவரையும் கொல்வேன்; அது உன்னிலிருந்துதான் தொடங்கும்.'

பிரதாபன் தலை கவிழ்ந்தான். 'நான் தவறாகப் புரிந்து கொண்டேன். இப்போது கவனமாகப் பார்ப்பதால் நாம் துல்லியமாக ஒரே தன்மை கொண்டவர்கள் என்பதைக் காண்கிறேன்.'

৩

சமாதான ஒப்பந்தத்தின் ஒரு பகுதியாக பிரதாபருத்ரன் தன் மகள் துக்காவைக் கிருஷ்ணதேவராயருக்குத் திருமணம் செய்துகொடுத்தான். சிம்மாச்சலத்தில் நடந்த சரணடையும் சந்திப்பிலிருந்த திருமலாதேவி கடும் கோபமடைந்தாள். அரசனின் கூடாரத்துக்குள் நுழைந்த அவள் அவனைத் திட்டினாள். 'முதலாவது, இது என்னை அவமதிக்கும் செயல். இரண்டாவது, இந்தத் "திருமணம்" உங்களுக்கு எதிரான சதி என்பதைப் புரிந்துகொள்ள முடியாத அளவுக்கு முட்டாளா நீங்கள்?' கிருஷ்ணதேவராயர் அவளை அமைதிப்படுத்த முயன்றான்; ஆனால் திருமணச் சடங்கின்போதே மணப்பெண்ணான துக்கா அரசனுக்குச் சம்பிரதாயமான இனிப்பை ஊட்டுவதற்கு முன்னால் திருமலாதேவி குறுக்கிட்டாள். உண்ணும் உணவு பாதுகாப்பானதா என்று சோதித்துச் சொல்லும் ஒருவர் அந்த இனிப்பின் ஒரு துண்டை முதலில் சாப்பிட வேண்டும் என்று அவள் வலியுறுத்திச் சொன்னாள். அப்படிச் சோதித்த நபர் இறந்து விழுந்ததால் கொலை முயற்சி தடுக்கப்பட்டது.

திடுக்கிட்ட அரசனிடம், 'நான் சொன்னேன் அல்லவா?' என்றாள் திருமலாதேவி.

கொலைச் சதியில் தன்னுடைய பங்கை மறுக்க துக்கா எந்த முயற்சியும் செய்யவில்லை. மாறாக, 'இந்தக் கீழ்த்தரமான ஆள், அடிமட்ட நிலையிலிருந்து வந்த இந்த அரசன் என்னைப் போன்ற உயர்குடியில் பிறந்த ஒரு பெண்ணை மணக்க எந்த விதத்தில் பொருத்தமான நபர்?' என்று கத்தினாள். அதன் பிறகு தனிமைச் சிறையில் தன் வாழ்நாளைக் கழிக்கப் பேரரசின் மிகத் தொலைதூரப் பகுதி ஒன்றுக்கு அவள் அனுப்பப்பட்டாள். வெகுண்டெழுந்த அரசன் அவள் தங்குமிடத்தை உச்ச அசௌகரியத்துடன் இருக்கும்படியாகவும் அவளுக்கு வழங்கப்படும் உணவு முடிந்த அளவு வாயில் வைக்க முடியாத மாதிரியான ருசி கொண்டதாக இருக்கும்படியாகவும் பார்த்துக் கொள்ளுமாறு ஆணையிட்டான்.

'கவலைப்படாதீர்கள். நான் பார்த்துக்கொள்கிறேன்,' என்றாள் திருமலாதேவி.

பம்பா கம்பானாவின் நூல் துக்காவின் கதையைத் துல்லியமாக விவரிப்பதில்லை; ஆனால் அது எப்படி முடிந்தது என்பதற்கு வலுவான ஒரு குறிப்பைக் கீழ்க்கண்ட செய்யுள் வரிகளில் காணலாம்:

>பிறர்க்கு விஷமூட்ட விரும்பி
>திருமதி விஷத்துக்கு ஆசை காட்டிவிடாதே
>அல்லது உன் மூடச்செயலால் உன் விதி
>முடிவுகட்டப்படலாம்.

※

தன்னுடைய ஆண் (பெண்) போர்வீரர்களுக்குத் தலைமை தாங்கிக் கிருஷ்ணதேவராயர் பிஸ்நகா நகரத்தை விட்டுப் போய் ஆறு ஆண்டுகள் கடந்துவிட்டன. தற்போது நாடு திரும்பும் நேரம்.

18

எப்போதும் பம்பா கம்பானா கனவு கண்ட உன்னத இடமாக பிஸ்நகா நகரம் அவளுடைய ஆட்சிக் காலத்தில் மாறியிருந்ததை அரண்மனைக்குத் திரும்பிய கிருஷ்ணதேவராயர் கண்டான். மக்கள் அணிந்திருந்த பகட்டான ஆடைகளில், நகரக் கடைகளில் விற்பனைக்கு வைக்கப்பட்டிருந்த பொருட்களில், எல்லா வற்றுக்கும் மேலாக, வாழ்வதற்கு இல்லங்களும் பேசுவதற்கு மேடைகளும் பம்பாவால் வழங்கப் பட்டிருந்த கவிஞர்களால் பரவசநிலைக்கு உயர்த்தப்பட்டிருந்த மொழிகளின் செழிப்பில் அதன் செல்வ வளம் காணக்கிடைத்தது. வணிகக் கப்பல்கள் பிஸ்நகாவிலிருந்து எல்லா இடங்களுக்கும் பயணம் போய் அதன் அதிசயங்கள் குறித்த செய்தியைப் பரப்பின; அதனால் தற்போது அயல்நாட்டு விருந்தினர்கள் – வணிகர்கள், ராஜதந்திரிகள், ஆய்வுப் பயணம் மேற்கொள்வோர் – அதன் தெருக்களை மொய்த்து, அதன் அழகை மெச்சி பெய்ஜிங், ரோம் ஆகிய நகரங்களைவிட பிஸ்நகா மேலானது என்றார்கள். யாரும் வரலாம் போகலாம் அவரவர் நம்பிக்கை சார்ந்து வாழலாம். நேர்மையுணர்வும் நீதியும் அனைவர்க்கும் உறுதி செய்யப்பட்டுள்ளன – ஆட்சியாளர்களால் மட்டு மல்ல, மக்களாலும். சிவப்புக் கேசமும் பச்சைக் கண்களும் கொண்ட ஹெக்டர் பர்போசா என்ற போர்ச்சுக்கீசியப் பயணி இப்படி எழுதிவைத்தான்; பிஸ்நகாவுக்கு வந்த அவன் ஒரு ஆவண எழுத்தர், கொச்சியில் தங்கியிருந்த மலையாள மொழி பெயர்ப்பாளர்; பம்பா கம்பானாவின் வாழ்க்கையை நிறைத்த அயல்நாட்டு ஆட்களின் மிக அண்மைய அவதாரம் அவன். ஆனாலும் இந்த முறை, அவனுடைய வசீகரத்துக்குப் பணிய அவள் மறுத்துவிட்டாள். குழம்பி நின்ற பர்போசாவிடம்,

'திரும்பத் திரும்ப வரும் உங்கள் மறுதோற்றங்களை நிறையவே பார்த்துவிட்டேன்,' என்றாள்.'

இருந்தாலும், அவன் தன்னுடைய பயணக் கதைகளைச் சொல்ல அனுமதித்தாள். பர்போசாவிடமிருந்தும் பிற பயணிகளிடமிருந்தும் தொலைதூர உலகத்தின் வினோதம் குறித்த வதந்திகளைக் கேட்டறிந்தாள்; உதாரணமாக, ஐரோப்பா என்று அழைக்கப்பட்ட பகுதியின் வடக்கே இருந்த தோருன் என்ற ஊரில் ஏராளமான அளவில் இஞ்சி ரொட்டி தயாரிக்கப்படுவதாகவும் அதே ஊரைச் சேர்ந்த ஒருவர் பூமியை அல்ல சூரியனை மையமாகக் கொண்டே அனைத்தும் இயங்குகின்றன என்று சொல்லத் தொடங்கியுள்ளதாகவும் அறிந்துகொண்டாள்; தெற்கு ஐரோப்பாவிலிருந்த ஃபிரன்ஸே அல்லது ஃப்ளாரென்ஸ் என்ற நகரத்து மக்கள் உலகத்தின் மிகச்சிறந்த வைன் வகைகளைக் குடித்தார்கள் என்பதையும் உன்னத ஓவியங்களைத் தீட்டினார்கள் என்பதையும் ஆழ்ந்த அறிவுடைய தத்துவாதிகளைக் கற்றார்கள் என்பதையும் ஆனால் அங்கே இருந்த ஆட்சியாளர்கள் அவநம்பிக்கைவாதி களாகவும் கொடூரமானவர்களாகவும் இருந்தார்கள் என்பதை யும் தெரிந்துகொண்டாள். தோருன் ஊரிலிருந்தவருக்கு ஆயிரம் ஆண்டுகளுக்கு முன்பு வாழ்ந்த ஆரியபட்டர் என்ற இந்திய வானவியல் அறிஞர் சூரியனை மையமாகக் கொண்ட அமைப்புமுறை சார்பான கோட்பாட்டை முன்வைத்தார் என்பதையும் ஆனால் அவருடைய கருத்துகளைச் சக அறிஞர்கள் ஏற்றுக்கொள்ள மறுத்துவிட்டார்கள் என்பதையும் வித்யாசாகரிடம் கற்றதை நினைவுகூர்ந்தாள். ஃப்ளாரென்ஸ் ரக அவநம்பிக்கைவாதமும் கொடூரமும் அயல்நாட்டு ஆட்சியாளர்களிடம் மட்டுமே இருந்த குணநலன்கள் அல்ல என்பதும் அவளுக்குத் தெரிந்திருந்தது. 'எப்படியோ, அங்கே இருப்பது இங்கே இருப்பதிலிருந்து பெரிதாக மாறுபடுவ தில்லை என்பதையும் மனித அறிவாற்றலும் மனித முட்டாள்த்தனமும் மனித இயல்பும், அதன் ஆகச்சிறந்த நிலையிலும் ஆக மோசமான நிலையிலும், மாறிக்கொண்டிருக்கும் உலகின் பெரும் மாறிலிகள் என்பதையும் கற்பது நல்லது,' என்று எழுதினாள்.

பிஸ்நகா ஓர் உலக நகரமாக ஆகிவிட்டது. பெருகிவரும் அதன் புகழால் ஈர்க்கப்பட்டு எங்கிருந்தோ பயணம்செய்து அங்கு வந்தவைபோல அதன் வானத்துப் பறவைகள்கூட வேறுபட்டுத் தோன்றின. கோவாவையும் மங்களூரையும் ஒட்டி இருந்த கடலில் புதிய மீன்களைக் கண்டதாக மீனவர்கள் அவளிடம் சொன்னார்கள்; அதுவரை கேள்விப்படாத அயல்

தேசத்துப் பழங்களைக் கடையில் வைத்து விற்கத் தொடங்கி யிருந்தான் ஸ்ரீ லட்சுமணன். தன் தற்காலிக அரசாட்சியை முடித்துக்கொண்டு அரசனுக்கு வரவேற்புரை நிகழ்த்திய போது, 'தற்போது ஓர் உலக அதிசயமாகிவிட்ட, பேரரசின் இதயமான உங்கள் பிஸ்நகா நகரத்தை உங்களிடம் திரும்ப ஒப்படைக்கிறேன்,' என்று பம்பா கம்பானா சொன்னாள்.

உலக வெற்றி மண்டபம் என்று பெயரிட்டு ஒரு புதிய கட்டடத்தைக் அவனுக்காகக் கட்டினாள்; அங்கே அரசவை யின் பேரழகிகள் அவன்மீது காட்டெருதின் வால்முடியில் பின்னிய சாமரம் வீச நாட்டின் பெரும் கவிஞர்கள் அன்றாடம் கூடிப் பல்வேறு மொழிகளில் அவன் புகழைப் பாடினார்கள். நாடு திரும்பும் நாயக வீரர்களை வரவேற்க இசைவாணர்களும் நடனக் கலைஞர்களும் தெருக்களில் திரண்டார்கள்; முன்னாட்களில் டொமிங்கோ நூனிஸ் உருவாக்கிச் செய்து காட்டிய அளவுக்கு மிகச்சிறந்த வாணவேடிக்கையும் நிகழ்த்தப் பட்டது. ஒரு மகள், ஒரு மகன் என்று இரண்டு குழந்தைகளோடு நாடு திரும்பும் திருமலாதேவி தான்தான் – மூத்த அரசி என்ற நிலையில் மட்டுமல்ல அடுத்த அரசனின் தாய் அரசி என்ற அளவிலும் – பேரரசர் கிருஷ்ணதேவராயரோடு இணைந்து அரசாளப்போகும் உண்மையான அதிகாரம் உடையவள், மாற்று அரசி அல்ல என்பதை உணர்த்தும் நோக்கத்துடன் இருந்தாள். அதிலிருந்து மக்களின் கவனத்தைத் திசைதிருப்பப் போர்வீரர்கள் திரும்பி வந்ததைச் சிறப்பான கொண்டாட்ட மாகப் பம்பா கம்பானா திட்டமிட்டுச் செய்தாள்.

மாறியிருக்கும் சூழலை பம்பா கம்பானா புரிந்து கொள்வதைத் தற்போது எதிர்கால அரசனின் பாட்டியாக ஆகியிருந்த நாகலாதேவி உறுதிசெய்தாள். முன்னாள் மாற்று அரசிக்குப் பக்கத்தில் வந்து அவள் நின்றுகொண்டாள்; கேளிக்கையைக் காண்பதே நோக்கம் என்று வெளித்தோற்றத்தில் தெரிந்தாலும் உண்மை நோக்கம் பம்பா மதிப்பிழந்து போவாள் என்பதை வெறுப்புத் தோன்றச் சொல்லிக்காட்டுவதுதான். 'நீ மாயமந்திரத்தால் இளம்பெண்ணாக மாறுவேடம் தரித்திருக்கும் மூதாட்டியாக இருந்தாலும் சரி, அல்லது புத்திசாலியான ஏமாற்றுக்காரியாக இருந்தாலும் சரி அது இனி ஒரு முக்கிய விஷயம் அல்ல. சில நடைமுறைக் காரணங்களுக்காகப் பணிப்பெண் என்ற நிலையிலிருந்து பதவி உயர்வு செய்யப்பட்டு மாற்று அரசியாக இருந்தவள் நீ. இப்போது மீண்டும் ஒரு சாதாரணப் பணிப்பெண்ணாக ஆகிவிட்டாய்; நீ ஏதும் ஆசை களை வளர்த்துக்கொண்டிருந்தால் பட்டத்து இளவரசன்

திருமலாதேவா, அவனுடைய சகோதரியான இளவரசி திருமலாம்பாள் ஆகியோர் பிறந்த பிறகு அவை செல்லாதவை யாகிவிட்டன. கிருஷ்ணதேவராயர் இறந்துவிட்டால் நீ அநாமதேயமாகிவிடுவாய். நிஜத்தைச் சொன்னால், இப்போதே நீ அநாமதேயம்தான் என்று எனக்குத் தோன்றுகிறது.'

கிருஷ்ணதேவராயர் திரும்பிவந்த சில நாட்களிலேயே வறட்சி தொடங்கியது. தண்ணீர் இல்லையென்றால் எவ்வளவு செழிப்பான பூமியானாலும் வாடி வதங்கிவிடும்; பிஸ்நகா அதற்கு விலக்கல்ல. வயல்கள் வாய் பிளந்து பசுக்களை விழுங்கின. விவசாயிகள் தற்கொலை செய்துகொண்டனர். நதிகள் சுருங்கியதால் நகரத்தில் தண்ணீரைப் பங்கிட்டுக் கொடுக்க வேண்டியாயிற்று. தாகத்தால் படை தவித்தது; தண்ணீரைக் கைப்பற்ற நடக்கும் போராக இருந்தாலொழிய தாகம் கொண்ட படை போரில் பயனற்றது. மழையைத் தேடி அயல்நாட்டவர் நகரத்திலிருந்து வெளியேறத் தொடங்கினார்கள். உருவகச் சிந்தனைகளில் ஆர்வம் கொண்ட மக்கள் இந்த வறட்சி மன்னன் மீதான சாபமா என்றும் கோயில்களுக்கு வழங்கிய நன்கொடைகளையும் மீறி அவன் கடவுள்களை வெறுப்படைய வைத்துவிட்டானா என்றும் நூறாயிரம் படைவீரர்களைக் கொன்றதன் மீதான தீர்ப்புத்தான் இந்த முடிவேயில்லாத வறட்சியா என்றும் யோசிக்கத் தொடங்கினார்கள். வடகிழக்கே நூறு மைல் தொலைவில் பம்பா, கிருஷ்ணா நதிகளுக்கிடையே இருந்த நிலத்தில் பெருமழை பெய்துகொண்டிருந்தது, உயரத்தி லிருந்த ரெய்ச்சூர் காவல் கோட்டையின் புகழ்பெற்ற நன்னீர் ஊற்று பொங்கி வழிந்ததால் நீர் பெருகி விளைச்சல் நன்றாக இருக்கும் என்ற செய்தி தெரியவந்தபோது வறட்சி பற்றிய பதற்றம் அதிகரித்தது. மன்னன் அடிக்கடி கோபப்படுவது அமைச்சர் திம்மராசுவையும் பம்பா கம்பானாவையும் பீதியடைய வைத்தது. ஆறு ஆண்டுகள் வெளிநாடுகளிலேயே தங்கியிருந்த தால் உண்டான மன அழுத்தமும் உடல் சோர்வும் அவனை எரிச்சலடைய வைத்தன என்று தொடக்கத்தில் அவர்கள் நினைத்தார்கள்; ஆனால் இப்போதும்கூட அவனுடைய தலைநகரத்தின் மையத்தில் காட்டெருது வால்முடியில் பின்னிய சாமரத்தால் காற்று வீசி, இடைவிடாமல் கேளிக்கை நிகழ்த்தி அவனை மகிழ்வித்தும் அவன் மனநிலை பெரும்பாலும் மோசமாகத்தான் இருந்தது. ஒருநாள் கைகளைத் தட்டிக்கொண்டு உற்சாகம் ததும்ப அரியணைக் கூடத்துக்குள் நுழைந்தான். 'எனக்குப் புரிந்துவிட்டது. நாம் ரெய்ச்சூரை வெற்றிகொள்ள வேண்டும்; அதன் பிறகு அதன் மழைக்கு நாம் எஜமானர் களாகிவிடுவோம்,' என்று அறிவித்தான்.

இந்த எண்ணம் கிட்டத்தட்டப் பைத்தியக்காரத்தனம்; ஆனால் பம்பா கம்பானாவாலோ திம்மராசுவாலோ கிருஷ்ண தேவராயரைத் தடுக்க முடியவில்லை. 'எனக்கொரு காட்சி தெரிந்தது. முதிய போர்வீரரான என் அப்பா கனவில் வந்து, "ரெய்ச்சூர் இல்லாமல் உன்னுடைய பேரரசு முழுமையடையாது. அந்தக் கோட்டையைக் கைப்பற்றிவிட்டால் அது உன் மகுடத்தில் ஒரு மாணிக்கக் கல்லாக இருக்கும் என்றார்,"' என்று சொன்னான். போருக்குக் கிளம்பத் தயாராகும்படி படைக்கு உத்தரவிட்டான்.

எச்சரிக்கும் விதமாக திம்மராசு, 'பீஜப்பூர் சுல்தான் அடில் ஷாவின் கையில் ரெய்ச்சூர் இருக்கிறது; திவானி போருக்குப் பிறகு நட்புரீதியில் அவனோடு நாம் செய்துகொண்ட ஒப்பந்தம் நீண்ட காலமாக நடைமுறையில் இருக்கிறது. அதற்குப் பிறகு பீஜப்பூர் தங்களுடைய முக்கியத்துவத்தை அங்கீகரித்து வந்தது என்பதைத் தாங்கள் அறிவீர்கள். இந்த நிலையில் அவனுக்கு எதிராகப் படையெடுப்பது ஏமாற்றும் நோக்கம் கொண்டதாகப் பார்க்கப்படும்; அத்துடன், பிற சுல்தானகங்கள் அதனால் ஆத்திரம் கொண்டு தங்களுடைய சக மதத்தவரைப் பாதுகாக்க வந்துவிடுவார்கள்,' என்றார்.

'இது ஒன்றும் மதம் தொடர்புடையது அல்லவே,' என்று கிருஷ்ணதேவராயர் கத்தினான். 'இது விதி தொடர்புடையது.'

ரெய்ச்சூரைக் கைப்பற்ற நிகழ்ந்த போர் அவன் ஆட்சிக் காலத்தின் ஆகப்பெரிய ஆபத்தை விளைவித்தது. ஐந்து லட்சம் போர்வீரர்கள், முப்பதாயிரம் குதிரைகள், ஐந்நூறு போர் யானைகள் கொண்ட படையோடு கிருஷ்ணதேவராயர் அதே அளவு படையோடு கிருஷ்ணா நதியின் எதிர்க்கரையில் காத்துக்கொண்டிருந்த அடில் ஷாவை எதிர்கொண்டான். யார் வெல்வார் என்பதை எவராலும் சொல்ல முடியாது. ஆனால் இறுதியில் போர்க்களத்திலிருந்து ஓடியது அடில் ஷாவின் படைதான்.

அவமதிக்கும் செய்தி ஒன்றை அடில் ஷாவுக்குக் கிருஷ்ண தேவராயர் அனுப்பினான். 'நீ உயிர் வாழ விரும்பினால் இங்கே வந்து என் பாதங்களை முத்தமிடு.' அதைப் படித்து மிகவும் அவமானமாக உணர்ந்த அடில் ஷா தப்பியோடி விட்டான்; இன்னொரு நாள் வந்து மீண்டும் போரிடுவேன் என்று சூளுரைத்தான்; அவமானம், மரணம் இரண்டுக்கு மிடையே ஏதாவதொன்றைத் தேர்ந்தெடுக்கும் சங்கடத்தி லிருந்து அப்போதைக்குத் தப்பினான். ஆனால் கோட்டையின் கதவுகள் நொறுக்கி வீழ்த்தப்பட்டன; சரணடைவதைத்

தெரிவிக்கும் வெள்ளைக்கொடி ஏற்றப்பட்டது. பிஸ்நகாவின் போர்வீரர்கள் நீரூற்றை நோக்கிப் பாய்ந்து முடிந்த அளவுக்குக் குடித்தார்கள்; ரெய்ச்சூரின் தோல்வியைக் கேள்விப்பட்ட பிற சுல்தான்கள் அனைவரும் கிருஷ்ணதேவராயருக்கு எதிராகப் படையெடுக்க அஞ்சினார்கள்; கிருஷ்ணா நதியின் கீழ்ப்புறத்திலிருந்த எல்லா நிலமும் பிஸ்நகாவின் கைக்கு வந்துவிட்டது. அடுத்த நாள், பேரரசின் எல்லாப் பகுதிகளிலும், மழை வந்தது, வறட்சி முடிவுற்றது. தெருக்கள் மீண்டும் உயிரூக்கம் பெற்றன.

அரசன் நாட்டில் இல்லாதிருந்த காலத்தில் பம்பா கம்பானா திரும்பவும் மாற்று அரசியாக ஆனது திருமலாதேவியையும் நாகலாதேவியையும் கடும் கோபம்கொள்ள வைத்தது; அவர்களுடைய கருத்துப்படி, சிறு பையனாக இருந்தாலும் திருமலாதேவாவுக்கு அந்தக் கௌரவம் கொடுக்கப்பட்டிருக்க வேண்டும், அவனுடைய அம்மா, பாட்டி ஆகியோரின் வழிகாட்டுதலில் அவன் முடிவுகளை எடுத்திருப்பான். ஆனால் பம்பா கம்பானாவின் பொறுப்பில் நகரம் எப்படிச் செழித்து வளர்ந்தது என்பதைப் பார்த்திருந்த திம்மராசு அந்தக் கருத்தை நிராகரித்துவிட்டார். அன்றிலிருந்து மூத்த அரசியும் அவளுடைய அம்மாவும் திம்மராசுவின் தீவிர எதிரிகளா னார்கள். இருந்தாலும் சில நாட்களுக்கு வேறொரு விஷயத்தில் அவர்கள் கவனம் செலுத்த வேண்டியிருந்தது; இளவரசனும் இளவரசியும் உடல்நலமின்றி இருந்தார்கள்.

வறட்சியால் விளைந்த தாங்க முடியாத வாட்டும் வெப்பம் ஒருவகை நோயை உண்டாக்கிவிட்டது; பிஸ்நகா முழுதும் மக்களை அது கொன்றுகொண்டிருந்தது; தடித்த சுவர்களிருந்த அரண்மனை அறைகளின் குளிர்ச்சியும் போதுமான பாதுகாப்பை வழங்கவில்லை. காரணம் இன்னதென்று யாராலும் சொல்ல முடியாத, கணிக்க இயலாத நோய் அது; ஒரு சாபத்தின்மீது அடுக்கப்பட்ட இன்னொரு சாபம். இளவயதினரின் காய்ச்சல் மிகவும் அதிகரித்து, பின் தணிந்து, மீண்டும் அதிகரித்தது. இருமினார்கள், அப்புறம் இருமவில்லை; திரும்பவும் இருமினார்கள். நாள்கணக்கில் வயிற்றுப்போக்கு. பிறகு இல்லை மறுபடியும் அது வந்தது. மேலேறிக் கீழிறங்கி, மேலேறிக் கீழிறங்கி அலைச்சவாரியைப் போல அது இருந்தது. அந்தச் சிறு வயதினரோடு திருமலாதேவியும் நாகலாதேவியும் சேர்ந்து துன்பப்பட்டார்கள்; அவர்களுடைய துன்பத்தின் ஒரு பகுதி அம்மா, பாட்டி என்ற வகையில் இருந்த அன்பினாலும்

அக்கறையாலும் உண்டானது என்பது உண்மையென்றாலும் அவர்களுடைய எதிர்காலம் அந்தக் குழந்தைகளோடு, குறிப்பாகப் பட்டத்து இளவரசனின் வாழ்க்கையோடு, பின்னியிருந்தது என்பதும் அவர்களுக்குத் தெரிந்திருந்தது என்பதைச் சொல்ல வேண்டும். நோயிலிருந்து முதலில் மீண்டது இளவரசி திருமலாம்பாள்தான்; ஆனால் பத்து நாட்கள் கழித்து இளவரசன் திருமலாதேவாவின் உடல்நலம் சீரானபோது அம்மாவுக்கும் பாட்டிக்கும் உண்டான மகிழ்ச்சியைவிடத் தான் மீண்டபோது அவர்களுக்கு உண்டான மகிழ்ச்சி குறைவாக இருந்ததை அவள் கவனித்தாள். இது அவளைப் புண்படுத்தி, தன்மீது அவர்களுக்கு அன்பில்லை என்று உணரவைத்தது; தன் வாழ்நாள் முழுதும் அவள் அவர்கள்மீது மனக்கசப்பு கொண்டவளாகவே இருந்தாள். அவளைவிட மிகவும் வயது கூடிய, பேராசை பிடித்த, தீச்செயலுக்கு உடந்தையாக இருந்த, அரசச் செல்வாக்குச் சார்ந்த நாட்டம் உடைய ஆலியா ராமா என்பவனுக்குப் பதின்மூன்று வயதில் திருமணம் செய்விக்கப் பட்டாள்; திருமலாதேவியிடமிருந்தும் நாகலாதேவியிட மிருந்தும் தன்னைத் துண்டித்துக்கொண்ட அவள் புதிய திசையை நோக்கித் திரும்பினாள்.

குதிரை வியாபாரி ஃபெர்நவ் பெயஸ் ஒரு முறை சொன்னதுபோலப் பொற்காலங்கள் ஒருபோதும் நீடித்து நிற்பதில்லை. கிருஷ்ணதேவராயரின் கீர்த்தி யுகம் முடிவை நெருங்கிக்கொண்டிருந்தது. வறட்சி, பொன்னை மங்கச்செய்தது; மழை வந்து மீண்டும் அதற்கு மெருகேற்றியது; ரெய்ச்சூரி லிருந்து அரசன் வெற்றியோடு திரும்பிவந்தான்; வெப்ப நோய் மறைந்துவிட்டது; ஆனால் விரைவிலேயே சீர்கேடு தொடங்கியது; அதன் தொடக்கமாகப் பட்டத்து இளவரசன் திருமலாதேவா வின் மரணம் நிகழ்ந்தது. ஒரு பெரிய திட்டத்தோடு அரசன் நாடு திரும்பியிருந்தான். அரசப் பதவிக்குரிய மரபுரிமையைப் பிரச்சினை இல்லாமல் செயல்படுத்த மகனுக்குச் சாதகமாகத் தன் அரியணையைத் துறப்பான்; பிறகு திம்மராசு, முன்னாள் மாற்று அரசி பம்பா கம்பானா ஆகியோர் அடங்கிய உயர்நிலை ஆலோசகர்களின் மூவர் குழுவில் இணைந்து அச்சிறுவனுக்கு ஆலோசகராகவும் வழிகாட்டியாகவும் செயல்படுவான். ஆனால் அரசன் இந்தத் திட்டத்தை அறிவித்தவுடனேயே அச்சிறுவன் திரும்பவும் நோய்வாய்ப்பட்டான்; அவன் நெற்றி அனலாகக் கொதித்தது, உடல் நடுங்கியது; இந்த முறை அவன் நோயிலிருந்து மீளவேயில்லை. இருளுக்குள் விரைந்து நழுவியவன் மறைந்துவிட்டான்.

தீயில் வேகும் மகனின் கபாலத்தை அரசன் உடைத்தான்; துயரத்தால் தூண்டப்பட்டுக் குமுறிக் கத்தினான், கடவுள்களைக் கடும் சினத்தோடு கடிந்துகொண்டான்; பக்கத்திலிருந்த அனைவர்மீதும் சந்தேகத்தைச் சீற்றத்துடன் வெளிப்படுத்தினான். சிறுவனின் மரணத்தில் தங்களுக்கும் பங்கு இருக்கிறது என்று குற்றம் சுமத்தப்படுவோமா என்ற பயத்தில் அரசவையினர் மன்னனுக்கு முன்பு வருவதைத் தவிர்த்ததால் அரண்மனை குழப்பத்தில் ஆழ்ந்தது. சதிச்செயல் தொடர்பான வதந்திகள் அரண்மனைச் சுவர்கள் தாண்டி நகரத்தின் கடைவீதிகள்வரை பரவின. தோற்கடிக்கப்பட்ட அடில் ஷாவுக்குத் தொண்டூழியம் செய்யக் காத்திருந்த அரசவைத் துரோகி ஒருவன் இளவரசனுக்கு விஷமூட்டிவிட்டான் என்ற ஊகம் திரும்பத் திரும்பப் பகிரப்பட்டது. விஷம் என்ற வார்த்தை உச்சரிக்கப்பட்டவுடன் அனைவரின் எண்ணமும் பொதுப்பழிப்புக்கு ஆளாகியிருந்த இரண்டு விஷப் பெண்மணிகளான மூத்த அரசி மீதும் அவள் அம்மா மீதும் திரும்பியது; ஆனால் அவர்கள் எப்படிச் சொந்த மகனை, சொந்தப் பேரனைக் கொல்ல விரும்புவார்கள் என்பதை யாராலும் புரிந்துகொள்ள முடியவில்லை. எனவே, குழப்பம் நீடித்தது. பிறகு, பிஸ்நகாவின் வரலாற்றை மாற்றிய ஒரு குற்றச்சாட்டைத் திருமலாதேவியும் அவள் அம்மா நாகலாதேவியும் முன்வைத்தார்கள்.

‘ஆறுதல் சொல்ல முடியாத அளவுக்கு அழுத அரசர் யாரைக் குற்றம்சாட்டலாம் என்று தேடியவாறு அவருடைய வைர அரியணையில் அமர்ந்திருந்தார்,’ என்று பம்பா கம்பானா சொல்கிறாள். ‘குறுங்கத்தி நீளத்துக்கு நகங்களை வளர்த்து அவற்றை ரத்தச் சிவப்பில் வண்ணம் தீட்டி வைத்திருந்த அந்த இரண்டு பெண்களும் மூத்த விவேகி சாளுவ திம்மராசுவையும், என்னையும்கூட விரல் நீட்டிச் சுட்டினார்கள்.’

‘உங்களால் பார்க்க முடியவில்லையா? நீங்கள் குருடா?’ என்று திருமலாதேவி ஆவேசமாகக் கத்தினாள். ‘இந்தப் பெண், இந்த ஏமாற்றுக்காரி, கொலைகாரி அதிகாரப் போதையேறி உங்களுடைய வஞ்சக அமைச்சரின் உதவியோடு அரியணையைக் கைப்பற்றத் திட்டமிடுகிறாள். உங்கள் முதுகுக்குப் பின்னால் உங்களைப் பற்றி முணுமுணுக்கிறார்கள். “அரசருக்குப் பைத்தியம் பிடித்திருக்கிறது. அவர் புத்தியை இழந்துவிட்டார்; அவரால் இனி அரசாள முடியாது. அவருடைய இடத்தை எடுத்துக்கொள்வது அரசவையில் உள்ள மிகச்சிறந்த இருவரின் கடமை,” என்று அந்த முணுமுணுப்புகள் சொல்கின்றன. அவை எல்லா இடங்களிலும் பரவிக்கொண்டிருக்கின்றன. அவற்றை மக்கள் நம்பத் தொடங்கிவிட்டார்கள். அவை

அவர்களுடைய தலையில் இருக்கும் நிலையில்தான் அன்றாடம் காலையில் எழுகிறார்கள்.

'இந்த இரண்டு துரோகிகளின் முதல் பலி உங்கள் மகன். இதுகுறித்து நீங்கள் எதுவும் செய்யவில்லையென்றால் அடுத்த பலி நீங்கள்தான். திரும்பவும் கேட்கிறேன்: உங்கள் முகத்துக்கு எதிரே இருப்பதுகூடத் தெரியாத அளவுக்குக் குருடாகி விட்டீர்களா? இவ்வளவு வெளிப்படையாகத் தெரியும் ஒரு விஷயத்தைப் பார்க்க முடியாத நபர் குருடராகத்தான் இருப்பார். என் கணவரான அரசர் குருடராகிவிட்டாரா?'

மன வேதனையில் கிருஷ்ணதேவராயர் தன் அமைச்சரைப் பார்த்துக் கத்தினான். 'திம்மா, இதற்கு என்ன சொல்கிறீர்கள்?'

'இது அவமதிக்கும் பேச்சு. நான் ஒன்றும் சொல்வதற் கில்லை. என் நீண்டகால உண்மைச் சேவையே அதற்குப் பதில் சொல்லும்,' என்றார் அவர்.

'நிறையப் பேரைக் கொல்லும்படி எனக்கு ஆலோசனை சொன்னீர்கள். மக்கள் அதைத்தான் எதிர்பார்க்கிறார்கள் என்றீர்கள். அப்படியே செய்தேன்; ஒரு லட்சம் வீரர்களின் தலைகளைச் சீவியெறிந்தேன். "இது போதுமா, இது மக்களைத் திருப்திப்படுத்துமா?" என்று உங்களைக் கேட்டேன். ஆனால் மக்கள் என்னைப் பைத்தியக்காரன் என்று அழைக்கத் தொடங்கினார்கள். அரசருக்குப் பைத்தியம் பிடித்திருக்கிறது. நான் பார்க்கிறேனே. உங்கள் திட்டம் புரிகிறது. உங்கள் எண்ணம் இவ்வளவு நாளும் அப்படித்தான் இருந்திருக்கிறது.'

பம்பா கம்பானாவை நோக்கித் திரும்பிய அவன், 'அப்புறம் நீங்களும் உங்கள் மீதான குற்றச்சாட்டை மறுத்து வாதிடப்போவதில்லையா?'

'எந்த ஆதாரமும் இல்லாமல் வெறும் ஒரு குற்றச்சாட்டு குற்றத்துக்கான தீர்ப்பாக வந்தால் உலகில் ஏதோ ஒருவகை ஒழுங்குக் குலைவு ஏற்பட்டுள்ளது என்பது மட்டும் தெரிகிறது. அந்த முறையில் நாம் எல்லோரும் பைத்தியக்காரர்களாக ஆவோம்.'

'திரும்பவும் பைத்தியம் என்ற அதே வார்த்தை.' அரசன் கோபத்தில் கத்தினான். 'நான் நாட்டில் இல்லாதபோது மக்களை வசியப்படுத்தியிருக்கிறீர்கள். அவர்களுடைய இதயங் களில் உங்களை அரசியாக ஆக்கிக்கொண்டுவிட்டீர்கள்; இப்போது இந்த அரியணையை அடைவதற்கான பாதையைத் தடங்கலற்றதாக மாற்ற விரும்புகிறீர்கள். பெண்கள்தான் அரசர்களாக ஆக வேண்டும் என்று எப்போதும் சொல்லி

வந்தீர்கள், இல்லையா? ஆண்களைப் போலப் பெண்களும் அரசர்களாக ஆக வேண்டுமா? உங்கள் செயல்களுக்குப் பின்னாலிருக்கும் எண்ணம் அதுதான். தெளிவாகத் தெரிகிறது.'

பம்பா கம்பானா மேற்கொண்டு எதுவும் சொல்லவில்லை. பயங்கரமான அமைதி நிலவியது. பிறகு எழுந்த அரசன் தரையை ஓங்கி மிதித்தான். 'இல்லை. அரசன் குருடனல்ல. கண் முன்னால் இருப்பதை அரசன் தெளிவாகப் பார்க்கிறான். ஆனால் இவர்கள் இருவரும் இனிப் பார்க்கப்போவதில்லை. அவர்களைப் பிடித்துக் கட்டுங்கள்! இருவரையும் குருடாக்குங்கள்!'

மேலும் நாற்பது ஆண்டுகள் கடந்த பின்புதான் பிஸ்நகாவின் இறுதி வீழ்ச்சி நிகழ்ந்தது; ஆனால் கிருஷ்ணதேவராயரின் வெறித்தனமான, தான்தோன்றித்தனமான, கொடூரமான ஆணை பிறப்பிக்கப்பட்ட அந்த நாளில், சாளுவ திம்மராசு, பம்பா கம்பானா ஆகியோரின் கண்கள் சூடான இரும்புக் கம்பிகளால் பிடுங்கப்பட்ட அந்த நாளில் அந்த நீண்ட, மெதுவான வீழ்ச்சி தொடங்கியது. அரசவைக்கூடத்தைப் பாதுகாத்த பெண் போர்வீரர்கள், கைகளில் விலங்கிட்டுச் சங்கிலியால் அவர்களைப் பிணைத்தபோது திம்மராசுவும் சரி பம்பா கம்பானாவும் சரி எதிர்ப்புக் காட்டவில்லை. பெண் பாதுகாவலர்கள் அழுதுகொண்டிருந்தார்கள்; பருத்த திம்மாவும் இளைய உலூப்பியும் தண்டனை வழங்கப்பட்டவர்களை ராஜ மனையின் வாயில் ஊடாக நடத்திச் சென்றபோது இன்னும் சுதந்திரமாக அழுதார்கள். நம்ப முடியாமல் ஓலமிட்டு அழுத மக்கள் கூடிய கடைத்தெருக்கள் வழியாகக் கைதிகள் இருவரையும் மெதுவாகக் கொல்லன் பட்டறையை நோக்கி அவர்கள் அழைத்துச்சென்றார்கள்; நெருங்கியதும் அங்கு போய்ச் சேரக் கூடாது என்பதுபோல இன்னும் மெதுவாக நடத்திச் சென்றார்கள். சில கணங்களில் பட்டறையிலிருந்து வலியால் அலறும் சத்தம் எழுந்தது; முதலில் ஆணின் கதறல், பிறகு பெண்ணுடையது; இப்படி ஒரு செயலைச் செய்யத் தனக்கு ஆணையிடப்பட்டதை எண்ணிக் கொல்லனும் கேவி அழுததைக் கேட்க முடிந்தது.

இந்தக் கண்ணீர்த்துளிகளும் கதறல்களும் மறைந்து போய்விடவில்லை, மாறாக அளவில் பெருகி நகரம் முழுதும் பரவி விசாலமான பொதுவழிகள் ஊடாகவும் குறுகிய தெருக்கள் வழியாகவும் பாய்ந்து ஓடி ஒவ்வொரு ஜன்னலுக்குள்ளும் ஒவ்வொரு கதவுக்குள்ளும் கொட்டி, காற்றே அழும்வரை, பூமி ஆழ்ந்த பெருமூச்சுகளை விடும்வரை நீடித்தன. சில மணிநேரம் கழித்து நகரத்தின் மனநிலை எப்படி இருக்கிறது என்று மதிப்பிட அரசன் வெளியே போனபோது

கூடிய ஜனங்கள் தங்கள் வெறுப்பைக் காட்ட அவன்மீது தங்கள் காலணிகளை எறிந்தார்கள்.

'எதிர்ப்பியக்கம்!' என்று மக்கள் கூவினார்கள். 'எதிர்ப்பியக்கம்!' அதுவரை காணாத அளவில் அதிகாரத்துக்கான கண்டனம் தெருவில் எழுந்த பெருங்குரல்; அதன் பிறகு கிருஷ்ணதேவராயர் பற்றி மக்கள் வேறுமாதிரி நினைக்கத் தொடங்கினார்கள்; மறைந்த அவன் கீர்த்தியின் சூரியன் திரும்ப உதிக்கவில்லை.

கண் அகற்றப்பட்டதற்குப் பிறகு திம்மராசுவும் பம்பா கம்பானாவும் பட்டறையில் கொல்லன் கொண்டுவந்த முக்காலியில் நடுங்கியவாறு உட்கார்ந்தார்கள்; அவர்கள் அவனை மன்னித்த பிறகும் மன்னிப்புக் கேட்பதை அவனால் நிறுத்த இயலவில்லை. சிதைக்கப்பட்ட அவர்களுடைய ரத்தம் வடியும் விழிப்பள்ளக் காயங்களுக்கான மருந்துகளோடு பிஸ்நகாவின் மிச்சிறந்த மருத்துவர் ஓடிவந்தார்; அறிமுகமில்லாதவர்கள் அவர்களுடைய பசிக்கு உணவும் தாகத்துக்கு நீரும் கொண்டு வந்து கொடுத்தார்கள். பிணைத்திருந்த சங்கிலிகளை அகற்றி விட்டார்கள்; விரும்பிய இடத்துக்கு அவர்கள் போகலாம்; ஆனால் அவர்களால் எங்கே போக முடியும்? வலியின் காரணமாகத் தலைச்சுற்றலோடும் கிட்டத்தட்ட மயங்கியும் அவர்கள் கொல்லனின் பட்டறையிலேயே இருந்தார்கள்; மாதவாச்சாரியார் கொடுத்தனுப்பிய ஒரு செய்தியோடு மந்தானா மடத்திலிருந்து ஒரு இளம் துறவி அவசரமாக வந்தார்.

ஆச்சாரியாரின் வார்த்தைகளைத் துறவி ஒப்பித்தார். 'இன்றிலிருந்து நீங்கள் இருவரும் எங்களுடைய மதிப்புக்குரிய விருந்தினர்கள்; உங்கள் தேவைகளை நிறைவேற்றி உங்களுக்குச் சேவை செய்வது எங்களுக்குக் கிடைக்கும் கௌரவம்.'

காத்துக்கொண்டிருந்த மாட்டுவண்டிக்கு அந்த இரண்டு துரதிர்ஷ்டசாலிகளும் கவனமாக அழைத்துச் செல்லப் பட்டார்கள்; வண்டி தெருக்கள் வழியாக மந்தானாவை நோக்கி மெதுவாகப் போனது. அந்தத் துறவி வண்டியை ஓட்டினார். பெருத்த திம்மாவும் இளைய உலூப்பியும் வண்டிக்குப் பக்கத்தில் நடந்துபோனார்கள். மடத்துக்குப் பயணம் போன அந்த வண்டியை மொத்த நகரமுமே கூர்ந்து கவனித்த மாதிரித் தோன்றியது. ஆற்ற முடியாத துயரத்தின் ஒலியும் கண்ணீர்த் துளிகளைத் தாண்டி மேலெழுந்த ஒற்றை வார்த்தையும் மட்டுமே அங்கே கேட்ட ஒரே சத்தம்.

'எதிர்ப்பியக்கம்!'

19

தொடக்கத்தில் வலி மட்டும் இருந்தது; விரும்பத்தக்கதாக, மகிழ்ச்சி தரும் நிம்மதியாக மரணம் இருக்கும் என்று நினைக்கவைக்கும் அளவில் வலி. இறுதியில் அந்தக் கடுமையான வலி தணிந்தது; பிறகு நீண்ட நாட்களுக்கு அதை அவள் உணரவில்லை. இருளில் உட்கார்ந்து கொண்டு உணவு வரும்போது கொஞ்சமாகச் சாப்பிட்டுவிட்டுப் பித்தளை ஜாடியிலிருந்து சிறிது நீரைப் பருகினாள்; அறையின் மூலையிலிருந்த ஜாடியின் கழுத்தில் ஒரு தகரக் குவளை தலைகீழாகக் கவிழ்த்து வைக்கப்பட்டிருந்தது. கொஞ்ச நேரமே தூங்கினாள்; ஆனால் அது ஒன்றும் அவசியம் என்று தோன்றவில்லை; விழிப்புக்கும் தூக்கத்துக்கும் இடையே இருந்த எல்லையைப் பார்வையின்மை அழித்துவிட்டது; இரண்டும் ஒன்றேபோலத்தான் இருந்தன; கனவுகளும் இல்லை. பார்வையின்மை காலத்தையும் அழித்துவிட்டது, நாட்களைப் பற்றிய கணக்கையும் விரைவில் அவள் இழந்துவிட்டாள். திம்மராசுவின் குரலைக் கேட்கும்போது அவளைச் சந்திக்கத் தன் அறைக்கு அவர் அழைத்துவரப்பட்டிருக்கிறார் என்பதைப் புரிந்துகொண்டாள்; ஆனால் ஒன்றுக்கொன்று சொல்லிக்கொள்ள அவர்களுடைய பார்வையின்மைகளுக்கு எதுவும் இல்லை; பேசிய விதத்தில் அவர் பலவீனமாகவும் உடல்நலமில்லாதவராகவும் இருக்கிறார் என்பதும் பார்வையின்மை அவருடைய மிச்ச வாழ்வை வெறுமையாக்கி விட்டது என்பதும் அவளுக்குத் தெரிந்துவிட்டது. சில நாட்களில் அவர் வந்துபோவதும் நின்று விட்டது. மாதவாச்சாரியாரும் சில சமயம் வந்தார்; அவரிடம் சொல்ல அவளிடம் எதுவுமில்லை; அவரும் அதைப் புரிந்துகொண்டார்; அவளோடு

அவர் நிமிடக் கணக்கில், மணிக்கணக்கில் அமைதியாக உட்கார்ந்திருப்பார்; எல்லா வருகைகளும் ஒரே மாதிரியாகவே இருந்தன. வேறு பார்வையாளர்கள் யாரும் வரவில்லை, அது ஒரு பொருட்டுமல்ல. தன் வாழ்க்கை முடிந்துவிட்டது ஆனால் அதன் முடிவுக்குப் பின்னரும் தொடர்ந்து வாழத் தான் சபிக்கப்பட்டிருப்பதாக அவள் உணர்ந்தாள். சொந்த வரலாற்றிலிருந்தே துண்டிக்கப்பட்ட அவள் நீண்ட காலத்துக்கு முன்பு தேவியால் தொடப்பட்டு அதிசயங்களை நிகழ்த்திய பம்பா கம்பானா அல்ல இப்போது. தேவி அவளை விதியின் வசம் விட்டுவிட்டாள். ஒளியற்ற குகை ஒன்றில் இருப்பதைப் போல அவள் உணர்ந்தாள்; அவளைக் கதகதப்பாக வைத்திருக்க இரவில் யாரோ வந்து கணப்படுப்பை மூட்டிவைத்தாலும் அதன் ஜ்வாலைகள் கண்ணுக்குத் தெரியவில்லை, சுவரில் நிழல்களைப் படரவிடவுமில்லை. அங்கிருந்ததெல்லாம் ஒன்றுமின்மைதான், அவளும் ஒன்றுமில்லை.

அவள் சௌகரியமாக வாழும்படி அந்த அறையை வைத்திருக்க அவர்கள் முயன்றார்கள்; ஆனால் அவளுக்குச் சௌகரியங்கள் முக்கியமானவையாக இல்லை. ஒரு நாற்காலியும் படுக்கை ஒன்றும் அங்கிருந்ததை அறிந்திருந்தாலும் அவற்றை அவள் பயன்படுத்தவில்லை; முழங்கால்கள்மீது கைகளை நீட்டி வைத்து அறையின் ஒரு மூலையில் குத்துக்காலிட்டு உட்கார்ந்திருந்தாள். அவளுடைய பின்பகுதியைச் சுவர் தாங்கியிருந்தது. இந்த நிலையில்தான் அவள் விழித்திருந்தாள், அதே நிலையில் தூங்கவும் செய்தாள். தன்னைத் தூய்மைப் படுத்திக்கொள்வதோ பிறர் தன்னைத் தூய்மைப்படுத்த அனுமதிப்பதோ இயற்கைக் கடன்களைக் கழிப்பதோ அவளுக்கு எளிதாக இல்லை; ஆனால் அவ்வப்போது அவை நிகழ்வதையும் சிலர் தன்னைப் பராமரிப்பதையும் தூய்மைப்படுத்திப் புதிய ஆடைகளை அணிவித்துத் தலைமுடிக்கு எண்ணெய் தடவி வாரிவிடுவதையும் அறிந்தே இருந்தாள். இந்த மாதிரியான சந்தர்ப்பங்களைத் தவிர அவள் அவளுடைய மூலையிலேயே தங்கியிருந்தாள் – இறக்காதவளாக, இறந்துவிடாமல், முடிவுக்குக் காத்துக்கொண்டு.

விரும்பத்தகாத தொல்லை ஒன்று வந்தது. வாயிலில் பரபரப்பு உண்டானது; ஒரு குரல், ‘அரசர், அரசர் வந்திருக்கிறார்,’ என்று அறிவித்தது. பிறகு அங்கே அவன் – முழுமையாகச் சூழ்ந்திருந்த, வேறுபடுத்தி அறிய முடியாத நிசப்த இன்மைக்குள் ஒரு குறிப்பிட்ட, உரத்த, சரளமான சொல்லோட்டமுடைய இன்மை; அவனுடைய தொடுகையை உணர்ந்தாள், அவளுடைய

பாதங்களை முத்தமிட்டு மன்னிக்கச் சொல்லி அவன் மன்றாடு வதைப் புரிந்துகொண்டாள். தரையில் நெடுஞ்சாண் கிடையாகப் படுத்து அடம்பிடிக்கும் குழந்தையைப் போல அழுதான். அந்தச் சத்தம் கேட்க அருவருப்பாக இருந்தது. அதை அவள் நிறுத்த வேண்டியிருந்தது.

'ஆமாம், ஆமாம்,' என்றாள். பார்வை பறிக்கப்பட்டதற்குப் பிறகு அவள் பேசிய முதல் வார்த்தைகள். 'எனக்குத் தெரியும். நீங்கள் கோபமாக இருந்தீர்கள், செய்வது இன்னதென்று அறியாமல் உணர்ச்சிவசப்பட்டிருந்தீர்கள், உங்களால் நிதானமாக யோசிக்க முடியவில்லை, நீங்கள் நீங்களாகவே இல்லை. உங்களுக்கு மன்னிப்பு தேவையா? உங்களை மன்னிக்கிறேன். உங்களுக்குத் தந்தை போன்ற முதிய சாளுவரிடம் போய் காலில் விழுந்து மன்னிப்புக் கேளுங்கள். இந்தத் தண்டனை அவருக்கு மரணத் தாக்குதலாக இருந்திருக்கும்; அவர் இறப்பதற்கு முன்னால் உங்களுடைய முட்டாள்த்தனமான வருத்தத்தை அவர் கேட்க வேண்டியுள்ளது. என்னைப் பொறுத்தவரையா? நான் வாழ்வேன்.'

மீண்டும் அரண்மனைக்குத் திரும்பி முன்புபோல அரசிக்கான சௌகரியத்தோடு வாழும்படி அவளை வேண்டினான்; எல்லா வகைச் சேவைகளையும் ஏற்று, மிகச்சிறந்த மருத்துவர்களின் கவனிப்பைப் பெற்று, அவன் வலது பக்கத்தில் அவளுக்கென்றே உள்ள ஒரு புதிய அரியணையில் அவள் அமரலாம். மறுத்துத் தலையசைத்தாள். 'இப்போது இதுதான் என் அரண்மனை. உங்கள் அரண்மனையில் ஏராளமான அரசிகள் இருக்கிறார்கள்.'

திருமலாதேவியையும் நாகலாதேவியையும் அவர்கள் இருப்பிடத்திலேயே சிறைப்படுத்திவிட்டதாகச் சொன்னான். அவர்கள் செய்தது மன்னிக்க முடியாதது, அவர்களை ஒருபோதும் தான் பார்க்கப்போவதில்லை என்றான்.

'நானும்,' என்றாள் பம்பா கம்பானா. 'மன்னிப்பை வழங்குவதைவிடவும் பெறுவது அதிகக் கடினம் என்பதை அனுபவித்து அறிகிறீர்கள் என்று தோன்றுகிறது.'

'நான் என்ன செய்யட்டும்?' என்று கிருஷ்ணதேவராயர் மன்றாடிக் கேட்டான்.

'நீங்கள் கிளம்பலாம்,' என்றாள். 'நானும் உங்களை ஒருபோதும் திரும்பவும் பார்க்க மாட்டேன்.'

அவன் கிளம்பிப் போவதை அவள் கேட்டாள். பிறகு திம்மராசுவின் கதவு தட்டப்படும் ஓசை அவள் காதில் விழுந்தது. அடுத்து வந்தது அந்த முதியவருடைய சீற்றத்தின் பெருங்குரல்.

காட்டுமிராண்டித்தனமான வன்முறைக்கு ஆளான முதன்மை அமைச்சர் மிச்சமிருந்த தன் கடைசி ஆற்றலைத் திரட்டி அரசனைச் சபித்துவிட்டு அவன் செய்த பழிச்செயல் அவன் பெயருக்கு என்றென்றும் நீங்காத களங்கமாக இருக்கும் என்றார். 'கிடையாது, உங்களை நான் மன்னிக்கவில்லை, ஆயிரமாயிரம் தடவை நான் வாழ்ந்தாலும் உங்களை நான் மன்னிக்க மாட்டேன்,' என்று கத்தினார்.

அன்று இரவே அவர் உயிரிழந்தார்; காலமற்ற மௌனம் திரும்பி வந்து அவளை நெருங்கிச் சூழ்ந்தது.

அவள் கண்ட முதல் கனவுகள் கோரமானவை. அவற்றில் கொல்லனின் குற்றஉணர்வு நிரம்பிய முகத்தையும் தாழக் கொண்டுபோய் உலைக்களத்தில் வைக்கப்படும் இரும்புக் கம்பியையும் பிறகு பழுக்கக் காய்ச்சிய முனையோடு அது எடுக்கப்படுவதையும் பார்த்தாள். பின்னால் நின்று இளைய உலூரப்பி தன்னுடைய கைகளைப் பற்றிக்கொள்வதையும் பருத்த திம்மா அசாதாரண உயரத்தோடு பக்கத்தில் நின்று அவளுடைய தலையை அசைக்காமல் பிடித்துக்கொள்வதையும் உணர்ந்தாள். கம்பி அவளை நோக்கி வருவதைக் கவனித்தாள், அதன் சூட்டை உணர்ந்தாள். உடல் உதற எழுந்த அவள் உடலின் எல்லா மயிர்க்கண்கள் வழியாகவும் இழந்த தன் கண்பார்வையை வியர்வையாக வெளியேற்றினாள். திம்மராசு இறந்துவிட்டார் என்றாலும் இனி அவர் எது குறித்தும் – அதிகாரம் மிக்கோரின் கோபப் பார்வையானாலும் கொடுங்கோலனின் தாக்குதலானாலும் – அச்சப்படத் தேவை யில்லை என்றாலும் அவருடைய கண் பறிக்கப்படுவதைப் பற்றியும் அவள் கனவு கண்டாள். முதலில் சிதைவுற்றவர் அவர்தான், அதை அவள் பார்க்க வேண்டியிருந்தது, நிகழ்வதற்கு முன்பே அவள் தன் விதியைக் காண வேண்டியிருந்தது. தான் இருமுறை குருடாக்கப்பட்டதைப் போல அவள் உணர்ந்தாள்.

ஆனால் திரும்பவும் அவள் கனவுகளில் உருவங்கள் தோன்றின; இருள் முழுமையானதாக இல்லை. தன் முழு வாழ்க்கையையும் கனவு கண்டாள் – அவள் அம்மாவைக் கொன்ற தீயில் தொடங்கி அவள் கண்களைப் பறித்த உலைக்களம்வரை; அதைக் காணும்போது தான் விழித்திருந்தோமா தூங்கினோமா என்று அவளுக்குத் தெரியவில்லை. அவளுடைய வாழ்க்கைக் கதை பிஸ்நகாவின் கதையும் என்பதால் அதை முழுக்கப் பதிவு செய்யச் சொன்ன தன் கொள்ளு கொள்ளு கொள்ளு கொள்ளு கொள்ளுப்பேத்தி ஸெரல்டா லீயை நினைவுகூர்ந்தாள்.

அங்கேயிருந்து அவளைக் கவனித்துக்கொண்டிருந்தவர் எவரோ அவரைக் கூப்பிட்டாள். 'காகிதம், இறகு, கொஞ்சம் மை கொண்டுவாருங்கள்,' என்றாள்.

৶

அவளோடு உட்கார்ந்து பேச மாதவாச்சாரியர் மீண்டும் ஒரு முறை வந்தார். 'எனக்குக் கருணையைப் போதித்தீர்கள்; அது விரிவடைந்து எல்லா மக்களையும், உண்மையான மத நம்பிக்கை கொண்டவர்களை மட்டுமல்ல நம்பிக்கையில்லாதவர்களையும் பிற மத நம்பிக்கை கொண்டவர்களையும், நற்குண முடையவர்களையும் நற்குணம் என்றால் என்னவென்றே அறியாதவர்களையும் தன்னுள் சேர்த்துக்கொள்ளும் என்பதை எனக்குக் காட்டினீர்கள். நீங்கள் என்னுடைய எதிரி அல்ல என்று ஒரு முறை என்னிடம் சொன்னீர்கள்; அப்போது அதை நான் புரிந்துகொள்ளவில்லை, இப்போது புரிகிறது. அரசரைப் பார்க்கப் போனபோது அவருடைய தீச்செயல் அவர் பெயரைக் களங்கப்படுத்திவிட்டதாகச் சொன்னேன்; இருந்தாலும் அவர்மீது நான் அன்பு காட்ட வேண்டும், எல்லார் மீதும் நான் அன்பு காட்ட வேண்டியிருப்பதைப் போல. ஆண்டாள் என்று நாம் அறிந்த இறைநிலை கலந்த தமிழ்ப் பெண்ணைப் பற்றிச் சொல்லும் அவருடைய சூடிய மாலையைக் கொடுத்தவள் என்ற கவிதையைப் பற்றிப் பேசினேன். "உங்களுக்குத் தெரியாதென்றாலும் நீங்கள் ஆண்டாளைப் பற்றி எழுதியபோதெல்லாம் உண்மையில் நம் அரசி பம்பா கம்பானாவைப் பற்றித்தான் எழுதினீர்கள்; ஆண்டாளின் அழகெல்லாம் பம்பா கம்பானாவின் அழகுதான், ஆண்டாளின் விவேகமெல்லாம் பம்பா கம்பானாவின் விவேகம்தான். தன் மாலையைச் சூடிக் கொண்டு ஆண்டாள் குளத்தில் கண்ட உருவம், நீரில் தெரிந்த பிம்பம், பம்பா கம்பானாவின் முகமே. நீங்கள் கொண்டாட விரும்பிய பொருளையே இவ்வாறு சிதைத்துவிட்டீர்கள், எந்த விவேகத்தில் உங்கள் கவிதை திளைக்கிறதோ அதை இழந்துவிட்டீர்கள்; இவ்வாறாக உங்களுக்கு எதிராகவும் அவளுக்கு எதிராகவும் ஒரு குற்றத்தை இழைத்திருக்கிறீர்கள்." அவருடைய முகத்துக்கு நேராகவே இப்படிச் சொன்னேன்; அவர் முகத்தில் கோபம் ஏறுவதைப் பார்த்தேன்; மந்தானா மடத்தின் தலைமைப் பதவி என்னைக் காப்பாற்றியது, இப்போது வரையிலுமாவது.'

'உங்களுக்கு நன்றி,' என்றாள். பேசிய வார்த்தைகள் சிரமப்பட்டு வந்தன. எழுதப்படும் வார்த்தைகள் எளிதாக வருமோ என்னவோ.

‘உங்களுடைய இருப்பிடத்துக்குப் போய் சில உடைகளை எடுத்துவர என்னை அவர் அனுமதித்தார்,’ என்றார் மாதவாச்சாரியார். ‘இதை நான் தனிப்பட்ட முறையில் செய்தேன். நீங்கள் எழுதிய எல்லாவற்றையும் இந்தப் பையில் போட்டு எடுத்து வந்திருக்கிறேன். உங்கள் முன்னால் அதை வைக்கிறேன். உங்களுக்குத் தேவைப்படும் தாள், இறகு, மை ஆகியவற்றைக் கொண்டுவந்து கொடுப்பார்கள். உங்கள் கைக்கு எழுத்துப் பயிற்சி கொடுக்க எங்களுடைய மிகச்சிறந்த எழுத்தரை அனுப்பிவைக்கிறேன். இனி, உங்கள் கண் காண முடியாததை உங்கள் கை காண வேண்டும், நிச்சயம் காணும்.’

‘உங்களுக்கு நன்றி,’ என்றாள்.

அவள் கை விரைவில் கற்றுக்கொண்டது; தாளுக்கும் மைப்புட்டிக்கும் உள்ள பரிச்சயமான உறவுக்கு அது எளிதாகத் திரும்பிவிட்டது; அவளுடைய கையெழுத்துப் படியின் நயம், துல்லியம், தாளின் குறுக்கே அணிவகுத்த வரிகளின் நேர்த்தன்மை ஆகியவற்றைப் பார்த்து அவளைக் கவனித்துக்கொள்பவர்கள் தங்கள் திகைப்பை வெளிப்படுத்தினார்கள். முன் காலத்தில் எழுதியதைப் போல அல்லாமல் மெதுவாக, மிக மெதுவாக எழுதினாள்; ஆனால் அவள் எழுத்து நேர்த்தியாகவும் தெளிவாக வும் இருந்தது. தான் மகிழ்ச்சியாக இருப்பதாக அவளால் சொல்லிக்கொள்ள முடியாது – தன் சுற்றுவட்டாரத்திலிருந்து என்றென்றைக்குமாக மகிழ்ச்சி அகன்றுவிட்டதாக உணர்ந்தாள் – ஆனால் எழுத எழுத மகிழ்ச்சி தன் வாழிடமாகக் கைக்கொண்ட ஒரு புது இடத்துக்கு வேறெப்போதையும்விட அவள் நெருங்கி வந்தாள்.

பிறகு முணுமுணுப்புகள் தொடங்கின. தொடக்கத்தில் என்ன நிகழ்ந்துகொண்டிருக்கிறது என்பது அவளுக்குத் தெளிவாகத் தெரியவில்லை; தன்னுடைய அறைக்கு வெளியே இருந்த நடைவழியில் நின்று சிலர் பேசிக்கொண் டிருப்பதாக நினைத்தாள்; தயவுசெய்து அமைதியாக இருங்கள் அல்லது வேறெங்காவது போய்ப் பேசுங்கள் என்று சொல்ல விரும்பினாள்; ஆனால் யாரும் வெளியே இல்லை என்பதை விரைவில் புரிந்துகொண்டாள். பிஸ்நகாவின் குரல்கள் தங்கள் கதைகளை அவளுக்குச் சொல்வதை தனக்குள்ளேயே அவள் கேட்டுக்கொண்டிருந்திருக்கிறாள். நதி எதிர்த்திசையில் பாயத் தொடங்குவதைப் போல எல்லாமும் தலைகீழாக ஆயின. அவள் குழந்தையாக இருந்தபோது மதத்துறவி ஒருவர் அவளைத் தன்னோடு தங்கவைத்தார்; ஆனால் அந்தப் பாதுகாப்பான இடம் பாதுகாப்பு அற்றதாக, நட்பு பகைமையாக மாறியது; இப்போது, எதிரியாக இருந்தவர் நண்பராக உருமாறி அவளுக்குப்

பாதுகாப்பையும் ஆதரவையும் கொடுத்திருக்கிறார். பிஸ்நகாவின் ஆரம்பக் காலத்தில் மக்களுடைய வாழ்க்கைகளை அவர்கள் காதுகளுக்குள் முணுமுணுத்து அதன்படி அவர்கள் வாழத் தொடங்க ஏதுவாக இருந்தாள் அவள்; மாறாக, தற்போது அந்த மக்களின் வழித்தோன்றல்கள் தங்கள் வாழ்க்கைகளை அவள் காதுகளுக்குள் முணுமுணுத்துக்கொண்டிருந்தார்கள். நகரத்திலிருந்த பல கோயில்களில் பூஜை செய்ய மக்கள் வாங்கும் பூக்கள், சாம்பிராணி, செம்புக் கிண்ணங்கள் போன்றவற்றின் விற்பனை திடீரென்று அதிகரித்திருப்பதை வியாபாரிகளிட மிருந்து அவள் தெரிந்துகொண்டாள்; பார்வைப் பறிப்பும் முதன்மை அமைச்சர் திம்மராசுவின் மரணமும் உண்டாக்கிய எதிர்காலம் குறித்த நிச்சயமின்மை ஜனங்களின் மனதைப் பற்றியிருந்ததால் அவர்கள் கடவுள்களின் அருளை வேண்டிப் பிரார்த்தித்தார்கள். படையெடுப்புகளில் பெற்ற வெற்றியையும் தாண்டி பிஸ்நகா விரைவில் வீழ்ச்சியடைய இருக்கிறதா, கால தாமதம் ஆவதற்குள் அவர்கள் தங்கள் மூட்டை முடிச்சுகளைக் கட்டுவதைக் குறித்து யோசிக்க வேண்டுமா என்றெல்லாம் வெளிநாட்டு வணிகர்கள் தங்கள் தெருவிலிருந்து கவலைகளையும் சந்தேகங்களையும் வெளிப்படுத்துவதையும் அவள் கேட்டாள். சீனர்கள், மலாய்க்காரர்கள், பாரசீகத்தவர்கள், அராபியர்கள் அவளிடம் பேசினார்கள்; அவர்கள் பேசியதில் புரிந்தது கொஞ்சம்தான் என்றாலும் அவர்களுடைய குரலில் இருந்த பதற்றத்தை அவளால் நன்றாகப் புரிந்துகொள்ள முடிந்தது. தங்கள் எஜமானிகளின் கவலைகளை அவளிடம் திருப்பிச் சொன்ன பணிப்பெண்களின் குரல்களையும் மோசமான எதிர்காலத்தை ஜோசியக்காரர்கள் கணித்துச் சொல்வதையும் கேட்டாள். அரண்மனையின் பெண் பாதுகாவலர்கள் துயருற்றார்கள்; அவர்களில் சிலர் கலகம் செய்யலாமா என்று யோசிக்கும் அளவுக்குப் போனார்கள். எல்லம்மா கோயில்களின் தேவதாசிகள் நடனமாடத் தங்களுக்கு விருப்பமில்லை என்று சொல்லிவிட்டார்கள். தனிப்பட்ட கதைசொல்லிகளைக்கூடத் தன்னால் அடையாளம் காண முடியுமென்று பம்பா கம்பானா நினைத்தாள்; வருத்தப்படும் இளைய உலூப்பி இதோ இங்கே, பெருத்த திம்மா இங்கே. முழு பிஸ்நகாவும் நெருக்கடியில் சிக்கியிருந்தது; அந்த நெருக்கடியின் குரல்கள் அவள் விழித்திருந்த நேரம் முழுதும் அவள் சிந்தனைகளை நிரப்பின. படைமுகாம் களில் இருந்த அதிருப்தியடைந்திருந்த வீரர்கள் அடங்கிய குரலில் பேசுவதையும் இளைய துறவிகள் கிசுகிசுப்பதையும் அரசவைப் பரத்தையர் இழிவான சொற்களில் தங்கள் ஏளனத்தை வெளிப்படுத்துவதையும் கேட்டாள். போர்க்களத்திலிருந்து வெற்றிகரமாக அண்மையில் திரும்பிய அரசன் தன்னுடைய

ஆட்சியின் வேறெந்தக் கட்டத்திலும் நிகழாத வகையில் அவமதிப்புடன் பார்க்கப்பட்டான்; திடீர் ஆட்சி மாற்றத்துக்கான சாத்தியம் இருந்ததை மக்கள் உணர்ந்திருந்தார்கள். கிளர்ச்சி செய்ய யாருக்குத் துணிச்சல் உண்டு, அது எப்படி, எப்போது வெற்றிபெறும், அப்படி வெற்றிபெற்றால், பிறகு என்ன நடக்கும், தோற்றால், பிறகு என்ன நடக்கும்? தற்போது *ஜெயபராஜெய* வின் 'பார்வை பறிக்கப்பட்ட' கவிதைகள் என்று அறியப்படும் பகுதியில் பெயர் அறியப்படாதவர்கள், எளிய குடிமக்கள், சாதாரண மனிதர்கள், முன்பின் தெரியாதவர்கள் போன்றவர்களின் குரல்களுக்குப் பம்பா கம்பானா இடமளித்தாள்; அந்தப் பெரும் படைப்பின் இந்தப் பக்கங்களில் பிஸ்நகாவின் வாழ்க்கை மிகுந்த உயிரோட்டத்துடன் தெரியவருவதாக அறிஞர்கள் பலர் அழுத்திச் சொல்கிறார்கள்.

இந்த முணுமுணுப்புகள் தனக்கு மகிழ்ச்சி தருவதாகப் பம்பா கம்பானாவே எழுதினாள். அவை உலகைத் தன்னிடம் திரும்பக் கொண்டுவந்ததாகவும் தன்னை உலகத்துக்குள் எடுத்துச் சென்றதாகவும் சொல்கிறாள். பார்வை பறிபோனது குறித்துத் தற்போது எதுவும் செய்ய முடியாது; ஆனால் இப்போது அது வெறும் இருட்டு மட்டுமல்ல; அது மனிதர்களாலும் அவர்கள் முகங்களாலும் அவர்கள் நம்பிக்கைகளாலும் அவர்கள் அச்சங்களாலும் அவர்கள் வாழ்க்கைகளாலும் நிரம்பியிருந்தது. ஸெரல்டா லீ இறந்தபோது முதலிலும் பிறகு அவள் கண்கள் அவளிடமிருந்து பறிக்கப்பட்டபோதும் மகிழ்ச்சி அவளை விட்டு அகன்றது; எரித்தழிக்கப்படும் சாபத்திலிருந்து தான் தப்பித்துவிடவில்லை என்பதைப் புரிந்துகொண்டாள். ஆனால் தற்போது மகிழ்ச்சி கொஞ்சம் கொஞ்சமாகத் திரும்பவும் பிறக்க – ஒரு குழந்தையின் பிறப்பில், ஒரு வீடு கட்டப்படுவதில், அவள் ஒருபோதும் சந்தித்திராத நேசம் நிறைந்த குடும்பங்களின் இதயத்தில், ஒரு குதிரைக்கு லாடம் பொருத்தப்படுவதில், பழத்தோட்டங்களில் பழங்கள் கனிவதில், வளமான அறுவடையில் – முணுமுணுக்கப்பட்ட ரகசியங்கள் அனுமதித்தன. உண்மைதான், கொடூரமான சம்பவங்கள் நிகழ்ந்தன, ஒரு கொடூரமான சம்பவம் அவளுக்கு நிகழ்ந்தது; அவற்றை நினைவுபடுத்திக்கொண்டாள்; ஆனாலும் பூமியில் வாழ்க்கை இன்னும் அழகாக, இன்னும் நிறைவாக, இன்னும் நல்லதாகத்தான் இருக்கிறது. அவளுக்குப் பார்வை இல்லாமலிருக்கலாம், ஆனாலும் ஒளி அங்கே இருப்பதை அவளால் காண முடிந்தது.

என்றாலும் அரண்மனையில் அரசன் இருளில் அமிழ்ந்திருந்தான். சிம்மாசனத்தைச் சுற்றிலும் காலம் நின்றுவிட்டது. அவனுடைய உடல்நலம் சீர்கெட்டது. நடைக்கூடங்களில்

தனக்குத்தானே பேசிக்கொண்டு அவன் மெல்ல நடந்ததைப் பார்த்ததாக அரசவையினர் ஒருவருக்கொருவர் பேசிக் கொண்டார்கள்; அல்லது வேறு சிலர் சொன்னதைப் பார்த்தால் பேய்களோடு ஆழ்ந்த உரையாடலில் அவன் ஈடுபட்டிருந்ததைப் போலத் தோன்றியிருக்கிறது. அவன் இழந்த முதன்மை அமைச்சரோடு பேசி அவருடைய ஆலோசனையை நாடினான். ஆலோசனை எதுவும் வழங்கப்படவில்லை. பிரசவத்தின்போது இறந்த அவனுடைய இளைய அரசியிடம் அன்பைக் கோரிப் பேசினான். அன்பு எதுவும் திருப்பிக் காட்டப்படவில்லை. அவனுடைய இறந்த குழந்தைகளோடு தோட்டத்தில் நடந்த அவன் அவர்களுக்குப் பலவற்றைச் சொல்லித்தரவும் அவர்களை ஊஞ்சலில் வைத்து ஆட்டவும் உயரத் தூக்கிப் போட்டுப் பிடிக்கவும் விரும்பினான்; ஆனால் அவர்கள் விளையாட விரும்பவில்லை, அவர்களால் எதையும் கற்றுக் கொள்ள இயலவுமில்லை. (வாழும் மகளான திருமலாம்பாளோடு செலவழிக்க அவனுக்குச் சிறிது நேரமே இருந்தது விநோதம்தான். வளர வாய்ப்பே இல்லாத அவனுடைய இறந்துபோன குழந்தைகள் அவனுடைய வளர்ந்த பெண்ணைவிட அவன் மனதை அதிகம் ஆட்கொண்டிருந்ததாகப் பட்டது.)

(பம்பா கம்பானாவின் பிரதி இந்த இடத்தில் திருமலாம்பாளை முழு வளர்ச்சியடைந்த பெண்ணாகவே சித்தரிக்கிறது. கவனமாகப் படிக்கும் வாசகர்கள் – விதிமுறைகளை, நுணுக்கங்களைப் பற்றி மிகையாகக் கவலைகொள்கிற வாசகர்களை விட்டு விடுவோம்! – 'நிஜ'த்தில் அவள் இன்னும் குழந்தையாகவே இருந்திருப்பாள் என்று கணக்கிட்டிருப்பார்கள் என்பதை நாம் ஏற்றுக்கொள்ளத்தான் வேண்டும். இந்த மாதிரியான வாசகர்களுக்கும் நம்முடைய இந்தப் பக்கங்களில் ஜெயபராஜெயவை எதிர்பாராமல் சந்திப்பவர்களுக்கும் நாம் பின்வரும் அறிவுரையை வழங்குகிறோம்: பம்பா கம்பானா சொல்லும் கதையை அனுபவிக்கும்போது நாட்காட்டிகளாலும் கடிகாரங்களாலும் அடக்கியாளப்படும் 'நிஜம்' குறித்த மரபான விவரணையைப் பற்றிக்கொள்ளாதீர்கள். அந்தப் பிரதியின் ஆசிரியர் ஏற்கெனவே – ஆரண்யானி வனத்தில் நிகழ்ந்த ஆறு தலைமுறை நீண்ட 'தூக்க'த்தை விவரிக்கும்போது – வியப்பூட்டும் நாடகீயமான நோக்கங்களுக்காகக் காலத்தை நெருக்கிச் சுருக்கத் தான் தயாராக இருப்பதைப் புலப்படுத்தியிருக்கிறாள். இங்கே அதற்கு நேர் எதிரானதைச் செய்யும் தன் விருப்பத்தை யும் வெளிப்படுத்துகிறாள்; காலத்தைச் சுருக்குவதற்குப் பதிலாக அதை நீட்டித் தான் இடும் கட்டளையை நிறைவேற்ற

வைக்கிறாள்; மந்திரத்தால் விரிவடைய வைக்கப்பட்ட அவளுடைய மணிநேரங்களின் உள்ளே திருமலாம்பாள் வளர்வதைச் சாத்தியமாக்குகிறாள் – திருமலாம்பாளின் குமிழிக்கு வெளியே கடிகாரங்கள் தயங்கி நின்றுவிட்டன; ஆனால் அதற்கு உள்ளே கடிகாரங்கள் தொடர்ந்து இயங்கின. பம்பா கம்பானா கால வரிசைமுறையின் எஜமானி, அதன் வேலைக்காரி அல்ல. அவளுடைய கவிதைகள் அப்படித்தான் நம்மை நம்பச் சொல்லி அறிவுறுத்துகின்றன. மற்ற எதுவும் மூடச்செயலே.)

༄

பிஸ்நகாவிலிருந்த எல்லாக் கோயில்களுக்கும் போய் மன வேதனையிலிருந்து தன்னை விடுவிக்கும்படி கிருஷ்ணதேவராயர் கடவுள்களை வேண்டினான்; ஆனால் யாருள்ளே தேவி இருநூறு ஆண்டுகளுக்கும் மேலாக வாழ்ந்தாளோ யார் அந்த நகரத்தைப் படைத்தாளோ அவளின் பார்வையைப் பறித்த அவனுடைய வேண்டுகோளைக் கடவுள்கள் நிராகரித்து விட்டார்கள். கவிதை எழுதி, பிறகு அதைக் கிழித்தெறிந்தான். அரசவையின் கவிதை மேதைகளான மீதமிருந்த ஏழு திசைக்கஜங்களை, வானத்தைத் தாங்கிப் பிடித்த திறனைக் கொண்ட அவர்களை அழைத்து பிஸ்நகாவின் அழகைப் புதுப்பிக்கும் உணர்ச்சி வெளிப்பாடு கொண்ட ஒரு புதிய படைப்பை உருவாக்குமாறு கேட்டுக்கொண்டான். ஆனால் கலையணங்கு நீங்கிவிட்டதால் தங்களால் ஒரு வார்த்தைகூட எழுத முடியவில்லை என்பதை அவர்கள் வெளிப்படையாக ஒப்புக்கொண்டார்கள்.

அரசருக்குப் பைத்தியம் பிடித்திருக்கிறது என்றன முணுமுணுப்புகள்.

அல்லது இப்படி இருக்கலாம்; கழிவிரக்கமும் அவமானமும் மனதை அடைக்க, தன்னறிவின் – அவன் கோபத்தின் மின்னல் நிரம்பிய சூறாவளிகள் இறுதியில் அவனுடைய உலகத்தையே சிதைத்து அதனுடைய இரண்டு மதிப்புமிக்க பிரஜைகளை அவனுக்கு இல்லாமலாக்கிவிட்டதைத் தெரிந்து கொண்ட அறிவின் – திகில் கடுமையாகத் தாக்கக் கழுவாய் தேடும் தேவையை அரசன் உணர்ந்திருக்கலாம்; அதை எப்படி, எங்கு காண்பது என்பது அவனுக்குத் தெரியவில்லை.

அவன் உடல்நலம் மேலும் சீர்கெட்டது. படுக்கையிலேயே கிடந்தான். அரசவை மருத்துவர்களால் அவன் நோய்க்கான காரணத்தைக் கண்டறிய முடியவில்லை. வாழ்வதற்கான

முகாந்திரத்தை அவன் இழந்துவிட்டதே அதன் அடிப்படையாகத் தோன்றியது. 'மறைவதற்கு முன் கொஞ்சம் அமைதியை அனுபவிக்க விரும்புகிறான்,' என்றன முணுமுணுப்புகள்.

அவன் உடல்நிலை விரைவாக நலிவுற்ற ஒரு கட்டத்தில் சந்திரகிரிக் கோட்டையில் சிறைப்பட்டிருந்த தன் தம்பியை அரசன் நினைத்துப் பார்த்தான். மரணத்துக்கு முந்தைய பிதற்றலின் தொடக்கம் என்று அரசவையிலிருந்த பலரும் நம்பிய ஒரு நிலை வந்தபோது, 'நான் செய்த ஒரு தவறை இப்போது சரிசெய்ய முடியும்!' என்று உரக்கச் சொன்னான். நாடு கடத்தப்பட்ட இடத்திலிருந்து அச்சுதனை விடுதலைசெய்து துணையுடன் பிஸ்நகா நகரத்துக்கு அழைத்துவரும்படி ஆணையிட்டான். 'பிஸ்நகாவுக்கு ஒரு அரசன் தேவை; நான் போன பிறகு என் தம்பி ஆட்சி செய்வான்,' என்று கிருஷ்ண தேவராயர் அறிவித்தான். அரசவையிலிருந்த ஒரு சிலரே அச்சுதனைப் பார்த்திருந்தார்கள்; ஆனால் அவனுடைய தீய குணம், கொடூர மனப்பான்மை, வன்முறை இயல்பு ஆகியவை குறித்த வதந்திகள் எல்லாருக்கும் தெரிந்திருந்தன. இளவரசி திருமலாம்பாளின் கணவனான ஆலியா தலையிட முயலும்வரை அரசனின் ஆணையை எதிர்த்துப் பேச யாருக்கும் துணிவில்லை.

அனைவரும் கிருஷ்ணதேவராயர் மரணப் படுக்கையிலிருக்கிறான் என்று எண்ணிய நிலையில் ஆலியா அவனைப் பார்க்கப் போனான். சுற்றிவளைக்காமல் 'மாட்சிமை பொருந்திய மன்னரே, என்னை மன்னியுங்கள்,' என்று பேசத் தொடங்கினான். 'உங்கள் தம்பி காட்டுமிராண்டி என்று பெயர் எடுத்தவனாயிற்றே. நான் இங்கிருக்கும்போது அவனை ஏன் அழைத்துவரச் சொன்னீர்கள்? இப்போது உயிரோடிருக்கும் உங்கள் ஒரே குழந்தையின் கணவன் என்ற வகையிலும் கருத்தூன்றியவன், பொறுப்பானவன் என்று எல்லோருக்கும் தெரிந்த வகையிலும் மரபுரிமை தொடர என்னைத் தேர்ந்தெடுப்பது மேலான, ஆபத்துக் குறைந்த வழியாக இருக்காதா?'

திருமலாம்பாள் யார், அவள் கணவனான இந்த வயதானவன் யாராக இருக்க முடியும் என்பதை நினைவுகூர்வதில் அவனுக்குச் சிரமம் இருப்பது மாதிரி அரசன் தலையைக் குலுக்கிக்கொண்டான்.

ஆலியா சொன்னதைப் புறக்கணிப்பதுபோலத் தன் பலவீனமான கையை அசைத்தான். 'சந்திரகிரிக் கோட்டை அப்படியொன்றும் மோசமான இடம் இல்லையென்றாலும் என் தம்பியை நான் விடுதலைசெய்ய வேண்டும்,' என்று இரக்கம் தொனிக்கும் குரலில் சொன்னான். 'அங்கிருக்கும்

ராஜமனை நல்ல சௌகரியமான இடம்தான். ஆனாலும் அவனை நான் விடுவிக்க வேண்டும். உங்களைப் பொறுத்தவரை என் மகளை நன்றாகப் பார்த்துக்கொள்ளுங்கள். அவளுடைய சித்தப்பன் அச்சுதன் அரசனான பிறகு உங்கள் இரண்டு பேரையும் நிச்சயமாக உங்களுக்குரிய மரியாதையோடு நடத்துவான்.'

அரசி திருமலாதேவியும் அவள் அம்மா நாகலாதேவியும் இருந்த இடத்துக்கு ஆலியா போனான். 'மூத்த அரசி என்ற முறையில் அரசன் சொல்வதில் நீங்கள் குறுக்கிட வேண்டும். மகுடத்துக்காகத்தானே அனுபவமில்லாத ஒரு இளைஞனுக்குப் பதிலாகச் செல்வாக்குள்ள, வயது மூத்த, அதிகாரம் கொண்ட ஒருவரைத் திருமலாம்பாள் திருமணம் செய்துகொள்ள வேண்டும் என்று விரும்பினீர்கள்? பிஸ்நகாவின் அரியணையில் உங்கள் குடும்பத்தை அமர்த்த நீங்கள் கண்ட வழி இதுதான், இல்லையா? நீங்கள் செயல்பட இதுதான் உகந்த நேரம்.'

திருமலாதேவி சோகமாகத் தலையைக் குலுக்கிக்கொண்டாள். 'என் மகள் என்னை வெறுக்கிறாள். பாட்டியிடமிருந்தும் விலகிவிட்டாள். தான் உடல் நலமில்லாமல் இருந்தபோது அவள் இருந்தாளா இறந்தாளா என்று நாங்கள் கவலைப்படவில்லை என்றும் எங்கள் கவனம் முழுதும் எங்கள் மகன்மீதே இருந்ததாகவும் அவள் நினைக்கிறாள். இப்போதெல்லாம் எங்களைப் பார்த்தாலே முகத்தைத் திருப்பிக்கொள்கிறாள். அவளையோ உங்களையோ சிம்மாசனத்தில் அமரவைக்க உதவுவதில் எங்களுக்குப் பயன் ஏதும் இருக்காது.'

'அது உண்மையா? அதாவது, உங்கள் கவனம் குறித்து அவள் சொல்வது?'

'என்ன கேள்வி இது?' என்றாள் நாகலாதேவி. 'நிச்சயமாக அப்படி இல்லை. அவள் எப்போதும் எளிதில் கோபித்துக்கொள்கிற குழந்தை.'

பலவீனமாகிக்கொண்டே போன கிருஷ்ணதேவராயரிடம் ஆலியா திரும்பி வந்தான். 'முதன்மை அமைச்சர், அந்தப் பெண்மணி பம்பா கம்பானா ஆகியோர் விஷயத்தில் நீங்கள் பெரிய தவறு செய்துவிட்டீர்கள். எங்களை விட்டுப் போவதற்கு முன்பாக இந்தப் பிரம்மாண்டமான இரண்டாவது தவறைச் செய்யாதீர்கள்,' என்றான்.

'என்னுடைய தம்பியை அழைத்துவாருங்கள்,' என்று கிருஷ்ணதேவராயர் அவனுக்கு ஆணையிட்டான். 'அவன்தான் உங்களுக்கு அரசனாக இருப்பான்.' அவன் வாழ்க்கையின் கடைசி முடிவு அது. சில நாட்கள் கழித்து அவன் உயிர் பிரிந்தது.

ஒரு காலத்தில் பேரரசனாக இருந்த, அவன் பெயரிலிருந்த நதிக்குக் கீழிருந்த தெற்குப் பகுதி முழுவதையும் ஆண்ட, வெற்றியின் நகரத்தை ஆட்சிசெய்த மாபெரும் வெற்றியாளன் என்று புகழ்பெற்ற, முன்னெப்போதையும்விட பிஸ்நகா மேலதிக வளம் பெற்ற காலத்தில் ஆட்சிபுரிந்த கிருஷ்ணதேவராயர் வெளிப்படுத்தப்படாத அவப்பெயரோடு கௌவரம் குன்றியவ னாக மாண்டுபோனான் – பம்பா கம்பானா, அமைச்சர் திம்மராசு இருவரின் கண்களை அவன் அவித்தபோது மொத்த பிஸ்நகாவையும் அவித்துவிட்டதுபோலக் கருதிய மக்கள் அவன் சாதனைகளைப் பார்க்க மறுத்தார்கள்.

தன்னைத் தானே கடுமையாகக் கண்டித்துக்கொண்டது போல அவன் பேசிய கடைசி வார்த்தை என்று முணுமுணுப்புகள் பம்பா கம்பானாவிடம் குறிப்பிட்டது:

'எதிர்ப்பியக்கம்.'

விஜயநகரம்

பகுதி நான்கு
வீழ்ச்சி

20

தன் தந்தையின் மரணத்துக்குப் பிறகு இளவரசி திருமலாம்பாள்தேவி மீட்பற்ற ஆன்மாவைப் போல பிஸ்நகாவின் தெருக்களில் அலைந்தாள்; தேவைப்பட்டால் உதவ இளைய உலூப்பி சற்றுத் தொலைவில் அவளைப் பின்தொடர்ந்தாள். சோகமாக இருந்த இளவரசியைக் கெட்ட நோக்கங்களோடு யாரும் அணுகவில்லை. முன்பின் அறியாத பண்பற்ற நபர்களின் விரும்பத்த காத பார்வையிலிருந்து அவளைப் பாதுகாக்க முகத்திரைபோல அவளுடைய சோகம் இருந்தது. கடைவீதியின் பிரதான தெருவில் ஸ்ரீ லட்சுமணனும் அவன் சகோதரன் ஸ்ரீ நாராயணனும் பழங்கள், தானியங்கள், விதைகள் ஆகியவற்றைக் கொடுக்க முன்வந்தார்கள்; ஆனால் லேசான துயரம் வெளிப் படும் தலையசைப்போடு அதை மறுத்துவிட்டு அவள் மேலே நடந்தாள். விடியலில், நதிக்கரையில் பக்தர்கள் சூரியக் கடவுளை வணங்குவதைக் கவனித்தாள்; ஆனால் எந்தக் கடவுளையும் வழிபடும் ஆவல் அவளிடம் இல்லை. பெரும் பாறை களும் கற்பாளங்களும் நிரம்பிய மலைப்பரப்பு அவளுடைய தோற்றத்தை மிகச் சிறியதாகவும் தான் முக்கியத்துவம் அற்றவள் என்ற அவள் உணர்வை அதிகரித்தும் காட்டியது. கொசுவைப் போலவோ எறும்பைப் போலவோ தன்னை உணர்ந்தாள். அவளுடைய உரிமைகளை அங்கீகரிக்காமல் அவளுடைய தந்தை இறந்துவிட்டார்; எந்த விவாதமும் இல்லாமல் அவளுடைய கணவனை நிராகரித்து அவமானப்படுத்திவிட்டார். அவளுடைய அம்மாவும் பாட்டியும் விஷம் பிடித்த அடங்காப்பிடாரிகள். அவள் திருமணம் செய்து கொண்ட அந்த முதிய மனிதனைத் தவிர வேறு யாருமற்ற தனியளாக உலகத்தில் அவள் இருந்தாள்;

புதிய அரசன் நகரத்துக்கு வருவதற்கு முன்பாகத் தன்னுடைய கூட்டாளிகளுக்குச் செல்வாக்கான பதவிகளைப் பெற்றுத்தரும் மறைமுக நடவடிக்கைகளில் அவனுடைய நாட்கள் கழிந்தன. அனுபவித்த தொல்லைகளில் கவனம் செலுத்த அவனுக்கு நேரமில்லை. பீங்கான் பொருட்கள், திராட்சை மது, மெல்லிய பருத்தித் துகில் போன்றவை கிடைக்கும் அயல்நாட்டவர்களின் வசிப்பிடங்கள், பிரபுக்களின் குடியிருப்புகள் அன்றி அரசவைப் பரத்தையரின் சேரிகளுக்குள்ளும் இலக்கின்றி நுழைந்து வெளியேறித் திரிந்தாள். மரகத நிற நீர்நிலைகளும் கட்டடக் கலை அழகுகளும் நிரம்பியிருந்த ராஜமனை, அவள் வளர்ந்த இடம் மட்டுமே அவள் ஆர்வத்தைத் தூண்டவில்லை. நீர்ப்பாசனக் கால்வாய்கள், நகரத்திலேயே ஆகச்சிறந்த நடனமணிகள் இருந்த எல்லம்மா கோயில்கள் ஆகியவற்றைக் கடந்து மனம் போனபடி சுற்றினாள். எல்லோருக்கும் அவரவர் இடம் தெரிந்த இந்த இடத்தில் எனக்கு இனி இடமில்லை என்று நினைத்தாள். இவ்வாறாக நம்பிக்கையிழந்து, இலக்கின்றித் திரிந்த அவளுடைய கால்கள், அவளுக்கு என்ன தேவை என்பதை அவளுடைய மூளையைவிட அதிகம் தெரிந்தவை அவை, மந்தானா மடத்திலிருந்த பம்பா கம்பானாவின் இருப்பிடத்துக்கு இட்டுச் சென்றன.

முழு நகரமும் பதற்றத்தோடு காத்துக்கொண்டிருந்தது. அச்சுதன் வரும் வழி, சாலையிருந்த மதுவிடுதிகளில் அவன் கழிக்கும் களியாட்ட இரவுகள், நிறைபோதை, மட்டுமீறிய உணவு, பெண்கள், பொது இடத்துச் சச்சரவுகள் போன்றவை குறித்த கதைகள் அரசுமுறைக் குழு வருவதற்கு முன்னதாகவே நகரத்தை அடைந்துவிட்டன; கிருஷ்ணதேவராயரின் ஆட்சி உச்சநிலையில் இருந்தபோது நிலவிய அரச மாட்சியிலிருந்தும் போர்க்காலங்களில் அவன் நாட்டில் இல்லாதபோது மாற்று அரசியான பம்பா கம்பானா ஆதரித்து வளர்த்த கலை, சகிப்புத்தன்மை தொடர்பான பண்பாட்டிலிருந்தும் தன் புதிய யுகம் வெகுவாக மாறுபட்டிருக்கும் என்ற பயம் பிஸ்நகாவுக்குச் சரியாகவே உண்டானது. அருவருப்பான கூச்சலுடன் கரடுமுரடான ஏதோ ஒன்று வந்துகொண்டிருந்தது. தொல்லையிலிருந்து விலகி நிற்பது நல்லது என்று நினைக்கவைத்த காலம் அது. அச்சுத தேவராயர் தன்னுடைய பிரசித்திபெற்ற கீழ்மையை எந்தத் திசையில் செலுத்துவான் என்பதை யாராலும் சொல்ல முடியாது; அவனுடைய வன்முறைக் குணத்தைப் பற்றிச் சொல்லவே வேண்டாம். நிஜமாகவோ கற்பனையாகவோ காண்பிக்கப்பட்ட அவமரியாதைக்காக அச்சுதனால் தூக்கிலிடப்பட்டுச் சாலையோரத்தில் அப்படியே தொங்கவிடப்பட்ட ஆட்களைப் பற்றிய கதைகள், புதிய

நடைமுறையை முன்னறிவிப்பதுபோல, சந்திரகிரியிலிருந்து முண்டியடித்து வந்து அனைவரின் மனதிலும் அச்சத்தைப் பாய்ச்சின.

‘நான் உள்ளே வரலாமா?’ என்று திருமலாம்பாள்தேவி மென்மையாகக் கேட்க அறைக்கோடி மூலையில் குத்துக்காலிட்டு அமர்ந்திருந்த பெண்மணி வரவேற்கும் விதமாக மிக மெலிதாகக் கையசைத்தாள். காலணிகளை அகற்றிய இளவரசி பார்வையற்ற அந்தப் பெண்ணின் பாதங்களைத் தொட்டு வணங்க முன்னோக்கி வந்தாள்.

‘அப்படிச் செய்ய வேண்டாம்,’ என்றாள் பம்பா கம்பானா. இந்த இடத்தில் நாம் சமமானவர்கள் என்ற வகையில்தான் சந்திக்கிறோம், அப்படியில்லையென்றால் சந்திக்க வேண்டிய தில்லை.’

திருமலாம்பாள்தேவி அவளருகே உட்கார்ந்தாள். ‘நீங்கள் பிஸ்நகாவின் அன்னை; அதனுடைய குழந்தைகளால் மிகக் கொடூரமாக நடத்தப்பட்டீர்கள்; அவர்கள் உங்களுடைய குழந்தைகளும்தான். நான், என் அம்மாவாலும் பாட்டி யாலும்கூடக் கொடூரமாக நடத்தப்பட்ட குழந்தை. நான் ஒரு தாயைத் தேடிக்கொண்டிருக்கலாம், உங்களுக்கு ஒரு குழந்தை தேவைப்படலாம்,’ என்றாள்.

அதன் பிறகு அவர்கள் தோழிகளாகிவிட்டார்கள். திருமலாம்பாள்தேவி தினந்தோறும் வந்தாள்; அந்த இடத்தில் தீங்கு எதுவும் நேராமல் எல்லோரும் பத்திரமாக இருந்ததால் அவளுக்குப் பாதுகாப்பு தேவைப்படாது என்று சொல்லி இளைய உலூப்பி அவளைத் தனியாக விட்டுவிட்டுப் போய்விடுவாள். சில சமயம் மூலையில் அமர்ந்திருந்த பெண் பேச விரும்ப மாட்டாள்; அம்மாதிரியான சந்தர்ப்பங்களில் இருவரும் மௌனமாகச் சேர்ந்து உட்கார்ந்திருப்பார்கள். தாங்கள் அக்கறையோடு கவனித்துக்கொள்ளப்படுகிறோம் என்ற உணர்வை இரண்டு பெண்களுக்கும் கொடுத்த நிறைவான மௌனம் அது; இருவரையும் நெருக்கமாக்கிய மௌனம். பேச விரும்பிய நாட்களில் பம்பா கம்பானா தன் ஆரம்ப வாழ்க்கை தொடர்பான கதைகளை, ஹுக்கனும் புக்கனும் கோணிப்பையிலிருந்த விதைகள்மூலம் நகரத்தைப் பிறப்பித்தது, இளஞ்சிவப்பு நிறக் குரங்குகளோடு நிகழ்த்திய போர் போன்ற எல்லாக் கதைகளையும் அந்த இளம்பெண்ணிடம் சொன்னாள். திருமலாம்பாள்தேவி பயபக்தியோடு கேட்டாள்.

ஒவ்வொரு நாளும் பம்பா கம்பானா எழுத முயன்றாள். அவளுடைய கை அடைந்திருந்த திறனையும் மீறி அது எவ்வளவு சிரமமாக இருந்தது என்பதைத் திருமலாம்பாள்தேவி கவனித்தாள். 'உங்கள் கண்கள் காரணமாக உங்கள் கை மெதுவாக நகர்கிறது; உங்கள் மனதைவிட மெதுவாக நகர்கிறது; அது உங்களுக்குச் சிரமத்தைத் தருவதைப் பார்க்கிறேன். உண்மையில் மிக வேகமாக உங்களால் மனதில் இயற்ற முடியும், சரிதானே? ஆனால் அதே வேகத்தில் உங்களால் அதை எழுத முடியாது; அதனால், இந்தக் கட்டாய வேகக் குறைவு விரக்தி தருவதாக இருக்கும், சரிதானே?'

இருக்கலாம், ஆனால் எனக்கு வேறு வழி இல்லை என்று சொல்வதுபோல் பம்பா கம்பானா தலையைச் சிறிது அசைத்தாள்.

துணிச்சலான ஒரு ஆலோசனையைச் சொல்லும் தைரியத்தைத் திருமலாம்பாள்தேவி பெற்றாள். 'இறவாப் புகழ் பெற்ற வியாசர் மகாபாரதத்தை இயற்றியபோது அதை மிக வேகமாக மனதில் உருவாக்கியிருப்பார்தானே?' என்றாள். 'ஆனால், அவர் சொல்வதை எழுதிக்கொண்டிருந்த விநாயகர் அந்த வேகத்துக்கு ஈடுகொடுத்திருப்பார், இல்லையா? அவருடைய எழுதுகோல் உடைந்துவிட்டபோது தன் யானைத் தந்தங்களில் ஒன்றை உடைத்து அதில் எழுதினார். இல்லையா? இந்தக் காரணத்தால்தான் அவரை ஒற்றைத் தந்தம் கொண்ட விநாயகர் என்று அழைக்கிறோம்.'

'நான் வியாசர் இல்லையே,' என்றாள் பம்பா கம்பானா; அபூர்வமான புன்னகை அவள் முகத்தில் பரவியது. 'எல்லாப் பற்களும் உனக்கு இன்னும் இருக்கின்றன என்பது நிச்சயமாகத் தெரிகிறது; உன் காதுகள் பெரிதாக இல்லை என்பதும் எனக்குத் தெரியும்!

'ஆனால் நீங்கள் உங்கள் கவிதையைச் சொல்லும் வேகத்திலேயே என்னால் எழுத முடியும்,' என்று கண்கள் ஒளிர திருமலாம்பாள்தேவி சொன்னாள். 'என் எழுதுகோல் உடைந்துவிடும் பட்சத்தில் நிறுத்தாமல் எழுத என்ன செய்ய முடியுமோ அதைச் செய்வேன்.'

அவள் சொன்னதைப் பம்பா கம்பானா பரிசீலித்தாள்.

'உன்னால் நடனமாட முடியுமா?' என்று கேட்டாள். 'காரணம், விநாயகக் கடவுள் அற்புதமாக நடனம் ஆடுவார். உன்னால் ஒரு எலிமீது பயணம் செய்ய முடியுமா? உன்னால் ஒரு பாம்பைக் கழுத்துப் பட்டிகையைப் போல கழுத்தில் அல்லது இடுப்புப்பட்டியைப் போல இடையில் சுற்றிக்கொள்ள முடியுமா?' அவளுடைய புன்னகை விரிந்து காணப்பட்டது.

‘அப்படித்தான் செய்ய வேண்டுமென்றால் அதையெல்லாம் கற்றுக்கொள்வேன்,’ என்றாள் திருமலாம்பாள்தேவி.

கொல்வதற்கு யாரையாவது தேடிக்கொண்டே அச்சுத தேவராயர் தாமரை அரண்மனைக்குள் நுழைந்தான். ஐம்பதுகளில் இருந்த அவன் கரிய நிறத்தவன்; அடர்ந்த தாடியும் சந்துப் பற்களும் பானை வயிறும் கொண்டவன்; தொலைதூர இடம் ஒன்றில் தடுப்புக் காவலில் வைக்கப்பட்ட ஒருவன்மீது கிராமப்புறப் பல் மருத்துவர்கள் காட்டிய விரும்பத்தகாத கவனத்தை அனுபவித்த ஒருவன் எந்த அளவு கோபமாக இருப்பானோ அந்த அளவு கோபம் உடையவனாக அவன் இருந்தான். போரிடத் தயாரானவன்போல உலோக வளையங்கள் இணைக்கப்பட்ட கவசத்தின்மீது தோல்சட்டையும் நைந்த காலணிகளையும் அணிந்திருந்தான்; இடுப்பில் வாளும் முதுகில் கேடயமும் இருந்தன. சந்தரகிரியில் அவனுக்கு வாய்த்த ஒரே சமூக வாழ்க்கையில் சகாக்களாக இருந்த குடிகாரப் போக்கிரிகளின் தாறுமாறான கூட்டம்தான் உடன்வந்த அவனுடைய கூட்டாளிகள்; அரண்மனைப் பாதுகாப்புக்குப் பொறுப்பானவர்களிலிருந்து தேர்ந்தெடுக்கப்பட்டுப் பணிக்கப் பட்டிருந்த பெண் போர்வீரர்கள் குழு ஒன்று அவர்களுக்குத் துணையாக அடுத்து வந்தது; வரும் வழியில் அரசனின் நண்பர்கள் மேற்கொண்ட காமநோக்கு முயற்சிகளாலும் அரசனின் தகாத நடத்தையாலும் கேவலமான நடத்தைக் கொண்ட அவனை வழிநடத்திச் சிம்ம (அல்லது வைர) ஆசனத்துக்கு அழைத்துவர வேண்டிய தங்களுடைய பணி குறித்த சங்கடத்தாலும் அந்தப் பெண்கள் அடைந்திருந்த கோபம் அவர்கள் முகபாவங்களில் வெளிப்பட்டது.

அரசக் குடும்பத்தில் மீதமிருந்தவர்கள் அவனை வரவேற்கக் காத்திருந்தார்கள்: கிருஷ்ணதேவராயரின் மூத்த அரசி திருமலாதேவி, அவள் அம்மா நாகலாதேவி, இளவரசி திருமலாம்பாள்தேவி, அவள் கணவன் ஆலியா ராமா; கிருஷ்ணதேவராயரின் உயிரோடிருக்கும் ஒரே குழந்தையைத் திருமணம் செய்துகொண்டதால் தன்னை அவன் ஆலியா ராமராயர் என்று அழைத்துக்கொண்டதைச் சட்டமுறைப்படி நியாயப்படுத்தலாம் என்றாலும், கோபத்தைத் தூண்டும் ஆளாகவும் போர்ப் பிரகடனம் செய்யும் நபராகவும் அவனை அச்சுதன் பார்ப்பது நிச்சயம். ‘என்னைப் போல நீண்ட காலம் நாடுகடத்தப்பட்ட ஒருவன் பழிவாங்கும் எண்ணத்தோடுதான் திரும்புவான். என் வாழ்க்கையை நாசமாக்கியதற்குப் பொறுப்பானவன் – என் உன்னத சகோதரன் – என் கோபத்தை

எதிர்கொள்ள இங்கே இல்லை. அவன் இல்லாததால். மக்களே, நீங்கள் எல்லோரும் அதை எதிர்கொள்ளப்போகிறீர்கள்,' என்றான் அச்சுதன்.

'இருபது வருடங்கள் என்பது நீண்ட காலம்தான்.' ஆலியா பதிலுக்குப் பேசத் தொடங்கினான். 'இந்த நாடுகடத்தல் உங்கள் தோற்றத்தின்மீதோ உங்களின் இயல்பான பண்பின்மீதோ எவ்விதத்திலும் இரக்கம் காட்டவில்லை என்பதை எங்களால் பார்க்க முடிகிறது. எது எப்படியோ, என் மாமாவே, உங்கள் வரவு நல்வரவாகுக. நான் உங்களைவிடச் சில வருடங்கள் மூத்தவன் என்றாலும் மரியாதை தரும் அந்த வார்த்தையைப் பயன்படுத்துகிறேன். மறைந்த அரசர் ஆணையிட்டபடி பிஸ்நகா உங்களுடையது; அவருடைய விருப்பத்தை எதிர்த்துக் கலகம் செய்ய இங்கே யாரும் துணிய மாட்டார்கள். ஆனால் இன்னொரு விஷயத்தை நீங்கள் தெரிந்துகொள்ள வேண்டும்; அரண்மனையில் இருக்கும் பிரபுக்கள், அமைச்சர்கள், நிர்வாக அதிகாரிகள், அச்சமூட்டும் அந்த அரண்மனைப் பெண் பாதுகாவலர்கள் ஆகியோர் பேரரசு முழுமைக்கும் விசுவாசமாக இருக்கிறார்கள், அரியணையில் அமர்ந்திருப்பவருக்கு மட்டுமே அல்ல. நீங்கள் இங்கே இல்லாத இருபது வருடங்களில் தங்களை நல்லவிதமாக நடத்தியவர்களுக்கு அவர்கள் விசுவாசமாக இருக்கிறார்கள். உங்களுக்கு இன்னும் வெளிப்படையாகச் சொல்கிறேன். மறைந்த அரசரின் மகளை, உயிரோடிருக்கும் அவருடைய ஒரே குழந்தையான அவளை, அவர்கள் நேசிக்கிறார்கள். அவளுக்காகத் தேர்ந்தெடுக்கப்பட்ட கணவன் நான். அதன் காரணமாக என்னிடமும் அவர்கள் விசுவாசமாக இருக்கிறார்கள். இந்த வாயிலுக்கு வெளியே இருக்கும் மக்களும் அப்படியே. அவர்கள் நேசிப்பது பிஸ்நகாவைத்தான், அவர்கள் நேசிப்பதன் சேவகர்தான் அரசர்; அவர்கள் பேரரசுக்கு ஒருநாளும் கேடுசெய்ய நினைக்க மாட்டார்கள். ஆகவே, நீங்கள் கவனமாகச் செயல்பட வேண்டும்; இல்லையென்றால் உங்கள் ஆட்சி குறுகிய காலம் மட்டுமே நீடிக்கலாம்.'

'கூடுதலாக இன்னொன்று,' என்றாள் திருமலாதேவி. 'என் தந்தை, ஸ்ரீரங்கப்பட்டணத்து அரசர் வீரா உங்கள் தெற்கு எல்லையின் பாதுகாவலர்; அவர் இங்கே நடப்பவற்றை உன்னிப்பாகக் கவனித்துக்கொண்டிருக்கிறார். அவருக்கு ஏதும் அதிருப்தி உண்டானால் அது உங்களுக்கு நல்லதாக இருக்காது.'

இளவரசி திருமலாம்பாள்தேவியை நோக்கி அச்சுதன் திரும்பினான். 'இளம்பெண்ணே, நீ என்ன சொல்கிறாய்?

நீயும் எனக்குச் சொல்ல அச்சுறுத்தும் செய்தி ஏதாவது வைத்திருக்கிறாயா?'

'என் நெருங்கிய தோழியும் எனக்கு அன்னையைப் போன்றவருமான பம்பா கம்பானா குருடாக்கப்பட்ட கண்கள்மூலம் எல்லாவற்றையும் பார்த்துக்கொண்டிருக்கிறார். ஆகவே, அவரை முன்மாதிரியாகக்கொண்டு நான் கற்றுக் கொண்டபடி மூடப்பட்ட உதடுகள்மூலம் எல்லாவற்றையும் நான் சொல்வேன்.'

அச்சுதன் பின்கழுத்தைச் சொறிந்துகொண்டான். பிறகு அவன் கை அனிச்சையாக வாளை நோக்கிப் போனது. அதன் கைப்பிடியைப் பற்றினான், பிடியை விட்டான். திரும்பவும் பற்றினான், திரும்பவும் விட்டான். அடுத்து வலது கையால் உச்சந்தலையைச் சொறிந்துகொண்டான், அடர்த்தியான, வாரப்படாத, நரைத்துக்கொண்டிருந்த தலைமுடியைக் கலைத்துக்கொண்டான், நெற்றியைச் சுருக்கினான்; உண்ணி களைத் தேடி அடிப்பவன்போல அவனுடைய இடது கை வலது அக்குளுக்குள் போனது. அப்புறம் நம்ப இயலாதவன்போல தலையை ஆட்டிக்கொண்டான். தன் குடிநண்பர்களைக் கூர்ந்து பார்த்தான்; உங்களால் பிரயோஜனம் எதுவும் இருப்பதுபோலத் தெரியவில்லை, சரிதானே என்று சொல்வதுமாதிரி அது இருந்தது. பிறகு திடீரென்று வெடித்துச் சிரித்தபடி கைகளைத் தட்டினான். 'குடும்ப வாழ்க்கை, ஆகா!' என்று உரக்கச் சொன்னான். 'அதை யாராலும் தோற்கடிக்க முடியாது. குடும்பத்தோடு இருப்பது நல்ல விஷயம். அதனால் வாருங்கள், சாப்பிடுவோம்.'

அடுத்து வந்த வருடங்களில் அச்சுத தேவராயரின் முடிசூட்டு விழா விருந்து பற்றிய விவரிப்பு விஸ்தாரமாக மீண்டும் மீண்டும் சொல்லப்பட்டு அவனுடைய ஆட்சியை வரையறுக்கும் கதையாடலாக ஆனது. அரசனும் அவனுடைய குடிசகாக்களும் பன்றிகள்போலச் சாப்பிடுவது, பல ஆண்டு களாகப் பாலைவனத்தில் காணாமல் போனவர்களைப் போலக் குடிப்பது ஆகியவை தொடர்பான மனப்பதிவை பிஸ்நகாவின் அனைத்து மக்களும் எப்போதும் கொண்டிருந்தார்கள். எதுவும் சாப்பிடாமல், கைகளைக் கட்டிக்கொண்டு அரசக் குடும்பத்தினர் அமைதியாக உட்கார்ந்திருந்தார்கள்; புதிய அரசரோடு உட்கார்ந்து உணவைப் பகிர்ந்துகொள்ள மறுத்து உணவுக் கூடத்தின் பின்பகுதியில் நின்றுகொண்டிருந்த ஆலியா ராமராயர் தன் அடுத்த காய்நகர்த்தலைத் திட்டமிட்டுக்கொண்டிருந்தான்.

அந்த மாலை நடந்தவை குறித்து திருமலாம்பாள்தேவி பம்பா கம்பானாவிடம் விரிவாக வர்ணித்தாள்; அவள் அதைக்

கவிதையாக உருமாற்ற, இளவரசி தன் அழகான கையெழுத்தில் அதைப் பதிவுசெய்ததை நாம் தற்போது ஜெயபராஜெயவில் காண்கிறோம். திருமலாம்பாள்தேவி சொல்லி முடித்தவுடன் பம்பா கம்பானா ஆழ்ந்த பெருமூச்சு விட்டாள்.

'இந்த இரண்டு ஆண்கள், உன் கணவனும் சித்தப்பாவும். அவர்கள் சேர்ந்துவிட்டால் நம் அனைவரின் அழிவுக்கும் காரணமாக இருப்பார்கள்.'

பிஸ்நகா நாடகத்தின் கடைசி இரண்டு முதன்மையான ஆண்கள் ஒருவருக்கொருவர் பெரிதும் முரண்பட்டவர்கள்; அதனால் மக்கள் அவர்களுடைய முரண்பட்ட இயல்பு களைக் குறிப்பதுபோல 'ஆம், இல்லை', 'மேலே, கீழே', 'கூட்டல், கழித்தல்,' என்று அவர்களை அழைத்தார்கள். 'முன்னோக்கிய, பின்னோக்கிய' என்ற வார்த்தைகளையும் பயன்படுத்தி னார்கள்; இதைப் பொறுத்தவரை, பின்னோக்கிய நபர் என்று குறிப்பிடப்பட்டவன் நிச்சயம் அச்சுதனாகத்தான் இருப்பான். முரட்டுத்தனமான ஆள் அவன்தான்; அவன் நம் முன்வாயிலை உடைத்து நுழைந்து நம் மண்டையை உடைத்துவிட்டு வீட்டைத் திருடும் ஆள். ஆலியா மறைந்து, பதுங்கி எந்தக் காரியத்தை யும் செய்பவன்; நம் வீட்டிலுள்ளதை அவன் திருட நேர்ந்தால் அவன் திருடி முடித்தவுடன்தான் அப்படி ஒரு திருட்டு நடந்திருக்கிறது என்பதே தெரியவரும். வீடில்லாமல் சாலையில் நின்றுகொண்டு எல்லாம் எங்கே போயின என்று யோசித்துக் கொண்டு நிற்போம். கோபமுற்ற தேனீக்கள் தலையைச் சுற்றிப் பறக்கக் காற்றைச் சதா அடித்துக்கொண்டிருக்கும் கரடியை நம் நினைவில் கொண்டுவருவான் அச்சுதன். படுபயங்கரமான தன் அம்பை விடுவிக்க இருக்கும் வில்வித்தைக்காரனைப் போல அசைவற்று இருப்பான் ஆலியா. அச்சுதன் அசாதாரண அளவில் பருமனானவன்; ஆலியா எலும்புக்கூட்டை நினைவுபடுத்துபவன் – நீண்ட இறுகிய முகமும் சதையே தென்படாத, எலும்பும் தோலுமான நீளக் கைகால்களும் உடையவன். அச்சுதன் எளிதில் உணர்ச்சிவசப்படுபவன்; ஆலியா இயல்பு மீறிய சாந்தமுடையவன்; பிற மதத்தவர்களிடம் பகைமை காட்டும் அளவுக்கு மதப்பற்றுடையவன் அச்சுதன்; மனிதர்கள் சுயநலம் கொண்டவர்கள் என்று நினைப்பவன் ஆலியா. மற்றவரால் பயன் இருக்கும் பட்சத்தில் அவர்களுடைய மத நம்பிக்கை பற்றிக் கொஞ்சமும் கவலைப் படாதவன். பொதுவான அபிப்பிராயத்தின்படி அச்சுதன் அவ்வளவு புத்திசாலியானவன் அல்ல. அரண்மனையிலேயே அதி புத்திக்கூர்மை உடையவன் ஆலியா ராமராயர்.

ஆனாலும் பாதகமான சூழலை மீறி அச்சுதன் ஆட்சியில் பிஸ்நகா நீடித்தது. முன்பு இருந்ததைப் போல அது வளமாக இல்லை. அது தனது ஆட்சிப் பரப்புகளை இழந்திருந்தது; இருந்தும், அவன் ஆட்சியின் இறுதியில் அது தொடர்ந்து இருந்தது. ஆலியாவின் காலத்துக்குப் பிறகு பேரரசும் முடிவுக்கு வந்தது.

சில வருடங்கள் கழித்து மந்தானா மடத்தை விட்டுப் போகப் பம்பா கம்பானாவைத் திருமலாம்பாள்தேவி இணங்க வைத்தாள். சக்கரமும் களிமண் சூளையும் இருந்த மட்பாண்டம் வனையும் ஒரு அறை மடத்தில் இருந்ததை அவளுக்குத் தெரிவித்த பிறகே அவள் தன் அறையை விட்டுப் போனாள்; ஆகவே, பார்வையற்று இருந்தாலும் நீண்ட காலம் கழித்து அவள் மீண்டும் மட்பாண்டங்களை வனையத் தொடங்கினாள். இறுதியில் தன்னுடைய வாழ்நாள் படைப்பான கையெழுத்துப் பிரதியை அவள் இட்டுவைத்த பானையை அவளே வனைந்திருக்க வாய்ப்புண்டு. மட்பாண்டம் வனையும் அறை, தன் தனியறை என்று இந்த இரண்டு இடங்களில் மட்டுமே இருக்க அவள் நீண்ட நாள் விரும்பினாள்.

கடைசியில், வெளியே வர அவளை ஒப்புக்கொள்ள வைத்தது பம்பாவின் புதிய சிலைதான். சிவனுடைய மனைவியும் பிரம்மனின் மகளும் பார்வதியின் உள்ளூர் அவதாரமுமான பம்பாதேவியின் சிலையைப் படைக்க ஆணையிட்டு அதைத் தன்னுடைய ஆழ்ந்த மதப்பற்றின் அடையாளமாகக் காட்டிக்கொள்வதில் அச்சுத தேவராயர் உறுதியாக இருந்தான்; பிஸ்நகாவில் பாயும் நதிக்குப் பம்பாதேவியின் பெயர்தான் இடப்பட்டிருந்தது. சிலையைச் செய்தவர் கிருஷ்ண பட்டர் என்ற பிராமண மேதை; விஷ்ணுவின் மனித – சிங்க அவதாரமான நரசிம்மரின் பிரம்மாண்டமான, அச்சுறுத்தும் சிலையை ஒற்றைப் பெருங்கல்லில் செய்தவர் அவர்தான். லட்சுமி தேவி நரசிம்மரின் இடது தொடையில், இறந்த அசுரன் ஹிரண்யகசிபுவின் உடல் அவருடைய மடியில். கிருஷ்ண தேவராயரின் மறைவுக்குப் பிறகே அந்தச் சிலை நிறைவுபெற்றது; ஆனாலும் அது எப்போதும் அவனுடைய கீர்த்தியோடு இணைத்தே பார்க்கப்பட்டது; அளவிலும் அழகிலும் அந்தச் சிலைக்கு நிகராகப் பம்பாவின் வடிவம் இருக்க வேண்டுமென்றும் அதுவும் ஒற்றைப் பெருங்கல்லில் செதுக்கப்பட வேண்டுமென்றும் கிருஷ்ண பட்டருக்கு அச்சுதன் ஆணையிட்டான்; அந்தச் சிலை நரசிம்மரின் சிலைக்கு நேர் எதிராக வைக்கப்படும்.

அளவிலும் அச்சம் தருவதிலும் நரசிம்மருக்கு இணையாகக் கல்லில் இருந்த பெருமாட்டி பம்பாவின் சிலை அச்சுதனின் கம்பீரத்தையும் தன்னுள் கொண்டிருக்கும்; அவனுக்கு முன்பு ஆட்சி செய்தவனின் பெருமையைக் கீழ்நோக்கிப் பார்ப்பது போல அது அமையும்.

'நீங்கள் அவசியம் வர வேண்டும்,' என்று திருமலாம்பாள் தேவி பம்பா கம்பானாவைக் கேட்டுக்கொண்டாள். 'காரணம், சிலை நிறைவுபெற்றுச் சடங்குகளோடு அதை நிறுவிய உடனேயே, எங்கள் அனைவரின் அன்னையான உங்கள் மீதுள்ள மதிப்பின் அடையாளம் அது என்றும் தன்னுடைய அண்ணன் உங்களுக்கு இழைத்த குற்றத்துக்கு அச்சுத தேவராயர் வருத்தம் தெரிவிக்கும் முறை என்றும் மக்கள் பேசிக்கொள்ளத் தொடங்கிவிட்டார்கள்.' சொல்லிவிட்டுத் தர்மசங்கடமான சிரிப்பு ஒன்றை உதிர்த்தாள். 'அது என் சித்தப்பாவின் கோபத்தைத் தூண்டுகிறது.'

'சரி, வருகிறேன்,' என்று இறுதியில் பம்பா கம்பானா ஒப்புக்கொண்டாள். 'என் கண்களால் காண முடியாததை என் விரல்கள் காணும்.'

மடத்தை விட்டு அவள் வெளியே வந்த நாளன்று, சிதைக்கப்பட்ட தன் கண்களைக் காக்கத் தலையைச் சுற்றி ஒரு வெள்ளைத் துணியைப் போர்த்தியிருந்தாள்; தன் முதுமையையும் பொருட்படுத்தாமல் மாதவாச்சாரியார் அவளுக்குக் குடை பிடித்தார்; பிஸ்நகாவின் அனைத்துப் பிரஜைகளும் அவளைக் கௌரவிக்க வெளியே வந்தார்கள். கூட்டத்தின் அழுகுரல்களையும் பாடல்களையும் கேட்ட அவள் நெகிழ்ந்துவிட்டாள்; ரத்தம் தோய்ந்த பின்வாங்கலுக்குப் பிறகு முதன்முறையாக, மீண்டும் இந்த உலகில் வாழ்வதன் சாத்தியத்தையும் சூடான இரும்புக் கம்பியின் பெரும் வெறுப்புக்குப் பிறகு ஏதோ ஒருவகை நேசத்துக்குத் திரும்பும் தன் வழியைக் காண்பதையும் பரிசீலிக்கத் தொடங்கினாள். சிலையை அடைந்தவுடன் சிற்பியே அவள் கைகளைப் பற்றி அதன் மேற்பரப்பில் வழிநடத்தி அதன் நுணுக்கங்களையும் குறியீடுகளையும் விளக்கினார்.

திருமலாம்பாள்தேவி, மாதவாச்சாரியார் இருவரின் உதவியோடு மலர்களைத் தூவித் தேவியைப் பிரார்த்தித்தாள்; சிற்பியை மட்டுமல்ல அரசனையும் அவனுடைய உச்சமான புனித காரியத்துக்காகப் பாராட்டினாள். 'சிலை அழகாக இருக்கிறது,' என்று மென்மையாகச் சொன்னாள்; பல குரல்களால் திருப்பிச் சொல்லப்பட்ட அவளுடைய வார்த்தைகள் கூட்டத்தினூடே சிற்றலைகளாகப் பரவின. 'அதை நான்

தெளிவாகப் பார்க்கிறேன், என்னுடைய கண்பார்வையை அது மீட்டளித்துவிட்டதைப் போல இருக்கிறது.'

இந்தச் சம்பவம் குறித்த செய்தி அரண்மனையை எட்டியது; தான் பணித்த சிலை தனக்கு மட்டுமே கீர்த்தியைக் கொண்டுவரும் என்று அச்சுதன் நினைத்த நிலையில் திட்டமிடாத வகையில் அது மந்தானாவின் பார்வையற்ற அந்தப் பெண்ணுக்குப் பாராட்டாக அமைந்துவிட்டது பற்றி அவன் கடும் கோபம் கொண்டான். (அது அப்படித்தான் நிகழும் என்று அவனுக்குத் தெரிந்திருக்க வேண்டும் என்று நினைத்தவர்கள் இருந்தார்கள்; ஒரு விஷயம் நடந்த பிறகே அதைப் புரிந்து கொள்ளும் நம் அறிவின் தன்மையை வைத்துப் பார்க்கும்போது நாமும் அந்தக் கருத்துடன் உடன்படுவதைத் தவிர வேறு வழியில்லை; அதே சமயம், அச்சுதன் தொலைநோக்கு உடையவன் அல்ல, அரசர்களில் அவன் அதி புத்திசாலியும் அல்ல என்பது தெரிந்த விஷயம்தான். அதன் விளைவாக, பம்பா சிலைக்கு மக்கள் காட்டிய எதிர்வினை அவனை அதிர்ச்சிக்குள்ளாக்கியது; தன் முட்டாள்த்தனத்தை அவன் உணர்ந்ததும் அவன் கோபத்தை அதிகரித்திருக்கலாம்.)

'அவள் எக்கேடோ கெடட்டும்!' என்று அரியணையிலிருந்து கத்தினான். 'தான் தேவி என்று இப்போது பாசாங்கு செய்கிறாளா? சூனியக்காரிகளுக்கும் தெய்வநிந்தனையாளர்களுக்கும் பிஸ்நகாவில் இடமில்லை. அவளைத் தொலைத்துத் தலைமுழுகக் கண்ணைப் பிடுங்கியது மட்டும் போதாதென்றால் அவளை உயிரோடு எரிக்கவும் செய்வேன்.'

அச்சுதனின் அமைச்சர்கள் யார் யார் என்பதைப் பம்பா கம்பானாவின் நூல் குறிப்பிடுவதில்லை; அவர்கள் யாரென்றாலும் சரி, பலராலும் பெரிதும் மதிக்கப்படும் ஒரு பெண்ணைப் பொதுவெளியில் எரிப்பது அறிவுக்குகந்த செயல் அல்ல என்பதை அவன் ஏற்கும்படி செய்திருக்கிறார்கள் என்று தெரிகிறது. ஆனாலும் மந்தானா மடத்துக்குத் திடீரென்று போய் அவளுடைய அறை எது என்று தனக்குக் காட்டுமாறு அதிகாரத்துடன் அவன் கேட்டதை அவர்களால் தடுக்க முடியவில்லை. மாதவாச்சாரியார் அவனை இட்டுச் சென்றார்; தன் வழக்கமான மூலையில் அமர்ந்து அவள் சொன்னதை இளவரசி திருமலாம்பாள்தேவி எழுதிக்கொண்டிருந்தாள்.

'உன்னை என்னால் எரிக்க முடியவில்லையென்றால் உன் புத்தகத்தை என்னால் நிச்சயம் எரிக்க முடியும்; பொருத்தமில்லாத, தடைசெய்யப்பட்ட சிந்தனைகளே அந்தப் புத்தகத்தை முழுக்கவும் நிரப்பியிருக்கும் என்பதை அதைப் படித்துத்தான்

நான் தெரிந்துகொள்ள வேண்டிய அவசியமில்லை; அதன் பிறகு நீ இறந்துபோய் மறக்கப்படுவாய்; உன் பெயர் யாருக்கும் தெரியப்போவதில்லை; அப்புறம் அந்தச் சிலை திரும்பவும் என்னுடையதாகிவிடும்; காலாகாலத்துக்கும் அப்படியே இருக்கும். இதற்கு என்ன சொல்கிறாய்?'

குதித்து எழுந்த திருமலாம்பாள்தேவி அச்சுதனுக்கும் பார்வையற்ற பெண்ணுக்கும் இடையில் நின்றுகொண்டாள். 'நீங்கள் முதலில் என்னைக் கொல்ல வேண்டும். இந்த அம்மையார் தெய்வம் அருளிய கொடை; நீங்கள் செய்யப் போவதாகப் பயமுறுத்தும் செயல் தெய்வக் குற்றம் ஆகிவிடும்.'

பம்பா கம்பானாவும் எழுந்து நின்றாள். 'எல்லாத் தாள்களையும் எரித்துவிடுங்கள். ஆனால் நான் எழுதிய ஒவ்வொரு வரியும் என் நினைவில் பதிந்திருக்கிறது. அதை அழித்தொழிக்க நீங்கள் என் தலையை வெட்டி அதற்குள் வைக்கோலைத் திணிக்க வேண்டும்; தோற்கடிக்கப்பட்ட அரசர்களுக்கு அப்படிச் சில சமயம் நடப்பதாக என் புத்தகத்தில் குறிப்பிடப்படுகிறது.'

'இந்தச் சாகாவரம் பெற்ற நூலை நானும் மனப்பாடம் செய்திருக்கிறேன்; ஆகவே உங்கள் கோடாரி என் கழுத்தையும் வெட்ட வேண்டும்,' என்றார் மாதவாச்சாரியார்.

அச்சுதனின் முகம் சிவந்தது. 'நீங்கள் கொடுப்பதையோ செய்வதையோ நான் மகிழ்ச்சியுடன் ஏற்றுக்கொள்ளும் காலம் விரைவில் வரலாம். இப்போதைக்கு, நீங்கள் எல்லோரும் நாசமாய்ப் போங்கள். என் கண் முன்னால் வராதீர்கள்.' பம்பா கம்பானாவைச் சுட்டிக்காட்டி, 'நான் எடுத்த சிலையைப் பார்க்க உனக்குத் தடைவிதிக்கிறேன்,' என்று கோபத்துடன் சொன்னான்.

'நல்லது. என்னுடைய வரலாறு கல்லில் எழுதப்படப் போவதில்லை,' என்றாள் பம்பா கம்பானா.

அரசன் வெளியே போனவுடன் மாதவாச்சாரியாரைப் பார்த்து அவள் திரும்பினாள். 'நீங்கள் சொன்னது உண்மை யல்ல. ஒரு பொய்க்காக உங்கள் வாழ்க்கையையே பணயம் வைத்தீர்கள்.'

'வாழ்க்கையைவிட அதிக முக்கியத்துவம் கொண்டதாக ஒரு பொய் இருக்கும் சமயமும் உண்டு. இது அந்த மாதிரியான சமயம்,' என்றார் அவர்.

அவள் திரும்பவும் தன் மூலைக்குப் போனாள். 'ரொம்ப நல்லது. உங்கள் இருவருக்கும் நன்றி. நம் வேலையைத் தொடரலாம்.'

மாதவாச்சாரியார் போன பிறகு, 'சில சமயங்களில் நான் ஆண்களை வெறுக்கிறேன்,' என்றாள் திருமலாம்பாள்தேவி.

'இதேபோல யோசித்த மகள் ஒருத்தி எனக்கிருந்தாள். 'வசியத்துக்கு ஆட்பட்ட ஆரண்யானி வனத்தில் அவள் பெண்களோடு இருப்பதையே விரும்பினாள். அந்த நேரத்தில் மிக மகிழ்ச்சியாக இருந்தாள். "ஆண்கள்" என்று சொல்லும்போது சற்று முன் வந்த அரசரை நீ குறிப்பிட்டாயானால் அது புரிந்து கொள்ளக்கூடியதுதான். ஆனால் சந்தேகமில்லாமல் மாதவர் ஒரு நல்ல ஆண். உன் கணவரைப் பற்றி உன் அபிப்பிராயம் என்ன?'

'ஆலியா சூதும் சூழ்ச்சியும் நிரம்பியவர். ரகசியங்களும் சதித்திட்டங்களுமே அவர் சிந்தனையில் இருக்கும். அரண்மனையில் நிறைய உட்குழுக்கள் உண்டு; அவற்றில் ஒன்றை மற்றொன்றுக்கு எதிராக நிறுத்தவும் ஒரு குழுவின் நலனை இன்னொரு குழுவின் நலனோடு சமநிலையில் வைக்கவும் அவருக்குத் தெரியும்; அச்சுதனால் அதற்கு ஈடுகொடுக்க முடிவதில்லை. அந்த மாதிரியான குழப்பம் அவருடைய தலையைச் சுற்றவைக்கிறது. எனவே, ஆலியா இரண்டாவது அதிகார மையமாக, அரசருக்கு இணையாக, ஆகிவிட்டார்; இப்போதைக்கு அவர் விரும்புவதும் அதுதான். அவர் ஒரு திருக்குமறுக்கான பாதை. எந்தத் திசையில் நுழைவது என்பது தெரியாது. சிக்கலான புதிரை யார் நேசிப்பார்கள்?'

'இதைச் சொல் பார்க்கலாம். இளவரசிகள் அவர்களுடைய மகுடங்களால் சிறைப்படுத்தப்படுகிறார்கள் என்பதும் தங்களுடைய வழியைத் தேர்ந்தெடுப்பது அவர்களுக்குச் சிரமம் என்பதும் எனக்குத் தெரியும்; வாழ்க்கையிலிருந்து எதை நீ மனதார விரும்புகிறாய்?' என்று கேட்டாள் பம்பா கம்பானா.

'இதுவரை யாருமே இப்படி என்னைக் கேட்டதில்லை,' என்றாள் திருமலாம்பாள்தேவி. 'என்னுடைய அம்மாகூடக் கேட்டதில்லை. கடமை, கடமை, இத்யாதிகள்தான் எப்போதும். உங்களுடைய கவிதையை எழுதித் தருவதுதான் இப்போது என் மனதுக்கு மகிழ்ச்சி தரும் காரியம்.'

'ஆனால் தனிப்பட்ட முறையில் உனக்கு?'

திருமலாம்பாள்தேவி பதில் சொல்லச் சற்றுத் தாமதித்தாள். 'அயல்நாட்டுக்காரர்களின் தெருவில் பொறாமைப்படுபவளாக ஆகிறேன். அவர்கள் இஷ்டம்போல வருகிறார்கள், போகிறார்கள்;

பந்தங்களில்லை, கடமைகளில்லை, கட்டுப்பாடுகளில்லை. எல்லா இடங்களிலிருந்தும் கதைகள் கொண்டுவருகிறார்கள்; வேறெங்காவது போனால் அங்கிருப்பவர்களுக்குச் சொல்லும் கதைகளாக நாம் ஆகிறோம் என்பது எனக்கு உறுதியாகத் தெரிகிறது. நம்மைப் பற்றிய கதைகளை அவர்கள் தலைகீழாக மாற்றி நம்மிடமே சொன்னாலும்கூட நாம் அவற்றை நம்புகிறோம். மொத்த உலகத்தின் கதையை மொத்த உலகத்துக்கும் சொல்லி விட்டுப் பிறகு புது இடங்களுக்குப் போக அவர்களுக்கு உரிமை இருப்பதைப் போல நடந்துகொள்கிறார்கள். அதனால் இதோ என்னுடைய மூடத்தனமான யோசனை. நான் ஒரு அயல்நாட்டுக்காரியாக இருக்க விரும்புகிறேன். இப்படி முட்டாள்த்தனமாக யோசிப்பதற்கு வருந்துகிறேன்.'

'என் மகள் ஒருத்தியும் அப்படி யோசித்தாள்,' என்றாள் பம்பா கம்பானா. 'அப்புறம் என்ன ஆயிற்று, தெரியுமா? அவள் ஒரு அயல்நாட்டுக்காரியாக ஆனாள்; அதனால் மகிழ்ச்சியாக வும் இருந்தாள் என்று நினைக்கிறேன்.'

'உங்களுக்கு உறுதியாகத் தெரியாதா?'

'நான் அவளை இழந்துவிட்டேன். ஆனால், அவள் தன்னைக் கண்டடைந்திருக்கலாம்.' இளவரசியின் முழங்கால்மீது தன் கையை வைத்தாள். 'போய், பருந்தின் இறகு ஒன்றைத் தேடு,' என்றாள்.

'இறகா? ஏன்?'

'அதைப் பத்திரமாக வைத்துக்கொள்.'

'நீங்கள் இங்கே ஒரு பறவையாக வந்தீர்கள் என்று பேசிக் கொள்கிறார்கள்.' திகைத்துப்போய் திருமலாம்பாள் சொன்னாள்.

'நாம் வேலையைத் தொடரலாம்,' என்றாள் பம்பா கம்பானா. மீண்டும் தன் கவிதையைச் சொல்வதற்கு முன்பு அவள் இன்னொரு விஷயத்தையும் சொன்னாள். 'அயல்நாட்டுக் காரர்களை எனக்குத் தெரியும். அவர்களில் ஓரிருவரைக் காதலித்தும் இருக்கிறேன். அவர்களிடம் மிக ஏமாற்றம் தரும் அம்சம் என்ன என்று தெரியுமா?'

'என்ன?'

'அவர்கள் எல்லோரும் ஒரேமாதிரியான தோற்றம் கொண்டவர்கள்.'

'நீங்கள் என்னிடம் கேட்ட அதே கேள்வியை நான் உங்களிடம் கேட்கலாமா? நீங்கள் இன்னும்கூட எதிர்நோக்குவது,

விரும்புவது ஏதாவது உண்டா? உங்கள் பார்வையின்மை, எனக்குத் தெரியும். என்னை மன்னியுங்கள், இன்னொரு முட்டாள்த்தனம். ஆனால் நான் கேட்பது ஏதாவது ரகசிய ஆசை?'

பம்பா கம்பானா புன்னகைத்தாள். 'உனக்கு நன்றி' என்றாள். 'ஆசைப்படும் காலம் எனக்கு முடிந்துவிட்டது. இப்போது நான் விரும்பும் எல்லாமும் என் வார்த்தைகளில் இருக்கிறது; எனக்குத் தேவைப்படுபவையெல்லாம் வார்த்தைகளே.'

'சரி, மகிழ்ச்சியுடன் நம் வேலையைத் தொடரலாம்.'

அது மழைக்காலம்; சூழல் தீவிரமடைந்திருந்தது. தாமரை அரண்மனையின் பிரத்யேக அறையில் ஆலியா ராமராயர் தன் மனைவியோடு முன்காலைப் பொழுதில் மௌனமாக, விழும் மழைத்துளிகளின் ஏமாற்றும் மகிழ்ச்சியான ஒலியைக் கேட்டவாறு காலை உணவு அருந்திக்கொண்டிருந்தான்; பரிமாறுபவர்கள் இருந்ததால் எதுவும் பேசிக்கொள்ளவில்லை. உணவு அருந்தி, குடித்து முடித்த பிறகு ஆலியா பிற அறைகளைச் சுற்றிவந்தான்; தான் பேசுவதைக் கேட்க அங்கே யாரும் – ஓட்டைவாய்ச் சேவகர்கள், வம்பு பேசும் பணிப்பெண்கள் – இல்லை என்பதை உறுதிப்படுத்திக்கொண்டான். கடைசியில் பேசினான்.

'அவனோடு பேசுவது மிகக் கடினம்; அவன் சிந்தனையின் தரம் கரடுமுரடாக இருக்கிறது; அவன் சாப்பிடுவதைப் போலவே சிந்திக்கிறான், அதாவது பன்றித்தனமாக,' என்றான் ஆலியா இளவரசி திருமலாம்பாளிடம்.

காட்டுமிராண்டித்தனமான அரசன் அச்சுதனுக்கும் நேர்மையற்ற புத்திசாலியான அவன் எதிராளி ஆலியாவுக்கும் இடையே இருந்த திட்டவட்டமற்ற, இறுக்கமான அதிகாரப் பகிர்வுக்கான ஏற்பாடு இருவருக்குமே திருப்தி தரவில்லை; அவர்களுக்கிடையே இருந்த பூசல் பிஸ்நகாவை எதிரெதிர்த் திசைகளில் இழுத்துச் சென்றது; அதனால் யாருக்கும் திருப்தி யில்லை.

திருமலாம்பாள் கவனத்துடன் ஒரு பதிலைச் சொன்னாள். 'தான் தெய்வீக அம்சம் நிரம்பியவர் என்று மாதவாச்சாரியார் சொல்கிறார், இல்லையா?'

'ஆமாம், அவருக்கு எதுவும் புரிவதில்லை. *நாம்* நல்லவர்கள், *அவர்கள்* மோசமானவர்கள்; இதுதான் மதம் குறித்த அவருடைய மொத்தக் கருத்து. அதற்குக் கீழே மறைந்திருப்பது அவர் அவர்களைக் குறித்துப் பயப்படுகிறார் என்பதுதான்.

தற்போது வடக்கில் இன்னொரு புதிய அவர்கள் முனைப்பாக வெளிப்படுகிறார்கள் – அவருக்குப் பீதி இன்னும் அதிகரிக்கிறது.'

'ஆனால் பிஸ்நகாவின் எல்லா இடங்களிலும் *அவர்கள்* இருக்கிறார்கள். பல குடியிருப்புப் பகுதிகளில் அவர்கள் தொழும் இடங்கள் உள்ளன, நம்மிடையே அவர்கள் வாழ்கிறார்கள், குழந்தைகள் ஒன்றாக விளையாடுகிறார்கள், முதலில் பிஸ்நகா, அப்புறந்தான் கடவுள் தொடர்பானவை என்று நாம் சொல்கிறோம், இல்லையா? அதைத்தான் சொல்கிறோம். நம்முடைய மூத்த தளபதிகள் சிலர் *அவர்கள்தான்*, இல்லையா? ஐந்து சுல்தானகங்களிலும் நாம் பரவலாக இருக்கிறோம். மூத்த பிரமுகர்கள், கடை வைத்திருப்பவர்கள் என்று பலர். அவர்களுடைய அரண்மனைகளில் மனைவிகள் சிலர்கூட நாம்தான்,' என்றாள் திருமலாம்பாள்.

'ஐந்து சுல்தான்களோடும் நட்புடன் இருக்க முயன்றேன்,' என்றான் ஆலியா. 'அவர்களுடைய கடவுள் ஒன்றே என்றாலும் அச்சுதனைவிட அவர்கள் முகலாயர்களைப் பார்த்து அதிகம் பீதியடைந்திருக்கிறார்கள். கடவுள் பொருட்டல்ல என்பதை அவனுக்கு விளக்க முயல்கிறேன். நம்மை நாமே ஆட்சி செய்துகொள்ள இயல்வதுதான் முக்கியம். நாம் வெற்றிகொள்ளப்படவோ அழிக்கப்படவோ கூடாது; நாம் வலிமை வாய்ந்தவர்களாகவும் சுதந்திரமாகவும் இருக்க வேண்டும்; சுல்தான்களுக்கும் சரி, நமக்கும் சரி அதுதான் முக்கியம். ஆனால் அவனோ கலியுகம், கலியுகம், இருண்ட காலம் வந்துவிட்டது, பேய்கள் வருகின்றன, இருள் உண்டாக்கும் துயரங்களிலிருந்து நம்மைக் காக்க வரும் விஷ்ணுவை வணங்க வேண்டுமென்று சொல்கிறான். அவர்களுக்கு எதிராக நிற்க, அவர்கள் எல்லோரையும் அழிக்க அவருடைய சக்தியை நமக்குத் தர நாம் பிரார்த்திக்க வேண்டும். நான்கு வயதுக் குழந்தை புனித நூல்களைப் புரிந்துகொள்ள முயல்வதைப் போல அது இருக்கிறது. "அவர்கள் எல்லோரையும் அழிப்பது?" அப்படியே அது சாத்தியம் என்றாலும் அப்படிச் செய்ய முயல்வது முட்டாள்த்தனம். "அவர்கள் எல்லோரையும் அழிப்பது" என்பது, இப்போது வாருங்கள், வந்து என்னை அழியுங்கள் என்று சொல்வதுபோல உள்ளது. இந்த மாதிரி அழிப்பது – ஒழிப்பது என்ற பேச்சைத் தவிர்க்க நான் சுல்தான்களிடம் இனிமையாகப் பேசிக்கொண்டிருக்கிறேன்.'

'உங்களுடைய "புத்திமதி -கித்திமதி" பற்றி அவர் என்ன சொல்கிறார்?'

‘இப்போதெல்லாம் நாங்கள் அதிகம் பேசிக்கொள்வதில்லை. அதுவும் சரியில்லைதான். அதனால் இப்படி யோசித்தேன். அச்சுதனுக்கும் எனக்கும் இடையே சமரசம் செய்துவைக்க ஐந்து சுல்தான்களையும் பிஸ்நகாவுக்கு விருந்தினர்களாக அழைத்திருக்கிறேன்.’

‘அன்புக் கணவரே, என்னை மன்னியுங்கள். அது ஆபத்தான யோசனை அல்லவா? அது நம்மைப் பலவீனமானவர்களாகக் காட்டுமே.’

‘அது அச்சுதனைத்தான் பலவீனம் உடையவனாகக் காட்டும்,’ என்று சொன்ன ஆலியா தொலைவில் எதையோ பார்த்து மகிழ்ச்சியற்ற சிரிப்பொன்றை உதிர்த்தான். ‘நம்மை அப்படிக் காட்ட வேண்டிய அவசியம் இல்லை,’

‘நம்முடைய அரசர் பலவீனமாக இருக்கிறார் என்று நினைத்து நம்மைத் தாக்கிவிட்டு நம் நாட்டின் சில பகுதிகளை அவர்கள் கைப்பற்றினால் என்ன செய்வது?’

‘அன்புக்குரிய மனைவியே, அப்படி நடந்தால் நம் அரசர் அவர் வகிக்கும் பதவிக்கு லாயக்கற்றவர் என்பதை பிஸ்நகாவி லுள்ள எல்லோருக்கும் அது நிரூபித்துவிடும்; அதனால், மாற்றம் தேவைப்படலாம்.’

‘ஆக, இதுதான் உங்கள் திட்டம்.’ திருமலாம்பாள் தலையைக் குலுக்கிக்கொண்டாள். ‘நீங்கள் மிகவும் தந்திரமானவர் என்று மக்கள் ஏற்கெனவே சொல்கிறார்கள். இது அதை நிரூபிக்கும், இல்லையா?’

‘தந்திரமான என்பதை மக்கள் ஏற்றுக்கொள்வார்கள், அது திறமையான என்பதோடு சேர்ந்துவந்தால்,’ என்று ஆலியா மெதுவாகச் சொன்னான்.

விவாதத்தை வளர்ப்பதில் அர்த்தமில்லை என்பதை திருமலாம்பாள் கண்டுகொண்டாள். ‘அரசரிடம் சொல்லி விட்டீர்களா?’

‘இப்போது சொல்லப்போகிறேன்.’

‘ஆனால் அவர் அதை ஒப்புக்கொள்ள மாட்டார், இல்லையா? அவர் ஒன்றும் அந்த அளவு முட்டாள்த்தனமானவர் கிடையாது.’

‘சுல்தான்கள் பாதிவழியில் இருக்கிறார்கள்,’ என்றான் ஆலியா. ‘பெரிய அளவிலான வரவேற்புக்கும் விருந்துக்கும் ஆணையிட்டுவிட்டேன். அவர்கள் நாளைக்கு வருகிறார்கள்.’

திருமலாம்பாள் எழுந்தாள்; மடத்தில் பம்பா கம்பானாவோடு செலவழிக்கும் அன்றைய நாளுக்குத் தன்னைத் தயார்ப்படுத்திக்கொண்டாள். வெளியே கிளம்பும்போது, 'தந்திரமானவர் என்ற வார்த்தை உங்களை வர்ணிக்கும் அளவுக்குப் போதாது; ரகசியமாகக் காரியங்கள் செய்பவர் என்றுகூடச் சொல்லலாம்; சுயநலக் கணக்குப் போடுபவர் என்றும் சொல்லலாம்; கொஞ்சம் ஒளிவுமறைவானவர் என்றும்கூடக் குறிப்பிடலாம். "ஆம், இல்லை" என்று சொல்வதுபோல அது இல்லை. அவர் "இல்லை" என்று சொன்னால் நீங்கள், "உன்னைக் காப்பாற்றிக்கொள்" என்று எச்சரிக்கை விடுவதுபோல்.'

'நன்றி,' என்று சொன்ன ஆலியா ராமராயர் லேசாகத் தலையைத் தாழ்த்தினான். 'நீ விரும்பும்போது முகஸ்துதி செய்பவளாக உன்னால் ஆகிவிட முடிகிறது.' திரும்பவும் அவன் சிரித்தான், லேசான, புதிர்ச் சிரிப்பு.

'எனக்கு இன்று ஒரு குடை தேவைப்படும். இருந்தும் நான் நனைந்துவிடுவேன். நீங்களும் ஒரு குடை வைத்துக்கொள்ள வேண்டும். நீங்கள் நடந்துகொள்ளும் விதத்தில் மழை மட்டுமல்ல மொத்த வானமும் உங்கள் தலையில் விழக்கூடும்.'

தக்காணத்தைச் சேர்ந்த ஐந்து சுல்தான்களின் – அகமதுநகர், பரார், பீதர், பீஜப்பூர், கோல்கொண்டா ஆகியவற்றின் ஆட்சியாளர்கள் – அரசுமுறைப்பட்ட விஜயம் நீண்ட நாள் நீடிக்கவில்லை; ஆனால் பெரிய மாற்றங்களைக் கொண்டு வந்தது. ரெய்ச்சூரில் கிருஷ்ணதேவராயரால் மிக மோசமாகத் தோற்கடிக்கப்பட்ட பீஜப்பூரின் முதிய அடில் ஷா சிறிய படை ஒன்றுடன் வந்தார்; போரின் கறை பட்டிருந்த போர்வீரருக்குரிய உடைகளை அணிந்திருந்தார். அவரைவிட முதியவரான கோல்கொண்டாவின் குதுப் ஷா அதைவிடப் பெரிய படையைக் கொண்டுவந்தார்; ஜொலிக்கும் வைரங்களால் அவர் தன்னை அலங்கரித்துக்கொண்டிருந்தார். தங்களை வலிமையுள்ளவர்களாகக் காட்டிக்கொள்ளும் முயற்சியில் தம் படைகளைக் காட்சிக்கு வைக்கும் ஆட்கள் என்ற மனப்பதிவையே அவர்கள் இரண்டு பேரும் உண்டாக்கினார்கள்; அதனால் இரண்டு பேரும் பலவீனமானவர்களாகத் தோன்றினார்கள். அகமதுநகரின் ஹுசேன் ஷாவும் பராரின் தர்யாவும் உடல்நலம் குன்றியிருந்தார்கள்; நீண்ட நாள் தாம் வாழ மாட்டோம் என்பதை உணர்ந்த நபர்களைப் போல அவர்கள் இரண்டு பேரும் தோன்றினார்கள். பீதரின் அலி பரித்

ஐவரில் மிக இளையவனாகவும் ஆரோக்கியமானவனாகவும் தன்னம்பிக்கை உடையவனாகவும் இருந்தான். மிகச் சிறிய பரிவாரத்தைக் கூட்டிவந்திருந்தான்; பிஸ்நகாவின் ஆட்சியாளர்களிடம் உங்களுக்குத் துணிச்சல் இருக்காது என்று சொல்வதைப் போல அது இருந்தது.

ஆலியா ராமராயரின் தந்திரத்தால் கடும் கோபம் கொண்ட அச்சுத தேவராயர் சுல்தான்கள் வந்தவுடனேயே அவர்களுடைய சேவை தேவையில்லை என்று அவர்களிடம் சொல்லிவிட்டான். 'சரி, வந்துவிட்டீர்கள்; அது என்னுடைய யோசனை கிடையாது; ஆனால் அப்படித்தான் நடக்கிறது,' என்று தன்னுடைய வழக்கமான அநாகரிக முறையில் சொன்னான். 'ஆனாலும் உங்களைப் போன்றவர்களிடமிருந்து ஆலோசனை எதுவும் எங்களுக்குத் தேவையில்லை. எந்தக் காரணமும் இல்லாமல் உங்கள் பயணத்தை மேற்கொண்டிருக்கிறீர்கள். மிக மோசமான விஷயம். கொஞ்சம் தங்கி ஓய்வெடுங்கள்; இன்றிரவு நாம் சேர்ந்து உண்ணுவோம்; அதன் பிறகு நீங்கள் அனைவரும் கிளம்பலாம்.'

அவன் நினைத்தது இதுதான்: நான்கு நோயாளி ஆண்களும் ஒரு சிறுவனும். இதில் பயப்பட எதுவுமில்லை. அந்த மதத்தைப் பின்பற்றுபவர்கள் குறித்து அவனுக்கு இருந்த பல வெறுப்பூட்டும் கருத்துகளை இங்கே திருப்பிச் சொல்வது தேவையற்றது. சந்தேகமில்லாமல், அந்த ஐந்து சுல்தான்களும் அதே அளவு வெறுப்பூட்டும் கருத்துகளை அவன்மீது கொண்டிருந்தார்கள்.

அன்று மாலை உணவுக்குப் பின் ஒருவருக்கு அடுத்து ஒருவராக ஐந்து சுல்தான்களிடமும் ஆலியா ராமராயர் பேசினான். அகமதுநகர் ஹுசேன் ஷாவும் பராரின் தர்யாவும் பீதரின் அலி பரித்தையும் பீஜப்பூரின் அடில் ஷாவையும் ஏளன மாகப் பார்த்தார்கள் என்பதை விரைவில் தெரிந்துகொண்டான்; காரணம் அவர்களுடைய அரச வம்சங்கள் அயல்நாட்டைப் பிறப்பிடமாகக் கொண்ட முன்னாள் அடிமைகளால் தொடங்கப்பட்டவை (அவர்களுடைய அடிமை மூதாதையர் ஜார்ஜியாவிலிருந்து வந்தவர்கள்). கோல்கொண்டாவின் குதுப் ஷா ஹுசேன் ஷாவையும் தர்யாவையும் இளக்காரமாகப் பார்த்தார்; காரணம் ஹுசேனின் குடும்பத்தார் முன்னாளில் பிராமண இந்துக்களாக இருந்தவர்கள், பராார் சுல்தானகமும் இந்துக்களாக இருந்து மதம் மாறியவர்களின் மரபு வழியில் அமைந்ததே. கோல்கொண்டாவின் செல்வம், அதிகாரம் காரணமாக குதுப் ஷாவைப் பார்த்து மற்ற நான்கு சுல்தான்

களும் அஞ்சினார்கள், அவரை வெறுக்கவும் செய்தார்கள். தங்களுக்குள் பேசிக்கொள்வதைவிட ஆலியாவிடம் பேசிய போது ஐந்து பேரும் மகிழ்ச்சியாக இருந்ததாகத் தோன்றியது. அச்சுதனைப் பொறுத்தவரை, விருந்தினர்களிடமிருந்து தள்ளி மேஜையின் மறுமுனையில் உட்கார்ந்து குடித்தான்; மோசமானதொரு மாலை நேரச் சூழலைப் பொறுத்துக்கொள்ள அதுதான் ஒரே வழி என்று கருதினான்.

அவர்கள் ஒருவரையொருவர் விரும்புவதில்லை என்பது எவ்வளவு சுவாரசியமாக இருக்கிறது. அது அப்படியே நீடிக்கும்படி பார்த்துக்கொள்ள வேண்டும் என்று ஆலியா ராமராயர் நினைத்தான்.

வெளியே மழை வலுத்துப் பெய்துகொண்டிருந்தது. விருந்து மண்டபத்தின் கூரையைப் பழுது பார்க்க வேண்டும்போல இருந்தது; பெருமழையை அது தாங்கும் என்று தோன்ற வில்லை. பல இடங்களில் மழைநீர் ஒழுகிக்கொண்டிருந்தது. வாளிகளையும் துடைப்பான்களையும் தூக்கிக்கொண்டு அரண்மனைப் பணியாளர்கள் அங்குமிங்கும் ஓடினார்கள். பீஜப்பூர், கோல்கொண்டா சுல்தான்களுக்குக் குடை பிடிக்க வேண்டியிருந்தது. இது எந்த வகையிலும் அங்கு நிலவிய பொது மனநிலையை மேம்படுத்தவில்லை.

அரசன் அச்சுதன் நினைத்தது சரியே. அன்றைய மாலை நாசமாகிவிட்டது. அர்த்தமில்லாத தங்கள் பயணம் குறித்துக் கடும் கோபம் கொண்டிருந்த ஐந்து சுல்தான்களும் அடுத்த நாள் காலை பொழுது புலர்வதற்கு முன்பே கிளம்பிவிட்டார்கள்.

பீஜப்பூரின் அடில் ஷா, பிஸ்நகாவின் நிலை மிக மோசமாக இருக்கிறது; தனக்குள்ளேயே பிரிந்து கிடக்கிறது; பலவீனமாக, ஒழுகும் கூரையுடன், குழம்பிப்போய். உறுதியான முடிவை எடுக்க வேண்டிய காலம் இது என்று நினைத்தார்.

இன்னொரு விஷயம் தொடர்பாகவும் அந்த விருந்து குறிப்பிடத்தக்கதாக ஆயிற்று. கடுகடுப்பான முகத்துடனிருந்த முன்னாள் அரசி திருமலாதேவிக்கும் இனிய முகத்துடன் இருந்தாலும் அமைதியாக இருந்த அவள் மகள் திருமலாம்பாள் தேவிக்கும் இடையே அமர்ந்திருந்த, தற்போது மிக முதியவளாகி விட்ட நாகலாதேவி பங்குகொண்ட கடைசி அரசமுறை நிகழ்ச்சி அதுதான். மூன்று பெண்களும் நிமிர்ந்து உட்கார்ந் திருந்தார்கள், குறைவாகச் சாப்பிட்டார்கள், குறைவாகக் குடித்தார்கள்; எதுவும் சொல்லாமல் சீக்கிரமாகவே படுக்கைக்குப் போய்விட்டார்கள். அன்றிரவு நாகலாதேவி இறந்துவிட்டாள்.

மழை இடைவெளி விட்ட நேரத்தில் தவளைகள் கத்துவதைப் படுக்கையில் இருந்தபடியே இரவில் கேட்டுக்கொண்டிருந்த அந்த முதிய பெண்மணி அமைதியாக இறந்துபோனாள். 'அவர் தன் மொத்த வாழ்க்கையிலும் அமைதியாகச் செய்த ஒரே காரியம் அதுதான்,' என்று அவள் பேத்தி திருமலாம்பாள் பம்பா கம்பானாவிடம் மடத்தில் சொல்லிவிட்டுக் கண்ணீர் சிந்தினாள். 'ஒருவர் உங்களை நேசிக்கவில்லை என்பது தெரிந்தும் அவரை நீங்கள் தொடர்ந்து நேசிப்பது சாத்தியம்தான், இல்லையா?' என்று கேட்டவாறே அழுதாள். 'அதுதான் நிலைமையை இன்னும் மோசமாக ஆக்கும் போலிருக்கிறது. அவர்களை நேசிப்பதை நிறுத்திவிட்டால் வேதனை குறைவாக இருக்கும். நான் சிறுமியாக இருந்தபோது அவருடைய காலடியில் அமர்ந்திருப்பேன்; எனக்குக் கதைகள் சொல்வார், பலவற்றைப் பார்க்கவைப்பார். அப்போது அவர் வேறு மாதிரியானவராக இருந்தார். ஒருவேளை கூடுதலான மகிழ்ச்சி கொண்டிருந்தாரோ என்னவோ. ஐந்நூறு வருடங்களுக்கு முன்பு ஸ்ரீரங்கப்பட்டணத்தின் பிரசித்திபெற்ற ரங்கநாத சாமி கோயிலைக் கட்டிய எங்கள் குலத் தலைவர் திருமலையாபற்றி எனக்குச் சொன்னார். கோயிலுக்கு உள்ளே அழைத்துப்போய் எல்லாவற்றையும் சுற்றிக் காட்டினார்; கடவுளும் ஏழுதலை நாகமும் இருந்த கருவறைக்குள்ளும் கூட்டிக்கொண்டு போனார். அழகான அருவிக்கும் போனோம். எங்கள் ஊரை நெருங்கும்போது பிரிந்து அதைத் தாண்டியதும் திரும்பவும் இணைந்துகொள்ளும் காவிரியின் உள்ளே இருக்கும் தீவுதான் ஸ்ரீரங்கப்பட்டணம். இரண்டாகப் பிரிந்த காவிரி மீண்டும் சேரும் இடம்தான் இறந்தவர்களை எரித்த சாம்பலைத் தூவ மிகவும் உகந்த இடம் என்று அவர்தான் எனக்குச் சொன்னார். அதைப் பார்க்க என்னை அழைத்துப்போன அவர் அந்தச் சடங்கைச் செய்வதற்குரிய சரியான இடத்தையும் காட்டினார். ஆகவே, இப்போது அவரை நாங்கள் அங்கே கொண்டுபோய் நீரில் அவரைத் தூவ வேண்டும்."

'உன் அம்மாவிடம் பேசு. அவர் தன் அம்மாவை இழந்திருக்கிறார். அவருடைய பக்கத்தில் அவருடைய மகள் இருக்க வேண்டும்,' என்று பம்பா கம்பானா சொன்னாள்.

'இப்போது நீங்கள்தான் என்னுடைய தாய். நான் உங்களுடைய மகள்.'

'இல்லை. இன்றைக்கு இல்லை,' என்றாள் பம்பா கம்பானா.

தன்னுடைய அம்மா திருமலாதேவி படுக்கையறையில் தனியாக இருப்பதைத் திருமலாம்பாள் கண்டாள்; பூட்டிய

கதவுக்குள் நுழைய முடியாததைப் போல ஊடுருவ முடியாத உலர்ந்த கண்ணுடைய முகத்தோடு அவள் இருந்தாள். 'தன்னுடைய திருமண உறவை விட்டுவிட்டு உன் பாட்டி இங்கே வந்து என்னோடு பிஸ்நகாவில் தங்கியிருந்தார். அவர் உன் தாத்தாவை நேசித்தார், தாத்தா இப்போதும் அவரை நேசிக்கிறார்; இருந்தும், இந்தக் கொடூரமான இடத்துக்கு, நாங்கள் விஷம் வைப்பவர்கள் என்று எல்லோரும் நினைத்த இந்த இடத்துக்கு வந்து நான் பாதுகாப்புடன் இருக்கிறேன் என்பதை உறுதிப்படுத்த அவர் வர அவர்கள் இரண்டு பேரும் ஒப்புக்கொண்டார்கள்.'

'இப்போது அவரை அவருடைய கணவரின் இடத்துக்குத் திரும்பவும் எடுத்துக்கொண்டு போக வேண்டும்,' என்றாள் திருமலாம்பாள்.

'நானும் போக விரும்புகிறேன்,' என்று அவள் அம்மா சொன்னாள். 'நீ என்னை விரும்பவுமில்லை, நான் உனக்குத் தேவைப்படவுமில்லை; எனக்கு இங்கே இனி இடமில்லை; நம் நாட்டுக்குப் போய் மீதமிருக்கும் சில வருடங்களை மீண்டும் என் அப்பாவின் மகளாக இருக்க விரும்புகிறேன்; எங்கள் இழப்புக்குப் பரஸ்பரம் நாங்கள் ஆறுதல் சொல்லிக்கொள்ள முடியும்.'

'அரசரைக் கேளுங்கள்; அவர் ஒப்புக்கொள்வார் என்று நம்புகிறேன்,' என்றாள் திருமலாம்பாள்.

அவர்கள் அணைத்துக்கொள்ளவோ சேர்ந்து அழவோ இல்லை. ஆற்ற முடியாத அளவில் சில ரணங்கள் உண்டு.

அச்சுதனைச் சந்திக்கத் திருமலாதேவி நேரம் கேட்டாள். அரியணையில் அமர்ந்திருந்த அவன் குறையைத் தீர்த்து வைக்கக் கெஞ்சும் சாதாரணப் பிரஜைபோல நின்ற அவளைச் சம்பிரதாயமாக வரவேற்றான். அந்த அவமானத்தைப் புறக்கணித்துவிட்டு அவள் பணிவுடன் பேசினாள். 'என்னுடைய கணவரும் அம்மாவும் எங்களை விட்டுப் போய்விட்டார்கள்; இங்கே என்னுடைய வேலையும் முடிந்துவிட்டதால் என் தந்தையின் நாட்டுக்குப் போக என்னை அனுமதிக்க வேண்டுகிறேன்,' என்றாள்.

பற்களில் சிக்கியிருந்த கொழுப்பு நிறைந்த இறைச்சியின் துணுக்குகளை அகற்றியபடியே, 'வேலை இன்னும் முடியவில்லை. பிஸ்நகாவில் நீ இருப்பது உன் தந்தையை நேர்மையாக நடந்துகொள்ளவைக்கும். நீ இங்கே இருக்கும்வரை நடப்பில் உள்ள ஒப்பந்தத்தை மீறவோ எங்களுக்கு எதிராகச் செயல்படவோ உன் தந்தைக்குத் துணிச்சல் வராது.'

'என் அம்மாவின் சாம்பலை நான் காவிரியில் தூவ வேண்டும்; அது அவருடைய கடைசி ஆசை; அதை நான் நிறைவேற்ற வேண்டும்.'

அவள் சொன்னதை நிராகரிக்கிற தொனியில், 'இங்கேயும் புனித நதிகள் இருக்கின்றன. அவருடைய சாம்பலைப் பம்பாவின் நீரிலோ கிருஷ்ணாவின் நீரிலோ தூவு. அதே விளைவை அவை உண்டாக்கும். தெற்குப் பக்கமாக அவ்வளவு நீண்ட பயணம் போவதற்கு எந்தக் காரணமும் இல்லை.'

'ஆக, நான் உங்களுடைய கைதி; அல்லது உங்களுடைய பிணைக் கைதி என்று சொல்ல வேண்டுமோ?'

'உயிர் வாழும் நபரான உன் வடிவத்தில் அந்த அமைதி ஒப்பந்தம் இருக்கிறது. அதை அப்படி யோசித்துப்பார். அந்த வகையில் அது நல்லதாக உனக்குத் தோன்றும். சரி, அப்படித் தோன்றாவிட்டாலும் பரவாயில்லை.'

முன்னாள் மூத்த அரசி தன் குடியிருப்புக்குத் திரும்பினாள்; அவள் முகம் இன்னும் இறுக்கமாக இருந்ததை அவள் மகள் கண்டாள்.

'அப்படியானால் அவர் மறுத்துவிட்டார். நான் ஆலியா வுடன் பேசுகிறேன். நிச்சயமாக அவர் ஒரு வழி சொல்வார்,' என்று திருமலாம்பாள்தேவி சொன்னாள்.

ஆனால் தங்களுக்குள் உடன்படாத பிஸ்நகாவின் இரண்டு ஆட்சித் தலைவர்களும் ஒரே குரலில் பேசிய அபூர்வ சந்தர்ப்பமாக அது ஆனது. 'அவன் சொல்வது சரிதான். நாம் உன்னுடைய அம்மாவை இழந்தால் வீராவையும் இழக்கிறோம் என்றுதான் அர்த்தம். ஒப்பந்தத்துக்கு அவர் அவ்வளவு விசுவாசமாக இல்லை என்று வதந்திகள் வருகின்றன. உன் அம்மா இங்கே இருக்கத்தான் வேண்டும்,' என்று ஆலியா ராமராயர் தன் மனைவியிடம் சொன்னான்.

'நான் இங்கே இருக்கிறேனே,' என்று வாதிட்டாள். 'அது போதாதா?' என்று கேட்டாள்.

கொடுத்த அதிர்ச்சியைத் தணிக்க முயலாமல், 'இல்லை. அது போதாது. சிம்மாசனத்தில் நான் உண்மையில் அரசனாக அமரும்வரை போதாது,' என்றான் ஆலியா.

'"அப்படி ஆனாலன்றி," என்று சொல்ல வருகிறீர்கள் என்று ஊகிக்கிறேன்,' என்று இளவரசி அவனைத் திருத்தினாள்.

'"அப்படி ஆனாலன்றி," என்று நான் கருதியிருந்தால் "அமரும்வரை" என்று சொல்லியிருக்க மாட்டேன்.'

திருமலாம்பாள் அந்த மோசமான செய்தியைத் திருமலா தேவியிடம் எடுத்துச் சென்றாள்.

'அவர் நமக்கு உதவ மாட்டார்,' என்றாள்; தன் வெறுப்பை மறைக்க அவள் அம்மா எந்த முயற்சியும் செய்யவில்லை. 'அப்படியானால், நீ இன்னும் இரண்டாம் தரத்தவள்தான்,' என்று வாழ்ந்துகொண்டிருக்கும் தன் ஒரே குழந்தையிடம் திருமலாதேவி சொன்னாள். 'என் மகன் பிழைத்திருந்தால் என் நிலைமையே வேறு மாதிரி இருந்திருக்கும்.'

அவள் மகள் போகத் திரும்பினாள். 'என்னைப் பற்றிக் கவலைப்படாதே,' என்று போனவளைப் பார்த்துத் திருமலாதேவி சொன்னாள். 'யாருடைய உதவியும் இல்லாமல் இங்கிருந்து எப்படி வெளியேறுவது என்பது எனக்குத் தெரியும்.' பிறகு பார்வையை ஜன்னல் பக்கம் திருப்பி மழை பொழிவதைக் கண்டாள் – நம்புவதற்கு இயலாத, பிடிவாதமான, முடிவற்ற மழை. அடுத்த நாள் காலை அவள் தன் படுக்கையில் இறந்து கிடப்பதைக் கண்டார்கள்; மாற்று மருந்து எதுவும் புழக்கத்தில் இல்லாத கொடிய விஷம் நிரம்பிய ஒரு சிறிய போத்தல் ஒன்றை அவள் கையில் பிடித்திருந்தாள். அந்த வகையில் கிருஷ்ணதேவராயர் சொன்ன குறி உண்மையென்று ஆனது. *பிறருக்கு விஷம் கொடுத்துக் கொல்பவன் தானே விஷம் அருந்திச் சாவான்.*

ஆயுதம் தரித்த பாதுகாவலர்களின் மரியாதை அணிவகுப்போடு தன்னுடைய அம்மாவின், பாட்டியின் சாம்பலை எடுத்துக்கொண்டு மழையில் நனைந்தவாறு ஸ்ரீரங்கப்பட்டணத்துக்குத் திரும்பிப்போன திருமலாம்பாள் தேவிக்குத் துணையாக ஆலியா ராமராயர் சென்றான்.

ஆலியாவின் பாதுகாவலர்களுக்கு இணையாக ஆயுதம் தரித்த தன் பரிவாரத்தோடு அவர்களைச் சந்தித்த அரசர் வீரா பிரிந்த காவிரி மீண்டும் சங்கமிக்கும் பகுதிக்கு அவர்களை வழிநடத்திச் சென்றார். திரையை விலக்கியதுபோல, இரண்டு அரசிகளுக்கும் ஆகாயம் தன் இறுதி மரியாதையைச் செலுத்துவதுபோல மழை திடீரென்று நின்று மேகங்கள் அகன்று பிரகாசமான வானத்தைக் காட்டின. சாம்பல் தூவப்பட்ட பிறகு பிரார்த்தனைகளும் நினைவு விருந்தும் நிகழ்ந்தன; அடுத்த நாள் பிஸ்நகாவுக்குப் பயணம் தொடங்கியது.

ஸ்ரீரங்கப்பட்டணத்திலிருந்து பாதுகாப்பான தூரம் சென்ற பிறகு ஆலியா திருமலாம்பாளிடம், 'நம்முடைய ஒப்பந்தத்தை மீறுவதற்கு உன் தாத்தா நிச்சயம் திட்டமிடுகிறார் என்பதை உன்னிடம் சொல்ல வருத்தமாக இருக்கிறது. தற்போது அவரை நேருக்கு நேர் பார்த்து அவருடைய துரோகமான கண்களை ஆராய்ந்த பிறகு அதை பற்றி எனக்கு எந்தச் சந்தேகமும் இல்லை.'

๛

அரசர் வீரப்ப உடையாருடைய கதையின் இறுதிப் பகுதியை மிகச் சுருக்கமாக, அவ்வளவு நட்பான தொனியில் அல்ல என்று குறிப்பிடும் அளவுக்கு ஜெயபராஜெய நமக்குச் சொல்கிறது. அவருடைய பேத்திக்கு அதிக துயரம் தருவதாக அது இருக்க வேண்டாம் என்று பம்பா கம்பானாவே முடிவு செய்திருக்க வாய்ப்புண்டு; அல்லது, மாறாக, அதை எழுதியபோது திருமலாம்பாள் அதைச் சுருக்கியிருக்கவும்கூடும். நமக்குச் சொல்லப்படுவது இதுதான்: பிஸ்நகாவுடன் அவர் செய்து கொண்ட ஒப்பந்தம் முடிவுக்கு வந்துவிட்டது என்றும் ஸ்ரீரங்கப்பட்டணத்தில் அமர்த்தப்பட்டிருந்த பிஸ்நகா படையணிகளைத் திரும்பப் பெற்றுக்கொள்ள வேண்டும் என்றும் அரசர் வீரா அறிவித்தார். அண்டையிலிருந்த மைசூரின் வலிமை மிக்க ஆட்சியாளர், கூடுதலாக இருந்த பிஸ்நகாவின் படைபலம் நீங்கியவுடன் ஸ்ரீரங்கப்பட்டணம் பலவீனமடைந்துவிட்டதைக் கண்டதும் பெரிய படையோடு அதைத் தாக்கி அரசர் வீராவைப் பதவியிலிருந்து அகற்றிவிட்டு அந்தப் பகுதியை மைசூர் ராஜ்ஜியத்தோடு இணைத்துக்கொண்டார். வீராவுக்கு என்ன நிகழ்ந்தது என்பதைப் பிரதி குறிப்பிடுவதில்லை. அவருடைய தலை கொய்யப்பட்டு, வைக்கோலால் நிரப்பப்பட்டு வெற்றிச் சின்னமாக மைசூரில் காட்சிக்கு வைக்கப்பட்டதா என்பதை நம்மால் சொல்ல முடியாது.

இந்த அவலச் சம்பவத்தின் விளைவாக பிஸ்நகாவின் தெற்கு எல்லைப் பகுதி பாதுகாப்பற்றதாக ஆனது; அதன் எதிரிகளின் நம்பிக்கையும் வலிமையும் வளர்ந்தன.

๛

நாள் போகப்போக அரசன் அச்சுதன் தீயபழக்கங்களைக் கைக்கொண்டான் என்பதைச் சொல்ல வருத்தமாக இருக்கிறது. மந்தானா மடத்தில் தன் அறையிலிருந்த பம்பா கம்பானா நகரத்தின் முணுமுணுப்புகளுக்குச் செவிகொடுத்து எல்லா வற்றையும் அறிந்திருக்கிறாள்: பம்பா கம்பானாவோடு உண்டான

நட்பால் விதவைகளை எரிப்பது குறித்த மாதவாச்சாரியாரின் அபிப்பிராயங்கள் பெரிதும் மாறியிருந்தன; கிருஷ்ணதேவராயரின் எல்லா விதவைகளையும் அவனுடைய சிதையில் வைத்து எரிக்கும் அச்சுதனின் திட்டத்தை அவர்தான் தடுத்தார்; அதனால் கடவுள் கிருஷ்ணரின் மாற்று கோபியர்களான அவர்கள் அனைவரும், உயர் படிநிலையில் இருந்தவர்கள் உட்பட, அவர்களும் முதியவர்களாக ஆகியிருந்தார்கள் – அரண்மனையை விட்டு வெளியேற்றப்பட்டார்கள்; இனி அவர்கள் தங்களைத் தாங்களே பராமரித்துக்கொள்ள வேண்டியதுதான். அதன் பிறகு அச்சுதன் தனக்கென்று ஐந்நூறு மனைவிகளைச் சேர்த்துக்கொண்டான்; விழித்திருந்த நேரத்தில் பெரும்பகுதி யும் அவர்களோடு இன்பத்தில் திளைத்தான். (கன்னியர்மடத்துச் சிற்றறைகளைப் போன்று அரண்மனையை ஒட்டியிருந்த இடங்களில் அவர்கள் வசித்தார்கள்; அரசனோடு நெறியற்ற செயல்களில் ஈடுபடாதபோது இல்லற இன்பத்தைத் துறந்த கன்னிகாஸ்திரீகளைப் போல வாழ்க்கையை நடத்தினார்கள்.) அரசவையின் மூத்த பிரபுக்கள் அவன் கால்களை அன்றாடம் முத்தமிட வேண்டும் என்றும் அவன் வலியுறுத்தத் தொடங்கி னான்; அந்த அதிகாரக் கோரிக்கை யாருக்கும் பிடிக்கவில்லை. உண்மையான உற்சாகத்துடன் அவன் கேட்டதைச் செய்ய ஆர்வம் இருந்தவர்களுக்குக் காட்டெருது வால்முடியில் பின்னப்பட்ட விசிறிகள் பரிசுகளாகக் கொடுக்கப்பட்டன; அந்த விசிறிகளைப் பெற்றுக்கொண்ட பிரபுக்கள் அரசனை மிக அதிகமாக வெறுத்தவர்கள் என்று சொல்வது மிகையாக இருக்காது. கட்டித்தங்கத்தில் செய்யப்பட்ட படுக்கையில் தூங்கினான்; எந்த உடையையும் ஒரு முறைக்கு மேல் அணிய மறுத்தான்; அரண்மனைச் செலவுகள் இப்படி ஊதாரித்தன மாக அதிகரித்ததால் மக்கள்மீது அதிக வரிகளை விதிக்கும் கட்டாயத்துக்கு அமைச்சர்கள் ஆளானார்கள்; அதனால் மக்களும் அவனை வெறுத்தார்கள். அரண்மனையில் அன்றாடம் நடந்த பெருவிருந்துகளில் பங்குபெற்றவர்கள் பதினேழு பகுதிகள் கொண்ட உணவைச் சாப்பிட்டார்கள்; திராட்சை மதுவை ஏராளமாகக் குடித்தார்கள்; அரசனும் அவனுடைய நண்பர்களும் மான், கௌதாரி, புறா ஆகியவற்றின் இறைச்சியை உண்டபோது சாதாரண மக்கள் பூனைகளையும் பல்லிகளை யும் எலிகளையும் சாப்பிடும் நிலைக்குத் தள்ளப்பட்டார்கள்; நகரத்தின் கடைவீதிகளில் அவை உயிருடன் கிடைத்தன; அதனால் தாங்கள் புத்தம் புதிய இறைச்சியை வாங்குகிறோம் என்பதாவது அவர்களுக்குத் தெரியவந்தது.

✼

பம்பா கம்பானாவும் மாறிக்கொண்டிருந்தாள். திருமலாம்பாள் தேவி எழுதிக்கொள்ள வந்த கவிதைகள் பம்பா கம்பானாவின் நீண்ட வாழ்நாள் என்ற சாபக்கேடான வரம் பற்றியும் துன்பகரமான அதன் இறுதிவரை தொடர்ந்து வாழ்வது பற்றியும் பெரும்பாலும் புலம்பின. 'ஏற்கெனவே நிகழ்ந்துவிட்டதுபோல அதை என்னால் பார்க்க முடிகிறது. விட்டலர் கோயிலின் கோபுரத்துக்கு ஏற்பட்ட சேதத்தையும் பம்பாவின் சிலையும் அனுமன் சிலையும் உடைக்கப்பட்டதையும் தாமரை அரண்மனை எரிக்கப்பட்டதையும் நான் பார்க்கிறேன். ஆனால் காலம் என்னை எட்டிப்பிடிக்கும்வரை காத்திருந்து அதை நான் எழுத்தில் பதிவுசெய்ய வேண்டும்,' என்று திருமலாம்பாளிடம் சொன்னாள்.

அழிவின் இந்தச் சித்திரங்களினால் வேதனையடைந்த திருமலாம்பாள், 'அப்படி நடக்காமல் போகலாம். அது வெறும் கனவாக இருக்கலாம்,' என்றாள்.

கனிவின் காரணமாக பம்பா கம்பானா வாதிடவில்லை. 'ஆமாம், இருக்கலாம்,' என்றாள்.

அதீத முதுமையின் இயல்பான உபாதைகள் அவளைப் பாதிக்கத் தொடங்கின. கண்பார்வை பறிக்கப்பட்டதால் உருக்குலைந்த முகத்தோடு தன் முன்னே இருந்த பெண் முப்பதுகளின் பிற்பகுதியில் இருந்தவளாகவே இன்னும் திருமலாம்பாளுக்குத் தெரிந்தாள்; தான் எப்படித் தோற்ற மளித்தோம் என்பதைக் குறித்துக் கவலைப்படுவதைப் பம்பா கம்பானா நிறுத்திவிட்டாள். இளமையின் மாயைக்கு அவளைப் பொறுத்தவரை இனி எந்த முக்கியத்துவமும் இல்லை. தன்னுடைய முட்டாள்த்தனமான இளம் பிம்பத்தைக் குறித்து அவள் இனி அக்கறைகொள்ள வேண்டியதில்லை; ஆகவே, தன்னை அருவருப்பான கிழவியாக உணர்ந்த அந்த இருப்புக்குள் குடியேறும் சுதந்திரம் அவளுக்குக் கிட்டியது. உலர்ந்து அரித்த சருமத்தைச் சொறிந்துகொண்டாள். மூட்டு களில் வலி ஏற்பட்டது; வலியைக் குரல்வழியே அரற்றி வெளிப்படுத்தினாள். முதுகு வலித்தது; நிற்பதற்கு ஊன்றுகோல் தேவைப்பட்டது; உடலை நிமிர்த்த முடியவில்லை. 'என் வயதுக்கு எல்லாமும் மோசமாகத்தான் இருக்கும். அதைப் பற்றிக் கொஞ்சமும் கவலையில்லை. ஏற்கெனவே எல்லாம் மோசமாகத்தான் இருக்கிறது,' என்று திருமலாம்பாளிடம் சொன்னாள்.

ஒருவகைத் தூக்க நோயாலும் அவள் பாதிக்கப்பட்டாள். குப்புறப் படுத்துப் பிரக்ஞையில்லாமல் அவள் படுத்திருப்பதை

திருமலாம்பாள் சில சமயங்களில் பார்த்தாள்; அந்த நோய் தொடங்கியபோது திருமலாம்பாள் கலவரப்பட்டாள்; முதியவள் இறந்துவிட்டாளோ என்று நினைத்தாள்; ஆனால், பம்பா கம்பானாவின் ஆழ்ந்த சுவாசம் அவளுக்கு நம்பிக்கை கொடுத்தது. சமயங்களில் பம்பா கம்பானா சில நாட்களுக்குத் தொடர்ந்து தூங்கினாள்; படிப்படியாக இது வாரங்கள், மாதங்கள் என்றுகூட நீடித்தது; பசிகொண்ட யானையின் உணவு வேட்கையோடு தூக்கத்திலிருந்து எழுவாள். அது இயற்கையான தூக்கமாகத் திருமலாம்பாளுக்குத் தெரிய வில்லை; அது தேவலோகத்திலிருந்து வந்ததாகத் தோன்றியது; தேவியின் வசியத்திலிருந்து அவளுக்குக் கிடைக்கப்போகும் இறுதி விடுதலைக்கு முன்பாக அவள் கடத்த வேண்டிய காலத்தை லகுவாகக் கடத்தத் தேவலோகம் வழங்கிய பரிசாக அது இருக்கலாம்.

இந்த நீண்ட தூக்கங்களின்போது அவள் தன் எதிர்காலம் குறித்துக் கனவு கண்டாள். அந்தத் தூக்கங்கள் முழுவதும் அமைதியானவையாக அமையவில்லை.

இதற்கிடையில் திருமலாம்பாளுமே இளமையாக இல்லை; மோசமான பற்கள், செரிமானப் பாதைக் கோளாறு போன்ற பல்வேறு உடல் தொல்லைகளால் அவதிப்பட்டாள்; ஆனால் நோய் குறித்த புலம்பல்களை முதியவளுக்கு விட்டுவிட்டுத் தன் தொல்லைகளைத் தனக்குள்ளேயே வைத்துக்கொண்டாள். 'நீங்கள் கதையைத் தொடர்ந்து சொன்னால் மனநிறைவோடு நன்றாக உணர்வீர்கள் என்று படுகிறது,' என்று பம்பாவிடம் மென்மையாகத் தன் யோசனையைச் சொன்னாள்.

'நான் ஒரு கனவு கண்டேன். இரண்டு யாளிகள் என்னைப் பார்க்க வந்தன; மர யாளிகள் அல்ல; உண்மையான, உயிரோடிருந்த ஜீவிகள்,' என்றாள் பம்பா கம்பானா. இதற்கு முன்பும் அவள் யாளிகள்பற்றிக் கனவு கண்டிருக்கிறாள்; யானையின் தந்தத்தோடு பாதி சிங்கம், பாதி குதிரை என்ற உருவ அமைப்பிலிருந்த அந்த அமானுஷ்ய உயிரினங்களோடு இருப்பதில் மகிழ்ச்சியாக இருந்திருக்கிறாள்; அவை நுழைவாயில் களைக் காப்பவை என்று மக்கள் கருதினார்கள். 'அவை எனக்கு ஆறுதல் சொல்லிக் கவலை அகற்ற வந்தன; "கவலைப்படாதே," என்றன. "உரிய காலம் வரும்போது உன் பக்கத்தில் தோன்றி சாசுவத உலகத்தின் வாயிலைக் கடந்து அதன் உள்ளே உன்னை அழைத்துப் போவோம்," என்றன. 'கேட்க ஆறுதலாக இருந்தது.' 'நீ சொல்வது சரி. நம் வேலையைத் தொடர்வோம்.'

பிறகு, அவள் கௌதம சித்தார்த்தரை மேற்கோள் காட்டியது திருமலாம்பாளுக்கு வியப்பாக இருந்தது. அதனால்தான் வேறு வகையில் புத்தமதப் பிரதியாக இல்லாத *ஜெயபராஜெயவில்* புத்தரின் ஐந்து போதனைகளை, அல்லது அவற்றின் வேறு வடிவத்தைக் காணலாம்.

> வயது முதிரும் இயல்புடையவள் நான். அதிலிருந்து தப்ப முடியாது.
> நோயுறும் இயல்புடையவள் நான். அதிலிருந்து தப்ப முடியாது.
> மரணமுறும் இயல்புடையவள் நான். அதிலிருந்து தப்ப முடியாது.
> நான் நேசிக்கும் அனைவரிடமிருந்தும் எனக்கு நெருக்கமான அனைவரிடமிருந்தும் பிரிக்கப்படுவதிலிருந்து நான் தப்ப முடியாது.
> என் செயல்களே என் உண்மையான உடைமைகள். என் செயல்கள் என்ற நிலத்தின்மீது நான் நிற்கிறேன்.

ரெய்ச்சூரைத் திரும்பக் கைப்பற்றும்வரை ஒரு சொட்டுத் திராட்சை மதுவையும் குடிப்பதில்லை என்ற உறுதிமொழியை எடுத்திருந்தார் பீஜப்பூரின் அடில் ஷா. நல்ல திராட்சை மதுவின்மீது விருப்பம் கொண்ட அவருக்கு இப்படிக் குடிக்காம லிருப்பது மிகவும் சிரமமாக இருந்தது; எடுத்த உறுதிமொழியை மீறிவிடலாமா என்ற சபலம் அடிக்கடி உண்டானாலும் அவர் அப்படிச் செய்யவில்லை. பிஸ்நகாவில் நடந்த ஐந்து சுல்தான் களின் நட்புணர்வற்ற கூடலில் அச்சுதனும் பிற அரசர்களும் ஏராளமாகக் குடித்தார்கள்; நீண்ட, சங்கடமான அந்த மாலைப்பொழுதில் மது உண்ணாமலிருந்த அடில் ஷா, தான் செயல்பட வேண்டிய தருணம் வந்துவிட்டது என்று முடிவு செய்தார். 'என் பாதங்களை முத்தமிடு' என்ற அவமதிக்கும் செய்தியைக் கிருஷ்ணதேவராயர் அனுப்பியதை அவர் ஒருபோதும் மறக்கவில்லை. கிருஷ்ணதேவராயருக்குப் பின் ஆட்சியில் அமர்ந்த கேடுகெட்ட அரசனான அச்சுதன் தன் பாதங்களைப் பிறர் முத்தமிடச்செய்வதில் தீரா ஆசை கொண்டு, தன் மூத்த அமைச்சர்களைக்கூட அதைச் செய்யவைத்துத் தரம் தாழ்த்திக்கொள்ளக் கட்டாயப்படுத்தினான். கிருஷ்ண தேவராயர் ஒருபோதும் கற்றுக்கொள்ளாத நன்னடத்தைப் பாடங்களை அந்த அச்சுதனுக்குத் தான் புகட்டியாக வேண்டும் என்று அடில் ஷா தீர்மானித்தார்.

தன் படைகளைத் திரட்டி ரெய்ச்சூரைத் தாக்கினார். எதிர்பாராமல் வந்த பீஜப்பூர் படையோடு போரிட பிஸ்நகா படைவீரர்கள் ஆயத்தமாக இல்லை; மிக விரைவில் அவர்கள் தோற்கடிக்கப்பட்டார்கள். இரண்டு வாரங்களில் பம்பா,

கிருஷ்ணா நதிகளுக்கிடையே இருந்த நிலப்பகுதி முழுதும் மீண்டும் பீஜப்பூரின் கட்டுப்பாட்டுக்குள் வந்தது; ரெய்ச்சூர் கோட்டையில் இருந்த புகழ்பெற்ற நன்னீர் ஊற்றுக்குப் பக்கத்தில் நின்று அடில் ஷா, 'இன்று இந்த ஊற்று, நீரை வழங்காது, மாறாக, திராட்சை மதுவை வழங்கும்,' என்று அறிவித்தார்.

அச்சுதத் தேவராயருக்கு எல்லாமும் மோசமாக நிகழ்ந்து கொண்டிருந்தன. தன்னுடைய மகுடத்தில் ஒரு மாணிக்க மாகக் கிருஷ்ணதேவராயர் கருதிய ரெய்ச்சூரை மட்டும் அவன் இழக்கவில்லை; தெற்கில் அரசர் வீராவைத் தோற்கடித்திருந்த மைசூர் அரசருக்குத் தன் நாட்டு எல்லையை மேலும் விஸ்தரிக்கும் திட்டங்கள் இருந்தன; போர்ச்சுக்கலின் புதிய அரசப் பிரதிநிதி கோவாவுக்கு வந்திருந்தார். கான்ஸ்டன்டைன் த ப்ரகான்ஸா என்ற பெயருடைய அவர் வெறும் குதிரை வியாபாரியாக இருப்பதோடு திருப்தியடையாமல் முழு மேற்குக் கடற்கரை மீதும் கண் வைத்திருந்தார்; தனக்கென்று இருந்த ஏகாதிபத்திய நோக்கங்களைப் பேணிக்கொண்டிருந்தார்.

செயல்பட அஞ்சியவனைப் போல அச்சுதன் எதுவுமே செய்யாமல் இருந்தான். அரசவையில், தெருக்களில், படைவீரர்கள் மத்தியில் என எங்குமே அவனுக்கு நல்ல பெயர் இல்லை; அவன் செயல்படாமல் இருந்தது பெரிய ஆபத்தை விளைவித்தது. அந்தச் சூழலைப் பயன்படுத்திக்கொண்ட ஆலியா ராமராயர் அவனைப் பதவியிலிருந்து அகற்றினான்; சீரழியட்டும் என்று எண்ணி அவனைச் சந்திரகிரிக் கோட்டைக்கு அனுப்பி விட்டான். கொஞ்ச நாளில் அங்கே அவன் இறந்துபோனான். எனவே, பிஸ்நகாவின் கடைசி அரசன் அரியணை ஏறினான்.

21

வைர அரியணையில் சிங்கமாக ஆக ஆலியா ராமராயர் இப்போது அமர்கிறான். அல்லது, சிம்மாசனத்தில் ஒரு வைரமாக ஆக. பிஸ்நகாவின் கதையைப் பம்பா கம்பானா சொல்ல திருமலாம்பாள்தேவி அதை எழுத இந்தச் சம்பவத்தின் கூடவே நிகழ் கணத்தையும் அவர்கள் பதிவு செய்கிறார்கள். ரெய்ச்சூரின் வீழ்ச்சி, போர்ச்சுக்கீசிய அரசப் பிரதிநிதி மேற்கிலும் மைசூர் ஆட்சியாளர் தெற்கிலும் வலியவந்து கொடுக்கும் நெருக்கடி ஆகியவை அழுத்தமாக எழுதப்படுகின்றன; புதிய அரசனின் முடிசூட்டு விழா அது நிகழும் கணத்திலேயே விவரிக்கப்படு கிறது. (நாம் சரியாகவே இப்படிக் கணிக்கலாம்; நம்மிடம் இருக்கும் கையெழுத்துப் பிரதியிலும் அப்படி இருப்பதாகத்தான் தெரிகிறது; அதாவது, தொலைதூரத்தில் இருந்த சந்திரகிரிக் கோட்டையில் இருந்த ராஜ மகாலில் நாடுகடத்தப்பட்டுச் சிறை வைக்கப்பட்ட, யாராலும் நேசிக்கப்படாத அச்சுதன் இறந்துபோனது குறித்த கவிதைகள் – துக்கம் அனுஷ்டிக்கப்படாத அந்தச் சம்பவம் நிகழும்போது விவரிக்கப்படுவதாக – பின்னாளில் செருகப்பட்டிருக்கும்.)

ஆலியாவின் ஆட்சியில் தவிர்க்க முடியாத மாற்றங்கள் கணிசமாக ஏற்பட்டன. திருமலாம்பாள் பிஸ்நகாவின் அரசியானாள்; ஆகவே அச்சுதனின் ஐந்நூறு மனைவிகள் அவர்களுடைய கடமைகளி லிருந்து விடுவிக்கப்பட்டுத் தங்கியிருந்த சிற்றறைகளி லிருந்து வெளியேற்றப்பட்டார்கள்; ஆலியா இயல்பாகவே எளிமையும் கண்டிப்பும் உடையவன்; கூடுதலாக, கபடமானவனும்கூட; அரசியைத்

தவிர வேறு யாரையும் மனைவிகளாக ஏற்றுக்கொள்ளக் கூடாது என்று தீர்மானித்தான்; நீண்டகால நடைமுறையிலிருந்து விலகிய, அதேசமயம், பரவலான பாராட்டைப் பெற்ற செயலாக இது இருந்தது; ரகசியக் காதலிகளைத் தேடி அடைய அவனுடைய கபட மனது அவனைத் தூண்டியதா என்பதைப் பற்றி நமக்கு எதுவும் சொல்லப்படுவதில்லை. விஷ அரசிகள் என்ற அவப்பெயரைப் பெற்றிருந்த அரசிகளான அவளுடைய அம்மா, பாட்டி ஆகியோரின் மோசமான தாக்கத்திலிருந்து விடுபட்ட திருமலாம்பாள்தேவியும் மக்களின் அன்பைப் பெற்றாள். பம்பா கம்பானாவின் எழுத்தராக அவள் செய்த பணி பலரின் பிரியத்துக்குரியவளாக அவளை ஆக்கியது; இலக்கியமும் கட்டிடக் கலையும் செழித்து வளரும் காலமாகத் தன்னுடைய ஆட்சி இருக்கும் என்பதைச் செயலில் காட்ட அவள் முடிவு செய்தாள். கீர்த்தியின் புதிய யுகத்தில் பிஸ்நகா நுழைவதைப் போன்று தோன்றியது.

(குணப்படுத்த முடியாத நோயால் பாதிக்கப்பட்டவர்கள் திடீரென்று இறுதித் தருணத்துக்குச் சற்று முன் புதிய பலம் பெற்று, அதிசயமாக மீண்டெழுகிறார்கள் என்ற நம்பிக்கையை அவர்களுடைய அன்புக்குரியவர்களிடம் உண்டாக்குவார்கள்; ஆனால் பிறகு அவர்கள் குளிர்காலப் பாலைவனம்போல மூச்சிழந்து இறந்து, குளிர்ந்துபோய் அவர்களுடைய தலையணைகள்மீது விழுகிறார்கள் என்றும் சொல்லப்படுகிறது.)

பம்பா கம்பானா திரும்பவும் அரண்மனையில் குடியேறினாள்; அப்படிச் செய்யுமாறு அவளை வற்புறுத்தியவள் அரசி திருமலாம்பாள்; பிஸ்நகாவின் அரசிக்கென்று பிரத்யேகமாக இருந்த அறைத் தொகுதியில் வசிக்கும்படியும் அவளைக் கேட்டுக்கொண்டாள். 'அன்பு வெறுப்பை வெற்றிகொண்டு விட்டது என்பதை நாம் பிஸ்நகா முழுமைக்கும் காட்ட வேண்டும்; பகுத்தறிவற்ற கோபம் இறுதி முடிவை எடுக்கக் கூடாது; பகுத்தறிவுடைமை அதற்குப் பொறுப்பேற்க வேண்டும்; எதிர்ப்புக்கு அடுத்து சமரசம் வர வேண்டும் என்பதுதான் சரி. கூடவே இன்னொன்றையும் நான் உங்களுக்குச் சுட்டிக்காட்ட வேண்டும்; நான் தற்போதும் பிறகு எப்போதும் உங்கள் காலடியில் உட்கார்ந்திருக்கும் உங்கள் எழுத்தராக இருப்பேன், இப்போதும் இனி எப்போதும் நீங்கள்தான் உண்மையான அரசி,' என்றாள் அவள்.

'நீ விரும்பினால் அப்படிச் செய்ய நான் தயார். ஆனால் எனக்கு வசதிகள் எதுவும் வேண்டாம்; இனி நான் எப்போதும் எதற்கும் அரசியல்ல என்று உணர்கிறேன்,' என்றாள் பம்பா கம்பானா.

செய்ய அவர்களுக்குப் பெரிதாக வேலை எதுவும் இல்லை. அவர்களது நூல் நாளதுவரை நிறைவு பெற்றிருந்தது; ஆலியாவின் ஆட்சி அப்போதுதான் தொடங்கியிருந்தது; பதிவுசெய்ய அதில் அதிகம் ஒன்றும் இல்லை. 'எதிர்காலம் குறித்துக் கனவு கண்டிருக்கிறேன். ஆனால் நிகழ்வதற்கு முன்பாக அதைப்பற்றி எழுதுவது சரியாக இருக்காது,' என்று பம்பா கம்பானா திருமலாம்பாளிடம் சொன்னாள். 'குறைந்தபட்சம் என்னிடமாவது சொல்லுங்கள்; என்ன வரப்போகிறதோ அதற்கு நான் தயாராக இருப்பேனே,' என்று அரசி அவளிடம் வேண்டினாள். பம்பா கம்பானா நீண்ட நேரம் தயங்கினாள். இறுதியில் இப்படிச் சொன்னாள்:

'என் அன்பே, உன் கணவர் மிக பயங்கரமான தவறு ஒன்றைச் செய்வார். அதைச் செய்ய நீண்டகாலம் பிடிக்கும். அது தவறு என்றே சில சமயம் தோன்றாது; ஆனால் கடைசியில் நம் எல்லோரையும் அது அழித்துவிடும். அதை உன்னால் தடுத்து நிறுத்த முடியாது, என்னாலும் முடியாது; காரணம், அவரவர் இயல்புக்கு ஏற்பவே மக்கள் செயல்படுகிறார்கள் என்பதே உண்மை; அதுதான் நடக்கும். உன் கணவர் அவர் இயல்புக்கு ஏற்பவே செயல்படுவார்; அவர் இயல்பை நீயே தந்திரமானவர், ரகசியமாகக் காரியங்கள் செய்பவர், சுயநலக் கணக்குப் போடுபவர், ஒளிவுமறைவானவர் என்று வர்ணித்திருக்கிறாய்; அது நம்மை அழிக்கப்போகிறது. பேரிடர் வருவதற்கு முன்பான கணங்களில் நாம் வாழ்கிறோம். அவை நீடிக்கும்போது மகிழ்ச்சியுடன் அவற்றை அனுபவி, ஏனென்றால் அவை இருபது வருடங்கள் நீடிக்கப்போகின்றன; அந்த இருபது வருடங்களும் நம் உலகம் இதுவரை காணாத மிக உன்னதமான பேரரசின் அரசியாக நீ இருப்பாய். ஆனால் அதன் மேற்பரப்புக்குக் கீழே அந்தத் தவறு மெதுவாக நிகழ்ந்துகொண்டிருக்கும். நம் உலகம் முடிவுறும்போது நீ ஒரு முதிய பெண்ணாக இருப்பாய்; இறந்துபோக எனக்கு இறுதியில் அனுமதி கிடைக்கும்.'

திருமலாம்பாள் தன் முகத்தைக் கைகளில் புதைத்துக் கொண்டாள். 'எத்தனை கொடூரமான விஷயத்தை என்னிடம் சொல்லியிருக்கிறீர்கள்.' அவள் விம்மியழுதாள். பம்பா கம்பானா உலர்ந்த கண்களுடன் இறுக்கமாக இருந்தாள். 'அதைத் தெரிந்துகொள்ள நீ விரும்பியிருக்கக் கூடாது,' என்றாள்.

৩

ஐந்து சுல்தான்களிடையே இருந்த பிளவுகளை அச்சுத தேவராயர் ஏற்பாடுசெய்த மோசமான அந்த இரவு விருந்தில் பார்த்திருந்த ஆலியா ராமராயர் பிஸ்நகாவின் வடக்கு எல்லையைப்

பாதுகாக்கச் சிறந்த வழி அந்தப் பிளவுகள் ஒருபோதும் சரி செய்யப்படாமல் இருப்பதை உறுதி செய்வதே என்று கணித்தான். அந்த ஐந்து சுல்தான்களும் தங்களுக்குள் சண்டையிட்டுக் கொள்ளும் காலம்வரை தெற்கில் மைசூரிடமிருந்தும் மேற்கே போர்ச்சுக்கீசிய அரசப் பிரதிநிதியிடமிருந்தும் வரும் எவ்வித அச்சுறுத்தல்களையும் அவனால் எளிதாகக் கையாண்டுவிட முடியும். ஐந்து பேருக்கும் போலியான நட்புக் கரம் நீட்டினான். 'துரதிர்ஷ்டம் பிடித்த அச்சுதன் தற்போது இல்லை என்பதால் நமக்குள் சண்டையிட்டுக்கொள்ள எந்தக் காரணமும் இல்லை. நம் அனைவருக்கும் நமக்கென்று ஆட்சிப் பரப்புகள் உள்ளன, தேவையானதைவிடவும் அதிக செல்வம் நமக்கு உண்டு. நாம் நண்பர்களாக இருக்க இதுதான் உகந்த காலம். நிலைத்து நீடிக்கும் எதுவும் வளத்தைக் கொண்டுவரும்.'

தான் செய்ததை அவன் திருமலாம்பாளிடம் சொன்ன போது எதிர்காலத்தை பம்பா கம்பானா முன்னறிவித்தது அவள் நினைவில் இன்னும் பசுமையாக இருந்ததால் கலவர மடைந்தாள். 'உண்மையாகத்தான் சொல்கிறீர்களா?' என்று கேட்டாள். 'உங்களை எனக்கு நன்றாகத் தெரியும் என்பதால் நீங்கள் அப்படிச் சொன்னதை என்னால் நம்ப முடியாது. ஏதோ ஒரு பயங்கரச் சூழ்ச்சியின் தொடக்கமாக அது இருக்க வேண்டும்.'

'சூழ்ச்சியா? ஆமாம். ஆனால், பயங்கரமானது இல்லை. உன்னைவிட முப்பது வருடங்கள் மூத்தவன் என்ற முறையில் உன்னைவிட நான் விவேகி என்பதைத் தயவுசெய்து ஒத்துக் கொள். கவிதை, நாட்டியம், இசை ஆகியவற்றில் கவனம் செலுத்து; உனக்கு மகிழ்ச்சி தரும் என்றால் ஒரு கோயிலைக் கட்டு,' என்றான் அவள் கணவன்.

அகந்தையான, அவமதிக்கும் சிறுமைப்படுத்தும் பேச்சு இது. தன் சுய கண்ணியத்தைப் பேணுவதைத் தவிர இதுகுறித்து அவளால் எதுவும் செய்ய முடியாது. அவனிடமிருந்து அகன்ற போது, 'ஜாக்கிரதையாகச் செயல்படுங்கள். இல்லையென்றால் உங்கள் விவேகம் நம் எல்லோரையும் அழித்துவிடக்கூடும்,' என்று சொன்னாள்.

❧

தொடக்கத்தில், ரெய்ச்சூரை இழந்ததற்குப் பழிதீர்க்க விரும்பி னான் ஆலியா; எனவே, அகமதுநகர், கோல்கொண்டா சுல்தான்களின் நண்பன் என்று பாவனைசெய்து அவர்கள் தொடர்பாக அடில் ஷா கொண்டிருந்த துரோக எண்ணங்கள் குறித்த தகவல் தனக்குத் தெரியும் என்று சொல்லி பீஜப்பூரைத் தாக்க அவர்களைத் தூண்டினான்.

அடுத்து, அகமதுநகரைக் கட்சிமாறச் செய்து பீஜப்பூரோடு சமாதானம் செய்யவைத்துக் கூட்டாக கோல்கொண்டாவைத் தாக்க அவர்களைத் தூண்டினான்.

பிறகு, கோல்கொண்டா சுல்தான் குதுப் ஷாவின் தம்பி இப்ராஹிம் தன் அண்ணனோடு உறவை முறித்துக்கொண்டபோது அவன் அகமதுநகரில் அடைக்கலம் பெற ஏற்பாடு செய்தான்; விளைவாக, அந்த சுல்தானகத்துக்கும் கோல்கொண்டாவுக்கும் இடையே இன்னொரு போர் மூண்டது.

அப்படிச் செய்ததில் தன் ஆற்றலைக் கொஞ்சம் கொஞ்சமாக இழந்தபின் இன்னொரு காரியத்தை ஆலியா செய்தான். அகமதுநகரின் ஹுசேன் ஷாவிடமிருந்து இரண்டு கோட்டைகளைக் கேட்டுப் பெற பீஜப்பூரின் அடில் ஷாவைத் தூண்டினான்; ஆலியா எதிர்பார்த்தது போலவே ஹுசேன் ஷா மறுக்க பீஜப்பூருக்கும் அகமதுநகருக்கும் இடையே திரும்பவும் சண்டை மூண்டது.

ஐந்து சுல்தானகங்களின் மொத்தப் பிரதேசத்திலும் பெரும் குழப்பமும் அமளியும் உண்டாயின; இதைத்தான் ஆலியா விரும்பினான். தங்களுடைய சுல்தான்களுக்கு எதிராகக் கிளர்ச்சி செய்யப் படிநிலையில் தாழ்ந்திருந்த பிரபுக்களைத் தூண்டினான்; எனவே, சுல்தானகங்கள் உள்நாட்டிலும் தங்களுக்கிடையேயும் போரிட வேண்டியதாயிற்று.

இப்படியாக வருடங்கள் கடந்தன. போர்ச்சுக்கீசியர்கள் மலபார் கடற்கரையைச் சூறையாடினார்கள்; நிறைய மங்களூர்வாசிகளைக் கொன்றார்கள்; ஆனால் ஆலியா அதில் தலையிடவில்லை. அரசப் பிரதிநிதி கான்ஸ்டன்டைன் த ப்ரகான்ஸாவுடன் சமாதான ஒப்பந்தம் செய்துகொண்டான்; சமயத்துறை சார்ந்த விசாரணை மன்றம்[1] கோவாமீது நிகழ்த்திய

---

1. 1560இல் நிறுவப்பட்ட மன்றம். பீஜப்பூர் சுல்தானிடமிருந்து கோவாவைக் கைப்பற்றிய போர்ச்சுக்கீசியப் பேரரசு, தன் இந்தியப் பெருங்கடல் பகுதியிலிருந்த ஆட்சிப் பரப்புகளின் தலைநகரைக் கொச்சியிலிருந்து அந்த நகரத்துக்கு 1530இல் மாற்றிக்கொண்டது. அங்கு வாழ்ந்த இந்துக்களையும் யூதர்களையும் இஸ்லாமியர்களையும் புத்த மதத்தவரையும் பலவந்தமாகக் கத்தோலிக்கக் கிறித்துவத்துக்கு மதமாற்றம் செய்தது. அவர்களுடைய முந்தைய மதப் பழக்கவழக்கங்களையும் புழக்கத்திலிருந்த கொங்கணி மொழியைப் பயன்படுத்துவதையும் குற்றச் செயல்கள் என்று அறிவித்தது. சமஸ்கிருதம், ஆங்கிலம், கொங்கணி, டச்சு போன்ற மொழிகளிலிருந்த மத நூல்களைக் கைப்பற்றி எரித்தது. மதமாற்றம் செய்யப்பட்டவர்கள் கத்தோலிக்கத் திருச்சபைக்கு விசுவாசமாக இருக்கிறார்களா அல்லது ரகசியமாகத் தங்களுடைய பழைய மத நம்பிக்கைகளைப் பின்பற்றுகிறார்களா என்று விசாரணைசெய்து சந்தேகத்துக்கு ஆளானவர்களைக் கடுமையாகத் தண்டித்தது அந்த அமைப்பு.

கொடுமைகளின் பயங்கரங்களை அலட்சியப்படுத்தினான்; மேற்கின் நிலையைக் குலைக்க அயல்நாட்டவர் செய்த முயற்சி குறித்து மகிழ்ச்சியடைந்தான்; சுல்தானகங்கள் அந்த நிலைகுலைவின்மீது அதிகக் கவனம் செலுத்தின.

மேலும், கோல்கொண்டாவைத் தாக்க அகமதுநகரையும் பீஜப்பூரையும் தூண்டினான்; பிறகு, பீஜப்பூருக்கும் கோல்கொண்டாவுக்கும் இடையே கூட்டணி அமைக்க ரகசியமாகப் பேச்சுவார்த்தை நடத்தினான்; அகமதுநகர் அவமானகரமாகத் தோற்க இது வழிவகுத்தது.

இப்படியாக வருடங்கள் கடந்தன, கடந்தன.

ஆலியாவின் சதிகள் தொடர்ந்தன; தலைசுற்றவைக்கிற, முறிந்துபோன பல கூட்டணிகள், கட்சிமாறல்களோடு அவனுடைய சூழ்ச்சியின் காரணமாகச் சுல்தானகங்களுக்கு மத்தியில் போர் நீடித்தது. ஒவ்வொரு வெற்றிக்கும் ஒவ்வொரு தோல்விக்கும் பிறகு நிலமும் கோட்டைகளும் தங்கச் சுரங்கங்களும் யானைகளும் ஒப்படைக்கப்பட்டன; தங்கமாகவும் வைரமாகவும் கப்பம் செலுத்தப்பட்டது; தொடர்புடையவர்களிடையே மேலும் முரண்பாடுகளைக் கிளறிவிடுவது எல்லோருடனும் நட்புப் பாராட்டுவதாகச் சொல்லிக்கொண்ட ஆலியா ராமராயருக்கு எளிதாக இருந்தது; இழந்த நிலம், செல்வம், கௌரவம் ஆகியவற்றை மீட்டெடுப்பது அந்த முரண்பாடுகளின் நோக்கமாக இருந்தது.

காலம் கடந்தது. எல்லோரும் முதியவர்களானார்கள். நிகழப்போகும் அழிவைப் பற்றிப் பம்பா கம்பானாவிடம் மேலும் கேள்விகள் தொடுக்கும் துணிச்சல் திருமலாம்பாளுக்கு இல்லை; ஆனால் அது நெருங்கிவிட்டதை அவள் அறிந்திருந்தாள். ஐந்து சுல்தானகங்களுக்கிடையே நிகழ்ந்த போர்களைப் பற்றி மேலோட்டமான கவிதைகளை பம்பா கம்பானா புனைந்தாள்; அவற்றைத் திருமலாம்பாள் சரியாக எழுதிக்கொண்டாள்; அந்த உன்னத நூல் வாழ்ந்துகொண்டிருந்த பழைய பையில் அந்தத் தாள்களை வைத்தாள். அவனை வெறுத்ததைவிடத் தங்கள் ஒருவரையொருவர் அதிகம் வெறுத்துக்கொண்ட சுல்தானகங்களிடமிருந்து பிஸ்நகாவைக் காப்பாற்றியதற்காகக் கர்வம்கொண்ட ஆலியா ராமராயர் தன்னுடைய தொண்ணூறாவது பிறந்தநாளைக் கொண்டாடினான்.

'பிரித்தாளுதல் என்று என்னுடைய உத்திக்குப் பெயரிட்டுள்ளேன்,' என்று திருமலாம்பாளிடம் சொன்னான்.

1564ஆம் ஆண்டில் ஒரு நாள் பீஜப்பூரின் அடில் ஷா கண்ணைக் கூசவைத்த தெளிவு ஒன்றைக் காணும் தருணத்தை அனுபவித்தார். குடும்பத்தையும் நெருக்கமான ஆலோசகர்களையும் வரவழைத்தார்; கடவுள்கள் – அவரைப் பொறுத்தவரை அவருடைய ஒற்றைக் கடவுள் – வழங்கிய திருவெளிப்பாட்டுக் கணத்தைக் கண்ட ஒரு மனிதரைப் போல அவர் அவர்களோடு பேசினார். 'எவ்வளவு அறிவற்றவர்களாக இருந்திருக்கிறோம்!' என்று வெளிப்படையாகவே அறிவித்தார். 'பூனைகள், நாய்கள் மாதிரி கடந்த இருபதாண்டுகளாக நமக்குள்ளே நாம் சண்டையிட்டுக்கொண்டிருப்பதற்குக் காரணமான நபர் நம்முடைய நண்பனென்று பாசாங்கு செய்தவன்தான்.' கோல்கொண்டாவிலிருந்த இப்ராஹிம் குதுப் ஷாவுக்கு உடனடியாக ஒரு செய்தியை அனுப்பினார். 'அந்தக் கிழச் சதிகாரன் நம்மைப் பல நாள் ஏமாற்றிவிட்டான்; தனித்தனியாக நம்மால் அவனைத் தோற்கடிக்க முடியாது; ஆனால் நாம் ஒன்று சேர்ந்துவிட்டால் நிச்சயம் அவனுக்கு முடிவுகட்டிவிடலாம்,' என்று அந்தச் செய்தியின் ஒரு பகுதி தெரிவித்தது. அடில் ஷாவின் பெரிய எதிரி அகமதுநகரின் ஹுசேன் ஷா; ஆனால் அவர்கள் இருவருக்கிடையே குதுப் ஷா மத்தியஸ்தராகச் செயல்பட்டார்; ஹுசேன் ஷாவின் மகள் சந் பீபிக்கும் அடில் ஷாவின் மகன் அலிக்கும் ஹுசேன் ஷாவின் மகன் முர்தஸாவுக்கும் அடில் ஷாவின் சகோதரிக்கும் என்று இரண்டு திருமணங்கள் ஏற்பாடு செய்யப்பட்டன; இந்தப் புதிய அணி சேர்த்தல்பற்றிக் கேள்விப்பட்ட பீதரின் அலி பரித் தானும் அதில் இணைந்துகொண்டான். இப்படியாக பிஸ்நகாப் பேரரசருக்கு எதிரான ஐந்து சுல்தான்களில் நால்வரின் கூட்டணி உதித்தது; சுல்தானகங்களுக்கிடையே நடந்த யுத்தங்களில் பரார் சுல்தானுடைய தளபதியான ஜஹாங்கீர் கானை அகமதுநகரின் ஹுசேன் ஷா கொன்றுவிட்டதால் அந்த சுல்தான் மட்டும் கூட்டணியில் சேர மறுத்துவிட்டார்.

அந்தக் கூட்டணியை அதிகாரப்பூர்வமாக உறுதிசெய்ய நான்கு சுல்தான்களும் பீஜப்பூரில் கூடியபோது அடில் ஷா ஒரு விஷயத்தை வெளிப்படையாகத் தெரிவித்தார்: 'அவர்களுடைய பல போலிக் கடவுள்களுக்கு எதிராக நம்முடைய உண்மையான ஒற்றைக் கடவுளின் சார்பாக நாம் இன்று ஒன்று கூடியிருக்கிறோம் என்று ஒருவரும் சொல்லிவிடக் கூடாது. கடவுள்களுக்கு எதிராகக் கடவுள் என்பது குறித்ததாக இது இருந்திருந்தால் நாம் ஐவரும் ஒருவரோடொருவர் போரிட்டுக்கொண்டிருக்க மாட்டோம்; இருபது ஆண்டுகளாக உண்மையான கடவுளுக்கெதிராக உண்மையான அதே கடவுள்.

எளிமையாகச் சொன்னால், சதிசெய்யும் அந்த ஏமாற்றுக்கார வேசிமகனுக்கு வாழ்நாள் முழுக்க அவன் ஒருபோதும் மறக்க முடியாத ஒரு பாடத்தை நாம் இப்போது புகட்டப்போகிறோம்.'

ஜனவரி 1565. குளிர் நிரம்பிய வறண்ட பனிக்காலம். கூட்டணியின் பிரம்மாண்ட சேனைகள் முன்னேறத் தொடங்கின. சிறிய நகரமான தலைக்கோட்டைக்குப் பக்கத்திலிருந்த பெரும் சமவெளி ஒன்றில் அவை சந்தித்துக்கொள்ளத் திட்டமிட்டன.

பிஸ்நகாவுக்கு நேர் வடக்கே நூறு மைல் தொலைவில் தோனி நதியின் கரையில் இருந்தது தலைக்கோட்டை. திரண்டுகொண்டிருந்த ராணுவம் குறித்த தகவல் வேகமாகப் பரவினாலும் பிஸ்நகாவில் யாரும் தேவையில்லாமல் கவலைப்படவில்லை. இம்மாதிரியான போர்கள் அவ்வப்போது நடைபெறத்தான் செய்தன. ஒருவேளை சுல்தான்கள் இன்னொரு முறை தங்களுக்குள் போரிட்டுக்கொள்ள இருந்தார்களோ என்னவோ. எது எப்படியானாலும், பிஸ்நகாவின் மதில்சுவர்கள் தாக்குதலுக்கு அசைந்து கொடுக்காதவை. பிஸ்நகாவின் பிரம்மாண்டமான படை தோற்கடிக்கப்பட முடியாதது. கவலைப்பட ஒன்றுமில்லை. நகரத்தின் வணிகம் வழக்கம்போலத் தொடர்ந்து நடந்தது; யாரும் இடைமறித்துவிடுவார்கள் என்ற பயம் இல்லாமல் மாட்டுவண்டிகள் அணி அணியாக மேற்கிலிருந்த துறைமுகங்களை நோக்கிப் போயின. ஆனாலும் இறுதியில் – தாமதமாகவும் அவசரமாகவும் – ஆலியா ராமராயர் தன் படையைத் திரட்டி வடக்கு நோக்கிப் போனான். நகரத்தின் மதில்சுவர்களைப் பாதுகாக்க – அதற்கு அவசியம் இருந்ததாக யாரும் நம்பவில்லை – ஒரு சிறு படையை மட்டும் விட்டுவிட்டு பிஸ்நகாவின் முழுப் படையும் அவனோடு போனது. ஆறு லட்சம் காலாட்படை வீரர்கள், ஒரு லட்சம் குதிரைப்படை வீரர்கள் – அவர்களில் பலர் பயிற்சி பெற்ற, கவசம் அணிந்திருந்த யானைகள்மீது அமர்ந்து போரிடுபவர்கள். ஊர்திகளில் பொருத்தப்பட்ட பீரங்கிகள், வில்வித்தைக்காரர்கள், ஈட்டி எறிபவர்கள் என்று பலவகைப் படைப் பிரிவுகளும் சென்றன. 'அவர்கள் எல்லோரும் நம்மைத் தாக்க வருவார்களானால் பிஸ்நகாவின் வலிமை உண்மையில் எத்தனை பெரியது என்பதைக் காண்பார்கள். எல்லோரும் சாந்தமாக இருப்பதற்கு வேண்டியதைச் செய்யுங்கள். கவலைப்படக் காரணம் எதுவுமில்லை,' என்றாள் திருமலாம்பாள்தேவி.

கவலைப்படக் காரணம் எதுவுமில்லை என்ற வாக்கியம் திருமலாம்பாளின் மனத்தில் பயத்தை உருவாக்கியது. ஆனாலும், துணிச்சலாக இருப்பதாகப் பாவனை செய்தாள்; ராஜமனையின்

நுழைவாயிலில் கவிஞர்கள் தாங்கள் எழுதிய கவிதைகளைப் பொதுவெளியில் சொல்லும் பெரிய நிகழ்வு ஒன்றை ஏற்பாடு செய்து அதைக் கேட்க அனைவரையும் வரும்படி அழைத்தாள். யானைக் கவிஞர்களில் 'மூக்கு' திம்மணாவும் அல்லசானி பெத்தண்ணாவும் மட்டுமே உயிருடனிருந்தார்கள்; முதியவர்களாகவும் நோய்வாய்ப்பட்டவர்களாகவும் இருந்தாலும் அவர்கள் இருவரும் வந்திருந்து தங்களுடைய ஆகச்சிறந்த படைப்புகளைச் சொல்ல வேண்டுமென்று வற்புறுத்தினாள். பிஸ்நகாவின் நீடித்து நிற்கும் கலாச்சார வளத்தையும் வெல்ல முடியாத உன்னதத்தையும் சுட்டிக்காட்டும் நோக்கத்தோடு ஒழுங்கமைக்கப்பட்ட அந்த நிகழ்வு அதற்கு நேர்மாறானதாக முடிந்தது. பற்களில்லாமல், வழுக்கைத் தலையோடு, வற்றலாக இருந்த அந்த முதியவர்கள் பலவீனமான நினைவாற்றல் காரணமாக வரிகளைச் சொல்வதில் தடுமாறியதால் அவமானகரமான தோல்வியைத் தந்த அந்த நிகழ்வைத் திட்டமிட்ட நேரத்துக்கு முன்னதாகவே திருமலாம்பாள் முடித்துவைத்துவிட்டாள். அது கெட்ட சகுனமாக ஆகிவிட்டது. எப்போதும் தேவை இல்லை என்று ஆலியா ராமராயர் வலியுறுத்திச் சொல்லியிருந்த கவலை நகரம் முழுக்க வேகமாகப் பரவியது. வானத்தைத் தாங்கிப் பிடித்திருந்த யானைகளுடைய மேதைமையின் காலம் முடிவுக்கு வந்துவிட்டதென்றால் வானம் விழப்போகிறதா?

கலக்கத்திலிருந்த திருமலாம்பாள், பம்பா கம்பானாவைப் பார்க்கப் போனாள்; தன் வாழ்நாள் படைப்பின் கைப்பிரதி வைக்கப்பட்டிருந்த பை ஒரு தோளில் தொங்க, தாள், இறகு, மைப்புட்டி ஆகியவற்றைக் கையில் பிடித்தவாறு அந்த முதியவள் எழுந்து நின்று தனக்காகக் காத்திருப்பதைக் கண்டாள்.

'உரிய காலம் வந்துவிட்டது. நாம் யானை லாயத்தின் கூரைக்குப் போவோம்,' என்றாள் பம்பா. மேலும் சில யானைகளா என்று திருமலாம்பாள் யோசித்தாள்; ஆனாலும் அவள் எதுவும் பேசவில்லை. ராஜமனை தந்த பாதுகாப்பினூடாக நடந்து பதினோரு வளைவுகள் இருந்த யானை இல்லத்தை அவர்கள் அடைந்தார்கள்; பம்பா கம்பானா கைத்தடிமீது சாய்ந்தும் அரசி நிமிர்ந்தும் அழகூட்டப்படாத படிகளில் ஏறினார்கள்; ஓய்வெடுத்துவாரும் உதவியை மறுத்தும் பம்பா கம்பானா மிக மெதுவாக ஏறினாள்.

உச்சியை அடைந்ததும், 'பறவைக் கூடுகள் இருக்கின்றனவா என்று பார். மாட விதானங்களுக்கு அருகே பருந்துகள் கூடுகள் கட்ட விரும்பும். திம்மராசுவின் புறாக்கள் அரண்மனைக்

கூரைகளில் கூடுகட்டின. பருந்துகள் இங்கே இருந்ததால் அவை ஒருபோதும் இங்கே வந்ததில்லை,' என்றாள் பம்பா.

'இது குளிர்காலம். பழைய கூடுகள்தான் தென்படுகின்றன. ஆனால் அவை காலியாக இருக்கின்றன,' என்றாள் திருமலாம்பாள்.

'இறகுகள் உள்ளனவா?' பம்பா கம்பானா கேட்டாள்.

பார்த்துவிட்டுத் திருமலாம்பாள், 'ஆமாம். சில இறகுகள் இருக்கின்றன,' என்றாள்.

'அவற்றை எடு. இன்றுதான் உரிய நாள்,' என்றாள் பம்பா கம்பானா.

ஸ்தூபிகளோடு இருந்த ஒரு சிறிய ஓய்வு மண்டபம்போலத் தோன்றிய மைய மாட விதானத்துப் பெரிய தூண் ஒன்றின்மீது முதுகைச் சாய்த்து அவள் உட்கார்ந்தாள்; எழுதுபொருட்களை நீட்டித் திருமலாம்பாளை எடுத்துக்கொள்ளச் சொன்னாள்.

'எழுது. போர் தொடங்க உள்ளது.'

'உங்களுக்கு எப்படித் தெரியும்?'

'எனக்குத் தெரியும். பல காலமாகத் தெரியும். அதைச் சொல்வதற்கான நேரம் இது.'

வடக்கு நோக்கிக் கண்களைத் திருப்பினாள். மென்மையான காற்று அவள் முகத்தில் வீசியது. அவளுக்கு ஏற்கெனவே தெரிந்ததை உறுதிப்படுத்தும் செய்தியைக் கொண்டுவந்ததைப் போல அதை மோப்பம் பிடித்தாள். நூறு மைலுக்கு அப்பால் நடந்துகொண்டிருப்பதைக் குறித்த ஒவ்வொரு நுணுக்கமான விவரத்தையும் அவளுடைய பார்வையற்ற கண்கள் காண்பதுபோலத் தோன்றியது.

'உன்னுடைய மகன்கள் படையின் பக்கவாட்டுப் பகுதிகளில் இருக்கிறார்கள்; பீஜப்பூரின் ராணுவம் முன்னே இருக்க, திருமலை ராயர் இடது பக்கத்திலும் கோல்கொண்டாவையும் பீதரையும் எதிர்த்து வெங்கடாத்ரி வலது பக்கத்திலும். தன் முதுமையைப் பொருட்படுத்தாமல் உன் கணவர் படையைத் தலைமை தாங்கி நடத்த வேண்டும் என்பதில் குறியாக இருக்கிறார்; ஹுசேன் ஷாவுக்கும் அகமதுநகருக்கும் எதிராக மையப் பகுதியில் போர்யானைமீது அமர்ந்து முன்னணிப் படையை இட்டுச் செல்கிறார். இப்படியாகத்தான் போர் தொடங்குகிறது.'

(மொத்தப் பிரதியிலும் இந்தப் புள்ளியில்தான் முதன்முதலாக அரசி திருமலாம்பாள்தேவிக்கும் ஆலியா ராமராயருக்கும்

இரண்டு குழந்தைகள் இருந்தார்கள், இரண்டு பேரும் ஆண்கள், வயதுவந்த அவர்கள் தலைக்கோட்டையில் தந்தையின் துணை சேனாதிபதிகளாகப் போரிட்டார்கள் என்பதைக் கவி நமக்குத் தெரிவிக்கிறாள். படைப்பில் இது ஒரு தவறு என்றுகூட நம்மால் சொல்ல முடியும். ஆனால் இது தொடர்பாகப் பம்பா கம்பானா வைத்திருந்த காரணங்களை இத்தனை நூற்றாண்டுகள் கழித்து நம்மில் யாரால் ஊகிக்க முடியும்? ஒருவேளை அவள் அவர்களைச் சந்திக்கவே இல்லையா? அல்லது, அந்த நாள்வரை பொருட்படுத்தும்படியாக அவர்கள் எதையும் செய்யாததால் தன் கவிதைகளில் குறிப்பிடப்படும் தகுதி அவர்களுக்கு இல்லை என்று நினைத்திருப்பாளா? எப்படியோ, இதோ இங்கே அவர்கள் வரிந்துகட்டிக்கொண்டு போரிடுகிறார்கள்.)

'அது தொடங்குகிறது!' பம்பா கம்பானா உரக்கக் கத்தினாள். வசியத்துக்கு ஆட்பட்டவளின் தோற்றத்தைக் கொண்டிருந்தாள்.

'ஓ, துப்பாக்கிகள் பொருத்திய அவர்களுடைய சிறு பீரங்கிகள், சிறு பீரங்கிகள்! ஓ, அவர்களுக்கு முன்னால் பலம் வாய்ந்த பெரும் பீரங்கிகள், அவர்களுக்குப் பின்னால் சிறிய, எல்லாத் திசையிலும் சுட முடிகிற சுழலும் பீரங்கிகள்! அவற்றுக்கு அடுத்து வில்வித்தைக்காரர்கள்! துர்க்மெனிஸ்தானிலிருந்து வந்திருக்கும் வெளிநாட்டவர்கள், இலக்கு நோக்கி அம்பு எறிவதில் நம் போர்ச்சுக்கீசியக் கூலிப்படை வீரர்களைவிட அதிகத் திறமை கொண்டவர்கள்! ஓ, நம்முடைய வில்களைவிட அவர்களுடைய குறுக்கு வில்கள் அதிக ஆபத்தானவை! இரக்கத்துக்குரிய, பெரும் உடல் கொண்ட, மெதுவாக நகரும், கையாள எளிதாக இல்லாத நம்முடைய யானைகளைவிட அவர்களுடைய பாரசீகக் குதிரைகள் வளைவதிலும் திரும்புவ திலும் அதிக வேகம் காட்டுபவை! நம்முடையவற்றைவிட அவர்களுடைய ஈட்டிகள் நீளமானவை! ஓ, இங்கே தொல்லை வருகிறது! தொல்லை!

பிஸ்நகாவின் ராணுவம் பின்வாங்குகிறது! எண்ணிக்கையில் நாம் அதிகம்; ஆனால் அவர்களுடைய தாக்குதல் பயங்கரமாக இருக்கிறது; அவர்களுடைய ஆயுதங்கள் மிக நவீனமானவை; நாம் பின்னே போகிறோம், பின்னே!'

'அப்படியானால், எல்லாம் முடிந்துவிட்டதா?' திருமலாம்பாள் கதறினாள். 'நாம் தோற்றுவிட்டோமா?'

'நாம் அலைவீச்சை எதிர்த்துப் போராடுகிறோம்,' என்று பம்பா கம்பானா உரக்கச் சொன்னாள். *'ஆ, அலையின் போக்கு மாறுகிறது! நம்முடைய ஏவுகணைக் குண்டுகள் அவர்களைத்*

தாக்குகின்றன! வலது பக்கத்தில் வெங்கடாத்ரியும் அவனுடைய பெரிய பீரங்கிகளும்! ஓ, பீதரின் போர்வீரர்கள் தோற்றுப்போய் அங்குமிங்குமாக ஓடுகிறார்கள்! அருமை, வெங்கடாத்ரி துணிச்சல் மிக்கவன்! இடது பக்கத்திலிருக்கும் திருமலை ராயரும் துணிச்சலானவன்தான்! அதோ தாக்குகிறான்! சதி பிறந்த இந்த பீஜப்பூரும் பின்வாங்குகிறது!'

'ஆ, ஆ,' என்று திருமலாம்பாள் உணர்ச்சிவசப்பட்டாள். 'அப்படியானால், நாம் இப்போது ஜெயித்துக்கொண் டிருக்கிறோமோ? வெற்றி நமக்குத்தானா?'

'ஓ, போரின் மையத்தில் ஒரு போர்! அகமதுநகரின் ஹுசேன் ஷா அவனுடைய போர்க்குதிரையில் இங்கும் அங்குமாகப் பாய்கிறான். அவன் தன்னுடைய படை வீரர்களை எப்படி ஊக்கப்படுத்துகிறான் பார்! அவர்கள் போரிடும் விதத்தைப் பார்!'

'என் கணவரைப் பற்றிச் சொல்லுங்கள். என் கணவருக்கு என்ன ஆயிற்று?' திருமலாம்பாள்தேவி கதறினாள்.

அமைதியிலாழ்ந்த பம்பா கம்பானா தன் கைகளை முகத்துக்கு நேரே உயர்த்தினாள்.

'அரசருக்கு என்ன ஆயிற்று?' திருமலாம்பாள்தேவி உரக்கக் கேட்டாள். 'பம்பா கம்பானா, என்ன செய்தி?'

'அய்யோ, அரசர் முதியவர்.' பம்பா கம்பானா புலம்பினாள். 'அவர் முதியவர். போர் நீண்டது. நெடுநேரமாக அவர் அந்த யானைமீது அமர்ந்திருக்கிறார்.'

'என்ன நடந்தது?' திருமலாம்பாள்தேவி கத்தினாள். 'உடனே எனக்குச் சொல்லுங்கள்!'

'அரசியே, நம் எல்லோருக்கும் துயரம்.' பார்வையற்ற தன் கண்கள் வழியே பம்பா கம்பானா அழுதாள். 'அரசர்... அரசர்... சிறுநீர் கழிக்க வேண்டியிருந்தது.'

'சிறுநீர் கழிக்க வேண்டியா? சிறுநீரைப் பற்றியா பேசுகிறீர்கள், பம்பா கம்பானா?'

'ஓ, சிறுநீர் கழிப்பதற்காக அரசர் தன் யானையிலிருந்து கீழே இறங்கினார். தரையில் இருந்தார். அப்புறம், ஓ, அகமதுநகரின் யானைகள் இங்கே வருகின்றன. ஹுசேன் ஷாவின் விலங்குகள்! யானை ஒன்றின் தும்பிக்கையை நான் பார்க்கிறேன். அது நீள்கிறது! அது உன் கணவரைச் சுற்றிப் படர்கிறது! பாதி நீர்த்தாரையில் அது உன் கணவரைப் பிடிக்கிறது!'

'அவர் பிடிபட்டுவிட்டாரா? பயங்கரம் நிகழ்ந்துவிட்டது. அழிவுக் காலம்!'

'ஓ, என் அரசியே, என் அரசியே, சொல்ல வேண்டியதைச் சொல்ல எனக்குத் துணிச்சலில்லை. வார்த்தைகளைச் சொல்லி விட்டுப் பிறகு உன்னிடம், "அவற்றை எழுதிக்கொள்," என்று என்னால் சொல்ல முடியாது.'

'என்னிடம் சொல்லுங்கள்,' என்றாள் திருமலாம்பாள் தேவி. திடீரென்று அவள் மிக அமைதியாகவும் அசைவற்றும் ஆகிவிட்டாள்; கண்ணில் வெற்றுப் பார்வை இருந்தது.

'அவர்கள் அரசரை ஹுசேன் ஷாவிடம் கொண்டு வருகிறார்கள். ஆலியா ராயர் கருணை காட்டச் சொல்லிக் கேட்கவும் இல்லை, பெறவும் இல்லை. ஓ, என் அரசியே, என் மகளே. அவர்கள் அவருடைய தலையைத் துண்டித்துவிட்டார்கள்.'

உணர்ச்சியின் எந்த மனப்பதிவையும் திருமலாம்பாள்தேவி வெளிப்படுத்தவில்லை. பம்பா கம்பானாவின் எழுத்தர் என்ற பணியில் முழுக் கவனத்தையும் குவித்த ஒருத்தியாகவே அவளுடைய தோற்றம் இருந்தது.

'அவருடைய தலையை,' என்று திருப்பிச் சொல்லிவிட்டு வார்த்தைகளை எழுதிக்கொண்டாள்.

ஓ, அதில் வைக்கோலை நிரப்பி நீண்ட கழி ஒன்றின் முனையில் பொருத்தி பிஸ்நகாவின் படை முழுவதும் பார்க்கும்படி முன்னாலும் பின்னாலுமாக எடுத்துச் சென்றார்கள். நமது படையின் வீரர்களும் வீராங்கனைகளும் அதைக் கண்டு நம்பிக்கை இழந்தார்கள். அங்கே பார், அவர்கள் போரிடுவதை நிறுத்திவிட்டு, பின்வாங்கி, திரும்பி ஓடுகிறார்கள். ஓ, வெங்கடாத்ரி கொல்லப்பட்டுவிட்டான்; திருமலை ராயர் போர்க்களத்தை விட்டு ஓடுகிறான். அவன் பிஸ்நகாவுக்குத் திரும்பி வருகிறான். ராணுவம் முழுதாக அழிந்துவிட்டது. பிஸ்நகா போரில் தோற்று விட்டது.'

எழுதிக்கொண்டே 'பிஸ்நகா போரில் தோற்றுவிட்டது,' என்று திருமலாம்பாள் திருப்பிச் சொன்னாள். 'பிஸ்நகா போரில் தோற்றுவிட்டது.'

தன்னிலையை மறக்கச்செய்த வசியத்திலிருந்து பம்பா கம்பானா வெளிவந்தாள். 'மகளே, வருந்துகிறேன். நீ இப்போது இங்கிருந்து போய்விட வேண்டும். கூட்டணியின் படை இங்கே

வரும்போது அவர்கள் பிஸ்நகாவின் அரசி இங்கிருப்பதைப் பார்க்கக் கூடாது.'

'நான் எங்கே போக முடியும்?' அதீதமாகக் கட்டுப்படுத்தப் பட்ட குரலில் கேட்டாள். 'என்னால் எங்கே, எப்படிப் போக முடியும்? விஷ அரசிகளின் மகள் நான், பேத்தி நான். என் அம்மா போன வழியில்தான் நான் போக வேண்டும், என் சாவைக் குடித்து.'

'அயல்நாட்டுக்காரியாக ஆக விரும்புவதாக ஒருமுறை என்னிடம் சொல்லியிருக்கிறாய்,' என்றாள் பம்பா கம்பானா. 'எந்த பந்தங்களும் இல்லாமல் அந்நியர்களாக அலைந்து திரியும் அவர்களுடைய வாழ்க்கையைப் பார்த்துப் பொறாமைப்படு வதாகச் சொன்னாய். இப்போது அப்படியான வாழ்க்கையை நீ மேற்கொள்ள வேண்டும். நீ பறந்து போய்விடு, எங்கே என்று யாருக்குத் தெரியும். இங்கிருந்து தொலைதூரத்துக்கு, கொலைகளையும் நெருப்பையும் விட்டு வெகுவாக விலகிப் போய்விடு. இறகுப் பேனாவைக் கீழே வைத்துவிட்டு வேறொரு இறகை எடுத்துக்கொள். எழுத வேண்டிய கொஞ்சத்தை என்னால் எழுதிவிட முடியும்.'

'பறந்து போய்விடு,' என்று திருமலாம்பாள்தேவி திருப்பிச் சொன்னாள்.

'நீ அதைச் செய்வாயா?' பம்பா கம்பானா வற்புறுத்திக் கேட்டாள். 'நீ செய்தாக வேண்டும். அவர்கள் உன்னைப் பிடித்துவிடக் கூடாது.'

'நீங்கள் என்ன செய்வீர்கள்?'

'முதிய, இறந்துகொண்டிருக்கும், பார்வையற்ற பெண்ணைக் குறித்து ஒருவரும் கவலைப்பட மாட்டார்கள். இங்கே என்னுடைய காலம் கடைசியில் முடிந்துவிட்டது. என்னைப் பற்றிக் கவலைப்படாதே. பருந்தின் இறகை எடுத்துக்கொண்டால் உன்னால் பறந்து போய்விட முடியும்.'

'உங்களால் அப்படிச் செய்யவைக்க முடியுமா?'

'கடைசியாக இந்த ஒரு முறை மட்டும்,' என்றாள் பம்பா கம்பானா.

பருந்தின் இறகைக் கையில் பிடித்தவாறு திருமலாம்பாள் தேவி எழுந்து நின்றாள்.

'அன்னையே, போய்வருகிறேன். அதைச் செய்யுங்கள். என்னை அனுப்பிவிடுங்கள்.'

பிஸ்நகாவின் கடைசி அரசி வானில் ஏறி நிரந்தரமாக நீங்கி நாம் யூகிக்க முடியாத இடங்களுக்குப் போன அந்தக் கணத்தை யாரும் பார்க்கவில்லை. திருமலாம்பாளுக்கு உருமாற்றம் என்ற அந்தக் கடைசிக் கொடையை வழங்கிய அந்தப் பெண்ணாலேயே தான் நிகழச் செய்ததைப் பார்க்க முடியவில்லை. யானை லாயத்தின் கூரையிலிருந்த, ஸ்தூபிகள் நிறைந்த மாட விதானத்தை ஒட்டி அவள் மீண்டும் உட்கார்ந்து இன்னும் கொஞ்சம் எழுதினாள்.

22

சில ஆண்டுகளுக்கு முன்பு மாதவாச்சாரியார் இறந்துபோனதை அடுத்து மந்தானா மடத்தின் வளாகத்துக்கு ஒரு இளம் ஆச்சாரியார் பொறுப் பேற்றுக்கொண்டார்; மரியாதையின் நிமித்தம் மாதவரின் துறவி மடத்து அறை எந்த மாற்றமுமில் லாமல் முன்பு இருந்தபடியே பராமரிக்கப்பட்டது – ஏதோ காரியமாக அறையைவிட்டு ஒரு நிமிடம் வெளியே போய்விட்டு அவர் இன்னும் திரும்பி வராமல் இருந்ததைப் போல அது தோற்றமளித்தது. அது ஒரு சிறிய, குறைவான அறைகலனும் பிற வசதிகளும் கொண்ட அறை: மரத்தாலான கட்டில், மர மேஜை, மர நாற்காலி, புத்தக அலமாரி ஆகியவை இருந்தன; மாதவாச்சாரியின் சொந்தப் பிரதிகளாக மகாபாரதம், ராமாயணம் உள்ளிட்ட இதிகாசங்கள் இருந்தன; மடத்தின் பழைய வரலாற்றின்படி, வித்யாசாகருக்கு ஒருகாலத்தில் சொந்தமாக இருந்த பதினெட்டு மகா புராணங்கள், பதினெட்டு உப புராணங்கள் ஆகியவற்றின் பிரதிகளும் அங்கே இருந்தன. சிறுமியாக இருந்த பம்பா கம்பானா அடைக்கலம் நாடி வித்யாசாகரின் குகைக்கு வந்தபோது இந்த நூல்களிலிருந்துதான் பல மரபுகளை அவர் அவளுக்குக் கற்பித்தார்; இவ்வுலக வாழ்க்கைக்குத் தேவையான அறிவு முழுக்க அவற்றில் இருப்பதாக அவர் சொன்னார். இவற்றின் பல முக்கியமான பத்திகளை அவள் மனப்பாடம் செய்திருந்தாள். தன் தோழியான அரசி பருந்தாக மாறிப் பறந்துபோன பின்பு இந்த அறைக்குத்தான், இந்த நூல்களுக்குத்தான் அவள் திரும்பி வந்தாள். நகரத்தினுடைய போக்கிரித்தனத்தினூடாக ஊன்றுகோலின் துணையோடு சிரமப்பட்டு நடந்து துறவியர் பயிற்சிப் பள்ளியை வந்தடைந்தாள்; பையைத் தோளில் கவனமாகத் தொங்கவிட்டிருந்தாள்.

வாழ்க்கையின் இறுதிக் கட்டத்தில் தான் நுழைந்துவிட்டதை அவள் அறிந்திருந்தாள்; தன் முடிவுக்கு முன்பாகப் பழைய புத்தகங்கள் வழங்கும் ஆறுதலை, அவற்றை அவளால் படிக்க முடியாது என்றபோதிலும், நாடினாள்; கடைசியாக ஒரு தடவை கருட புராணத்தைத் தன் கைகளில் ஏந்தியிருக்க விரும்பினாள்; காரணம், திருமலாம்பாள்தேவி பறவையாக மாறியதையும் எக்கணத்திலும் வர இருக்கும் தன் சொந்த மரணத்தையும் அவள் யோசித்துக்கொண்டிருந்ததே; மரணம்தான் வாழ்வின் கடைசி உருமாற்றம்; பறவைக் கடவுளான கருடனைக் குறித்தும் கடவுள்களிலேயே அதிக உருமாற்றம் அடைந்த விஷ்ணுவைப் பற்றியும் அந்த நூல் விவரிக்கும் பகுதிகளை ஒப்பிக்க ஆசைப்பட்டாள்.

பதினோராம் நூற்றாண்டின் புகழ்பெற்ற ஞானியான ராமானுஜரின் பெயரைக் கொண்ட இளம் ஆச்சாரியார் அவளை வாயிலில் வணங்கி வரவேற்றார். 'போரில் தோற்றுவிட்டோம்,' என்று அவரிடம் சொன்னாள். 'வெற்றிபெற்றவர்கள் வந்து கொண்டிருக்கிறார்கள்.' இதெல்லாம் அவளுக்கு எப்படித் தெரியும் என்று அவர் கேட்கவில்லை. 'உள்ளே வாருங்கள்,' என்றார். 'துறவிகளைக் கொல்லக் கூடாது, இந்தப் புனித இடத்தை அவமதிக்கக் கூடாது என்ற நற்பண்பு அவர்களுக்கு இருக்கலாம்.'

'இருக்கலாம்,' என்று பம்பா கம்பானா பதில் சொன்னாள். 'ஆனால் நற்பண்புக்கான காலமாக இது இருக்கும் என்று நான் நினைக்கவில்லை.'

தோல்விச் செய்தியை அறிவிக்கும்வரை உயிரைப் பிடித்துக் கொண்டு தலைக்கோட்டைப் போர்க்களத்திலிருந்து நூறு மைல்கள் ஓடிவந்த தூதுவன் ஒருவன் நகரத்தின் வாயிலை, மரணத்தின் கதவை, வந்தடைந்தான். அதன் பிறகு நகரம் பெருங்குழப்பத்தில் மூழ்கியது. நான்கு சுல்தானகங்களின் ராணுவம் வந்துகொண்டிருந்தது, பிஸ்நகாவின் ராணுவம் தப்பியோடிவிட்டது, ஆயிரக்கணக்கான போர்வீரர்கள் நாட்டுப்புறத்தின் பிரம்மாண்டப் பரப்பில் தாறுமாறாகச் சிதறினார்கள். தாக்க வரும் கும்பலிடமிருந்து நகரத்தைக் காக்க இருந்தவை மீதமிருந்த ஏழு மதில்சுவர்கள் மட்டுமே. ஆனால் அவற்றின்மீதிருந்த படைவீரர்களும் துணிச்சலை இழந்து ஓடிக்கொண்டிருந்தார்கள்; மனிதர்கள் இல்லாத எந்தச் சுவரும் தங்களைக் காக்காது என்பதையும் மனிதர்களுக்கான மீட்சி இறுதியில் பிற மனிதர்களிடமிருந்துதான் வரும்,

ஜடப்பொருட்களிடமிருந்து அல்ல – அவை எத்தனை பெரியதாக, எவ்வளவு கவர்ச்சிகரமான தோற்றத்தை உடையதாக இருந்தாலும் – என்பதையும் மக்கள் முதன்முதலாகப் புரிந்துகொண்டார்கள்.

மதில்சுவர்களைப் பாதுகாக்க வேண்டியவர்கள் ஓடி விட்டார்கள் என்ற செய்தி பரவியதும் பீதி நகரத்தை முழுமையாகப் பீடித்துக்கொண்டது. உடைமைகளைச் சுமந்துகொண்டு, வண்டிகளில் சுமைகளை ஏற்றிக்கொண்டு, மாடுகளை வண்டிகளில் பூட்டிக்கொண்டு, குதிரைகளைத் திருடிக்கொண்டு, கைப்பற்ற எவை இருந்தனவோ அவற்றைக் கைப்பற்றிக்கொண்டு தெருக்களை நிறைத்த மக்கள் தப்பித்து ஓடிக்கொண்டிருந்தார்கள், ஓடிக்கொண்டிருந்தார்கள். பேரரசு நொறுங்கி விழும் நிலையில் ஒளிந்துகொள்ள இடம் ஏதும் இருக்காது என்று தெரிந்தும் அங்கிருந்து அகன்று எங்கேயாவது ஓட மூர்க்கமாக முயன்ற பத்து லட்சம் குடிமக்கள். ஆண்களும் பெண்களும் வெளிப்படையாகக் கதறினார்கள், குழந்தைகள் கூக்குரலிட்டார்கள்; எதிரிகள் வந்தடையும் முன்பே கொள்ளையடிப்பது தொடங்கிவிட்டது. காரணம், பேராசை எப்போதும் இருப்பது; மனிதர்களை இயக்கும் அதன் செல்வாக்கு பயத்தைவிட அதிக வீரியம் உடையது.

தலைக்கோட்டைப் பேரிடருக்குப் பிறகு ஒரு நாள், ஆலியா ராமராயர், திருமலாம்பாள்தேவி ஆகியோரின் உயிரோடிருக்கும் மகனான திருமலை ராயர் கையிலும் காலிலும் அடிபட்டுத் தலையில் கட்டுடன் பிஸ்நகாவுக்குத் திரும்பி வந்தான்; இன்னும் குதிரைமீது அமர்ந்திருந்த அவனை ரத்தக்களரியான முழுத்தோல்வியிலிருந்து தப்பிக்கவைத்து மரணக் களத்தினூடாகப் போரிட்டு வழியுண்டாக்கி வெளியேற உதவிய இரண்டு டஜன் விசுவாசமான படைவீரர்களின் சிறிய படைக்குத் தலைமை தாங்கி வழிநடத்தியவர்கள் அனைவரிலும் அதிக மூர்க்கத்தனம் கொண்ட, அனுபவம் மிக்க, பருத்த திம்மாவின் அளவுக்கே ஏறத்தாழப் பெரிய உருவம் உடைய அவருடைய வழித்தோன்றலான கிட்டத்தட்ட அதே அளவு பருமன் கொண்ட திம்மாவும் இளைய உலூப்பியின் நெருங்கிய உறவினளான இன்னும் இளைய உலூப்பியும். பெரிய கடைவீதியின் மையத்திலிருந்து, 'நகரத்தின் ஏழு வாயில்களும் திறந்திருக்கட்டும்!' என்று திருமலை ராயர் உரக்கச் சொன்னான். 'அவற்றை மூடிப் பாதுகாக்க நமக்கு நல்ல ஆண்களும் நல்ல பெண்களும் தேவைப்படுகிறார்கள். யார் வருவீர்கள்? யார் என்னுடன் இருப்பீர்கள்?' அவனுடைய தந்தையும் அண்ணனும் இறந்துவிட்ட நிலையில்

நடைமுறைரீதியாக அவன்தான் அரசன் என்பது தெரிந்தும் யாரும் அவன் சொன்னதைப் பொருட்படுத்தவில்லை. உலகின் வேறொரு யுகத்தினுடைய – தன்னம்பிக்கை, துணிச்சல், கௌரவம் ஆகியவற்றின் யுகம் – குரலாக அவனுடையது ஒலித்தது. ஒரு நாள் முன்பு தோன்றிய இந்த இருண்ட காலத்தில் ஒவ்வொரு ஆணும் தனக்கென்றே வாழ்ந்தான், ஆமாம், ஒவ்வொரு பெண்ணும் தனக்கென்றே வாழ்ந்தாள். குதிரைமீது அமர்ந்திருந்த புதிய அரசன் ஆவியுருவாக, அல்லது கற்சிலை யாக இருந்திருக்கலாம். குடிமக்களின் கூட்டம் அவனைச் சுற்றி மொய்த்தது, அவன் சொன்னதைப் புறக்கணித்தது. போரிலிருந்து திரும்பிவந்த நாயகன் அல்ல அவன். தோற்கடிக்கப்பட்ட வெறும் முட்டாள்.

திருமலை ராயர் தன்னுடைய திட்டத்தை மாற்றினான். ‘உடனடியாக நாம் நம்முடைய கஜானாவுக்குப் போய் முடிந்த அளவு தங்கத்தைத் திரட்ட வேண்டும். பிறகு தெற்கே ஸ்ரீரங்கப்பட்டணத்துக்குப் போவோம். அது என்னுடைய குடும்பத்தின் ஆட்சிப்பரப்பு என்பதாலும் அவர்களுடைய நாடுகளிலிருந்து தொலைதூரத்தில் அது இருப்பதாலும் நம்மைப் பின்தொடர்ந்து அங்கே வர சுல்தான்களுக்குத் துணிச்சல் இருக்காது. நமக்கு அங்கே நல்ல வரவேற்புக் கிடைக்கும்; பாதுகாப்பாகவும் இருப்போம்; நம்மிடம் தங்கம் இருப்பதால் யாரையும் சார்ந்து நாம் இருக்க வேண்டி யிருக்காது; மீண்டும் படையை உருவாக்கி இந்த எதிரிகளிட மிருந்து பேரரசைப் பாதுகாக்கத் தொடங்குவோம்.’

‘மாட்சிமை பொருந்திய மன்னரே, இதைச் சொல்வதற்காக எங்களைத் தாங்கள் மன்னிக்க வேண்டும். அந்த எண்ணம் வேண்டாம்,’ என்றார் திம்மா.

‘இதுதான் நம் இடம். நகர வாயில்களில் நின்று எதிரியைச் சந்தித்து அவனுடைய கொடிய இதயத்துக்குள் திகிலைப் பாய்ச்சுவோம்,’ என்றாள் உலூரப்பி.

‘ஆனால் எதிரிகளின் எண்ணிக்கை ஐம்பது லட்சம் இருக்கும் போலிருக்கிறதே; அவர்கள் எல்லோரும் பெரிய அளவில் ஆயுதங்கள் தரித்துள்ளார்கள்; வெற்றி பெற்று விட்டதால் அவர்களுடைய துணிச்சல் கூடியிருக்கிறது. நீங்கள் வெறும் இரண்டு டஜன் ஆட்கள். அவர்கள் உங்களைக் கண நேரத்தில் கொன்றுவிடுவார்கள்; உங்களுடைய மரணங்களைத் தவிர நீங்கள் அடைவதற்கு வேறெதுவும் இருக்காது,’ என்றான் திருமலை ராயர்.

‘இருபத்தைந்து பேர்போல இருக்கும் நம்மை எதிர்த்து அவர்கள் ஐந்து லட்சம் பேர்,’ என்று உலூப்பி சிந்தனை வயப்பட்டவளாகப் பேசினாள். ‘ஏற்றுக்கொள்ளும்படிதான் அது தோன்றுகிறது. திம்மா, நீங்கள் என்ன சொல்கிறீர்கள்?’

‘மிகச் சரியாகத்தான் தெரிகிறது,’ என்றார் திம்மா. ‘நமக்கிருக்கும் சாத்தியங்களை மிகவும் விரும்புகிறேன்.’

இளம் அரசன் ஒரு கணம் மௌனமாக இருந்தான். பிறகு, ‘நீங்கள் சொல்வது முழுக்கச் சரி. அந்த வேசி மகன்களுக்கு எந்தச் சாத்தியமும் கிடையாது. நான் தொடர்ந்து அரசனாக இங்கேயே இருப்பேன்,’ என்றான்.

‘அப்படியானால் கஜானா?’ உலூப்பி கேட்டாள்.

‘கஜானா எக்கேடோ கெட்டுப்போகட்டும். நாம் வாயில்களுக்குப் போவோம்,’ என்றான் அரசன்.

தலைக்கோட்டைப் போர் நடந்து முடிந்த மூன்றாம் நாள் கூட்டணியின் சேனை பிஸ்நகாவின் வாயில்களை அடைந்தது. மாதவாச்சாரியின் அறையில் நின்ற பம்பா கம்பானா கருட புராணத்தைக் கேடயத்தைப் போலத் தன் மார்போடு அணைத்துப் பிடித்திருந்தாள். தாக்க வந்த கொள்ளையர்களின் கூச்சல் ஆயிரம் ஓநாய்களின் ஊளையைப் போலவும் நம்பிக்கை இழந்து கதறிய மக்களின் குரல் உதவி கிடைக்காத செம்மறியாடுகளின் மரண ஓலங்களைப் போலவும் ஒலித்தன. ஏழு மதில்சுவர்களும் தகர்ந்ததை, தூசியைப் போலத் தூளாகியதை நம்ப முடியாமல் எழுந்த குரல்களை அவள் கேட்டாள்; நகரத்தின் நம்பிக்கையிழப்பை மீறி மாயத்தால் எஞ்சிப் பிழைக்க முடியாததைப் போலவும் நகரத்தின் தன்முனைப்பும் நம்பிக்கையும் மதிற்சுவர்களின் அடித்தளமாக இருந்ததைப் போலவும் அவை மறைந்தவுடன் அச்சுவர்களால் தம் மாயையைத் தக்கவைத்துக்கொள்ள முடியவில்லை. மதிற்சுவர்களின் சிதைவுக்குப் பிறகு தாக்குதலின் இடியோசை வானத்தை நிறைத்தது. மரணத்தின் முரண்பட்ட குழப்ப ஒலிகளுக்கு மத்தியில் காணாமல்போன ஏதோ ஓரிடத்தில் இருந்தது அந்த இரண்டு டஜன் போர்வீரர்கள் இருந்த இடம்; இன்பங்களை அழிப்பவன், சமூகக் குழுக்களைத் துண்டிப்பவன், வசிப்பிடங்களை வாதைக்குள்ளாக்குபவன், கல்லறைத் தோட்டங்களைத் திரட்டிச் சேர்ப்பவன் என்று பழங்கதைகளில் வர்ணிக்கப்பட்ட மரணம், இறுதியின் தேவதூதன், வந்தடையும்வரை கடைசி

மன்னன் வழிநடத்த அவர்கள் தங்களுடைய இறுதிப் போரை நிகழ்த்தினார்கள். மரணம். தெருக்களில் ரத்தம் பாய்ந்தோடியது, வானம் முழுக்கப் பிணந்தின்னிக் கழுகுகள் பறந்தன, கஜானா கொள்ளையடிக்கப்பட்டது, எதையெல்லாம் பறிக்க முடியுமோ அதையெல்லாம் பறித்தார்கள், மனித வாழ்க்கை உட்பட. செங்கற்களாலும் மரத்தாலும் ஆன கட்டிடங்களைத் தீயின் நாக்குகள் எரித்தன; கல் அடித்தளங்கள் மட்டுமே எஞ்சின. சாசுவதமாக நிகழ்ந்ததைப் போல அப்போது உணரவைத்த, ஆனால் அது ஆறு மாதங்களாக அல்லது ஆறு மணிநேரமாக அல்லது ஆறு நாட்களாக இருந்திருக்கலாம், நிர்மூலத்தின் சத்தமே கேட்டது: அரண்மனைகள், சிலைகள், அழகாக இருந்த அனைத்தும் அழிக்கப்பட்டன. அனுமனின், தேவி பம்பாவின் பிரம்மாண்ட சிலைகள் பல துண்டுகளாக உடைக்கப்பட்டன; பின்னர் பார்த்தால் அப்படியான சிலைகள் ஒருகாலத்தில் அங்கே இருந்தன என்பதை யாரும் நம்ப முடியாது. கடைவீதி எரிக்கப்பட்டது; ‘அயல்நாட்டுக்கார’ரின் வீடு எரிக்கப்பட்டது; பேரரசின் தலைநகராக பிஸ்நகாவை ஆக்கியிருந்த அனைத்துமே கிட்டத்தட்ட எரிக்கப்பட்டு இடிபாடுகளாக, ரத்தமாக, சாம்பலாக உருமாற்றப்பட்டன. விதைகள் தூவப்பட்டு பிஸ்நகா பிறந்த நாளன்று முழு உருவில் பூமிக்குள்ளிருந்து வெளியே வந்ததால் நிலத்தடிக் கோயில் என்று அழைக்கப்பட்ட மிகப் பழமையானதும் எரிக்கப்பட்டு முழுக்கவும் அழிக்கப் பட்டது. அங்கே வசித்த குரங்குகள் தீயின் நாக்குகளிலிருந்து உயிர்தப்பி ஓடின.

இப்படியாக, பிஸ்நகாவின் கதை தொடங்கியது போலவே முடிந்தது: துண்டிக்கப்பட்ட தலையோடும் தீயோடும்.

சில கட்டிடங்கள் விட்டுவைக்கப்பட்டன. கோயில்கள் சிலவும் மந்தானா மடத்தின் சில பகுதிகளும் சிறிய அளவிலான சேதம் தவிர்த்து நீடித்து நின்றன. இறந்துகொண்டிருப்பவர் களுக்கு உதவவும் இறந்தவர்களுக்குத் துக்கம் அனுஷ்டிக்கவும் தெருக்களுக்கு ஓடிய துறவிகள் தவிர மடத்தின் பிற துறவிகள் பலரும் தப்பிப் பிழைத்தார்கள். மடத்தின் தலைவராக இருந்த இளம் ராமானுஜாச்சாரியாரும் இறந்தவர்களில் ஒருவர்; இறந்தவர்களின் குவியலில் அவருடைய உடல் மறைந்து காணப் பட்டது. நகரம் தீக்கிரையான பிறகு சடலங்கள் தெருக்களில் எரிக்கப்பட்டன; பிஸ்நகாவாக முன்பு இருந்த அனைத்தும் சிதையாக ஆனது. மீதமிருந்தவற்றைப் பிணந்தின்னிக் கழுகுகள் முடித்தன.

பம்பா கம்பானா எஞ்சிப் பிழைத்தாள். நூலின் இறுதிப் பக்கங்கள் ஒன்றில் அவள் இவ்வாறு எழுதினாள்: 'எதுவும் நீடித்திருப்ப தில்லை, அதே சமயம் எதுவும் அர்த்தமற்றும் இருப்பதில்லை. நாம் எழுகிறோம், நாம் விழுகிறோம், மீண்டும் எழுகிறோம், மீண்டும் விழுகிறோம். இப்படியே தொடர்கிறோம். நானும் வெற்றிபெற்றிருக்கிறேன், நான் தோல்வியுமடைந்திருக்கிறேன். மரணம் நெருக்கத்தில் உள்ளது. வெற்றியும் தோல்வியும் மரணத்தில் பணிவுடன் சந்தித்துக்கொள்கின்றன. தோல்வி யிலிருந்து கற்பதைவிடவும் வெற்றியிலிருந்து குறைவாகவே கற்றுக்கொள்கிறோம்.'

தங்களுடைய பணியை முடித்துவிட்டுக் கூட்டணியின் படைகள் கிளம்பிய நாள் வந்தது; சவத்துணியைப் போல மௌனம் சிதைவுற்ற நகரத்தின்மீது கவிந்தது. மந்தானா மடத்தில் பம்பா கம்பானா தன் படைப்பின் கடைசிப் பக்கத்தை எழுதினாள். தன்னுடைய அறையின் மூலைக்குப் போன அவள் தன் படைப்பை இட்டுவைக்கத் தானே வனைந்த பானையைக் கண்டாள்; அதற்குள் தன் கைப்பிரதியை வைத்தாள். அதன் பிறகு அவளுக்கு உதவிபுரிய ஒருவர், எஞ்சிப் பிழைத்த ஒரு துறவியாக இருக்கலாம், இருந்திருக்கக்கூடும் என்று நாம் ஊகித்துக்கொள்ள வேண்டும்; ஆனால் நமக்கு உறுதியாகத் தெரியாது. மடத்தை விட்டு வெளியேறி முத்திரையிடப்பட்ட பானையோடும் (அதை மூடி முத்திரையிட அவளுக்கு உதவியது யார்?) குழி தோண்ட ஒரு மண்வாரியோடும் (அல்லது மண்வாரிகளோடும்) பம்பா சிலையின் இடிபாடுகள் இருந்த இடத்துக்கு வழி கண்டுபிடித்துப் போனாள் என்பது மட்டுமே நமக்குத் தெரியும். பிறகு அவளோ அல்லது யார் என்று தெரியாத அவளுடைய உதவியாளரோ கற்களால் மூடப்படாத ஒரு துண்டு நிலத்தைக் கண்டார்கள். அதன்பின் அவளோ அல்லது அவனோ அல்லது இருவருமோ தோண்டத் தொடங்கினார்கள்.

ஜெயபராஜெயவைப் புதைத்த பின் தரையில் சம்மணமிட்டு அமர்ந்து அவள் அழைத்துச் சொன்னாள், 'நான் அதைச் சொல்லி முடித்துவிட்டேன். என்னை விடுவி.' பிறகு காத்திருந்தாள்.

தான் செய்யப்போவதை அவளுடைய நூலின் இறுதிப் பக்கங்களில் அவள் எழுதி வைத்திருந்ததால் நமக்கு இது தெரிய வந்தது. அவளுடைய விருப்பம் நிறைவேற்றப்பட்டது, இறுதியில் நூற்றாண்டுகள் அவளைப் பாதித்துக் கீழடக்கின, அவள் சதை உலர்ந்து சருகானது, அவள் எலும்புகள் நொறுங்கின, சில கணங்கள் கழித்து அவளுடைய எளிமையான உடைகள் மட்டுமே தூசி

நிரம்பி நிலத்தில் இருந்தன, மென்காற்று தோன்றி அவற்றை வீசியடித்தது என்று நாம் கற்பனை செய்துகொள்ளலாம். அல்லது, மிகுகற்பனையில் நாம் ஆழ்ந்து அவளுடைய கனவுகளின் மந்திர யாளிகள் தோன்றி விண்ணுலக வாயில்களினூடாக அவளைச் சாசுவத உலகத்துக்கு அழைத்துப் போயின என்று நம்பலாம்; அங்கே அவள் இனி பார்வையற்றவளல்ல, சாசுவதம் ஒரு சாபமல்ல.

அப்போது அவளுக்கு வயது இருநூற்று நாற்பத்தேழு. இவை அவளுடைய இறுதி வார்த்தைகள்.

பம்பா கம்பானாவாகிய நான் இந்த நூலின் ஆசிரியர்.
ஒரு பேரரசு எழுந்ததையும் வீழ்ந்ததையும் காண நான்
வாழ்ந்தேன்.
அவர்கள் எவ்வாறு இப்போது நினைவுகூரப்படுகிறார்கள்,
இந்த அரசர்களும்
இந்த அரசிகளும்? அவர்கள் இப்போது வார்த்தைகளில்
மட்டுமே இருக்கிறார்கள்.
வாழ்ந்தபோது அவர்கள் வெற்றியாளர்கள் அல்லது
தோற்கடிக்கப்பட்டவர்கள் அல்லது இரண்டுமே.
இப்போது அவர்கள் இரண்டும் அல்ல.
வார்த்தைகள் மட்டுமே வெற்றியாளர்கள்.
அவர்கள் செய்தது அல்லது நினைத்தது அல்லது
உணர்ந்தது எதுவும்
இப்போது இல்லை.
அவற்றை வர்ணிக்கும் இந்த வார்த்தைகள் மட்டுமே
எஞ்சியுள்ளன.

அவர்களை நினைவுகூர நான் தேர்ந்தெடுத்த முறையிலேயே
அவர்கள்
நினைவுகூரப்படுவார்கள்.
அவை எழுதப்பட்ட முறையிலேயே அவர்களின் செயல்கள்
தெரியவரும்.
அவை என்ன பொருள் தர வேண்டும் என்று நான்
விரும்புகிறேனோ அவ்வாறே அவை பொருள் தரும்.
நானுமே இப்போது ஒன்றுமில்லை. மீதமிருப்பது
வார்த்தைகளின் இந்த
நகரம் மட்டுமே.
வார்த்தைகள் மட்டுமே வெற்றியாளர்கள்.

விஜயநகரம்

நன்றி

இந்த நாவலை எழுதும் முன்பும் எழுதிக் கொண்டிருந்தபோதும் நான் படித்த சில நூல்கள் இவை. இவையன்றி பல கல்விப்புல, செய்தித்தாள் கட்டுரைகளிலிருந்தும் இணையதளங்களிலிருந்தும் செய்திகள் சேகரித்தேன். அவை எண்ணற்றவை என்பதால் இங்கு குறிப்பிட இயலாது. அவை எல்லாவற்றுக்கும் என் நன்றி உரியது. பெரிய அளவில் அவை எனக்கு உதவின. நாவலின் பிரதியில் பிழைகள் ஏதும் இருந்தால் அவை என்னுடையவையே.

Vijayanagar - City and Empire: New Currents of Research, Vol. I - Texts, and Vol. 2 - Reference and Documentation, edited by Anna Libera Dal- lapiccola in collaboration with Stephanie Zingel-Ave Lallemant

A Social History of the Deccan 1300-1761, by Richard M. Eaton

India in the Persianate Age, 1000-1765, by Richard M. Eaton

Beyond Turk and Hindu, edited by David Gilmartin and Bruce B. Lawrence

The Travels of Ibn Battuta

From Indus to Independence - A Trek Through Indian History: Vol. VII, Named for Victory: The Vijayanagar Empire, by Dr Sanu Kainikara

Towards a New Formation: South Indian Society under Vijayanagar Rule, by Noboru Karashima

India: A Wounded Civilization, by V.S. Naipaul

A History of South India: From Prehistoric Times to the Fall of Vijayanagar, by Sastri K.A. Nilakanta and R.C. Champakalakshmi

Court Life Under the Vijayanagar Rulers, by Madhao P. Patil

Raya Krishnadevaraya of Vijayanagara, by Srinivas Reddy

City of Victory, by Ratnakar Sadasyula

Hampi, by Subhadra Sen Gupta, with photographs by Clare Arni

A Forgotten Empire, by Robert Sewell, which also contains his translations of *The Narrative of Domingo Paes, written c:1520-22, and The Chronicle of Fernão Nuniz, written c.1535-37*